I0681650

भगवान शिवावरील पुस्तकांच्या मालिकेचे प्रशंसापर अभिप्राय

'अमिश यांची पुराणकथांविषयीची कल्पकता भूतकाळात डोकावू शकते आणि भविष्यातील शक्यतांचा वेध घेते. त्यांच्या पुस्तकांच्या मालिका मूळ कथांच्या प्रतिकृती असून त्या स्फूर्तिदायक आहेत. आत्म्यातील सखोल एकांत आणि आपल्या सामूहिक जागृती यांचा त्या वेध घेतात.'

– दीपक चोप्रा,
विश्वविख्यात आध्यात्मिक गुरू आणि उत्तम खपाच्या पुस्तकांचे लेखक

'अमिश हा दंतकथा आणि इतिहास यांच्या दालनात प्रवेश केलेला भारतीय लेखन क्षेत्रातील नूतन, ताजा आवाज आहे. त्यांची कथाकथनाची हातोटी विलक्षण आहे.'

– शशी थरूर, मंत्री आणि लोकप्रिय लेखक

तुंबळ युद्धे आणि संघर्ष पाना-पानांवर उसळ्या मारत आहेत.

– अनिल धारकर, सुप्रसिद्ध वार्ताहर आणि लेखक

'शिवाच्या जीवनावरील त्रिपाठी यांची तीन भागांची मालिका अगोदरच भारतातील

अशा प्रकारच्या कथांची अधिपती बनली आहे.'

– हिंदुस्थान टाइम्स

'भारतातील कित्येक दंतकथा, लोककथा आणि पुराणकथा यांचे एकत्रीकरण करणे, त्यांच्यातून मतिंतार्थ काढणे आणि त्या सर्वांच्या समावेशातून जलदगती थरारकथा लिहिण्याच्या कलेवर अमिश यांनी प्रभुत्व मिळवले आहे. देव, संस्कृती, इतिहास, असुर आणि नायक यांच्याविषयीचे आपले दृष्टिकोन कायमस्वरूपी बदलण्याचे कसब त्यांच्या या कथांमध्ये आहे.'

– हाय ब्लिट्झ

'शिवाच्या जीवनावरील अमिश यांची तीन भागांची मालिका ही मन प्रसन्न करणारी कथावस्तू आहे...नीलकंठाविषयीचे कोणते रहस्य यापुढे उलगडले जाणार आहे, या उत्सुकतेपोटी उतावळेपणाने पुस्तकाची पानांमागून पाने वाचत जायला ती तुम्हांला भाग पाडते.'

– द टेलीग्राफ

'ही एक तरल प्रेमकथा आहे. अमिश आपल्या पात्रांचे मानवीकरण करतात आणि नेमक्या याच बाबतीत दुर्दैवाने, बहुतांश लोकप्रिय भारतीय लेखक कमी पडतात.'

– मिंट

'अमिश यांचे सहिष्णुतेचे तत्त्वज्ञान, त्यांची पुराणकथांविषयीची समज आणि शिवाविषयीची त्यांची दृग्गोचर होत असलेली प्रशंसक वृत्ती त्यांच्या पुस्तकांमधून प्रकट होते.'

– व्हर्व

'पुराणकथा आणि इतिहास यांना मोठेच महत्त्व देऊन त्यांतील अनावृत्त वास्तवांना रमणीय कथांमध्ये गुंफण्याचे कौशल्य असलेल्या लेखकांची एक फळी उदयास येत आहे. त्रिपाठी हे अशा लेखकांपैकीच एक आहेत.'

– द न्यू इंडियन एक्सप्रेस

'इतिहास, तत्त्वज्ञान आणि पुराणकथा यांच्याविषयीच्या आपल्या प्रेमातून अमिश यांनी गतिमान, कल्पक लेखनशैलीचा वापर करून भगवान शिवाला तिबेटमधील टोळीचा प्रमुख बनवले आहे.'

– द पायोनिअर

'त्रिपाठी यांची कथनशैली आणि दृष्टिकोन समकालीन आणि शहरी आहे. पुस्तकाचे हे एक प्रमुख आकर्षण आहे. ही कथा काल्पनिक असली, तरीही त्यातील पात्रे आणि ऐतिहासिक रेखाटन वास्तव आहेत.'

– हार्पर्स बझार

'शिवाविषयीच्या पारंपरिक कथांमधील पात्रांना, पृथ्वीवर वावरणाऱ्या खऱ्याखुऱ्या पात्रांच्या स्वरूपात रंगवून अमिश यांनी अजोड काम केले आहे.'

– दे सेंटिनेल, नामवंत पत्रकार आणि लेखक

'अमर चित्र कथांप्रमाणेच शिवाच्या जीवनावरील तीन भागांच्या पुस्तकांच्या या मालिकेतही पुराणकथांना मसालेदार वळणांच्या गतिमान थरारकथा बनवून सादर करण्यात आले आहे.'

– रश्मी बन्सल, 'स्टे हंग्री, स्टे फूलीश' या पुस्तकाच्या लेखिका

'इम्मॉरटल्स ऑफ मेलुहा' विषयीचे प्रशंसापर अभिप्राय

'मेलुहाच्या विश्वाबरोबर मी वाहत गेलो आणि अमिश यांनी निर्माण केलेल्या या विश्वाने मला खिळवून ठेवले.'

– करण जोहर,
ख्यातनाम चित्रपट निर्माते

'शिव चमकतो आहे. शिव लोकप्रियतेच्या शिखरावर आहे. शिव एवढा लोकप्रिय का झाला आहे, त्याची कल्पना 'इम्मॉरटल्स ऑफ मेलुहा' या पुस्तकातून भव्य दिव्यपणे मांडली गेलेली कथा वाचल्यावर सहज येते. या पुस्तकात शिव या एका उमद्या, मिस्कील तरुणाचा महादेवापर्यंत झालेला प्रवास मोठ्या चित्तथरारकपणे मांडला गेला आहे. त्याचे वाचन वाचकांना मोठा आनंद मिळवून देते. आनंद लुटण्यासाठी उत्सुक असलेला मुलगा असे लेखकाने शिवाचे केलेले व्यक्तिचित्रण वाचकांना अधिक खिळवून ठेवते.'

– द टाइम्स ऑफ इंडिया

'...द इम्मॉरटल्स ऑफ मेलुहा' या पुस्तकात भगवान शिव आणि त्याच्या विस्मयजनक जीवनाकडे नवीन दृष्टिकोनातून पाहिले गेले आहे. अत्यंत ओघवत्या

आणि सुंदर शैलीत लिहिलेले पुस्तक. भारतीय इतिहास आणि पुराणकथा यांच्याविषयी प्रेम असणारा कोणीही वाचक एकदा हे पुस्तक हातात घेतल्यावर ते संपेपर्यंत खाली ठेवणारच नाही.'

– सोसायटी

'ही कथा मनाची पकड घेणारी आणि सुव्यवस्थितपणे मांडलेली आहे. एक पूर्ण पौराणिक कथा आधुनिक शैलीत लिहिली गेली आहे. ही कादंबरी वाचकांच्या मनात अपेक्षा निर्माण करते आणि वाचक उत्सुकतेपोटी अखेरपर्यंत हे पुस्तक वाचतच जातो. अखेर मात्र एक प्रकारची उत्सुकता ताणणारी आहे. दुसरे पुस्तक वाचण्याची उत्सुकता त्यामुळे वाचकाच्या मनात निर्माण होते.'

– बिझनेस वर्ल्ड

'ब्रंचने शिफारस केलेल्या सर्वोत्कृष्ट पाच पुस्तकांपैकी एक पुस्तक. कथा अत्यंत चित्ताकर्षक आहे.'

– हिंदुस्थान टाइम्स

'तत्त्वज्ञान हा या कथेचा पाया आहे. पण वाचकांना आयुष्यभरासाठी गुंतवून ठेवणारी ही कथा आहे.'

– द हिंदू

'अत्यंत सुंदर पुस्तक. समर प्रसंग, प्रेम, धाडस, साहस, तत्त्वे आणि नीतिमत्ता या सर्व गोष्टींचा या पुस्तकात समावेश आहे. कित्येक पौराणिक व्यक्तिरेखांचे चित्रण सर्वसामान्य हाडामांसाच्या व्यक्ती म्हणून करण्यात लेखकाला यश आले आहे आणि यातच या पुस्तकाचे सौंदर्य आणि स्वीकारार्हता दडलेली आहे.

– द आफ्टरनून

लेखकाने दंतकथांचा वापर करून त्यांना समकालीन संदर्भ दिले आहेत. आपण ज्या गोष्टी सत्य मानतो आणि ज्या आपल्याला परिचित आहेत, त्यांच्याविषयी त्याने काही प्रश्न निर्माण केले आहेत. लोककथा, धर्म आणि प्राचीन काळातील

वस्तुस्थिती यांच्यापासून एक काल्पनिक कादंबरी लिहिण्याचा हा उत्तम प्रयत्न आहे.

– पीपल

'द इम्मॉरटल्स ऑफ मेलुहा' हे पुस्तक म्हणजे आपल्या जगाला अनेक संदेश देणारी एक राजकीय टिप्पणी आहे, असे मला वाटते. हे संदेश महादेवाकडूनच दिले जात असल्याने ते अधिक स्वीकारार्ह ठरतील अशी मला आशा आहे. 'हर हर महादेव' या घोषणेतून 'प्रत्येक माणूस हाच महादेव आहे,' हा युद्धाच्या वेळी महादेवाने काढलेला अर्थ असो, की सतीने आत्मसन्मानासाठी, स्वसंरक्षणासाठी केलेल्या युद्धातून झळकणारा तिचा पराक्रम असो – प्रत्येक परिच्छेद अर्थपूर्ण आहे... आणि हीच या पुस्तकाची खरी ताकद आहे.'

- Indiareads.com

पहिल्याच पुस्तकाला मिळालेलं घवघवीत यश! मान्यच करायला हवं, की अमिश यांना योग्य ती नस बरोबर पकडता आली आहे.

– डेक्कन क्रॉनिकल

'द सिक्रेट ऑफ द नागाज'चे प्रशंसापर अभिप्राय

'शिवाच्या जीवनावरील मालिकेतील दुसऱ्या पुस्तकात (द सिक्रेट ऑफ द नागाज) अमिशनी डॅन ब्राऊनच्या पावलांवर पाऊल टाकल्याचे दिसते.'

– *हिंदुस्थान टाइम्स*

'वरवर पाहता विसविशीत दिसणारे अंत आणि दोन विषयांना जोडणारे बंध यांना अमिश यांनी 'द सिक्रेट ऑफ द नागाज' या दुसऱ्या पुस्ताकात अत्यंत बांधेसूद अशा घट्ट रचनेत बांधून टाकले आहे.'

– *द संडे गार्डियन*

...सखोल आणि तरीही सहजप्राप्य तत्त्वज्ञान आणि जलदरीत्या घडणाऱ्या अनेक घटना यांच्या संयोगातून जन्मलेली मनाची पकड घेणारी कथा. अमिश आपल्याला निराश करत नाहीत. ...'द सिक्रेट ऑफ द नागाज' मध्ये तुंबळ युद्धे, गुप्त कारस्थाने, रहस्ये आणि कुतूहल निर्माण करणाऱ्या घटनांची प्रचंड रेलचेल आहे. यात वाचकांना चकित करणाऱ्या अनेक घटना आहेत.

– *आऊटलुक*

...या पुस्तकात सर्व काही आहे – तत्त्वज्ञान, आध्यात्मिक संदेश, रहस्यमयता, युद्धे आणि गूढ गोष्टी.

– द इंडियन एक्स्प्रेस

'द सिक्रेट ऑफ द नागाज'ची नागाची नाळ भारतीय वाचकांशी जुळलेली आहे, हे स्पष्टच आहे.

– द हिंदू

'द सिक्रेट ऑफ द नागाज' लाही अमिश यांचा परिसस्पर्श झाला आहे.'

– डेक्कन हेरॉल्ड

'कल्पनारम्यतेमध्ये 'द सिक्रेट ऑफ द नागाज' अत्यंत प्रभावी ठरले आहे... त्रिपाठी यांची कथनशैली अत्यंत विलक्षण आहे.'

– डीएनए

ज्या क्षणी तुम्ही 'द सिक्रेट ऑफ द नागाज' वाचायला सुरुवात करता, त्याच क्षणापासून कित्येक पात्रांची रेलचेल असलेल्या एका चित्राकडे तुम्ही भुरळ पडल्यासारखे खेचले जाता.

– अलाइव्ह

इतिहास आणि पुराणकथा यांवरील थोडीच पुस्तके आपल्याला छापील शब्दापलीकडे विचार करायला भाग पाडतात. अमिश त्रिपाठी यांचे 'द सिक्रेट ऑफ द नागाज' हे दुसरे पुस्तक हे काम करते.

– हेरॉल्ड, गोवा

शपथ वायुपुत्रांची

शिवावरील तीन पुस्तकांच्या मालिकेतील
तिसरे पुस्तक

लेखक
अमिश

अनुवाद
डॉ. मीना शेटे-संभू

अमेय
इन्स्पायरिंग बुक्स

© अमिश त्रिपाठी

वेस्टलँड लि. ने प्रकाशित केलेल्या
"THE OATH OF THE VAYUPUTRAS"
या पुस्तकाचा मराठी अनुवाद.

मराठी आवृत्तीचे प्रकाशक
वेस्टलँड लि.
९३, १ ला मजला, शामलाल रोड, दरयागंज, नवी दिल्ली–११०००२
आणि
अमेय इन्स्पायरिंग बुक्स
२०७, बिझनेस गिल्ड, लॉ कॉलेज रोड, पुणे–४११००४
www.ameyainspiringbooks.com

कव्हर डिझाईन
रश्मी पुसाळकर

भगवान शिवाच्या फोटोचे छायाचित्रकार
चंदन कौली

प्रथमावृत्ती
मार्च २०१४

ISBN : 978-93-84030-04-9

10 9 8 7 6 5 4 3 2

स्वर्गीय डॉ. मनोज देसाई,
या माझ्या सासऱ्यांना अर्पण.

महान व्यक्ती कधीच मरण पावत नाहीत.
आपल्या अनुयायांच्या हृदयात त्या नेहमीच जिवंत असतात.

हर हर महादेव

आपण सारेच महादेव आहोत, आपण सारेच देव आहोत.

'त्या'चे सर्वांत सुंदर मंदिर, छान मशीद आणि महान चर्च आपल्या आत्म्यातच वसत असते.

अनुक्रमणिका

शिवाच्या जीवनावरील तीन पुस्तकांविषयी...

शिव! महादेव! देवांचा देव! दुष्टांचा संहारक. उत्कट प्रेमी. भयावह योद्धा. निष्णात नर्तक. विलक्षण नेता. सर्वशक्तिमान, तरीही अत्यंत प्रामाणिक. नीतीमान. प्रचंड प्रसंगावधानी व्यक्ती आणि तरीही शीघ्रकोपी. त्याचा संतापही समोरच्याला थरथर कापायला लावणारा.

शतकानुशतके आपल्या भूमीत आक्रमक, व्यापारी, विद्वान, पर्यटक, राज्यकर्ता म्हणून येणाऱ्या कोणत्याही परदेशी व्यक्तीने एवढा सर्वगुणसंपन्न, शक्तिशाली माणूस अस्तित्वात असू शकतो यावर विश्वासच ठेवला नाही. त्यांना असेच वाटत राहिले, की तो नक्कीच कोणीतरी पौराणिक कथांतील देव असला पाहिजे. त्याचे अस्तित्व फक्त मानवी मनोराज्यातच असू शकते.

दुर्दैवाने, आपलीही शतकानुशतके हीच श्रद्धा आहे.

पण जर आपण चुकत असू तर? जर भगवान शिव हा पौराणिक कथांतील, समृद्ध सर्जनशीलतेतून अवतरलेला कोणी दैवी पुरुष नसेल तर? तोही आपल्यासारखात रक्तामांसाचा खराखुरा पुरुष होता असेल तर? आपल्या कर्मामुळे एक पुरुष देवत्वापर्यंत जाऊन पोहचला. शिवावरील तिन्ही पुस्तकांचा हाच पाया आहे. प्राचीन भारताच्या समृद्ध पौराणिक परंपरेचा वेध या पुस्तकांमधून घेतला आहे. ऐतिहासिक वस्तुस्थिती आणि कल्पनाविलास यांमधून हे पुस्तक आकाराला

आले आहे.

म्हणूनच हे पुस्तक म्हणजे भगवान शिवासाठी आणि त्याच्या आयुष्यातून आपल्याला शिकायला मिळणाऱ्या धड्यांसाठी लिहिलेली अर्पणपत्रिका आहे. कालौघात अज्ञानामुळे हा धडा आपण विसरलो आहोत. त्याच्या आयुष्यापासून मिळणाऱ्या धड्यामुळे आपण सारेच जण अधिक चांगल्या व्यक्ती म्हणून जगू शकू. प्रत्येक व्यक्तीमध्ये देव बनण्याची क्षमता दडलेली असते, हाही या धड्याचाच एक अन्वयार्थ आहे. फक्त त्यासाठी आपल्याला आपल्या सद्सद्विवेकबुद्धीचे म्हणणे ऐकावे लागते.

या असामान्य व्यक्तिमत्त्वाचा प्रवास उलगडणाऱ्या तीन पुस्तकांच्या मालिकेतील 'इम्मॉरटल्स ऑफ मेलुहा' हे पहिले पुस्तक आहे. 'द सिक्रेट ऑफ द नागाज'मध्ये त्यापुढील कथाभाग आला आहे आणि 'द ओथ ऑफ द वायुपुत्राज' या तुमच्या हातात असलेल्या पुस्तकात ही संपूर्ण कथा संपवण्यात आली आहे.

ही एक काल्पनिक कथा आहे. माझ्या 'देवा'ला मी अर्पण केलेली ती आदरांजली आहे. नास्तिकतेच्या ओसाड भूमीत अनेक वर्षे व्यतीत केल्यानंतर मला त्याचा शोध लागला. अशाच प्रकारे तुम्हालाही तुमचा परमेश्वर लाभो, अशी माझी सदिच्छा आहे. आपल्याला तो कोणत्या स्वरूपात सापडतो, याला काहीही महत्त्व नाही. मात्र आपल्याला तो सापडणे ही गोष्टच अत्याधिक महत्त्वाची आहे; मग तो आपल्यासमोर शिवाच्या रूपात येवो, विष्णूच्या रूपात येवो किंवा शक्ती माँ अगर अल्ला किंवा येशू ख्रिस्ताच्या वा बुद्धाच्या रूपात किंवा त्याच्या अन्य लक्षावधी रूपांपैकी कोणत्याही रूपांमधून येवो! त्याला आपल्याला मदत करायची असते. आपण त्याला ती करू दिली पाहिजे.

यज्ञकर्म करोमि तत्ताडखिलम् शंभो तवाराधनम्

हे प्रभू शंभो, हे देवा शिवा, माझी प्रत्येक कृती ही तुझ्या सन्मानार्थ म्हटलेली प्रार्थना आहे.

ऋणपत्रिका

मी कधी काळी लेखक बनेन, अशी कल्पना मी स्वप्नातही केली नव्हती. आता मी जगत असलेले आयुष्य, तसेच लेखन, प्रार्थना, वाचन, वादविवाद आणि प्रवास या सर्वांसाठी झपाटून काम करत व्यतीत केलेला काळ या सर्व गोष्टी म्हणजे माझ्या सुप्त मनाचा आविष्कार असाव्यात अशा मला वाटत आहेत. माझे हे स्वप्न साकारण्यासाठी मला कित्येकांची मदत झाली. मी त्या सर्वांचेच आभार मानतो.

मला पुन्हा एकदा आध्यात्मिक जीवनात आणून सोडल्याबद्दल भगवान शिवाचा, माझ्या परमेश्वराचा मी ऋणी आहे. माझ्या आयुष्यातील ती 'सर्वोच्च उच्च' शक्यता आहे.

नील हा माझा मुलगा म्हणजे माझ्या आयुष्याला नवसंजीवनी देणारा परीस आहे. मी तनमन विसरून आत्यंतिक ध्यास घेऊन हे पुस्तक लिहित असताना तो नियमितपणे येऊन मला विचारत असे, ''डॅड, आपका हो गया क्या?''

माझी पत्नी प्रीती, बहीण भावना, माझा मेव्हणा हिमांशु, माझे भाऊ अनिश आणि आशिष, माझी मेव्हणी डोनेट्टा या सर्वांचाच मी आभारी आहे. त्यांनी माझ्याबरोबर इतक्या आत्मीयतेने काम केले, की अनेकदा मला वाटत असे की हे फक्त माझे पुस्तक नाहीच. हा एक संयुक्त प्रकल्प आहे. फक्त त्याला माझे नाव दिले जात आहे, एवढेच!

उषा, विनय, मीता, शेर्नाझ, स्मिता, अनुज आणि ऋता हे माझे उर्वरित

कुटुंबीयही नेहमीच माझ्यासाठी उपलब्ध असत.

शर्वरी पंडित ही माझ्या पुस्तकाची संपादिका आहे. कोणत्याही प्रकारच्या सहानुभूतीची अपेक्षा न ठेवता या काळात तिला आरोग्याच्या गंभीर तक्रारींना तोंड द्यावे लागले. फक्त अगदीच नाईलाज वगळता, माझे कर्म पूर्ण करण्यासाठी तिने मला मदत केली. ती माझ्यासोबत असल्याबद्दल मी स्वतःला सुदैवी समजतो.

रश्मी पुसाळकरने पुस्तकाचे मुखपृष्ठ केले. माझ्या पहिल्या पुस्तकापासूनच ती माझ्यासोबत आहे. भारतीय प्रकाशन व्यवसायातील ती एक उत्तम मुखपृष्ठ कलाकार आहे, असे माझे मत आहे.

गौतम पद्मनाभन, सतीश सुंदरम, अनुश्री बॅनर्जी, पॉल विनय कुमार, विपीन विजय, रेणुका चटर्जी, दीप्ती तलवार, कृष्णा कुमार नायर आणि माझ्या पुस्तकांचे प्रकाशक असलेल्या वेस्टलँड कंपनीतील सर्व कर्मचाऱ्यांचा संघ या सर्वांशीच मी कृतज्ञ आहे. काही मोजकेच प्रकाशक आपल्या लेखकांविषयी एवढा समजूतदारपणा आणि निष्ठा दाखवतात.

अनुज बेहरी हा माझा एजंट आहे. तो एक मोठ्या मनाचा, आक्रमक, मोकळ्या स्वभावाचा पंजाबी आहे. माझी स्वप्ने साकार करण्यासाठी नशीबानेच त्याच्याशी माझी ओळख करून दिली.

संग्राम सुर्वे, शालिनी अय्यर आणि 'थिंक व्हाय नॉट' या जाहिरात आणि डिजिटल मार्केटिंगचा संपूर्ण संघ यांचेही मी या पुस्तकासाठी आभार मानतो. माझ्या कारकिर्दीत मी अनेक जाहिरात एजन्सींजबरोबर काम केले आहे. त्यात काही मोठ्या बहुराष्ट्रीय कंपन्यांचाही समावेश आहे. त्यांच्यापैकी उत्तम जाहिरात कंपन्यांमध्ये थिंक व्हाय नॉटचा समावेश होतो.

चंदन कौलीने मुखपृष्ठासाठी छायाचित्र घेतले. नेहमीप्रमाणेच त्याने अत्यंत उत्तम आणि हुशारीने काम केले आहे. अतुल पारगावकरने धनुष्य आणि बाण तयार केला. विनय साळुंखेने मेक-अप केला. केतन करंडेने मॉडेल म्हणून काम केले. छायाचित्राच्या पार्श्वभागाची संकल्पना जॅपेथ बौतिस्ताची आहे. थ्री डी मधील प्रसंग आणि इतर घटक तयार करणाऱ्या लिटल रेड झोंबीजचा संघ आणि त्याला पाठबळ देणाऱ्या शिंग लै चौ यांचा मी ऋणी आहे. या प्रतिमांवर नंतरची प्रक्रिया करणाऱ्या सागर पुसाळकर आणि त्याच्या संघाचे मी आभार मानतो. जुलियन ड्युबॉइसने निर्मितीमध्ये समन्वय राखला. त्यांनी तयार केलेले मुखपृष्ठ

तुम्हाला आवडेल, असे मला वाटते. मला तर ते खूपच आवडले!

बनारसचे ओमेंदू प्रकाश, बिजु गोपाल आणि स्वप्नील उपाध्याय व वेदश्री उपाध्याय, सिंगापूरचे शंतनु घोश्रॉय आणि श्वेता बसु घोश्रॉय यांनी या पुस्तकाची छपाई केली. हे पुस्तक मी लिहिले त्यावेळी त्यांनी केलेल्या आदरातिथ्याबद्दल मी त्यांचा आभारी आहे.

मोहन विजयन याचा प्रसार माध्यमांविषयींचा सल्ला मला नेहमीच मोलाचा वाटत आला आहे.

राजेश लालवाणी आणि ब्लॉगवर्क्स या डिजीटल एजन्सीचा संघ माझ्या प्रकाशकांबरोबर काम करतो. त्यांनी ज्या क्षेत्रात काम केले, त्यातले मला फारसे काही समजतही नाही. परंतु त्यांच्या उत्तम कामासाठी मी त्यांचाही ऋणी आहे.

अनुजा चौधरी आणि माझ्या प्रकाशकांची जनसंपर्क एजन्सी असलेला विझ्पकचा संघ यांनी प्रभावी मोहीम राबवली.

डॉ. रामियार करंजिया यांनी झोरोष्ट्रियनांचे तत्त्वज्ञान समजून घेण्यासाठी मला मोठीच मदत केली.

आणि अखेरीस, तुम्हा सर्व वाचकांचा मी ऋणी आहे. शिवावरील तीन पुस्तकांच्या मालिकेतील पहिल्या दोन पुस्तकांना तुम्ही जे पाठबळ दिले आहे, त्यासाठी मी अंतःकरणापासून तुमचे आभार मानतो. या अखेरच्या पुस्तकातून तुम्हाला कथेची सांगता झाल्यासारखे खरोखरच वाटेल, असे मला वाटते.

प्रकरण १

मित्राचे पुनरागमन

प्रारंभापूर्वी..

जलप्रवाहात रक्त ठिबकत होते. त्यामुळे पाण्यात संथ गतीने वलये निर्माण होत होती आणि ती टाकीच्या कडेपर्यंत हळूहळू पसरत जात होती. शिव त्या टाकीवर हळुवारपणे झुकला आणि वलये उमटणाऱ्या पाण्यामुळे आपले प्रतिबिंब विचलित होत असल्याचे त्याला आढळले. त्याने पाण्यात आपला हात बुडवला आणि चेहऱ्यावरचे रक्त आणि जखम धुण्यासाठी चेहऱ्यावर थोडे पाणी मारले. मानसरोवराजवळच्या आरामशीर जागेपासून त्यावेळी तो दूर होता. गणप्रमुख म्हणून नुकतीच त्याची नेमणूक झाली होती. तो पहाडावरच्या एका खेड्यात रहात होता. त्याच्या गणाला तिथपर्यंत पोहचण्यासाठी सुमारे तीन आठवड्यांचा कालावधी लागला होता. तिथे हाडे गोठवणारी थंडी होती. परंतु शिवाच्या ते लक्षातही आले नव्हते. पाक्रतींच्या झोपड्यांना अग्नीच्या अक्राळविक्राळ ज्वाळा गिळंकृत करत होत्या. त्यामुळे त्या झोपड्यांमधून बाहेर पडणाऱ्या उष्णतेमुळे नव्हे; तर त्याच्या अंतर्मनात उसळत असलेल्या लाव्ह्यामुळे त्याला थंडीचे भानही नव्हते.

शिवाने आपले डोळे पुसले आणि पाण्यातील आपले प्रतिबिंब तो न्याहाळू लागला. त्याच्या मनात पुन्हा एकदा क्रोधाचा डोंब उसळला. याख्या हा पाक्रतींचा प्रमुख होता. तो निसटून गेला होता. शिवाने आपल्या श्वासांवर नियंत्रण मिळवले.

युद्धात झालेल्या शक्तिपातामुळे तो अद्यापही थकलेला होता.

मनोभु या आपल्या काकांचे मृत शरीर आपल्याला पाण्यात दिसले, असे त्याला वाटले. शिवाने आपला हात पाण्याच्या तळाशी नेला. ''काका!''

त्याची आशा मृगजळासारखी विरून गेली. शिवाने आपले डोळे घट्ट मिटून घेतले.

आपल्या काकांचा मृतदेह त्याला सापडला होता, तो भीषण क्षण त्याच्या मनाने त्याच्यासमोर पुन्हा एकदा उभा केला होता. याख्याबरोबर शांततेच्या करारावर चर्चा करण्यासाठी मनोभु गेले होते. पाक्रती आणि गणांमधील पारंपरिक वैर संपून त्यांच्यातील ती अथक सुरू असलेली युद्धे संपतील, अशी आशा त्यांच्या मनात होती. ठरलेल्या वेळी ते परतले नाहीत, तेव्हा शिवाने त्यांच्या शोधासाठी पथक पाठवले. पाक्रतींच्या खेड्यांकडे जाणाऱ्या रस्त्यावर असलेल्या बकऱ्यांच्या पाऊलखुणांच्या दरम्यान, मनोभु आणि त्यांचे शरीररक्षक यांचे छिन्नविच्छिन्न करण्यात आलेले मृतदेह त्यांना सापडले.

मनोभु यांनी जिथे आपला अखेरचा श्वास घेतला होता, तिथे असलेल्या खडकावर त्यांनी रक्ताने लिहिलेला संदेश होता.

'शिवा, त्यांना माफ कर. त्यांना विसरून जा. तुझा खरा शत्रू हा फक्त सैतानच आहे.'

त्याच्या काकांना फक्त शांतताच हवी होती आणि पाक्रतींनी त्यांना त्याचा असा मोबदला दिला होता.

''याख्या कुठे आहे?'' भद्राच्या किंचाळीने शिवाची विचारशृंखला तुटली.

शिव वळला. पाक्रतींचे संपूर्ण खेडे आता आगीच्या ज्वाळांनी वेढले गेले होते. मोकळ्या जागी सुमारे तीस पाक्रतींचे मृतदेह विखरून पडले होते. आपल्या माजी प्रमुखाच्या मृत्यूचा सूड घेण्यासाठी गणांनी त्यांचा हिंस्रपणे बळी घेतला होता. पाच पाक्रतींच्या कमरेभोवती आणि पायांभोवती करकचून दोरखंड आवळण्यात आले होते. ते जमिनीवर गुडघे टेकून बसले होते. दोरखंडाची दोन्ही टोके जमिनीत ठोकलेल्या जाडजूड खिळ्यांना घट्ट बांधण्यात आली होती. भद्राचा चेहरा भयावह दिसत होता. त्याच्या हातात रक्ताने माखलेली तलवार होती. त्याच्यासमवेत गणाचे वीस सैनिक होते. आता पाक्रती निसटून जाणे केवळ अशक्य होते.

थोड्याच अंतरावर बेड्या ठोकलेल्या अवस्थेत पाक्रती स्त्रिया आणि मुले होती. त्यांना तोपर्यंत तरी कोणत्याही प्रकारे इजा करण्यात आलेली नव्हती. तोपर्यंत तरी ती सहीसलामत होती. गणांनी कधीच स्त्रियांना किंवा मुलांना ठार मारले नव्हते. एवढेच नव्हे; तर त्यांना साधी जखमही त्यांनी कधी केली नव्हती. कधीच नाही!

"याख्या कुठे आहे?" एका पाक्रतीवर आपली तलवार क्रूरपणे रोखत भद्राने पुन्हा एकदा विचारले.

"आम्हाला माहिती नाही," पाक्रतीने उत्तर दिले. "मी शपथपूर्वक सांगतो, की आम्हाला माहिती नाही."

भद्राने त्या सैनिकाच्या छातीत आपली तलवार घुसवली. रक्ताची चिळकांडी बाहेर उसळली.

"उत्तर दे. तुझ्यावर दया केली जाईल. आम्हाला फक्त याख्या हवा आहे. मनोभु यांना ठार मारल्याची शिक्षा त्याला भोगावीच लागेल."

"मनोभुंना आम्ही मारलेलं नाही. सगळ्या पहाडी देवतांची शपथ घेऊन मी सांगतो, की आम्ही त्यांना मारलं नाही."

भद्राने त्या पाक्रतीच्या कमरेत एक सणसणीत लाथ घातली. "माझ्याशी खोटं बोलू नकोस, बदमाश माणसा!" तो ओरडला.

त्या मोकळ्या जागेच्या पलीकडे असलेले जंगल शिवाने नजरेनेच विंचरून काढले. त्याने डोळे मिटून घेतले. त्याच्या कानांत अद्यापही त्याच्या काकांचे शब्द घुमत होते, 'क्रोध हा तुझा शत्रू आहे. त्याच्यावर नियंत्रण मिळव! त्याच्यावर नियंत्रण मिळव!"

शिवाने खोल श्वास घेतला. संतापाने उसळणाऱ्या आपल्या हृदयाला तो जणू शांत करू पहात होता.

"तुम्ही आम्हाला मारलंत, तर याख्या पुन्हा इथे येईल आणि तुम्हा सर्वांना ठार मारून टाकेल," दोरखंडाच्या टोकाला बांधल्या गेलेल्या पाक्रतीने किंचाळून त्यांना इशारा दिला. "तुम्हाला कधीच शांतता मिळणार नाही! आम्ही आमचा अंतिम सूड घेऊच!"

"कायन्या, गप्प बस!" दुसरा पाक्रती ओरडला आणि तो भद्राकडे वळून म्हणाला, "आम्हाला सोडून द्या. आमचा याच्याशी काहीही संबंध नाही."

परंतु त्या ओरडणाऱ्या पाक्रतीचा तोल आता सुटल्यासारखे दिसत होते. ''शिवा!'' कायन्या पुन्हा ओरडला.

शिव वळला.

''मनोभुला आपला काका अशी हाक मारायलाही तुला शरम वाटली पाहिजे,'' कायन्या गुरगुरल्यासारखा ओरडला.

''कायन्या, तोंड बंद कर!'' तो दुसरा पाक्रती पुन्हा एकदा ओरडला.

पण कायन्याला कशाचीच पर्वा नव्हती. गणांविषयीचा त्याचा कमालीचा द्वेष आणि आकस उफाळून आला होता. संरक्षणाची जबरदस्त ओढही त्याच्यापुढे फिकी पडली होती. ''तो भ्याड! श्शी!'' तो पचकन् थुंकला. ''आम्ही त्याची आतडी बाहेर काढली आणि त्याचा शांतता करार त्याच्या घशाखाली कोंबला, त्यावेळी मनोभु एखाद्या बकऱ्यासारखा ओरडत होता!''

शिवाचे डोळे विस्फारले गेले. त्याच्या शरीरात उसळणारा क्रोधाचा डोंब आता त्याच्या नियंत्रणाबाहेर गेला होता. बेंबीच्या देठापासून आरोळी ठोकत त्याने आपली तलवार उपसली आणि हल्ला चढवला. एक पाऊलही न उचलता त्याने जागेवरच जोरदार उसळी मारली आणि तो पाक्रतींच्या जवळ पोहचला. एका जबरदस्त तडाख्यात त्याने कायन्याचे मस्तक धडावेगळे केले. त्याच्या शेजारीच असलेल्या पाक्रतीच्या अंगावर ते मुंडके जाऊन आदळले आणि नंतर दूरवर घरंगळत जाऊन पडले.

''शिवा!'' भद्र ओरडला.

याख्याला पकडायचे असेल, तर त्यांना पाक्रती जिवंत हवे होते. परंतु भद्र हा जमातीची शिस्त पाळणारा सैनिक होता. त्यामुळे तो शिवाला याहून अधिक काही बोलू शकत नव्हता. याशिवाय शिव कशाचीही पर्वा करण्याच्या मनःस्थितीतच नव्हता. त्याने हळुवारपणे गिरकी घेतली. त्याची तलवार हवेत उंच तळपली. एकामागोमाग एक अशा प्रकारे हवेतील गिरक्या आणि तलवारीचे तळपणे सुरूच राहिले. एकापाठोपाठ एका पाक्रतीचे मुंडके उडवले जात होते. क्षणार्धातच मुंडकी उडवलेल्या पाच पाक्रतींची धडे चिखलात कोसळली. रक्ताच्या चिळकांड्या उसळत असलेल्या त्यांच्या मानांमधून अजूनही रक्त बाहेर पडत होते. त्यामुळे त्या शरीरांभोवती रक्ताचे थारोळे पसरले होते. जणू काही ते रक्ताच्या तळ्यातच तरंगत होते.

त्या मृतांकडे पहात असताना शिवाने जडपणे श्वास घेतला. त्याच वेळी त्याच्या कानांत त्याच्या काकांचा आवाज मोठमोठ्याने घुमत होता.

"क्रोध हा तुझा शत्रू आहे. त्याच्यावर नियंत्रण मिळव! त्याच्यावर नियंत्रण मिळव!"

— 𐤉☉Ʊ♀⊕ —

"मी तुझीच प्रतीक्षा करत होतो, माझ्या मित्रा!" तो शिक्षक म्हणाला.

त्याच्या चेहऱ्यावर स्मित होते. त्याचे डोळे पाणावले होते. "मी तुला सांगितलं होतंच. मी तुझ्यासाठी कुठेही जाऊ शकतो. तुला मदत करण्यासाठी मी अगदी पाताळ लोकातही जाऊ शकतो, असं मी तुला म्हटलं होतंच ना!"

आपल्यासमोर उभ्या असलेल्या त्या माणसाचे शब्द शिवाने कित्येक वेळा आठवून बघितले होते. मात्र 'पाताळ लोक' या शब्दाचा नेमका संदर्भ त्याला समजला नव्हता. आता मात्र त्याच्यासमोर सारे चित्र उघड झाले होते.

त्या शिक्षकाने दाढी पूर्णपणे काढून टाकली होती. आता त्याच्या चेहऱ्यावर मिशांच्या बारीक रेषा होत्या. त्याचे रुंद खांदे आणि छाती नजरेत भरत होती. तो नक्कीच नियमितपणे व्यायाम करत होता. तो ब्राह्मण असल्याचे स्पष्ट करणारे त्याच्या गळ्यातील जानवे नव्यानेच विकसित झालेल्या त्याच्या शरीराच्या स्नायूंवरून खाली रुळत होते. डोक्याच्या मागच्या बाजूला असलेली त्याची शेंडी आता अधिक लांब आणि नीटनेटकी दिसत होती. त्याच्या सखोल डोळ्यांत तीच पूर्वीची प्रसन्नता आणि शांतता होती. त्याच्या डोळ्यांतील या भावांमुळेच आधीही शिव त्याच्याकडे आकर्षित झाला होता. तो त्याचा दीर्घ काळापूर्वी हरवलेला मित्र होता. त्याचा बंधु होता.

"बृहस्पती!"

"मला शोधून काढायला तुला खरंच बराच कालावधी लागला," बृहस्पतींनी शिवाच्या दिशेने आणखी एक पाऊल टाकले आणि शिवाला घट्ट मिठी मारली. "मी तुझीच प्रतीक्षा करत होतो."

बृहस्पतींना आनंदाने मिठी मारण्याआधी शिव क्षणभर संभ्रमात पडला. आपल्या अनावर भावना आवरण्यास त्याला एखादा क्षण लागला. पण त्यानंतर मात्र त्याच्या

मनात अनेक शंकाकुशंकांनी आपले हातपाय पसरण्यास हळूहळू सुरुवात केली.

'बृहस्पतींनी आपल्या मृत्यूचा आभास निर्माण केला. त्यांनी नागांशी हातमिळवणी केली. त्यांनी आपल्या जीवनाचा हेतू असलेला मंदार पर्वत नष्ट करून टाकला. तो सूर्यवंशींना धक्का होता!

माझा बंधु माझ्याशी असत्य बोलला!

शिव शांतपणे एक पाऊल मागे सरकला. सतीने अत्यंत मायेने आणि आपल्याबद्दलच्या कळवळ्याने आपल्या खांद्यावर शांतपणे हात ठेवल्याचे त्याला जाणवले.

बृहस्पती आपल्या विद्यार्थ्यांकडे वळले. ''मुलांनो, कृपा करून आम्हाला तुम्ही एकांत द्याल का?''

मुले तातडीने उठून उभी राहिली आणि कक्षातून बाहेर पडली. आता त्या खोलीत फक्त शिव, बृहस्पती, सती, गणेश आणि काली एवढेच उरले होते.

बृहस्पती आपल्या मित्राकडे एकटक पहात राहिले. त्यांना त्याच्याकडून प्रश्नांची सरबत्ती अपेक्षित होती. शिवाच्या डोळ्यांत दिसलेला दुखावलेपणा आणि संतप्तता त्यांना स्पष्टपणे जाणवली.

''का?'' त्याने विचारले.

''महादेवांच्या नशिबी असलेल्या भयावह वैयक्तिक बाबींपासून मी तुझी मुक्तता करू शकेन, असं मला वाटलं. तुझं काम करण्याचा मी प्रयत्न केला. सैतानाबरोबर एकटीदुकटी व्यक्ती लढा देऊ शकत नाही आणि एखाद्याच्या आत्म्यावर त्याच्या भयावह नख्यांच्या खुणाही तो ठेवू शकत नाही. मला तुझं संरक्षण करायचं होतं.''

शिवाने डोळे बारीक केले. ''तुम्ही फक्त स्वबळावर सैतानाशी लढा देत होतात? आणि तोही गेल्या पाच वर्षांहून अधिक काळ?''

''सैतानाला कसलीही घाई नसते,'' बृहस्पतींनी कारणमीमांसा देत सांगितले. ''तो हळूहळू रांगत रांगत पुढे येत असतो. तो लपाछपीचा खेळ खेळत नाही; परंतु दिवसाच्या स्वच्छ सूर्यप्रकाशात तो आपल्याशी सामना करतो. कित्येक दशके तो सूचना देत असतो. काही वेळा तर कित्येक शतके तशा सूचना मिळत असतात. तुम्ही सैतानाशी लढा देता, तेव्हा काळ ही समस्या नसतेच. तुमची इच्छाशक्ती हीच खरी समस्या असते.''

''तुम्ही आताच म्हणालात की तुम्ही माझी प्रतीक्षा करत होतात आणि तरीही

आपल्या अस्तित्वाच्या साऱ्या खुणा तुम्ही पुसून टाकल्या होत्या. का?''

''मी नेहमीच तुझ्यावर विश्वास ठेवलाय शिवा,'' बृहस्पती म्हणाले. ''परंतु तुझ्याबरोबर असलेल्या सर्वांवरच माझा विश्वास नाही. माझ्या मोहिमेपासून त्यांनी मला परावृत्त केलं असतं. माझ्या योजनांविषयी त्यांना समजलं असतं, तर त्यांनी कदाचित माझा वधही केला असता. माझ्या तुझ्यावरच्या प्रेमापेक्षाही माझी मोहीम अधिक वरचढ ठरली हे मी मान्य करतो. मी तुला सुरक्षितपणे भेटू शकेन अशा प्रकारचे मार्ग तू शोधून काढल्यानंतरच मी तुला भेटू शकलो.''

''हे असत्य आहे. तुमच्या मोहिमेच्या यशस्वितेसाठी तुम्हाला माझी आवश्यकता आहे, म्हणून मला भेटावंसं तुम्हाला वाटलं. कारण तुमची मोहीम तुम्ही एकट्यानं पूर्णत्वाला नेऊ शकणार नाही, हे तुमच्या लक्षात आलं.''

बृहस्पतींनी म्लानपणे स्मित केले. ''महान नीळकंठा, खरं तर ती माझी मोहीमच नाही. ती नेहमीच तुझी मोहीम होती.''

शिवाने निर्विकारपणे बृहस्पतींकडे बघितले.

''तुझं म्हणणं काही अंशी बरोबर आहे,'' बृहस्पती म्हणाले. ''तुझी भेट घेण्याची माझी इच्छा होती...नाही. मला तुझी भेट घेण्याची आवश्यकता होती, कारण मी अपयशी ठरलो. चांगलं आणि सैतान यांचं नाणं सातत्यानं टिचकीनं उडत राहिलं आणि खाली वर होत राहिलं. त्यामुळेच भरतवर्षाला नीळकंठाची गरज भासली. त्याला तुझी गरज आहे, शिवा. अन्यथा, आमच्या या सुंदर भूमीला सैतान नष्ट करून टाकेल.''

बृहस्पतींच्या चेहऱ्यावरची नजर ढळू न देता, तसाच त्यांच्याकडे एकटक पहात शिव म्हणाला, ''तुम्ही आताच म्हणालात, की नाणं सारखं खाली वर होत उलटत राहिलं होतं.''

बृहस्पतींनी मान डोलावली.

शिवाला भगवान मनुचे शब्द आठवले. 'चांगले आणि वाईट, सत् आणि असत् या एकाच नाण्याच्या दोन बाजू असतात.'

नीळकंठाचे डोळे विस्फारले गेले. 'म्हणजे सैतान कोण आहे, हा प्रमुख प्रश्न नाहीच; तर चांगली गोष्ट कधी सैतानी गोष्टीत परावर्तित होईल हाच खरा प्रश्न आहे! नाणं कधी उलटणार आहे?''

शिवाने बृहस्पतींकडे पाहिले. ''मला का ते सांगा...''

बृहस्पती शांत राहिले. ते प्रतीक्षा करत होते. प्रश्न अधिक टोकदार असायला हवा होता.

“सोमरस हा आत्यंतिक चांगल्या बाजूकडून आत्यंतिक सैतानी बाजूकडे उलटत आहे, असं तुम्हाला का वाटलं, ते मला सांगा.”

काही अंतरावरच उकिडव्या बसलेल्या पार्वतेश्वराकडे आणि भगीरथाकडे विखुरलेल्या अवशेषांमधून सैनिकांनी काही तुकडे आणि कपचे अगदी कर्तव्यनिष्ठेने आणून दिले.

मेलुहाचे सरलष्करप्रमुख आणि अयोध्येचा राजकुमार यांना त्या अवशेषांची छाननी करण्याचा आदेश शिवाने दिला होता. पंचवटीच्या वाटेवर असताना त्यांच्यावर हल्ला केलेल्या लोकांचा, त्या अवशेषांमधून शोध घेण्यास त्याने त्यांना सांगितले होते. त्यासाठीच संपूर्ण ताफा पंचवटीत पोहचला असला, तरी सुमारे शंभर सैनिकांसह पार्वतेश्वर आणि भगीरथ मागेच राहिले होते.

पार्वतेश्वराने भगीरथाकडे एक दृष्टीक्षेप टाकला आणि नंतर तो त्या लाकडी फळ्यांकडे वळला. हळूहळू का होईना; पण त्याच्या मनातील सर्वाधिक वाईट भीती खात्रीपूर्वकरित्या सत्य असल्याचे स्पष्ट होत होते.

आपल्याला दिल्या गेलेल्या सूचनांनुसार, आपल्या सरलष्करप्रमुखाचा आदर राखण्यासाठी ठराविक अंतर सोडून बसलेल्या त्या शंभर शिपायांकडे त्याने मागे वळून बघितले. तो जरा सैलावला. त्यांच्यासमोर जे काही उलगडले गेले होते, ते कधीच समोर आले नसते तर नक्कीच बरे झाले असते, असे त्याच्या मनात आले. दोन्ही बाजूंना बोळवले गेलेले त्या तुकड्यांवरचे ते खिळे नक्कीच मेलुहाचे होते.

‘सम्राट दक्षा, तुमच्या आत्म्यावर प्रभू रामाने कृपा करावी,’ तो मनातल्या मनात पुटपुटला.

भगीरथ पार्वतेश्वराकडे वळला. त्याच्या कपाळावर आठ्या होत्या. “काय घडलं?”

पार्वतेश्वराने भगीरथाकडे पाहिले. त्याच्या चेहऱ्यावरचा संतप्तपणा अधिकच वाढला. “मेलुहा अगदीच खालच्या पातळीवर उतरलं. आता कायमसाठीच

त्याच्या कीर्तीला कलंक लागला आहे. मेलुहाच्या रक्षणाची शपथ घेतलेल्या एका व्यक्तीमुळे मेलुहाच्या कीर्तीला काळिमा फासला गेला आहे.''

भगीरथाने मौन बाळगले.

''ही जहाजं सम्राट दक्षाने पाठवली होती,'' पार्वतेश्वर हळुवारपणे म्हणाला.

भगीरथ अधिक जवळ गेला. त्याच्या डोळ्यांत अविश्वास होता. ''काय? तुम्ही हे कशावरून म्हणालात?''

''दोन्ही बाजूंना बोळवले गेलेले हे खिळे नक्कीच मेलुहाचे आहेत. या जहाजांची बांधणी माझ्या भूमीतच झाली आहे.''

भगीरथाने आपले डोळे बारीक केले. त्याच्या लक्षात तर अगदीच वेगळी गोष्ट आली होती आणि त्यामुळेच तो सरलष्करप्रमुखांच्या या विधानामुळे सुन्न, स्तंभित झाला होता. ''पार्वतेश्वर, या लाकडाकडे पहा. त्याच्या कडेच्या या आच्छादनाकडे पहा.''

पार्वतेश्वराच्या कपाळावर आठ्या चढल्या. त्याला ते आच्छादन ओळखता आले नाही.

''सांध्याजवळ जहाजाची जलरोधकता वाढवण्यासाठी ते वापरलं जातं,'' भगीरथ म्हणाला.

पार्वतेश्वराने आपल्या मेव्हण्याकडे चौकसपणे पाहिले.

''हे तंत्रज्ञान अयोध्येतील आहे.''

''प्रभू रामाने कृपा करावी!''

''होय! सम्राट दक्ष आणि माझ्या दुर्बल पिताजींनी नीळकंठाविरुद्धच्या लढ्यासाठी हातमिळवणी केली आहे, असा याचा अर्थ आहे.''

मेलुहाच्या सम्राटाच्या देवगिरीमधील खाजगी कक्षांमध्ये भृगु, दक्ष आणि दिलीपा होते. आदल्या दिवशीच भृगु आणि दिलीपा यांचे तिथे आगमन झाले होते.

''आपल्या मोहिमेत ते यशस्वी झाले असतील, असं तुम्हाला वाटतं का प्रभू?'' दिलीपाने विचारले.

दक्षाला त्यात काहीच स्वारस्य नव्हते आणि तो दूरवर कुठेतरी असल्यासारखा भासत होता. आपल्या प्रिय कन्येपासून, सतीपासून दुरावल्याचे अतीव दुःख त्याच्या चेहऱ्यावर स्पष्ट दिसत होते. काशीतील वर्षभराहून अधिक कालावधी लोटलेल्या त्या भयानक प्रसंगाने तो अद्यापही भयचकित होत होता. त्याने आपल्या मुलीला गमावले होते आणि त्याबरोबरच त्याच्या हृदयातील सारे प्रेम रसातळाला गेले होते.

पंचवटीच्या मार्गावर असलेल्या नीळकंठाची त्याच्या ताफ्यासह हत्या करण्याची योजना काही महिन्यांपूर्वीच भृगुंनी आखली होती. प्रथम शिवाच्या ताफ्यावर हल्ला करण्यासाठी आणि नंतर अर्थातच पंचवटीला नष्ट करण्यासाठी त्यांनी पाच जहाजे पाठवली होती. तिथे नेमके काय घडले होते, हे सांगणारा एकही जीवित साक्षीदार उरला नव्हता. युद्धाच्या तयारीत नसलेल्या शत्रूवर हल्ला करणे नक्कीच अनैतिक नव्हते. एकाच आकस्मिक हल्ल्यात त्यांच्या शत्रूचा सर्वनाश झाला असता. परंतु दक्षाने आणि दिलीपाने हातमिळवणी केली असती, तरच हे शक्य झाले असते. कारण त्या दोघांकडे मिळूनच ती हत्यारे आणि तंत्रज्ञान होते.

भोळ्या आणि कोणावरही विश्वास ठेवणाऱ्या नीळकंठाला दुष्ट, कावेबाज नागांनी गोड बोलून आपल्या शहरात नेले आणि तिथेच त्याची हत्या केली, असे भारतातील लोकांना सांगता आले असते. प्रचारातील साधेपणाची महती परिचित असलेल्या भृगुंनी शिवाला नवीन नाव दिले होते. 'भोलेनाथ!' त्याचा अर्थ होता, गोड बोलून फसवता येणारी साधीसुधी व्यक्ती. नागांवर विश्वासघाताचा आरोप करून आणि नीळकंठाला भोळा ठरवून दक्षाला आणि दिलीपाला पद्धतशीरपणे पाठीशी घालणे सोपे होते. त्यामुळे नागांविषयीचा द्वेषही कित्येक पटींनी वाढला असता.

भृगुंनी दक्षाकडे चटकन एक कटाक्ष टाकला आणि नंतर ते पुन्हा दिलीपाचे बोलणे लक्षपूर्वक ऐकू लागले. आता सप्तर्षिंचा तो उत्तराधिकारी मेलुहापेक्षाही दिलीपावर अधिक विश्वास ठेवू लागल्याचे स्पष्ट दिसत होते. ''त्यांना नक्कीच यश आले असेल. आपल्याला लवकरच मोहीमप्रमुखाकडून याविषयीचा अहवाल प्राप्त होईल.''

दिलीपाचा चेहरा एकदम पडला. ''हे सगळं आपण केलंय हे कोणालाही समजू नये, एवढीच माझी इच्छा आहे; अन्यथा माझे लोक भयंकर संतप्त बनतील.

अशा प्रकारची पळवाट काढून नीळकंठाची हत्या करणं म्हणजे...''

भृगुंनी दिलीपाचे म्हणणे मध्येच थांबवले. त्यांचा आवाज शांत होता. ''तो नीळकंठ नव्हता. तो एक भोंदू होता. वायुपुत्रांच्या सभेने त्याला निर्माण केलं नव्हतं. ते त्याला धड ओळखतसुद्धा नाहीत.''

दिलीपाच्या कपाळावर आठ्या पडल्या. त्याने याआधीही त्याविषयीच्या अफवा ऐकल्या होत्या. पण त्यातील तथ्याविषयी त्याची खात्री नव्हती. आधीच्या महादेवाने म्हणजेच भगवान रुद्राने फक्त दंतकथा बनून गेलेल्या वायुपुत्रांच्या जमातीला शिल्लक ठेवले होते आणि ती जमात अस्तित्वात आहे, असे त्याने ऐकले होते.

''मग त्याचा गळा कसा काय निळा झाला?'' दिलीपाने विचारले.

भृगुंनी दक्षाकडे पाहिले आणि संतापाने त्यांनी आपली मान हलवली. ''मला माहिती नाही. ते एक गूढच आहे. वायुपुत्रांच्या सभेने याआधी नीळकंठाची निर्मिती केलेली नाही, हे मला माहिती आहे, कारण अद्यापही सैतान जागृत झाला आहे का याविषयीच त्यांचे वादविवाद सुरू आहेत. म्हणूनच मेलुहाच्या सम्राटाने नीळकंठाचा शोध घेण्याचे आपले प्रयत्न सुरू ठेवले होते, त्याला मी हरकत घेतली नव्हती. कारण नीळकंठाचा शोध खरोखरच लागण्याची सुतराम शक्यता नाही, हे मला माहिती होते.''

दिलीपा स्तंभित झाला होता.

''ज्यावेळी त्यांना नीळकंठाचा शोध लागला, त्यावेळी मला किती आश्चर्य वाटलं असेल, त्याची कल्पना कर,'' भृगु पुढे सांगत होते, ''मात्र केवळ निळा गळा असल्यामुळे तो तारणहार बनला, असं होत नाही. त्याला कोणत्याही प्रकारचं प्रशिक्षण मिळालेलं नाही. या कार्यासाठी त्याला शिक्षण देण्यात आलेलं नाही. वायुपुत्र समितीनं त्याला या कार्यासाठी नियुक्त केलेलं नाही. परंतु सम्राट दक्षाला मात्र वाटलं, की तिबेटवरून आलेल्या त्या साध्यासुध्या रानटी व्यक्तीवर तो नियंत्रण ठेवू शकेल आणि मेलुहाविषयीच्या स्वतःच्या महत्त्वाकांक्षा तो पूर्ण करून घेऊ शकेल. महाराजांवर विश्वास ठेवण्यात मीही चूक केली.''

दिलीपाने दक्षाकडे पाहिले. त्याने या काटेरी, बोचक विधानाला कसलाच प्रतिसाद दिला नाही. स्वद्वीपचा महाराज त्या महान ऋषिंकडे वळला. ''काहीही झालं तरी नागांचा विनाश झाला, की सैतानाचा विनाश होईलच.''

भृगुंच्या कपाळावर आठ्या पडल्या. ''नाग लोक हेच सैतान आहेत, असं कोणी सांगितलं?''

दिलीपाने भृगुंकडे आश्चर्याने थक्क होत पाहिले. ''मग आपण काय म्हणता आहात प्रभू? नाग हे आपले मित्र आहेत?''

भृगुंनी स्मित केले. ''सत्प्रवृत्ती आणि दुष्प्रवृत्ती म्हणजेच सैतान आणि चांगले यांमध्ये फार मोठे अंतर असते. त्यामध्ये दोन्ही बाजूला नसलेले कित्येक जण असू शकतात, महाराज.''

दिलीपाने विनम्रपणे मान डोलावली. भृगुंच्या बौद्धीक विवेचनातील फारसे काही त्याला कळलेच नव्हते. मात्र शहाणपणाने मौन राखून त्याने आपला आब राखला होता.

''परंतु नाग लोक हे चुकीच्या बाजूला आहेत,'' भृगु पुढे सांगू लागले. ''तसे का हे तुला माहिती आहे का, राजन?''

दिलीपा अत्यंत संभ्रमित झाला होता. त्याने आपली मान नकारार्थी हलवली.

''कारण ते परमात्म्याच्या विरोधात आहेत. प्रभू ब्रह्माच्या सुंदर निर्मितीच्या ते विरोधात आहेत. ब्रह्माच्या सुंदर निर्मितीचे कोणत्याही परिस्थितीत रक्षण केलं पाहिजे.''

दिलीपाने ठामपणे मान डोलावली. पुन्हा एकदा त्याला भृगुंच्या शब्दांचा अर्थ समजला नव्हता. त्या भयावह महर्षिंच्या विधानाला विरोध करण्याचे धाडस करण्यापेक्षा हे अधिक चांगले होते. भृगु देत असलेल्या औषधींची त्याला नितांत आवश्यकता होती. त्या औषधींमुळेच तो निरोगी आणि जिवंतही रहात होता.

''आपण भरतखंडासाठी लढा देतच राहू,'' भृगु म्हणाले. ''आपल्या भूमीच्या महानतेच्या हृदयात वसलेला सत् गोष्ट, चांगली गोष्ट मी कोणालाही नष्ट करू देणार नाही.''

प्रकरण २

सैतान म्हणजे काय?

''सोमरस ही आपल्या काळातील सर्वाधिक महान आणि चांगली गोष्ट आहे, हे स्पष्टच आहे,'' बृहस्पती म्हणाले. ''आमच्या काळाला तिनं आकार दिला. म्हणूनच एखाद्या दिवशी हीच गोष्ट प्रचंड सैतानी बनेल, ही गोष्टही स्पष्ट आहे. आता हे रूपांतर कधी घडेल, हाच कळीचा मुद्दा आहे.''

बृहस्पतींच्या पंचवटीतील अध्ययन कक्षात शिव, सती, काली आणि गणेश शांतपणे उभे होते. आपले संभाषण खंड न पडता तसेच सुरू रहावे, यासाठी बृहस्पतींनी त्यांच्या शिष्यांना उर्वरित दिवसासाठी सुट्टी देऊन टाकली होती. दंतकथा बनून गेलेले वडाचे ते पाच वृक्ष अध्ययन कक्षाच्या खिडकीतून स्पष्टपणे दिसत होते.

''सोमरसाचा शोध लागल्या क्षणापासूनच तो सैतान होता, असं माझं म्हणणं आहे,'' काली रागाने फुत्कारली.

शिवाने कपाळाला आठ्या घालून कालीकडे पाहिले आणि तो बृहस्पतींना म्हणाला, ''पुढे बोला.....''

''कोणत्याही महान शोधाचे सकारात्मक आणि नकारात्मक असे दोन परिणाम असतात. जोपर्यंत नकारात्मक परिणामांपेक्षा सकारात्मक परिणांम वरचढ असतात, तोपर्यंत आपण सुरक्षितपणे त्या शोधाचा उपयोग करत राहू शकतो. सोमरसाने

जीवनमार्ग निर्माण केला आणि निरोगी शरीरांच्या साह्यानेच आपण जगू शकू, अशी हमी दिली. महान व्यक्तींना पूर्वीच्या तुलनेत अधिक कालावधीसाठी समाजाच्या कल्याणासाठी कार्यरत राहण्याची क्षमता त्याच्यामुळे प्राप्त झाली. प्रथम सोमरस हा ब्राह्मणांपुरताच मर्यादित ठेवण्यात आला. कारण समाजाला लाभ मिळवून देण्यासाठी त्यांना निरोगी आणि दीर्घायुषी राहता यावं असा त्यामागचा हेतू होता. त्यांना जवळजवळ पुनर्जन्माचाच लाभ सोमरसामुळे होत होता.''

शिवाने मान डोलावली. कित्येक वर्षांपूर्वी त्याने ही कथा दक्षाकडून ऐकली होती.

''त्यानंतर सोमरसाचा लाभ सर्वांनाच दिला जावा, असा आदेश प्रभू रामाने दिला. ब्राह्मणांनाच विशेष हक्क का दिले जावेत? त्यानंतर सोमरस सर्वच लोकांना दिला जाऊ लागला. त्यामुळे समाजाची मोठ्या प्रमाणात सर्वांगीण प्रगती झाली.''

''मला या सगळ्याविषयी माहिती आहे,'' शिव म्हणाला. ''पण सोमरसाचे नकारात्मक परिणाम कधीपासून दृष्टोत्पत्तीस येऊ लागले?''

''त्याची पहिली खूण नाग लोक होते,'' बृहस्पती म्हणाले. ''भारतात पहिल्यापासूनच नाग लोक होते. परंतु ते नेहमीच ब्राह्मण असत. उदाहरणार्थ, प्रभू रामाचा बलाढ्य शत्रू असलेला रावण. तो नाग होता आणि ब्राह्मणही होता.''

''रावण हा ब्राह्मण होता?'' सतीला धक्का बसला होता.

''होय. तो ब्राह्मण होता,'' कालीने उत्तर दिले. कारण प्रत्येक नागाला ती कथा माहिती होती. ''महान ऋषि विश्रवा यांचा तो पुत्र होता. बुद्धिमान विद्वान, भयावह योद्धा आणि भगवान रुद्राचा एकनिष्ठ भक्त. त्याच्यात काही दोष होते, हे निःसंशय खरं आहे. परंतु ज्याप्रमाणे त्याला सैतान मानले जाते, त्याप्रमाणे तो सैतान नव्हता. आता सप्तसिंधुचे लोक आम्हालाही सैतान मानतात, त्याप्रमाणे हे आहे.''

''म्हणजे याचा अर्थ तुम्ही प्रभू रामाला कमी लेखता का?'' सतीने विचारले.

''अर्थातच नाही. प्रभू राम हा आतापर्यंत होऊन गेलेल्या सम्राटांपैकी एक अत्यंत महान सम्राट होता. विष्णुचा सातवा अवतार म्हणून आम्ही त्याची पूजा करतो. त्याच्या कल्पना, तत्त्वज्ञान आणि कायदे हाच तर नागांच्या जीवनशैलीचा पाया आहे. एखादे साम्राज्य परिपूर्णतेनं कसं चालवावं याचा आदर्श वस्तुपाठच

रामराज्यातून त्याने घालून दिला होता. पण प्रभू रामानेसुद्धा रावणाकडे शुद्ध सैतान म्हणून कधीच बघितलं नव्हतं, हे तुला माहिती आहे का? त्याला आपल्या शत्रूविषयी आदर होता. काही वेळा युद्धाच्या दोन्ही बाजूंना चांगले लोक असतात.''

शिवाने आपला हात उंचावून त्यांना शांत राहण्याविषयी सुचवले आणि मेलुहाच्या प्रमुख वैज्ञानिकाकडे आपले लक्ष वळवले.

''बृहस्पती...''

''तर मी तेच सांगत होतो, की संख्येने अल्प असले, तरी सुरुवातीचे नाग लोक हे ब्राह्मण होते,'' बृहस्पती पुढे सांगू लागले. ''परंतु त्या काळापर्यंतही सोमरस हा फक्त ब्राह्मणांनाच दिला जात होता. आजच्या काळात त्यातील संबंध स्पष्ट दिसू लागला असला तरी त्या काळात तो स्पष्ट दिसत नव्हता.''

''म्हणजे सोमरसामुळे नाग लोक निर्माण झाले आहेत?'' शिवाने विचारले.

''होय. या गोष्टीचा शोध काही शतकांपूर्वीच नाग लोकांनी लावला आहे आणि त्याविषयी मी त्यांच्याकडूनच शिकलो आहे.''

''आम्ही त्याचा शोध लावलेला नाही,'' काली म्हणाली. ''वायुपुत्रांच्या सभेनं आम्हाला त्याविषयी सांगितलं.''

''वायुपुत्रांची सभा?'' शिवाने विचारले.

''होय.'' काली पुढे सांगू लागली. ''आधीच्या महादेवाने, भगवान रुद्राने आपली जमात मागे ठेवली. तिलाच वायुपुत्र असं म्हटलं जातं. परीहा म्हणजे पऱ्यांची भूमी या नावाने ओळखल्या जाणाऱ्या पश्चिमेकडच्या सीमेपलीकडे असलेल्या प्रदेशात ते राहतात.''

''मला ते माहिती आहे,'' शिव म्हणाला. वासुदेव पंडितांबरोबर झालेल्या एका संभाषणाची आठवण त्याला झाली होती. ''परंतु मला त्यांच्या सभेविषयी काहीच माहिती नाही.''

''ठीक आहे. जमातीचे प्रशासन करण्यासाठी कोणाची तरी आवश्यकता असतेच. वायुपुत्रांच्या जमातीचे प्रशासन त्यांची सभा करते. त्या सभेचा एक प्रमुख असतो. त्याला प्रत्यक्ष परमेश्वरासारखाच आदर लाभतो. त्याला 'मित्र' म्हटले जाते. सभेचे सहा विद्वान त्याला सल्ला देतात. त्यांना सामूहिकरित्या 'अमर्त्य श्पांड' असं म्हटलं जातं. वायुपुत्रांच्या दोन कार्यांवर सभेचं नियंत्रण असतं. आगामी विष्णू ज्यावेळी प्रकट होईल, त्यावेळी त्याला मदत करणं हे त्यांचं पहिलं

कर्तव्य असतं आणि दुसरं म्हणजे ज्यावेळी वेळ येईल, त्यावेळी त्यांच्यातीलच एखाद्या वायुपुत्राला प्रशिक्षण देऊन पुढचा महादेव बनण्यासाठी तयार करणं.''

शिवाच्या भुवया उंचावल्या गेल्या.

''अर्थातच या नियमाचा तू भंग केला आहेस, हे स्पष्ट आहे शिवा,'' काली म्हणाली. ''तू ज्यावेळी नीळकंठ म्हणून प्रकट झालास, त्यावेळी वायुपुत्रांच्या सभेला नक्कीच धक्का बसला असेल, याविषयी माझी खात्री आहे. कारण अगदी स्पष्ट आहे. त्यांनी तुला तयार केलेलं नाही.''

''म्हणजे ही नियंत्रित प्रक्रिया असते, असं तुम्हाला म्हणायचं आहे का?''

''मला माहिती नाही,'' काली म्हणाली. ''परंतु तुझ्या मित्रांनाच त्याविषयी भरपूर माहिती असेल.''

''वासुदेवांना?''

''होय.''

शिवाच्या कपाळावर आठ्या पडल्या. तो विचारमग्न झाला. त्याने आधारासाठी सतीचा हात हातात घेतला. नंतर त्याने कालीला विचारले, ''सोमरसामुळेच नाग लोक निर्माण होतात, हे तुम्ही कसं काय शोधून काढलं? वायुपुत्र तुमच्याकडे आले की तुम्ही त्यांना शोधून काढलं?''

''मी त्यांचा शोध घेतला नाही. काही शतकांपूर्वी नागांचा राजा वासुकीशी त्यांनी संपर्क साधला होता. अचानकच ते कुठून तरी आले. त्यांच्याबरोबर सोन्याच्या थप्पीच्या थप्पी होत्या. त्यांनी आम्हाला वार्षिक भरपाई देणार असल्याचं सांगितलं. महाराज वासुकींनी अत्यंत योग्य निर्णय घेतला. त्यांनी कोणत्याही स्पष्टीकरणाखेरीज भरपाई घेण्याचं नाकारलं.''

''मग?''

''सोमरसामुळेच व्यंग घेऊन नाग लोक जन्माला आले आहेत, असं त्यांना सांगितलं गेलं. पालक जर प्रदीर्घ काळ सोमरस घेत असतील, तर गर्भाशयातील काही अर्भकांवर त्याचा दुष्परिणाम होतो.''

''सर्वच अर्भकांवर नाही ना?''

''नाही. बहुतांश मुलांमध्ये व्यंग निर्माण होत नाही. परंतु माझ्यासारख्या काही दुर्दैवी बालकांमध्ये व्यंग येतं आणि ती नाग बालकं म्हणून जन्म घेतात.''

''का?''

‘‘मी याला दुर्दैव म्हणते,’’ काली म्हणाली. ‘‘परंतु महाराज वासुकींना मात्र पूर्वजन्मीच्या पापांची शिक्षा म्हणून परमेश्वर काही लोकांना नाग बनवतो, असं वाटत होतं. त्यामुळे वायुपुत्रांच्या सभेचे ते करुणाजनक स्पष्टीकरण त्यांनी मान्य केलं आणि नुकसानभरपाईचा स्वीकार केला.’’

‘‘मावशीनं मात्र राज्याभिषेक झाल्या क्षणीच त्यांच्याकडून मिळणारी भरपाई नाकारली,’’ गणेश म्हणाला.

‘‘का? तुमच्या लोकांनी सुवर्ण ठेवून घेऊन त्याचा सदुपयोगच केला असता, याविषयी माझी खात्री आहे,’’ शिव उद्‌गारला.

काली विषण्णपणे हसली. ‘‘त्या सुवर्णाचा आम्हाला आमचं दुःख कमी करण्यासाठी अल्प उपयोग होत होता. फक्त आम्हालाच नव्हे; तर वायुपुत्रांनाही! त्यांनी संरक्षण दिलेल्या त्या महान शोधामुळे आमच्यावर लादल्या गेलेल्या दुर्दैवाविषयीची अपराधीपणाची त्यांची भावना कमी करण्यासाठी त्यांनी ते आम्हाला देऊ केलं होतं.’’

तिचा संताप समजून घेत शिवाने मान डोलावली. तो बृहस्पतींकडे वळला. ‘‘पण या सगळ्याला सोमरस नेमका कशा प्रकारे कारणीभूत होतो?’’

बृहस्पती स्पष्टीकरण देऊ लागले. ‘‘सोमरसामुळे दीर्घायुष्याचा लाभ होतो, यावर आमची श्रद्धा होती. व्यक्तीच्या शरीरातील अँटी ऑक्सिडंट्स बाहेर काढून तिला दीर्घायुष्य प्रदान करण्यात सोमरसाचा मोठाच वाटा असतो. परंतु या एकाच प्रकारे सोमरस शरीरावर कार्य करत नाही.’’

शिव आणि सती एकमेकांजवळ सरकले.

‘‘तो आणखी मूलभूत पातळीवर कार्य करतो. आपलं शरीर कित्येक सूक्ष्म भागांनी बनलेलं असतं. त्यांना पेशी म्हणतात. जीवनाची उभारणी त्यांच्यामुळेच होते.’’

‘‘होय. मेलुहातील तुमच्या एका संशोधकाकडून मी याविषयी ऐकलं होतं,’’ शिव म्हणाला.

‘‘मग या पेशी याच सर्वाधिक सूक्ष्म जिवंत गोष्ट असतात, हेही तुला ठाऊक असेलच. त्या एकत्र येऊनच हात, पाय यांसारखे अवयव आणि खरं तर संपूर्ण शरीरच तयार होतं.’’

‘‘बरोबर.’’

''या पेशींकडे विभाजनाची आणि वृद्धीची क्षमता असते आणि त्यांचं प्रत्येक विभाजन हा त्यांचा पुनर्जन्मच असतो. एक जुनी, अनारोग्यपूर्ण पेशी जादूई पद्धतीने दोन नव्या, आरोग्यपूर्ण पेशींत रूपांतरित होते. जोपर्यंत त्यांचं विभाजन होत राहतं, तोपर्यंत त्या आरोग्यपूर्ण राहतात. आपल्या जीवनाचा प्रवास मातेच्या गर्भाशयातून एका पेशीपासून सुरू होतो. ती पेशी विभाजित होत राहते आणि तिची वाढही होत राहते. आपलं संपूर्ण शरीर तयार होईपर्यंत हे विभाजन आणि वाढ होण्याचं सत्र सुरू राहतं.''

''होय,'' सती म्हणाली. मेलुहाच्या गुरुकुलात तिने त्याचे अध्ययन केले होते.

''अर्थातच,'' बृहस्पती म्हणाले, ''हे विभाजन आणि वाढीचं सत्र कुठंतरी थांबावंच लागतं. अन्यथा, एखाद्याचं शरीर अथकपणे वाढतच राहील आणि ते संकटमय ठरेल. त्यामुळे पेशींचं विभाजन किती वेळा व्हावं, यावर परमेश्वरानं नियंत्रण घातलं आहे. त्यानंतर ती पेशी पुढे विभाजित होणं सरळसरळ थांबवून टाकते आणि मग ती वृद्ध बनते आणि अनारोग्यपूर्ण होते.''

''आणि अशा वृद्ध पेशींमुळेच एखाद्याचं शरीर वृद्ध होतं आणि नंतर मरण पावतं का?'' शिवाने विचारले.

''होय. प्रत्येक पेशीची विभाजित होण्याची विशिष्ट मर्यादा असते. कोणत्या ना कोणत्या टप्प्यावर तिचं विभाजन बंद होतं. अशा विभाजन बंद झालेल्या पेशींचं प्रमाण वाढत गेलं, की व्यक्ती वृद्ध होते आणि अखेरीस मरण पावते.''

''म्हणजे पेशींच्या या विभाजनाच्या संख्येवरची मर्यादा सोमरस काढून टाकतो का?''

''होय. म्हणूनच तुमच्या पेशी निरोगी राहण्यासाठी विभाजित होत राहतात. बहुतांश लोकांमध्ये या सातत्याच्या विभाजनाच्या प्रक्रियेचं नियमन केलं जातं. परंतु काही लोकांमध्ये काही पेशी विभाजन प्रक्रियेवरचं आपलं नियंत्रण गमावून बसतात आणि प्रचंड वेगानं विभाजित होऊ लागतात.''

''त्याला कर्करोग म्हणतात. नाही का?'' सतीने विचारले.

''होय,'' बृहस्पती म्हणाले. ''या कर्करोगानं काही वेळा यातनामय मृत्यू ओढवतो. परंतु काही वेळा त्या पेशी वाढू लागतात आणि व्यंग निर्माण होतं. मग अतिरिक्त हात किंवा अत्यंत लांब नाक यांसारखी व्यंगं व्यक्तीमध्ये निर्माण होतात.''

“किती सरळ आणि वैज्ञानिक स्पष्टीकरण!” काली म्हणाली, “परंतु ज्यावेळी अशा प्रकारच्या अतिरिक्त वाढी होत असतात, त्यावेळी बालकं म्हणून आम्हाला किती शारीरिक यातना आणि छळ सहन करावा लागतो, त्याची कोणी कल्पनाही करू शकत नाही.”

सतीने आपला हात पुढे करून आपल्या बहिणीचा हात हातात घेतला.

“नागांच्यामध्ये जन्मतः किंचित अतिरिक्त वाढ असते. सुरुवातीच्या काळात ती फार मोठ्या प्रमाणात दिसतही नाही. परंतु तिच्यात वर्षानुवर्षाच्या छळाची सूचना असते.” काली पुढे सांगू लागली, “कोणा असुरानं हल्ला करून आपलं शरीर त्याच्या ताब्यात घेतलं आहे, असं वाटू लागतं. आपल्या शरीराच्या जमेल त्या भागातून तो बाहेर येऊ पाहतो. कित्येक वर्षं हळूहळू हा प्रकार सुरू राहतो. त्यावेळी आत्म्याला चिरडून टाकत असल्यासारख्या वेदना होतात आणि नंतर त्या वेदना तुमच्या कायमच्याच सोबती बनून जातात. आमची शरीरं ओळखू येईनाशी होण्याइतपत वेडीवाकडी होतात. त्यामुळे किशोरवयीन होईपर्यंत आणि पुढच्या वाढीला अखेरीस विराम मिळेपर्यंत आमची शरीरं वाढत राहतात आणि बृहस्पतींनी अत्यंत विनम्र आवाजात ज्याला ‘व्यंग’ म्हटलं, ती आमच्या शरीरांत निर्माण होतात. मी त्याला ‘पापांची किंमत’ म्हणते. पण ही पापं आम्ही केलेलीच नसतात. सोमरस पिऊन इतरांनी केलेल्या पापाची किंमत आम्ही चुकवत राहतो.”

विषादपूर्ण स्मित करत शिवाने नागांच्या राणीकडे पाहिले. कालीचा संताप न्याय्य होता.

“आणि नागांना गेली कित्येक शतकं याचा त्रास सहन करावा लागत आहे?” शिवाने विचारले.

“होय,” बृहस्पती म्हणाले. “जसजशी सोमरस घेणाऱ्या लोकांच्या संख्येत वाढ होऊ लागली, तसतशी नागांची संख्या वाढू लागली. इथे आलेल्यांपैकी बहुतांश नाग लोक हे मेलुहाहून आलेले आहेत, हे आपल्या लक्षात येईल. कारण त्याच ठिकाणी भरपूर प्रमाणात सोमरसाचा वापर केला जातो.”

“वायुपुत्रांच्या सभेचा याविषयीचा दृष्टिकोन काय आहे?”

“मला खात्रीपूर्वक सांगता येणार नाही. परंतु मला त्यांच्याविषयीची जी काही अल्प माहिती आहे, त्यावरून ज्या ठिकाणी सोमरस वापरला जातो त्या बहुतांश प्रदेशांत सोमरसामुळे बहुतांश चांगल्या लोकांची निर्मिती होते. त्यामुळे काही नाग

लोक निर्माण होत असतील, तर बहुतांश लोकांच्या कल्याणासाठी होणारी ती तद्नुषंगिक हानी आहे, असं ते मानत असावेत.''

''मूर्ख कुठले!'' काली म्हणाली.

शिवाला कालीचा संताप समजू शकत होता. परंतु त्याचबरोबर लक्षावधी वर्षांपासून सोमरसाचे झालेले सुपरिणामही त्याला नजरेआड करता येत नव्हते. 'दोन्ही गोष्टींचा विचार करता अद्यापही सोमरस चांगला आहे का?'

तो बृहस्पतींकडे वळला. ''सोमरस सैतानी आहे, असं मानण्यासाठी आणखी काही कारणं आहेत का?''

''याचा विचार कर : चंद्रवंशीयांच्या दुष्ट कारस्थानामुळे सरस्वती नदी रोडावत चालली आहे, असं आम्ही मेलुहाचे लोक मानतो. परंतु हे सत्य नाही. आम्ही स्वतःच आपल्या कृत्यांनी आमच्या मातेसमान नदीला ठार मारत आहोत. सोमरसाच्या उत्पादनासाठी आम्ही सरस्वती नदीच्या जलाचा प्रचंड उपसा करत आहोत. प्रक्रियेदरम्यान मिश्रणाच्या स्थिरीकरणासाठी या जलाचा उपयोग होतो. संजीवनी वनस्पतीच्या फांद्या घुसळण्यासाठीही याच जलाचा उपयोग केला जातो. इतर जलस्त्रोताचे जल यासाठी वापरता येईल का ते पाहण्यासाठी मी तसे अनेक प्रयोग करून पाहिले. परंतु त्या कोणत्याही जलामुळे अशा प्रकारचा परिणाम साध्य झाला नाही.''

''यासाठी एवढ्या मोठ्या प्रमाणावर जलाची खरोखरच आवश्यकता असते का? ''

''होय शिवा. सोमरस ज्यावेळी फक्त काही थोड्याच म्हणजे हजारो लोकांसाठी बनवला जात होता, त्यावेळी आपण वापरत असलेल्या जलामुळे फारसा फरक पडत नव्हता. परंतु जेव्हा आपण प्रचंड प्रमाणात सर्वच लोकांसाठी म्हणजे सुमारे ८० लाख लोकांसाठी सोमरस तयार करू लागलो, त्यावेळी जल उपशात प्रचंड तफावत पडली. मंदार पर्वतावरील राक्षसी उत्पादन सुविधेमुळे जल हळूहळू कमी कमी होऊ लागले. सरस्वती नदी पश्चिमेकडच्या सागरापर्यंत जाऊन पोहचणे आधीच बंद झालं आहे. आता तिचा प्रवास दक्षिण राजस्थानच्या अंतर्गत त्रिभुज प्रदेशातच समाप्त होतो. या त्रिभुज प्रदेशाच्या दक्षिणेकडच्या प्रदेशाचं वाळवंटीकरण आधीच पूर्ण झालंय. आता संपूर्ण नदीच नष्ट होण्याची वेळ आली आहे. ती प्रक्रिया कोणत्याही क्षणी घडू शकते. मेलुहावर होणाऱ्या याच्या परिणामांची

तुम्ही कल्पना करू शकता का? आणि संपूर्ण भरतवर्षावरच्या परिणामांविषयी तुम्ही विचार करू शकता?''

''सरस्वती ही आमच्या संपूर्ण सप्त सिंधु संस्कृतीची माता आहे,'' सती म्हणाली. त्या सात नद्यांच्या आसपासच्या संपूर्ण भूप्रदेशाविषयी ती बोलत होती.

''होय. आपल्या पवित्र ग्रंथात म्हणजे ऋग्वेदातही या नदीची महानता वर्णन केली गेली आहे. आपल्या संस्कृतीचं ती फक्त जन्मस्थानच नाही; तर आपल्या संस्कृतीचं जीवनमानच तिच्यावर अवलंबून आहे. या महान नदीशिवाय आपल्या आगामी पिढ्यांचं काय होईल? वैदिक जीवनशैलीच आता धोक्यात आली आहे. आपली आताची पिढी दोनशे किंवा त्याहूनही अधिक वर्षं आरामात जगू शकावी, म्हणून आपल्या पुढच्या पिढ्यांच्या रक्ताचं आपण शोषण करत आहोत. त्याऐवजी आपण फक्त शंभर वर्षं जगलो, तर ते अधिक भयानक आहे का?''

शिवाने मान डोलावली. सोमरसाचे भयावह दुष्परिणाम आणि त्याच्यामुळे पर्यावरणाची होणारी हानी त्याला स्पष्ट दिसत होती. परंतु तरीही त्याला सोमरस सैतानी गुणधर्माचा आहे, असं दिसत नव्हतं. सैतान त्याच्या विनाशासाठी आपल्यासमोर फक्त एकच एक पर्याय ठेवतो आणि तो असतो धर्मयुद्ध. पवित्र युद्ध.

''आणखी काय?'' शिवाने विचारले.

''सोमरसाच्या आणखी विनाशक परिणामांचा विचार करता सरस्वतीचा विनाश ही एक क्षुल्लक बाब वाटू लागेल.''

''काय आहे तो?''

''ब्रंग प्रदेशात आलेली महामारीची साथ.''

''ब्रंग प्रदेशातील महामारी?'' शिवाने आश्चर्यचकीत होत विचारले. ''त्याचा सोमरसाशी काय संबंध आहे?''

ब्रंग प्रदेशात सातत्याने कित्येक वर्षे महामारीची साथ येत होती. त्यात कित्येक लोक मारले गेले होते. विशेषतः मुलांचा त्यात समावेश होता. नागांच्याकडून दिले जाणारे औषध हाच या महामारीवरचा प्राथमिक दिलासादायक उपाय होता किंवा पवित्र मोरांना मारून त्यांच्यापासून औषध तयार केले जात होते. त्यामुळेच काशीसारख्या शांतताप्रिय शहरांतही ब्रंग लोकांना बहिष्कृत केले जात होते.

''संपूर्ण संबंध सोमरसाचाच आहे!'' बृहस्पती म्हणाले. ''सोमरसाची निर्मिती

करणं तर अवघड आहेच; परंतु त्याच्यापासून मोठ्या प्रमाणात टाकाऊ विषारी द्रव्यंही निर्माण होतात. या समस्येवर आपल्याला नेमका उपाय शोधून काढता आलेला नाही. ही द्रव्यं जमिनीत पुरून टाकली, तर त्यांच्यामुळे भूजल दूषित होईल आणि संपूर्ण प्रदेशच्या प्रदेश विषारी पदार्थांच्या संपर्कात येतील. सागरांमध्येही त्यांना टाकून देता येत नाही. कारण ही विषारी द्रव्ये सागरी पाण्यातील मिठाशी रासायनिक क्रिया करतात आणि धोकादायकरित्या प्रचंड वेगाने आणि स्फोटक पद्धतीने विघटित होतात.

याच वेळी शिवाच्या मनात एक विचार रुंजी घालू लागला. 'कराचपाला जाताना पहिल्या वेळी सागरी पाणी आणण्यासाठी बृहस्पती माझ्याबरोबर आले होते का? त्या पाण्याचा वापर करूनच मंदार पर्वताचा विनाश घडवून आणला गेला होता का?'

बृहस्पती पुढे सांगू लागले. ''आता फक्त गोड्या पाण्याचाच वापर करणं शक्य होतं. सोमरस उत्पादनातील टाकाऊ विषारी द्रव्यं कित्येक वर्षांपासून अशा प्रकारे गोड्या पाण्यात सोडली गेली आहेत. आता गोड्या पाण्याची विषारी द्रव्यं रिचवण्याची शक्ती क्षीण होत चालली आहे. मंदार पर्वतावर मी केलेल्या काही प्रयोगांमधून ते स्पष्ट झालं होतं. मात्र थंड पाणी यासाठी अधिक उपयुक्त असल्याचं स्पष्ट झालं होतं. बर्फ तर याहूनही अधिक चांगला ठरतो. त्यामुळे सोमरसातील विषारी द्रव्यं धुवून टाकण्यासाठी भारतातील नद्यांचा उपयोग करणं शक्य नसल्याचं स्पष्ट झालं होतंच. आपल्या स्वतःच्याच लोकांना विषप्रयोग करून ठार मारण्यात त्याची अखेर झाली असती. म्हणूनच, काही दशकांपूर्वी उंच पर्वतांमधून उगम पावणाऱ्या तिबेटमधील नद्यांचा वापर त्यासाठी करण्याची योजना आखण्यात आली होती. या नद्या विनाअडथळा विविध प्रदेशांतून वाहतात आणि त्यांचे पाणी जवळजवळ बर्फासारखे थंडगार असते. साहजिकच, सोमरसातील विषारी द्रव्यं धुवून टाकण्याची परिपूर्ण कामगिरी या नद्यांनी केली असती. त्सांग्पो ही नदी हिमालय पर्वताच्या खूपच उंच असलेल्या स्थानातून उगम पावते. त्याच ठिकाणी विषारी द्रव्य व्यवस्थापनाचं भव्य सुविधा केंद्र उभारण्याची योजना मेलुहाने आखली होती.''

''म्हणजे याआधीही मेलुहाचे लोक माझ्या भूमीत आले होते, असं तुम्ही मला सांगत आहात?''

''होय. पण ही गोष्ट गुप्त आहे.''

''पण एवढ्या मोठ्या प्रमाणातील हालचाली गुप्त कशा काय राहू शकतील?''

''संपूर्ण शहराला वर्षभर पुरू शकेल एवढ्या मोठ्या प्रमाणात सोमरसाचं उत्पादन करण्यात आल्याचं तू स्वतः पाहिलं आहेसच. त्यासाठी फक्त दहा लहान पिशव्या पुरतात. काही विशिष्ट मंदिरांमध्ये सोमरसाची पूड, जल आणि इतर घटक यांचं मिश्रण तयार करून सोमरस पेय तयार केलं जातं.''

''म्हणजे ती विषारी द्रव्यंही फार मोठ्या प्रमाणात नसणारच!''

''नाही. ती तशी नसतातच. ती अल्प प्रमाणात असतात. त्यामुळे त्यांची वाहतूक करणं अत्यंत सुलभ असतं. परंतु त्या छोट्याशा पाकिटांमध्येही प्रचंड मोठ्या प्रमाणात विषारी द्रव्यं असतात.''

''हं.....मग अशा प्रकारचं सुविधा केंद्र तिबेटमध्ये स्थापन करण्यात आलं का?''

''होय. त्सांगपोच्या प्रवाहाच्या वाटेवर अत्यंत निर्जन जागी हे केंद्र स्थापन करण्यात आलं. ती नदी पूर्वेकडे वाहते. त्यामुळे ती भारतापासून दूरवर आणि तुलनात्मकदृष्ट्या विरळ लोकसंख्या असलेल्या भागातून वाहते. म्हणून सोमरसाच्या दुष्परिणामांचा उपसर्ग आमच्या भूमीला पोहचला नसता.''

शिवाच्या कपाळावर आठ्या पडल्या. ''परंतु त्यानंतर त्सांगपो ज्या प्रदेशांतून पुढे वाहत जाते, त्या प्रदेशांचं काय? स्वद्वीपच्या पलीकडे असलेल्या पौर्वात्य प्रदेशांचं काय? त्सांगपोच्या सभोवतालच्या तिबेटी प्रदेशाचं काय? या विषारी द्रव्यांमुळे त्यांना उपसर्ग पोहचणार नाही का?''

''त्यांना कदाचित उपसर्ग होईलही;'' बृहस्पती म्हणाले. ''परंतु त्या स्वीकारार्ह, अल्प प्रमाणातील हानी असतील. यासाठीच मेलुहाच्या लोकांनी त्सांगपोच्या सभोवताली राहणाऱ्या प्रदेशांतील लोकांशी संपर्क ठेवला होता. तिथे मात्र आजारांचा प्रादुर्भाव झाल्याचं दिसलं नाही. त्याचप्रमाणे कोणत्याही प्रकारची व्यंगंही अचानक उद्‌भवली नाहीत. नदीच्या बर्फाळ पाण्यामुळे विषारी द्रव्यं कार्यान्वित होऊ शकली नाहीत. वायुपुत्रांच्या सभेने आम्हाला त्याविषयीचे अहवाल पाठवले होते. स्वद्वीपच्या पूर्वेकडे असलेल्या ब्रह्मदेश या प्रदेशातही वायुपुत्रांच्या सभेने आपल्या संशोधकांना पाठवलं होतं. ब्रह्मदेशात अत्यंत विरळ लोकसंख्या आहे. त्सांगपो या प्रदेशातून वाहते आणि तेथील ती प्रमुख नदी आहे,

असं समजलं जातं. ब्रह्मदेशात तिला 'इर्रावद्दी' असं म्हटलं जातं. कोणत्याही प्रकारचे आजार अचानक उद्‌भवल्याचं कोणतंही चिन्ह आम्हाला या भागांतही आढळलं नाही. कोणालाच उपसर्ग न पोहचवता, आपण सोमरस तयार करू शकतो, असं आम्हा मेलुहाच्या लोकांना त्यामुळे वाटलं. स्थानिक तिबेटी भाषेत त्सांगपो शब्दाचा अर्थ 'शुद्धीकरण करणारी' असा आहे, असं आम्हाला समजलं, तेव्हा हा दैवी संदेश असल्याचं आम्ही मानलं. समस्येवरचा उपाय सापडला होता. मंदार पर्वतावरच्या संशोधकांची जन्मजात बुद्धिमत्ता उत्तम असल्याचंही मानलं गेलं.''

''पण याचा ब्रंगाशी काय संबंध?''

''हे बघ. ब्रह्मपुत्रेच्या वरच्या प्रदेशाचं व्यवस्थितपणे मापन झालं नव्हतं. ती नदी पूर्वेकडून येते, असंच मानलं गेलं होतं, कारण ब्रंगातून ती पश्चिमेकडे वाहते. परशुरामाच्या मदतीनं नागांनी अखेरीस ब्रह्मपुत्रेच्या वरच्या भागातील प्रदेशाचं मापन केलं. हिमालयाच्या भव्य उंचीवरून प्रचंड वेगानं ती ब्रंगाच्या पठारी प्रदेशात खाली कोसळते. तिथे खोल अरुंद घळई आहेत आणि त्या सुमारे चार हजार पुरुष उंचीच्या आहेत.''

''एक हजार पुरुष!'' शिव आश्चर्यचकित होत उद्‌गारला.

''त्यामुळेच ब्रह्मपुत्रेसारख्या नदीच्या अशा प्रकारच्या प्रवाहातून पर्यटन करणं केवळ अशक्य असल्याचं तुलाही पटेल. परंतु परशुराम यात यशस्वी झाला आणि त्याने नागांना त्या मार्गावरून नेलं. नदीच्या प्रवाहाच्या या शोधाची महती परशुरामाच्याही ध्यानात आली नव्हती. राणी काली आणि राजकुमार गणेश यांच्या ध्यानात मात्र ती आली होती.''

''म्हणजे तुम्ही ब्रह्मपुत्रेच्या पात्रातून वरच्या बाजूलाही गेला आहात?'' शिवाने विचारले. ''ती नदी कुठून येते? कोणत्याही प्रकारे तिचा त्सांगपोशी संबंध आहे का?''

बृहस्पती विषादाने हसले. ''ती त्सांगपोच आहे.''

''काय?''

''फक्त तिबेटमध्ये असतानाच त्सांगपो पूर्वेकडे वाहते. हिमालयाच्या पूर्वेकडच्या सीमांवर ती एक वेगवान वळण घेते आणि नदीच्या प्रवाहाची दिशा जवळजवळ बदलते. त्यानंतर ती आग्नेयेकडून वाहू लागते आणि त्या भल्या मोठ्या

घळईंमधून जाऊन ब्रंगामध्ये ब्रह्मपुत्र म्हणून वाहू लागते.''

''पवित्र तळ्याशप्पथ!'' शिव म्हणाला. ''याचा अर्थ ब्रंग लोकांना सोमरसातील विषारी द्रव्यांची बाधा झाली आहे.''

''अगदी बरोबर! त्सांगपोच्या थंड पाण्यामुळे काही अंशांपर्यंत विषारी द्रव्यांचा दुष्परिणाम कमी होतो. परंतु ती नदी भरतवर्षात प्रवेश करते, त्यावेळी ती ब्रह्मपुत्र म्हणून ओळखली जाते. तिचे तापमान वाढते आणि त्याच वेळी तिच्या प्रवाहात मिसळली गेलेली विषारी द्रव्यं पुन्हा कार्यान्वित होतात. ब्रंगातील मुलांनाही नागांच्याप्रमाणेच शारीरिक यातनांना तोंड द्यावं लागतं; परंतु त्यांच्या शरीरांत व्यंगं मात्र निर्माण होत नाहीत. दुर्दैवानं, ब्रंग लोकांमध्ये कर्करोगाचं मात्र मोठंच प्रमाण आहे. ब्रंगाची लोकसंख्या प्रचंड असल्यामुळे तेथील मृत्युचं प्रमाण मात्र अस्वीकारार्ह वाटावं, एवढं मोठं आहे.''

शिव या बिंदूंची जोडणी करण्याचा प्रयत्न करू लागला. ''दिवोदासानं मला सांगितलं की दर वर्षी उन्हाळ्यात तिथे महामारीची साथ येते. त्याच वेळी हिमालयातील बर्फ मोठ्या गतीनं वितळू लागतो. अर्थातच तिथून विषारी द्रव्यं मोठ्या प्रमाणात वाहून आणली जातात.''

''होय,'' बृहस्पती म्हणाले. ''नेमकं हेच घडतं.''

''अर्थातच. नाग लोक आणि ब्रंगांतील लोक यांना एकाच प्रकारच्या विषारी द्रव्याचा संसर्ग होत असल्यामुळे आमची औषधं त्यांच्याकडेही लागू पडतात,'' काली बोलू लागली, ''म्हणूनच त्यांच्या यातना काहीशा सुसह्य करण्यासाठी आम्ही त्यांना आमच्याकडची औषधं दर वर्षी पाठवतो. त्याच्या राज्यावर महामारीचं हे संकट कशा प्रकारे ओढवलंय, त्याचं राज्य कशा प्रकारे विषाला बळी पडतंय, हे आम्ही राजा चंद्रकेतूला सांगूनही नाग लोकांनी दिलेल्या शापामुळे किंवा केलेल्या करणीसारख्या काळ्या जादूमुळेच दरवर्षी त्यांच्या राज्यात महामारीची साथ येते, असं मानण्याकडेच ब्रंग लोकांचा कल आहे. खरं तर आम्ही तेवढे शक्तिशाली असतो तर, आणखी काय हवं होतं? पण निदान चंद्रकेतूचा तरी आमच्या म्हणण्यावर विश्वास आहे, असं दिसतं खरं! म्हणूनच सोमरस उत्पादन सुविधा केंद्रांवर हल्ला करण्यासाठी तो आम्हाला नियमितपणे माणसांचा आणि सुवर्णाचा पुरवठा करतो. सोमरस हेच या सगळ्या समस्यांचं मूळ आहे.''

''सैतानाचा सामना कधीही गुप्तपणे करता येत नाही, काली!'' शिव म्हणाला,

"त्याच्यावर खुलेपणानंच हल्ला करावा लागतो."

शिवाच्या या विधानावर काली काहीतरी बोलणार होती; परंतु तोपर्यंत शिव बृहस्पतीकडे वळला.

"याविषयी तुम्ही काहीच का बोलत नाही? हा विषय मेलुहामध्ये काढा किंवा वायुपुत्रांसमोर हा विषय ठेवा."

"मी ते केलं होतं," बृहस्पती म्हणाले. "मी ही बाब सम्राट दक्षासमोर मांडली होती. परंतु त्यांना वैज्ञानिक बाबी समजत तरी नसाव्यात किंवा त्यांना कोणत्याही तांत्रिक तपशीलात शिरायचं तरी नसावं. त्यांचा विश्वास असलेल्या विद्वानावर त्यांनी ही बाब सोपवली. भृगु हे त्यांचे राजगुरु आहेत. त्यांनाच याविषयी काय करावं ते सुचवण्यास त्यांनी सांगितलं. भृगुंना मात्र यात कमालीचं स्वारस्य होतं. आपली बाजू मांडण्यासाठी त्यांनी मला वायुपुत्रांच्या सभेत नेलं. परंतु त्या सभेत कोणीच मला पाठिंबा दिला नाही. उलटपक्षी, तिथे तर हा मुद्दा प्रभावीपणे निकालात काढण्यात आला. ब्रह्मपुत्रेच्या स्त्रोताच्या माहितीविषयी कोणाचाही माझ्यावर विश्वास बसला नाही. मुळात माझ्यावर विश्वास ठेवण्याची कोणाचीच इच्छाही नव्हती. नागांचं बोलणं मी ऐकत असल्याचं बघून त्यांनी माझं हसं केलं; मला वेड्यात काढलं. त्यांच्या मते, नागांचं नेतृत्त्व सध्या एका तापट स्त्रीकडे गेलं असून तिला स्वतःच्याच कर्मामुळे नैराश्यानं पछाडलेलं आहे. त्यामुळे तिच्यासमोर येणाऱ्या प्रत्येकालाच तिच्या रोषाला बळी पडावं लागतं."

"त्यांचं हे मत म्हणजे माझी प्रशंसा आहे, असं मी मानते," काली म्हणाली.

शिवाने कालीकडे पाहून स्मित केले आणि तो बृहस्पतींकडे वळला.

"परंतु ब्रंगामध्ये जे काही घडत आहे, त्याचं वायुपुत्रांनी कोणतं स्पष्टीकरण दिलं?"

"त्यांच्या मते," बृहस्पती म्हणाले. "ब्रंग लोक हे श्रीमंत, समृद्ध; परंतु असंस्कृत आहेत. त्यांच्या आहाराच्या सवयी आणि तिरस्करणीय, किळसवाणे रितीरिवाज यांमुळे ते लोक विचित्र आहेत. त्यांच्या या विचित्र आचारविचारांमुळे आणि त्यांच्या कर्मामुळे त्यांच्या प्रदेशात महामारीची साथ आली आहे. सोमरसाचा त्याच्याशी काहीही संबंध नाही. एक गोष्ट लक्षात ठेव. ब्रंग लोकांविषयी वायुपुत्रांच्या मनात अत्यल्प सहानुभूती आहे, कारण भगवान रुद्राच्या कोणत्याही अनुयायाकडून पवित्र मानल्या जाणाऱ्या मोराचं रक्त ते लोक पितात."

“मग तुम्ही तो प्रयत्न सोडून दिला?” शिवाने तीव्रपणे विचारले. “तुम्ही आपला मुद्दा आणखी रेटला नाही का? सम्राट दक्ष दुबळा आहे आणि त्याच्यावर प्रभाव टाकणं सोपं आहे. त्यानं मेलुहात काही बदल घडवून आणले असते. वायुपुत्रांच्या सभेचं तुमच्या देशावर नियंत्रण नाही.”

“माझ्या विधानाला चिकटून न राहण्यामागे आणखी एक मोठं कारण होतं.”

“कसलं कारण?”

“तारा. तिच्याशी मला विवाह करायचा होता. ती अचानकच बेपत्ता झाली,” बृहस्पती पुढे सांगू लागले. “मी तिला अखेरची पाहिली तेव्हा ती परीहामध्ये होती. मेलुहाला परतल्यावर मला तिच्याकडून एक संदेश प्राप्त झाला. माझ्या सोमरसाविषयीच्या निंदाजनक वक्तव्यामुळे आपण नाराज असल्याचं तिनं मला कळवलं होतं. परीहातील आपल्या मित्रांद्वारे तिचा शोध घेण्याविषयी मी भृगुंना सांगितलं. परंतु ती तिथून नाहीशी झाल्याचं मला कळवण्यात आलं.”

शिवाच्या कपाळावर आठ्या पडल्या. तो विचारात पडला.

“मी लंगडी सबब पुढे करत आहे, असं कदाचित वाटू शकेल; परंतु मला मनोमन कुठे तरी नक्कीच असं जाणवलं, की तो मला दिला गेलेला इशारा होता. सोमरसाविषयी काहीही बोललास, तर याद राख. तुझं तोंड बंद ठेव; अन्यथा....”

“आणि मग तुम्ही तो मुद्दा सोडून दिला?” शिवाने पुन्हा एकदा त्यांना विचारले. “आपलं म्हणणं योग्य आहे, यावर जर तुमचा विश्वास होता, तर मग तुम्ही पुढे काय केलं?”

“मी काहीच केलं नाही,” बृहस्पतींनी पराभूतपणे उत्तर दिले. “मात्र त्यानंतर इतर राज्यांतील ज्येष्ठ संशोधकांमधील माझी पत घसरणीला लागली. मेलुहामध्ये हा प्रश्न जर लावून धरला असता, तर मेलुहातील सूर्यवंशीयांमध्ये माझी जी काय थोडीफार पत होती, ती मला गमवावी लागली असती. काहीही करण्याची माझी क्षमताच मी गमावून बसलो असतो. मला काहीतरी केलंच पाहिजे, हे मला नक्कीच माहिती होतं, परंतु तरीही उघडपणे गटबाजी करणं आणि वादविवाद करणं निष्फळ ठरलं असतं. सोमरसात कित्येकांचे कित्येक प्रकारचे स्वारस्यपूर्ण संबंध अडकलेले होते. हे सारे उघडपणे थांबवण्यासाठीचे नैतिक सामर्थ्य फक्त वायुपुत्रांच्या सभेकडेच होते. नीळकंठाच्या यंत्रणेमार्फत ते ही गोष्ट साध्य करू शकले असते. परंतु सोमरसातील सैतानी सामर्थ्यावर विश्वास ठेवण्यासच त्यांनी साफ नकार दिला

होता.''

''त्यानंतर काय घडलं?'' शिवाने विचारले.

''मी मौन बाळगण्याचं ठरवलं. मी शांत राहिलो,'' बृहस्पती म्हणाले. ''निदान वरकरणी तरी मी तसा वागत होतो. परंतु मला काहीतरी करायचंच होतं. सोमरसातील टाकाऊ द्रव्यं हानिकारक नसल्याची महर्षि भृगुंची खात्रीच पटली होती. त्यामुळे त्याच गतीमानतेनं सोमरसाचं उत्पादन सुरू होतं. आता सरस्वती मोठ्या प्रमाणात कोरडी पडू लागली होती. सोमरसातील टाकाऊ द्रव्यंही मोठ्या प्रमाणात तयार होत होती. थंडगार, गोड्या पाण्यामुळे सोमरसातील विषारी द्रव्य उदासिन होतात, असा राज्यभर विश्वास निर्माण झाल्यामुळे विषारी द्रव्यं टाकण्यासाठी इतर नद्यांच्या बाबतीत अशा प्रकारच्या योजना आखल्या जाऊ लागल्या. यावेळी आणखी वरच्या पातळीवरच्या नद्यांचा उपयोग करण्याच्या योजना होत्या. त्यासाठी सिंधु किंवा गंगा नदीचा वापर केला जाणार होता.''

''प्रभू रामानं कृपा करावी!'' शिव पुटपुटला.

''आता लाखो लोकांचे प्राण धोक्यात होते. भरतवर्षाच्या मध्यभागाला आम्ही विषारी द्रव्यांपासून मुक्त करणार होतो. जवळजवळ परमात्म्याचा संदेश म्हणूनच आम्ही ते कार्य करणार होतो. याच दरम्यान राजकुमार गणेशाने माझ्याशी संपर्क साधला. त्याने एक योजना आखली होती. त्याच्या शब्दांत केवढा तरी अर्थ भरल्याचे पाहून मी त्याला मान्यता दिली. आता फक्त एकच उपाय करणं शक्य होतं. मंदार पर्वताचा सर्वनाश! मंदार पर्वतच अस्तित्वात नसता, तर सोमरस तयार करणं शक्यच नव्हतं. सोमरस नष्ट झाल्यावर या सर्व समस्याही नष्ट झाल्या असत्या.''

शिवाने चटकन सतीकडे एक कटाक्ष टाकला.

''माझ्या मनात जे काही अल्पस्वल्प संदेह होते,'' बृहस्पती म्हणाले, ''ते माझ्या दृष्टीसमोर साकारलेल्या नवीन दृश्यामुळे नाहीसे झाले. ते घडलं, त्यावेळी माझी खात्रीच पटली होती, की सैतानाचा विनाश करण्याचा तोच खरा समय होता.''

'' कसलं दृश्य ?'' शिवाने विचारले.

''त्या संपूर्ण दृश्याच्या पटलावर तू अवतीर्ण झालास,'' बृहस्पतींनी उत्तर दिले. ''वायुपुत्रांच्या सभेच्या परवानगीखेरीज....कदाचित त्यांना ज्ञातही नसताना....नीळकंठाचं आगमन झालं. माझ्यासाठी तो अखेरचा इशारा होता.

आता सैतानाच्या विनाशाचा काळ आमच्यासमोरच उभा ठाकला होता.''

विश्वद्युम्नाने झटकन हातानेच ब्रंगाच्या सैनिकांना इशारे दिले. शिकारी गुडघ्यावर रांगतच पुढे निघाले.

विश्वद्युम्नाच्या बरोबर मागच्या बाजूला कार्तिक होता. त्याने हळुवारपणे शीळ घातली. त्याचे डोळे चमकत होते. ''भलतंच उमदं!''

विश्वद्युम्न कार्तिकाकडे वळला. पंचवटीच्या बाह्य भागातील अतिथिगृहांमध्ये शिवाचा बहुतेक सर्व ताफा विश्राम करत होता. त्यावेळी काही शिकारी ताफे मात्र एवढ्या मोठ्या प्रमाणात आलेल्या अतिथींसाठी मांस गोळा करण्यासाठी बाहेर धाडण्यात आले होते. पंचवटीकडे येताना झालेल्या प्रवासात कार्तिकाने आपण एक निधडा शिकारी असल्याचे सिद्ध केले होते. त्यामुळे साहजिकच, अशाच एका शिकारी गटाचा तो प्रमुख होता. विश्वद्युम्नही नीळकंठाच्या पुत्रासोबत निघाला होता. कार्तिकाच्या युद्धनैपुण्याने तो चांगलाच प्रभावित झाला होता आणि त्याच्या युद्धकौशल्याची तो मनापासून तारीफ करत होता.

''तो गेंडा आहे, महाराज,'' विश्वद्युम्न हळुवारपणे म्हणाला.

गेंडा हा एक गलेलठ्ठ प्राणी होता. तो जवळजवळ पुरुषभर लांबीचा होता. त्याची कातडी जाडजूड आणि तपकिरी रंगाची होती. त्याच्या शरीरावर कातडीचे कित्येक थर होते. ते एखाद्या चिलखतासारखे दिसत होते. त्याच्या नाकावरचे शिंग हे त्याचे वैशिष्ट्य होते. एखाद्या भयावह संरक्षक शस्त्रासारखे ते दिसत होते. त्या शिंगाची उंची सर्वसाधारणपणे हातभर होती.

''मला माहिती आहे,'' कार्तिक पुटपुटला. ''ते काशीच्या भोवतालच्या प्रदेशातही राहतात. एखाद्या लहानशा हत्तीएवढी त्यांची उंची असते. त्यांची दृष्टी मंद असली तरी त्यांची घ्राणेंद्रियं आणि श्रवणशक्ती विलक्षण असते.''

कार्तिकाच्या वक्तव्याने विश्वद्युम्न प्रभावित झाला होता. त्याने मान डोलावली. ''मग आता काय करावं, अशी आपली आज्ञा आहे, महाराज?'' त्याने विचारले.

गेंड्याची शिकार करणे तसे मोठे चाणाक्षपणाचे काम असते. ते अत्यंत शांत प्राणी असतात. परंतु जर आपल्याला धोका असल्याचे त्यांना जाणवले तर ते

रानटीपणाने जोरदार हल्ला करतात. त्यांच्या महाकाय शरीराच्या आणि भयावह शिंगांच्या हल्ल्यातून क्वचितच थोडे लोक बचावतात.

कार्तिकाने आपल्या म्यानातून दोन तलवाली बाहेर काढल्या. गणेशाप्रमाणेच आपल्या डाव्या हातात त्याने दुधारी छोटी तलवार घेतली. त्याच्या उजव्या हातात एक जाडजूड आणि वक्राकार पात्याची तलवार होती. अर्थातच जोरात खुपसण्यासाठी ती योग्य नव्हती. फक्त ती उडी मारून चपळाईने वार करण्यासाठी योग्य होती आणि या तंत्रात कार्तिक निष्णात बनला होता.

कार्तिक हळुवारपणे म्हणाला, ''त्याच्या पाठीवर अग्निबाण सोडा. तुम्हाला शक्य असेल तेवढा गोंगाट करा. तुम्ही त्याला पुढे येण्यास भाग पाडावं असं मला वाटतं.''

विश्वद्युम्नाचे डोळे भीतीग्रस्त बनले. ''महाराज, ही गोष्ट शहाणपणाची ठरणार नाही.''

''हा प्राणी महाकाय आहे. खूप सैनिक त्याच्यावर एका वेळी चालून गेले, तर त्यामुळे आपल्याला आडकाठी होईल. आपल्याला त्याचं भलं मोठं शिंग कापायचं आहे, कारण त्याच्यामुळेच आपल्यापैकी कित्येक जण जखमी होतील.''

''पण लांब अंतरावरून आपण त्यासाठी अग्निबाण सोडू शकतो.''

कार्तिकाने आपल्या भुवया उंचावल्या. ''विश्वद्युम्न, तुम्हाला हे अधिक चांगलं माहिती आहे. आपल्या अग्निबाणामुळे त्याच्या जाडजूड कातड्यांतून आतपर्यंत त्याला खोल जखमा होतील असं तुम्हाला खरोखरच वाटतं का? अग्निबाण नकोत; त्यापेक्षा गोंगाट करा. त्यामुळे तो आपल्यावर हल्ला करेल.''

विश्वद्युम्न कार्तिकाकडे तसाच एकटक पहात राहिला. अद्यापही त्याला कार्तिकाच्या शब्दांविषयी खात्री वाटत नव्हती.

''तो वाऱ्याच्या दिशेला तोंड करून उभा आहे आणि तुम्ही मागच्या बाजूला आहात. त्यामुळे तुमचं स्थान अगदी योग्य आहे. गोंगाटाबरोबरच तुमच्या सैनिकांच्या अंगाला येणाऱ्या दुर्गंधीमुळेही तो प्राणी समोर येईल. त्यांनी दोन दिवस स्नान केलेलं नाही, ते एका अर्थी बरंच झालंय,'' कार्तिक म्हणाला. आपणच केलेल्या या विनोदानंतरही त्याच्या चेहऱ्यावर कोणतीही स्मितरेषा उमटलेली नव्हती.

संकट समोर असतानाही, विनोदबुद्धी शाबूत असलेल्या कार्तिकाचे इतर

योद्ध्यांप्रमाणेच, विश्वद्युम्नालाही कौतुक वाटले. परंतु त्याने आपल्या हास्याला आवर घातला. कार्तिक खरोखरच विनोद करत होता का, याविषयी त्याच्याकडे पाहिल्यावर त्याची खात्री पटली नव्हती. ''आपण आता काय करूया महाराज?''

कार्तिक पुटपुटला, ''मी या जनावराला मारतो.''

एवढे बोलून कार्तिक हळूहळू पुढे सरकू लागला. विश्वद्युम्नाच्या सैनिकांनी हल्ला केल्यावर ज्या मार्गावरून त्या प्राण्याने प्रतिहल्ला केला असता, त्या मार्गावर कार्तिक पुढे सरकत होता. आता सैनिकही वाऱ्याच्या दिशेने पुढे सरकले. आपल्या स्थानी पोहचल्यावर कार्तिकाने हळुवारपणे शीळ घातली.

''आता करा!'' विश्वद्युम्न ओरडला.

सैनिक जोरजोरात आरडाओरडा करू लागले आणि त्या प्राण्यावर बाणांचा वर्षाव सुरू झाला. गेंड्याने आपले डोके वर उचलले. त्याने आपले कान उभारले. त्याच्या शरीरावर होणारा बाणांचा मारा त्याच्या दृष्टीने कुचकामी होता. त्याला ते बाण निरुपद्रवी वाटत होते. त्याच्या कातड्याला चाटून बाण परत येत होते. आणखी जवळ आल्यावर सैनिकांनी आपल्याकडची काही शस्त्रे त्या प्राण्याच्या शरीरात घुसवण्यासाठी तयार ठेवली होती. त्या प्राण्याने जोरात हुंगून आवाज काढला आणि दाणदाण पाय आपटत तिथली घाण उडवली. त्याची प्रचंड शक्ती आणि सामर्थ्य त्याच्यातून प्रतीत होत होते. त्याच्या छोट्या डोळ्यांवर प्रकाश पडल्यावर त्याने पायांची आणखी जोरदार हालचाल केली, आपले डोके खाली केले आणि हल्ला केला. त्याचे पाय जमिनीवर दाणदाण आपटत होते.

कार्तिक त्याच्या जागेवर उभा होता. तो प्राणी एका बाजूचेच पाहू शकतो आणि सरळ समोरचे पाहू शकत नाही. त्यामुळे आपल्यासमोर लटकत असलेल्या फांदीवर जाऊन तो धडकला, यात आश्चर्य वाटण्याजोगे काहीच नव्हते. त्याच वेळी आपल्या उजव्या बाजूला कार्तिक उभा असल्याचे त्याने बघितले. तो संतप्त प्राणी जोरात ओरडला आणि मूळ मार्गावर काही पावले मागे जात शिवाच्या लहानशा मुलावर त्याने जोरदार हल्ला चढवला.

कार्तिक स्थिरपणे शांत उभा राहिला. त्याची नजर त्या प्राण्यावर खिळली होती. त्याचे श्वसन नियमित आणि दीर्घ होते. तो अगदी समोर उभा राहिल्याखेरीज तो गेंडा त्याला पाहू शकणार नव्हता, हे त्याला माहिती होते. आपल्या स्मरणशक्तीच्या जोरावर आपण आधी कार्तिकाला जिथे पाहिले होते, त्या दिशेने

तो प्राणी धावत होता.

त्याची गती कमी करण्याच्या उद्देशाने विश्वद्युम्नाने त्या प्राण्यावर काही बाण झपाट्याने सोडले. परंतु त्या प्राण्याच्या जाड कातडीला त्या बाणांनी काहीच फरक पडत नव्हता. तो सरळ कार्तिकाच्या दिशेने धावत गेला. तरीही कार्तिक जागचा हलला नाही किंवा त्याने माघारही घेतली नाही. त्या छोट्या लढवय्याकडे विश्वद्युम्न बघत होता. कार्तिकाने आपल्या हातात सहजगत्या, हळुवारपणे तलवारी धरल्या होत्या. त्या जर त्या प्राण्याच्या शरीरात भोसकायच्या असतील, तर त्या दृष्टीने त्या तलवारी तशा प्रकारे धरणे पूर्णतया चुकीचे होते. कारण अशा वेळी मुठीवरची पकड घट्ट असली पाहिजे. अशा प्रकारे तलवारी धरल्यामुळे त्याने त्या भोसकण्यासाठी पुढे केल्या असत्या, तर त्याच्या हातातून त्या निसटून खाली पडल्या असत्या.

मात्र ज्या क्षणी तो आता त्या गेंड्याच्या पायाखाली चिरडला जाईल, असे वाटू लागले, त्याच क्षणी डोळ्याचे पाते लवते न लवते तोच कार्तिक खाली वाकला आणि विजेच्या वेगाने तो डावीकडे घरंगळत गेला. गेंड्याने आपले धावणे तसेच सुरू ठेवले होते. त्यामुळे कार्तिकाने झटकन उठून उडी मारून आपली डावी तलवार पुढे केली. त्याच वेळी त्याने तिच्यावरची कळ दाबली. त्या तलवारीचे एक पाते दुसऱ्या पात्याच्याही पुढे बाहेर पडले. त्यामुळे त्या जनावराच्या पुढच्या पायाच्या मांडीवर वार झाला होता. त्याचे स्नायू आणि रक्तवाहिन्या कापल्या गेल्या. त्याबरोबर गेंड्याच्या शरीरातून रक्ताच्या चिळकांड्या उडाल्या आणि त्या जनावराचे जखमी पाय कोलमडले आणि ते कण्हले. आता ते गोंधळले होते. आपल्या पायांवर आपल्या शरीराचा भार तोलण्याचा प्रयत्न ते करत होते. आपल्या पोटाच्या भारामुळे ते धपकन् खाली कोसळत होते. मात्र त्याने अद्यापही हल्ला करणे सुरूच ठेवले होते. ती गोष्ट खरोखरच कौतुकास्पद होती. आपल्या तीन धडधाकट पायांवर त्याने वळण्याचा प्रयत्न करून हल्लेखोराला तोंड देण्याचा प्रयत्न केला. त्या प्राण्याच्या हालचालींचा वेध घेत कार्तिक पुढे पळाला. आता त्या प्राण्याच्या मागच्या बाजूने गोलाकार पद्धतीने तो आत सरकला. आपल्या उजव्या हाताने त्याने क्रूरपणे वार केला. त्याच्या त्या हातात ती वक्राकार पात्याची तलवार होती. या तलवारीचे पाते मागच्या पायाच्या मांडीतून आत घुसले. तलवारीच्या सखोल वक्राकारामुळे आणि धातूच्या रुंद पात्यामुळे मांडीचे हाड क्षणार्धात मोडले.

आपले दोन्ही उजवे पाय जखमी झाल्यामुळे गेंडा कोलमडून खाली पडला. आपल्या चांगल्या असलेल्या फक्त दोन पायांवर उभा राहण्याच्या प्रयत्नांत गेंड्याचे शरीर एका बाजूला घरंगळत चालले होते. तो यातनेने विव्हळत होता. आता त्याचे रक्त जमिनीवरच्या धुळीत मिसळून गेले होते. त्यामुळे मातीला लालसर तपकिरी रंग चढला होता. भीतीने थरथरत तो गेंडा खाली कोसळल्यामुळे त्याच्या शरीरातून बाहेर पडणारे रक्त आता खाली पसरत चालले होते.

थोड्याच अंतरावर कार्तिक शांतपणे उभा होता. त्या प्राण्याच्या अंतिम वेदना तो पहात होता.

विश्वद्युम्न पाठीमागून पहात होता. त्याचे तोंड आश्चर्याने वासले होते. अशा प्रकारे कौशल्यपूर्णतेने आणि गतीने एखाद्या प्राण्याला लोळवलेले त्याने त्याआधी कधीच पाहिले नव्हते.

कार्तिक शांतपणे गेंड्याजवळ गेला. आता तो प्राणी नेस्तनाबूत झाला होता, तरीही तो रागाने आपले डोके त्याच्या दिशेने पुढे घेऊ पहात होता. तो कण्हत होता आणि त्याच वेळी जोराने ओरडतही होता. कार्तिक सुरक्षित अंतरावर थांबला होता आणि आता इतर सैनिक त्या प्राण्याकडे धावत आले होते.

नीळकंठाचा तो पुत्र त्या प्राण्याकडे पहात खाली झुकला आणि म्हणाला, ''हे उमद्या जनावरा, मला माफ कर. मी फक्त माझं कर्तव्य करतो आहे. ते मी लवकरच पार पाडेन.''

अचानकच, कार्तिक पुढे गेला आणि त्याने आपल्या तलवारीचे पाते त्या गेंड्याच्या कित्येक थरांनी बनलेल्या कातडीच्या आत खोलवर सपकन् खुपसले. गेंड्याच्या हृदयातून आरपार ते गेले. ते पाते तसेच आत हलत, थरथरत घुसले आणि अखेर तो गेंडा निपचित पडला.

''महाराज, नुकताच पक्ष्यांच्या संदेशवहन यंत्रणेमार्फत एक संदेश आला आहे. आपण कृपया, त्यावर नजर टाकावी,'' मेलुहाची पंतप्रधान कनखला म्हणाली. ''तो फक्त आपल्यासाठीच असल्यामुळे मी जातीनं तो घेऊन आले आहे.''

दक्ष आपल्या खाजगी कक्षात होता. त्याच्या शेजारीच चिंताग्रस्त वीरिनीही

बसलेली होती. त्याने कनखलाकडून घेतलेले संदेशपत्र तिच्याकडे सुपूर्द केले.

आपल्या सम्राटाला आणि सम्राज्ञीला विनम्रतेने नमस्कार करून कनखला मागे वळली. तिने मागे एका कटाक्ष टाकला, त्यावेळी त्या दोघांत क्वचितच आढळणाऱ्या जवळिकीच्या एक क्षणाची ती साक्षीदार बनली होती. त्या दोघांनी एकमेकांचे हात हातात घेतले होते. गेल्या काही महिन्यांत मेलुहामध्ये घडणाऱ्या विचित्र घटना आता तिच्या अंगवळणी पडल्या होत्या. सतीच्या पहिल्या गर्भारपणाच्या वेळी दक्षाने सतीशी केलेल्या विश्वासघातकी वर्तनामुळे कनखला अंतर्बाह्य हादरून गेली होती. कनखलाच्या मनातून आपल्या सम्राटाविषयीचा सारा आदर केव्हाच हद्दपार झाला होता. मेलुहाशी निष्ठा असल्यामुळेच अद्यापही ती पंतप्रधानपदी कार्य करत होती. आपल्या सम्राटाकडून दिल्या जाणाऱ्या विचित्र आदेशांविषयी काही विचारणेही तिने आता सोडून दिले होते. मंदार पर्वताच्या भग्नावशेषांची पाहणी करण्यासाठी भृगु आणि दिलीपा जाणार होते. त्यांच्या प्रस्थानाची तयारी करण्याचा त्याने दिलेला आदेश हा असाच एक विचित्र आदेश होता. महर्षि भृगुंना तिकडे जाण्यात वाटणारे स्वारस्य ती समजू शकत होती. परंतु त्यांच्यासोबत स्वद्वीपच्या सम्राटाने जाण्याचे कारणच काय होते? तिने डोळ्यांच्या कोपऱ्यातून पाहिले, त्यावेळी दक्षाने वीरिनीचा हात सोडला होता आणि त्याने संदेशपत्र उघडले होते. त्यानंतर कनखलाने शांतपणाने आपण बाहेर पडून दरवाजा लावून घेतला.

दक्ष आक्रंदन करू लागला. वीरिनीने त्याच्या हातातून ते संदेशपत्र खेचून घेतले.

तिने झटकन त्यावर नजर फिरवली आणि एका श्वासात ते वाचून टाकले. वीरिनेने सुटकेचा एक निःश्वास सोडला. तिच्या डोळ्यांतून अश्रू ओघळू लागले. 'ती सुरक्षित आहे. ते दोघंही सुरक्षित आहेत...'

वरवर पाहता, नीळकंठाच्या हत्येचा कट रचणाऱ्या सम्राट दक्ष, महर्षि भृगु आणि सम्राट दिलीपा या तिघांनाही हे कारस्थान लाभदायक ठरणार होते. नीळकंठाने सोमरसाला हानी पोहचवली नसती, ही गोष्ट भृगुंच्या दृष्टीने लाभदायक होती. नीळकंठाच्या दंतकथेवरचा लोकांचा विश्वास दृढ होता. जर नीळकंठानेच सोमरस हा सैतानी असल्याचे जाहीर केले असते आणि नागांच्या बाजूने उभा राहण्याचा निर्णय घेतला असता, तर लोकांनी काडीचाही विचार न करता त्याचेच अनुकरण

केले असते. दिलीपासाठी हा कट म्हणजे एकाच दगडात दोन पक्षी मारण्यासारखे होते. त्यामुळे त्याला भृगुंची कृपादृष्टी आताप्रमाणेच पुढेही सातत्याने लाभत राहिली असती. एवढेच नव्हे; तर त्याला आपल्या ज्या वंशजाकडून प्रचंड धोका असल्याची धास्ती सातत्याने वाटत रहात असे, त्या भगीरथापासूनही त्याला सुटका मिळाली असती. दक्षाला त्रासदायक नीळकंठापासून सुटका मिळाली असती आणि त्याचा आरोप आपोआपच त्याला नागांवर लादता आला असता आणि नाग लोकांना पुन्हा एकदा तो दुष्ट ठरवून मोकळा झाला असता. तो कट अगदी परिपूर्ण होता. फक्त आपल्याच कन्येच्या हत्येसाठी दक्ष उत्तेजन देऊ शकला नव्हता. सतीला कोणत्याही प्रकारे हानी होणार नाही याची हमी मिळाली असती, तरच त्याला तो कट मार्गी लावण्यात स्वारस्य होते. आपल्या कन्येशी असलेल्या नात्यात वितुष्ट आल्यामुळे आता मेलुहाचा सम्राट पूर्ण मनाने आपल्या कटात सामील होईल, अशी भृगु आणि दिलीपा यांची अपेक्षा होती. परंतु ती चुकीची ठरली होती. शिवाविषयीच्या आपल्या द्वेषापेक्षाही दक्षाचे सतीवरील प्रेम अधिक सखोल होते.

वीरिनीच्या सल्ल्यानुसार, दक्षाने मयश्रेणीकाला एका गुप्त मोहिमेवर धाडले होते. मयश्रेणीक हा अरिष्टनेमी सेनाधिकारी होता. मेलुहाविषयी त्याची श्रद्धा ही अंधविश्वास म्हणावी, एवढी प्रबळ होती आणि त्याच वेळी नीळकंठाचाही तो निस्सीम भक्त होता. नीळकंठाच्या गलबतांवर हल्ला करणाऱ्या त्या पाच गलबतांवर मयश्रेणीक नव्हता. त्या सर्व संघर्षाच्या काळात वीरिनीने आपल्या कन्येशी, कालीशी गुप्तपणे संपर्क राखला होता. तिने दक्षालाही नदीकाठच्या दक्षता यंत्रणेविषयी आणि नागांच्या संरक्षण यंत्रणेविषयी कल्पना दिली होती. आता फक्त योग्य वेळीच तो भोंगा वाजवला जाणे आवश्यक होते. तेच काम झाले की नाही, हे पाहणे हे मयश्रेणीकाचे काम होते. त्यानंतरच तिथून निसटून तो मेलुहाला परतणार होता. तो अरिष्टनेमी सेनाधिकारी त्यावेळी मेलुहाचा कार्यकारी सरलष्करप्रमुखही होता. त्याने आपल्यासोबत संदेशवहन करणारी कबुतरे नेली होती. दक्षाच्या त्या युद्धाचा नेमका काय निकाल लागला, त्याचा संदेश त्यांच्यामार्फत त्याला पाठवला जाणार होता. सती आणि कार्तिक हे दोघेही सुरक्षित होते, हा दक्षासाठी अतीव आनंदाचा संदेश होता.

वीरिनीने आपल्या पतीकडे पाहिले. ''फक्त तुम्ही माझं आणखी थोडं ऐकलं असतं तर..''

दक्षाने एक दीर्घ श्वास घेतला. ''जर प्रभू भृगुंना हे समजलं तर...''

''मग तुम्हाला तुमची मुलं मरण पावायला हवी होती का?''

दक्षाने उसासा सोडला. सतीच्या सुरक्षिततेसाठी काहीही करण्याची त्याची तयारी होती. त्याने आपली मान हलवली. ''नाही.''

''मग आपली योजना सफल झाली, याबद्दल परमात्म्याचे आभार माना आणि याविषयी कोणाकडे चकार शब्दही उच्चारू नका. कधीही नाही!''

दक्षाने मान डोलावली. त्याने वीरिनीकडून ते संदेशपत्र घेतले आणि जवळच जळत असलेल्या दिव्यावर धरले. त्याचे टोक त्याने शक्य तितका वेळ धरून ठेवले होते. त्या संदेशपत्रावरचे कोणतेही अक्षर ओळखू येणार नाही, इतके साफ जळल्याचे पाहिल्यावरच त्याने उरलेसुरले टोक सोडून दिले.

प्रकरण ३

राजांच्या निवडी

''बृहस्पतींच्या सांगण्यावर तुझा विश्वास बसतो का?'' शिवाने विचारले.

पंचवटीच्या मुख्य शहराच्या थोडेसेच बाहेर असलेल्या अतिथिगृहांवर रात्रीची छाया पसरली होती. शिवाचे सैनिकांचे पथक जखमी अवस्थेत आणि ग्लानीत होते. आता ते कंटाळून आपापल्या खोल्यांत गेले होते आणि त्यांना विश्रांतीची नितांत आवश्यकता होती.

सती आणि शिव त्यांच्या कक्षात बसले होते. नुकतेच ते शहरातून परतले होते. पंचवटीतील त्या पाठशालेत त्यांना काय शिकायला मिळाले होते, याविषयी त्यांनी स्वतःशीही चकार शब्द काढला नव्हता. त्यांनी सूर्यवंशींनाही त्यांचा अत्यंत प्रिय संशोधक बृहस्पती जीवित असल्याचे अद्याप सांगितले नव्हते. बृहस्पतींना ते दुसऱ्या दिवशी पुन्हा एकदा भेटणार होते.

''अं.. बृहस्पती असत्य कथन करत आहेत, असं मला वाटत नाही,'' सती म्हणाली. ''सुमारे वीस वर्षांपूर्वी महर्षि भृगु यांनी काही महिने देवगिरीत व्यतीत केले होते, ते मला माहिती आहे. एखाद्या राजगुरुचा विचार केला, तर ही बाब अतिशय विचित्र वाटते. ते नेहमीच आपला संपूर्ण काळ हिमालयात ध्यानधारणेत व्यतीत करतात. अगदी मेलुहातही ते क्वचितच येत असत.''

''राजगुरुंनी राजवाड्यात निवास करून राजांना मार्गदर्शन करावं, असं समजलं

जात नाही का?''

''भगवान भृगुंप्रमाणे काही राजगुरुंच्या बाबतीत तरी निश्चितच नाही. सम्राट म्हणून निवडून येण्यासाठी त्यांनी माझ्या पिताजींना मदत केली होती, पण ते फक्त मेलुहाच्या कल्याणासाठीच! त्याखेरीज मेलुहाच्या दैनंदिन प्रशासनात महर्षि भृगुंना काहीही स्वारस्य नव्हतं. ते एक साधी व्यक्ती आहेत. तथाकथित सामर्थ्यशाली, शक्तिशाली वर्तुळांत ते क्वचितच दिसतात.''

''म्हणजे त्यांनी देवगिरीत बराच कालावधी व्यतीत केला. ते कदाचित विचित्र वाटलं असेल, परंतु बृहस्पतींनी सांगितलेल्या इतर गोष्टींचं काय?''

''ठीक आहे, सांगते. भगवान भृगु, माझे पिताजी आणि बृहस्पतीजी खरोखरच कित्येक महिने राज्यात नव्हते. ती एक महत्त्वपूर्ण पर्यटन सहल असल्याचं जाहीर करण्यात आलं होतं. परंतु भगवान भृगु किंवा बृहस्पतीजींना पर्यटन सहलीत स्वारस्य असेल अशी कल्पनाही मी करू शकत नाही. कदाचित त्यावेळी ते परीहात असावेत आणि आणखी एक गोष्ट, बुद्धिमान आणि गोड ताराजी मंदार पर्वतावर कार्यरत होती. तीही अचानकच नाहीशी झाली. तिने संन्यास घेतला, असं त्यानंतर जाहीर करण्यात आलं होतं. मेलुहातील अन्य सर्व सार्वजनिक जीवन सुरळीतपणे सुरू होतं. परंतु आज बृहस्पतीजींनी जे गूढ उकललं ते मात्र याच्या अगदी विरुद्ध आहे.''

''म्हणजे बृहस्पती बोलतायत ते सत्य आहे, यावर तुझा विश्वास आहे?''

''मी फक्त एवढंच म्हणते आहे, की बृहस्पतीजींना जे सत्य आहे, असं वाटतंय, तेच ते बोलत आहेत. पण खरोखरच तसं आहे की त्यांचा गैरसमज झाला आहे? याविषयीच्या तुझ्या निर्णयाने इतिहासाचा ओघच बदलून जाईल. तू आता जे काही करशील त्याचा आगामी पिढ्यांवर दूरगामी परिणाम होणार आहे. हा एक महत्त्वपूर्ण प्रसंग आहे. एक मोठं युद्ध आहे. तुझी पूर्णपणे खात्री पटलेली असली पाहिजे.''

''मला वासुदेवांशी बोललंच पाहिजे.''

''होय. तू बोललंच पाहिजे.''

''पण तुला फक्त एवढंच मला सांगायचं नाही. होय ना?''

''मला वाटतं, की या सगळ्याची आणखी एक बाजू लक्षात घेतली पाहिजे. बृहस्पतीजींना आणखी पाच वर्षं अज्ञातवासात का काढावी लागली? त्या संपूर्ण

कालावधीत ते पंचवटीत काय करत होते? मला वाटतं, की हाच महत्त्वपूर्ण प्रश्न आहे. मला वाटतं, पिताजींनी मला जी सोमरसाची दुसरी यंत्रणा कार्यान्वित झाल्याचं सांगितलं, त्याच्याशी या सगळ्याचा अगदी निकटचा संबंध असावा.''

''होय. त्यावेळी मी या गोष्टीला फारसं महत्त्वं दिलं नव्हतं. पण जर सोमरस हाच सैतान असेल, तर हीच गोष्ट त्याच्याशी संबंधित असलेली मध्यवर्ती बाब ठरेल.''

''खरं तर सरस्वती नदी ही या सगळ्याच्या केंद्रस्थानी आहे. कारण उत्पादन सुविधा यंत्रणा केव्हाही तयार करणं शक्य आहे. परंतु ती कुठेही उभारली गेली, तरी तिला सरस्वती नदीच्या पाण्याची आवश्यकता भासेलच. इच्छावरमध्ये असताना कालीने मला सांगितले होते, की मेलुहातील ज्या मंदिरांवर आणि ब्राह्मणांवर तिच्या लोकांनी हल्ला केला होता, त्यांच्यामुळे नाग लोकांना थेट उपसर्ग पोहचला होता. कदाचित मंदार पर्वतावरून सोमरसाची पूड प्राप्त झाल्यावर त्या मंदिरांमध्येच त्यांच्यापासून सोमरस पेय तयार करून स्थानिक लोकांना ते पुरवलं जात असावं. अखेरचा उपाय सरस्वतीमधूनच बाहेर येईल, असंही ती म्हणाली होती. याचाच अर्थ नाग लोक यावर काम करत आहेत. तिच्या त्या गूढ वाक्याचा नेमका काय अर्थ घ्यावा, ते मला माहिती नाही. परंतु आपल्याला तो शोधून काढावाच लागेल.''

''कालीबरोबरच्या तुझ्या या संभाषणाविषयी तू मला काहीच सांगितलं नव्हतंस.''

''शिवा, काशीत माझ्या पुत्राशी तुझी भेट झाल्यापासून प्रथमच आपण काली आणि गणेशाविषयी प्रामाणिकपणे संभाषणाचा प्रयत्न केला आहे.''

शिव मूक राहिला.

''मी तुला दोष देत नाही,'' सती म्हणाली, ''मी तुझा क्रोध समजू शकते. बृहस्पतीजींची हत्या गणेशानंच केली, असा तुझा समज झाला होता. आताच सत्य आपल्यासमोर आलं आहे आणि तुला त्याविषयी अधिक जाणून घेण्याची इच्छा आहे.''

शिवाने स्मित केले आणि सतीला मिठीत घेतले.

"याविषयी तुझी खात्री आहे का?" शिवाने विचारले.

दुसऱ्या दिवशी सकाळी उशीराची वेळ होती. दुसरा प्रहर सुरू होऊन चार तास उलटले होते. शिव सतीसमवेत आपल्या खाजगी कक्षात बसला होता. पार्वतेश्वर आणि भगीरथ त्याच्यासमोर उभे होते. त्यांच्या हातात ती लाकडी फळी होती. नष्ट झालेल्या युद्धनौकांचे सर्वेक्षण करून मेलुहाचा सरलष्करप्रमुख आणि अयोध्येचा राजकुमार नुकतेच परतले होते.

"होय प्रभू. आम्हाला मिळालेला पुरावा वादातीत आहे," भगीरथ म्हणाला.

"मला दाखवा."

भगीरथ एक पाऊल पुढे गेला. "या फळीवर बोळवलेले खिळे नक्कीच मेलुहाच्या बनावटीचे आहेत. पार्वतेश्वर महाराजांनी ते ओळखले आहेत."

पार्वतेश्वराने संमतिदर्शक मान डोलावली.

"आणि त्याच्याभोवतीचं हे आच्छादन पहा," भगीरथ पुढे सांगू लागला, "यामुळे गलबताची जलरोधकता वाढते. ते नक्कीच अयोध्येत बनवले गेले आहेत."

"याचा अर्थ सम्राट दक्ष आणि सम्राट दिलीपा यांनी आपल्याविरुद्ध हातमिळवणी केली आहे, असं तुम्ही सुचवू पाहताय का?" शिवाने हळुवारपणे विचारले.

"आमच्या दोन्ही भूमींमधील उत्तम तंत्रज्ञानाचा त्यांनी वापर करून घेतला आहे. त्यांच्या अवशेषांत आढळलेल्या मृदुचर्मी प्राण्यांचा अभ्यास करता, या युद्धनौका मोठाच सागरी प्रवास करून आपल्यापर्यंत पोहचल्या होत्या. एवढा मोठा प्रवास जलद गतीने करण्यासाठी त्यांच्याकडे सर्वच सर्वोत्तम बाबी असण्याची आवश्यकता होती."

शिवाने दीर्घ श्वास घेतला आणि तो विचारात बुडून गेला.

"प्रभू," भगीरथ म्हणाला, "माझ्या पिताजींमध्ये कितीही दोष असले, तरीही एवढ्या मोठ्या प्रमाणातील कट कारस्थान करण्याची क्षमता त्यांच्याकडे नाही. त्यांच्याकडे खरोखरच तेवढी क्षमताच नाही. या सगळ्या कारस्थानात त्यांनी अनुयायाची भूमिका बजावली आहे, हे नक्की. अर्थातच तुम्ही त्यांच्यावरही शरसंधान करू शकता; परंतु या कटामागचे तेच खरे सूत्रधार आहेत, असे मानण्याची चूक करू नका. ते नक्कीच नाहीत."

सती शिवाकडे झुकली. "माझे पिताजी एवढा मोठा कट रचू शकतील, अशी

तुझी अटकळ आहे का?''

शिवाने नकारार्थी मान हलवली. ''नाही. सम्राट दक्षही एवढ्या मोठ्या कटाचे सूत्रधार असूच शकत नाहीत.''

पार्वतेश्वराचा चेहरा अद्यापही शरमिंदा होता. आपल्या साम्राज्याविषयी अनादर निर्माण करणाऱ्या या घटनेने तो व्यथित झाला होता. तो आता हळूच म्हणाला, ''प्रभू, मेलुहाच्या आचारसंहितेप्रमाणे आम्हाला नियमांचं काटेकोर पालन करावंच लागतं. आमच्या कायद्यांनुसार, आम्हाला राजाज्ञेचं काटेकोर पालन करावंच लागतं. जर आम्हाला कमी क्षमतेचा, दुय्यम दर्जाचा राजा लाभला, तर त्यामुळे कित्येक चुकीच्या गोष्टी घडतात.''

''सम्राट दक्षाने कदाचित हे आदेश दिलेही असतील पार्वतेश्वर,'' शिव म्हणाला, ''परंतु त्या आदेशांची कल्पना त्यांची नाही. मेलुहा आणि स्वद्वीपच्या राजघराण्यांना एकत्र आणणारा कोणीतरी प्रभुत्व असलेला सूत्रधार यामागे आहे. भयप्रद दैवी अस्त्रंही त्यानं सहजगत्या प्राप्त केली. त्याच्याकडे आणखी काही दैवी अस्त्रं असतील का, ते देवालाच माहीत! अत्यंत कुशाग्र बुद्धीने तो कट आखला गेला होता. फक्त प्रभू रामाच्या कृपेमुळेच आपण त्यातून सहीसलामत बचावू शकलो. तो सूत्रधार म्हणजे सम्राट दक्ष किंवा सम्राट दिलीपा नाहीत. त्यांच्याहून कितीतरी पटीनं अधिक महत्त्व असलेली ती व्यक्ती आहे. ती बुद्धिमान आहे आणि तिच्याकडे काही स्रोतही आहेत. शिवाय आपली ओळख लपवण्याएवढीही ती सूज्ञ आहे.''

— ⅄ⵁ⨃⍏⊛ —

''मेलुहाकडेच त्याचा रोख आहे का?'' वीरभद्राने विचारले.

वीरभद्र आणि कृत्तिका शिवाच्या खाजगी कक्षात होते. त्यांच्यासमवेत काली आणि सतीही होत्या.

''होय भद्र,'' शिव म्हणाला. ''मेलुहा आणि अयोध्येच्या लोकांनीच आपल्यावर संयुक्तपणे हा हल्ला केला होता.''

''यात मेलुहाही सहभागी आहे, याविषयी तुझी खात्री पटली आहे का?''

''पार्वतेश्वरांनी स्वतःच त्याची खात्री दिली आहे.''

"आणि आता तुला आपल्या लोकांची काळजी वाटत आहे."

"होय," शिव म्हणाला. "मला गणांची काळजी वाटतेय. कदाचित त्यांना बंदिवान बनवलं जाईल आणि आपल्याकडून काही लाभ मिळवण्यासाठी त्यांना ओलीसही ठेवलं जाईल. त्यांनी असं काही करण्यापूर्वी तू गुप्तरित्या मेलुहात जावं आणि आपल्या लोकांना काशीत आणावं, असं मला वाटतं. मी तुझी काशीतच भेट घेईन."

"तुला आणि कृत्तिकेला एका गुप्त मार्गानं जाण्यासाठी माझे सैनिक मार्गदर्शन करतील," काली म्हणाली. "आमचे अति वेगवान अश्व आणि जलदगती नौका वापरून माझे लोक दोन सप्ताहांतच तुम्हाला मैकाजवळ पोहचवतील. त्यानंतर तिथून तुम्हाला स्वबळावर वाटचाल करावी लागेल."

"मेलुहात जाणं ही सुरक्षित गोष्ट आहे," कृत्तिका म्हणाली. "सरस्वतीच्या मुखाजवळच्या प्रदेशात आपल्याला जलदगती अश्व मिळू शकतील. त्यानंतर नौकांमधून आपण नदीतील प्रवास करू. तो सोपा, सुलभ मार्ग आहे. त्यानंतर नशीबानं साथ दिली, तर दोनच सप्ताहांत आपण देवगिरीला पोहचू. गणांना ठेवण्यात आलेली छोटी गावं तिथून फार दूर अंतरावर नाहीत."

"अगदी बरोबर!" शिव म्हणाला. "वेळेला खूपच महत्त्व आहे. आता तुम्ही जा."

"होय शिवा!," वीरभद्र आपल्या पत्नीसह जाण्यासाठी वळला.

"आणि भद्रा..." शिव म्हणाला.

"फार धाडस करण्याचा प्रयत्न करू नकोस," शिवाने सूचना दिली. "जर गणांना आधीच ताब्यात घेतलं गेलं असेल, तर तातडीनं मेलुहा सोडून काशीत जा आणि माझी प्रतीक्षा कर."

वीरभद्राची माताही गणांसोबतच होती. वीरभद्र आपल्या मातेला तिच्या नशिबाच्या भरवंशावर सोडून द्यायला सहजासहजी तयार होणार नाही, हे त्याला ज्ञात होते.

"शिवा...." वीरभद्राने कुजबुजत्या आवाजात म्हटले.

शिव आपल्या आसनावरून उठला आणि त्याने वीरभद्राच्या खांद्यावर थोपटले. "भद्रा मला वचन दे."

वीरभद्र मूक राहिला.

"तू जर तुझ्या हिंमतीवरच त्यांना सोडवण्याचा प्रयत्न केलास, तर तू मारला जाशील. तू मरण पावलास, तर तुझ्या मातेला तुझा काहीच उपयोग नसेल, भद्रा."

वीरभद्र तसाच शांत उभा राहिला.

"गणांना काहीही होणार नाही, असं मी तुला वचन देतो. तू त्यांना बाहेर काढू शकला नाहीस, तर मी त्यांची तिथून सुटका करेन. परंतु घाईघाईत कोणताही आततायीपणा करू नकोस. मला वचन दे."

वीरभद्राने शिवाच्या खांद्यावर हात ठेवला. "आणखी काहीतरी घडलेलं आहे. ते तू मला सांगितलेलं नाही. तुला इथे आणखी कशाचा शोध लागलाय? अचानकच तुला एवढं भय का वाटू लागलंय? लवकरच युद्ध होऊ घातलंय का? मेलुहा आपला शत्रू बनणार आहे का?"

"मला त्याविषयी खात्रीनं काहीच सांगता येणार नाही, भद्रा. मी अद्याप त्या दृष्टीने माझ्या मनाची तयारी केलेली नाही."

"मग तुला जे माहिती आहे, ते मला सांग."

आता मूक राहण्याची पाळी शिवाची होती.

"मी मेलुहाला परत चाललोय शिवा. तू जर मला महिनाभरापूर्वी परत जायला सांगितलं असतंस, तर मी तो सर्वाधिक सुरक्षित प्रवास असल्याचं म्हटलं असतं. मात्र त्यानंतरच्या काळात बराच मोठा बदल झाला आहे. तू मला सत्य सांगितलंच पाहिजेस. ते समजून घेण्याचा मला हक्कच आहे."

शिव खाली बसला. गेल्या काही दिवसांत त्याच्यासमोर जे जे काही आलं होतं, त्याविषयीचा प्रत्येक बारीकसारीक तपशील त्याने वीरभद्राला सांगितला.

— 𐤉◎ᚢ𐤄⊗ —

"आणि या गेंड्याला तू एकट्यानंच ठार मारलंस?" प्रभावित झालेल्या आनंदमयीने विचारले. तिचा चेहरा भल्यामोठ्या हास्याने उजळला होता.

"होय राजकुमारी," कार्तिक म्हणाला. नेहमीप्रमाणेच तो निर्विकार आणि संयमशील होता.

भोजनघरातील मऊ, गुबगुबीत आसनावर आनंदमयी, आयुर्वती आणि कार्तिक बसले होते. शब्दशः आणि कृतीनेही क्षत्रिय असलेले आनंदमयी आणि कार्तिक

गेंड्याच्या चविष्ट मांसावर ताव मारत होते. ब्राह्मण असलेली आयुर्वती मात्र भाकरी, डाळ आणि भाज्या खात होती.

"तू अजिबातच स्मित करायचं नाही, असं ठरवलंयस का?" आनंदमयीने विचारले. "की हे तात्पुरतं आहे?"

कार्तिकाने आनंदमयीकडे बघितले. त्याच्या चेहऱ्यावर किंचितसे स्मित होते. "स्मित करण्यासाठी स्मिताची जेवढी पात्रता असते, त्याहून अधिक कष्ट घ्यावे लागतात, राजकुमारी!"

आयुर्वतीने मान हलवली. "तू अजून लहान आहेस कार्तिक! स्वतःला एवढा त्रास करून घेऊ नकोस. आपल्या बालपणाचा आनंद तू घे."

कार्तिक आता मेलुहाच्या प्रमुख वैद्याकडे वळला. "माझा बंधु गणेश हा महान पुरुष आहे, आयुर्वतीजी. आपल्या समाजाला, देशाला देण्यासाठी त्याच्याकडे खूप काही आहे. तरीही माझे प्राण वाचवत असताना मूक प्राण्यांकडून तो जवळजवळ जिवंतच खाल्ला गेला होता."

आयुर्वतीने पुढे होऊन कार्तिकाच्या पाठीवरून हात फिरवला.

"यापुढे मी एवढा असाहाय्य राहणार नाही," कार्तिकाने शपथ घेतली. "माझ्या कुटुंबाच्या दुःखाला मी कारणीभूत ठरणार नाही."

तेवढ्यात दरवाजाची पुन्हा एकदा हालचाल झाली. पार्वतेश्वर आणि भगीरथ यांनी आत प्रवेश केला.

तिला ज्या गोष्टीची भीती वाटत होती, त्याच गोष्टीचा शोध त्यांना लागला आहे, हे त्यांच्या चेहऱ्याकडे बघूनच आयुर्वतीच्या लक्षात आले.

आयुर्वतीचा चेहरा विदीर्ण झाला. पंचवटीच्या बाह्य भागात नीळकंठाच्या पथकावर हल्ला करण्याच्या नीच कटात आपल्या देशाचे नाव गोवले जावे या गोष्टीची कल्पनाही तिला असह्य वाटत होती. सतीच्या गर्भारपणात दक्षाने मैकामध्ये केलेला विश्वासघातकीपणा समजल्यानंतर आता या निंद्य, अमानुष हल्ल्यात मेलुहाच्या नौका सहभागी झाल्याचे ऐकून तिला आश्चर्य वाटले नसते.

"ती वाईट गोष्ट आहे," भगीरथ खाली बसून उसासा सोडत म्हणाला.

पार्वतेश्वर आनंदमयीच्या शेजारी बसला आणि त्याने तिचा हात आपल्या हातात घेतला. त्याने आयुर्वतीकडे बघितले. त्याच्या चेहऱ्यावरील दुःखार्त भाव त्याच्या मनातील घोर दुःखाची साक्ष देत होते. प्रभू रामाचा एकमेव वारस म्हणून

सरलष्करप्रमुख आपल्या देशाकडे पहात होता. मेलुहा ही त्याच्या मते, रामराज्याची रक्षणकर्ती भूमी होती. एवढ्या महान देशाच्या सम्राटाने एवढे अमानुष, विश्वासघातकी कृत्य कसे काय केले होते?

''आणखीही काही वाईट गोष्ट आहे?'' आनंदमयीने विचारले.

''होय. स्वद्वीपही या कटात सामील असल्याचं दिसतंय.''

आनंदमयी सुन्न झाली. ''काय?''

''म्हणजे एक तर एकटीच अयोध्या किंवा संपूर्ण स्वद्वीप. अयोध्येच्या नेतृत्त्वाखाली इतर देशही या कटात सामील होते काय ते मला माहिती नाही. परंतु अयोध्येचा नक्कीच सहभाग होता.''

आनंदमयीने पार्वतेश्वराकडे बघितले. भगीरथाच्या शब्दांना साथ देत त्यानेही होकारार्थी मान डोलावली.

''भगवान रुद्रानं दया करावी!'' आनंदमयी म्हणाली. ''पिताजींचं काय बिनसलंय?''

''जर माझ्यासाठीच हे असतं, तर मला आश्चर्य वाटलं नसतं,'' भगीरथ म्हणाला. आपल्या मनातील तिरस्कार तो व्यक्त करत होता. ''ते दुबळे आहेत आणि सहजपणे कोणीही त्यांचा उपयोग करून घेऊ शकतं. कोणासमोरही गुडघे टेकायला त्यांना फार काळ लागत नाही.''

आपल्या पित्याविषयी अशा प्रकारे अनादरपूर्ण वक्तव्य केल्याबद्दल आनंदमयी यावेळी त्याला दोष देऊ शकत नव्हती. तिने पार्वतेश्वराकडे पाहिले. तो हरवून गेला होता आणि त्याच्या चेहऱ्यावर अनिश्चिततेचे भाव होते. सूर्यवंशींसाठी हा बदल पेलणे भयानक काम होते. आपल्या कोणत्याही कायद्यात किंवा नियमात आपण बदल करत नाही आणि आपल्या भवितव्याचे ठाम आडाखे आपण बांधतो असे त्या उमद्या वीरांना वाटत असे. त्यांच्यासाठी हा असह्य बदल होता. आनंदमयीने आपल्या पतीचे मुख आपल्या बाजूला वळवले आणि त्याला दिलासा देण्यासाठी त्याचे हळुवारपणे चुंबन घेतले. तिने मंद स्मित केले. त्यानेही अर्धवट स्मिताने तिला प्रत्युत्तर दिले.

कार्तिकाने शांतपणे आपल्या हातातील ताट खाली ठेवले. आपले हात धुतले आणि तो कक्षाबाहेर निघून गेला.

ज्या पाच वटवृक्षांमुळे पंचवटीला हे नाव पडले होते, त्या वृक्षांमधून गणेश आणि कार्तिक फेरफटका मारत होते. शहराच्या अंतर्भागात नाग नसलेल्या व्यक्तींचा प्रवेश निषिद्ध होता. खरे तर, ब्रंग लोकांसह त्यांच्यापैकी कित्येक जणांनी दुर्दैवाची झडप आपल्यावरही पडेल, या जबरदस्त अंधश्रद्धेच्या पगड्यामुळे शहरात प्रवेश करण्यास नकार दिला होता. परंतु नीळकंठाच्या कुटुंबाचा त्यावर अजिबात विश्वास नव्हता. आणि काहीही झाले, तरी आपल्या प्रवेशावर बंदी लादली जावी, असेही कोणाला वाटत नव्हते.

''दादा, फक्त रामाच्याच मूर्ती या झाडांवर का बरं कोरलेल्या आहेत, दादा?'' कार्तिकाने आपल्या थोरल्या बंधुला विचारले.

''म्हणजे सीतादेवी आणि रामाचा बंधु लक्ष्मण यांची चित्रं का कोरलेली नाहीत, असं तुला म्हणायचं आहे का?''

त्या पाचही वटवृक्षांपैकी प्रत्येक वृक्षाच्या बुंध्यात प्रभू रामाचे चित्र कोरलेले होते. विष्णुचा सातवा अवतार मानल्या गेलेल्या रामाच्या जीवनातील विविध पाच अवस्थांतील मूर्ती त्या एकेका वृक्षावर होती. पुत्र, पती, बंधु, पिता आणि देवासमान राजा या त्या पाच अवस्था होत्या. प्रत्येक वटवृक्ष त्याच्या वेगवेगळ्या रूपाचे दर्शन घडवत होता. प्रत्येक रूपातील प्रभू रामाची नजर भगवान रुद्र आणि देवी मोहिनी यांच्या मंदिराकडे वळलेली असावी, याचे भान शिल्पकाराने राखले होते. मंदिराच्या समोरच्या भागात त्या दोघांच्या मूर्तीही ठेवण्यात आलेल्या होत्या. त्या मूर्तींची नजरही रामाच्या या पाचही मूर्तींवरच पडत होती. इतर मंदिरांमध्ये मोहिनी आणि भगवान रुद्र यांच्या मूर्ती एकमेकींकडे पाठ करून विरुद्ध दिशांना तोंड करून ठेवलेल्या होत्या. इथे त्याच्या बरोबर उलट स्थिती होती. महान महादेव आणि विष्णुचा सातवा अवतार यांना एकमेकांविषयी आदर होता, असेच जणू त्या वास्तुविशारदाला वाटत असावे.

''भूमिदेवीच्या सूचनांनुसारच ते करण्यात आलं आहे,'' गणेशाने उत्तर दिले. ''सप्त सिंधुमधील त्याच्या पारंपरिक रेखाटनांमध्ये नेहमीच जगातील त्याच्या अत्यंत प्रिय तीन व्यक्ती त्याच्यासोबत दाखवल्या जात. राणी सीता, भगवान लक्ष्मण आणि भगवान हनुमान या त्या तीन व्यक्ती होत. परंतु भूमिदेवी या आमच्या

संस्थापिका देवीच्या आदेशाप्रमाणे पंचवटीत आम्ही रामाला नेहमीच एकटा दाखवतो. विशेषतः या पाच वटवृक्षांवर!''

''का?''

''मला माहिती नाही. कदाचित इतर सर्वच महान नेत्यांप्रमाणे प्रभू रामही लोकांच्या चिरस्मरणात रहावा, असं तिला वाटत असावं. भगवान विष्णु आणि भगवान महादेव यांचे लाखो भक्त होते. परंतु आयुष्याच्या उत्तरार्धात आपल्या कर्तव्याचं ओझं त्यांना एकट्यालाच वाहून न्यावं लागलं.''

''पिताजींप्रमाणे?'' कार्तिकाने आपल्या पित्याचा संदर्भ देत विचारले.

''होय. पिताजींप्रमाणे. भरतवर्ष आणि सैतान यांच्यामध्ये सध्या ते एकटेच उभे ठाकले आहेत. जर ते त्यात अयशस्वी ठरले, तर उपखंडाचा सैतानाकडून विनाश घडेल.''

''पिताजी कधीच अयशस्वी ठरणार नाहीत.''

कार्तिकाचा प्रतिसाद ऐकून गणेशाने स्मित केले.

''तुला का ते माहिती आहे का?'' कार्तिकाने विचारले.

गणेशाने आपले मस्तक हलवले. ''नाही. का?''

कार्तिकाने गणेशाचा उजवा हात घट्ट पकडला आणि पुरातन काळातील एखाद्या योद्ध्याप्रमाणे तो गणेशाच्या छातीकडे नेला आणि तो त्याला म्हणाला, ''कारण ते एकटे नाहीत.''

गणेशाने स्मित केले आणि त्याने कार्तिकाला आलिंगन दिले. त्या वटवृक्षांभोवती ते शांतपणे चालत राहिले. भगवान रामाच्या मूर्तींभोवती ते प्रदक्षिणा घालत होते.

''दादा, सध्या हे काय चाललंय?'' कार्तिकाने प्रदक्षिणा घालता घालता विचारले.

गणेशाच्या कपाळावर आठ्या पडल्या. तो विचारमग्न झाला.

''पिताजींच्या विरोधात दोन्ही सम्राटांनी का युती केली आहे?''

गणेशाने दीर्घ श्वास घेतला. तो कार्तिकाशी कधीच असत्य भाषण करत नसे. तो आपल्या बंधुला नेहमीच मोठा मुलगा मानून त्याच्याशी संभाषण करत असे आणि त्याचप्रमाणे त्याला वागवत असे.

''कारण त्यांना पिताजींची दहशत वाटते, कार्तिक. ते त्यांना घाबरतात. ते

आतापर्यंत प्रतिष्ठित, संभावित होते. सैतानाकडून मिळणाऱ्या लाभांचं त्यांना व्यसन जडलंय. दडपल्या गेलेल्यांवर, शोषितांवर होणाऱ्या अन्यायाविरुद्ध लढणं ही पिताजींची मोहीम आहे. पिताजी हे मुस्कटदाबी झालेल्या लोकांचा आवाज आहेत. त्यामुळे ते तथाकथित प्रतिष्ठित लोक त्यांना रोखू पाहणार हे उघडच आहे. नाही का?''

गणेशाने कार्तिकाचा हात पकडून त्याला त्या वटवृक्षांपैकी एका वृक्षाच्या चौथऱ्यावर बसायला लावले. ''कार्तिक हे फक्त तुझ्यापुरतंच ठेव. इतर कोणालाही हे सांगू नकोस. हे इतरांना कधी आणि कशा प्रकारे सांगायचं हे ठरवण्याचा हक्क फक्त पिताजींनाच आहे.''

कार्तिकाने मान डोलावून त्याला प्रतिसाद दिला.

गणेश कार्तिकाच्या शेजारी बसला आणि त्याने बृहस्पती आणि शिव यांच्यात आदल्या दिवशी झालेल्या चर्चेचा तपशीलवार वृत्तांत कथन केला.

''गेल्या पाच वर्षांत तुम्ही काय करत होतात बृहस्पती?'' शिवाने विचारले.

नागांच्या राणीच्या कक्षात बृहस्पतींसमवेत सती आणि शिव बसले होते. बृहस्पतींना आपली उलटतपासणी केली जात असावी, असे वाटले. परंतु या गोष्टीच्या मुळाशी जाण्याची शिवाची निकड त्यांना ज्ञात होती.

''सोमरसाच्या समस्येवरचा कायमस्वरूपी तोडगा शोधून काढण्याचा मी प्रयत्न करत होतो.''

''कायमस्वरूपी तोडगा?''

''मंदार पर्वताचा सर्वनाश करणं हा तात्पुरता उपाय होता. त्याची पुनर्बांधणी करता येईल, हे आपल्याला माहिती आहेच. मात्र त्याची पुनर्बांधणी आश्चर्यकारकरित्या मंद गतीनं सुरू असल्याचं मला नागांनी सांगितलं. पुनर्बांधणीसाठी पाच वर्षं लागण्याची काहीच आवश्यकता नव्हती. मेलुहातील लोकांच्या कार्यक्षमतेचा विचार करता, तर नाहीच नाही. परंतु लवकरच ती पुनर्बांधणी पूर्ण होईल.''

शिवाने सतीकडे बघितले, परंतु तो तसाच मूक राहिला.

"एकदा का मंदार पर्वतावर पूर्ण क्षमतेनं सोमरसाचं उत्पादन करण्याएवढी सक्षम यंत्रणा उभारण्यात आली, की पुन्हा एकदा मोठ्या प्रमाणावर सरस्वतीचा विनाश आणि विषारी द्रव्यांची निर्मिती सुरू होईल. म्हणूनच आपल्याला यावरचा कायमस्वरूपी उपाय शोधून काढला पाहिजे. सोमरसाच्या घटक पदार्थांचं परीक्षण करणं हा यावरचा उत्तम मार्ग आहे. आपण जर कोणत्या ना कोणत्या प्रकारे त्यावर नियंत्रण ठेवू शकलो, तर सोमरसाच्या विषारी द्रव्यांवरही आपल्याला नियंत्रण राखता येण्याची शक्यता आहे. कित्येक घटक पदार्थ सुलभरित्या दूर करता येतात. परंतु त्यांच्यापैकी फक्त दोन पदार्थच अशा प्रकारे दूर करता येत नाहीत. त्यांच्यापैकी पहिला आहे संजीवनी वृक्षाच्या फांद्या आणि सालं आणि दुसरा आहे सरस्वतीचं जल. संजीवनी वृक्षांच्या उपलब्धतेवर आपण नियंत्रण ठेवू शकत नाही. मेलुहाच्या उत्तरेकडच्या सीमांलगत प्रचंड प्रमाणात संजीवनी वृक्षांची लागवड करण्यात आली आहे. एकच व्यक्ती किती वृक्ष नष्ट करू शकेल? शिवाय वृक्षांची पुनर्लागवड शक्य असते, सरस्वतीच्या बाबतीतही हीच गोष्ट सत्य आहे. आपण तिच्या जलावर नियंत्रण ठेवू शकू का?"

शिव प्रथमच देवगिरीला आला होता, त्यावेळी त्याचे दक्षाशी झालेले संभाषण शिवाला आठवले. "सुमारे शंभरहून अधिक वर्षांपूर्वी चंद्रवंशींनी सरस्वतीचा विनाश करण्याचा प्रयत्न केला होता, असं मला सम्राट दक्षानं सांगितलं होतं. तिच्या महत्त्वाच्या उपनद्यांपैकी यमुना नदीला त्यांनी तिच्यापासून तोडलं होतं आणि तो प्रवाह गंगेच्या दिशेनं वळवला होता. मला त्यात फारसं तथ्य वाटलं नव्हतं; परंतु मेलुहाच्या लोकांचा त्यावर विश्वास असल्याचं दिसतं."

बृहस्पतींनी आपले हसू मोठ्या कष्टाने दाबले. "चंद्रवंशीच्या राज्यकर्त्यांना आपल्या साम्राज्यात साधे रस्ते बांधता येत नाहीत. त्यामुळे नदीचा प्रवाह बदलता येण्याची क्षमता त्यांच्याकडे आहे, यावर कोणी तरी विश्वास ठेवेल का? शंभर वर्षांपूर्वी काय घडलं होतं ते मी तुला सांगतो. त्यावेळी जबरदस्त भूकंप झाला होता आणि नदीचा प्रवाह आपोआपच बदलला होता. त्याच दरम्यान मेलुहाच्या लोकांनी चंद्रवंशीयांचा पराभव केला आणि त्यावेळी झालेल्या तहात यमुनेचा प्रवाह कोणाच्याच राज्यातून जात नव्हता. मेलुहाच्या लोकांकडे नद्यांचे प्रवाह बदलण्याचे तंत्रज्ञान होते. त्यांनी यमुनेचा प्रवाह बदलण्यासाठी आणि तिचे जल पात्रातच राहावे यासाठी प्रचंड मोठे मातीचे भराव बांधले आणि पुन्हा एकदा

तिचा प्रवाह सरस्वती नदीतून वाहू लागला.''

''मग तुमची योजना काय होती? यमुनेच्या पात्रातील मातीचे भराव तुम्ही नष्ट करणार होतात?''

''पर्यायी व्यवस्था! आपल्याला सरस्वतीला तिथून दूर हलवता येत नाही. परंतु सोमरसाच्या उत्पादनासाठी सरस्वतीला आपण कमीत कमी सक्षम बनवू शकतो का? यमुनेच्या उगमाजवळ तिच्या जलात काहीतरी टाकून तिला सरस्वतीच्या पात्रातून वाहू दिलं, तर त्यामुळे विषारी द्रव्यांचं प्रमाण कमी होऊ शकेल का? मला वाटतं, की आम्हाला तशा एका घटक पदार्थाचा शोध लागला होता.''

''कोणत्या?''

''तो एक जिवाणू आहे. तो संजीवनी वृक्षाशी प्रतिक्रिया करून त्याला लगेच कुजवू शकतो.''

''मला वाटलं होतं की संजीवनी वृक्ष मुळातच अस्थिर आहे आणि त्याची कुजण्याची क्रियाही जलद गतीनं घडते. आयुर्वतीनं मला सांगितलं होतं की इतर झाडांच्या फांद्यांची पूड करून बनवलेल्या नागांच्या औषधात संजीवनीचं स्थिरीकरण करण्याची क्षमता आहे. संजीवनी जर मुळातच अस्थिर असेल, तर तिला अस्थिर बनवून कुजवून टाकण्यासाठी जिवाणूंची आवश्यकताच काय आहे? नाहीतरी ती कुजणारच आहे ना?''

''फांदीपासून काढल्यानंतर संजीवनीची साल अस्थिर बनते. परंतु जर संपूर्ण फांदीचाच वापर केला, तर ती अस्थिर नसते. कमी प्रमाणात संजीवनीचा वापर करणाऱ्या लघू उद्योजकांसाठी साल पुरेशी ठरते. परंतु सोमरसाचं मोठ्या प्रमाणात उत्पादन करण्यासाठी सालीचा उपयोग होत नाही. त्यासाठी मोठमोठ्या फांद्यांचाच वापर केला जातो. त्यांची पूड वापरली जाते. मंदार पर्वतावर आम्ही हेच केलं होतं. परंतु ही पद्धती फक्त माझ्याकडच्या संशोधकांनाच ज्ञात होती.''

''म्हणजे त्यासाठी संजीवनीच्या फांद्याही अस्थिर बनवण्याचा तुमचा विचार होता का?''

''होय. आणि या जिवाणूच्या साहाय्याने ते करणंही शक्य असल्याचा शोध मला लागला. पण तो जिवाणू फक्त मेसोपोटॅमियातच उपलब्ध असतो.''

''मेलुहातील माझ्या प्रथम पर्यटनाच्यावेळी तुम्ही कराचपातून गेला होतात ते

यासाठीच का? मेसोपोटॅमियातून येणाऱ्या गलबताची आपल्याला प्रतीक्षा आहे, असं तुम्ही त्यावेळी मला म्हणाला होतात.''

''होय,'' बृहस्पती म्हणाले. ''आणि त्याचा अगदी अचूक, परिपूर्ण उपयोग झाला. संजीवनी वृक्ष आणि सरस्वतीचं जल या दोहोंशिवाय सोमरसाची निर्मिती होऊच शकत नाही. सरस्वती नदीच्या जलातच हा जिवाणू असेल, तर सोमरस निर्मितीच्या प्रक्रियेच्या पहिल्या टप्प्यातच संजीवनी वृक्षाची फांदी सोमरस निर्मितीच्या दृष्टीने निरुपयोगी ठरेल आणि कोणत्याही परिस्थितीत सरस्वतीच्या पाण्याविना सोमरस बनवताच येणार नाही. संजीवनीच्या सामर्थ्याशिवाय सोमरस तितकासा सक्षम ठरणार नाही. त्यामुळे सोमरसाने व्यक्तीचं आयुष्य तिपटीनं किंवा चौपटीनं वाढणार नाही. फक्त वीस ते तीस वर्षांनीच कोणाचीही आयुर्मर्यादा वाढू शकेल. परंतु याचाच अर्थ असा आहे, की सोमरसामुळे निर्माण होणारी विषारी द्रव्यंही निर्माण होणार नाहीत. सोमरसाचं सामर्थ्य काही प्रमाणात त्यजून सोमरसातील विषारी द्रव्यं आपण पूर्णपणे दूर करू शकतो. शिवाय हे जिवाणू जलात सहजगत्या मिसळून जातात आणि त्यांची संख्याही मोठ्या प्रमाणात वाढत जाते. आपल्याला फक्त यमुनेच्या पात्रात या जिवाणुंना सोडून द्यावं लागेल, एवढंच. बस्स! तेवढंच काम आपल्याला करावं लागेल आणि उर्वरित गोष्टी आपोआप घडून येतील.''

''हे ऐकायला परिपूर्ण वाटतंय खरं! परंतु मग तुम्ही ते का केलं नाहीच?''

''आपल्याला कुठेही मोफत भोजन मिळत नाही,'' बृहस्पती म्हणाले. ''हे जिवाणू आपल्याबरोबर काही समस्याही घेऊन येतात. त्यांच्या शरीरातही सौम्य विषारी द्रव्य असतंच. सरस्वतीच्या जलात आपल्याला त्यांना मोठ्या प्रमाणात मिसळावं लागेल आणि आपण तसं केलं, तर आपण फक्त सरस्वतीच्याच नव्हे; तर यमुनेच्या जलावरही अवलंबून असलेल्या मोठ्या जनसंख्येला नवीन प्रकारच्या आजारांना बळी पाडू. एका समस्येवर मात करताना आपण दुसऱ्या समस्येला आमंत्रण दिलेलं असेल.''

''मग आता संजीवनी वनस्पतीला नष्ट करण्याची क्षमता अबाधित राखून या जिवाणूंचा विषारी दुष्परिणाम कमी करण्याचा प्रयत्न तुम्ही करत आहात का?''

''होय. त्यासाठी गुप्तता बाळगणं अत्यावश्यक होतं. सोमरसाच्या पाठीराख्यांना जर या जिवाणूंविषयीची कुणकुण लागली असती, तर त्यांच्या स्रोताच्या स्थानीच

त्यांनी त्यांना नष्ट करण्याचे प्रयत्न केले असते. शिवाय मी अशा प्रकारचे प्रयोग करत असल्याचं त्यांना समजलं असतं, तर त्यांनी क्षणाचाही विलंब न लावता माझीही हत्या केली असती.''

''मग आता तुम्हाला मारला जाण्याचं भय वाटत नाही का?'' शिवाने विचारले. ''मंदार पर्वतावरील हल्ल्यातील तुम्ही एक बळी नसून त्याचा सूत्रधारच आहात, हे समजलं, तर मेलुहातील कित्येक जणांच्या क्रोधाला तुम्हाला तोंड द्यावं लागेल.''

बृहस्पतींनी उसासा सोडला. ''मी जिवंत राहणं हे पूर्वी माझ्यासाठी महत्त्वाचं होतं. पण आता मी एकटाच आहे. त्यामुळे हे संशोधन करू शकलो. परंतु त्यात मी अपयशी ठरलो आहे. सोमरसाच्या समस्येवरचा उपाय यापुढे माझ्या हाती उरलेला नाही. तो तुझ्या हातात आहे. मी जिवंत असेन की नाही याला फारसं महत्त्वच नाही. मंदार पर्वताची पुनर्बांधणी लवकरच पूर्ण होईल आणि पुन्हा एकदा सोमरसाचं उत्पादन सुरू होईल. शिवा, तुला ते रोखावंच लागेल. भरतवर्षाच्या कल्याणासाठी तुला सोमरसाला रोखावंच लागेल.''

''पुनर्बांधणी हा एक खेळ आहे, बृहस्पतीजी,'' सती म्हणाली, ''सोमरसाचं उत्पादन सुरळीत होण्यासाठी काही कालावधी लागेल, असं शत्रूला भासवण्याचा तो फक्त एक डाव आहे. मेलुहा सध्या कमी प्रमाणातील सोमरसावर जगत आहे, असं त्यांना दाखवण्याचा तो एक प्रयत्न आहे.''

''काय? म्हणजे आणखी एखादी सुविधा आहे का?'' बृहस्पतींनी विचारले. त्यांनी झटकन कालीकडे दृष्टीक्षेप टाकला. ''परंतु ही बाब सत्य असणार नाही.''

''ती सत्यच आहे,'' सती म्हणाली. ''माझ्या पिताजींनीच मला ते कथन केलं. अर्थातच कित्येक वर्षांपूर्वीच तिची उभारणी करण्यात आली आहे. मंदार पर्वताला पर्याय म्हणून...म्हणजे मंदार पर्वताला काही....''

''कुठे?'' कालीने विचारले.

''मला माहिती नाही,'' सतीने उत्तर दिले.

''ह्या!'' काली उद्गारली. ती बेपर्वाईने बृहस्पतींकडे वळली. ''तुम्ही तर म्हणालात, की हे शक्य नाही. त्यासाठी लागणाऱ्या घुसळणी यंत्रांसाठी इजिप्तहून धातू आणावा लागतो. भरतवर्षातील धातूंपासून त्यांची बांधणी करणं शक्य नसतं. आमची काही मित्र राष्ट्रं इजिप्तमधील खाणींमधून पाठवल्या जाणाऱ्या खनिजावर

सातत्यानं लक्ष ठेवून आहेत. अशा प्रकारचं कोणतंही खनिज किंवा धातू मेलुहाकडे रवाना झालेला नाही.''

बृहस्पतींचा चेहरा पांढराफटक पडला. कारण त्याचा ध्वन्यर्थ त्यांच्या लक्षात आला होता. आपले मस्तक धरून ते पुटपुटले, ''प्रभू राम दया करो...या गोष्टीचा आश्रय ते कसा काय घेऊ शकतात?''

''कोणत्या गोष्टीचा आश्रय?'' शिवाने विचारले.

''वाटलेल्या संजीवनीच्या फांद्या सरस्वती नदीच्या जलात मिसळण्याचा आणखी एक मार्ग आहे. परंतु तो निरुपयोगी आणि अश्लाघ्य मानला जात होता.''

''का?''

''पहिली गोष्ट म्हणजे त्यात सरस्वतीच्या जलाचा वापर मोठ्या प्रमाणात केला जातो. दुसरी गोष्ट म्हणजे त्या प्रक्रियेत प्राण्याच्या किंवा मानवी त्वचेच्या पेशींची आवश्यकता असते.''

''काय म्हणता काय?'' शिव आणि सती एकदमच ओरडले.

''याचा अर्थ जिवंत प्राण्याच्या किंवा मानवाच्या त्वचेच्या पेशींची त्यासाठी आवश्यकता असते, असा नाही;'' बृहस्पतींनी त्यांना दिलासा देत सांगितले. ''त्यासाठी त्वचेच्या वृद्ध आणि मृत पेशींची आवश्यकता असते. आपल्या त्वचेतून जिवंतपणी अशा प्रकारच्या कित्येक पेशी रोजच शेकडो वेळा पडत असतात. संजीवनीच्या फांद्या रेण्विक पातळीवर बारीक वाटल्या जाण्यासाठी या पेशींची गरज भासते. शरीरावरच्या मृत त्वचा पेशींवर जल ओतून ते आधीच वाटल्या जाणाऱ्या संजीवनीच्या फांद्यांवर सोडले जाते. या प्रक्रियेसाठी घुसळण्याची क्रिया करावी लागत नाही. परंतु त्यासाठी किती मोठ्या प्रमाणात जलाचा अपव्यय होतो, याची तुम्हाला कल्पना आली असेलच. दुसरी गोष्ट दूरस्थ जागी असलेल्या या सुविधा केंद्राजवळ आपल्या शरीरातून गळणाऱ्या या पेशी संजीवनीच्या फांद्या असलेल्या कक्षात आपोआप जाव्यात, यासाठी पाण्याच्या प्रवाहात बसण्यास कोणता माणूस किंवा प्राणी यांचा उपयोग करता येईल? त्यासाठी कोण तयार होईल? कारण ते अत्यंत धोकादायकही आहे.''

''का?''

''स्नान करत असतानाच मानवाच्या किंवा जनावरांच्या शरीराच्या मृत पेशी उत्तम प्रकारे गळून पडतात. दर वर्षी मानवी शरीरातून दोन ते तीन शेर पेशी अशा

प्रकारे गळून पडत असतात. ही प्रक्रिया स्नानाच्या वेळी अधिक गतीने घडत असते.''

''पण ती धोकादायक का आहे?''

''कारण सोमरसाचे उत्पादन हे जात्याच अस्थिर आहे. त्वचेच्या पेशींचा मार्गही तसाच असतो. सोमरसाच्या सुविधेजवळ मोठ्या प्रमाणात लोकसंख्या असावी अशी कोणाचीच इच्छा नसते. एखादी जरी चूक घडली, तरी त्यामुळे होणाऱ्या स्फोटात जवळपासच्या शेकडो किंवा हजारो लोकांना प्राण गमवावे लागण्याची शक्यता असते. म्हणूनच नेहमीच्या कमी धोकादायक पद्धतीतसुद्धा आपण सोमरस उत्पादन केंद्रं लोकवस्तीच्या निकट, शहरांजवळ उभारत नाही. पण अशा प्रकारची धोकादायक त्वचा पेशी प्रक्रिया शहरांजवळ घडवून आणली गेली आणि सोमरस उत्पादन केंद्रावरच जर मोठ्या प्रमाणात लोक धार्मिकदृष्ट्या पवित्र स्नान करत असतील तर काय घडेल याची कल्पना करू शकतोस का?''

शिवाचा चेहरा अचानक पांढराफटक पडला. ''मेलुहा शहरातील सार्वजनिक स्नानगृहं...'' तो पुटपुटला.

''अगदी बरोबर,'' बृहस्पती म्हणाले. ''अशी सुविधा केंद्रं सार्वजनिक स्नानगृहांच्या खाली बांधली जातात. त्यावेळी आवश्यकता असलेल्या सर्व मृत पेशी तिथे आपोआपच प्राप्त होऊ शकतात.''

''आणि तिथे काही चूक घडली तर...स्फोट घडणार....''

''अशा वेळी दैवी अस्त्रावर किंवा नागांवर ठपका ठेवून मोकळं व्हायचं. जर तुम्हाला हवं असेल, तर तुम्ही चंद्रवंशीयांवरही याचा ठपका ठेवू शकता,'' बृहस्पती संतप्त झाले होते. ''अशा प्रकारे कित्येक सैतानी भुतं निर्माण करून तुम्ही आपल्याला हवी ती गोष्ट साध्य करू शकता.''

— 🚶◎ᚒ♀⊕ —

''काही तरी चुकलंय,'' भृगु म्हणाले.

मंदार पर्वताच्या अवशेषांचे ते दिलीपासमवेत सर्वेक्षण करत होते. सोमरसाच्या उत्पादन यंत्रणेचे काम पूर्णत्वाला जाण्याची कोणतीच चिन्हे तिथे दिसत नव्हती. अर्थातच पुनर्बांधणीचे काम मात्र सुरूच असल्याचे दिसत होते.

दिलीपा त्या ऋषींकडे वळला. ''मलाही तसंच वाटतंय महर्षिजी. नागांनी मंदार पर्वताचा विध्वंस केल्याला आता पाच वर्षांहून अधिक कालावधी उलटून गेला आहे. परंतु अद्यापही या सुविधेची पुनर्बांधणी झालेली नाही, ही गोष्ट खरोखरच हास्यास्पद आहे.''

भृगुंनी वळून दिलीपाकडे बघितले आणि उद्वेगाने आपले हात हवेत उडवले. ''यापुढे मंदार पर्वताला फारसं महत्त्व उरलेलं नाही. ते फक्त एक प्रतीक आहे. मी पंचवटीवरील हल्ल्याविषयी बोलत आहे.''

डोळे विस्फारून दिलीपाने ऋषींकडे बघितले. 'मंदार पर्वत महत्त्वाचा नाही? याचा अर्थ त्या अफवा सत्य आहेत. सोमरस उत्पादनाची अन्य सुविधा नक्कीच अस्तित्वात असली पाहिजे.'

''हल्ला करणाऱ्या तुकडीकडे मी मायदेशीची सर्व संदेशवहन करणारी कबुतरांची यंत्रणा दिली होती,'' भृगु पुढे बोलत होते, ''त्या सर्वांनाच आपल्याकडे परत येण्याचं प्रशिक्षणही देण्यात आलं होतं. दोन सप्ताहांपूर्वीच अखेरचं कबुतरही परत आलं.''

दिलीपा विचारात पडला. त्याच्या कपाळांवर आठ्या चढल्या. ''तुम्ही माझ्या माणसावर विश्वास ठेवू शकता, प्रभू. तो कधीच अपयशी ठरणार नाही.''

पंचवटीत शिवाच्या ताफ्यावरील हल्ल्याचं नेतृत्त्व करण्यासाठी दिलीपाच्या सैन्यातील एका अधिकाऱ्याची भृगुंनी नियुक्ती केली होती. आपल्या कन्येवरील प्रेमापासून स्वतःला अलिप्त ठेवण्याच्या दक्षाच्या क्षमतेविषयी ते साशंक होते. ''त्याविषयी मला शंकाच नाही. तो विश्वासू असल्याचं त्यानं सिद्ध केलं होतं. दर सप्ताहात तो मला एक संदेश पाठवत होता. अगदी ठरल्याप्रमाणे त्यानं ते काम पूर्ण केलं होतं. फक्त मला एवढंच म्हणायचं आहे, की ताज्या बातम्या मिळण्याची ती यंत्रणा अचानकच बंद पडली. याचाच अर्थ तो एक तर पकडला गेला असावा किंवा मारला गेला असावा.''

''संदेश घेऊन येणारी कबुतरं त्यांच्या मार्गावरच असतील, याची मला खात्री वाटते. आपण चिंता करण्याचं कारणच नाही.''

भृगु दिलीपाकडे वळले. ''अशाच प्रकारे तुझ्या साम्राज्याचं प्रशासन तू चालवतोस का हे महान राजन? मग तुझ्या पुत्राचा तुझ्या राजसिंहासनावरचा दावा हा नक्कीच नैतिकदृष्ट्या न्याय्य नाही का?''

दिलीपाच्या मौनात सारा अर्थ भरला होता.

भृगुंनी उसासा सोडला. ‘‘तुम्ही ज्यावेळी युद्धाची तयारी करता, त्यावेळी उत्तम तेच घडेल, अशीच आशा बाळगली पाहिजे. मात्र अनिष्ट घडलं तर काय करायचं याची तयारीही तुम्ही ठेवली पाहिजे. पंचवटीपासून ते सहा दिवसांच्या अंतरावर होते, त्यावेळी त्यांच्याकडून आलेला संदेश अखेरचा ठरला आहे. याचाच अर्थ आपण घडवून आणलेला हल्ला अयशस्वी ठरला आहे. याशिवाय हल्लेखोरांची ओळखही शिवाला पटली असेल, असंही मी गृहीत धरतो.’’

दिलीपा काहीच बोलला नाही. तो फक्त एकटक भृगुंकडे बघत राहिला. त्याला वाटले, की भृगु नको इतकी प्रतिक्रिया व्यक्त करत आहेत. अकारणच काळजी करत आहेत.

‘‘मी अतिरिक्त प्रतिक्रियाही व्यक्त करत नाही आणि अकारणच काळजीही करत नाही, राजन.’’ भृगु म्हणाले.

दिलीपा स्तंभित झाला. त्याने एक शब्दही उच्चारला नव्हता.

‘‘या घटनेला कमी लेखू नकोस,’’ भृगु म्हणाले. ‘‘ही घटना फक्त तुझ्या – माझ्यापुरती सीमित नाही. ती भरतवर्षाच्या भवितव्याशी निगडीत आहे. महान चांगल्या गोष्टीच्या संरक्षणाशी ती निगडीत आहे. आपल्याला अपयश झेपणार नाही. भगवान ब्रह्मदेवाप्रतीचं ते आपलं कर्तव्य आहे. आपल्या महान भूमीविषयीचं ते आपलं कर्तव्य आहे.’’

दिलीपा मूक राहिला. मात्र तरीही एक विचार सारखा त्याच्या मनात घोंघावत राहिला. ‘माझ्या कुवतीच्या पलीकडच्या कामात मी अडकलो आहे. माझ्या साम्राज्याच्या बाह्य शक्तींच्या विळख्यात मी सापडलो आहे.’

■■

प्रकरण ४

बेडकाचा सिध्दांत

रात्रीच्या भोजनासाठी शिवाचे कुटुंबीय एकत्र जमले होते. ताज्या अन्नाचा सुवास शिवाच्या कक्षातून बाहेर पडत होता. कुटुंब म्हणून ते प्रथमच एकत्रितपणे घेत असलेल्या त्या भोजनासाठी सतीने आपले पाककौशल्य पणाला लावले होते. भोजनाला प्रारंभ करण्यापूर्वी सतीने आपल्या आसनावर स्थानापन्न व्हावे यासाठी शिव, गणेश आणि कार्तिक प्रतीक्षा करत होते.

नेहमीच्या शिरस्त्याप्रमाणे महादेवाच्या कुटुंबीयांच्या ताटांजवळच पेल्यांमध्ये पाणीही ठेवण्यात आले होते. आपल्या ताटाभोवती पाणी शिंपडून त्यांनी आपल्याला लाभलेल्या अन्नासाठी अन्नपूर्णा देवीविषयी कृतज्ञता व्यक्त केली. त्यानंतर त्यांनी अन्नाचा पहिला घास देवांसाठी काढून ठेवला. शिव मात्र या वर्षानुवर्षाच्या पद्धतीला फाटा देऊन आपल्या ताटातील पहिला घास आपल्या पत्नीसाठी काढून ठेवत असे. त्याच्यासाठी तीच देवी होती. सतीनेही शिवाला आपल्या ताटातील पहिला घास दिला.

आणि त्यानंतर भोजनाला प्रारंभ झाला.

''गणेशानं आज तुझ्यासाठी काही आंबे आणले होते?'' कार्तिकाकडे प्रेमाने पहात सतीने विचारले.

कार्तिक खिदळला. ''खूपच चविष्ट! दादा, मी आभारी आहे!''

गणेशाने स्मित केले आणि कार्तिकाच्या पाठीवर थोपटले.

''कार्तिक, तू आणखी थोडंसं जास्त हसायला हवं,'' शिव म्हणाला. ''जीवन अगदी कठोर नसतं.''

आपल्या पिताजींकडे पाहून कार्तिक हसला. ''पिताजी, मी तसा प्रयत्न जरूर करेन.'' तो म्हणाला.

आपल्या दुसऱ्या पुत्राकडे पहात शिवाने दीर्घ श्वास घेतला आणि तो म्हणाला, ''गणेश?''

''काय...पिताजी,'' गणेश म्हणाला. शिवाला 'पिताजी' म्हटल्यामुळे त्याची प्रतिक्रिया नेमकी काय असेल, याविषयी त्याच्या मनात अनिश्चितता होती.

''माझ्या पुत्रा,'' शिव पुटपुटला. ''मी तुला ओळखू शकलो नाही.''

गणेशाचे डोळे पाणावले.

''मला माफ कर,'' शिव म्हणाला.

''न..नाही पिताजी,'' गणेश उद्गारला. तो लज्जित झाला होता. ''तुम्ही माझी माफी कशी काय मागू शकता? तुम्ही माझे पिता आहात.''

मेलुहाचा माजी प्रमुख संशोधक जीवित असल्याचे त्याने कोणालाही सांगू नये, अशी गुप्ततेची शपथ आपण गणेशाला घ्यायला लावली होती, असे बृहस्पतींनी शिवाला सांगितले होते. इतर कोणावरही याबाबत बृहस्पती विश्वास ठेवू शकत नव्हते आणि मेसोपोटॅमियातील जिवाणूची माहिती त्यांना गुप्तच ठेवायची होती. आपल्या अत्यंत प्रिय असलेल्या मातेचा वियोग होण्याची शक्यता असताना आणि शिवाशी असलेले त्याचे नाते अत्यंत धोक्यात आलेले असतानाही गणेशाने आपली शपथ पाळली होती.

''तू शब्दाला जागणारी व्यक्ती आहेस,'' शिव म्हणाला. ''बृहस्पतींना दिलेल्या वचनाची तू बूज राखलीस. त्यासाठी आपल्याला किती मोठी किंमत चुकती करावी लागेल, यालाही तू महत्त्व दिलं नाहीस.''

गणेश काहीच बोलला नाही.

''मला तुझा अभिमान वाटतो, माझ्या बाळा,'' शिव म्हणाला.

गणेशाने स्मित केले.

सतीने शिव, कार्तिक आणि गणेशाकडे बघितले. आता तिच्या जगाचे वर्तुळ पूर्ण झाले होते. शक्य तेवढे तिचे जीवन परिपूर्ण बनले होते. तिला याखेरीज

आणखी कशाचीही आवश्यकता नव्हती. आपल्या आयुष्याच्या अखेरीपर्यंतही ती पंचवटीत आपले जीवन व्यतीत करू शकत होती. परंतु असे घडणार नाही, हे तिला माहिती होते. आता युद्ध जवळ आले होते. त्या युद्धात मोठे त्याग अपेक्षित होते. जितका काळ हे क्षण टिकणार होते, तेवढा काळ ती त्यांचा मनापासून आस्वाद घेणार होती.

''आता पुढे काय करायचं आहे पिताजी?'' कार्तिकाने गंभीरपणे विचारले.

''आपण भोजन करणार आहोत,'' शिव हसत म्हणाला. ''आणि नंतर बहुधा आपण वामकुक्षीही करू.''

''नाही, नाही,'' कार्तिक स्मित करत म्हणाला. ''मला काय म्हणायचं आहे, ते तुम्हाला माहिती आहे. सोमरस हाच अंतिम सैतान आहे, असं आपण जाहीर करून टाकणार आहोत का? जे कोणी सोमरसाचा वापर करत आहेत किंवा सोमरसाचं संरक्षण करत आहेत, त्यांच्याविरुद्ध आपण युद्धाची घोषणा करणार आहोत का?''

शिवाने कार्तिकाकडे विचारपूर्वक बघितले. ''कार्तिक, आतापर्यंत बरीच युद्धं झाली आहेत. त्यामुळे आपण गडबडीनं कोणताही निर्णय घेणार नाही.'' शिव गणेशाकडे वळला. ''मला माफ कर बाळा, पण मला आणखी काही माहिती हवी आहे. मला आणखी काही समजून घ्यायचं आहे.''

''मी ते समजू शकतो पिताजी. याविषयी जे काही जाणून घ्यायचं असेल, ते सांगू शकणारे दोनच गट आहेत.''

''वासुदेव आणि वायुपुत्र?''

''होय.''

''वायुपुत्रांची सभा मला साहाय्य करेल, याविषयी मला खात्री वाटत नाही. परंतु वासुदेव मात्र मला नक्कीच साहाय्य करतील.''

''पिताजी, मी तुम्हाला उज्जैनला घेऊन जाईन. तिथे तुम्ही त्यांच्या प्रमुखाशी थेट संवाद साधू शकाल.''

''उज्जैन कुठे आहे?''

''ते वरच्या दिशेला, नर्मदेच्या पलीकडे आहे.''

शिवाने त्यावर थोडा विचार केला. ''स्वद्वीप आणि मेलुहामधून इथवर येण्याच्या कमी अंतराच्या मार्गावर ते असावं, बरोबर आहे ना?''

पंचवटीच्या सुरक्षिततेला सर्वोच्च प्राधान्य दिल्यामुळे कालीने शिवाला आणि त्याच्या पथकाला काशीहून पंचवटीला आणताना सुमारे वर्षभराचा प्रवास करावा लागणाऱ्या मार्गाने आणले होते. स्वद्वीपमधून ते पथक प्रथम पूर्वेला जाऊन तिथून दक्षिणेला ब्रंगामध्ये पोहचले होते. त्यानंतर पश्चिमेकडे कलिंगला जाऊन तिथून धोकादायक दंडकारण्यातून ते गोदावरीच्या उगमाजवळील सर्व लहान मोठ्या प्रवाहांजवळ पोहचले होते. तिथेच पंचवटी वसली होती. अर्थातच उत्तरेकडे याहून कमी अंतराचा मार्ग असलाच पाहिजे, हे शिवाच्या लक्षात आले होते. नागांच्या मार्गदर्शनाखेरीज त्या मार्गाचा शोध घेणे अशक्य होते. कारण त्या मार्गावर निबिड अरण्ये होती.

"होय पिताजी, या मार्गाविषयी मावशी आत्यंतिक गुप्तता पाळत असली तरीही तुम्हा तिघांशी त्याविषयी बोलण्यास तिला आनंदच होईल याची मला खात्री आहे."

"मी ते समजू शकते," सती म्हणाली. "नागांना कित्येक प्रबळ शत्रू आहेत."

"होय माते," गणेश म्हणाला आणि नंतर शिवाकडे वळून तो म्हणाला, "पण यामागे एवढंच एकमेव कारण नाही. आता आपण अधिक प्रामाणिकपणे आणि वस्तुनिष्ठपणे विचार करूया. आपल्याला माहिती आहेच, की सर्वाधिक सामर्थ्यशाली सम्राटच सध्या आपल्या विरोधात उभे ठाकले आहेत. सध्या पंचवटीच्या अतिथिगृहात वास्तव्य असलेल्या पथकातील सैनिकांसह यांपैकी कोण कोणाच्या बाजूला जाईल हे येत्या काही महिन्यांतच स्पष्ट होईल. पंचवटी हे सुरक्षित स्थान आहे. अद्याप येथील गुपितं फुटू देणं सूज्ञपणाचं ठरणार नाही."

शिवाने मान डोलावली. "माझ्या पथकाविषयी आता आपण काय करायचं, त्याचा मला विचार करू दे. आता या क्षणी मी ज्यांच्यावर डोळे झाकून विश्वास ठेवू शकेन असे खूप राजे सप्तसिंधुमध्ये नाहीत. एकदा का माझ्या मनाची तयारी झाली, की उज्जैनला जाण्यासाठी आपण प्रस्थान ठेवूया."

कार्तिक गणेशाकडे वळला. "दादा, एक गोष्ट मात्र माझ्या मुळीच लक्षात येत नाही. वायुपुत्र ही भगवान रुद्राने आपल्या मागे ठेवलेली जमात आहे. विष्णुच्या त्या महान सातव्या अवताराला प्रभू रामाला, आपली मोहीम साध्य करण्यासाठी त्यांनी साहाय्य केलं. मग सध्याच्या काळात सोमरस सैतान बनत असल्याची बाब एवढ्या चांगल्या लोकांच्या ध्यानात कशी बरं आली नाही?"

गणेशाने स्मित केले. ‘‘माझ्याकडे याविषयी एक सिद्धांत आहे.’’

भोजन करता करताच शिव आणि सतीने गणेशाकडे बघितले.

‘‘तू बेडकांना पाहिलं आहेसच. बरोबर?’’ गणेशाने विचारले.

‘‘होय,’’ कार्तिक म्हणाला. ‘‘अगदी स्वारस्यपूर्ण जीव असतात ते! विशेषतः त्यांच्या जिभा!’’

गणेशाने स्मित केले. ‘‘खूप वर्षांपूर्वी एका ब्राह्मण संशोधकाने बेडकांवर काही प्रयोग केले. त्याने उकळत्या पाण्याच्या भांड्यात एका बेडकाला टाकले. त्या बेडकाने लगेच बाहेर उडी मारली. त्यानंतर त्याने त्या बेडकाला थंडगार पाण्याने भरलेल्या भांड्यात टाकले. तो बेडूक तिथे मात्र शांतपणे आरामात राहिला. त्या ब्राह्मणाने नंतर कित्येक वर्षे त्या पाण्याचे तापमान हळूहळू वाढवत नेले. हळूहळू वाढणारे पाण्याचे तापमान तो बेडूक सहन करत राहिला. अगदी ते पाणी खूपच गरम झाल्यावर तो तिथेच मरण पावला, मात्र त्याने तिथून बाहेर पडण्याचा एकही प्रयत्न करून पाहिला नाही.’’

शिव, सती आणि कार्तिक गणेशाची कथा लक्षपूर्वक ऐकत होते.

‘‘जीवनासाठी मिळालेला धडा म्हणून नेहमीच नाग विद्यार्थी या कथेचं अध्ययन करतात,’’ गणेश म्हणाला. ‘‘एखाद्या अचानक उद्‌भवलेल्या संकटाविषयीच्या आपल्या प्रतिक्रियेमुळे आपण आपला बचाव करतो. आपलं रक्षण करतो. मात्र हळूहळू आपल्यापर्यंत पोहचणाऱ्या, आपल्याभोवती विळखा आवळत चाललेल्या संकटाशी आपण जुळवून घेण्याचा प्रयत्न करतो आणि अशा प्रकारे आपण स्वनाशही ओढवून घेत असतो.’’

‘‘म्हणजे सोमरसाच्या वाढत्या दुष्परिणामांशी वायुपुत्र जुळवून घेत राहिले आहेत, असं तुला सुचवायचं आहे का?’’ कार्तिकाने विचारले. ‘‘म्हणजे त्याविषयीची वाईट बातमी पुरेशा झटकन समोर येत नाही का?’’

‘‘कदाचित,’’ गणेश म्हणाला. ‘‘कारण भगवान रुद्राचे अनुयायी जाणीवपूर्वक सैतानाबरोबर जगण्याचा पर्याय निवडतील असं मला मुळीच वाटत नाही. त्यामुळे सोमरस हा सैतान नाही, असंच त्यांना खात्रीपूर्वक वाटत असणार, असा यातून अर्थ निघतो.’’

‘‘स्वारस्यपूर्ण!’’ शिव म्हणाला. ‘‘आणि कदाचित तुझं म्हणणं अगदी अचूकही असू शकेल.’’

स्मित करत सतीही त्यांच्या संभाषणात सहभागी झाली. तिच्या त्या स्मिताने सारे वातावरणच उजळून निघाले. ''पण बेडकाच्या प्रयोगाच्या गोष्टीवर तुझा खरोखरच विश्वास आहे का?'' तिने विचारले.

गणेशाने स्मित केले. ''या प्रदेशातील ही अत्यंत लोकप्रिय कथा आहे. त्यामुळे बालपणी मी स्वतःच असा एक प्रयोग करून पाहिला होता.''

''तू खरोखरच बेडकाला मृत्यू येईपर्यंत उकळत्या पाण्यात टाकलंस? आणि तो संपूर्ण वेळ तो बेडूक तसाच शांत बसून राहिला?''

गणेश जोरात हसला. ''मातेsss! तुम्ही काहीही केलं आणि केलं नाही, तरीही बेडूक कधीच बसून राहात नाहीत. मग ते पाणी उकळतं असो, थंडगार असो किंवा कोमट असो. बेडूक नेहमीच बाहेर उडी मारतात.''

महादेवाचे कुटुंब हास्यरसात बुडून गेले.

— ⚲◎Ʊ♀⊕ —

सती आणि शिवाने नागांच्या सरदारांची त्यांच्या राज्यसभेत नुकतीच भेट घेतली होती. ती भेट अगदीच रोमहर्षक ठरली होती. मेलुहावर तातडीने हल्ला करून सोमरसाचा नाश करण्याच्या राणी कालीच्या म्हणण्याला कित्येक सरदारांनी पाठिंबा व्यक्त केला होता. परंतु वासुकी आणि आस्तिक यांच्यासारख्या काही जणांना मात्र युद्ध टाळायचे होते.

''वासुकी आणि आस्तिक यांना मनापासूनच युद्ध टाळायचं आहे. परंतु त्यामागची त्यांची कारणं मात्र चुकीची आहेत,'' शिव मान हलवत म्हणाला. ''ते नाग सरदार आहेत. परंतु आपले स्वतःचे लोक त्यांच्या वाट्याला आलेलं दुर्दैव भोगण्याच्याच लायकीचे आहेत, असं त्यांना वाटतं. कारण मागच्या जन्मीच्या पापाची शिक्षा म्हणून हे जीवन त्यांना मिळालंय, असं त्यांना वाटतंय. हा मूर्खपणा आहे!''

कर्माच्या संकल्पनेवर सतीचा विश्वास होता. कित्येक जन्माची कर्मे आपण आपल्यासोबत घेऊन जन्मत असतो, असे तिला वाटत होते. त्यामुळे यावरचे तिचे मत तिला एकदम बदलता येत नव्हते.

''आपल्याला काही गोष्टी ज्ञात नाहीत, याचा अर्थ त्या अस्तित्वातच नसतात

आणि त्या मूर्खपणाच्या असतात, असं नसतं, शिवा,'' ती म्हणाली.

''काही तरीच काय सती! इथे फक्त हेच जीवन असतं आणि आपल्यासमोरचा क्षण सत्य असतो. आपल्याला तेवढ्या एकाच गोष्टीची हमी देता येते. बाकीच्या सगळ्या गोष्टी या केवळ सैद्धांतिक आहेत.''

''मग नाग लोकच व्यंगं घेऊन का जन्मले? एवढा प्रदीर्घ काळ मला विकर्मा म्हणून का जगावं लागलं? कारण कोणत्या ना कोणत्या प्रकारे आम्ही ते भोगणं क्रमप्राप्त होतं, असाच याचा अर्थ आहे. आमच्या पूर्वजन्मातील पापांसाठी आम्ही ते प्रायश्चित्त भोगत होतो.''

''हे हास्यास्पद आहे! पूर्वजन्मातील पापांविषयी आपण एवढ्या खात्रीपूर्वक कसं काय सांगू शकतो? मानवी जीवन नियंत्रित करणाऱ्या इतर अन्य यंत्रणांप्रमाणेच विकर्मा यंत्रणाही आपणच निर्माण केली होती. तू त्या विकर्मा यंत्रणेशी लढा दिलास आणि स्वतःला मुक्त केलंस.''

''परंतु मी स्वतःला मुक्त केलं नाही, शिवा. ते तू केलंस. ते तुझं सामर्थ्य होतं. तुझ्या कर्मामुळेच माझ्यासह सर्वच विकर्मा लोक मुक्त झाले.''

''मग त्याचा तरी कसा काय उपयोग झाला?'' शिवाने अविश्वासाने विचारले. ''ज्यावेळी मी हा कायदा मागे घ्यायला लावला, त्यावेळी सर्व विकर्मांनी त्यांच्या पूर्वजन्मांमध्ये केलेली एकूण पापं माझ्या या कर्मानं एकदम उदासिन बनली? प्रत्येक विकर्मा आत्म्याने त्याआधी केलेली सगळी पापं त्या सुदैवी दिनी धुवून निघाली? मग खरंच तो दैवी कृपेचा दिन होता.''

''शिवा तू मला चिडवतोयस का?''

''मी याआधी असं कधी केलंय का प्रिये?'' शिवाने विचारले. परंतु त्याच वेळी आपल्या चेहऱ्यावर पसरलेलं हास्य तो रोखू शकला नाही. ''ही सगळी संकल्पनाच किती अतार्किक आहे, हे तुझ्या लक्षात येत नाही का? एखादं निरागस अर्भक जन्मतःच आपल्यासोबत पापं घेऊन आलं आहे, यावर कोणाचाही कसा काय विश्वास बसू शकेल? नवजात अर्भकानं काहीही दुष्कृत्य केलेलं नसतं, हे सूर्यप्रकाशाइतकंच स्पष्ट आहे. त्यानं कोणतंही सत्कर्मही केलेलं नसतं. त्यानं फक्त जन्म घेतलेला असतो. ते काहीही करू शकत नसतं!''

''ते कदाचित या जीवनात शिवा. परंतु त्या अर्भकानं पूर्वजन्मात काही पापं केल्याची शक्यता असते. कदाचित त्या मुलाच्या पूर्वजांनी काही पापं केली

असतील आणि त्याला ते अर्भक जबाबदार धरलं जात असेल.''

शिवाला ते पटले नव्हते. ''तुझ्या हे लक्षात येत नाही का? लोकांना आपल्या नियंत्रणाखाली ठेवण्यासाठी ही यंत्रणा राबवण्यात आली आहे. जे लोक दुःख भोगत आहेत किंवा दडपले गेलेले आहेत, त्यांनी आपल्या यातनांसाठी स्वतःलाच दोष द्यावा म्हणून ती तयार करण्यात आली आहे. आपण स्वतःच पूर्वजन्मात केलेल्या किंवा आपल्या पूर्वजांनी किंवा आपल्या संपूर्ण समाजाने केलेल्या पापांसाठी आपण दुःख भोगत आहोत, असं तू मान्य करतेस. कदाचित अगदी प्रथमच जन्मलेल्या पहिल्यावहिल्या मानवानं केलेलं ते पापही असू शकेल! त्यामुळे या यंत्रणेतून दुःखाला उदात्त स्वरूप दिलं जातं. त्याच वेळी आपल्यावर होणाऱ्या अन्यायाविरुद्ध आपण प्रश्नही विचारू नये, अशी व्यवस्था केली जाते.''

''मग काही लोकांनाच दुःख का भोगावं लागतं? काही लोकांची जेवढी पात्रता असते, त्याहून त्यांना खूपच कमी प्रमाणात सारं काही का बरं मिळतं?''

''आपल्या पात्रतेहून काही लोकांना खूपच जास्त का मिळतं? त्याचं जे कारण आहे तेच तुझ्या प्रश्नाचंही उत्तर आहे. या सगळ्या गोष्टी पूर्णपणे उद्देशरहीत, सहजपणे घडणाऱ्या आहेत.''

त्या मार्गावरच्या नागांनी शिवाला ओळखले आणि त्यांनी आदर दर्शवण्यासाठी खाली झुकून त्याला नमस्कार केला. नीळकंठाच्या दंतकथेवर त्यांचा विश्वास नव्हता. परंतु त्यांच्या राणीला महादेवाविषयी आदर वाटत होता आणि त्यामुळे बहुतेक नागांचा शिवावर विश्वास बसला होता. सतीकडे न बघता तो सतीच्या प्रश्नांची उत्तरे देत होता आणि त्याच वेळी प्रत्येक नागाला प्रतिनमस्कार करून प्रतिसादही देत होता. ''मला वाटतं, की परमात्मा आपल्या आयुष्यात ढवळाढवळ करत नाही. हे विश्व अस्तित्वात येण्यासाठी त्यानं काही नियम तयार केले. त्यानंतर त्यानं अगदी अवघड अशी एक गोष्ट केली.''

''कोणती?''

''त्यानं आपल्याला एकाकी सोडून दिलं. नैसर्गिकरित्या जशा घडतील तशा गोष्टी घडू द्याव्यात म्हणून त्यानं त्या सोडून दिल्या. आपल्या स्वतःच्या जीवनाविषयीचे निर्णय आपल्या निर्मितीनं स्वतःच घ्यावेत असं त्यानं ठरवलं. ज्यावेळी आपल्याकडे राज्य करण्याची ताकद असते, त्यावेळी अशा प्रकारे साक्षीदार होणं हे सोपं काम नाही. फक्त सर्वोच्च परमेश्वराकडेच हे सामर्थ्य असतं.

हे आपलं विश्व आहे, आपली कर्मभूमी आहे,'' शिव म्हणाला. त्याने आपले हात हवेत उडवले आणि त्या भूमीकडे बोट दाखवले.

''हे मान्य करणं अवघड आहे, असं तुला वाटत नाही का? जर आपलं नशीब पूर्णपणे मोकाट आहे, नैसर्गिकरित्या घडतंय, असं लोकांना वाटलं तर लोकांना कशाचाही बोध होणार नाही, त्यांच्यासमोर कोणताच हेतू असणार नाही, त्यांना कार्यप्रवण करणारी कोणतीच गोष्ट अस्तित्वात उरणार नाही, असं तुला वाटत नाही का?''

''उलटपक्षी हाच विचार सामर्थ्य प्रदान करणारा आहे. एकदा का आपलं नशीब घडवण्यास आपण समर्थ आहोत, हे लोकांना समजलं, तर आपल्याला ज्या सिद्धांतामुळे सामर्थ्य प्राप्त होतं, तोच सिद्धांत वापरून आपलं आयुष्य घडवण्यास लोक प्रवृत्त होतील. जर तुम्हाला सुदैवाचा आशीर्वाद लाभला असेल, तर परमेश्वराच्या दयाळूपणावर विश्वास ठेवून स्वतःमध्ये विनम्रता रुजवण्याची निवड तुम्ही करू शकता. पण जर तुम्हाला दुर्दैवाचा शाप लाभला असेल, तर ती महान शक्ती तुम्हाला शिक्षा देण्यासाठी अशा प्रकारे वागवत आहे, असं तुम्ही समजण्याची गरज नाही. तुमची परिस्थिती ही पूर्णपणे मुक्त परिस्थितींमुळे निर्माण झालेली आहे. विश्वाच्या भेदातीत कार्यपद्धतीमुळे ती मिळाली आहे. त्यामुळे तुमच्या दैवाला आव्हान देण्याचं तुम्ही ठरवलं, तर तुमच्या नशीबाबाबत निर्णय घेण्याचं सामर्थ्य असणाऱ्या कोणत्याही परमेश्वरी शक्तीला तुम्ही आव्हान देत नसता. तुमच्या विरोधात त्यावेळी फक्त तुमच्या मनाच्या मर्यादाच असतात. या सिद्धांतामुळे आपल्या दैवाशी संघर्ष करण्याचं सामर्थ्य तुम्हाला लाभतं.''

सतीने आपले मस्तक हलवले. ''काही वेळा तू अत्यंत क्रांतिकारकरित्या वागतोस.''

शिवाने डोळे मिचकावले. ''तो कदाचित माझ्या पूर्वायुष्यातील पापांचा परिणाम असावा.''

ते दोघेही एकदमच हसू लागले आणि हसता हसताच त्यांनी पंचवटी नगरीच्या प्रवेशद्वाराच्या बाह्य भागात प्रवेश केला.

पंचवटीच्या अतिथिगृहांची वसाहत समोरच, थोड्या अंतरावर होती. त्यावेळी शिव भेदकपणे म्हणाला, ''परंतु एका व्यक्तीला मात्र आपल्या या जीवनातील कर्मांचा हिशेब त्याच्या मित्रांना द्यावाच लागेल.''

‘‘बृहस्पतीजी?’’

शिवाने मान डोलावली.

‘‘तुझ्या मनात काय चाललंय?’’

‘‘ते अद्याप कसे काय जीवित राहू शकले, याविषयी त्यांनी पार्वतेश्वर आणि आयुर्वती यांची भेट घेऊन त्यांच्याशी संभाषण करावं असं मला वाटत होतं. मी त्यांना त्याविषयी विचारलं.’’

‘‘आणि?’’

‘‘त्यांनी त्याला तातडीने संमती दर्शवली.’’

‘‘माझीही त्यांच्याकडून तीच अपेक्षा होती.’’

— ⚲ ◎ ⋃ ⇡ ⊛ —

‘‘तुम्ही ठीक आहात ना?’’ आनंदमयीने विचारले.

पंचवटीच्या अतिथिगृहांच्या वसाहतीतील आपल्या खाजगी कक्षात पार्वतेश्वर आणि आनंदमयी बसले होते.

‘‘मी खूपच संभ्रमित झालो आहे,’’ पार्वतेश्वर म्हणाला. ‘‘मेलुहाच्या राज्यकर्त्याने आमच्या जीवनमार्गाच्या सत्य, कर्तव्य आणि सन्मान या उच्च तत्त्वांचं प्रतिनिधित्व केलं पाहिजे. जर आमचा सम्राटच अशा प्रकारे वेळ येईल त्याप्रमाणे कायदेभंग करणारा असेल, तर तो आमच्याविषयी काय बोलू शकेल? सतीच्या बाळाचा जन्म झाला, त्याच वेळी त्यांनी कायदेभंग केला होता.’’

‘‘सम्राट दक्षांनी जे काही केलं ते चुकीचं होतं हे मलाही मान्य आहे. परंतु आपल्या मुलाचा पिता म्हणून त्यांनी ते केलं, असा यावर कोणी आक्षेप घेऊ शकेल. त्यांनी आपल्या मुलीला संरक्षण देण्यासाठी ते केलं. अर्थातच त्यांचा मार्ग मूर्खपणाचा होता, हे मान्य केलंच पाहिजे.’’

‘‘त्यांनी जी गोष्ट केली ती चुकीचीच होती, ही वस्तुस्थिती आहे, एवढीच गोष्ट पुरेशी आहे आनंदमयी. त्यांनी कायदा मोडला आणि आता दैवी अस्त्रांचा वापर करून त्यांनी भगवान रुद्राचा नियमही मोडला आहे. त्यांच्यासारखी व्यक्ती जगातील सर्वाधिक उत्तम भूमीचा सम्राट कशी काय असू शकते? यात काहीतरी मोठीच गफलत आहे, असं वाटत नाही का?’’

आनंदमयीने आपल्या पतीचा हात हातात घेतला. ''तुमचा सम्राट कधीच चांगला नव्हता. कित्येक वर्षांपूर्वीच मी हे तुम्हाला सांगितलं असतं. परंतु त्यांच्या गैरकृत्यांमुळे संपूर्ण मेलुहाला तुम्ही दोष देऊ नका.''

''या प्रकारे हे सगळं चालत नाही. नेता ही फक्त आदेश देणारी व्यक्तीच नसते. ज्या समाजाचं तो नेतृत्व करत असतो, त्या समाजाचं तो प्रतिनिधित्वही करत असतो. त्या समाजाचा तो प्रतीक असतो. जर नेताच भ्रष्टाचारी असेल, तर मग समाजही भ्रष्टाचारी असलाच पाहिजे.''

''प्रिया, या मूर्खपणाच्या गोष्टी कोणी तुमच्या मनात भरवल्या? नेता हाही फक्त एक माणूसच असतो. इतर सर्वांसारखाच एक मानव! तो कशाचंही प्रतीक नसतो.''

पार्वतेश्वराने मान हलवली. ''काही सत्यांना आव्हान देताच येत नाही. नेत्याच्या कर्मांचा त्याच्या संपूर्ण भूमीवर प्रभाव पडतो. आपल्या लोकांचा तो आदर्श असल्याचं मानलं जातं. हे वैश्विक सत्य आहे.''

आनंदमयी पुढे झुकली. तिच्या डोळ्यांत एक हळुवार चमक होती. ''पार्वतेश्वर, तुमच्याकडे एक प्रकारचं सत्य आहे आणि माझ्याकडेही एक प्रकारचं सत्य आहे. पण ते वैश्विक सत्य आहे का? ते अस्तित्वात नसतं.''

पार्वतेश्वराने स्मित केले आणि तिच्या चेहऱ्यावर आलेले तिचे कुरळे केस त्याने मागे सारले. ''तुम्ही चंद्रवंशी लोक शब्दांशी खेळण्यात पटाईत असता.''

''शब्दांतून ज्या प्रकारचे विचार व्यक्त होत असतात, त्यानुसार ते चांगले किंवा वाईट ठरतात,'' आनंदमयी म्हणाली.

पार्वतेश्वराच्या चेहऱ्यावरील स्मित आणखी वाढले. ''मग मी काय करावं असं तुला वाटतं? माझे परमेश्वर असलेले नीळकंठ माझ्या सम्राटाच्या कृतीमुळे माझ्या भूमीविरुद्ध युद्ध पुकारतील असं मला वाटतंय. मग अशा परिस्थितीत मी कोणती बाजू घ्यावी, हे मला कसं काय समजेल?''

''तुम्ही तुमच्या परमेश्वराशी एकनिष्ठ रहा,'' आनंदमयी म्हणाली. तिच्या आवाजात कोणत्याही प्रकारची अनिश्चितता नव्हती. ''पण हा सैद्धांतिक प्रश्न आहे. त्यामुळे त्याविषयी फार विचार करत बसू नका.''

— 𑀓 ◎ 𑀇 𑀔 ⊕ —

"प्रभू, तुम्ही मला बोलावलंत," आयुर्वती म्हणाली.

शिवाच्या कक्षात पार्वतेश्वराला आणि तिला पाचारण करण्यात आलं, त्यावेळी पार्वतेश्वराएवढीच तीही आश्चर्यचकित झाली होती. त्यांचे पंचवटीत आगमन झाल्यापासून शिव आपला बराचसा वेळ नाग लोकांसमवेतच व्यतीत करत होता. पंचवटीतील आगमना दरम्यान शिवाच्या पथकावर झालेल्या हल्ल्यात नाग लोकच सहभागी असल्याची तिची खात्री पटली होती. त्यामुळे नागांच्या या विश्वासघाताचे पुरावे पंचवटीत नीळकंठ शोधत असावा, असे तिला वाटत होते.

"पार्वतेश्वर, आयुर्वती तुमचं स्वागत असो!" शिव म्हणाला. "मी तुम्हाला इथं पाचारण केलं, कारण आता नागांचं रहस्य तुम्हाला समजण्याची वेळ आली आहे."

पार्वतेश्वराने आश्चर्यचकित होत वर बघितले. "पण आमच्यापैकी फक्त आम्हा दोघांनाच का प्रभू?"

"कारण तुम्ही दोघंही मेलुहाचे आहात. गोदावरीजवळ आपल्यावर झालेल्या हल्ल्यामागे बऱ्याच गोष्टी कारणीभूत असाव्यात असा संशय यायला माझ्याकडे एक कारण आहे. ब्रंगातील महामारी, नागांचं वचन आणि सरस्वती कोरडी पडणं या गोष्टी याच्याशी संबंधित आहेत, असं मला वाटतंय."

पार्वतेश्वर आणि आयुर्वती संभ्रमित झाले.

"परंतु एक गोष्ट मात्र मला निश्चितपणे माहिती आहे. हा हल्ला मंदार पर्वताच्या विनाशाशी संबंधित आहे."

"काय? कसं काय?"

"याविषयी एकच व्यक्ती माहिती देऊ शकेल. ती मरण पावली आहे, असं तुम्हाला वाटतंय तीच ती व्यक्ती."

तेवढ्यात दरवाजाचा आवाज झाला आणि आयुर्वती व पार्वतेश्वराने मागे वळून पाहिले.

बृहस्पती शांतपणे चालत येत होते.

— ☆◎Ʊ⚶⊕ —

"सोमरस हा सैतान आहे?" आनंदमयीने अविश्वासाने विचारले. "प्रभू

नीळकंठाला असं वाटतंय?''

पंचवटीतील अतिथिगृहातील आपल्या खाजगी कक्षात पार्वतेश्वर आणि आनंदमयी बसले होते. त्यांच्यात नुकताच भगीरथही सहभागी झाला होता.

''त्यांना काय वाटतंय ते मी खात्रीनं सांगू शकत नाही,'' पार्वतेश्वर म्हणाला. ''परंतु बृहस्पतींना तरी तसंच वाटतंय.''

''परंतु सैतानी गोष्ट ही प्रत्येकासाठीच सैतानी ठरली पाहिजे, असं मानलं जातं,'' भगीरथ म्हणाला. ''सैतान काय आहे, हे स्वार्थासाठी आपली बाजू सोडणाऱ्या सूर्यवंशीयांनं कशासाठी ठरवावं? आणि आपण त्याचं म्हणणं का मानावं? नीळकंठानं त्याचं म्हणणं का मानावं?''

''ज्या व्यक्तीनं आमच्या साम्राज्याच्या आत्म्याचा विनाश केला, त्याच्या वतीनं मी बोलावं असं तुम्हाला वाटतंय का भगीरथ?'' पार्वतेश्वराने विचारले.

''एक क्षण थांबा,'' आनंदमयीने आपला हात वर घेत म्हटले. ''याचा असा विचार करा. जर ब्रंगातील महामारीचा सोमरसाशी संबंध असेल, जर सरस्वतीचं पात्र हळूहळू कोरडं पडत चालल्याचा संबंध सोमरसाशी असेल, जर नागांच्या जन्माचा संबंध सोमरसाशी असेल तर त्याला वाईट, सैतानी किंवा सैतान असं मानणं हे योग्यच नाही का?''

''मला माहिती नाही भगीरथ,'' त्रस्त झालेल्या पार्वतेश्वराने म्हटले. दक्ष आणि बृहस्पती या दोघांमुळे त्याच्या जगात प्रचंड उलथापालथ झाली होती. ''तुम्ही मला प्रश्न विचारत सुटाल आणि माझ्याकडे त्या प्रश्नांची उत्तरंच नाहीत!''

आनंदमयीने पार्वतेश्वराच्या खांद्यांवर हात ठेवला. ''कदाचित नीळकंठांनाही आपल्याएवढाच धक्का बसला असेल. त्यांनाही या सगळ्या गोष्टींवर विचार करण्याची गरज भासत असेल. घाईघाईनं जलद निर्णय घेणं त्यांना परवडणारं नाही.''

''ते ठीक आहे. पण याआधीच त्यांनी एक निर्णय घेऊन टाकला आहे,'' पार्वतेश्वर म्हणाला.

भगीरथ आणि आनंदमयी त्याच्या चेहऱ्याकडे चौकसपणे पाहू लागले.

''सगळ्यांच्या जखमा बऱ्या झाल्या, की आपण सारे जण स्वद्वीपला जाणार आहोत. पुढे नेमकं काय करायचं याविषयीचा निर्णय त्यांनी घेईपर्यंत आपण त्यांची काशीत जाऊन प्रतीक्षा करावी, असा आदेश प्रभूंनी दिला आहे. गोदातीरावर

आपल्या हत्या करण्याच्या कटात काशीचे महाराज सामील झाले नव्हते, राजे अथिथिग्वा विकले गेलेले नाहीत असा त्यांचा विश्वास आहे.''

''परंतु आपण काशीत गेलो, तर माझ्या पिताजींना आपण जीवित असल्याचा सुगावा लागेल,'' भगीरथ म्हणाला. ''त्यांचा हल्ला निष्फळ ठरला, हे त्यांना समजेल.''

''आपल्याला याविषयी मौन पाळावं लागेल. काहीच घडलं नाही, अशा प्रकारे आपल्याला वागावं लागेल. आपल्यावर मुळात हल्ला झालाच नव्हता, अशी बतावणी आपल्याला करावी लागेल. आपण सुखरूपपणे पंचवटीत पोहचलो आणि परतलो असा देखावा आपल्याला करावा लागेल.''

''पण त्यांच्या युद्धनौकांविषयी त्यांना आश्चर्य वाटणार नाही का?''

''त्याचा विचार करू नका, असं प्रभूंनी सांगितलं आहे. कारण एवढ्या प्रदीर्घ सागरी आणि नदीतून केल्या जाणाऱ्या प्रवासात काहीही घडू शकतं. आपल्यावर हल्ला करण्यापूर्वीच त्यांच्या युद्धनौकांना अपघात झाला असेल असं त्यांना वाटू लागेल.''

भगीरथाने आपल्या भुवया उंचावल्या. ''यावर विचार ठेवण्याएवढे कदाचित माझे पिताजी नक्कीच मूर्ख असतील; परंतु ते या कटाचे सूत्रधार नाहीत. ज्या कोणी एवढ्या मोठ्या प्रमाणात हा कट रचला आहे, तो नेमकं काय घडलं याचा शोध नक्कीच घेईल.''

''परंतु शोधाला कालावधी लागेल. तोपर्यंत आपण नेमकं काय केलं पाहिजे याविषयी विचार करण्यास नीळकंठांना वेळ मिळेल.''

''म्हणजे प्रभू आपल्यासोबत येणार नाहीत?'' चकीत झालेल्या आनंदमयीने विचारले.

पार्वतेश्वराने नकारार्थी मान हलवली. ''नाही. ते किंवा त्यांचे कुटुंबीय आपल्यासोबत काशीत असणार नाहीत, हे आपण माहिती करून घेतलं पाहिजे, असंही त्यांनी सांगितलं. ते पंचवटीतच राहिले आहेत, असाच गवगवा आपण सर्वत्र करायचा आहे. त्या हल्ल्याचा रोख नीळकंठावर असल्यामुळे आपण यामुळे सुरक्षित राहू, असं प्रभूंना वाटतं.''

''याचा एकच अर्थ असू शकतो,'' भगीरथ म्हणाला. ''बृहस्पतींना ते प्रचंड महत्त्व देत आहेत, मात्र तरीही कोणत्याही निर्णयाप्रत पोहचेपर्यंत त्यांना आणखी

काही गोष्टींबाबत खात्री करून घ्यायची आहे.''

आनंदमयीने आपल्या पतीकडे पाहिले. तिच्या डोळ्यांत त्यांच्याविषयीची चिंता होती. युद्ध जवळ आले आहे, हे तिला माहिती होते. कदाचित भरतवर्षाच्या इतिहासात तोपर्यंत घडले नव्हते, एवढे मोठे...महायुद्ध अटळ असावे. आणि कोणत्याही शक्यतेचा विचार करता, त्या युद्धात मेलुहा आणि शिव हे परस्परांच्या विरोधातच उभे ठाकले असते. मग अशा परिस्थितीत तिच्या पतीने कोणत्या बाजूची निवड करायला हवी होती?

''काही का घडेना;'' आनंदमयी म्हणाली. तिने पार्वतेश्वराचा चेहरा आपल्या ओंजळीत धरला होता. ''आपण नीळकंठावरच पूर्ण विश्वास ठेवला पाहिजे.''

पार्वतेश्वराने मूकपणे मान डोलावली.

— ᛁᛟᛜᛏᚷ⊕ —

शिव, परशुराम आणि नंदी गोदावरीच्या तीरावर बसले होते. शिवाने चिलमीचा एक जोरदार झुरका मारला आणि नदीच्या प्रवाहाकडे पाहिले. तो विचारात हरवून गेला होता. आपल्या मित्रांच्याकडे तो वळला आणि त्याने एक उसासा टाकला. ''तुला खात्री आहे का परशुराम?'' त्याने विचारले.

''होय, प्रभू,'' परशुरामाने उत्तर दिले. ''ब्रह्मपुत्रच्या अगदी टोकाच्या वरच्या भागापर्यंतही मी तुम्हाला घेऊन जाऊ शकेन. तिथे तिला त्सांगपो म्हणूनच ओळखलं जातं. परंतु तिकडं जावं अशी शिफारस मी करणार नाही. कारण त्या विश्वासघातकी मार्गावर अनेकवेळा मृत्यूचे प्रसंग ओढवतात.''

शिव मूकच राहिला. त्यामुळे परशुराम आणखी पुढे सांगू लागला. ''या नदीविषयी एवढं का विचारलंत, प्रभू?'' ब्रह्मपुत्रच्या प्रवाहाविषयी नागांनीही नको इतके स्वारस्य दाखवल्याचे पाहून त्याला त्याविषयी आधीच कुतूहल वाटले होते. ''प्रथम नागांनी विचारलं आणि आता तुम्ही विचारलं. प्रत्येकालाच यात एवढं स्वारस्य का वाटतंय?''

''ती सैतानाला वाहून आणत असण्याची शक्यता आहे, परशुराम.''

नंदीने आश्चर्याने वर बघितले. ''प्रभू, त्सांगपो तुमच्या मायभूमीच्या जवळूनच उगम पावते ना?''

"होय, नंदी," शिव म्हणाला. "याचाच अर्थ सुरुवातीला वाटलं, त्याहूनही सैतान अधिक निकट आहे."

नंदी शांत राहिला. शिवाच्या ताफ्यावर झालेला हल्ला हा मेलुहाकडून झाला होता, हे माहिती असलेल्यांपैकी तो एक होता. आपण काय केलं पाहिजे, ते त्याला माहिती होतं. आपली मायभूमी आणि शिव यांच्यापैकी एकाची निवड करण्याची वेळ आलीच असती, तर त्याने शिवाचीच निवड केली असती. परंतु त्यामुळे मनोमन तो खूपच विव्हळ झाला असता, हे नक्की! आपल्या प्रिय मातृभूमीवर हल्ला करणाऱ्या पथकातही कदाचित त्याला सहभागी व्हावं लागलं असतं. अशा प्रकारच्या परिस्थितीत आपल्याला आणून सोडणाऱ्या आपल्या दैवाचा त्याला तिरस्कार वाटत होता.

— ᛣ◉ᚻᚠᚨ⊕ —

"प्रभू, मला यामागचा सूत्रधार कसा शोधून काढायचा ते ठाऊक आहे," भगीरथ म्हणाला.

पार्वतेश्वराच्या कक्षातून बाहेर पडल्याबरोबर तातडीने त्याने शिवाची भेट मागितली होती. त्याच्या पिताजींनी नीळकंठाला विरोध करण्याचा निर्णय घेतल्याचे त्याला माहिती होते. त्यामुळे आपली निष्ठा शिवाशी असल्याचे तातडीने सिद्ध करण्याची गरज त्याला भासत होती. त्याला शिवाला गमवायचे नव्हते. नीळकंठासमवेत असलेल्या इतर राजांचे किंवा सरदारांचे किंवा इतर लोकांचे मत काय होते, याच्याशी त्याला काहीच कर्तव्य नव्हते.

"कसं काय?" नीळकंठाने विचारले.

"या कटाच्या अंमलबजावणीसाठी लागणारं धन आणि कल्पनाशक्तीही माझ्या पिताजींच्याकडे नाही, हे तुम्हाला मान्य आहे. आपल्या स्वार्थीपणाच्या गरजा भागवण्यासाठी नक्कीच त्यांना कोणाच्या तरी सैतानी कटाला बळी पडावं लागलेलं असणार."

शिव जिज्ञासेने पुढे झुकला. "म्हणजे तुला वाटतंय की त्यांना लाच दिली गेलेय? तुझ्या पिताजींना तर पैशांची एवढी कमतरता नाही."

"आपल्या जीवनाची लाच जर दिली जात असेल, तर त्याहून अधिक मौल्यवान

लाच कोणती असू शकेल, प्रभू? काही वर्षांपूर्वीच्या माझ्या पिताजींना तुम्ही पाहिलं होतं का? स्मशानाच्या पायऱ्यांवर ते उभे आहेत, असं वाटावं अशी त्यांची परिस्थिती होती. मृत्यूची झडप कोणत्याही क्षणी त्यांच्यावर पडेल असं कोणालाही त्यावेळी त्यांच्याकडे पाहिल्यावर वाटलं असतं. भ्रष्ट आचार आणि अपेयपान यांमुळे त्यांच्या शरीरात प्रलयच माजला होता. परंतु आज पहा. मी त्यांना जेवढे तरुण असताना पाहिले होते, त्याहूनही ते काही वर्षांनी अधिक तरुण दिसू लागले आहेत.''

''सोमरस?''

''मला तसं वाटत नाही. कारण पूर्वीही त्यांनी सोमरस घेऊन पाहिला होता, हे मला माहिती आहे. परंतु त्याचा फारसा उपयोग झाला नव्हता. कोणीतरी त्यांना त्याहूनही सर्वोच्च गुणवत्तेच्या औषधाचा पुरवठा करत आहे. अगदी राजानांही जी गोष्ट उपलब्ध नाही, अशी कोणती तरी दिव्यौषधी त्यांना प्राप्त झाली आहे.''

शिवाचे डोळे विस्फारले. 'राजाहूनही अधिक सामर्थ्यशाली आणि ज्ञानी कोण असू शकेल?'

''त्यांना महर्षि साहाय्य करत आहेत, असं तुला वाटतं का?''

भगीरथाने नकारार्थी मान हलवली. ''नाही, प्रभू. महर्षि त्यांचं नेतृत्व करत आहेत, असं मला वाटतं.''

''परंतु हे महर्षि आहेत तरी कोण?''

''मला माहिती नाही. परंतु मी जेव्हा अयोध्येला परत जाईन...''

''अयोध्या?''

''जर गोदातीरावर आपल्यावर कोणताही हल्ला झालेला नाही, असं आपण दाखवणार असू; तर मी अयोध्येला न परतण्याचं कारणच काय प्रभू? माझ्या अशा वर्तनामुळे संशयास्पद परिस्थिती निर्माण होईल. त्याहूनही महत्त्वाचं म्हणजे मी अयोध्येत असलो, तर त्या सूत्रधाराला मी मुद्देमालासकट पकडू शकेन. तो नेमका कोण आहे, ते मी शोधू शकेन. माझ्या पिताजींनी पराकाष्ठेचे प्रयत्न केले असले, तरी अद्यापही माझे 'डोळे' आणि 'कान' त्या 'अजिंक्य भूमीत' आहेत.''

शिवाने त्यावर क्षणभर विचार केला. त्याला ती विचारशृंखला मान्य झाली होती. शिवाविषयीची आपली निष्ठा सिद्ध करण्यासाठी भगीरथ त्याहूनही अधिक उत्सुक होता.

शिवाने मान डोलावली. ''ठीक आहे. अयोध्येत जा.''

''परंतु प्रभू, ज्यावेळी वेळ येईल, त्यावेळी अयोध्येच्या आणि स्वद्वीपच्या बाबतीत थोडासा दयाळूपणा दाखवला जावा, असं मला वाटतं.''

''दयाळूपणा?''

''प्रभू, आम्ही मोठ्या प्रमाणात सोमरसाचा उपयोग केलेला नाही. फक्त काही चंद्रवंशी सरदारांनी सोमरस घेतला आहे आणि तोही अत्यल्प प्रमाणात. मेलुहाच्या लोकांनी त्याचा दुरुपयोग केला आहे. त्यामुळेच सैतानाचा उदय झाला आहे. म्हणूनच ज्यावेळी सोमरसावर बंदी घातली जाईल, त्यावेळी फक्त मेलुहात सोमरसाच्या वापरावर बंदी घातली जावी. 'देवांच्या त्या पेयाचा' स्वद्वीपला लाभ मिळालेला नाही. त्याच्या वापराची आम्हाला परवानगी मिळावी, असं मला वाटतं.''

''सोमरस कमी प्रमाणात वापरावा, ही काही तुम्ही केलेली निवड नव्हती, भगीरथा,'' शिव म्हणाला. ''तुम्हाला त्याचा अतिरिक्त वापर करण्याची संधीच मिळाली नाही. तुम्हाला जर तशी संधी मिळाली असती, तर परिस्थिती वेगळीच असती. मी त्याच्या वापरावरच शक्य तेवढी बंदी आणणार आहे, हे तुला माहिती आहे.''

''पण मेलुहा.....''

''होय. मेलुहाने त्याचा जास्त वापर केला आहे. त्यामुळे साहजिकच त्यांना त्याचे क्लेशदायक परिणामही अधिक प्रमाणात भोगावे लागणार आहेत. परंतु मला एक गोष्ट स्पष्ट करू दे. जर सोमरस हा सैतान आहे, असं मी ठरवलं, तर कोणीही त्याचा वापर करणार नाही. कोणीही नाही.''

भगीरथ मौन राहिला.

''हे लक्षात आलंय का?'' शिवाने विचारले.

''अर्थातच, प्रभू.''

प्रकरण ५

अधिक जवळचा मार्ग

उत्तरेकडच्या मार्गावरून वरच्या दिशेने उज्जैन या वासुदेवांच्या नगरीकडे सुमारे पाचशे लोकांचे पथक मार्गक्रमण करत होते. शिव आणि त्याचे कुटुंबीय मध्यभागी होते. नित्याच्या मानांकित पद्धतीने नाग आणि ब्रंग सैनिक संरक्षणात्मक रचना करून कूच करत होते. शिवाच्या मूळ पथकातील कोणालाही या मार्गाचा ठावठिकाणा समजावा, अशी कालीची इच्छा नव्हती; त्यामुळे त्यांच्यापैकी कोणाचाही या पथकात समावेश करण्यात आला नव्हता. नंदी आणि परशुराम हेच फक्त याला अपवाद होते. वासुदेवांनी सोमरसाविषयी नेमके काय सांगितले, हे समजून घेण्यासाठी कदाचित शिवाला बृहस्पतींची आवश्यकता भासेल, या दृष्टीने बृहस्पतींचाही समावेश या पथकात करण्यात आला होता.

बृहस्पतींविषयी शिवाच्या मनात काही प्रश्न आणि शंका अद्यापही असल्यामुळे पूर्वी त्या दोघांमध्ये असलेले बंधुप्रेम कुठेतरी हरवले होते.

आपल्या मूळ ताफ्यासह पार्वतेश्वर, आयुर्वती, आनंदमयी आणि भगीरथ यांचे वास्तव्य पंचवटीतच होते. काही सप्ताहांतच ते काशीला प्रयाण करणार होते. दंडकारण्यातून जाणाऱ्या पूर्वेकडील मार्गावरून ब्रंगावरून ते काशीला पोहचणार होते. ब्रंगाला जाणारा मार्ग दाखवण्यासाठी मार्गदर्शक म्हणून विश्वद्युम्न त्यांच्यासमवेत जाणार होता.

"गणेश, आपण पंचवटीहून मेलुहाला जाताना मार्गावरच उज्जैन लागेल की आपल्याला वेगळ्या मार्गाने जावं लागेल?'' अरण्यात बांधल्या गेलेल्या मार्गाच्या दिशेने जाण्यासाठी आपल्या अश्वाला टाच देत शिवाने विचारले. त्या मार्गावर दोहो बाजूंना संरक्षणात्मक कुंपणे बांधण्यात आली होती. आतील बाजूला निरुपद्रवी नागवेली होत्या; तर बाहेरच्या बाजूला विषारी वेली होत्या. त्याद्वारे त्या मार्गावर जंगली जनावरांना मज्जाव करण्यात आला होता.

"खरं तर पिताजी, उज्जैन हे स्वद्वीपच्या मार्गावर आहे. ते स्वद्वीपच्या ईशान्येला आहे. नर्मदेच्या मुखापासून मेलुहाची जन्म नगरी फारशी दूर नाही.''

"तुमचा जलमार्ग नर्मदेच्या पात्रातून जातो का? त्या मार्गातून पश्चिमेकडे गेलं तर मेलुहा आणि पूर्वेकडे गेल्यावर उज्जैन आणि स्वद्वीप लागतात का?''

"होय माते,'' गणेशाने उत्तर दिले.

शिव आपल्या पुत्राकडे वळला. "तू कधी मैकाला गेला आहेस का? त्यागली गेलेली नाग बाळं तिथून कशी काय संगोपनासाठी नेली जातात?''

"मैका हे नागांविषयी कोणताही पूर्वग्रह नसलेलं स्थान आहे, पिताजी. कदाचित असाहाय्य नागा बाळांच्या शरीरातून होणारी कर्करोगसदृश वाढ आणि त्यावेळी त्यांना होणाऱ्या असह्य वेदना पाहून त्यांची अंतःकरणंही पिळवटून निघत असावीत. नाग अर्भकांच्या जन्मानंतर महिन्याच्या आत अशा मुलांना वाचवण्याचे प्रयत्न करण्यात तेथील प्रमुखाला वैयक्तिक स्वारस्य असतं. दर महिन्यात नाग अर्भकांनी भरलेली नौका नर्मदेतून खालच्या दिशेने प्रवास करत असते. ती मैकामध्ये रात्री उशीरा पोहचते आणि मैकाच्या नोंदणी अधिकाऱ्याकडे त्या नाग बाळांना सुपूर्द केलं जातं. आपल्या मुलांच्या कल्याणासाठी काही नाग मुलांचे पालकही त्यांच्यासोबत आलेले असतात आणि तेही पंचवटीत वास्तव्य करतात.''

"मैकाचे अधिकारी त्यांना रोखत नाहीत का?''

"खरं तर, मेलुहाच्या कायद्यानुसार, तत्त्वतः पालकांनीही आपल्या नाग अर्भकांसोबत पंचवटीला गेलं पाहिजे. असं केल्यानं, ते आपल्या कायद्याचं पालनच करत असतात. परंतु काही जण तसं करण्यास नकार देतात. ते आपल्या मुलांचा त्याग करतात आणि मेलुहातील आपल्या ऐषारामी आयुष्याकडे परत जातात. अशा प्रकरणांत फक्त बाळालाच पंचवटीकडे सोपवलं जातं. अशा वेळी हा कायदेभंग आपल्या दृष्टोत्पत्तीस आलाच नसल्याचं ढोंग मैकाचा प्रमुख

अधिकारी करतो.''

सतीने आपले मस्तक हलवले. ती शंभरहून अधिक वर्षे मेलुहात राहिली होती. त्यापैकी अर्भकावस्थेत असतानाची काही वर्षं तिनं मैकात व्यतीत केली होती. तिला यापैकी काहीही ठाऊक नव्हते. आता मात्र आपल्या ज्ञात राष्ट्राला ती पुन्हा एकदा नव्याने आणि खऱ्या अर्थाने जाणून घेत होती. अशा प्रकारे कायदेभंग करणारे तिचे पिताजी एकमेव नव्हते. मुलांच्याविषयी असलेल्या कर्तव्यापेक्षा किंवा प्रभू रामाचे कायदे पाळण्यापेक्षा मेलुहातील ऐषारामी, आरामशीर जीवनाला कित्येक लोक प्राधान्य देत होते, असे दिसत होते.

शिवाने समोर पाहिले. एक भले मोठे गलबत एका मोठ्या खाऱ्या पाण्याच्या तळ्याजवळ त्याला दिसले. त्या जहाजावरच्या खोल चरामुळे जलाला अवरोध केला गेला होता. ब्रंगामध्ये शिवाने अशाच प्रकारच्या तरंगत्या सुंदरी झाडांची वाटिका पाहिली होती. त्यामुळे या झाडांनाही मुळे नसतील आणि ती तरंगती असतील, अशी शिवाची अटकळ होती. तिथून पुढचा मार्ग दिसत होता. ''खाऱ्या पाण्याच्या तुमच्या गुप्त तळ्याजवळ आपण पोहचलो आहोत, असं मला वाटतंय. मला वाटतं, की नर्मदा या वाटिकेच्या पलीकडे असावी.

''या खाऱ्या पाण्याच्या तळ्यापलीकडे एक भली मोठी नदी आहे, पिताजी,'' गणेश म्हणाला. ''परंतु ती नर्मदा नाही. ती तापी आहे. आपल्याला दुसरी बाजू ओलांडावी लागेल. त्यानंतर काही दिवसांच्या प्रवासानंतर आपण नर्मदेजवळ पोहचू.''

शिवाने स्मित केले. ''परमेश्वराने या भूमीला कित्येक नद्यांचं वरदान दिलं आहे. भरतवर्षाला कधीच जलाची कमतरता भासणार नाही.''

''मात्र त्यासाठी ज्याप्रमाणे आपण सरस्वतीचा दुरुपयोग करत आहोत, त्याप्रमाणे या नद्यांच्या जलाचाही अपव्यय करून दुरुपयोग करता कामा नये.''

गणेशाच्या म्हणण्याला संमती दर्शवत शिवाने मान डोलावली.

भृगुंनी संदेशपत्र फोडले. त्यांच्या अपेक्षेप्रमाणेच घडले होते. वायुपुत्रांनी त्यांना बहिष्कृत केले होते.

'प्रभू भृगु,

कराचपा येथे ताफ्यातील युद्धनौकांवर दैवी अस्त्रे लादण्यात आली होती. या संदर्भात आम्ही केलेल्या शोधकार्यातून, या अस्त्रांचे उत्पादन आपणच केल्याचे स्पष्ट झाल्याचे आम्हाला सखेद नमूद करावे लागत आहे. आपल्याला संशोधन कार्यासाठी देण्यात आलेल्या सामग्रीचा वापर आपण या कामी केल्याचेही स्पष्ट झाले आहे. भगवान रुद्र, या आपल्या देवाने ज्या अस्त्रांवर बंदी घातली होती, त्या अस्त्रांचा आपण गैरवापर करणार नाही, हे आम्ही समजू शकतो. परंतु तरीही या अस्त्रांच्या अशा प्रकारच्या अनधिकृत वहनास आम्ही परवानगी देऊ शकत नाही. शिवाय या अनधिकृत वहनासाठी शिक्षा करणेही क्रमप्राप्तच आहे. त्यामुळे परीहामध्ये प्रवेशास; तसेच वायुपुत्रांशी कोणत्या प्रकारचा संपर्क ठेवण्यास आपल्याला मनाई करण्यात येत आहे. दैवी अस्त्रांचा उपयोग न करण्याविषयी भगवान रुद्राला दिलेल्या वचनाचा आपण आदर राखाल, अशी आमची अपेक्षा आहे. वायुपुत्रांचा प्रत्येक मित्र तो राखतो आणि ते वचनही महान आहे. त्यामुळेच वायुपुत्रांच्या सुरक्षा यंत्रणेकडे आपल्याकडची सर्व दैवी अस्त्रे आपण तातडीने सुपूर्द करावीत, अशी आमची अपेक्षा आहे.'

या संदेशपत्रावर मित्र या वायुपुत्रांच्या नेत्याची स्वाक्षरी होती. मित्राने वैयक्तिकरित्या अशा संदेशपत्रावर स्वाक्षरी करणे ही गोष्ट क्वचितच घडत असे. सहसा अमर्त्य शपांड या वायुपुत्रांच्या सभेच्या उपमुख्य अधिकाऱ्याची अशा पत्रांवर स्वाक्षरी असे. शपांडप्रमाणे एकूण सहा उपमुख्य अधिकारी होते. त्यांच्यापैकी कोणीही अशा पत्रांवर स्वाक्षरी करत असे. याचा अर्थ ही बाब वायुपुत्रांनी अत्यंत गांभीर्याने घेतली होती.

परंतु आपण नियमाचा भंग केलेला नाही, याविषयी भृगुंना खात्री होती. स्वयंघोषित नीळकंठ यंत्रणेच्या विरोधात कोणतीही कारवाई न केल्यामुळे नीळकंठ या यंत्रणेचे विडंबन होत असल्याचे त्यांनी वायुपुत्रांच्या सभेला याआधीच कळवले होते. परंतु वायुपुत्रांनी त्या विरोधात कोणतीही कारवाई केली नव्हती. मात्र त्यांनी दिलेल्या संशोधन साहित्याचा भृगुंनी दुरुपयोग केल्याचे त्यांना का वाटत होते, ही बाब मात्र ते समजू शकत होते. खरे सांगायचे तर त्यांनी तसेही केले नव्हते. ती सामग्री वापरण्याविषयीच्या अपराधीपणातून भृगु बाहेर पडले होते आणि तरीही त्यांना आवश्यकता असलेली दैवी अस्त्रे बनवण्यासाठी तेवढी सामग्री अजिबात

पुरेशी नाही, हे त्यांना माहिती होते. गेली काही वर्षे भरपूर कष्टांनी त्यांनी अशा प्रकारच्या दैवी अस्त्रांचा साठा तयार करून ठेवला होता. कदाचित म्हणूनच त्या अस्त्रांकडे आता वायुपुत्रांकडून मिळालेल्या सामग्रीच्या साहाय्याने बनवण्यात आलेल्या दैवी अस्त्रांएवढी क्षमता नव्हती. वायुपुत्रांकडे कित्येक प्रयोगशाळा होत्या; तर भृगु मात्र एकटेच काम करत होते.

भृगुंनी उसासा सोडला. आपण उत्पादित केलेली सगळीच्या सगळी अस्त्रे त्यांनी वापरली होती. मात्र एवढे करूनही आपला हेतू त्यांना साध्य करता आला होता का, हाच खरा प्रश्न होता. नीळकंठाची हत्या झाली होती का हे त्यांना माहिती नव्हते. दक्षाशी याविषयी संभाषण करणे निष्फळ होते. आपल्या कन्येशी असलेल्या संबंधात वितुष्ट आल्यापासून तो धक्का बसलेल्या अवस्थेतच होता. भृगुंनी दुसरी एक नौका पाठवली होती. तिच्यावर दिलीपाच्या सैन्यातील सैनिकांचा समावेश होता. गोदावरीच्या मुखाजवळ नेमके काय घडले होते, ते शोधून काढणे हे त्या सैन्याचे काम होते. परंतु तिथे काय घडले, हे त्यांना समजण्यास काही महिन्यांचा कालावधी उलटावा लागला असता.

''आणखी काही प्रभू?'' तिथे संदेशपत्र घेऊन आलेल्या त्या महिला कर्मचाऱ्याने विचारले.

भृगुंनी अस्वस्थपणे हात हलवून तिला तिथून जाण्याचा आदेश दिला. कदाचित त्यांचे काम पूर्ण झाले असावे. कदाचित नीळकंठाची हत्या झालेली असेल. तो मरण पावला असेल. परंतु भृगुंची जहाजे कदाचित अयशस्वीही झाली असण्याची शक्यता होती. एवढेच नव्हे; तर कदाचित सोमरसाविषयी नीळकंठाचे मन वळवण्यात नाग लोकांना यश आले असण्याचीही शक्यता होती आणि ते सर्व जण लोकांना सोमरसाविरुद्ध भडकवण्याची योजना तयार करण्यातही मग्न असणे अशक्य नव्हते. शिवाच्या पथकावर हल्ला करण्यासाठी त्यांनी पाठवलेल्या त्या पाच युद्धनौकांविषयीची माहिती मिळेपर्यंत निश्चितपणे काहीही सांगता येणे शक्य नव्हते. त्यांना देवगिरीत वास्तव्य करणे कितीही आवडत नसले, तरी त्यावेळी तरी तिथेच राहून प्रतीक्षा करण्याखेरीज त्यांच्या हातात काहीच उरलेले नव्हते. सोमरस सुरक्षित असल्याचे समजेपर्यंत त्यांना तिथेच वास्तव्य करणे क्रमप्राप्त होते. कारण भरतवर्षाचे भवितव्य पणाला लागल्याचे त्यांना माहिती होते.

भृगुंनी दीर्घ श्वास घेतला आणि ते ध्यानात मग्न झाले.

— ⚲ ◎ ⋃ ⇡ ⊛ —

तापी नदीचे पात्र ओलांडल्यानंतर शिवाच्या पथकाने भूमीवरचा प्रवास जलद गतीने केला होता आणि नागांनी जलप्रवासाची तयारी करेपर्यंत ते तिथेच प्रतीक्षा करत थांबले होते. ते थांबले होते, तिथे असलेल्या तरंगत्या वनस्पतींच्या वाटिकेला चारही बाजूंनी खाऱ्या पाण्याच्या गुप्त तळ्यामुळे संरक्षण लाभले होते. त्याच्या पलीकडे महान नर्मदा नदी वहात होती. भगवान मनूने याच सप्त सिंधुची दक्षिण सीमा म्हणून तिला घोषित केले होते.

"आणखी किती दूरवर जायचं आहे, दादा?"

"फार जास्त नाही, कार्तिक. आणखी फक्त थोडेच सप्ताह," गणेशाने उत्तर दिले. "नर्मदेतून आपण पूर्वेकडे काही दिवस प्रवास करू. त्यानंतर महान विंध्याचल पर्वतरांगांच्या खिंडींमधून आपण पायी जाऊ. त्यानंतर आपण चंबळ नदीजवळ पोहचू. त्यापुढे चंबळमधून काही दिवसांचा जलप्रवास केल्यानंतर आपण उज्जैनला पोहचू."

जहाजातून जमिनीवर चढण्या-उतरण्याच्या पुलावरून खलाशी लाकडी फळ्या ओढून आणत होते, ते सती पहात होती. जहाज प्रवासासाठी सज्ज केले जात होते.

सतीच्या अश्वाजवळ येण्यासाठी कृत्तिकेने आपल्या अश्वाला टाच मारली. "राजकुमारी, राणी कालीने आपल्यासोबत यावं असं मला वाटत होतं."

सती कृत्तिकेकडे वळली. "मला माहिती आहे. परंतु ती राणी आहे. पंचवटीमध्ये तिला अनेक जबाबदाऱ्या पार पाडावयाच्या आहेत."

गलबतातून जमिनीवर चढण्या-उतरण्यासाठी वापरल्या जाणाऱ्या त्या पुलावरून आणलेल्या एका लाकडी ओंडक्याच्या जोरदार आवाजामुळे त्यांच्या पुढील संभाषणात व्यत्यय आला.

— ⚲ ◎ ⋃ ⇡ ⊛ —

त्या दिवशी दुपारी उशीरा पार्वतेश्वर, आनंदमयी, भगीरथ आणि आयुर्वती भोजन करत होते. दंडकारण्यातील त्या पाच स्वच्छ, सपाट जागी ते आता पोहचले

होते आणि त्यांपैकी पहिल्या मार्गावर त्यांनी प्रवेश केला होता. ब्रंगातील मधुमतीमधील गुप्त तळ्याजवळ तो मार्ग पोहचत होता. वर्षभरापूर्वी सुमारे सोळाशे सैनिकांच्या ताफ्यासह शिव याच मार्गावरून गेला होता. आता मात्र हे उर्वरित सैनिक याच मार्गावरून काशीकडे कूच करत होते आणि तिथे जाऊन ते शिवाची प्रतीक्षा करणार होते.

भगीरथाने त्या पाच मार्गांकडे आश्चर्याने पाहिले. त्यांच्यापैकी फक्त एकच मार्ग अचूक होता आणि उर्वरित मार्ग म्हणजे घुसखोरांना त्यांच्या योग्य त्या दुर्दैवापर्यंत नेणारी प्रलोभने होती. 'हे नाग लोक आपल्या सुरक्षिततेविषयी अत्यंत जागरुक आहेत. त्याखेरीज त्यांना काहीच सुचत नाही.''

आनंदमयीने वर बघितले. ''आपण त्यासाठी त्यांना दोष देऊ शकतो का? गोदावरी तटावर आपल्यावर त्या युद्धनौकांनी केलेल्या हल्ल्यातून आपण सुखरूप वाचलो, त्यासाठी त्यांच्या या वर्तनालाच आपण धन्यवाद दिले पाहिजेत. ती गोष्ट आपण विसरता कामा नये.''

''ते सत्य आहे,'' भगीरथ म्हणाला. ''नाग हे चांगले मित्र आहेत, याविषयी शंकाच नाही. नीळकंठाविषयीच्या त्यांच्या निष्ठेविषयीही शंका घेण्यास वावच नाही. मात्र त्यांच्या निष्ठेविषयी काही शंका नक्कीच आहेत. ज्या क्षणी तो सत्याचा क्षण समोर येईल, त्यावेळी आपल्याला, सर्वांनाच एका साध्यासुध्या प्रश्नाचं उत्तर द्यावं लागेल. 'नीळकंठासाठी ते जगाशी लढा देतील का? मला माहिती आहे, की मी फक्त नीळकंठासाठीच लढा देईन.''

पार्वतेश्वराकडे पाहताना आनंदमयीचे डोळे चमकले आणि नंतर ती पुन्हा भगीरथाकडे पाहू लागली. त्यानंतर त्याला चिडवत ती म्हणाली, ''सध्या तरी भोजनावरच लक्ष केंद्रीत कर, कनिष्ठ बंधो!''

पार्वतेश्वराने आनंदमयीकडे एक त्रस्त कटाक्ष टाकला. ''या संदर्भात परमात्मा माझ्याबाबतीत इतक्या क्रौर्याने वागेल असं मला वाटत नाही. आपल्या जिवंत परमेश्वराला भेटण्यासाठी त्याने मला सुमारे शतकभर प्रतीक्षा करायला भाग पाडलं. मात्र माझा देव आणि माझा देश यांच्यात निवड करण्याची वेळ माझ्यावर यावी, यासाठी ही गोष्ट त्याने नक्कीच केली नसेल. मेलुहा आणि प्रभू नीळकंठ यांना एकमेकांसमोर शत्रू म्हणून उभे ठाकण्याची वेळच तो येऊ देणार नाही, याची मला खात्री वाटते.''

मात्र त्याच्या या विधानावर त्याचा स्वतःचाच विश्वास नसल्याचे पार्वतेश्वराच्या चेहऱ्यावरील खिन्न हास्याने आनंदमयीला कळून चुकले होते. आपल्या पतीच्या खांद्याला तिने हळुवारपणे स्पर्श घेतला.

आपल्या ताटातील पोळीबरोबर भगीरथ अस्वस्थपणे चाळा करत होता. पार्वतेश्वर आपल्याबरोबर असल्याचे आता आपण गृहीत धरू नये, असे त्याला वाटू लागले होते. मात्र तसे घडले असते, तर नीळकंठाच्या सैन्याची ती मोठीच हानी ठरली असती. कोणत्याही युद्धाची बाजू उलटवणारी आणि विजयश्री खेचून आणणारी युद्धाची धोरणे आखण्याची क्षमता त्याच्याकडे होती.

आयुर्वतीने सहानुभूतीने पार्वतेश्वराकडे पाहिले. त्याच्या अंतर्मनातील संघर्ष तिला चांगलाच ज्ञात होता. मात्र तिने स्वतःपुरता घेतलेला निर्णय तिच्या हृदयात अखंडपणे वास करत होता. तिच्या सम्राटाने मेलुहाचा अपमान करणारे हीन कृत्य केले होते. आपल्या संपूर्ण जीवनभर ज्या राष्ट्रावर तिने प्रेम केले होते आणि ज्याची प्रशंसा केली होती, ते हे राष्ट्र नव्हते. दक्षाच्या देखरेखीखाली मेलुहा अनैतिकतेच्या ज्या पातळीपर्यंत घसरले होते, त्याला प्रभू रामाने कधीच क्षमा केली नसती, हे ती मनोमन जाणून होती. मेलुहा आणि शिव यांच्या संघर्षात तिचा मार्ग स्पष्ट होता. तिने नीळकंठाचीच निवड केली असती. कारण त्यानेच मेलुहातील परिस्थितीही अगदी ताळ्यावर आणली असती.

नागांचे गलबत आता चंबळच्या किनाऱ्यावर नांगरून ठेवण्यात आले होते. त्या भल्या मोठ्या गलबताच्या नांगराजवळच दोरखंडाने बांधलेल्या शिडीवरून शिव, सती, गणेश आणि कार्तिक उतरून तिथेच असलेल्या एका नौकेवर गेले. बृहस्पती, नंदी आणि परशुरामही त्यांच्यापाठोपाठ उतरले. त्यांच्यासोबत दहा नाग सैनिकही होते.

सगळे जण खाली उतरल्यानंतर गलबत किनाऱ्यापासून दूर जाऊ लागले. नाग लोकांच्यापेक्षाही वासुदेव अधिक गुप्तता बाळगण्याच्या स्वभावाचे होते. त्यामुळे नदीच्या किनाऱ्याजवळच त्यांच्या वास्तव्याची एखादी खूण सापडू शकेल, अशी शिवाची मुळीच अपेक्षा नव्हती. नदीकिनाऱ्याला अगदी खेटून असलेल्या वृक्षांच्या

दाट पर्णराजीमुळे पलीकडचे काहीही दिसू शकत नव्हते. चंबळच्या मृदु जलावर तण पसरले होते. त्यामुळे तिथून नौका पुढे नेणे हे अगदी पाठ मोडणारे काम होते. दोन भल्या मोठ्या ताड वृक्षांच्यामध्ये असलेल्या लांबट आकाराच्या मोकळ्या जागेपर्यंत गणेशाने ती नौका नेली. त्या मोकळ्या जागेविषयी शिवाच्या मनात काहीशी विचित्र भावना निर्माण झाली होती, परंतु त्याविषयी तो काहीच बोलला नाही. तो कार्तिकाकडे वळला. तोही त्या मोकळ्या जागेकडेच एकटक पहात होता.

''पिताजी, या मोकळ्या जागेच्या पाठीमागच्या भागातील झाडांकडे पहा,'' कार्तिक म्हणाला. ''त्यासाठी तुम्हाला माझ्या उंचीपर्यंत खाली झुकावं लागेल.''

शिव खाली वाकल्यावर तेथील प्रतिमा स्पष्टपणे दिसू लागली. त्या मोकळ्या जागेच्या पलीकडचे वृक्ष अनैसर्गिकरित्या एकत्र करण्यात आले होते. त्यांच्याभोवती घनदाट, अनियंत्रितरित्या झाडाझुडपांची, वृक्षांची वाढ झालेली होती. दूरवरून पाहणाऱ्याला समान अंतरावर लागवड करण्यात आलेले ते वृक्ष उंचच उंच वाढल्याचे दिसत होते. कारण तेथूनच जमिनीला चढ होता आणि तिथेच किंचित हळुवार वळणासारखा भागही होता. ती नक्कीच नैसर्गिक टेकडी नव्हती. त्या मोकळ्या जागेच्या मागच्या बाजूची बहुसंख्य झाडे ही गुलमोहराची होती आणि त्यांची ज्वालांसारखी दिसणारी शेंदरी रंगाची फुले अग्नीचे स्मरण करून देत होती. आपल्याला दृष्टीभ्रम होत असावा, असे वाटल्यामुळे शिवाने आपल्या डोळ्यांची उघडझाप केली. तो त्वरेने उठून उभा राहिला, त्यामुळे नौका चांगलीच डळमळीत झाली. तिला सावरण्यासाठी सती आणि गणेश तिकडे गेले. गुलमोहराची झाडे एका ठराविक पद्धतीने लावण्यात आली होती. त्या दोन ताड वृक्षांच्या बरोबर मध्यभागी असलेल्या छोट्याशा मोकळ्या जागेच्या बरोबर समोर जर कोणीही उभे राहिले असते, तर त्याला ते समजले असते. तिथे ज्वाळेसारखा आकार तयार होत होता. शिवाने ते प्रतीक ओळखले.

''फ्रवशी,'' शिव पुटपुटला.

आश्चर्यचकित झालेल्या गणेशाने विचारले, ''ही संज्ञा तुम्हाला कशी काय ज्ञात आहे, पिताजी?''

शिवाने गणेशाकडे बघितले आणि नंतर पुन्हा एकदा त्या गुलमोहरांच्या झाडांकडे बघितले. शिव खाली बसला आणि गणेशाकडे वळला. ''तुला ती

संज्ञा कशी काय माहिती आहे?''

''ती वायुपुत्रांची संज्ञा आहे. भगवान रुद्राच्या स्त्रैण अंशाचं ते नाव आहे. ज्यावेळी आपण योग्य तेच कार्य करत असतो, त्यावेळी आपल्याला साहाय्य करणारी ती शक्ती आहे. तिचं साहाय्य स्वीकारायचं की नाही याविषयीचा निर्णय आपण घ्यायचा असतो. परंतु ती शक्ती आपल्याला साहाय्य करण्यास नकार देत नाही. कधीही नाही.''

शिवाच्या मनात त्याच्या काही प्राचीन स्मृती चाळवल्या गेल्या होत्या. त्याने स्मित केले.

''पिताजी, परंतु तुम्हाला फ्रवशीविषयी कोणी सांगितलं?'' गणेशाने पुन्हा एकदा विचारले.

''मनोभु या माझ्या काकांनी,'' शिव म्हणाला. ''अशा प्रकारच्या कित्येक संज्ञां आणि प्रतीकांचा अभ्यास त्यांनी माझ्याकडून करवून घेतला होता. योग्य वेळी मला या साऱ्याचा उपयोग होईल, असं त्यानी मला सांगितलं होतं.''

''ते कोण होते?''

''मला ते माहिती आहे, असं मला वाटतं,'' शिव म्हणाला. ''परंतु मी त्यांना पुरता ओळखत होतो, की नाही असं मला आता वाटू लागलं आहे.''

नौका किनाऱ्याला लागल्यामुळे ते संभाषण तिथेच थांबले. दोन नाग सैनिकांनी बाहेर उड्या मारल्या आणि नौका पुढच्या बाजूला असलेल्या कोरड्या भूमीवर ओढत नेली. महत्प्रयासाने तशीच पुढे ओढून एका झाडाच्या बुंध्याला त्यांनी ती बांधून टाकली. नौकेतील व्यक्ती भराभरा खाली उतरल्या होत्या. त्या मोकळ्या जागेजवळच्या ताड वृक्षांचे कार्तिकाने निरीक्षण केले. त्या मोकळ्या जागेच्या मध्यभागी उभ्या असलेल्या गणेशाकडे तो वळला.

''कृपा करून प्रत्येक जण माझ्या मागे उभे रहाल का,'' त्याने विनंती केली. ''माझ्या आणि या ताड वृक्षांच्या दरम्यान मला कोणीही नको आहे.''

आपले चित्त भरकटू देणाऱ्या गोष्टी दूर करण्यासाठी गणेशाने डोळे मिटून घेतले आणि तो आपले चित्त एकाग्र करू लागला. गणेशाने दीर्घ श्वास घेतला आणि तो एका तालबद्ध पद्धतीने जोरजोरात टाळ्या वाजवू लागला. त्या टाळ्या म्हणजे वासुदेवांसाठीचा संकेत होता आणि उज्जैनच्या वासुदेवापर्यंत तो इशारा पोहचवला जात होता. 'मी गणेश बोलतोय. नागांचा लोकनायक. आमच्या पथकासमवेत

तुमच्या या महान नगरीत प्रवेश करण्याची परवानगी मी मागतो आहे.’

आपल्या मागील बाजूने ऐकू येत असलेला टाळ्यांचा हळुवार आवाज शिवाने ऐकला. उज्जैनच्या द्वारपालाने उत्तर दिले होते. ‘भगवान गणेशा, आपले स्वागत असो! हा अनपेक्षित सन्मान आहे. तुम्ही स्वद्वीपला निघाला आहात का?’

‘नाही. भगवान गोपाल या वासुदेवांच्या महान प्रमुखांची भेट घेण्यासाठी आम्ही आलो आहोत.’

‘आपल्याला काही विशिष्ट गोष्टींची चर्चा करायची आहे का, भगवान गणेश?’’

नाग लोक तिथे आल्यामुळे वासुदेव फारसे सुखावले नव्हते, हे त्यांच्या संभाषणावरून उघड होते. कार्तिकाच्या जन्माच्यावेळी आवश्यक असलेल्या औषधासाठी खरे तर त्यांनीच त्यांच्याशी संपर्क साधला होता. गणेशाला अवमानकारक वाटू नये, अशा पद्धतीने गणेशाची विनंती धुडकावून लावण्याचा प्रयत्न तो द्वारपाल करत होता.

गणेशाने लयबद्धतेने टाळ्या वाजवणे सुरूच ठेवले होते. ‘सन्माननीय द्वारपाल महोदय, प्रभू गोपालांच्या दर्शनार्थ मी इथे आलो नाही. प्रभू नीळकंठांना त्यांचं दर्शन हवं आहे.’’

काही क्षण तिथे शांतता पसरली. त्यानंतर जलद गतीने टाळ्यांचा आवाज आला. ‘त्या ताड वृक्षांच्या मोकळ्या जागी आपल्या समवेत प्रभू नीळकंठ आहेत का?’

‘ते माझ्यासमवेत उभे आहेत. ते आपलं संभाषण ऐकू शकतायत.’

द्वारपालाने प्रतिसाद देण्यापूर्वी पुन्हा एकदा तिथे शांतता पसरली. ‘भगवान गणेश, भगवान गोपाल स्वतः त्या मोकळ्या जागी येत आहेत. तुमच्या पथकाचं यजमानपद स्वीकारण्यात आम्ही धन्यता मानतो आहोत. आम्हाला तिथपर्यंत पोहचण्यास एका दिवसाचा कालावधी लागेल. कृपया, तोपर्यंत आमच्यासाठी तिथेच थांबा.’

‘आभारी आहे.’

गणेशाने आपले हात एकमेकांवर घासले. त्याने शिवाकडे बघितले. ‘‘त्यांना इथे पोहचण्यास एका दिवसाचा कालावधी आवश्यक आहे, पिताजी. त्यांचं इथं आगमन होईपर्यंत आपण गलबतावरच प्रतीक्षा करूया.’’

‘‘याआधी तू कधी उज्जैनला आला होतास का?’’ शिवाने विचारले.

"नाही. याच मोकळ्या जागी मी फक्त एकदाच वासुदेवांची भेट घेतली होती."

"ठीक आहे. आपण आपल्या गलबताकडे परतूया."

— ⅄ꝏ ⅂ ⇑ ⊗ —

"गेल्या वर्षभरात भगवान भृगुंनी अयोध्येला आठ वेळा भेट दिली असं तू मला सांगतो आहेस?" आश्चर्यचकीत झालेल्या सुरापद्मनने विचारले.

मगधच्या अत्यंत कुचकामी राज हेर खात्याचा विचार करून तेथील नियोजित राजकुमाराने स्वतःच्या हेरांचे कार्यक्षम जाळे तयार केले होते. अयोध्येच्या राज्यात घडत असलेल्या गोष्टींची बित्तंबातमी त्याचा एक हेर त्याला देत होता.

"होय, महाराज," त्या हेराने उत्तर दिले. "याशिवाय याच काळात सम्राट दिलीपाने मेलुहाला दोनदा भेटी दिल्या आहेत."

"त्याविषयी मला माहिती आहे," सुरापद्मन म्हणाला. "परंतु तू आणलेल्या बातमीमुळे यावर नवीन प्रकाश पडला आहे. कदाचित त्या मूर्ख दक्षाची भेट घेण्यासाठी दिलीपा तिकडे मुळीच जात नसेल. बहुधा तो प्रभू भृगुंची भेट घेण्यासाठी तिकडे जात असेल. परंतु त्या महान ऋषींना दिलीपामध्ये एवढं स्वारस्य असण्याचं कारणच काय असावं?"

"ते मला माहिती नाही, महाराज. परंतु सम्राट दिलीपांना नुकत्याच लाभलेल्या नवतारुण्याच्या वरदानाविषयी तुम्हाला कदाचित ज्ञात असेल. कदाचित प्रभू भृगु त्यांना सोमरसाचा पुरवठा करत असतील."

सुरापद्मनने नकारात्मकरित्या आपला हात हलवला. "स्वद्वीपच्या राजपरिवारासाठी सोमरस सहजगत्या उपलब्ध आहे. त्यासाठी दिलीपाला महर्षिंसमोर याचना करण्याची आवश्यकताच नाही. गेली कित्येक वर्षं दिलीपा सोमरसाचा उपयोग करत असल्याचं मी जाणून आहे. परंतु आपल्या शरीराचा नको इतका दुरुपयोग केल्यानंतर अशा शरीराचं वृद्धत्व लांबवणं सोमरसाच्याही आवाक्याच्या पलीकडचं असतं. सोमरसाहूनही अधिक सक्षम असलेली दिव्यौषधी भगवान भृगु त्यांना देत असावेत, असं मला वाटतं."

"परंतु भगवान भृगु असं का करत असावेत?"

"तेच तर गूढ आहे. त्याची उकल करण्याचा प्रयत्न कर. नीळकंठाविषयीची

काही बातमी?''

"नाही, महाराज. ते नागांच्या राज्यात आहेत.''

सुरापद्मनने आपल्या हनुवटीवरून हात फिरवला आणि गंगेकाठच्या आपल्या राजवाड्याच्या दालनाच्या खिडकीतून बाहेर दृष्टी टाकली. नदीपलीकडे दक्षिण दिशेला पसरलेल्या अरण्याकडे तो नजर ताणून पहात होता. तिथेच उग्रसेन या त्याच्या बंधुची हत्या नागांनी केली होती. त्याने मनातल्या मनात उग्रसेनाला दूषणे दिली. आपल्या बंधुच्या हत्येमागचे सत्य तो जाणून होता. बैलांच्या शर्यतींचे त्याला व्यसन होते. त्यामुळे तो दिवसेंदिवस अनेक अविवेकी पैजांमध्ये अडकत गेला होता. आपल्या बैलांवर स्वार होण्यासाठी त्याला उत्तम मुलांची नेहमीच आवश्यकता भासत असे. या शर्यतींसाठीच तो अरण्ये पालथी घालून आदिवासींच्या मुलांचे अपहरण करत असे. अशाच एका मोहिमेवर असताना तो एका नागाकडून मारला गेला होता. एका असाहाय्य मातेचे आणि तिच्या छोट्या मुलाचे त्या नागाने रक्षण केले होते. परंतु एका वन्य स्त्रीचे आणि तिच्या मुलाचे प्राण वाचवण्यासाठी त्या नागाने आपले जीवन पणाला का लावले होते, एवढी एकच गोष्ट त्याला अनाकलनीय वाटत होती.

परंतु त्या मृत्युमुळे सुरापद्मनच्या निवडी आणखी आटोक्यात आल्या होत्या. आता फक्त नीळकंठ ज्या कोणाला सैतान ठरवेल, त्याच्या विरोधात युद्ध करण्यासाठी नीळकंठ आपल्या अनुयायांचे नेतृत्त्व करणार होता. युद्ध तर अटळ होते. काही जण त्याला विरोध करणार होते. सैतानाविरुद्धच्या युद्धाची सुरापद्मनला फारशी फिकीर नव्हती. त्याला फक्त अयोध्येच्या विरोधात मगध लढत आहे ना, एवढीच हमी पुरेशी होती. युद्धाचा वापर करून घेऊन त्याला स्वद्वीपला मगधच्या वर्चस्वाखाली आणावयाचे होते आणि स्वतःला स्वद्वीपचा सम्राट म्हणून घोषित करायचे होते. परंतु त्याच्या पित्याच्या, राजे महेद्रच्या नागांवरील अविश्वासाला उग्रसेनाच्या हत्येमुळे आणखी खतपाणी मिळाले होते आणि अविश्वासाचे रूपांतर शुद्ध शत्रूत्वात झाले होते. नाग लोकांनी ज्यांच्याशी युती केली असेल, त्यांच्या विरुद्ध बाजूने लढण्यास आपल्याला आपला पिता भाग पाडेल, हे तो जाणून होता. त्यामुळेच नागांनी आणि अयोध्येच्या सम्राटाने एकच बाजू निवडावी, एवढीच त्याची मनापासूनची इच्छा होती.

दक्षाच्या राजवाड्यात भृगुंच्या कक्षात कनखला बराच वेळ महर्षि भृगुंची प्रतीक्षा करत होती. महर्षि घोर ध्यानात लिप्त झाले होते. त्यांचा कक्ष जरी राजवाड्यात असला, तरीही त्यांच्या जन्मभूमीतील म्हणजेच हिमालयातील गुहेसारखाच तो कक्षही साधासुधा आणि अरण्याप्रमाणेच होता. त्यांच्या त्या कक्षात असलेले एकुलते एक सामान म्हणजे एक दगडी पलंग होता. त्यावेळीही ते त्यावरच आसनस्थ झाले होते. त्यामुळे कनखलाला तिथे उभे राहण्याशिवाय गत्यंतर नव्हते. तेथील जमिनीवर आणि भिंतींवर बर्फाचे जल शिंपडण्यात आले होते. तेथील थंडगार आणि आर्द्र हवेमुळे ती अधूनमधून कुडकुडत होती. कक्षाच्या दूरवरच्या एका कोपऱ्यात ठेवलेल्या फळांच्या वाडग्याकडे तिने पाहिले. गेल्या तीन दिवसांच्या कालावधीत महर्षिंनी फक्त एकच फळ खाल्ल्याचे दिसत होते. ताजी फळे त्या कक्षात आणण्याची आज्ञा देण्याचे कनखलाने मनातल्या मनात योजले. भिंतीवरच्या एका खळग्यात भगवान ब्रह्मदेवाची मूर्ती ठेवण्यात आली होती. भृगु मंत्राचा जप करत असतानाच कनखला त्या मूर्तीकडे एकटक पहात होती.

ओम ब्रह्मये नमः ओम ब्रह्मये नमः

भृगुंनी डोळे उघडले आणि त्यांची नजर कनखलावर पडली. त्यांनी काहीही बोलण्यापूर्वी थोडा विचार केला आणि ते म्हणाले, ‘‘बोल बाळा?’’

‘‘पक्ष्यांच्या संदेश यंत्रणेमार्फत तुमच्यासाठी एक बंद संदेशपत्र आलं आहे. त्यावर ‘अत्यंत गोपनीय’ असं लिहिलं आहे. त्यामुळे ते संदेशपत्र मी जातीनं तुमच्यापर्यंत पोहचवणंच उचित ठरेल, असं मला वाटलं.’’

भृगुंनी सौम्यपणे मान डोलावली आणि एकही शब्द न उच्चारता कनखलाच्या हातातून ते संदेशपत्र घेतले.

‘‘आम्हाला दिल्या गेलेल्या सूचनांनुसार, संदेशवाहक कबुतरांना आम्ही आमच्यासोबतच ठेवलं आहे. ती जिथून आली आहेत, तिथेच परतून जातील. अर्थातच, जर जहाज पुढे गेलं असेल, तर तसं करणं अशक्य होईल. कृपा करून तुम्हाला कबुतरांच्या संदेश यंत्रणेमार्फत संदेश पाठवणं आवडेल का, ते सांगा प्रभू.’’

‘‘हं...’’

"असं करणं ठीक आहे ना, प्रभू?"

"होय. आभारी आहे."

कनखलाने बाहेर जाऊन कक्षाचे द्वार बंद केले. भृगुंनी ते संदेशपत्र उघडले. त्यातील माहिती निराशाजनक होती.

'प्रभू, गोदावरीच्या मुखाजवळ आम्हाला आपल्या गलबताचे काही अवशेष सापडले आहेत. अर्थातच ती गलबतं वाहून गेली आहेत. आता ती घातपातामुळे नष्ट झाली आहेत की त्यांच्यावरील सामग्रीच्या संदर्भात काही अपघात घडल्यामुळे ती नष्ट झाली, ते कळण्यास मार्ग नाही. सगळीच्या सगळी गलबतं नष्ट झाली आहेत की त्यांच्यापैकी काही शिल्लक आहेत, ते समजणेही दुरापास्त आहे. कोणी जीवित उरले आहे का तेही समजलेले नाही. पुढील आज्ञेच्या प्रतीक्षेत आहोत.'

भृगुंना ज्या परिस्थितीचे आकलन आधीच झाले होते, त्यात या शब्दांनी फारशी भर घातली नव्हती. नीळकंठाच्या हत्येसाठी त्यांनी धाडलेल्या पाचपैकी एकाही गलबतावरून कोणीही परतले नव्हते किंवा त्यांच्यापैकी कोणी संदेशही पाठवला नव्हता. गोदावरीच्या जलाच्या प्रवाहातून खालच्या दिशेने वाहून गेलेले गलबताचे अवशेष त्यांना सापडले होते. त्यांच्या साहाय्याने काढता येणारे दोन्हीही निष्कर्ष त्रस्त करणारे होते. एक तर गलबतांचा संपूर्ण विनाश केला गेला होता किंवा त्यांच्यापैकी काही जण पकडले गेले होते. गोदावरीमध्ये आणखी उर्ध्व दिशेने जाण्यासाठी आणखी एक गलबत पाठवणे भृगुंना मुळीच शक्य नव्हते. कारण त्यामुळे त्यांनी उत्तमरित्या बांधणी केलेली आणखी एक युद्धनौका अकारणच अंतिम युद्धाआधीच शत्रूला भेट देऊन टाकली असती! अर्थातच, गलबतांनी आपली मोहीम यशस्वीरित्या पार पाडली असेल आणि नंतर त्यांचा विनाश घडला असेल, अशीही आणखी एक शक्यता होती. परंतु भृगुंना त्याविषयी पूर्ण खात्री वाटत नव्हती.

भृगुंना आता प्रतीक्षा करणेच क्रमप्राप्त होते. कदाचित दंडकारण्यातून संतप्त नीळकंठ अचानकच प्रकटण्याची शक्यता होती. आपल्या अनुयायांसह कदाचित त्याने आपल्याविरुद्ध कट करणाऱ्यांवर हल्ला चढवला असता. जर तसे घडले नसते, तर नीळकंठाचा धोका टळला, असे त्या ऋषींनी गृहीत धरले असते.

भृगुंनी घंटा वाजवली. बाहेर उभ्या असलेल्या रक्षकाला सूचना मिळाली. आता गोदावरीच्या मुखाजवळ असलेल्या गलबताला तिथून परतण्याचा आदेश

ते त्या कबुतरामार्फत पाठवणार होते. याशिवाय युद्धासाठी आपापल्या सैन्यासह सज्ज राहण्याचा आदेशही ते मेलुहाच्या आणि अयोध्येच्या सम्राटांना देणार होते. म्हणजे जर हल्ला झालाच असता, तर ही युद्धसज्जता त्यांच्या कामी आली असती.

प्रकरण ६

अभिमानास्पद नगरी

ती पौर्णिमेची रात्र होती. नांगरून ठेवलेल्या गलबताच्या कठड्याला रेलून, चंबळच्या किनाऱ्यावर पसरलेल्या घनदाट, अंधाऱ्या अरण्याकडे शिव पहात होता. दूरवर अगदी खोल अरण्यात शुद्ध काळ्या दगडांपासून बनलेली एक भली मोठी टेकडी दिसत होती. संपूर्ण संध्याकाळभर शिव त्या टेकडीचे निरीक्षण करत होता. नैसर्गिकरित्या ती बनलेली नव्हती. कारण ती खूपच गुळगुळीत दिसत होती. एखादी वाटी उपडी घालावी त्याप्रमाणे तिची रचना होती, ही बाबही अनैसर्गिक वाटत होती. वरच्या बाजूला तिचा आकार घुमटासारखा होता. इतर टेकड्यांच्या तुलनेत तिचा रंग गडद काळा होता. अर्थातच ती त्या इतर टेकड्यांचा एक भाग नव्हती.

''ती मानवनिर्मित आहे, पिताजी,'' कार्तिक म्हणाला.

शिव, गणेश आणि बृहस्पती कार्तिकाकडे वळले. आपल्या कमी उंचीमुळे तो शिवाहून खालच्या पातळीवरून पाहू शकत होता. तो दबा धरून बसल्याप्रमाणे बसला होता आणि नदीतीरावर समोर पहात होता. शिवही कार्तिकाच्या उंचीएवढा खाली वाकून पाहू लागला. पाम वृक्षाच्या समोरील तो मोकळा भाग त्याच्या दृष्टीस पडला. 'फ्रवशी' या वायुपुत्रांच्या प्राचीन प्रतिमेवरून घुमटापर्यंत वरच्या बाजूला तो मार्ग चढात रूपांतरित झाल्याचेही त्याला दिसले.

बृहस्पती बोलू लागले. ''त्या वृक्षांसमवेत असलेला तो चढ कदाचित

टेकडीच्या माथ्यापर्यंत तो दगडी घुमट वाहून नेण्यासाठी तयार करण्यात आलेल्या विशिष्ट लांबलचक मार्गाचा अवशेष असेल.''

शिवाने स्मित केले. वासुदेवांच्या निष्णात अभियांत्रिकी कौशल्याचे त्याला कौतुक वाटले होते. गेली कित्येक वर्षे त्याला आपले ते गूढ सल्लागार माहिती होते. आता त्यांच्या नेत्याला, नायकाला भेटण्याची त्याला उत्सुकता होती.

पौर्णिमेच्या पूर्ण चंद्राचे प्रतिबिंब सरस्वतीच्या जलात पडले होते. दक्ष त्याच्याकडे एकटक पहात होता. आपल्या राजवाड्यातील खाजगी कक्षाच्या खिडकीत तो उभा होता. गेल्या काही वर्षांत तो अधिकाधिक एकाकी बनत चालला होता. शक्य तेवढा तो जनसंपर्क टाळत होता. कोणालाही भेटत नव्हता. विशेषतः महर्षि भृगुंना भेटण्याची त्याला धास्ती वाटत होती. महर्षिंना आपले मन वाचता येते, याची त्याला खात्रीच होती. त्यामुळे कदाचित ते आपले विचार वाचतील आणि आपल्या प्रिय कन्येला वाचवण्याच्या प्रयत्नांत पंचवटीवरील हल्ला अपयशी ठरवण्यास दक्षच कारणीभूत झाल्याचे त्यांना समजेल अशी भीती त्याला वाटत होती.

मात्र एकाकीपणाच्या या काळात दक्ष आणि वीरिनी यांच्या नातेसंबंधात आश्चर्यकारक बदल घडून आले होते. ती दोघे एकमेकांशी संभाषण करत होती. पुन्हा एकदा ती एकमेकांवर विश्वास ठेवू लागली होती. आपल्या विवाहानंतरच्या प्रारंभीच्या काही वर्षांत ती जसे करत होती, त्याप्रमाणेच त्यांचे वर्तन बनले होते. दक्षाच्या मनात त्यावेळी सम्राट बनण्याच्या महत्त्वाकांक्षेने मूळ धरलेले नव्हते.

वीरिनी आपल्या पतीजवळ गेली आणि त्याच्या खांद्यावर तिने आपला हात ठेवला. ''तुम्ही कशाचा विचार करत आहात?''

दक्ष आपल्या पत्नीकडे मागे वळला. वीरिनी विचारांत गढली होती. तिच्या कपाळावर आठ्या होत्या. त्यानंतर तिचे लक्ष दक्षाच्या हातांकडे गेले. तरुण पुरुष आणि स्त्रिया आपण होऊन निवड करत असलेल्या जमातीचे चिन्ह असलेले ते कडे त्याच्या हातात होते. जातीच्या उतरंडीवरचा त्याच्या क्षमतेनुसार असलेला त्याचा स्वयंघोषित क्रम त्या कड्यावरून स्पष्ट होत होता. ती एक निम्नस्तरीय

जात होती. त्या कड्यावर एका बकऱ्याचे तोंड होते. बकऱ्याचे चिन्ह असलेल्या जमातीची निवड ही अत्यंत खालच्या पातळीवरची निवड असल्याचे अनेक क्षत्रिय मानत असत. त्यामुळे या जातीच्या सदस्यांना खरे तर संपूर्ण क्षत्रिय तरी मानावे का याविषयी त्यांच्या मनांत शंका होती. दक्षाच्या बाबतीत, ब्रह्मनायक या त्याच्या पिताजींनी त्याच्यासाठी या जातीची निवड केली होती. त्यावरून त्यांचे आपल्या पुत्राविषयीचे; दक्षाविषयीचे मत स्पष्ट होत होते.

''दक्षा, काय घडलंय?''

''मी राक्षस आहे, असं तिला का बरं वाटतं? तिच्या स्वतःच्या भल्यासाठी तिच्या पुत्रापासून मी तिची सुटका केली होती. आपण गणेशाचा त्याग केला नव्हता. त्याला तसंच वाऱ्यावर सोडून दिलं नव्हतं. पंचवटीत त्याची चांगली देखभाल केली जात होती आणि शिवाय तिच्या पतीची हत्या करण्याचा विचार मी करू शकेन, अशी शंका तरी तिच्या मनात कशी काय आली? खरं तर तो मी नव्हतोच.''

वीरिनी स्तब्ध राहिली. आपल्या पतीबरोबर सत्याविषयी वाद घालण्याची ती वेळ नव्हती, हे ती जाणून होती. जर त्याची इच्छा असती, तर तो सतीच्या पहिल्या पतीचे; चंद्रध्वजाचे प्राण वाचवू शकला असता. त्याच्या हत्येचा कट दक्षाने स्वतः कदाचित रचला नव्हताही असेल; परंतु त्याकडे दुर्लक्ष करून त्या कटातील तो भागीदार मात्र नक्कीच ठरला होता. मात्र आपल्या स्वतःच्या परिस्थितीसाठी आपण जबाबदार असल्याची गोष्ट दुर्बल लोक कधीच मान्य करत नाहीत. ते नेहमीच परिस्थितीला किंवा दुसऱ्या व्यक्तींना दोष देतात.

''आपण प्रत्येक गोष्ट विसरून जाऊया, असं मी तुम्हाला पुन्हा एकदा सांगते दक्षा,'' वीरिनी म्हणाली. ''तुम्हाला जे हवं होतं, ते तुम्ही प्राप्त करून घेतलं आहे. आता या भरतखंडाचे तुम्हीच सम्राट आहात. यापुढे तुम्ही पंचवटीत वास्तव्य करू शकणार नाही. खूप वर्षांपूर्वीच आपण ती संधी गमावली आहे. आता सरळ आपण संन्यास घेऊया आणि हिमालयात जाऊन ध्यानधारणा करत, उर्वरित जीवन शांततेत व्यतीत करूया. आपल्या ओठांवर भगवंताचं नाव असतानाच आपल्याला मृत्यू येऊदे.''

''मी पळपुटेपणा करणार नाही...''

''दक्षा...''

“आता माझ्या मनात साऱ्या गोष्टी स्पष्ट आहेत. स्वद्वीपवर विजय मिळवण्यासाठी मला नीळकंठाची आवश्यकता होती. आता तो हेतू पूर्ण झाला आहे. एकदा का तो गेला, की सती पुन्हा परत येईल आणि आपण सारेच जण पुन्हा एकदा आनंदानं राहू लागू.”

भयचकित झालेल्या वीरिनीने आपल्या पतीकडे बघितले. “प्रभू रामाशप्पथ, दक्षा, तुम्ही कसला विचार करता आहात?”

“मी प्रत्येक गोष्ट व्यवस्थित करू शकेन. त्यासाठी मला...”

“माझ्यावर विश्वास ठेवा. ते सगळं सोडून देणं हीच या परिस्थितीतील सर्वोत्तम गोष्ट आहे. तुम्ही सम्राट बनण्याची धडपडच केली नसती तर बरं झालं असतं. तुम्ही नक्कीच आनंदी राहिला असतात...म्हणजे तुम्ही जरी....”

“सम्राट बनण्याचा प्रयत्नच केला नसता तरी? काय मूर्खपणा आहे! मीच सम्राट आहे. फक्त मेलुहाचाच नव्हे; तर संपूर्ण भरतवर्षाचा! तुला काय वाटतं, एखादा नीळ्या कंठाचा मूर्ख आदिवासी माझा पराभव करू शकेल? तो चिलीम ओढणारा, बेडौल, कृतघ्न माणूस माझ्या कुटुंबीयांना माझ्यापासून दूर करू शकेल?”

वीरिनीने निराशेने आपले मस्तक धरले.

“मी त्याची निर्मिती केली,” दक्ष म्हणाला. “आणि मीच त्याचा अंतही करेन.”

“प्रभू!” पार्वतेश्वर उद्‌गारला. “इकडे बघा.”

त्या ताडाच्या वृक्षांसमोरच्या मोकळ्या जागेपलीकडे घनदाट अरण्यात शिवाने पाहिले.

काही अंतरावर त्यांना अचानकपणे पक्षी आकाशात उडत असल्याचे दिसले. अर्थातच जोरदार हालचालीमुळे ते घाबरल्याचे स्पष्ट दिसत होते. ते भलेमोठे जीव अरण्यातील झाडांना हळूहळू बाजूला ढकलून सहजपणे पुढे येत होते.

“ते येत आहेत,” नंदी म्हणाला.

शिव मागे वळला आणि मोठ्याने म्हणाला, “गणेश, गलबतं खालच्या बाजूला घे.”

जहाजावर दोनशे सैनिकांना ठेवून शिव आणि त्याच्या सैनिकांचे इतर पथक आधीच त्या मोकळ्या जागेजवळ पोहचले होते. त्या अरण्यातून भयावहरित्या प्रचंड आकाराचे हत्ती बाहेर पडत होते. त्यांच्या कपाळांवर समारंभांसाठी वापरण्यात येणारे सुंदर कलाकुसरीचे सोन्याचे दागिने होते. त्यांच्या पाठींवर माहूत बसले होते. त्यांनी दोरखंडाने हत्तींच्या पाठींवर आपल्याला थोडेसे बांधून घेतले होते. हत्तींच्या डोक्यापासून पायांपर्यंत चिलखत होते. त्यामुळेच ते हत्ती सहजपणे झाडांमधून जोरजोरात बाहेर पडत असले, तरी त्यांना इजा होत नव्हती. आपल्या हातांतील अंकुशांच्या साहाय्याने माहूत अत्यंत कुशलतेने हत्तींना त्या मोकळ्या जागेच्या दिशेने घेऊन चालले होते. त्या हत्तींच्या पाठीवर अंबाऱ्या होत्या. त्यामुळे त्या प्राण्यांच्या पाठींची रुंदी वाढल्यासारखे वाटत होते. अंबाऱ्या सर्व बाजूंनी आच्छादित असल्यामुळे आत बसलेल्या व्यक्तींना त्यांच्यामुळे संपूर्ण संरक्षण मिळत होते. कोनाकृती, पातळ, अरुंद पट्ट्यांमुळे हवा आत जाऊ शकत होती. त्या अंबाऱ्यांना कडेला असलेल्या दरवाजातून त्यांच्यात आत प्रवेश करता येत होता.

त्या ओळीतील पहिल्या हत्तीवर शिवाची नजर खिळून राहिली. तो हत्ती थांबला आणि त्याच्या अंबारीचे कडेचे दार उघडले गेले. तिथून दोरखंडाच्या साहाय्याने शिडी खाली सोडण्यात आली. केशरी रंगाचे पितांबर नेसलेला आणि अंगवस्त्र घेतलेला एक उंच, शिडशिडीत पंडित त्या अंबारीतून खाली उतरला. आपल्या पावलांचा जमिनीला स्पर्श होता क्षणीच तो शिवाकडे वळला. त्याने आपले हात आदरपूर्वक जोडले होते आणि तो शिवाला नमस्कार करत होता. त्याची दाढी पांढरीशुभ्र होती आणि ती वाऱ्याबरोबर हलत होती. तसेच चंदेरी रंगाचे केस त्याच्या मानेवर रुळत होते. त्याचा शुष्क चेहरा, शांत डोळे आणि दयार्द्र स्मित यामुळे खऱ्याखुऱ्या विद्वत्तेचे त्याला सखोल आकलन झाल्याचे स्पष्ट दिसत होते. सत् चित् आनंदाचे ज्ञान त्याच्या चेहऱ्यावर झळकत होते. त्याचे मन सत्यामध्ये लिप्त झाल्याचे स्पष्ट दिसत होते आणि त्याच्या चेहऱ्यावर निखळ, चिरंतन समाधान विलसत होते.

''नमस्ते पंडितजी,'' शिव म्हणाला. ''प्रमुख वासुदेवाचं दर्शन अंतिमतः मला झालं, हा मी माझा सन्मान समजतो.''

“नमस्ते महान महादेवा,” गोपाळ नम्रपणे म्हणाला. “माझ्यावर विश्वास ठेव. हा माझा सन्मान आहे. मी याच क्षणासाठी जगत होतो.”

शिवाने एक पाऊल पुढे टाकले आणि त्याने गोपाळाला आलिंगन दिले. चकित झालेल्या वासुदेवाने प्रथम कसाबसा ओझरता प्रतिसाद दिला आणि नंतर कडकडून आलिंगन दिले. नीळकंठाच्या खुल्या मनाने त्याच्या चेहऱ्यावर स्मित आणले होते.

शिव एक पाऊल मागे सरकला आणि त्याने त्याच्यासोबत आलेल्या हत्तींच्या प्रचंड जत्थ्याकडे पाहिले. ते शांतपणे प्रतीक्षा करत उभे होते. “इथे आता खूपच गर्दी झालेय. नाही का?” शिवाने विचारले.

गोपाळाने स्मित केले. “ही खुली जागा खूपच छोटी आहे, महान महादेवा. आम्ही खरोखरच संख्येने अधिक असलेल्या लोकांना भेटत नाही.”

“ठीक आहे. तुमच्या हत्तींना गलबतांकडे घेऊन जाऊया आणि नंतर आपण उज्जैनला रवाना होऊया.”

“नक्कीच,” गोपाळाने आपल्या लोकांकडे कटाक्ष टाकत म्हटले.

त्या अंबाऱ्या आश्चर्यकारकरित्या प्रशस्त होत्या आणि एकेका अंबारीत आठ आठ लोक आरामशीरपणे बसू शकत होते. गोपाळ आणि शिव बसलेल्या अंबारीत सती, गणेश, कार्तिक, बृहस्पती, नंदी आणि परशुराम बसले.

“तुमचा प्रवास सुखकर झाला असावा, असं मला वाटतं,” गोपाळ म्हणाला.

“होय. नक्कीच,” शिव म्हणाला. नंतर गणेशाकडे निर्देश करत तो म्हणाला, “माझ्या पुत्राने आम्हाला चांगलं मार्गदर्शन केलं.”

“लोकनायक नक्कीच विद्वान आहे,” गोपाळाने मान्य केले. “आणि तुमच्या दुसऱ्या पुत्राच्या लढवय्येपणाच्या, शौर्याच्या कथाही आमच्यापर्यंत आधीच पोहचल्या आहेत.”

किंचित पुढे झुकून आणि आदरपूर्वक नमस्कार करत कार्तिकाने आपल्या या प्रशंसेचा स्वीकार केला.

“पंडितजी, उज्जैनला पोहचण्यासाठी दिवसभराचा कालावधी नेमका कशामुळे

लागतो? इथून तेवढं अंतर आहे म्हणून की या निबिड अरण्यामुळे?'' शिवाने विचारले,

''खरं तर दोन्हीही गोष्टी थोड्या थोड्या सत्य आहेत, महान नीळकंठा. चंबळजवळच्या या सपाट, मोकळ्या जागेपासून उज्जैनपर्यंत आम्ही एकाही रस्त्याची बांधणी केलेली नाही. आम्ही खरोखरच खूप मोठ्या प्रमाणात लोकांना भेटत नाही. परंतु ज्यावेळी आम्हाला प्रवास करण्याची आवश्यकता भासते, त्यावेळी आमच्याकडचे हे उत्तम प्रकारे प्रशिक्षित असलेले हत्ती आमची ही आवश्यकता पूर्ण करतात.''

अंबारीत बसलेल्या लोकांना आपल्या अंबारीच्या बाजूला घासल्या जाणाऱ्या आणि आवाज करणाऱ्या वृक्षांची जाणीव होत होती. तो एक दीर्घ आणि स्थिर प्रवास होता. त्यामुळेच ज्यावेळी आवाज बंद होत असत, त्यावेळी तातडीने लोकांचे लक्ष तिकडे वेधले जात असे.

त्यांच्यापैकी कोणीही चौकशी करण्याआधीच गोपाळ म्हणाला. ''आपण आता पोहचलोच आहोत.''

हे बोलता क्षणीच गोपाळाने त्याच्याजवळची कळ दाबली. त्याबरोबर त्या अंबारीचा डावा, उजवा आणि मागचा भाग हळूहळू बाहेरच्या बाजूला झुकू लागला. बाजूंना असलेले खांब मात्र तसेच स्थिर आणि मजबूत राहिले आणि त्यांच्यावरचे अंबारीचे छतही व्यवस्थितच राहिले. धातूच्या आडव्या पट्ट्यांमुळे कोणीही प्रवासी खाली पडणार नाही, याची योग्य ती दक्षता घेतली जात होती. मात्र अंबारीच्या या अभियांत्रिकीकडे कोणाचेही लक्ष नव्हते. ते सारेच जण उज्जैन या अभिमानास्पद नगरीकडे खिळल्यासारखे पहात होते.

त्या निबिड अरण्यातील एका भल्यामोठ्या परिपूर्ण चौरसाकृती चौथऱ्यावर संपूर्ण नगरी उभारण्यात आली होती. सुमारे दहा फूट रुंद आणि तीस फूट उंचीची दगडी भिंत नगरीभोवती बांधण्यात आली होती. ते सगळे दगड अत्यंत मोठे होते. त्यांच्यामुळे बळकट आणि प्रभावी किल्ल्याची एक भिंत तयार झाली होती. शिप्रा ही चंबळची उपनदी उज्जैनमधून वहात होती. भिंतीभोवतींच्या खंदकांमधून

तिच्या कालव्यांचे पाणी खेळत होते. खंदकाच्या लांबी रुंदीचा ताळमेळ अरण्यातील स्वच्छ जागेच्या मापांशी राखला गेला होता. म्हणूनच ती गोलाकार नगरी एका चौरसाकृती खंदकामध्ये वसलेली होती. त्या खंदकातील पाण्यात भल्या मोठ्या सुसरी आणि मगरी होत्या. त्या खंदकाकडे हत्ती हळुवारपणे जाऊ लागले. मात्र त्या खंदकावर पूल नसल्याचे पाहून सर्वांनाच आश्चर्य वाटले.

खंदकांवरून जाण्यासाठी पूल असलेले अनेक किल्ले शिवाने भरतवर्षात पाहिले होते. नगरीच्या किल्ल्याच्या भिंतींवर हल्ला करण्यासाठी शत्रू वापरत असलेल्या वेढ्याच्या तंत्राला शह देण्यासाठी त्या पुलांचा चांगला उपयोग होत असल्याचे त्याने पाहिले होते. आता अशा प्रकारचे पूल किल्ल्याच्या भिंतीवरून खाली येतील आणि मग हत्ती त्यांच्यावरून चालत जातील, अशी त्याची अपेक्षा होती. परंतु ना हत्ती थांबले; ना अशा प्रकारचे पूल भिंतींवरून खाली सोडले गेले! त्याऐवजी पाहऱ्यासाठी भरावावर उभे असलेले वीस सशस्त्र सैनिक खंदकाभोवती धावत गेले. हत्ती जवळ आल्यावर दोन माणसे मागे गेली आणि त्यांनी नदीतील गोट्यांनी बनल्यासारख्या दिसणाऱ्या जमिनीचा पृष्ठभाग बलपूर्वक दाबला. त्या भरावात दडलेली आणि एखाद्या दगडी विटेच्या आकाराची कळ एक हळुवार आवाज करत दाबली गेली. त्याबरोबर भरावासमोरचा जमिनीचा भागही दाबला गेला आणि सर्व बाजूंना घसरत गेला. त्याबरोबर एक रुंद, हळुवार पायऱ्यांचा जिनाच भूगर्भात खोलवर तयार झाला. त्या पायऱ्या सुव्यवस्थित प्रकाशयोजना असलेल्या बोगद्याकडे जात होत्या. हत्ती त्यांवरून जाऊ लागले. नीळकंठाला नमस्कार करण्यासाठी तिथे असलेले वासुदेव रक्षक वाकून नमस्कार करू लागले.

कार्तिकाने गणेशाकडे स्मित करून बघितले. ‘‘किती विलक्षण कल्पना आहे, दादा!’’ तो म्हणाला.

‘‘होय. खंदकावर पूल बांधण्याऐवजी त्यांनी खंदकाखालून बोगदा नेला आहे आणि त्या बोगद्याचे प्रवेशद्वार त्या नदीतील गोट्यांच्या मार्गाशी पूर्णपणे संलग्न झालेले आहे. त्यामुळे शत्रूला प्रभावीपणे चकवा देता येतो.’’

‘‘त्या खंदकाभोवतीची संपूर्ण जमीनच अशा प्रकारे नदीतील गोट्यांनी बनलेली आहे. त्यांच्यामुळे बोगद्यांमध्ये जल प्रवेश करू शकत नाही.’’

‘‘प्रवेशद्वार नेमकं कुठे आहे, हे शत्रूला माहिती असल्याखेरीज त्याला तो मार्ग किंवा खंदक पार करण्याचा रस्ता सापडूच शकणार नाही आणि नगरीत प्रवेश

करणं त्याला शक्य होणार नाही.''

नंदीने गोपाळाकडे पाहिले. ''पंडितजी, तुमची जमात अत्यंत बुद्धिमान आहे.''

गोपाळाने विनम्रपणे स्मित केले.

नगरीच्या प्रवेशद्वाराकडे हत्तींनी कूच केले. तिथे भिंतींवर मोठ्या भौमितिक रचना दिसू लागल्या. एका आत एक असलेली आणि एकाच मध्यबिंदूभोवती काढलेली वेगवेगळ्या त्रिज्येची कित्येक वर्तुळे आता दिसत होती. ती सर्व एकाच परिपूर्ण चौरसाच्या आत काढण्यात आली होती. सर्वात बाह्य भागातील वर्तुळाचा परीघ त्या चौरसाला स्पर्शून जात होता. उज्जैनच्या हवाई आराखड्याचे ते प्रतीक होते. त्या नगरीच्या वर्तुळाकृती भिंती हा काही योगायोग नव्हता; तर वासुदेवांना ज्या परिपूर्ण भौमितिक रचना असल्याचा विश्वास होता; त्या सर्व रचनांचा तो परिपाक होता.

''आम्ही संपूर्ण शहराचीच रचना एक मंडल म्हणून केली आहे,'' गोपाळ म्हणाला.

''पंडितजी मंडल म्हणजे काय?'' शिवाने विचारले.

''आध्यात्मिकतेविषयीचा तो एक प्रतिकात्मक दृष्टीकोन आहे.''

''तो कसा काय?''

''खंदकाभोवतीची चौरसाकृती सीमा ही पृथ्वीचं प्रतीक आहे. तिला चौरसाकृती दाखवण्याचं कारण म्हणजे चौरसाच्या चार कोनांप्रमाणेच आपली भूमी ही चारही दिशांनी बंदिस्त आहे. चौरसामधील जागा ही प्रकृती किंवा निसर्गाचं प्रतिनिधीत्व करते. आम्ही रहात असलेली भूमी घनदाट अरण्यात वसलेली आहे आणि असंस्कृत स्वरूपाची आहे. म्हणून तो चौरस आहे. त्याच्या आत जागृतीचा मार्ग आहे. तो परमात्म्याकडे जातो. त्या वर्तुळाच्याद्वारे तो दर्शवला गेला आहे.''

''वर्तुळच का?''

''परमात्मा हा सर्वोच्च आत्मा आहे. तो अनादि अनंत स्वरूपाचा आहे आणि जर तुम्हाला अनादि अनंत स्वरूप दर्शवायचं असेल, तर वर्तुळाखेरीज आणखी कोणतीही चांगली आकृती नाही. त्याला ना प्रारंभ; ना अंत. त्याच्यात तुम्ही कोणतीही अतिरिक्त बाजू घालू शकत नाही किंवा त्याची एखादी बाजू त्याच्यापासून तुम्ही दूर करू शकत नाही. ते परिपूर्ण असतं. ते अनादि अनंत स्वरूप आहे.''

शिवाने स्मित केले.

उज्जैनच्या हवाई नकाशात किल्ल्याच्या वर्तुळाकार भिंती दाखवल्या गेल्या होत्या. त्यांच्या अंतर्गत भागात दुतर्फा वृक्षराजींनी नटलेले पाच गोलाकार मार्ग होते. ते सगळे मार्ग वेगवेगळ्या त्रिज्यांचे असले, तरी एकाच मध्यबिंदूभोवती होते. सर्वात बाहेरचा वर्तुळाकार रस्ता किल्ल्याच्या भिंतीला स्पर्शून जात होता. इतर चार मार्गांच्या त्रिज्या अर्थातच अनुक्रमे कमी होत असल्यामुळे त्यांचे व्यासही अनुक्रमे कमी कमी होत गेले होते. त्यांच्यापैकी सर्वात लहान त्रिज्येचा आणि सर्वाधिक आत असलेला वर्तुळाकार मार्ग हा विष्णूच्या मंदिराभोवती बांधण्यात आला होता. हे मंदिर शहराच्या मध्यभागी होते. सर्वात बाह्य भागात असलेल्या गोलाकार रस्त्यापासून फरसबंदी केलेले वीस सरळ मार्ग निघत होते आणि ते सर्वाधिक अंतर्गत भागात असलेल्या रस्त्याला जाऊन मिळत होते.

त्या रस्त्यांमुळे उज्जैन नगरी पाच विभागांमध्ये विभाजित झाली होती. सर्वाधिक बाह्य विभाग हा चौथ्या आणि पाचव्या वर्तुळांमधील भाग होता. तिथे भल्या मोठ्या लाकडी अश्वशाळा आणि गोशाला बांधण्यात आले होते. अर्थातच अश्व, गायी यांच्यासारखी पाळीव जनावरे तिथे बांधली जात होती. तिथल्या उच्च स्थानी उत्तम प्रकारे प्रशिक्षित करण्यात आलेले हत्ती बांधण्यात आले होते. पुढच्याच विभागात, म्हणजे तिसऱ्या आणि चौथ्या वर्तुळाकार रस्त्यांच्या मधल्या भागात प्रशिक्षणार्थी आणि नवशिक्या लोकांची निवासस्थाने होती. तिथेच त्यांच्यासाठीच्या पाठशाळा, बाजारपेठा आणि मनोरंजनाच्या यंत्रणाही होत्या. दुसऱ्या आणि तिसऱ्या वर्तुळाकार मार्गाच्या मधील जागेत वासुदेवांमधील क्षत्रिय, वैश्य आणि शूद्र यांच्यासाठी निवासस्थाने बांधण्यात आली होती. पहिल्या आणि दुसऱ्या वर्तुळाकार मार्गाच्या मधील भागात ब्राह्मणांसाठी निवासस्थाने बांधली गेली होती. हा ब्राह्मण समाजच वासुदेवांच्या समाजाचे प्रशासन चालवत होता. पहिल्या वर्तुळाकार रेषेच्या अंतर्भागात म्हणजेच नगरीच्या केंद्रस्थानी उज्जैनचे सर्वाधिक पवित्र मंदिर होते. त्याला मध्यवर्ती मंदिर म्हटले जात होते.

हे मंदिर काळ्या विटांनी बांधण्यात आले होते. चंबळमधून हेच मंदिर शिवाला टेकडीसारखे भासले होते. त्या मंदिराचा आकार अगदी उलट्या शंकूसारखा होता. त्याच्या पायाजवळ एक वर्तुळ होते. त्याच्या परिघावर बसवण्यात आलेल्या हजारो खांबांनी त्याला भक्कम आधार देण्यात आला होता. ते शंकूच्या आकाराचे मंदिर

आतून पूर्णपणे पोकळ होते. त्याची उंची सुमारे शंभर पुरुष उंचीची, अवाढव्य होती. खालपासून वरपर्यंत त्याच्या बाह्याकारावर अनेक वर्तुळे होती. ही वर्तुळे साहजिकच खालपासून वरपर्यंत अधिकाधिक लहान आकाराची होत होती. मंदिरातील मध्यवर्ती खांब कठीण करड्या रंगाच्या दगडापासून बनवण्यात आला होता. तो मंदिराच्या मध्यभागीच होता. छताचे प्रचंड वस्तुमान तोलण्यासाठी तशी रचना करण्यात आली होती. प्रचंड आकाराचा घुमट हा काळ्याशार चुनखडीपासून बनवण्यात आला होता. तो मंदिराच्या कळसाच्या ठिकाणी होता. मंदिराच्या वीस किलोमीटरहूनही अधिक अंतराच्या उतारावरून वरपर्यंत हा प्रचंड वजनाचा घुमट हत्तींच्या साहाय्याने नेऊन बसवण्यात आला होता. चंबळमध्ये शिवाला याच उताराचे अवशेष दिसले होते.

अर्थातच शिवाला आणि त्याच्या पथकाला अद्यापही तेथील खरीखुरी भव्यता आणि वैभव दिसलेच नव्हते. हत्तींनी त्या भुयारातून किल्ल्याच्या भिंतीच्या आतील भागातील बाह्य वर्तुळाकार मार्गावर प्रवेश केल्याबरोबर सर्वांचे डोळे एकदम विस्फारले गेले. उज्जैनच्या कोणत्याही भागातून नजर न पडणे केवळ अशक्य व्हावे, अशा पद्धतीने बांधलेल्या विष्णूच्या मंदिराने सर्वांचे लक्ष वेधून घेतले होते. त्या आश्चर्यचकित करणाऱ्या दृश्याकडे चकित होऊन संपूर्ण पथक पहात राहिले. प्रत्येकालाच अंतर्मनातून जे वाटत होते, त्याचा उघड उच्चार फक्त बृहस्पतींनीच केला.

ते उद्गारले, ''व्वा! किती सुंदर!''

प्रकरण ७

शाश्वत भागीदारी

उज्जैनमधील ब्राह्मण विभागात शिवाच्या पथकाच्या निवासाची सोय करण्यात आली होती. भगवान विष्णूच्या मंदिराला लागूनच ती निवासस्थाने होती. रात्रभरच्या छानशा विश्रांतीनंतर शिवाने आपल्या कुटुंबीयांसमवेत न्याहारी केली. त्यानंतर एका वासुदेव पंडिताने त्याला विष्णूच्या मंदिरात नेले. त्या दिवशी सकाळीच गोपाळाबरोबर त्याची बैठक होणार होती.

शिव जवळ पोहचल्यावर त्या भव्य विष्णू मंदिराचे साधे; परंतु वैभवशाली स्वरूप त्याच्या अधिकच नजरेत भरले. ते मंदिर वर्तुळाकृती व्यासपीठावर बांधण्यात आले होते. चकचकीत करड्या रंगाच्या दगडांचा उपयोग त्यासाठी करण्यात आला होता. ते दगड विशिष्ट धातूच्या साहाय्याने एकमेकांना घट्ट जोडण्यात आले होते. त्या दगडांमध्ये सलग छिद्रे आणि मार्ग तयार करून त्यांमधून वितळवलेला धातू ओतण्यात आला होता. तो धातू घट्ट झाल्यावर ते दगड एकसंध बनले होते. ते सहजासहजी फुटणे कदापिही शक्यच नव्हते. चुन्याचा वापर करून दगड एकमेकांशी घट्ट जुळवण्यापेक्षा या प्रकारचे तंत्र महागडे असले, तरीही मंदिराच्या भक्कमपणाची हमी त्यामुळे मिळत होती. त्या व्यासपीठावर कुठेही नक्षीकाम किंवा कोरीवकाम नव्हते. त्यामुळे त्याचा साधेपणा टिकवला गेला होता. खरे तर पुतळे आणि कोरीवकामामुळे मंदिराच्या अभियांत्रिकीच्या सौंदर्यावरून

अकारणच लक्ष इतरत्र वेधले जाते. त्या वर्तुळाकार व्यासपीठाच्या सर्व बाजूंनी पायऱ्या खोदण्यात आल्या होत्या. त्यामुळे विष्णूचा सातवा अवतार असलेल्या महान प्रभू रामाच्या दर्शनासाठी सर्व बाजूंनी लोक जाऊ शकत होते.

व्यासपीठाच्या वरच्या भागात करड्या रंगाच्या कठीण दगडांनी बनलेले एक हजार, दंडगोलाकार खांब उभारण्यात आले होते. प्रत्येक खांबाचा पाया खोलवर खोदण्यात आला होता. सर्वच खांब एकसारख्या उंचीचे आणि जाडीचे व व्यासाचे होते. हत्तींच्या साहाय्याने केलेल्या ऊर्जेच्या पुरवठ्यावर चालणाऱ्या कातकामाच्या यंत्रांच्या साहाय्याने सर्व खांब अगदी एकसारखे बनवण्यात आले होते. उर्ध्व भागातील शंकूकृती मनोऱ्याचे वजन सक्षमपणे पेलण्याचे काम ते खांब करत होते. काळ्या दगडाचा तो प्रचंड मनोरा लांबून जसा गुळगुळीत दिसत होता, तेवढाच गुळगुळीत जवळूनही दिसत होता. शिव आश्चर्यचकीत होत मंदिराच्या पायऱ्या चढत असल्याचे पाहिल्यावर वासुदेव पंडित शांत राहिला.

तो मनोरा आतून पूर्णपणे पोकळ असल्याचे, मुख्य मंदिरात प्रवेश केल्यानंतर शिवाच्या लक्षात आले. प्रत्येक दगड एकाच आकारमानाचा होता. तो अत्यंत परिपूर्णपणे घट्ट बसवण्यात आला होता आणि गुळगुळीत करण्यात आला होता. त्यामुळे प्रचंड आकाराच्या दंडगोलाकार छताचा भव्य देखावा आतून स्पष्ट दिसत होता. त्याखालचे अतिप्रशस्त सभागृहही भव्यतेमुळे लक्ष वेधून घेत होते. शिवाने पाहिलेल्या, भरतवर्षातील इतर मंदिरांप्रमाणे या मंदिराला स्वतंत्र गाभारा नव्हता. आतून ते खुले होते. ते सर्व समाजाचे प्रार्थनास्थळ होते. भगवान रामाच्या जीवनातील चित्रे छतावर चितारण्यात आली होती. त्यामुळे छत झगमगून उठले होते. रामाचा जन्म, शिक्षण, वनवास आणि त्यापाठोपाठ त्याने विजयानंतर केलेले पुनरागमन अशी चित्रे चमकत्या रंगांनी त्यावर चितारली गेली होती. गिलाव्यावर तो कोरडा होण्यापूर्वीच चित्रे काढण्याच्या पद्धतीने प्रमुख भिंतींवर काही चित्रे काढण्यात आली होती. त्यांमध्ये प्रामुख्याने अयोध्येचा राजमुकुट धारण केल्यानंतरच्या प्रभूंच्या जीवनातील कथांचा समावेश होता. विशेषतः त्यांचे खरे शत्रू, त्यांच्याविरुद्ध त्यांनी केलेली युद्धे, आपल्या स्फूर्तिदायक पत्नीशी, राणी सीतेशी त्यांचे असलेले नातेसंबंध आणि मेलुहाचा त्यांनी घातलेला पाया असे त्या चित्रांचे विषय होते.

त्या सभागृहाच्या मध्यभागी एक भव्य खांब होता. तो पांढऱ्या कठीण

दगडापासून बनवण्यात आला होता आणि सुमारे शंभर पुरुष उंच होता. त्या शंकूकृती मनोऱ्याच्या वरच्या भागापर्यंत तो गेलेला होता. मानवाला ज्ञात असलेल्या सर्व दगडांमध्ये तो दगड कठीण असून त्याच्यावर कोरीवकाम करणे अत्यंत अवघड असल्याचे शिवाला माहिती होते. त्यामुळेच त्या खांबावर तपशीलवार कोरीवकाम केल्याचे पाहून तो चकितच झाला. तिथे प्रभू राम आणि देवी सीता यांची भव्य कोरीव चित्रे होती. त्यांच्या शरीरांवर साधी वस्त्रे होती. तसेच मुकुट किंवा अन्य अलंकारही नव्हते. त्यांनी साधी, हाताने विणलेली सुती वस्त्रे परिधान केलेली होती. तसे कपडे गरिबातील गरीब व्यक्ती वापरत असत. अशा प्रकारचे कपडेच त्या दांपत्याने चौदा वर्षांच्या त्यांच्या वनवासाच्या काळात वापरले होते. त्यांनी वनवासाचा बहुतेक कालावधी निबिड अरण्यांमध्येच व्यतीत केला होता. मात्र त्या चित्रांमध्ये प्रभू लक्ष्मण आणि प्रभू हनुमान कुठेच दिसत नव्हते, ही गोष्ट काहीशी गूढ वाटण्याजोगी होती. विष्णुच्या या सातव्या अवताराच्या प्रतिमांमध्ये किंवा पुतळ्यांमध्येही नेहमीच या सर्वांचाच समावेश असतो. आधार दिल्याप्रमाणे त्याचा उजवा हात देवी सीतेने पकडल्याचे दिसत होते.

''रेखाटनासाठी त्यांच्या जीवनातील सर्वाधिक वाईट कालखंडाचीच निवड का करण्यात आली आहे?'' शिवाने विचारले. ''त्यांना अयोध्येतून वनवासासाठी पाठवण्यात आलं, तो हा कालखंड आहे. त्यावेळी राजा रावणाने देवी सीतेचं अपहरण केलं होतं. त्यानंतर प्रभू रामाने त्याच्याबरोबर तुंबळ युद्ध करून देवी सीतेला परत आणलं होतं.''

त्या वासुदेव पंडिताने स्मित केले. ''भगवान रामानं असं सांगितलं होतं, की त्याच्या संपूर्ण जीवनाचा विसर पडला तरी हरकत नाही. परंतु आपली पत्नी, बंधु आणि भक्त यांच्यासमवेत त्याने अरण्यात व्यतीत केलेला हा कालखंड सर्वांनीच स्मरणात ठेवावा. कारण या काळातच त्याने स्वतःला खऱ्या अर्थानं घडवलं होतं.''

मध्यभागी असलेल्या खांबाजवळ गोपाळ उभा राहिला होता. त्याच्या शेजारीच दोन आसने होती. त्यापैकी एक देवी सीतेच्या आणि दुसरे भगवान रामाच्या चरणाजवळ होते. त्या दोन्ही सिंहासनांच्या मध्यभागी यज्ञकुंड होते आणि त्याच्यातील अग्नी प्रज्वलित झाला होता. त्या पवित्र अग्नीच्या दोहो बाजूंना बसणाऱ्यांमध्ये कोणत्याही असत्य बाबींची देवाणघेवाण होणार नाही, हे

विशुद्धीकरण करणाऱ्या भगवान अग्नीमुळे स्पष्ट होत होते. गोपाळाच्या मागच्या बाजूला कित्येक वासुदेव पंडित शांतपणे उभे होते.

गोपाळाने खाली वाकून शिवाला आदरपूर्वक नमस्कार केला. ‘‘वासुदेवांचे अस्तित्वच मुळी केवळ दोन हेतूंसाठी असतं. आमच्यातूनच विष्णुच्या पुढच्या अवताराचा उदय होतो आणि जेव्हा कधी अवतार घेण्याचं महादेव ठरवेल, त्यावेळी आम्ही महादेवाची सेवा करतो.’’

गोपाळाने केलेल्या नमस्काराला शिवाने खाली वाकून प्रतिनमस्कार केला.

‘‘इथे उपस्थित असलेला आमच्यापैकी प्रत्येक जणच आज गौरविला गेला आहे,’’ गोपाळ पुढे सांगू लागला. ‘‘कारण आमच्या जीवनाचा एक हेतू तर आज साध्य झाला आहे. तुम्ही आम्हाला आज्ञा करा, प्रभू नीळकंठ. ती मानणं हे आमचं कर्तव्य आहे.’’

‘‘तुम्ही माझे अनुयायी नाही, प्रभू गोपाळ,’’ शिव म्हणाला. ‘‘तुम्ही माझे मित्र आहात. तुमचा सल्ला मिळवण्यासाठी मी इथे आलो आहे. कारण एकट्यानंच निर्णयाप्रत येणं मला शक्य होत नाही.’’

गोपाळाने स्मित केले आणि त्याने त्या आसनांकडे निर्देश केला.

शिव आणि गोपाळ यांनी आपापली आसने ग्रहण केली. त्यावेळी इतर वासुदेव पंडित भूमीवर एका ओळीत शिस्तीने त्यांच्याभोवती बसले.

गणेश, कार्तिक आणि बृहस्पती उज्जैनमध्ये फेरफटका मारण्यासाठी बाहेर पडले होते. त्यांच्यासोबत एक क्षत्रिय वासुदेव होता. सर्वात बाह्य भागातील प्राणीशाळांमध्ये गणेशाला मोठेच स्वारस्य होते. विशेषतः त्याला हत्ती बांधलेल्या जागा पहायच्या होत्या.

आपला अश्व गणेशाच्या अश्वाजवळ नेत क्षत्रिय वासुदेवाने विचारले, ‘‘प्रभू, तुम्हाला हत्तींविषयी एवढं स्वारस्य का वाटतं आहे?’’

‘‘निकट असलेल्या युद्धाच्या दृष्टीने ते महत्त्वाचे आहेत. माझ्या अपेक्षेप्रमाणे त्यांना योग्य प्रशिक्षण दिलं गेलं, तर ते खूपच मोठी कामगिरी बजावतील, असं मला वाटतं.’’

वासुदेवाने स्मित केले आणि आपला अश्व पुढे दामटला. तो त्यांना मार्ग दाखवत त्या तबेल्यांकडे निघाला होता. त्यांच्या युद्धासाठी वापरल्या जाणाऱ्या हत्तींमध्ये नीळकंठाच्या पुत्राला अतीव स्वारस्य असल्याचे पाहून त्याला समाधान वाटले होते. वासुदेवांमधील क्षत्रियांनी हत्तींच्या प्रशिक्षणाचे पुनरुज्जीवन केले होते. राज्यकर्त्या वासुदेव पंडितांच्या सल्ल्याकडे दुर्लक्ष करून अगदी त्या विरोधात त्यांनी ही कृती केली होती. त्या महाकाय, विशाल प्राण्यांनी एके काळी भरतखंडाच्या सैन्यात महत्त्वपूर्ण स्थान पटकावले होते. त्यांचे स्वतंत्र दलच कार्यरत होते. मात्र शत्रूंनी विकसित केलेल्या तंत्रामुळे त्यांची भयावह ताकद आता नामशेष होऊ पहात होती. विशिष्ट ढोल जोरजोरात वाजवल्यामुळे हत्ती घाबरून जात, त्रस्त होत आणि त्यामुळे सैरावैरा पळू लागत. त्यामुळे त्यांच्या स्वतःच्याच सैन्याची हानी होत असे. त्यामुळे बहुतेक सैन्यांनी हत्तींचा वापर थांबवला होता. मात्र उत्तमरित्या प्रशिक्षित केलेले हत्ती रणभूमीवर शत्रू सैन्याची मोठीच वाताहत करू शकत होते, ही गोष्ट वादातीत होती. वासुदेवांच्या सैन्यातील कुशलपणे प्रशिक्षित केलेल्या हत्तींविषयी गणेश ऐकून होता. परंतु वासुदेवांच्या मितभाषी स्वभावामुळे ते सारे सत्य होते की निव्वळ अफवाच होत्या हे समजणे कठीण होते. कार्तिक आपल्या बंधुच्या दिशेने पुढे झुकला. ''परंतु दादा, चंबळहून आपण इथपर्यंत आलो होतो, तेव्हाच आपण त्यांचे हत्ती पाहिले आहेत. ते अपवादात्मकरित्या उत्तम प्रशिक्षित आणि शिस्तबद्ध आहेत.''

''होय. ते नक्कीच तसे आहेत, कार्तिक,'' गणेशाने उत्तर दिले. ''परंतु त्या हत्तिणी होत्या. त्यांचा उपयोग युद्धासाठी केला जात नाही. त्यांचा उपयोग फक्त घरगुती कामकाजासाठी केला जातो. माणसांची किंवा साहित्याची ने – आणि करण्याचे काम त्या करतात. युद्धाच्या वेळी नर हत्तींची आवश्यकता असते.''

''ते जास्त आक्रमक असतात म्हणून का?''

''हत्तींचा स्वभाव नेहमी शांत असतो. परंतु अगदी प्रशिक्षित केलेल्या हत्तींनाही बिथरवणं सोपं असतं आणि त्यामुळे ते अधिक आक्रमक बनतात. मात्र अधिक आक्रमक बनण्यासाठी हत्तिणींना प्रशिक्षण देणं कठीण असतं. कारण त्या केवळ चांगलं काही कारण असेल, तरच शत्रूला ठार मारतात. म्हणजे समज, त्यांच्या पिल्लांना कोणापासून धोका निर्माण झाला, तर त्या मुळीच दयामाया दाखवत नाहीत. परंतु नर हत्तींचं तसं नसतं. त्यांना किरकोळ कारणावरूनही संतप्त बनवता

येतं. त्यासाठी त्यांना प्रशिक्षण देणं सोपं असतं.''

''असं का असतं?'' कार्तिकाने विचारले. ''हत्तिणी तुलनेत कमी हुशार असतात का?''

''हे बघ, सर्वसाधारणपणे मी असं ऐकलंय, की हत्तिणी अधिक हुशार असतात. परंतु ही गोष्ट थोडीशी गुंतागुंतीची आहे. हत्तींच्या कळपात मातृसत्ताक पद्धती असते आणि सहसा कळपातील सर्वाधिक वयस्कर हत्तीण सारे निर्णय घेत असते. ते कधी फिरत राहतील, कधी खातील, कळपात कोण राहील आणि कोणाची हकालपट्टी केली जाईल, हे सारे निर्णय तिचेच असतात.''

''हकालपट्टी केली जाईल?''

''होय. किशोरवयीन झाल्यावर नर हत्तींना कळप सोडून जायला भाग पाडलं जातं. एकतर ते आपलं पोट आपलं आपण भरायला शिकतात किंवा भटक्या नर हत्तींच्या कळपात सहभागी होतात.''

''हे अन्यायकारक आहे.''

''कार्तिक, निसर्गाला न्यायाची काळजी नसते. त्याला फक्त क्षमतेमध्ये स्वारस्य असतं. कळपात नर हत्तीचा फारसा उपयोग नसतो. स्वसंरक्षण करण्यात मादी हत्ती किंवा हत्तिणी अधिक सक्षम असतात. शिवाय त्या एकमेकींच्या पिल्लांची काळजीही घेत असतात. ज्यावेळी मादीला पिल्लू हवं असेल, तेव्हाच फक्त नर हत्तीची आवश्यकता असते.''

''मग ते कसे काय...?''

''त्यांच्या मीलनाच्या ऋतूमध्ये हत्तीणींचा कळप काही भटक्या नरांचा काही काळापुरता स्वीकार करतो. त्यामुळे त्या हत्तिणींना गर्भधारणा होते. त्यानंतर पुन्हा एकदा नरांना हाकलून दिलं जातं.''

कार्तिकाने आपले मस्तक हलवले. ''हे खूपच भीषण आहे.''

''होय. पण तिथे तसाच प्रकार चालतो. रानटी हत्तिणींचं सामाजिक जीवन अत्यंत शिस्तबद्ध असतं. त्या सामाजिक जीवन जगतात. त्यांचा कळप प्रभावी असतो. त्या मातृसत्ताक पद्धतीने कळपाचं कामकाज चालवतात. मात्र नर हत्ती भटके असतात. त्यांना अशा कोणत्याही प्रकारचे बंध नसतात. सहसा नर हत्ती एकटाच राहतो. आपल्यासारख्या इतर कोणत्याही भटक्या नर हत्तीशी तो संलग्न नसतो. तो एकाकीपणे रहात असल्यामुळे जगण्यासाठी त्याला अधिक आक्रमक

बनावंच लागतं. त्यामुळेच त्याला माणसाळवणं सोपं नसतं. म्हणूनच त्यांना बालवयातच पकडणं आवश्यक असतं. परंतु एकदा का ते माणसाळले, की मग ते आत्यंतिक निष्ठेने वागतात आणि माहुताशी एकनिष्ठ राहतात. त्याहूनही महत्त्वाची बाब म्हणजे कोणतंही पुरेसं कारण नसतानाही ते एखाद्याला ठार मारतात. हत्तिणी असं करत नाहीत. नर हत्तीला मात्र फक्त त्याच्या माहुताने आदेश दिला तरी तेवढं पुरेसं असतं.''

''प्रभू'' त्यांच्या संभाषणात हस्तक्षेप करत तो वासुदेव पंडित म्हणाला, ''हत्तीशाळा आली.''

''कोण सैतान असल्याचा माझा संशय आहे, हे तुम्हाला अगोदरच माहिती आहे, असा माझा अंदाज आहे,'' त्या छोट्याशा यज्ञकुंडाजवळ बसलेल्या वासुदेवाकडे कटाक्ष टाकत शिव म्हणाला.

''माझी इच्छा नसेल, तर मी दरवेळीच मनातील विचार वाचू शकत नाही,'' गोपाळ स्मित करत म्हणाला. ''परंतु तुम्ही ज्याला सैतान समजता, तोच सैतान असल्याचं मी मान्य केलं, तर तुम्हाला ते अधिक रुचेल, असं मला वाटतं.''

''होय. आणि जर त्याप्रमाणे तुम्ही माझ्या म्हणण्याला मान्यता देणार असाल, तर त्यामागची कारणं काय आहेत?''

''ठीक आहे. प्रथम माझी प्राधान्याची बाब सांगतो. ती म्हणजे काहीही झालं तरी अर्थातच आम्हाला तुमचं म्हणणं मान्य असेलच. प्रत्येक वासुदेव तुमच्या म्हणण्याला मान्यता देईलच.''

''का?''

''कारण आम्ही महादेवाच्या यंत्रणेचे विश्वासू अनुयायी आहोत. तुम्हाला एकदा का योग्य उत्तर सापडलं, की आम्ही लगेच ते मान्य करू.''

शिवाच्या लक्षात काहीतरी आले. ''एकदा का माझ्याकडे योग्य उत्तर असेल..म्हणजे?''

''होय. कित्येक आव्हानं असतानाही, सैतान म्हणजे काय या प्रश्नाचं योग्य उत्तर शोधण्यात तुम्ही यशस्वी ठरलात.''

“याचा अर्थ तुम्हाला आधीच योग्य उत्तराचं ज्ञान आहे?”

“अर्थातच. माझ्यासमोर असलेल्या प्रश्नांची उत्तरं फक्त आम्हाला आधी माहिती नव्हती. विष्णूच्या यंत्रणेविषयीचे प्रश्न खूपच भिन्न आहेत. महादेवासमोरचा प्रमुख प्रश्न आहे : सैतान म्हणजे काय? विष्णुंकरिता, दोन प्रमुख प्रश्न असतात. ‘यानंतरची महान चांगली गोष्ट कोणती असेल? आणि ती चांगली गोष्ट कधी वाईट बनेल?”

“केव्हा?”

“होय. महादेव ही बाहेरची व्यक्ती असते; तर विष्णू ही या भूमीतीलच व्यक्ती असते. नवीन जीवनमार्गाच्या निर्मितीसाठी महान चांगल्या गोष्टीचा उपयोग करून घेणं आणि नंतर त्या मार्गावरून जाण्यासाठी लोकांचं नेतृत्त्व करणं हे त्याचं कार्य असतं. ही महान चांगली गोष्ट काहीही असू शकते. ती अगदी दैवी अस्त्रासारखं एखादं नवीन तंत्रज्ञान किंवा सोमरसासारखी एखादी नवीन निर्मिती, अगर एखादं तत्त्वज्ञानही असून शकेल. आधीच्या विष्णूनं जो जीवनमार्ग आखून दिलेला असेल, त्याचं इतर नेते फक्त अनुकरण करतात. प्रभू रामानं एकाहून अधिक महान चांगल्या गोष्टींचा वापर केला. आपला ज्या जातीत जन्म झाला असेल; त्याहून भिन्न जातीची निवड आपण स्वतः करू शकतो. सोमरसाच्या सामर्थ्याचा लाभ सर्वांनाच मिळावा, यासाठी सोमरसाचा उपयोग फक्त प्रतिष्ठित वर्गापुरताच मर्यादित न ठेवता त्याचा व्यापक वापर करण्याची मुभा देणे, यांसारख्या काही महान चांगल्या गोष्टींचा त्याने उपयोग केला. मात्र एक गोष्ट लक्षात ठेवली पाहिजे. महान चांगली गोष्ट नेहमीच मोठ्या सामर्थ्यशाली सैतानाकडेही नेऊ शकते.”

“प्रभू मनुच्या शिकवणुकीतून माझ्या ते लक्षात आलंय. परंतु ते असं का असतं, याविषयीची कारणं मला तुमच्याकडून जाणून घ्यायची आहेत.”

“आमच्या जमातीचा एक तत्त्वज्ञानविषयक ग्रंथ आहे. त्यामध्ये या प्रश्नाचं उत्तर सुंदररित्या दिलं गेलंय. त्यात महान तत्त्वज्ञांचे विचार अंतर्भूत आहेत. आम्ही ज्यांचे विचार पिढ्यान्‌पिढ्या आदराने मानत आलो, ज्यांच्याविषयी आमच्या मनात आत्यंतिक आदर आहे, त्या भगवान हरी आणि भगवान मोहन यांच्यासारख्या तत्त्वचिंतकांच्या तत्त्वज्ञानाचा या ग्रंथात समावेश आहे. वासुदेव जमातीच्या प्रमुखांच्या शिकवणुकीही त्यात आहेत. भगवान वासुदेव या आमच्या जमातीच्या संस्थापकाच्या तत्त्वचिंतनाने या ग्रंथाचा प्रारंभ होतो. या ग्रंथाचे नाव आहे, ‘प्रभूचे

गीत'!''

''प्रभूचे गीत?''

''होय. त्यालाच संस्कृतमध्ये 'भगवत् गीता' असं म्हटलं जातं. गीतेमधील एक ओळ अत्यंत सुंदररित्या मला जे म्हणायचं आहे, ते स्पष्ट करते. ती ओळ आहे, 'अति सर्वत्र वर्ज्ययेत' कोणत्याही गोष्टीचा अतिरेक टाळला पाहिजे. तो हानिकारकच ठरतो. काही जण चांगल्या गोष्टीकडे आकर्षित होतात. परंतु विश्व समतोल राखण्याचा प्रयत्न करत असते. त्यामुळेच आपल्याला जी गोष्ट कल्याणदायी वाटत असते, तीच दुसऱ्यांसाठी हानिकारक ठरू शकते. आपल्याला अन्नपुरवठ्याची हमी मिळत असल्यामुळे शेती आपल्यासारख्या मानवांना चांगली वाटते. परंतु आपली वने आणि कुरणे नाहीशी झाल्यामुळे प्राण्यांसाठी ती हानिकारक ठरते. आपल्याला जिवंत ठेवत असल्यामुळे प्राणवायू आपल्यासाठी चांगला ठरतो, परंतु अब्जावधी वर्षांपूर्वी प्राणवायू न घेता जगणाऱ्या जिवांसाठी तो हानिकारक ठरला आणि त्यामुळे ते जीव नामशेष झाले. म्हणूनच विश्व प्रत्येक गोष्टीत समतोल साधण्याचा प्रयत्न करत असते. म्हणूनच चांगल्या गोष्टीचा अतिरेक करून तिचा आनंद घेतला जाऊ नये, याची काळजी आपण घेतली पाहिजे; अन्यथा, चांगल्याच्या निराकरणासाठी सैतानाची उत्पत्ती करून विश्व आपला पुनर्समतोल निर्माण करतं. सैतानाचा हेतूच तो असतो. तो चांगल्या गोष्टींचा समतोल राखतो.''

''मग सैतानाची निर्मिती होऊ न देणारी चांगली गोष्ट का असू शकत नाही? विश्वाचा समतोल ढासळू न देणारी जीवनपद्धती आपण का निर्माण करू शकत नाही?''

''ते अशक्य असतं. आपण जीवित असण्यानंच मुळात असमतोल निर्माण झालेला असतो. कारण जीवित राहण्यासाठी आपल्याला श्वासोच्छ्वास करावा लागतो. त्यासाठी आपण प्राणवायू शरीरात घेतो आणि कर्ब वायू बाह्य जगात सोडून देतो. असं करून आपणही विश्वात असमतोल निर्माण करत नसतो का? काही लोकांसाठी कर्ब वायू हा सैतान ठरत नाही का? म्हणजेच दुष्कर्माबरोबरच सत्कर्म करण्याचंही आपण थांबवू, त्यावेळीच हा समतोल राखला जाईल. म्हणजेच आपण जीवित राहणंच पूर्णपणे थांबवू, त्यावेळीच हा समतोल साधला जाईल. या सगळ्याचा आपण विश्वाच्या दृष्टिकोनातून विचार करूया. फक्त

निर्मितीच्या क्षणाच्या वेळीच विश्वात परिपूर्ण समतोल साधला गेला होता. निर्मिती आणि विनाश ही एकाच क्षणाची दोन टोके आहेत आणि निर्मिती आणि त्यानंतरचा विनाश या दोहोंमधील प्रवास म्हणजे जीवन होय. निर्मिती होणे, त्यानंतर अटळ विनाशापर्यंत जगणे आणि त्यानंतर विनाश झाल्यावर पुनर्निर्मिती होणे हा विश्वाचा धर्म आहे. आपण या विश्वाच्याच छोट्या आवृत्त्या आहोत.''

''हे फक्त सिद्धांत आहेत, पंडितजी!''

''होय. नक्कीच ते सिद्धांत आहेत. परंतु इतर वेळी अनाकलनीय भासणाऱ्या अनेक गोष्टींविषयी ते मोठ्या प्रमाणात स्पष्टीकरण देतात.''

''समजा, मी जरी हे मान्य केलं, तरीही आपल्या पातळीवर ते कसे काय समर्पक ठरतात? विश्वाच्या तुलनेत आपण अगदीच क्षुद्र, नगण्य आहोत.''

''होय. ती गोष्ट सत्य आहे. परंतु आपल्यातच विश्वाचा वास असतो. कारण आपण त्याचीच अत्यंत सूक्ष्म अशी एक प्रतिकृती असतो. आपल्यासह प्रत्येक जिवंत व्यक्तीसाठी चांगल्या आणि वाईट या दोन्ही बाबी म्हणजे जीवनमार्ग आहेत. चांगल्या आणि सैतानी गोष्टींमधून, समतोल आणि असमतोलातूनच आपली निर्मिती आणि विनाशही होत असतो. ही बाब प्राणी, वनस्पती, ग्रह, तारे आणि प्रत्येक गोष्टीसाठीच सत्य असते. या चांगल्या आणि सैतानी गोष्टींवर नियंत्रण कसे मिळवावे, याची निवड आपण करू शकतो. म्हणूनच मानव हा या सर्वांहून आगळावेगळा आणि खास ठरतो. ही संधी बहुतांश प्राणिमात्रांना मिळालेली नसते. कोट्यवधी वर्षांपूर्वी अत्यंत प्रचंड आकाराचे प्राणी या पृथ्वीतलावर रहात होते. मात्र वातावरणातील बदलामुळे ते नामशेष झाले. या विनाशाला ते स्वतः कारणीभूत नव्हते; तर सैतानाची अचानक उत्पत्ती झाल्यामुळे हे घडून गेले, ते सैतानाचे बळी ठरले, असं आपण मानू शकतो. मानवाला मात्र परमेश्वरानं बुद्धिमत्तेची महान देणगी बहाल केलेली आहे. त्यामुळे आपण निवडी करू शकतो. जाणीवपूर्वक चांगल्याची निवड करून आपल्या आयुष्यांत चांगल्या सुधारणा घडवून आणण्याचं सामर्थ्य त्यामुळेच आपल्याकडे असतं. आपला संपूर्ण विनाश घडवून आणण्याआधीच सैतानाला थोपविण्याचं सामर्थ्य आपल्याकडे असतं. इतर जीवित प्राणिमात्रांच्या निसर्गाशी असलेल्या नात्याहून आपलं निसर्गाशी असलेलं नातं भिन्न असतं. इतरांना निसर्गाच्या किंवा विश्वाच्या इच्छेनुरूपच वागावं लागतं. त्यांच्यावर त्यांची इच्छा चालते; मात्र आपण आपल्या मर्जीनुसार,

निसर्गाला वाकवू शकतो.आपण शेतीचं तंत्र तयार केलं, त्यासारख्या चांगल्या, विधायक गोष्टींचा वापर करून आपण या गोष्टी करू शकतो. यात एकच गोष्ट विसरली जाते. ती म्हणजे आपण ज्या विधायक किंवा चांगल्या गोष्टी करतो, त्यांच्यातूनच सैतानाकडे जाणारा मार्गही जात असतो आणि त्यामुळे आपलाच विनाश घडून येत असतो.''

''तिथेच महादेवाची भूमिका सुरू होते का?''

''होय. विधायक किंवा चांगली गोष्ट ही सर्जनशील विचारवंत आणि प्रभू ब्रह्मासारखे शास्त्रज्ञ निर्माण करतात. परंतु त्या विधायकतेचा वापर करून घेणं आणि मानवाला प्रगतीच्या मार्गावरून नेणं यासाठी विष्णूची आवश्यकता असते. ज्या कोणत्या चांगल्या किंवा विधायक गोष्टीमुळे समाज सैतानी शक्तीकडे खेचला जात असतो त्यांपासून समाजाला पुन्हा सन्मार्गावर आणण्यासाठी विष्णू प्रकट होतो. तो त्या महान विधायक किंवा चांगल्या गोष्टीच्या पर्यायी चांगल्या किंवा विधायक गोष्टींची निर्मिती करतो. चांगल्या गोष्टींचे विषारी परिणाम तो सौम्य बनवतो. म्हणजेच सोमरसाच्या टाकाऊ पदार्थांचे विषारी परिणाम सौम्य करण्याचा प्रयत्न करून बृहस्पती अशाच प्रकारचा हस्तक्षेप करू पहात होते. त्यांना त्यात यश आलं असतं, तर आम्ही वासुदेवांनी त्यांना त्यांची मोहीम पूर्ण करण्यासाठी सर्वतोपरी साहाय्य केलं असतं. सौम्य सोमरसावर आधारित नवीन जीवनमार्ग त्यावेळी प्रस्थापित करता आला असता. परंतु दुर्दैवानं बृहस्पतींना त्यात यश आलं नाही आणि तो मार्ग बंद झाला. आता फक्त महादेवाचा म्हणजेच संघर्षाचा, लढ्याचा मार्ग उरला आहे. म्हणजेच आता सैतान बनलेल्या मूळच्या विधायक किंवा चांगल्या गोष्टीपासून विधायक गोष्टीकडे लोकांना नेण्याचा मार्ग आता शिल्लक आहे.''

''म्हणजे सैतानी बनलेल्या चांगल्या गोष्टीला पर्यायी चांगली गोष्ट देऊन सैतानी बनलेल्या गोष्टीपासून विष्णू लोकांना दुसरीकडे वळवतो. परंतु महादेव मात्र ती विधायक गोष्ट सोडून देण्यास लोकांना सांगतो आणि त्या बदल्यात दुसरी चांगली किंवा विधायक गोष्ट त्यांना देऊ करत नाही.''

''होय आणि ही गोष्ट करणं अजिबात सोपं नसतं. कित्येक लोकांसाठी अद्यापही सोमरस ही चांगली गोष्ट आहे. सोमरसामुळे त्यांचं आयुर्मान नाट्यमयरित्या वाढतं आहे. त्यामुळे तारुण्यानं रसरसलेल्या, रोगमुक्त आणि निर्मितीक्षम दीर्घायुष्याचा

लाभ त्यांना होत आहे. परंतु संपूर्ण समाजाचा विचार करता तो सैतानी आहे. महान विधायकतेसाठी, महान सत्कर्मासाठी आपल्या वैयक्तिक स्वार्थाचा त्याग करण्याचं आवाहन आम्ही लोकांना करत आहोत. मात्र त्या बदल्यात आम्ही त्यांना काहीही देऊ करत नाही. यासाठीच ज्याच्यावर लोक डोळे झाकून विश्वास ठेवू शकतील, अशा बाह्य भागातून आलेल्या परदेशी व्यक्तीची, नेतृत्वाची आवश्यकता असते. यासाठीच प्रचंड भक्तीची लाट निर्माण करणाऱ्या देवाची गरज असते. यासाठीच महादेवाची आवश्यकता असते.''

``म्हणजे सोमरस हा सैतान आहे, हे तुम्हाला पूर्वीपासूनच माहिती होतं?''

``तो कधी ना कधी हळूहळू सैतानात रूपांतरित होणार आहे, हे आम्हाला ज्ञात होतं. फक्त ते 'केव्हा' घडेल, हे आम्हाला ज्ञात नव्हतं. एक गोष्ट लक्षात ठेवा. विधायक गोष्टीलाही आपला कालावधी पूर्ण करावाच लागतो. एखादी चांगली गोष्ट आपण समाजापासून अकालीच, खूपच लवकर हिरावून घेतली, तर संस्कृतीची वाटचालच आपण रोखत असतो. म्हणूनच सैतानाविरुद्धच्या या लढाईत ती वेळ आली आहे का, हे महादेवाने ठरवण्यासाठी विष्णूच्या यंत्रणेला प्रतीक्षा करावीच लागते. आता आपल्या बाबतीत विचार करायचा झाला, तर महादेव प्रकट झाला आहे आणि त्याने आपला आपण शोध घेऊन सोमरस सैतान असल्याचा निष्कर्ष काढला आहे. म्हणून आता सैतानाचं उच्चाटन करण्याची योग्य वेळ आल्याचं आम्हाला समजलं आहे. आता या संपूर्ण समीकरणातून सोमरसाला बहिष्कृत करण्याची वेळ आली आहे.''

हत्तीशाळेच्या प्रवेशद्वाराजवळ गणेश, कार्तिक आणि बृहस्पती उभे होते. तिथे भल्या मोठ्या दगडी विटांपासून बनवलेल्या दहा वर्तुळाकृती भिंती होत्या. प्रत्येक वर्तुळाकृती भिंतीच्या अंतर्गत भागात सुमारे आठशे ते एक हजार प्राणी होते. त्यांच्यापैकी पाच भिंतींच्या अंतर्गत भागांत हत्तिणी आणि त्यांची पिल्ले बांधण्यात आली होती. उर्वरित पाच भिंतींच्या अंतर्गत भागांत नर हत्तींसाठीची राखीव जागा होती. तेथील हत्तींना नियमितपणे युद्धाचे प्रशिक्षण दिले जात होते.

हत्तिणींसाठीच्या जागेच्या प्रत्येक अंतर्गत भागाच्या मध्यभागी एकेक भले

मोठे तळे होते. तिथे ते प्राणी पाण्यात डुंबत असत. चिखलात लोळत असत आणि पाण्याचे फवारेही एकमेकांच्या अंगावर सोडत असत. समाजप्रिय असलेले ते प्राणी तळ्याभोवती एकत्र जमतही असत. त्या महाकाय प्राण्यांची पोटे भरण्यासाठी तलावाभोवती प्रचंड प्रमाणात गवत आणि इतर वनस्पतींचा ढीग पडलेला असे. ताज्या गवतात चरण्यासाठी हत्तिणींना त्यांच्या पिल्लांसह छोट्या छोट्या कळपांनी अरण्यातही नेले जात असे. त्यावेळी ते प्राणी आपली कातडी झाडांवर घासत असत. त्यामुळे त्यांच्या शरीरावरची मृत त्वचा गळून पडत असे. हत्तिणींच्या विश्रांतीच्या जागांमध्ये भिंती नव्हत्या. त्या मुक्तपणे तिथे रहात असत आणि एकमेकींमध्ये मिसळूही शकत असत. त्या सहसा कळप करून रहात असत. एखाद्या विशिष्ट हत्तिणीकडे त्या कळपाचे नेतृत्व असे.

हत्तींसाठीच्या राहण्याच्या जागा मात्र याहून अगदी भिन्न स्वरूपाच्या होत्या. पहिली गोष्ट म्हणजे प्रत्येक हत्तीसाठी स्वतंत्र जागा होती. त्या प्रत्येक प्राण्याचा माहूत, हत्तीच्या राहण्याच्या वरच्या भागात रहात असे. त्यामुळे आपल्या नियंत्रणाखाली असलेल्या प्राण्यासमवेत तो जवळजवळ संपूर्ण वेळच रहात असे. साहजिकच माहूताशी हत्तीची जवळीक निर्माण होत असे. त्या हत्तींनी कोणतेही काम करणे अपेक्षित नव्हते. आपली मृत त्वचा काढून टाकण्यासाठी ते आपली कातडी खडकांवर किंवा वृक्षांवर घासत नसत. त्याऐवजी माहूतच त्यांना खरारा करून रोजच्या रोज स्नान घालत असत. मध्यभागी जाऊन आपले भोजन प्राप्त करून घेण्याची आवश्यकताही त्यांना भासत नसे. कारण त्याऐवजी नुकत्याच तोडलेल्या ताज्या वनस्पती त्यांना त्यांच्या निवासाच्या बाहेरच उपलब्ध करून दिल्या जात असत. त्या हत्तींकडे एकच कामगिरी होती. ती म्हणजे युद्धासाठी प्रशिक्षित बनणे.

नर हत्तींच्या त्या वर्तुळाकृती भिंतीअंतर्गत भागाच्या मध्यभागी याच उद्देशाने मोकळी जागा ठेवलेली होती. हत्तिणींच्या जागेप्रमाणेच तिथेही मध्यभागी भलेमोठे तळे होते. परंतु ते अधिक खोल होते. हत्तींकडे पोहण्याचे असलेले जन्मजात कौशल्य इथे त्यांना अधिक चांगल्या प्रकारे वापरण्यास शिकवले जात असे. जोरदार तडाखा देऊन जहाजे बुडवण्यास त्यांना शिकवले जात असे. प्रत्येक तलावाभोवती भले मोठे क्रीडांगण होते. तिथेच हत्तींना युद्ध कौशल्याचे प्रशिक्षण दिले जात असे. शत्रूसैन्याची सीमा पार करण्यासारखे काम त्यांना शिकवले जात

असे. युद्धाच्या वेळी निर्माण होणारी उष्णता सहन करण्यासाठीही त्यांना मजबूत बनवले जात असे. हत्तींना चिथावणी देण्यासाठी आणि त्यांना सैरावैरा धावायला लावण्यासाठी कमी गतीने ढोलक वाजवण्याचे तंत्र अलीकडे विकसित झाल्याचे वासुदेवांना ज्ञात होते. त्याच्यावर मात करण्यासाठी वासुदेवांनी हत्तींसाठी कानांत घालावयाचे नवीन प्रकारचे बोळे विकसित केले होते. याशिवाय हत्तींना युद्धाच्या वेळचे, मंद गतीचे ढोलवादन रोजच सरावासाठी ऐकवले जात असे. त्यामुळे त्यांना त्या आवाजाची सवय लावली जात असे.

गणेश, कार्तिक आणि बृहस्पती यांना एका नर हत्तीच्या जागेकडे नेण्यात आले. त्या वासुदेवाला ज्या हत्तीचा वैयक्तिकरित्या अभिमान वाटत होता, त्या हत्तीकडे तो त्यांना घेऊन गेला होता. तिथे पोहचल्यानंतर त्याने माहुताला हाक मारली आणि हत्तीला त्याच्या जागेतून बाहेर आणण्याची सूचना दिली. माहुताने तत्काळ तसे केले. त्यावेळी तो त्या हत्तीच्या मस्तकाच्या थोडासा मागेच अत्यंत अभिमानाने बसला होता. हत्तीचे डोळे मस्तकावरच्या यंत्रणेने झाकलेले होते, या गोष्टीचे गणेशाला आश्चर्य वाटले. माहूत बसल्या जागेवरून ती यंत्रणा हलवू शकतो, असे त्या क्षत्रिय वासुदेवाने सांगितले. फक्त माहूताच्या सूचनांचेच तंतोतंत पालन करून हत्तीने काम करावे आणि त्याला जे दिसत असेल, त्यावरून त्याने काही करू नये, अशी आवश्यकता असताना त्याचे डोळे झाकले जात असल्याची माहितीही त्याने दिली. कास्याच्या साखळीने धातूचा एक दंडगोल हत्तीच्या सोंडेभोवती बांधलेला होता. त्यानंतर त्या वासुदेवाने गोलाकार लाकडी फळी लक्ष्य म्हणून समोर ठेवली. ती मानवी मस्तकाच्या सुमारे तिप्पट मोठी होती.

"तुम्ही थोडे मागे सरका," वासुदेवाने सांगितले.

ते तिघेही मागे सरकले. त्यानंतर माहूताकडे पाहून वासुदेवाने मान डोलावली. हत्तीच्या कानांमागे माहूताने हळुवारपणे अनेक वेळा आपले पाय दाबले. त्या खुणांनी हत्तीला योग्य त्या सूचना दिल्या गेल्या होत्या. तो हत्ती धीम्या गतीने चालत त्या लाकडी लक्ष्याजवळ गेला आणि त्याच वेळी आपले मस्तक हलवून त्याने आपल्याला आज्ञा समजल्याचे सांगितले. तो त्या लक्ष्यासमोर जाऊन उभा राहिला आणि अचानक विजेच्या वेगाने सोंड उचलून त्याने ती हवेत भिरकावली आणि त्या लाकडी लक्ष्याच्या बरोबर मध्यभागी त्याने तो धातूचा गोल वेगाने फेकला होता. त्या लक्ष्याचे तुकडे तुकडे झाले होते.

कार्तिकाने कौतुकाने शीळ घातली.

गणेशाने वासुदेवाकडे पाहिले. ''आपण या लक्ष्याला आणखी थोडे स्वारस्यपूर्ण बनवू शकतो का?'' त्याने विचारले.

वासुदेवाला आपल्या हत्तीविषयी आत्यंतिक विश्वास वाटत होता. त्यामुळे त्याने तातडीने होकार दिला. आता दुसरे लाकडी लक्ष्य आत आणले गेले आणि ते फलकावर बसवण्यात आले होते, परंतु गणेशाच्या सूचनेनुसार, फलकाला खालच्या बाजूला चाके बसवण्यात आली होती. त्या लाकडी फलकावर गणेशाने एक छोटेसे वर्तुळ काढले. साधारणपणे त्याचा आकार मानवी मस्तकाएवढा होता. त्याशिवाय हत्तीच्या सोंडेला बांधण्यात आलेल्या त्या धातूच्या गोलावर गणेशाने लाल रंग देण्यास सांगितले. त्यामुळे धातूचा गोळा नेमका कुठे आदळला गेला पाहिजे, हे त्यांना आता नेमके माहिती होते. आपल्या गोळ्याने हत्तीने त्या छोट्याशा गोलाच्या मध्यभागी आघात केला पाहिजे, असे गणेशाने माहूताला सांगितले. त्यानंतर लांबलचक दोरखंड वापरून तो फलक इकडे तिकडे हलवण्यास त्याने इतर दोन सैनिकांना सांगितले. त्यामुळे हत्तीचा हल्ला चुकवण्याची धडपड करत असलेल्या माणसाप्रमाणे आता ते लक्ष्य भासू लागले. सैन्याच्या तुकडीवर चाल करून जाण्यापेक्षा हत्तीला एका विशिष्ट व्यक्तीवर हल्ला करण्याचे प्रशिक्षण दिले गेले असते, तर त्यामुळे शत्रूच्या सेनाप्रमुखालाच लक्ष्य करणे सोपे गेले असते. त्यामुळे सैन्य नेतृत्वहीन बनले असते.

प्रत्येक जणच मागे सरकला. माहूताने आपल्या टाचेने हत्तीला सूचना दिल्या. त्याचे डोळे त्या फलकावर खिळून राहिले होते. तो हत्तीला हळूहळू लक्ष्याच्या दिशेने एकेक पाऊल पुढे नेत होता. लक्ष्य बांधले गेलेले दोरखंड ते सैनिक हळूहळू हलवत होते, त्यामुळे लक्ष्य सारखे हलत होते. अचानकच माहूताने आपला उजवा पाय हत्तीच्या कानांखाली जोरात दाबला आणि हत्तीने आपली भली मोठी सोंड उचलली. त्या धातूच्या गोळ्याने फलकाचा मध्यभाग भेदला होता. तो अगदी प्राणघातक हल्ला होता.

गणेशाने स्मित केले आणि दंतकथा बनून गेलेल्या प्राण्यांच्या प्रभूच्या नावाची शपथ त्याने घेतली. ''महान पशुपतिनाथाची शप्पथ, हा काय विलक्षण हत्ती आहे!'' गणेश उद्गारला.

प्रकरण ८

शिव कोण आहे?

"मी जर याचं दुसरं उत्तर शोधलं तर काय होईल?" शिवाने विचारले.

"मग सैतान प्रकटण्याची वेळ अद्याप आलेली नाही, असं आम्ही समजू," गोपालाने उत्तर दिले. "म्हणजे अद्यापही सोमरस हा चांगल्या सामर्थ्याचा द्योतक आहे, असा त्याचा अर्थ असेल."

"हा थोडा जास्तच भोळसरपणा झाला नाही का? ज्याची कोणतीच चाचणी घेतली गेलेली नाही, अशी एखादी परदेशी व्यक्ती या काळातील सर्वाधिक महत्त्वाच्या समस्येवरचं उत्तर शोधून काढेल, यावर तुमचा खरोखरच विश्वास आहे? या प्रकारेच या यंत्रणेचं कार्य चालतं का?"

गोपाळाने स्मित केले. "खरं तर नाही. ही यंत्रणा खूपच भिन्न आहे. माझी चूक होत नसेल तर, आमच्यापैकी एका वासुदेवानं तुम्हाला वायुपुत्रांविषयी माहिती दिली आहे. आधीच्या विष्णूने आपली जी जमात मागे सोडली होती, ती म्हणजे वासुदेव होत; त्याप्रमाणेच आधीच्या महादेवाने म्हणजे भगवान रुद्राने मागे सोडलेली त्याची जमात म्हणजे वायुपुत्र होत. विष्णू आणि महादेव यांच्या यंत्रणा परस्पर भागीदारीत कार्य करतात. वासुदेवांची वायुपुत्रांशी अत्यंत निकटची आंतरक्रिया सुरू असते. 'सैतान कोण असतो?' या भगवान मनूने फक्त त्यांच्यासाठी राखीव ठेवलेल्या प्रश्नावरच फक्त आमचे मतभेद आहेत. आणि आमच्यासाठी राखीव

असलेल्या 'यापुढचा महान देव कोण असेल?' या प्रश्नावर त्यांच्याकडे आमच्याहून भिन्न उत्तर आहे. वायुपुत्रांचं नीळकंठाच्या यंत्रणेवर नियंत्रण असतं. नीळकंठाचं कार्य करण्यासाठी संभाव्य उमेदवाराला ते प्रशिक्षण देतात आणि जर सैतान प्रकट झाला आहे, असं त्यांना वाटलं, तर ते नीळकंठाला प्रकट होण्यास परवानगी देतात.''

''कालीने मला याविषयी सांगितलं आहे. परंतु त्या व्यक्तीची निवड करताना वायुपुत्र त्याचा कंठ नीळा करण्याची कामगिरी कशी काय पार पाडतात?''

''ती व्यक्ती किशोरावस्थेत प्रवेश करते, त्यावेळी ते एक प्रकारची औषधी त्याला देतात, असं मी ऐकलं आहे. एका विशिष्ट वयात त्याने सोमरस प्राशन करेपर्यंत त्या औषधीचा प्रभाव सुप्तावस्थेतच टिकतो. ती औषधी तशीच सुप्तावस्थेतच त्याच्या कंठात राहते. त्या व्यक्तीच्या कंठात असलेल्या त्या औषधीच्या अवशेषांवर सोमरसाचा परिणाम होऊन त्याचा कंठ निळा होत असावा, असं मला वाटतं. या संकल्पनेनुसार सारं काही घडून यायचं असेल, तर त्या साऱ्या गोष्टी त्या व्यक्तीच्या जीवनातील विशिष्ट टप्प्यांवरच, ठरल्याप्रमाणे घडवून आणाव्या लागतात. उदाहरणार्थ, त्या व्यक्तीने औषध घेतल्यानंतर सुमारे पंधरा वर्षांनंतर त्याने सोमरस प्राशन केला, तर त्याचा कंठ निळा होतो. मग त्या व्यक्तीने ते औषध अगदी बाल्यावस्थेत घेतले असले, तरीही त्याचा तोच परिणाम दिसून येतो.''

शिवाचे डोळे विस्फारले. ''ही फारच गुंतागुंतीची प्रक्रिया आहे!''

''या पद्धतीने या यंत्रणेवर नियंत्रण मिळवणं शक्य आहे. याचा अर्थ, कोणत्या व्यक्तीचा कंठ कधी निळा झाला पाहिजे, ही प्रक्रिया फक्त वायुपुत्रच नियंत्रित करू शकतात, अशी तुमची कल्पना आहे. लोकांच्या अंधश्रद्धेमुळे ते नीळकंठाचे अनुयायी बनतात. त्याची प्रत्येक आज्ञा शिरसावंद्य मानतात आणि अशा प्रकारे सैतानाला हाकलून देणं शक्य होतं.''

''सोमरस आता सैतानी बनू लागल्याची शंका आम्हाला काही काळापूर्वीच आली होती. परंतु नीळकंठाच्या यंत्रणेवर आमचं काहीच नियंत्रण असत नाही. ते वायुपुत्रच करतात. अद्यापही सोमरस विधायक स्वरूपाचा आणि चांगलाच असल्याचा वायुपुत्रांचा विश्वास आहे. म्हणून, त्यांनी नीळकंठ पदाच्या आपल्या उमेदवाराला तयार करण्यास नकार दिला. त्यामुळे आता नीळकंठ प्रकट होण्याची

वेळ आल्याची आमची खात्री पटली असली, तरीही ते घडून आलेलं नव्हतं.''

''तुम्ही तुमचं म्हणणं वायुपुत्रांकडे मांडलं होतं का?''

''होय. आम्ही ते केलं होतं. परंतु त्यांनी त्याला मान्यता दिली नव्हती. त्यामुळे विष्णू पद्धतीने दुसऱ्या विधायक किंवा चांगल्या गोष्टीचा शोध घेणं एवढा एकमेव उपायच आमच्याकडे उरला होता. त्यामुळेच नीळकंठाचं आगमन झाल्याबरोबर आमच्यासह आणि वायुपुत्रांसह सर्वच जण स्तंभित झाले होते.''

शिवाने स्वतःकडे अंगुलीनिर्देश करत म्हटले, ''मी अचानकच कुठून तरी प्रकट झालो.''

''होय. या बाबतीत काय घडलं होतं, ते कोणालाच ज्ञात नव्हतं. तुम्ही म्हणजे वायुपुत्रांचा अधिकृत उमेदवार नसल्याचं आम्हाला माहिती होतं. तुम्ही बनावट आहात आणि लवकरच तुमचं बनावटपण उघडकीस येईल, असा कित्येक वायुपुत्रांचा होरा होता. नीळकंठाच्या यंत्रणेविषयीच्या स्वारस्यापोटी तुमची हत्या केली जावी, अशीही काही जणांची इच्छा होती. परंतु वायुपुत्रांचा नेता, मित्र याने त्यांना रोखले आणि तुमच्या कर्मानुसार जगण्याची तुम्हाला मुभा दिली जावी, असं त्यानं त्या लोकांना सांगितलं.''

''मित्रानं तसं का केलं?''

''मला माहिती नाही. तेच तर गूढ आहे. आमच्यातही भरपूर वादविवाद झाले. तुम्ही प्रकट होणं याचा अर्थ आमचं म्हणणं योग्य आहे, असा आहे, असा काही जणांचा विश्वास होता. त्यामुळे सोमरसाचा नायनाट करण्यासाठी आम्ही तुमचा वापर करून घ्यावा, असं त्यांचं म्हणणं होतं. काही जणांच्या मते, नीळकंठाच्या दंतकथेचा गैरवापर करून गोंधळ माजवण्यासाठी तुम्ही प्रकट झाला आहात आणि तुम्ही अनोळखी परकी व्यक्ती आहात. त्यामुळे आम्ही तुमच्याशी संबंधच ठेवता कामा नयेत. परंतु सैतानाचं दैव ठरवण्याचा अधिकार आपल्याला नाही, असं मानणारेही आमच्यापैकी काही जण होते. तो अधिकार पूर्णपणे नीळकंठाचाच होता. मला क्षमा असावी; परंतु आमच्यापैकी काही लोकांचं म्हणणं होतं, की तुम्ही एक असंस्कृत, रानटी व्यक्ती आहात आणि त्यामुळे सैतान म्हणजे काय याविषयी तुम्ही अयोग्य प्रकारचा निष्कर्ष काढाल. परंतु जर परमात्म्यानेच नीळकंठ म्हणून तुमची निवड केली असेल, तर तोच तुम्हाला योग्य उत्तराकडे घेऊन जाईल, हा दृष्टिकोन मात्र सर्वांनाच स्वीकारार्ह वाटला आणि मग अत्यंत विनयशीलपणे

आम्ही तुमचा निर्णय मान्य केला पाहिजे, असंही ठरलं.''

''आणि मी सोमरसाला सैतान ठरवण्याच्या निष्कर्षाप्रत आलो.''

''मग आम्ही घेतलेला निर्णय योग्यच ठरला नाही का? तुम्हाला हे कार्य करण्यासाठी नेमण्यात आलं नव्हतं. परंतु तरीही तुम्हाला योग्य वयातच वायुपुत्रांचं ते औषध दिलं गेलंय. याखेरीज योग्य वेळीच तुमचं मेलुहात आगमन झालं आणि तुम्हाला सोमरसही दिला गेला. त्यामुळे तुमचा कंठ निळा झाला आहे. नीळकंठाच्या कार्यासाठी तुम्हाला प्रशिक्षित करण्यात आलेलं नाही. सैतान कोण आहे, या प्रमुख प्रश्नाचं उत्तरही तुम्हाला कोणीही दिलेलं नाही. तुमच्या मनात कोणताही पूर्वग्रह उत्पन्न करेल, अशा कोणत्याही प्रकारचं उत्तर आम्ही तुम्हाला जाणीवपूर्वकच कधीही दिलं नव्हतं. तुमच्या कार्यासंबंधी तुमच्याशी संपर्क साधत असताना आम्ही अत्यंत दक्षतेनं वागत होतो आणि तरीही तुम्ही योग्य उत्तर शोधून काढलंय. परमात्म्यानंच तुमची निवड केलेली आहे, याचीच ही साक्ष नाही का? म्हणजेच तुम्ही निःसंशय खरोखरचेच महादेव आहात. त्यामुळे आता निर्णय घेणं सोपं झालेलं नाही का? कारण आता तर आम्ही परमात्म्याचेच अनुयायीत्व पत्करत आहोत. आम्ही तुमचे अनुयायीत्व पत्करत आहोत.''

शिव आपल्या आसनावर मागे झुकला. त्याने आपले कपाळ चोळले. त्याला भुवयांच्या मध्यभागी अस्वस्थपणा जाणवत होता.

उज्जैनमधून छोटासा फेरफटा मारून परतल्यानंतर, बृहस्पती, गणेश आणि कार्तिक पंचवटीतील अतिथिगृहात सती, नंदी आणि परशुराम यांच्यासमवेत बसले होते.

''ती नगरी कशी काय आहे, बृहस्पतीजी?'' सतीने विचारले.

''सुंदर आणि सुसंघटित,'' बृहस्पतींनी उत्तर दिले. ''मेलुहा आणि पंचवटीपेक्षाही ती नगरी प्रभू रामाच्या तत्त्वांचं अधिक कसोशीनं पालन करते.''

गणेश आणि कार्तिक यांच्याकडे वळून सतीने विचारले, ''माझ्या बाळांनो, तुम्हाला ती नगरी आवडली का?''

गणेशाच्या मनात सुरू असलेले युद्धाचे डावपेच त्याच्या मतामध्येही परावर्तित

झाले होते. ''उज्जैन ही सुंदर नगरी असली, तरीही मला तेथील हत्तीशाळेचंच अधिक आकर्षण वाटलं. युद्धासाठी हत्तींना प्रशिक्षित करत असलेले माहूत आम्ही पाहिले. त्या पाच हजार हत्तींपैकी प्रत्येक हत्ती हजार पायदळ सैनिकांची बरोबरी करू शकेल. त्यामुळे वासुदेवांनी नीळकंठांचं अनुयायीत्व पत्करल्यामुळे आपली ताकद कित्येक पटींनी वाढली आहे, असं म्हणण्याचं धाडस मी करू शकतो. एवढ्या सुंदररित्या प्रशिक्षित केलं गेलेलं हत्तींचं दल जर आपल्यासोबत असेल, तर आधीप्रमाणे आपलं स्थान अनिश्चित राहणार नाही.''

''आपलं स्थान अनिश्चित होतं?'' परशुरामाने विचारले. ''प्रभू गणेश, तुमच्याशी मी असहमत आहे, याविषयी मला माफ करा. परंतु तुम्ही असं कसं काय म्हणू शकता? आपल्याबरोबर नीळकंठ आहेत. याचाच अर्थ आपल्यासमवेत बहुसंख्य भारतीय आहेत. त्यामुळे शत्रू भासणारे अनेक जणही आपल्याला साहाय्य करतील.''

''परशुराम, मी नेहमीच तुमच्या शौर्याची आणि नीळकंठांविषयीच्या अढळ भक्तीची प्रशंसाच करतो. परंतु फक्त आशेवर युद्धं जिंकता येत नाहीत. आपली दुर्बलता आणि सौम्यपणा यांच्या योग्य मूल्यमापनाच्या साहाय्यानेच तो दिवस जिंकता येतो.''

''त्या राजांच्याकडे नसलेली असली कसली दुर्बलता आपल्याकडे आहे? प्रत्यक्ष नीळकंठ आपलं नेतृत्व करत आहेत. लोक आपलं म्हणणंच ऐकतील.''

''नीळकंठांच्या मागे लोक येतील; परंतु त्या लोकांचे राजे येणार नाहीत आणि लोक कधीच सैन्यावर नियंत्रण ठेवत नाही, ही गोष्ट लक्षात ठेवा. सम्राट दक्ष अगोदरच आपल्या विरोधात आहेत. त्याचप्रमाणे सम्राट दिलीपांचाही आपल्याला विरोध आहे. ते दोघे एकत्र आल्यामुळे त्यांच्याकडे आता मेलुहाची तांत्रिक प्रगती आणि स्वद्वीपची प्रचंड संख्येने असलेली सेना आहे. त्यामुळे त्या दोघांकडे मिळून अत्यंत सामर्थ्यशाली सैन्य आहे.''

''परंतु दादा,'' कार्तिक म्हणाला, ''सैन्य कितीही सामर्थ्यशाली असलं आणि त्यांचा नेता कमकुवत असेल, तर त्याचा काहीच उपयोग होत नाही. त्यांच्या बाजूला काही चांगले सेनाधिकारी असल्याचं तुला दिसतं आहे का? मला तर तसा एकही सेनाधिकारी दिसत नाही.''

गणेशाने आपले मस्तक हलवले. त्याने बृहस्पती आणि नंदीकडे पाहिले आणि

नंतर कार्तिकाकडे वळून तो म्हणाला, ''त्यांच्याकडे सर्वोत्तम सेनाधिकारी आहे. त्यांच्याकडे सरलष्करप्रमुख पार्वतेश्वर आहेत.''

सती एकदम संतापाने उसळली. ''गणेश, पितृतुल्यांचा अपमान करू नकोस, म्हणून मी तुला याआधीही सांगितलं होतं.''

''माते, इथून जाण्यानंही पार्वतेश्वरजींना खूप मोठा सन्मान लाभेल. एकदा का आपल्या मनातील हेतू त्यांनी पिताजींना सांगून टाकला, की ते खुलेपणानं इथून निघून जातील आणि माझ्यावर विश्वास ठेव, पिताजीही त्यांना जाऊ देतील. ते त्यांना रोखण्याचा प्रयत्नसुद्धा करणार नाहीत. आपल्या सन्मानाला धक्का बसू देण्यापेक्षा स्वतःची हानी करवून घेणारे ते दोघेही सन्माननीय पुरुष आहेत.''

''खरं आहे, गणेशा. ते आदरणीय आणि सन्माननीय आहेतच. परंतु कर्तव्यनिष्ठेच्या त्यांच्या मनातील भावनेमुळे नीळकंठाच्या मार्गावरूनच आपण चाललं पाहिजे, असं त्यांना वाटणार नाही का?''

''नाही. पार्वतेश्वरजी सध्या पिताजींबरोबर आहेत, कारण त्यांना त्यांच्यापासून स्फूर्ती मिळाली आहे. मात्र कर्तव्यनिष्ठेने ते त्यांच्याशी बांधील नाहीत. ते एकाच तत्त्वाशी आपली सर्वोच्च बांधिलकी मानतात. खरे तर मेलुहाचे सगळे नगरवासीच त्या तत्त्वाशी आपली सर्वोच्च बांधिलकी मानतात आणि ती आहे मेलुहाचं संरक्षण. मेलुहाच्या इथे असलेल्या कोणत्याही नगरवासियाला तू याविषयी विचारून तर बघ.''

नेहमी सुसंस्कृत आणि सभ्यपणे वर्तन करणाऱ्या नंदीचे डोळे आता मात्र संतापाने चमकत होते. तो नीळकंठाच्या या पुत्राचे संभाषण त्याच्याकडे एकटक पहात ऐकत होता. ''प्रभू गणेश, माझी निवड मी आधीच केली आहे. मी नीळकंठांसमवेतच जगेन आणि त्यांच्यासाठीच मृत्यूही पत्करेन. मग त्यासाठी माझ्या देशाशी मला शत्रूत्व पत्करावं लागलं, तर तेही मी करेन. माझ्या देशाचा विश्वासघात करण्याच्या माझ्या कर्माचं प्रायश्चित्तही मी भोगण्यास तयार आहे. परंतु पुन्हा कधीही माझ्या निष्ठेविषयी मी तुम्हाला शंका घेऊ देणार नाही.''

गणेश तत्काळ उठून नंदीकडे गेला. ''मी तुमच्या निष्ठेविषयी शंका घेत नव्हतो, शूरवीर नंदी. सरलष्करप्रमुख पार्वतेश्वरांची यावर काय प्रतिक्रिया असेल, असं तुम्हाला वाटतं, त्याचा मी विचार करत होतो.''

''सरलष्करप्रमुख कसा विचार करतील, ते मला माहिती नाही. परंतु मी काय

विचार करतो, ते मी सांगू शकतो,'' नंदी संतप्तपणे म्हणाला.

''ठीक आहे. पार्वतेश्वर कसा विचार करतील, ते मला ठाऊक आहे,'' बृहस्पती म्हणाले. ''सती, यामुळे तुम्ही दुखावल्या जाल, याची कल्पना मी करू शकतो. परंतु गणेशाचं म्हणणं योग्य आहे. पार्वतेश्वर मेलुहाचा त्याग करणार नाहीत. खरं तर जे कोणी मेलुहाची हानी करू पाहतील, त्यांच्याशीच ते युद्ध करतील. आणि मला वाटतं, त्याप्रमाणे शिवाने जर सोमरस हा सैतानी आहे, असं ठरवलं, तर मेलुहा हाच आपला सर्वाधिक मोठा आणि पहिला शत्रू असेल. आता माझ्या बाळा, युद्धरेषा आखल्या गेल्या आहेत.''

निःशब्दपणे खिडकीतून बाहेर बघत सतीने एक उसासा सोडला.

— ᛉ◍ᚡᚯ⊕ —

आपल्या बालपणातील गूढ गोष्टींविषयी शिवाच्या मनात चिंतन सुरू झाले होते. शिवाने आपल्या उडणाऱ्या भुवया चोळल्या.

गोपाळ पुढे झुकला. ''महान नीळकंठ, आपण कसल्या विचारांत गढला आहात?''

''पंडितजी, यात दैवाचा काहीही हात नाही,'' शिव म्हणाला. ''आणि मी नीळकंठ म्हणून प्रकट झालो, यामागे परमात्म्याची एखादी महान योजनाही नाही. हे माझ्या काकांचं कृत्य असावं, अशी शंका मला येते आहे. त्यांनी हे सगळं कसं घडवून आणलं असावं, हे मात्र माझ्यासाठी एक गूढच आहे.''

''तुम्हाला नेमकं काय म्हणायचं आहे?''

''माझ्या बालपणी माझ्या काकांनी मला एक औषधी दिल्याचं मला स्मरतंय. मी अत्यंत लहान असल्यापासूनच माझ्या दोन भुवयांच्या मध्यभागी मला प्रचंड वेदना होत असत. तिथे होणारा तो प्रचंड दाह शांत करण्यासाठी माझ्या काकांनी मला ती औषधी दिली होती. माझ्या भुवया आजही मला त्रास देतात; परंतु त्याआधी तिथे जेवढा प्रचंड दाह होत असे, तेवढा आता होत नाही. त्यांनी औषधी तयार केल्यावर ते जे बोलले होते, ते त्यांचे शब्द आजही माझ्या मनात घुमत आहेत. ते म्हणाले होते, ''भगवान रुद्रा, आम्ही नेहमीच तुमच्या आज्ञेचं पालन करू. ही एका वायुपुत्रानं आपल्या रक्तानं घेतलेली शपथ आहे!'' त्यानंतर त्यांनी

आपली तर्जनी कापली आणि त्या औषधात ते रक्त पडू दिलं. नंतर त्या औषधाचं त्यात मिश्रण करून त्यांनी ते मला दिलं आणि माझ्या गळ्यावर ते चोळण्याची आज्ञाही त्यांनी मला केली.''

गोपाळाची नजर शिवावर खिळून राहिली. पहिल्याच ओळीत बसलेल्या अयोध्येतील वासुदेव पंडिताकडे त्याने ओझरता कटाक्ष टाकला.

अयोध्येच्या वासुदेवाने विचारले, ''महान नीळकंठा, आपल्या काकांचं नाव काय होतं?''

''मनोभु'' शिव म्हणाला.

स्तंभित झालेला अयोध्येचा वासुदेव गोपाळाकडे वळला. ''प्रभू रामाशप्पथ!''

''का? काय झालं?'' आश्चर्यचकित झालेल्या शिवाने विचारले.

''प्रभू मनोभु हे तुमचे काका होते का?'' गोपाळाने विचारले.

''प्रभू मनोभु?''

''ते तर वायुपुत्रांचे महाराज होते. अमार्त्य श्पांड या वायुपुत्रांच्या सभेचे सदस्य असलेले सहा विद्वान पुरुष आणि सहा विद्वान स्त्रिया त्यावेळी मित्र यांच्या नेतृत्वाखाली वायुपुत्रांवर राज्य करत होत्या.''

''ते वायुपुत्रांचे महाराज होते?''

''होय. ते महाराज होते. कित्येक वर्षांपूर्वी, सोमरस सैतानी असल्याविषयी वायुपुत्रांची खात्री पटवण्यासाठी आम्ही आटापिटा करत होतो. त्यावेळी आमचं म्हणणं पटलेले, अमार्त्य श्पांडमधील ते एकमेव सदस्य होते. दुर्दैवाने, सभेतील इतरांकडून त्यांना याबाबत पाठिंबा लाभला नाही. मित्रांनीसुद्धा प्रभू मनोभु यांचं म्हणणं धुडकावून लावलं.''

''त्यानंतर काय घडलं?''

''अगदी कालच घडल्याप्रमाणे मला ते सगळं संभाषण आजही स्पष्ट आठवतंय,'' गोपाळ म्हणाला. ''प्रभू मनोभु आणि मी सोमरसाविषयी कित्येक तास बोललो होतो. आम्ही याबाबत सभेची संमती मिळवू शकत नव्हतो, हे अगदी स्पष्ट होतं. त्यावेळी नीळकंठ प्रकट होईल, याची हमी त्यांनी मला दिली होती. ते हे सगळं कसं काय घडवून आणू शकतील, असं मी त्यांना विचारल्यावर त्यांनी मला सांगितलं होतं, की भगवान रुद्र या कामी त्यांना साहाय्य करेल. ज्यावेळी नीलकंठ प्रकट होईल, त्यावेळी मी आणि सर्व वासुदेव त्याला सर्व शक्तीनिशी

साहाय्य करू, असं वचनही त्यांनी माझ्याकडून त्यावेळी घेतलं होतं. काहीही झालं, तरी हे आमचं कर्तव्यही असल्याची हमी मी त्यांना दिली होती.''

''मग त्यानंतर काय घडलं?''

''त्यानंतर प्रभू मनोभु अचानक नाहीसे झाले. त्यांच्या बाबतीत काय घडलं होतं, ते कोणालाही ज्ञात नव्हतं. ते आपल्या तिबेट या मायभूमी निघून गेले, असं काही जणांचं म्हणणं होतं. कारण वायुपुत्रांच्या सभेत ते एकाकी पडले होते. काही जणांच्या मते, त्यांची हत्या झाली होती. त्यांची हत्याच झाली असावी, असा माझा विश्वास होता; कारण वचनपूर्ती करण्यापासून त्यांच्यासारख्या व्यक्तीला फक्त मृत्यू ही एकच गोष्ट रोखू शकत होती. परंतु त्यांनी वचनभंग केलेला नाही. त्यांनी तुमची निर्मिती केली. आता ते कुठे आहेत? तुम्हाला मेलुहात निमंत्रित केलं जावं आणि सोमरस दिला जावा, हे सगळं त्यांनी कसं काय घडवून आणलं?''

''त्यांनी यातलं काहीच केलं नाही. कित्येक वर्षांपूर्वी पाक्रतींशी शांतता करार करण्यासाठी ते शांतता सभेसाठी तिकडे गेले होते. त्यावेळी पाक्रतींनी केलेल्या भ्याड हल्ल्यात त्यांचा मृत्यू झाला. पाक्रती हे तिबेटमधील आमचे स्थानिक शत्रू होते.''

''मग त्याच विशिष्ट कालावधीत तुम्हाला मेलुहात कसं काय पाचारण केलं गेलं? किशोरवयात प्रवेश केल्यानंतरच्या पंधरा वर्षांच्या कालावधीच्या आतच तुम्ही सोमरस प्राशन केला तरच तुमचा कंठ निळा होऊ शकतो, हे मी तुम्हाला आधीच सांगितलं आहे.''

''मला माहिती नाही,'' शिवाने उत्तर दिले. ''स्थलांतरित होण्यास आम्ही तयार आहोत का, हे विचारण्यासाठी त्याच काळात नंदी तिकडे आला होता.''

मंदिराच्या मध्यभागी असलेल्या त्या जाडजूड खांबाकडे गोपाळाने नजर टाकली आणि तिथेच असलेल्या प्रभू राम आणि देवी सीता यांच्या मूर्तींकडे त्याने पाहिले. ''मग ही गोष्ट स्पष्टच आहे. ही परमात्म्याचीच इच्छा आहे आणि त्यानुसारच घटना घडत गेल्या.''

शिवाने गोपाळाकडे बघितले. आपले जीवन हा परमात्म्याच्या योजनेचाच एक भाग आहे, याविषयीचा त्याचा संशय त्याच्या त्या नजरेतून प्रतीत होत होता.

गोपाळाने मोठ्या युक्तीने विषयांतर केले आणि तो म्हणाला, ''माझ्या मित्रा, अगदी बालपणापासूनच तुमच्या दोन भुवयांच्या मध्ये दाह होतो आणि भुवया

ताड्ताड् उडत राहतात, असं तुम्ही मला सांगितलंत. कोणत्या विशिष्ट घटनेनंतर असं होण्यास प्रारंभ झाला आहे का? तुमच्या काकांनी दिलेल्या एखाद्या औषधानंतर तुझ्या भुवयांच्या मध्यभागी दाह होऊ लागला आहे का?''

शिव विचारमग्न झाला. ''नाही. मला जेव्हापासूनच्या घटना स्मरत आहेत, तेव्हापासूनच माझ्या भुवयांच्या मध्यभागी हा दाहही होत असल्याचं मला स्मरतं आहे. मला वाटतं, की जन्मापासूनच मला असं होत असावं. ज्या ज्या वेळी मी अस्वस्थ होतो, त्या त्या वेळी माझ्या भुवया उडू लागतात.''

''तुमच्या हृदयाची धडधड नाट्यमयरित्या वाढू लागते, तेव्हा हे घडतं का?''

शिवाने क्षणभर विचार केला. ''होय. मी जेव्हा जेव्हा संतप्त किंवा अस्वस्थ होतो, त्यावेळी माझ्या हृदयाची धडधड नाट्यमयरित्या वाढते. किंवा मी सतीचा विचार करतो, तेव्हाही तसंच होतं. पण त्यावेळी आनंदानं माझं हृदय धडधडत असतं.''

गोपाळाने स्मित केले. ''याचा अर्थ जन्मापासूनच तुमचा तिसरा डोळा सक्रिय आहे आणि ही गोष्ट खूपच दुर्मीळ असते. यामुळे अर्थातच परमात्म्याने निवड केलेला तुम्हीच तो नीळकंठ आहात, याविषयी माझी खात्री पटली आहे.''

''तिसरा डोळा?''

''होय. हा दोन भुवयांचा मध्यभाग असतो. मानवी शरीरात एकूण सात चक्रं असतात, असं मानलं जातं. त्यांच्या द्वारे ऊर्जेचं ग्रहण आणि उत्सर्जन होत असतं. यांपैकी तिसऱ्या चक्राला अज्न चक्र म्हणतात. हे तिसऱ्या डोळ्याचं झंझावाती वादळ असतं. कित्येक वर्षांच्या तपःश्चर्येनंतर योग्यांच्या शरीरातील ही चक्रं सक्रिय होतात. अर्थातच, औषधींच्या साहाय्यानेही ही चक्रं सक्रिय करता येतात. वायुपुत्र अशी औषधी देऊन संभाव्य सक्षम उमेदवारांचे तिसरे डोळे सक्रिय करत असत. परंतु माझ्या १४० वर्षांच्या जीवनात जन्मतःच तिसरा डोळा सक्रिय असलेल्या मुलाविषयी मी प्रथमच ऐकतो आहे.''

''परंतु याविषयी एवढं आगळं वेगळं असं काय आहे? त्यामुळे मला फक्त त्रासच होतो आहे. त्यामुळे अत्यंत तीव्र दाह होतो आहे.''

गोपाळाने स्मित केले. ''तो फक्त एक छोटासा दुष्परिणाम आहे. तुमच्या या सक्रिय डोळ्यामुळेच बहुधा तुमच्या काकांना तुम्ही या कार्यासाठी निवड करण्यात आलेला मुलगा आहात, असं वाटलं असावं, असं मला वाटतं. कारण त्यामुळेच

वायुपुत्रांची औषधी सहजपणे स्वीकारण्याएवढं तुमचं शरीर तयार झालं."

"ते कसं काय?"

"आपल्या मेंदूत खोलवर असलेली ग्रंथी हीच तिसरा नेत्र असते, असं परीहांची औषध यंत्रणा मानते. ती एक विशिष्ट ग्रंथी असते. मेंदूच्या बाह्य भागाचे दोन समान आकाराचे अर्धगोल असतात. तिथे बहुतेक सर्वच घटक जोडी जोडीने अस्तित्वात असतात. या दोन अर्धगोलांच्या मध्यभागी ही ग्रंथी असते. ती नेत्राप्रमाणे छोटीच असते. तिच्यावर प्रकाशाचा परिणाम होत असतो. अंधारात ती सक्रिय होते आणि प्रकाशात तिचं कार्य रोखलं जातं. ही ग्रंथी अति सक्रिय झाली, तर ती नवचैतन्य प्राप्त करून देते. तुमच्याही बाबतीत हेच घडलं असावं. त्यामुळेच सोमरसामुळे तुम्हाला फक्त दीर्घायुष्याचीच प्राप्ती झाली नाही; तर तुमच्या जखमाही त्याच्यामुळे पूर्णपणे बऱ्या झाल्या. शिवाय ही ग्रंथी रक्त प्रतिबंधक यंत्रणेने आच्छादलेलीही नसते."

"रक्त प्रतिबंधक यंत्रणा?"

"होय. प्रत्येकाच्या शरीरात रक्त शरीरभर वहात असतं. परंतु ते मेंदूजवळ पोहचतं, त्यावेळी त्याला तिथे प्रतिरोध होतो. कदाचित जंतू आणि संसर्ग यांचा परिणाम मेंदूवर होऊ नये, म्हणून तसं घडत असावं. ही ग्रंथी त्या दोन अर्धगोलांच्या मध्यभागी असली तरीही ती मात्र या रक्त प्रतिरोधक यंत्रणेनं आच्छादित नसते. त्यामुळे ज्यावेळी तुम्ही अस्वस्थ बनता, त्यावेळी तुमचा तिसरा नेत्र उडू लागतो. त्यावेळी तुमच्या या अति सक्रिय ग्रंथीमधून रक्त जोराने उसळून बाहेर पडत असतं."

शिवाने हळुवारपणे मान डोलावली. "हे इतरांच्या बाबतीतही घडतं का?"

"होय. परंतु ज्यांनी अनेक दशकं योगाभ्यास करून तिसऱ्या नेत्राला प्रशिक्षित केलेलं असतं, त्यांच्या बाबतीतच ते घडू शकतं किंवा त्या ग्रंथीला उत्तेजित करण्यासाठी ज्यांना औषधी दिलेली असते, त्यांच्याही बाबत असं घडू शकतं. तुमच्या बाबतीत एकच गोष्ट अनैसर्गिक आहे आणि ती म्हणजे तुमचा तिसरा नेत्र हा जन्मतःच सक्रिय आहे. ही कधीच न ऐकलेली बाब आहे."

शिवाने अस्वस्थपणे आपल्या आसनावर चुळबुळ केली. "म्हणजे जन्मतःच असलेल्या या घटनेमुळे मला या भूमिकेसाठी निवडलं गेलं आहे का? माझ्या काकांनी कदाचित याबाबतीत काही चूक केली असण्याचीही शक्यता आहे. कदाचित माझी निवडही चुकीची असू शकेल आणि कदाचित माझ्यासाठी निश्चित

करण्यात आलेला माझा हेतू मी पूर्णही करू शकणार नाही.''

''परंतु तुमचा तिसरा नेत्र सक्रिय आहे, एवढ्या एकाच कारणापोटी तुमच्या काकांनी तुम्हाला ती औषधी नक्कीच दिली नव्हती, याविषयी माझी खात्री आहे. त्यांनी तुमच्या गुणांची पारख नक्कीच केली असेल आणि त्यांना तुमच्या व्यक्तिमत्त्वात काहीतरी महानता आढळली असेल. त्यासाठी त्यांनी नक्कीच तुम्हाला प्रशिक्षणही दिलं असेल.''

''मला त्यांनी प्रशिक्षण दिलं, याविषयी शंकाच नाही. त्यांनी मला नैतिक मूल्यं, युद्धतंत्र, मानसशास्त्र, कला इ. बऱ्याच गोष्टी शिकवल्या. परंतु माझ्या भविष्यकालीन निश्चित कार्याविषयी त्यांनी मला कधीच काहीही सांगितलं नाही.''

''परंतु तरीही त्यांनी विलक्षण काम केलं, हे तुम्ही मान्य केलंच पाहिजे. कारण तुम्ही नीळकंठ म्हणून खूपच चांगल्या प्रकारे कर्तव्य बजावलं आहे.''

''फक्त नशीब!'' शिव कसाबसा म्हणाला.

''महान नीळकंठा, एखादी नास्तिक, अश्रद्ध व्यक्ती कोणाच्याही कामगिरीचं श्रेय नशिबाला देते. परंतु माझ्यासारख्या परमात्म्यावर श्रद्धा असलेल्या व्यक्तीला मात्र नीळकंठाने आवश्यक ती सर्व कर्तव्यं आणि कार्यं पार पाडली, कारण परमात्म्यानं त्यासाठी त्याची निवड केली होती, असंच वाटेल. कारण तिला ते ज्ञात असतं. याचाच अर्थ असा आहे, की नीळकंठ आपला प्रवास पूर्ण करेल आणि अर्थातच सैतानाचा विनाश करण्यातही यशस्वी ठरेल.''

शिवाने स्मित केले. ''काही वेळा श्रद्धा आत्यंतिक साधेपणाकडे झुकते.''

गोपाळानेही त्याच्याकडे पाहून स्मित केले. ''सध्याच्या परिस्थितीत कदाचित याच साधेपणाची विश्वाला आवश्यकता असेल.''

शिव मंदपणे हसला आणि तिथे बसलेल्या वासुदेव पंडितांवर त्याने नजर टाकली. ते त्या दोघांचे संभाषण अत्यंत लक्षपूर्वक ऐकत होते. ''ठीक आहे. माझ्या मनातील बऱ्याचशा शंका आता दूर झाल्या आहेत. सोमरस हा महत्तम चांगला आहे आणि त्यामुळेच कदाचित तो सैतानी प्रवृत्ती म्हणूनही उदयास येईल. पण तो क्षण आल्याचं आपल्याला कसं काय समजेल? त्याविषयी आपली खात्री कशी काय पटेल?''

त्यांच्यापैकी एका वासुदेव पंडिताने या प्रश्नाचे उत्तर दिले. ''आपल्याला कधीच याची पूर्ण हमी मिळणार नाही, महान नीळकंठा. परंतु माझं मत मांडण्यास

तुम्ही मला संमती द्याल, तर मी म्हणेन की, आपल्याकडे गेली हजारो वर्षं अत्यंत महान चांगली गोष्ट आहे. तिच्या या संपूर्ण प्रवासात तिच्या प्रभावामुळे आणि आत्यंतिक सामर्थ्यामुळे मानवाची मोठीच प्रगती घडून आली आहे. तरीही आता तीच गोष्ट सैतान बनण्याच्या मार्गाच्या अगदी निकट पोहचलेली आहे हे आता आपल्याला सगळ्यांनाच ठाऊक आहे. आता लगेच सोमरस नष्ट केला गेला, तर कदाचित आणखी काही वर्षं जगाला मिळणाऱ्या त्याच्या चांगल्या गुणधर्मांपासून जग वंचित होऊही शकेल. परंतु त्याच्या हजारो वर्षांच्या उत्तम कारकीर्दीच्या तुलनेत ही काही वर्षं अगदीच नगण्य आहेत. दुसऱ्या बाजूला, सोमरस हा सैतानी प्रवृत्तीकडे झुकत चालल्याचा धोका आहेच. त्यामुळे तो मोठ्या प्रमाणात गोंधळ आणि विनाश घडवून आणेल. आधीच पुरेशा प्रमाणात ते दुष्परिणाम दृग्गोचर झालेले आहेत. फक्त ब्रंगामधील महामारीची साथ किंवा नागांमधील व्यंगे यांच्यापुरतंच माझं म्हणणं सीमित नाही. मेलुहामध्ये जन्माच्या प्रमाणात प्रचंड घट होत आहे. सोमरसाचाच हाही एक दुष्परिणाम असावा, असं मानलं जात आहे.''

''काय?''

''होय,'' गोपालाने उत्तर दिले. ''मृत्युला कवटाळण्यास नकार दिल्यामुळेच असेल कदाचित; परंतु आपला वंश पृथ्वीवर वाढत असल्याचं ते पाहू शकत नाहीत.''

किंचित मान हलवून शिवाने आपल्याला त्यांच्या म्हणण्याचा मतितार्थ समजल्याचे दाखवले. मध्यभागी असलेल्या स्तंभावर कोरण्यात आलेल्या प्रभू राम आणि देवी सीता यांच्या भव्य मूर्ती त्याच्याकडे पाहून स्मित करत होत्या. त्यांचे आशीर्वाद घेऊन त्याने आपली नजर दुसरीकडे वळवली. पवित्र रामेश्वर येथे प्रभू राम भगवान रुद्राच्या चरणाजवळ बसल्याचे अतिभव्य चित्र तिथे होते. जीवनाच्या विशाल चक्राकडे पाहून शिवाने स्मित केले. त्याने आपले हात जोडून नमस्कार केला. आपले डोळे मिटून घेतले आणि प्रार्थना केली, ''जय माता सीता, जय श्री राम!''

शिवाने आपले डोळे उघडले, तेव्हा त्याने आपल्या मनाचा निश्चय केला होता. त्याने गोपाळाकडे बघितले.

''मी निर्णय घेतला आहे. युद्ध आणि अकारण होणारा रक्तपात टाळण्याचा

आपण प्रयत्न करू. परंतु आपले प्रयत्न निष्फळ ठरले, तर आपण अखेरची व्यक्ती जीवित असेपर्यंत युद्ध करू. सोमरसाचं साम्राज्य आपण पूर्णपणे नष्टच करून टाकू,'' तो म्हणाला.

प्रकरण ९

प्रेमात आकंठ बुडालेला असंस्कृत

''तुझे काका वायुपुत्रांचे महाराज होते?'' बुचकळ्यात पडलेल्या सतीने विचारले.

सती आणि शिवा आपल्या खाजगी कक्षात बसले होते. शिवाने नुकतेच वासुदेवांशी झालेले त्याचे संभाषण आणि त्याने घेतलेला निर्णय यांविषयी सतीला सांगितले होते.

''नेहमीचे साधेसुधे महाराज नाहीत हं!'' शिव स्मित करत म्हणाला. ''अमर्त्य श्पांड!''

सतीने आपले हात उचलले आणि ती शिवाकडे झुकली. त्याच्या पीळदार खांद्यांवर तिने आपले मस्तक टेकवले. तिच्या डोळ्यांत मिश्किलपणा होता. ''तुझ्यात काहीतरी खास गोष्ट आहे, असं मला नेहमीच वाटायचं. तू केवळ एक धसमुसळा जमातवाला नाहीस, असं मला वाटायचंच. आता तर त्याचा पुरावा मिळाला आहे. तू तर चांगल्या कुळातील आहेस.''

शिव मोठ्याने हसला. त्याने सतीला जवळ घेतले. ''खोटारडी! तू माझ्याकडे प्रथम पाहिलंस, तेव्हा मी एक असंस्कृत, रानटी भटक्या आहे, असंच तुला वाटत होतं...''

सतीने आपल्या टाचा उंचावल्या आणि शिवाच्या ओठांचे प्रेमाने चुंबन घेत

ती म्हणाली, ''मग? आताही तू तसाच असंस्कृत, रानटी भटक्या आहेस...''

शिवाने भुवया उंचावल्या.

''फक्त आता तू 'माझा' असंस्कृत, रानटी...''

शिवाचा चेहरा उजळला. त्याच्या चेहऱ्यावर तेच मिश्किल हास्य उमटले. ते केवळ सतीसाठीचे राखीव हास्य होते. ते पाहिल्यावर सतीचे गुडघे थरथरू लागत. त्याने तिला घट्ट मिठीत घेतले आणि वर उचलले. आता तिचे ओठ त्याच्या ओठांजवळ आले होते आणि तिचे पाय हवेत लोंबकळत होते. त्यांनी एकमेकांचे दीर्घ, सखोल चुंबन घेतले.

''तू माझी पत्नी आहेस,'' शिव पुटपुटला.

''माझ्या सगळ्या जन्मांची तू पुण्याई आहेस,'' सती म्हणाली.

शिवाने तिला तसेच उंच धरले होते आणि आपले मस्तक तिच्या खांद्यावर ठेवले होते. सतीने आपले बाहु आपल्या पतीभोवती टाकले होते. त्याच्या केसांतून ती हळुवारपणे बोटे फिरवत होती.

''मग आता तू मला थोडा वेळ खाली ठेवशील का?'' सतीने विचारले.

उत्तरादाखल शिवाने नकारार्थी मान हलवली. त्याला कसलीच घाई नव्हती.

सतीने स्मित केले आणि त्याच्या खांद्यांवर आपले मस्तक टेकवले. तिचे पाय तसेच हिंदकळत होते आणि शिवाच्या केसांतून ती बोटे फिरवत होती.

''हे घे,'' सती म्हणाली.

शिवाने तिच्याकडून दुधाचा प्याला घेतला. त्याला तसेच नीरसे दूध आवडत असे. उकळलेले, गूळ घातलेले किंवा वेलदोड्याची पूड टाकलेले दूध त्याला आवडत नसे. शिवाने एका मोठ्या घोटातच प्याल्याचा तळ गाठला आणि रिकामा प्याला सतीच्या हातात दिला. त्यानंतर तो आपल्या आसनावर शांतपणे बसला. सतीनेही प्याला खाली ठेवला आणि ती त्याच्या शेजारी बसली. शिवाने बाहेरच्या गच्चीतून विष्णू मंदिराकडे पाहिले. त्याने एक दीर्घ श्वास घेतला आणि तो सतीकडे वळला. ''तुझं म्हणणं योग्यच होतं. गणेशाचं युद्धातील डावपेचविषयक बोलणं मला अत्यंत आवडतं. परंतु यावेळी त्याचं म्हणणं चुकीचं आहे. पार्वतेश्वर मला

सोडून जाणार नाहीत.''

सतीने मान डोलावून त्याच्या म्हणण्याला संमती दर्शवली. ''त्यांच्यासारख्या स्फूर्तिदायक नेत्याच्या अभावी मेलुहा आणि स्वद्वीपचं सैन्य कितीही बलाढ्य असलं तरी त्यांच्याकडे प्रेरणाच असणार नाही आणि शिवाय युद्धाचे योग्य डावपेचही असणार नाहीत.''

''ते सत्य आहे. परंतु त्याऐवजी प्रजेनं स्वतःच बंड करावं आणि त्यामुळे युद्धाची आवश्यकताच भासू नये, अशी माझी इच्छा आहे.''

''पण तरीही याची आपण कशी काय हमी देऊ शकू? सोमरसावर बंदी घालणारा जाहीरनामा जर तू राजांच्याकडे पाठवून दिलास, तर त्यातील अवाक्षरही प्रजेला कळू नये, याची ते नक्कीच दक्षता घेतील.''

''याच गोष्टीवर मी आणि वासुदेवांनीही चर्चा केली. त्यामुळे माझा जाहीरनामा हा फक्त राजांपर्यंतच पोहचता कामा नये; तर तो भरतखंडातील प्रत्येक व्यक्तीपर्यंत थेट पोहचता झाला पाहिजे. हा जाहीरनामा प्रत्येक मंदिरात लावणं हा त्यावरील एक सर्वोत्तम उपाय आहे. भरतखंडातील सर्वच लोक नियमितपणे मंदिरांत जातात. ते जेव्हा मंदिरांत जातील, त्यावेळी त्यांना हा आदेश वाचता येईल.''

''आणि प्रजा तुझ्यासमवेतच असेल, याविषयी माझी खात्रीच आहे. आपल्या प्रजेच्या इच्छेला राजे मान देतील, अशी अपेक्षा करूया.''

''होय. याखेरीज युद्ध टाळण्याचा आणखी एखादा मार्ग असेल, असं मला तरी वाटत नाही. काशी, ब्रंग आणि पंचवटी या राजघराण्यांकडून मात्र यासाठी निःसंदिग्ध पाठिंबा मिळेल, अशी मला आशा वाटते. बाकी प्रत्येक राजा आपल्या वैयक्तिक स्वार्थाचा विचार करूनच निर्णय घेईल, असं मला वाटतं.''

सतीने शिवाचा हात धरला आणि स्मित केले. ''पण आपल्यासमवेत राजांचा राजा असलेला 'परमात्मा' आहे. आपण कधीच हरणार नाही.''

''आपल्याला हरून चालणारही नाही,'' शिव म्हणाला. ''कारण यामध्ये संपूर्ण देशाचं भवितव्य पणाला लागलेलं आहे.''

— ⚬ ⚬ ⚬ ⚬ ⚬ ⚬ —

''कार्तिक, तू हे करू शकतोस याविषयी तुझी खात्री आहे का?'' गणेशाने

विचारले.

कार्तिकाने आपल्या बंधुकडे वर पाहिले. त्याचे डोळे एखाद्या स्थिर जलाशयासारखे शांत होते.

''अर्थातच मी ते करू शकतो. मी तुझा बंधु आहे.''

गणेशाने स्मित केले आणि हत्ती बांधण्याच्या व्यासपीठापासून तो दूर गेला. उज्जैनमधील हत्तीशाळेत कार्तिक आणि दुसरा एक लहान चणीचा वासुदेव सैनिक एका भल्या मोठ्या हत्तीच्या पाठीवरच्या अंबारीत बसले होते. त्या अंबारीचे नित्याचे स्वरूप बदलण्यात आले होते. तिचे छत काढून टाकण्यात आले होते आणि शेजारच्या भिंती अर्ध्या काढून टाकण्यात आल्या होत्या. त्यामुळे त्या हत्तीवर स्वार होणाऱ्यांचे संरक्षण कमी झाले होते. परंतु त्यामुळे तिथून शस्त्रे फेकण्याची अगर बाण सोडण्याची क्षमता नाट्यमयरित्या वाढली होती. शत्रूसैन्याची फळी इतस्ततः विखरून टाकण्यापुरताच हत्तींचा वापर करण्यापेक्षा त्यांच्यावर उंचावरून सर्व दिशांनी शत्रूवर हल्ला करण्यासाठी हत्तींचा वापर करण्याची एक नावीन्यपूर्ण कल्पना कार्तिकाच्या मनात आली होती.

या व्यूहरचनेमुळे शत्रूवर कसाही मोकाट हल्ला करण्यापेक्षा एक शिस्तबद्ध आणि समन्वयपूर्ण हल्ला करणे शक्य होत होते. आता फक्त शस्त्रांची निवड करणे बाकी होते. हत्तीच्या पाठीवरून अग्नीबाण सोडले, तर त्यांच्यामुळे गंभीर जखमा होणे शक्य नव्हते. यावर वासुदेवांच्या सैन्यातील अभियंत्यांकडे एक उपाय होता. शत्रूवर अग्नीवर्षाव करणारी आयुधे फेकण्याविषयी त्यांनी सुचवले होते. मेसोपोटॅमियावरून नुकतेच त्यांनी एक काळ्या रंगाचे ज्वालाग्राही द्रव इंधन आणले होते. त्याचा वापर यासाठी करण्यात येणार होता. या विनाशक शस्त्रामुळे धगधगत्या अग्नीचा सातत्यपूर्ण प्रवाहच शत्रूसैन्यातून वहात राहिला असता. त्यामुळे त्या मार्गातील सर्व जण जळून भस्मसात झाले असते. या इंधनाच्या टाक्यांनी अंबारीतील बराचसा भाग व्यापला होता. त्यामुळे अशा प्रकारची फक्त दोन शस्त्रेच तिथे ठेवणे शक्य झाले असते आणि फक्त काही सैनिकच त्या अंबारीत बसू शकले असते. अग्नीवर्षाव करणारी ती आयुधे फक्त जडच नव्हती; तर ज्यावेळी ती फेकली जात होती, त्यावेळी ती प्रचंड प्रमाणात तप्त होत होती. त्यामुळे ती फेकणाऱ्या व्यक्ती अत्यंत सामर्थ्यशाली असणेच आवश्यक होते. परंतु अंबारीतील जागेच्या कमतरतेमुळे तिथे बुटक्या व्यक्तीच राहू शकत होत्या. अशा प्रकारच्या एका

सैनिकासमवेत कार्तिक या प्रकारच्या प्रात्यक्षिकासाठी अंबारीत बसला होता.

तिथून काही अंतरावर नंदी, बृहस्पती आणि परशुरामासवेत गणेश उभा होता. आपल्या बंधुकडे पाहून तो ओरडला, ''कार्तिक तू सज्ज आहेस का?''

कार्तिकानेही ओरडून उत्तर दिले, ''मी जन्मतःच सज्ज होऊन जन्मलो आहे, दादा!''

गणेशाने स्मित केले आणि तो वासुदेव अधिकाऱ्याकडे वळला. ''शूर वासुदेवा, चला आपण आता प्रारंभ करूया.''

त्या अधिकाऱ्याने मान डोलावली आणि लाल निशाण हलवून इशारा दिला.

कार्तिक आणि वासुदेव सैनिकाने तत्काळ ज्वाळा पेटवून त्यावर ते आयुध पेटवले. त्या आयुधामधून दोन भयावह लांबलचक अग्निप्रवाह बाहेर पडले. हत्तीच्या दोहो बाजूंनी ते जवळजवळ तीस मीटर अंतरापर्यंत दूरवर पोहचले. हत्तींच्या दोहो बाजूंना असलेल्या संरक्षक आच्छादनामुळे हत्तींना त्या ज्वाळांमुळे निर्माण होणारी उष्णता जाणवत नव्हती. कार्तिक आणि वासुदेव सैनिकाला तिथे असलेल्या चिखलापासून बनवण्यात आलेल्या तीस सैनिकांच्या पुतळ्यांना भस्मीभूत करावयाचे होते. चिखलाचे शत्रू सैनिक लांब लांब उभे करण्यात आले होते. त्यामुळे त्या आयुधांची व्याप्ती आणि अचूकता तपासता आली असती. ती जड असली तरीही युद्धाचे डावपेच करून त्यांचा वापर करणे आश्चर्यकारकरित्या शक्य होते. कार्तिकाच्या आदेशांवर माहूताने आपले लक्ष केंद्रित केले होते आणि पाहता पाहता ते मातीचे सैनिक भस्मीभूत झाले.

परशुराम गणेशाकडे वळला. ''युद्धामध्ये ही आयुधं उत्पात घडवून आणतील, प्रभू गणेश. तुम्हाला काय वाटतं?''

गणेशाने स्मित केले आणि आपल्या पिताजींच्या आवाजाच्या लयीत तो म्हणाला, ''अगदी खरं.''

— ⵣ◎ᘚᚢᚥ⊕ —

''आम्ही तुमचा जाहीरनामा लिपिबद्ध केला आहे, प्रभू नीळकंठ!'' गोपाळाने सांगितले.

गोपाळ आणि शिव विष्णूच्या मंदिरातील मध्यभागी असलेल्या स्तंभाजवळ

उभे होते. शिवाने लव्हाळ्याच्या कागदाची गुंडाळी उघडली आणि तो वाचू लागला.

'मनूची मुले आणि सनातन धर्माचे अनुयाची समजणाऱ्या सर्वांसाठी, मी, शिव म्हणजेच तुमचा नीळकंठ तुम्हाला हा संदेश देत आहे.

आपल्या महान भूमीतून मी सर्वत्र प्रवास केला. आपली ही भूमी जितक्या राज्यांमध्ये विभागली गेली आहे, त्या सर्व राज्यांतून मी फिरलो. आपल्या महान राज्यातील सर्व जमातींची मी भेट घेतली. हा सर्व खटाटोप मी सैतानाच्या शोधार्थ केला, कारण तेच माझं कर्तव्य आहे. पिताजी मनू यांनी असे म्हटले आहे, की सैतान हा कोणी दूरवरचा राक्षस नसतो. आपल्या जवळ, आपल्यामध्ये राहून आणि आपल्यासमवेतच तो विनाशाचे त्याचे हे कार्य करत असतो. त्यांचे म्हणणे अगदी योग्य होते. त्यांनी आपल्याला असे सांगितले आहे, की सैतान हा पाताळातून येऊन अधाशीपणे आपला समूळ विनाश घडवून आणत नाही. त्याऐवजी, आपले जीवन उद्ध्वस्त करण्यासाठी आपणच त्याला साहाय्य करत असतो. त्यांचे हे म्हणणेही योग्यच होते. सत्प्रवृत्ती आणि अपप्रवृत्ती, चांगले आणि वाईट किंवा सैतानी या दोन्ही एकाच नाण्याच्या दोन बाजू आहेत, असेही त्यांनी आपल्याला सांगितले होते. म्हणजेच एके दिवशी महान चांगली गोष्ट ही सैतानामध्ये रूपांतरित होत असते. त्यांचे म्हणणे योग्यच होते. चांगल्या गोष्टीपासून अधिकाधिक लाभ मिळवण्याच्या आपल्या लोभी वृत्तीपायी आपणच त्या गोष्टीला सैतान बनवून टाकतो. विश्वाचा हा समतोल साधण्याचा मार्ग आहे. आपली हाव, अतिरेक यांना आवर घालण्याचा हा परमात्म्याचा मार्ग आहे.

सोमरस हा आपल्या युगातील महान सैतान असल्याच्या निष्कर्षाप्रत मी आलो आहे. सोमरसापासून जेवढे म्हणून चांगले लाभ घेता आले असते, ते आता घेऊन झाले आहेत. आता त्याच्या सैतानी ताकदीमुळे आपल्या सर्वांचा विनाश होण्याआधीच त्याचा वापर थांबविण्याची वेळ आली आहे. आधीच सोमरसामुळे प्रचंड हानी झाली आहे. त्यामध्ये सरस्वती नदीच्या मृत्यूपासून ते बालकांमध्ये व्यंग येणे आणि आपल्या राज्यांमध्ये महामारीची साथ येणे अशा विविध दुष्परिणामांचा समावेश आहे. आपल्या वंशजांच्या कल्याणासाठी, जगाच्या कल्याणासाठी आपण यापुढे सोमरसाचा वापर करू शकणार नाही.

म्हणूनच यापुढे सोमरसावर बंदी घालण्याचा आदेश मी देत आहे. नीळकंठाच्या

दंतकथेवर ज्यांचा विश्वास असेल, त्यांनी हा आदेश पाळावा. सोमरसाचा उपयोग थांबवावा.

सोमरसाचा उपयोग थांबवण्यास जे कोणी नकार देतील, त्यांनी ही गोष्ट ध्यानात ठेवावी. तुम्ही माझे शत्रू बनणार आहात आणि जोपर्यंत सोमरसाचा उपयोग करणे थांबवले जाणार नाही, तोपर्यंत मीही थांबणार नाही. हा तुमच्या नीळकंठाचा शब्द आहे.'

शिवाने वर बघितले आणि मान डोलावली.

''सप्त सिंधुमधील सर्व मंदिरांमधील पंडितांना याचं वितरण केलं जाईल,'' गोपाळ म्हणाला. ''या भूमीतील इतर मंदिरांमध्ये आमचे क्षत्रिय वासुदेवही जातीनं जातील. दगडी भिंतींवर तुमचा हा जाहीरनामा ते कोरून ठेवतील. शिवाय मंदिरांच्या भिंतींवरही याच्या प्रती ते चिकटवून ठेवतील. आतापासून बरोबर एक वर्षांने त्या सर्वांना एकाच वेळी, एकाच रात्री तिकडे धाडलं जाईल. राजांना यावर नियंत्रण ठेवणं शक्य होणार नाही. कारण एकाच वेळी ते सर्वत्र पाठवलं जाईल. तुमचा शब्द थेट जनतेपर्यंत पोहचेल.''

शिवाला नेमके हेच हवे होते. ''अत्यंत परिपूर्ण व्यवस्था, पंडितजी. यामुळे युद्धाच्या तयारीसाठी आपल्याला एक वर्षाचा कालावधी मिळू शकेल. ज्यावेळी हा जाहीरनामा जाहीर केला जाईल, त्यावेळी आपण काशीत असावं, असं मला वाटतं.''

''होय, माझ्या मित्रा. तोपर्यंत आपल्याला युद्धाची तयारी केली पाहिजे.''

''माझ्या खऱ्या शत्रूचा चेहरा जगासमोर आणण्यासाठीही मला या वर्षभराची आवश्यकता आहे.''

गोपाळाच्या कपाळावर आठ्या पडल्या. तो विचारमग्न झाला. ''महान नीळकंठा, याचा अर्थ काय आहे?''

''सम्राट दक्ष किंवा सम्राट दिलीपा या दोघांपैकी एकाकडेही माझ्या विरुद्ध एवढ्या मोठ्या प्रमाणावर कट करण्याची क्षमता आहे, असं मला वाटत नाही. त्यामुळे त्यांनी नक्कीच कोणाच्या तरी नेतृत्वाखाली काम केलं आहे. ती नेतृत्व करणारी व्यक्तीच माझा खरा शत्रू आहे. त्याचा शोध घेण्याची गरज मला भासते आहे.''

''मला वाटलं होतं, की तुमचा खरा शत्रू कोण आहे, हे तुम्हाला समजलं

असेल.''

''तो कोण आहे हे तुम्हाला माहिती आहे का?''

''होय. मला ते माहिती आहे आणि तुमचं म्हणणं योग्यच आहे. तो खरोखरच धोकादायक आहे.''

''तो तेवढा सक्षम आहे का पंडितजी?''

''कित्येक लोक सक्षम आहेत, नीळकंठ. फक्त सक्षम व्यक्ती जर ठाम मताची असेल, तर ती खऱ्या अर्थानं धोकादायक बनते. आपण सैतानाच्या बाजूने लढत आहोत, हे आपल्याला माहिती असेल, तर आपल्या मनात नैतिकदृष्ट्या एक प्रकारचा कमकुवतपणा उत्पन्न झालेला असतो. आपल्या अंतःकरणात खोल कुठेतरी आपल्याला माहिती असते, की आपण अयोग्य गोष्ट करत आहोत. परंतु आपण जी करत आहोत, तीच गोष्ट न्याय्य आहे, असं आपल्याला ज्यावेळी वाटतं, त्यावेळी काय घडतं? तुमच्या शत्रूचा जर असा दृढविश्वास असेल, की तो स्वतः चांगल्याच्या म्हणजेच विधायकतेच्या बाजूने लढत आहे आणि तुम्ही म्हणजे नीळकंठ सैतानाच्या बाजूने लढत आहे, तर काय घडेल?''

शिवाने भुवया उंचावल्या. ''अशी व्यक्ती लढा थांबवणारच नाही. ज्याप्रमाणे मी तो थांबवणार नाही, त्याप्रमाणेच तिचंही तसंच कृत्य असेल.''

''अगदी बरोबर!''

''ती व्यक्ती कोण आहे?''

''ते महर्षी आहेत. खरे तर भरतवर्षातील बहुतांश लोक त्यांना सप्तर्षिंचे उत्तराधिकारी मानतात,'' गोपाळ म्हणाला. ''त्यांचे वैज्ञानिक ज्ञान आणि परमात्म्याविषयीची भक्ती या गोष्टी सध्याच्या आधुनिक युगात इतर कोणाहीकडे बघायलाही मिळत नाहीत. त्यांच्या प्रचंड आध्यात्मिक शक्तीमुळे ते आल्याचं कळताच सम्राटही जागच्या जागीच चळाचळा कापतात. हिमालयांतील गुहांमध्ये ते निःस्वार्थीपणे, मितव्ययी जीवन व्यतीत करतात. ज्यावेळी भरतवर्षाचं स्वारस्य धोक्यात आलं आहे, असं त्यांना वाटतं फक्त त्याच वेळी ते हिमालयातून भरतवर्षातील पठारावंर येतात. परंतु त्यांनी गेलं संपूर्ण वर्ष मेलुहात किंवा अयोध्येतच व्यतीत केलं आहे.''

''सोमरस चांगला आहे, असं त्यांना मनापासून वाटतं का?''

''होय. आणि तुम्ही तोतया आहात, बनावट आहात असंही त्यांना वाटतं.

वायुपुत्रांनी तुमची निवड केलेली नाही, हे त्यांना माहिती आहे. खरं तर वायुपुत्रच त्यांच्या बाजूला आहेत, असा आमचा विश्वास आहे; अन्यथा पंचवटीवर हल्ला करण्यासाठी त्यांना दैवी अस्त्राचा पुरवठा इतर कोण करू शकलं असतं?''

''त्यांनी स्वतःच दैवी अस्त्रांची निर्मिती केली असेल, अशी शक्यता आहे का? मी तर तसंच घडलं असावं, असं समजत होतो.''

''ते अशक्य आहे, माझ्यावर विश्वास ठेवा. दैवी अस्त्रं तयार करण्यासाठी आवश्यक असलेली साधनसामग्री फक्त वायुपुत्रांकडेच आहे. इतर कोणाकडेही ती नाही; अगदी आमच्याकडेही नाही.''

शिव सुन्न झाल्यासारखा गोपाळाकडे एकटक पहात राहिला. ''वायुपुत्रांनी मला पाठिंबा द्यावा, अशी माझी अपेक्षाच नव्हती. मी त्यांच्यापैकी एक नाही. परंतु मला वाटलं होतं, की ते या बाबतीत निःपक्षपाती असतील.''

''नाही, माझ्या मित्रा. तुमच्या शत्रूच्या बाजूलाच वायुपुत्र आहेत, हे आम्हाला माहिती आहे. सोमरस अद्यापही चांगला असल्याच्या तुमच्या शत्रूच्या म्हणण्यालाही त्यांच्याकडून पुष्टीच मिळत आहे.''

''शिवाने दीर्घ श्वास घेतला. ''ही व्यक्ती जबरदस्त दिसते आहे. कोण आहेत ते?''

''महर्षि भृगु.''

— ⵣⵀⵓⵏⵟ —

मेलुहाचे सैनिक आपला नेहमीचा सराव करत होते. भृगुंनी तिथपर्यंतच्या अंतराचा आपल्या नजरेनेच वेध घेतला. त्यांच्यासमोरच दक्ष उभा होता. त्याची नजर जमिनीवर खिळलेली होती. पार्वतेश्वरांच्या अनुपस्थितीत मेलुहाचा कार्यकारी सरलष्करप्रमुख असलेला मयश्रेणीक तिथून थोड्याच अंतरावर थांबला होता.

दक्षाकडे न वळताच भृगु हळुवारपणे म्हणाले, ''तुमचं सैन्य अगदी अपवादात्मकरित्या उत्तम आहे, महाराज,''

दक्षाने काहीच उत्तर दिले नाही. तो अद्यापही बहुधा भूमीचा अभ्यास करण्यातच व्यग्र होता.

भृगुंनी आपले मस्तक हलवले. ''महाराज, तुमचे सैनिक अत्यंत उत्तमरित्या

प्रशिक्षित आहेत, असं मी म्हटलं.''

दक्षाने भृगुंकडे पाहिले. ''अर्थातच प्रभू. मी ते तुम्हाला आधीच सांगितलं आहे. आपण काळजी करण्याची काहीच आवश्यकता नाही. खरं तर युद्ध होणं असंभवच आहे. परंतु युद्धाची अत्यल्प का असेना; पण शक्यता असलीच तरीही आपल्याला भीती बाळगण्याचं काहीच कारण नाही. कारण अयोध्येच्या आणि मेलुहाच्या सैन्याला मी माझ्या आज्ञेखाली एकत्र केलं आहे. त्यामुळे...''

''आपल्यालाच घाबरण्याची अधिक आवश्यकता आहे,'' दक्षाचे बोलणे मध्येच थांबवत भृगु म्हणाले, ''तुमच्या सैनिकांना चांगलं प्रशिक्षण मिळालेलं आहे; परंतु त्यांच्याकडे चांगलं नेतृत्व नाही.''

''परंतु मयश्रेणीक...''

''मयश्रेणीक हा काही नेता नाही. तो दुय्यम दर्जाचा महान सेनाधिकारी आहे. तो दिलेले आदेश निःसंशयपणे पाळेल आणि अत्यंत प्रभावीपणे त्यांची अंमलबजावणीही करेल. परंतु मला नेता हवा आहे.''

''परंतु....''

''जो विचार करू शकेल, व्यूहरचना आखू शकेल, महान चांगल्या गोष्टीसाठी यातना सहन करण्याची ज्याची तयारी असेल अशा कोणाची तरी आपल्याला आवश्यकता आहे. परंतु तसं नेतृत्व मयश्रेणीक देऊ शकणार नाही. आपल्याला नेत्याची आवश्यकता आहे.''

''परंतु मी त्यांचा नेता आहे.''

भृगुंनी तिरस्काराने दक्षाकडे पाहिले. ''तुम्ही नेता नाही, राजन. पार्वतेश्वर हा नेता आहे. परंतु तुम्ही तर त्यांना त्या बनावट नीळकंठाबरोबर दूर धाडलंत. ते जीवित तरी असतील की नाही, हे मला माहिती नाही आणि त्याहूनही अधिक वाईट बाब म्हणजे तिबेटहून आलेल्या त्या टोळीवाल्यावर त्यांची निष्ठा बसली असेल, तर आपण काहीच करू शकणार नाही.''

भृगुंच्या टीकेला दक्षाने विरोध केला. ''मेलुहात फक्त पार्वतेश्वर हे एकमेव महान योद्धे नाहीत, प्रभू. आपण विद्युन्मालीचा वापर करू शकतो. त्याच्याकडे उत्तम व्यूहरचना करण्याची क्षमता आहे. तो एक महान सेनाधिकारी बनू शकतो.''

''माझा विद्युन्मालीवर विश्वास नाही आणि महाराज, तुम्ही व्यक्तींची अधिक चांगली परीक्षा करावी, असं मी तुम्हाला सुचवेन.''

काही क्षणांपूर्वी त्याला ज्या गोष्टीचे आकर्षण वाटत होते, अखेरीस तेच दक्षाने केले. तो पुन्हा एकदा खाली मान घालून भूमीचे निरीक्षण करू लागला.

भृगुंनी एक दीर्घ श्वास घेतला. ही चर्चा निष्फळ होती. ''महाराज, मी अयोध्येला जात आहे. कृपया, त्यासाठीची व्यवस्था करा.''

''आज्ञा, महर्षिजी,'' दक्ष म्हणाला.

भगीरथ आणि आनंदमयी दंडकारण्यातील अखेरच्या मोकळ्या जागी पोहचले होते. ब्रंगाला पोहचून तिथून काशीपर्यंत जाण्यासाठी त्यांना आणखी काही महिन्यांचा कालावधी लागणार होता. परंतु त्यावेळी भगीरथाच्या मनात उर्वरित प्रवासाचा विचार नव्हता.

''इतका प्रदीर्घ काळ ते काय बोलत होते?'' भगीरथाने विचारले.

आनंदमयी भगीरथाच्या नजरेच्या दिशेला वळली. आयुर्वती आणि पार्वतेश्वर मोठ्या प्रमाणात हातवारे करत होते. परंतु मेलुहातील नगरवासियांच्या गुणधर्मामुळे त्यांचा आवाज एवढा लहान आणि विनम्र होता, की त्यांचे बोलणे अजिबात समजू शकत नव्हते. त्यांच्यातील वादाचा आता मध्य आल्यासारखे वाटत होते.

आनंदमयीने मस्तक हलवले. ''माझ्याकडे दैवी क्षमता नाहीत. त्यामुळे ते काय बोलताहेत ते मी ऐकू शकत नाही.''

''परंतु मला चांगला अंदाज बांधता येतो,'' भगीरथ म्हणाला. ''मला वाटतं, की आयुर्वती या वादात जिंकली असावी.''

आनंदमयीने कपाळाला आठ्या घालत, भगीरथाकडे वळून बघितले.

''आयुर्वतीने आधीच आपला निर्णय घेतला आहे. ती आपल्यासमवेतच आहेच. ती महादेवासमवेत आहे. आणि आता, जरा विचार कर, ती पार्वतेश्वरांचं मन वळवण्याचा प्रयत्न करत आहे.''

आपल्या बंधुचे म्हणणे बहुतेक बरोबर असावे, हे आनंदमयीला माहिती होते. परंतु प्रेमामुळे तिच्या मनात आशा पल्लवित होत होती. ''भगीरथ, पार्वतेश्वरांनी अद्याप निर्णय घेतलेला नाही. त्यांची महादेवांवर भक्ती आहे. असं समजू नकोस, की...''

"माझ्यावर विश्वास ठेव. जर युद्धाचा निर्णय झाला आणि भगवान शिव आणि मौल्यवान मेलुहा यांच्यापैकी एकाची निवड करण्याची वेळ तुझ्या पतीवर आलीच; तर ते मेलुहाचीच निवड करतील.''

''भगीरथ, जीभ आवर!''

भगीरथ आनंदमयीकडे वळला. तो त्रस्त झाला होता. ''मी फक्त सत्य बोलत आहे.''

''ते फक्त तुझं मत आहे.''

''मी अयोध्येचा अभिषिक्त राजकुमार आहे. बहुतेक जण सांगतील, की माझं मत हेच सत्य आहे.''

आनंदमयीने आपल्या बंधुच्या मस्तकावर थोपटले. ''आणि एका अभिषिक्त राजकुमाराची मोठी भगिनी या नात्यानं मी त्या राजकुमाराला त्याचं बोलणं आवरतं घ्यायला कधीही हक्कानं सांगू शकते,'' ती म्हणाली.

— ⚲◍Ⴂ♀⊕ —

''पार्वतेश्वर, तुम्ही या गोष्टीचा साकल्यानं विचार केलेला नाही,'' आयुर्वती म्हणाली.

पार्वतेश्वराने खेदाने स्मित केले. ''गेल्या काही महिन्यांत यांखेरीज इतर कोणत्याही गोष्टीचा मी फारसा विचारच केलेला नाही. मी जो मार्ग निवडलाच पाहिजे, तो कोणता आहे, ते मला माहिती आहे.''

''परंतु ज्या जिवंत देवाची तुम्ही पूजा करता, त्यांच्याविरुद्ध युद्ध करणं तुम्हाला शक्य आहे का?''

''कारण माझ्याकडे इतर कोणताही पर्यायच नाही. त्यामुळे मला ते करावंच लागेल.''

''परंतु आपल्या श्रद्धांचे रक्षण प्रत्येकानं केलंच पाहिजे असं प्रभू रामानंच सांगितलंय. महादेव आणि विष्णू हे जिवंत देव असतात. आपण आपल्या जीवित देवांच्या बाजूने युद्ध केलं नाही, तर आपल्या धर्माचं रक्षण आपण कसे काय करू शकू?''

''श्रद्धा आणि धर्म यांची तुम्ही गल्लत करत आहात. त्या दोन्ही स्वतंत्र गोष्टी

आहेत.''

''नाही. त्या स्वतंत्र गोष्टी नाहीत.''

''होय. त्या स्वतंत्रच आहेत. सनातन धर्म हा माझा धर्म आहे. परंतु ती माझी श्रद्धा नाही. माझ्या देशावर माझी श्रद्धा आहे. माझ्या मेलुहावर माझी श्रद्धा आहे. फक्त मेलुहावर.''

आयुर्वतीने उसासा सोडला आणि ती आकाशाकडे पाहू लागली. तिने आपले मस्तक हलवले आणि ती पुन्हा पार्वतेश्वराकडे वळली. ''नीळकंठावर तुमची किती भक्ती आहे, तेही मला माहिती आहे. तुम्ही प्रभूविरुद्ध युद्ध करू शकाल? त्यांना कोणतीही यत्किंचितशी दुखापत करावी, असं तरी तुम्हाला कधी वाटेल का?''

पार्वतेश्वराने दीर्घ श्वास घेतला. त्याचे डोळे पाणावले. ''मेलुहाची हानी करण्यास जे कोणी धजावतील, त्या सर्वांशीच मी लढा देईन. मेलुहाला जिंकून घ्यायचं असेल, तर त्यासाठी माझा मृतदेह ओलांडावाच लागेल.''

''सोमरस सैतानी नाही, असं तुम्हाला खरोखरच वाटतं का पार्वतेश्वर? त्याच्यावर बंदी घातली जाऊ नये, असं तुमचं मत आहे का?''

''नाही. त्याच्यावर बंदी घातलीच पाहिजे, असं मला वाटतं. मी आधीच सोमरस घेणं थांबवलंय. सोमरसामुळे घडलेल्या सर्व अनिष्ट गोष्टींविषयी ज्या दिवशी बृहस्पतींनी आपल्याला सांगितलं, त्या दिवसापासून..त्या क्षणापासूनच मी सोमरसाचा त्याग केलाय.''

''मग या हलाहलाच्या संरक्षणासाठी तुम्ही का लढा देऊ इच्छित आहात? हलाहल म्हणजे जगातील सर्वाधिक सक्षम विष, हे तुम्हाला माहितीच आहे.''

''परंतु मी सोमरसाचं संरक्षण करत नाही,'' पार्वतेश्वर म्हणाला. ''मी मेलुहाचं संरक्षण करतो आहे.''

''परंतु त्या दोन्ही गोष्टी एकाच बाजूला आहेत,'' आयुर्वती म्हणाली.

''ते माझं दुर्दैव आहे. परंतु मेलुहाचं संरक्षण हाच माझ्या जीवनाचा उद्देश आहे. त्यासाठीच माझा जन्म झाला आहे.''

''पार्वतेश्वर, मेलुहा पूर्वीप्रमाणे राहिलेलं नाही. सम्राट दक्ष हे काही प्रभू राम नाहीत, हे तुम्हीही जाणताच. आता जे अस्तित्वातच नाही, त्या आदर्शासाठी तुम्ही लढत आहात. ज्या देशाची महानता आता फक्त स्मृतींमध्येच उरली आहे,

अशा देशासाठी तुम्ही लढू पहात आहात. आता जिच्यात कोणत्याही प्रकारे दुरुस्ती करता येण्याचीही शक्यता नाही, अशा एका भ्रष्ट श्रद्धेसाठी तुम्ही लढणार आहात.''

''ते तसं असेलही आयुर्वती, परंतु तोच माझा उद्देश आहे. मेलुहासाठी लढणं आणि मृत्युलाही कवटाळणं.''

आयुर्वतीने रागाने आपले मस्तक हलवले. परंतु तिचा आवाज नेहमीप्रमाणेच अगदी विनम्र होता. ''पार्वतेश्वर तुम्ही चूक करता आहात. आपल्या जिवंत देवाविरुद्ध तुम्ही स्वतःला उभे करत आहात. जो सैतान बनला आहे, हे तुम्हाला स्वतःलाही पटतंय, त्या सोमरसाची तुम्ही पाठराखण करत आहात. हे सगळं एका उद्दिष्टासाठी तुम्ही करत आहात. म्हणजे मेलुहाच्या संरक्षणाच्या हेतूपोटी तुम्ही जाणूनबुजून करत असलेल्या सर्वच चुका क्षम्य आणि न्याय्य असल्याचं मानायचं का?''

पार्वतेश्वर म्लानपणे म्हणाला, 'श्रेयान स्वा धर्मो विग्युनः परा धर्मात स्वानुष्ठितात'

आयुर्वती कडवटपणे हसली आणि तिला भगवान हरीच्या त्या श्लोकाची आठवण झाली. भगवान हरीच्या नावावरूनच हरीयुप्पा या शहराचे नाव ठेवण्यात आले होते. एखाद्या आत्म्यासाठी न बनलेल्या मार्गावरून चालून परिपूर्ण जीवन जगण्यापेक्षा एखाद्याच्या आत्म्याला ज्या मार्गावरून चालण्याची इच्छा असेल, त्याच मार्गावरून चालल्यामुळे काही चुका घडल्या तरी हरकत नाही, असा त्या श्लोकाचा अर्थ आहे. दुसऱ्या शब्दांत सांगायचे तर, दुसऱ्यांनी दाखवलेल्या मार्गावरून आपले आयुष्य व्यतीत करत राहण्यापेक्षा आपण निवडलेल्या मार्गावरून आयुष्य नेत असताना काही चुका घडल्या तरी हरकत नाही, असा त्याचा अर्थ आहे.

आयुर्वतीने आपले मस्तक हलवले. ''हेच तुमचं कर्तव्य आहे, याविषयी तुम्हाला कशी काय खात्री वाटू शकते? जगाने तुमच्यावर लादलेल्या कर्तव्याशी एकनिष्ठ राहणं एवढंच तुमचं खरं काम आहे का? समाज तुमच्यावर जबरदस्तीने जे लादतो आहे, त्याचं अंधपणानं तुम्ही आज्ञापालन करत नाही का?''

''भगवान हरींनी म्हटलंय, की जे कोणी आपली कर्तव्यं काय आहेत, याविषयी दुसऱ्यांना आज्ञा देण्याची परवानगी देतात, ते आपली आयुष्यं जगत नाहीत. ते

खरं तर दुसऱ्याच कोणाची तरी आयुष्यं जगत असतात.''

''परंतु तुम्ही तर सध्या नेमकं तेच करत आहात. आपल्या कर्तव्यांविषयी तुम्ही दुसऱ्यांच्या आज्ञा शिरसावंद्य मानता आहात. तुमच्या आत्म्याच्या उद्देशाविषयी तुम्ही मेलुहाच्या आज्ञांचं पालन करता आहात. ती उद्दिष्टं तुम्हाला मेलुहा सांगत आहे.''

''नाही. मी तसं करत नाही.''

''होय. तुम्ही तसंच करता आहात. तुमचं हृदय प्रभू शिवांसमवेत आहे. तुम्ही ही बाब नाकारू शकता का?''

''नाही. मी ती नाकारू शकत नाही. माझं हृदय नीळकंठासमवेतच आहे.''

''मग मेलुहाचं संरक्षण करणं हे तुमचं कर्तव्य आहे, हे तुम्हाला कसं काय माहिती आहे?''

''कारण, ते मला माहिती आहे,'' पार्वतेश्वर ठामपणे म्हणाला. ''मला नक्कीच ते माहिती आहे, की तेच माझं कर्तव्य आहे. भगवान हरींनी हेच म्हटलेलं नाही का? तुमचं कर्तव्य काय आहे, याविषयी जगातील कोणीही; म्हणजे अगदी प्रत्यक्ष परमेश्वरही आपल्याला सांगू शकत नाही. फक्त आपला आत्माच ते सांगू शकतो. त्यामुळे आपण फक्त मौनाच्या भाषेला शरण गेलं पाहिजे. त्यानंतर आपल्या आत्म्याची हळुवार आवाजातील साद आपल्याला ऐकू येते. माझ्या आत्म्याची ही साद अगदीच स्पष्ट आहे. मेलुहा हीच माझी श्रद्धा आहे आणि मातृभूमीचं रक्षण हेच माझं कर्तव्य आहे.''

आयुर्वतीने आपल्या टकलावरून हात फिरवला. तिने आपल्या शेंडीला स्पर्श केला. त्या शेंडीमुळे ती ब्राह्मण असल्याचे स्पष्ट होत होते. दूरवर असलेल्या आनंदमयी आणि भगीरथ यांच्याकडे पाहण्यासाठी ती वळली. आता यापुढे काहीही बोलण्यासारखे उरलेले नव्हते, हे ती जाणून होती.

''तुम्ही हरणाऱ्या बाजूकडे आहात, पार्वतेश्वर!'' आयुर्वती म्हणाली.

''ते मला माहिती आहे.''

''आणि तुम्ही मारलेही जाल.''

''मला तेही माहिती आहे. परंतु माझ्या जीवनाचं तेच उद्दिष्ट आहे, त्यामुळे तसंच घडू दे.''

आयुर्वतीने आपले मस्तक पुन्हा एकदा हलवले आणि पार्वतेश्वराच्या खांद्याला

सहानुभूतीने स्पर्श केला.

पार्वतेश्वर म्लानपणे हसला. ''तो एक अभिमानास्पद मृत्यू असेल. मला नीळकंठांच्या हातून मृत्यू येईल.''

प्रकरण १०

त्यांच्या फक्त नावानेच उरात धडकी

आपल्या कक्षाच्या गच्चीतून एका आरामदायी आसनावर पाय लांब सोडून शिव सतीसह बसला होता. उज्जैनमधील मंदिर त्या गच्चीतून स्पष्ट दिसत होते. दरवाजाकडे जाणाऱ्या मार्गावर गणेश वाकून उभा होता आणि कार्तिक तेथील कठड्याला रेलून उभा होता. वासुदेवांसमवेत झालेले आपले संपूर्ण संभाषण शिवाने आपल्या कुटुंबीयांना नुकतेच सांगितले होते. आपल्या खऱ्या शत्रूच्या ओळखीपासून साऱ्या गोष्टी त्याने सांगितल्या होत्या.

संध्याकाळच्या वेळच्या आकाशाकडे नीळकंठाने पाहिले आणि तो सतीकडे वळला. ''काहीतरी बोल,'' तो म्हणाला.

''मी काय बोलू?'' सतीने विचारले. ''भगवान भृगु...प्रभू रामानं दया करावी.....''

''फक्त तेच एकटे सामर्थ्यशाली नाहीत.''

सतीने शिवाकडे पाहिले. ''ते सप्तर्षिंच्या उत्तराधिकाऱ्यांपैकी एक आहेत. त्यांचं आध्यात्मिक आणि वैज्ञानिक सामर्थ्य हे दंतकथेसमान आहे. परंतु त्यांच्या सामर्थ्यामुळे मी हादरलो नाही. अशा प्रकारच्या नैतिकदृष्ट्या सामर्थ्यशाली व्यक्तीने आपल्याला विरोध करण्याचा मार्ग अनुसरला आहे, हे पाहून मी हादरलो आहे.''

''तू असं का बरं म्हणतोस?''

“ते अत्यंत निःस्वार्थी आहेत आणि त्यांची नैतिक मूल्यं वादातीत आहेत.”

“आणि तरीही त्यांनी आपल्याला ठार मारण्यासाठी पाच नौका धाडल्या होत्या.”

“होय. कारण सोमरस चांगला आहे आणि सोमरसाचा वापर थांबवायला सांगणारे आपणच सैतान आहोत, यावर त्यांचा अद्यापही खराखुरा ठाम विश्वास असला पाहिजे. जर त्यांची त्याविषयी खात्री असेल, तर आपण चुकीचे असल्याची शक्यता आहे का?”

यावर कार्तिक काहीतरी बोलणार होता; तेवढ्यात शिवाने आपला हात उंचावला.

“नाही,” शिव म्हणाला. “त्याविषयी माझी खात्रीच आहे. सोमरस हाच सैतान आहे आणि त्याला रोखलंच पाहिजे. आता इथून माघार नाही.”

“परंतु प्रभू भृगु...” सती म्हणाली.

“सती, एवढी उच्च नैतिक मूल्यं असलेली व्यक्ती दैवी अस्त्रांचा वापर का करते? भगवान रुद्राने स्वतःच त्यावर बंदी घातली आहे, हे तर सर्वच जण जाणतात. तरीही त्यांनी त्यांचा वापर केला.”

सतीने शिवाकडे मूकपणे पाहिले.

“प्रभू भृगुंना सोमरसाविषयी वाटत असलेल्या आसक्तीमुळेच त्यांना तसं करणं भाग पडलं,” शिव म्हणाला. “आपण महान चांगल्या गोष्टीच्या रक्षणासाठी तसं वागत असल्यासारखं त्यांना वाटतं आहे. परंतु सत्य हेच आहे, की त्यांना सोमरसाविषयी आसक्ती वाटत आहे. या आसक्तीमुळेच लोकांना त्यांच्या नैतिक कर्तव्यांचाच नव्हे; तर आपण कोण आहोत, याचाही विसर पडतो.”

अखेरीस कार्तिक बोललाच. “पिताजींचं बरोबर आहे. आणि भगवान भृगूंएवढ्या श्रेष्ठ व्यक्तीच्या बाबतीत जर सोमरस हे करू शकत असेल, तर तो नक्कीच सैतान आहे.”

शिवाने मान डोलावून संमती दिली आणि तो सतीकडे वळला. “आपण जे करत आहोत, ते योग्यच आहे. सोमरसाला कुठल्याही परिस्थितीत रोखलंच पाहिजे.”

सती काहीच बोलली नाही.

“आता आपण आगामी युद्धावर आपलं लक्ष केंद्रित केलं पाहिजे,” शिव

म्हणाला. ''त्यांच्याकडे भगवान भृगुंएवढ्या क्षमतेचा नेता आहेच. याशिवाय मेलुहा आणि अयोध्या यांचं सैन्यबलही आहे. आपल्यासमोर मोठी विचित्र परिस्थिती आहे. आपण तिच्यावर मात कशी काय करणार आहोत?''

''त्यांच्या क्षमतांचं विभाजन करा,'' कार्तिक म्हणाला.

''पुढे बोल.''

कार्तिक आपल्या कक्षात जाऊन नकाशा घेऊन आला. ''पिताजी, कृपया, आपण पाय जवळ घ्याल का...''

शिवाने पाय जवळ घेतले. शिवाने त्याच्यासमोरच्या आसनावर नकाशा पसरला आणि बोलायला प्रारंभ करण्यापूर्वी त्याने गणेशाकडे पाहिले. ''त्यांच्याकडच्या विलक्षण तंत्रज्ञानात त्यांचं खरं सामर्थ्य आहे, यावर माझं आणि दादाचं एकमत आहे. त्याच्या जोडीला त्यांच्याकडे अयोध्येचं प्रचंड सैन्यबळ आहे. त्यामुळे त्यांचं सामर्थ्य अर्थातच खूपच वाढलं आहे. परंतु जर आपण याचं विभाजन करू शकलो, तर आपण त्यावर मात करू शकू.''

''मेलुहा आणि अयोध्येनं एकमेकांच्या साहाय्यानं कट रचला आणि पंचवटीत आपली हत्या करण्याचा प्रयत्न केला. हे आपल्याला माहिती आहे. प्रभू भृगु अत्यंत नेटकेपणाने आपला डाव खेळले आहेत. मी जिवंत असल्याचं त्यांच्या लक्षात येईल, त्यावेळी मेलुहा आणि अयोध्याही मला त्यांचा सामायिक शत्रू मानतील आणि त्यामुळे माझ्या सर्वनाशासाठी एकमेकांशी युती करतील. काहीही झालं, तरी शत्रूचा शत्रू हा आपला मित्र असतो.''

कार्तिकाने स्मित केले. ''त्यांची युती तोडण्याविषयी मी बोलत नाही, पिताजी. परंतु त्यांच्या क्षमतांची विभागणी करण्याविषयी मी बोलत आहे.''

दरम्यानच्या काळात सती त्या नकाशाचा अभ्यास करत होती. तिच्या लक्षात कार्तिकाचे म्हणणे आले. ती एकदम उद्गारली, ''मगध!''

''अगदी बरोबर!'' नकाशातील मगधच्या स्थानावर बोट ठेवत कार्तिक म्हणाला. ''स्वद्वीपमधील रस्ते एकतर कीव करण्याएवढे वाईट आहेत किंवा मुळातच काही ठिकाणी रस्तेच नाहीत. त्यामुळेच विशेषतः मोठ्या आकाराची सैन्यं जलप्रवासाची निवड करतात. निबिड अरण्यं पार करून अयोध्येचं सैन्य मेलुहाच्या साहाय्यासाठी जाऊ शकणार नाही. त्यामुळे ते शरयूतून जहाजांमधूनच प्रवास करतील. त्यानंतर मेलुहाने गंगेवर बांधलेल्या नवीन मार्गावरून ते देवगिरीला

पोहचतील.''

शिवाने होकारार्थी मान हलवली. ''अयोध्येच्या जहाजांना गंगा आणि शरयूच्या संगमातून म्हणजेच मगधवरूनच जावं लागेल. जर मगधनंच ती नदी त्यांच्यासाठी बंद केली, तर जहाजं तिथून पुढे जाऊच शकणार नाहीत. मगधकडून मिळालेल्या अल्प नौदलाच्या साहाय्यानं त्यांच्या प्रचंड सैन्याला आपण माघारी वळवू शकतो.''

''बरोबर!'' कार्तिक म्हणाला.

शिवाने हसत हसत कार्तिकाच्या खांद्यावर थोपटले. ''मी तुझ्यामुळे प्रभावित झालो आहे,'' तो म्हणाला.

कार्तिकानेही स्मित करून शिवाकडे पाहिले.

सतीने शिवाकडे पाहिले. ''याचा अर्थ आपल्याला प्रथम राजकुमार सुरापद्मनला आपल्या बाजूला वळवून घेतलं पाहिजे. राज्याचे सगळे निर्णय राजकुमार सुरापद्मन घेतो. महाराज महेंद्र ते घेत नाहीत, असं मला भगीरथानं सांगितलंय.''

शिवाने मान हलवून संमती दर्शवली आणि तो गणेशाकडे वळला.

गणेश या संपूर्ण काळात शांत राहिला होता. या नवीन घडामोडीमुळे तो थोडासा अस्वस्थ दिसत होता.

— ⁂ —

''ही चांगली कल्पना आहे,'' गोपाळ म्हणाला.

शिव, सती, गणेश आणि कार्तिक गोपाळासमवेत विष्णूच्या मंदिरात होते.

''मगधला आपल्या बाजूला वळवून घेणं ही तुलनात्मकदृष्ट्या सोपी गोष्ट आहे,'' गोपाळ पुढे बोलत होता, ''राजे महेंद्र आता वृद्ध आहेत आणि आता त्यांच्याकडे निर्णयक्षमता उरलेली नाही. परंतु राजकुमार सुरापद्मन हा एक बुद्धिमान, शूर योद्धा आहे आणि युद्धाचे डावपेच आखण्यात निपुण आहे आणि त्याहूनही महत्त्वाची गोष्ट म्हणजे तो एक व्यवहारचतुर आणि महत्त्वाकांक्षी पुरुष आहे.''

''आपल्या महत्त्वाकांक्षी स्वभावामुळे आगामी युद्धात आपल्याला संधी मिळेल, याचा सुगावा त्याला लागेल,'' शिव म्हणाला. ''आपलं स्थान बळकट करण्यासाठी तो या संधीचा उपयोग करू शकेल आणि अयोध्येमधून फुटून

स्वतंत्रतेची घोषणा करू शकेल.''

''अगदी बरोबर,'' सती म्हणाली, ''आपल्याला पाठिंबा देण्यामागे त्याचं कोणतं का कारण असेना; परंतु त्याच्याशी युती केल्यामुळे आपल्याला युद्ध जिंकण्यास मदत होईल.''

गोपाळाचे लक्ष अचानकच सचिंत गणेशाकडे गेले. ''प्रभू गणेश?''

गणेशाने दचकून त्याच्याकडे पाहिले.

''या योजनेतील एखाद्या गोष्टीने तुम्ही त्रस्त झाला आहात का?'' गोपाळाने विचारले.

गणेशाने आपले मस्तक हलवले. ''पंडितजी, ते सांगण्याची आता या क्षणी काहीच आवश्यकता नाही.''

मगधच्या ज्येष्ठ राजकुमाराचा, उग्रसेनाचा गणेशाने वध केला होता. एका निष्पाप मुलाला आणि त्याच्या मातेला उग्रसेनाच्या तावडीतून वाचवण्यासाठी गणेशाने ती कृती केली होती. मात्र मगधबरोबर होऊ शकणाऱ्या युतीमध्ये त्या गोष्टीचा व्यत्यय येऊ शकेल, अशी शंका गणेशाला त्यावेळी वाटत होती. आपणच त्याच्या बंधुचा वध केल्याचे सुरापद्मनला समजलेले नसावे, एवढीच आशा तो करू शकत होता.

''दादानं आणि मी यावर चर्चा केली आहे,'' कार्तिक म्हणाला. ''मगध आपल्याच बाजूला वळेल, याची खात्री आपण बाळगू नये आणि गरज पडलीच, तर मगधला जिंकून घेण्याची तयारीही आपण ठेवावी, असं आम्हाला वाटतं.''

''ठीक आहे. परंतु बहुधा तशी परिस्थिती उद्भवणार नाही, अशी आपण आशा करूया,'' शिव म्हणाला. गणेशाकडे वळून तो म्हणाला, ''परंतु होय. प्रसंगोत्पात मगधशी युद्धाची योजनासुद्धा आपल्याला तयार ठेवावी लागेल. या युद्धातील आपला तो प्रारंभीचा डाव असू शकतो.''

''मग आपल्या मगधच्या प्रयाणाची योजना तयार करण्यास मी प्रारंभ करतो,'' गोपाळ म्हणाला.

''पंडितजी, तुम्हीही आमच्यासमवेत येणार आहात का?'' आश्चर्यचकीत झालेल्या शिवाने विचारले. ''त्यामुळे तुमची आमच्याशी असलेली युती उघड होईल.''

''आम्ही लपून राहण्याचीही एक वेळ होती, माझ्या मित्रा,'' गोपाळ म्हणाला.

''परंतु आता सैतानाशी लढा देण्याची वेळ आपल्यावर आली असल्यामुळे आपण खुलेपणानं एकत्र फिरणं योग्य आहे. आम्हाला उघडपणे आमच्या बाजूची निवड केली पाहिजे. पवित्र युद्धात कुंपणावर बसणारे लोक चालत नाहीत.''

— 𐎟◎𐎜𐎀⊕ —

पार्वतेश्वर आणि आनंदमयी कुजबुजत्या आवाजात एकमेकांशी बोलत आपल्या आवडत्या घोड्यांवर बसून निघाले होते. तो किंचित आपल्या उजवीकडे झुकला होता आणि आनंदमयीचा हात त्याने आपल्या हातात घेतला होता. युद्धाचा प्रसंग आलाच तर मेलुहाच्या बाजूने लढण्याशिवाय त्याला गत्यंतर नाही, हे त्याने नुकतेच तिला सांगितले होते. परंतु मेलुहाला विरोध करण्याखेरीज तिच्यासमोरही अन्य पर्याय नसल्याचे तिनेही त्यावर त्याला सांगितले होते.

''मी असे का करणार आहे, हेसुद्धा तुम्ही मला विचारणार नाही का?'' आनंदमयीने विचारले.

''मला ते विचारण्याची आवश्यकताच नाही. कारण तू कसा विचार करतेस ते मला माहिती आहे.''

आनंदमयीने आपल्या पतीकडे पाहिले. तिचे डोळे पाणावले होते.

''आणि मी कसा विचार करतो, ते तुला माहिती असावं, असं मला वाटतं,'' पार्वतेश्वर म्हणाला. ''म्हणूनच तूही माझ्या निर्णयामागचं कारण मला विचारलेलं नाहीस.''

पार्वतेश्वराकडे पाहून आनंदमयीने सखेद स्मित केले आणि त्याचा हात किंचित दाबला.

''आता आपण काय करायचं?''

आनंदमयीने दीर्घ श्वास घेतला. ''दोघंही एकत्रितपणे घोड्यांवरून रपेट मारूया.''

पार्वतेश्वर तिच्याकडे एकटक पहात राहिला.

''जोपर्यंत आपले मार्ग एकच आहेत, तोपर्यंतच...''

— 𐎟◎𐎜𐎀⊕ —

चंबळमधून खालच्या दिशेने गलबत निघाले होते आणि शिव त्याच्या कठड्याला रेलून उभा होता. काठांपलीकडे त्याला निबिड अरण्ये दिसत होती. त्या दिशेला कित्येक मैलांच्या अंतरात मानवी वस्तीचे काहीच चिन्ह नव्हते. त्यांच्या पाठोपाठ येणाऱ्या पाच गलबतांकडे त्याने एकवार पाहिले. वासुदेवांच्या पन्नास गलबतांच्या ताफ्यातील ती काही गलबते होती. त्यांच्या संभाषणानंतर सुमारे दोन महिन्यांनी वासुदेवांसह त्याने प्रयाण केले होते.

"तुम्ही कसला विचार करत आहात, माझ्या मित्रा?" गोपाळाने विचारले.

शिव त्या प्रमुख वासुदेवाकडे वळला. "माणसाच्या मनातील लोभ हाच सैतानाचा प्राथमिक स्त्रोत असतो. चांगल्या गोष्टीकडून अधिकाधिक लाभ मिळवण्याच्या आपल्या लोभापायी आपण त्या चांगल्या गोष्टीला सैतानी प्रवृत्तीकडे वळवतो. मग या गोष्टीला या स्त्रोताच्या आरंभीच आळा घातला, तर ते अधिक चांगलं ठरणार नाही का? माणसांनी लोभीपणा करूच नये, अशी अपेक्षा आपण ठेवू शकत नाही का? दोनशे वर्षं जगण्याच्या हव्यासी इच्छेवर नियंत्रण ठेवण्याची आपल्यापैकी किती जणांची मनापासून इच्छा असेल? हजारो वर्षांपासूनच्या सोमरसाच्या वर्चस्वामुळे नक्कीच चांगल्या आणि सैतानी अशा दोन्ही गोष्टी घडल्या आहेत. परंतु लवकरच त्याचाच नाश झाल्यावर त्याविषयीचे सर्व व्यवहार्य हेतूही नष्ट होतील. मग त्याच्याविषयीच्या मोठ्या योजनेचा आणि कालखंडाचा विचार करता, सोमरसामुळे कोणतेच हेतू पूर्ण झाले नाहीत, असं म्हणता येणार नाही का? त्यामुळे कदाचित सोमरसाचा शोधच लागला नसता, तर ते अधिक बरं झालं नसतं का? ज्या स्थानाहून तुम्ही निघाला होतात, तिथेच तुम्हाला परतावं लागणार आहे, हे जर माहिती असेल, तर मग प्रवासासाठी निघण्याला अर्थच काय उरतो?"

"तुम्ही जिथून निघाला आहात, तिकडेच तुम्हाला पुन्हा परत न आणणारा असा एखादा प्रवास अस्तित्वात आहे का?"

शिव विचारात पडला. "अर्थातच तसे प्रवास आहेत."

गोपाळाने आपले मस्तक हलवले. "जिथून तुम्ही निघाला असाल, तिकडेच जर तुम्ही परतला नसाल; तर त्याचा अर्थ तुमचा प्रवास अद्याप पूर्णत्वाला पोहचलेला नाही. त्यासाठी कदाचित तुम्हाला संपूर्ण जीवन खर्चावं लागेल. कदाचित कित्येक जन्म घ्यावे लागतील. जीवनाचा हाच धर्म आहे. हाच स्वभाव

आहे. अगदी स्वतः विश्वही जिथून आरंभ झाला होता, तिथेच अंततः येऊन पोहचतं. संपूर्ण मृत्यूच्या त्या अनंत काळ्या पोकळीपर्यंत ते येतं. आणि मृत्यूच्या दुसऱ्या बाजूला पुन्हा एकदा जीवनाला प्रारंभ होतो आणि अशा प्रकारे कधीच न संपणारं हे चक्र अव्याहतपणे सुरू राहतं.''

''मग या सगळ्याला काय अर्थ आहे?''

''हाच तर मनाचा सर्वाधिक महामूर्खपणा आहे, महान नीळकंठा. आपण कुठेतरी पोहचण्यासाठी या मार्गावरून चालत आहोत, असं मानणं हाच महामूर्खपणा आहे.''

''आपण कुठंतरी पोहचण्यासाठी चाललो नाही का?''

''नाही. पोहचण्याचं स्थान हा उद्देश नाही; तर प्रवास हाच उद्देश आहे. या साध्यासुध्या सत्याचं ज्यांना आकलन होतं, त्यांनाच खऱ्या समाधानाची प्राप्ती होते.''

''म्हणजेच पोहचण्याचं स्थान आणि अगदी उद्देश यालासुद्धा काहीच महत्त्व नाही, असं तुम्ही म्हणत आहात का? म्हणजे सोमरसाला या सगळ्याचा अनुभव घ्यायचा होता. त्याने लाखो लोकांसाठी चांगल्या गोष्टींची निर्मिती केली आणि आता त्याला उतरती कळा लागली असून तेवढ्याच प्रमाणात तो आता सैतानी प्रवृत्तीकडे झुकला आहे आणि त्यानंतर नीळकंठाचा उदय होणार आणि तो त्याचा प्रवास संपवणार. जर आपण यावर विश्वास ठेवला, तर व्यापक दृष्टीनं विचार करता, सोमरसाला काहीच प्राप्त झालेलं नाही.''

''मला हे दुसऱ्या पद्धतीनं मांडू देत. भरतवर्षात पाऊस कशा प्रकारे पडतो, याविषयी तुम्हाला माहिती असेल, याची मला खात्रीच आहे.''

''होय. नक्कीच मला माहिती आहे. तुमच्यापैकीच एका वैज्ञानिकानं मला त्याविषयी स्पष्टीकरण दिलं होतं. मला असं वाटतं, की सागराच्या जलाचं सूर्याच्या उष्णतेमुळे बाष्पीभवन होतं. अशा प्रकारे मोठ्या प्रमाणात वाफ एकत्रित आली की ढग बनतात आणि नंतर मोसमी वाऱ्यांमुळे ते ढग वाहून नेले जातात. ज्यावेळी ते पर्वतांमुळे अडवले जातात, त्यावेळी पाऊस पडतो.''

''अगदी बरोबर. परंतु तुम्ही फक्त अर्ध्याच प्रवासाविषयी सांगितलं. मेघांमधील जलाचा आपल्यावर वर्षाव झाल्यानंतर पुढे काय होतं?''

शिवाने आपल्याला ती गोष्ट ज्ञात असल्याचे दर्शवणारे स्मित केले. त्याचाच

अर्थ तो वासुदेवाच्या म्हणण्याला संमती दर्शवत पुढे निघाला होता. त्याला वासुदेवाचा विचार पटू लागला होता.

गोपाळ पुढे बोलू लागला, ''ते जल ओहोळांमधून आणि नाल्यांमधून नद्यांमध्ये जातं आणि अखेरीस नद्या सागराला मिळतात. पर्जन्य म्हणून आलेल्या काही पाण्याचा वापर मानव, पशु, पक्षी, वनस्पती करतात. ज्यांना जिवंत राहायचं असतं, ते त्याचा वापर करतात. परंतु अखेरीस आपण वापरलेलं पाणीही पुन्हा अंतिमतः नदीतच मिसळतं आणि सागरापर्यंत पोहचतं. त्यामुळे प्रत्येक प्रवासाची अखेर पुन्हा एकदा प्रारंभाजवळ होते. याचा अर्थ जलाचा हा प्रवास निरर्थक असतो, असं आपण म्हणू शकू का? या प्रवासाचा प्रारंभ जिथून होतो, तिथेच पुन्हा एकदा तो पोहचतो, मग या साऱ्या प्रवासाला काय अर्थ आहे, असं जर सागराला वाटलं, तर काय होईल बरं?''

''आपण सारे जण मरण पावू.''

''अगदी बरोबर. जलाचा हा प्रवास फक्त चांगल्या गोष्टीचीच निर्मिती करतो, असा विचार करण्याचा मोह आता यावरून कोणालाही होऊ शकतो. बरोबर? परंतु सोमरसाने मात्र चांगल्या आणि वाईट किंवा सैतानी अशा दोन्ही गोष्टींची निर्मिती केली आहे.''

''परंतु अर्थातच,'' शिव म्लानपणे स्मित करत म्हणाला, ''अशा कल्पनेपासून, वर्तनापासून तुम्ही मला मात्र परावृत्त कराल.''

गोपाळाचे स्मितही तेवढेच कोरडे होते. ''पर्जन्यामुळे येणाऱ्या पुरांचं काय? पर्जन्याबरोबरच साथीचे आजारही पसरतात. त्यांचं काय? या पुरांपासून आणि आजारांपासून ज्यांना त्रास होतो, त्यांना जर आपण विचारलं, तर ते पर्जन्याला सैतान ठरवतील.''

''अतिपर्जन्यवृष्टी हा सैतान आहे,'' शिवाने दुरुस्ती केली.

गोपाळाने स्मित केले आणि तो म्हणाला, ''अगदी सत्य गोष्ट. म्हणजेच सागराच्या जलापासून सुरू झालेला जलाचा प्रवास पुन्हा सागरापर्यंत येतो, त्याच्यामागे काहीतरी हेतू असतो. कारण तो भूमीवरील जीवन फुलवतो. त्याचप्रमाणे सोमरसाच्या प्रवासाचेही कित्येक उद्देश होते. त्यात तुमचाही समावेश आहे. कारण सोमरसाच्या प्रवासाची अखेर करणं हा तुमचा उद्देश आहे. सोमरस जर अस्तित्वातच नसता, तर तुम्ही काय केलं असतं?''

“मी कित्येक गोष्टींचा विचार केला असता. उदाहरणार्थ, मी सतीभोवती आळसात फिरत राहिलो असतो. किंवा नृत्य आणि संगीतात माझा वेळ मजेत घालवला असता. तेही एक चांगलं जीवन ठरलं असतं...”

गोपाळ हळुवारपणे हसला. “पण आता गंभीरपणानं सांगा. सोमरसानं तुमच्या जगण्याला उद्दिष्ट मिळवून दिलं नाही का?”

शिवाने स्मित केले. “होय. नक्कीच!” तो म्हणाला.

“आणि तुमच्या प्रवासामुळे माझ्या जीवनाला त्याचं उद्दिष्ट मिळवून दिलं. कारण जर मी पुढच्या महादेवाला साहाय्य करू शकलो नसतो, तर माझ्या प्रमुख वासुदेव असण्याला तरी काय अर्थ होता?”

शिवाने स्मित केले आणि गोपाळाच्या पाठीवर थाप मारली.

“महान नीळकंठा, मुक्कामाच्या स्थानापेक्षाही प्रवासामुळेच आपल्या आयुष्यांना अर्थ प्राप्त होत असतो. आपण आपल्या मार्गावरून विश्वासानं मार्गक्रमण करत असताना दोन्ही प्रकारचे परिणाम संभवतात. ते चांगले आणि सैतानी किंवा वाईट असे दोन्ही प्रकारचे असतात. कारण तो विश्वाचाच मार्ग आहे.”

“उदाहरणार्थ, माझ्या प्रवासाचा भरतवर्षाच्या भवितव्यावर कदाचित सकारात्मक परिणाम होईल. परंतु ज्यांना सोमरसाचं व्यसन लागलेलं आहे, त्यांच्या जीवनावर मात्र अनिष्ट परिणाम होईल. कदाचित तेच माझं उद्दिष्ट असावं.”

“अगदी बरोबर. आपल्या स्वतःच्या श्वासावर आपलं स्वतःचं नियंत्रण आहे, अशा आभासात्मक निष्कर्षाच्या भ्रमात आपण राहू नये, असं भगवान वासुदेवानं म्हटलं आहे. आपल्याला श्वास लाभला आहे, या साध्या गोष्टीची जाणीव आपण ठेवली पाहिजे. आपल्याला जिवंत ठेवलं गेलंय, कारण आपल्या प्रवासामागे एक उद्दिष्ट आहे. आपल्या उद्दिष्टाची पूर्तता झाली, की आपलं श्वसन बंद पडेल आणि विश्व आपलं स्वरूप बदलेल आणि दुसरं कुठलं तरी उद्दिष्ट पूर्ण करण्यासाठी आपण दुसऱ्या कुठल्या तरी स्वरूपात प्रकट होऊ.”

शिवाने स्मित केले.

प्रकरण ११

ब्रंगाचा तह

पार्वतेश्वराचे पथक मधुमतीतून वरच्या भागाकडे जलप्रवास करत होते. जिथे महान ब्रंगा नदीपासून मधुमती अलग होत होती, त्या स्थानापर्यंत ते पोहचले होते. तिथे त्यांच्या गलबताने नांगर टाकला आणि ते भगीरथाच्या परतण्याची प्रतीक्षा करू लागले. भगीरथाचे गलबत पूर्वेकडे वळले आणि ब्रंगाची मुख्य उपनदी असलेल्या विस्तीर्ण पात्राच्या पद्मा नदीतून त्यांचा प्रवास सुरू झाला. ब्रंग राज्याची राजधानी असलेल्या ब्रंगहृदय येथे सुमारे एका सप्ताहानंतर हा सगळा ताफा पोहचला.

भगीरथाच्या आगमनाचे वृत्त राजा चंद्रकेतूला कळवण्यात आले. अयोध्येच्या राजपुत्राला पूर्ण सन्मानानिशी राजवाड्याकडे घेऊन येण्याची आज्ञा ब्रंगाच्या महाराजाने दिली. औपचारिकरित्या दरबारात नेण्याऐवजी भगीरथाला खाजगी कक्षाकडे नेण्यात आले. त्यामुळे चंद्रकेतू त्याला स्वद्वीपचा अभिषिक्त राजकुमार मानत नसून आपला सखा, मित्र मानत असल्याचे भगीरथाच्या लक्षात आले.

राजवाड्याच्या द्वारातच चंद्रकेतू भगीरथाच्या आगमनाची प्रतीक्षा करत उभा असल्याचे भगीरथाला आढळले. चंद्रकेतूच्या समवेत त्याची पत्नी आणि कन्याही होती. ब्रंगाच्या राजाने भगीरथाला नमस्कार केला. ''हे अयोध्येच्या शूर राजपुत्रा, तू कुशल तर आहेस ना?'' त्याने पृच्छा केली.

भगीरथाने स्मित केले आणि मान झुकवून त्याला नमस्कार केला. ''मी कुशल

आहे, महाराज.'' तो म्हणाला.

चंद्रकेतूने आपल्या मित्राकडे सलगीचे स्मित करत पाहिले. ''राजकुमार भगीरथ, ही माझी पत्नी राणी स्नेहा.''

भगीरथाने स्नेहाकडे पाहून झुकून नमस्कार केला. ''महाराणी, प्रणाम स्वीकार करावा,'' तो म्हणाला.

आपल्या चमकत्या डोळ्यांनी त्याच्याकडे पाहणाऱ्या सहा वर्षांच्या मुलीकडे पहात भगीरथ एक गुडघा टेकून बसला आणि म्हणाला, ''आणि ही सुंदर स्त्री कोण आहे बरं?''

चंद्रकेतूने स्मित केले. ''ही माझी कन्या, राजकुमारी नव्या.''

''नमस्ते,'' भगीरथ म्हणाला.

नव्या आपल्या मातेच्या मागे लपली आणि तिने आपला चेहरा लपवला.

भगीरथाच्या चेहऱ्यावरचे हास्य अधिकच फुलले. ''मी तुझ्या पिताजींचा सखा, मित्र आहे, बाळा. तू मला बिल्कुल घाबरू नकोस.''

''तुमच्या शरीराला विचित्र गंध येतो आहे,'' लपलेल्या ठिकाणाहून आपला चेहरा बाहेर काढत नयना कुजबुजत्या आवाजात म्हणाली.

बुचकळ्यात पडलेला भगीरथ जोरजोरात हसू लागला.

चंद्रकेतूने पुन्हा एकदा हात जोडले आणि तो म्हणाला, ''मला क्षमा करा राजकुमार भगीरथ. काही वेळा ती खूपच स्पष्ट बोलते.''

भगीरथाला मौज वाटली होती. परंतु आपले हसू आवरते घेत तो म्हणाला, ''नाही. नाही. ती सत्य बोलते आहे.'' तो नव्याकडे वळला. ''परंतु छोट्या बाळा, अनोळखी व्यक्तींशी नेहमीच नम्रतेनं बोलण्यास मला शिकवलं गेलं आहे. ती गोष्टही तेवढीच महत्त्वाची आहे, असं तुला वाटत नाही का?''

''विनम्रता याचा अर्थ असत्य वदणं असा होत नाही,'' नव्या म्हणाली. ''प्रभू रामानं असं सांगितलंय, की आपण सदा सर्वकाळ सत्य तेच कथन केलं पाहिजे. सदा सर्वकाळ.''

भगीरथाने आश्चर्याने भुवया उंचावल्या. चंद्रकेतूकडे वळून तो म्हणाला, ''प्रभू रामाच्या वचनाचा संदर्भ या एवढ्याशा छोट्या वयात ती देते आहे? ती खूपच हुशार आहे.''

''होय. ती खूपच बुद्धिमान आहे,'' चंद्रकेतू अभिमानाने म्हणाला.

भगीरथ पुन्हा एकदा नव्याकडे वळला. ''बाळा, तुझं म्हणणं अगदी योग्य आहे. मी एका प्रदीर्घ आणि खडतर प्रवासावरून इथे परतत आहे. त्यामुळे हा गंध माझ्याबरोबर आला आहे. तुला पुढच्या वेळी मी भेटेन, त्यावेळी स्नान करूनच येण्याची दक्षता मी घेईन. पुढच्या वेळी तुला माझ्या शरीराचा गंध नकोसा वाटणार नाही, याची मी तुला खात्री देतो. खरं तर मी तसा पणच करतो.''

चंद्रकेतू हसला. ''महान राजपुत्रा, याविषयी सावध रहा. कारण छोटीशी नव्या कधीच पण हरत नाही.''

नव्याने आपल्या मातेकडे पाहून स्मित केले. ''माते, हा काही तितकासा वाईट दिसत नाही. मला वाटतं, की अयोध्येच्या राजघराण्यातील सर्वच व्यक्ती वाईट नसतात...''

भगीरथ पुन्हा एकदा हसला. ''महाराज चंद्रकेतू, माझ्या स्वाभिमानावर आणखी एखादा घाला घातला जाण्याआधी, मला वाटतं, की आपण आता तुमच्या कक्षाकडे प्रयाण केलेलं बरं!''

चंद्रकेतू स्मित करत होता. आपल्या पत्नीकडे पाहून त्याने मान डोलावली आणि नंतर तो भगीरथाकडे वळला. ''चला, आपण निघूया राजकुमार भगीरथ.''

— ⚸�☉⛢♄⊕ —

''पिताजी...'' गणेश कुजबुजत्या आवाजात म्हणाला.

गणेशाने नुकताच शिवाच्या कक्षात प्रवेश केला होता. त्यावेळी वासुदेव – नाग यांच्या संयुक्त आरमारातील मध्यभागी असलेल्या गलबतातील कक्षात शिव बसला होता.

शिवाने वर बघितले. भुर्जपत्रावर लिहिलेला आपल्या हातातील ग्रंथ त्याने बाजूला ठेवला. ''बोल पुत्रा, काय म्हणतोस?''

उदास बनलेला गणेश म्हणाला, ''मला तुमच्याशी बोलण्याची आवश्यकता आहे.''

शिवाने आपल्या शेजारच्या आसनाकडे निर्देश केला आणि आपले पसरलेले पाय त्याने जवळ घेतले.

गणेशाने एक दीर्घ श्वास घेतला. ''पिताजी, मगधच्या बाबतीत काही

गुंतागुंतीच्या समस्या निर्माण होण्याची शक्यता आहे.''

शिवाने स्मित केले. ''ही बाब तू कधी सांगतोयस, याचीच मी प्रतीक्षा करत होतो.''

गणेशाच्या कपाळावर आठ्या पडल्या. तो विचारमग्न होत म्हणाला, ''तुम्हाला ते ज्ञात आहे?''

''उग्रसेनाचा वध एका नाग व्यक्तीकडून झाल्याचं मला ठाऊक होतं. त्यामुळे या गोष्टीने या प्रकरणात गुंतागुंत निर्माण होण्याची शक्यता आहे.''

गणेश मौन राहिला.

शिव विचारमग्न झाला. ''गणेश?''

''तो मीच होतो,'' गणेशाने कबुली देऊन टाकली.

शिवाचे डोळे विस्फारले. ''ठीक आहे...यामुळे नक्कीच गुंतागुंत निर्माण होऊ शकते.''

गणेश मौन राहिला.

''तुझ्याकडे त्यासाठी न्याय्य कारण होतं का?''

''होय. पिताजी.''

''काय होतं ते?''

''चंद्रवंशी उच्चाधिकारी आणि राजवंशीय लोक नेहमीच बैलांच्या शर्यतींची परंपरा पाळतात. त्यासाठी त्यांना बैलावर स्वार होणारी व्यक्ती वजनाने हलक्यात हलकी हवी असते. हलक्या वजनाच्या स्वारासाठी आटापिटा करताना या क्रीडाप्रकाराने इतकी नीच पातळी गाठली, की त्यासाठी निष्पाप छोट्या मुलांचं अपहरण करून त्यांच्यावर बैलांवर स्वार होण्याची जबरदस्ती केली जाते. अशा प्रकारे या क्रूर क्रीडा प्रकारात कित्येक निष्पाप बालकं अपंग झाली आहेत आणि कित्येक बालकांना वेदनांनी तळमळत मृत्यूला कवटाळावं लागलं आहे.''

शिवाने भयग्रस्तपणे गणेशाकडे पाहिले. ''अशा प्रकारे बालकांना त्रास देणारे हे रानटी, असंस्कृत लोक कोणत्या प्रकारचे असतात?''

''उग्रसेनासारखे! तो एका छोट्या मुलाचं अपहरण करू पहात होता. त्या मुलाची माता त्यासाठी त्याला प्रतिबंध करू पहात होती. त्यामुळे उग्रसेन आणि त्याचे लोक तिला ठार मारू पहात होते. त्यामुळे माझ्यासमोर दुसरा कोणताच पर्याय नव्हता....''

कालीने अशाच एका गोष्टीचा उल्लेख केल्याचे स्मरण शिवाला झाले. ‘‘मग त्याच वेळी तू गंभीर जखमी झाला होतास का?’’

‘‘होय, पिताजी.’’

शिवाने दीर्घ श्वास घेतला. आपल्या स्वतःच्या जिवावर उदार होऊनही अन्यायाला विरोध करण्याचा गणेशाचा विलक्षण गुण आणखी एकदा दिसून आला होता. शिवाला आपल्या पुत्राचा अभिमान वाटला. ‘‘तू योग्य तेच केलंस.’’

‘‘आताची बाब त्यामुळे गुंतागुंतीची बनली, तर मला क्षमा करा.’’

शिवाने स्मित केले आणि त्याने आपले मस्तक हलवले.

‘‘काय झालं पिताजी?’’

‘‘जगाचे मार्ग खरोखरच विलक्षण असतात,’’ शिव म्हणाला, ‘‘एका अनैतिक वर्तनाच्या राजपुत्रापासून तू एका निष्पाप मातेचं आणि तिच्या पुत्राचं रक्षण केलंस. मात्र नाग दहशतवाद्यांच्या हल्ल्यात मगधाचं संरक्षण करण्याच्या प्रयत्नांत उग्रसेन धारातीर्थी पडला, अशी असत्य वार्ता पसरवण्यास मगधच्या लोकांना काहीच विधिनिषेध वाटला नाही आणि लोकांनी त्या असत्यावर विश्वास ठेवण्याचा मार्ग पत्करला.’’

गणेशाने आपले खांदे उडवले. ‘‘नाग लोकांना नेहमीच अशा प्रकारची वागणूक दिली जाते. त्यांच्या बाबतीतील असत्य बाबी कधीच रोखल्या जात नाहीत.’’

शिवाने आपल्या कक्षाच्या छताकडे पाहिले.

‘‘आता आपण काय करायचं?’’ गणेशाने विचारले.

‘‘वेगळं काहीच नाही. आपल्या योजनेशी आपण बद्ध राहू. मगधचं स्वारस्य कशात आहे, याची जाण महत्त्वाकांक्षी सुरापद्मनला असेल, अशी आपण आशा करूया.’’

गणेशाने मान डोलावली.

‘‘आणि तू काशीतच रहा,’’ शिव म्हणाला, ‘‘तू आमच्यासोबत मगधला येऊ नकोस.’’

‘‘आज्ञा, पिताजी.’’

आपल्या हातांच्या मुठी घट्ट वळून घेत आपल्या आत उसळणाऱ्या संतापाला आवर घालण्याचा प्रयत्न चंद्रकेतू करत होता. सोमरसातील विषारी द्रव्यांमुळेच ब्रंगाच्या पिढ्यांची वाताहत लागल्याचे भगीरथाने त्याला नुकतेच सांगितले होते.

''भगवान रुद्र त्यांचा नायनाट करो!'' चंद्रकेतू गुरगुरल्यासारखा म्हणाला, ''गेली कित्येक दशकं माझे लोक मृत्यूला कवटाळताहेत. आमच्या मुलांना भयावह आजारांमुळे तळमळावं लागतंय आणि आमच्या वृद्ध लोकांना जिवघेण्या यातनांना सामोरं जावं लागतंय. हे सर्व कशासाठी, तर त्या विशेषाधिकार वापरणाऱ्या मेलुहाच्या लोकांना दोनशे वर्षं जीवित राहता यावं म्हणून?''

चंद्रकेतूला त्याचा न्याय्य संताप व्यक्त करू देण्यासाठी भगीरथ शांत राहिला.

''प्रभू नीळकंठ यांचं याविषयी काय म्हणणं आहे? आपण कधी हल्ला करणार आहोत?''

''त्याविषयी मी तुम्हाला निरोप पाठवेन, महाराज,'' भगीरथ म्हणाला. ''परंतु ते लवकरच घडेल. कदाचित येत्या काही महिन्यांतच तुम्हाला निरोप मिळेल. त्यामुळे तुम्ही आता आपलं सैन्य सज्ज केलं पाहिजे आणि युद्धाच्या तयारीत राहिलं पाहिजे.''

''आम्ही फक्त ब्रंगांच्या सैन्यालाच सज्ज ठेवणार नाही; तर लढू शकत असलेल्या प्रत्येक ब्रंगवासीयालाच आम्ही युद्धासाठी सज्ज ठेवू. आमच्यासाठी हे फक्त एक युद्ध नाही. हा एक सूड आहे.''

''नाग लोकांनी आणि परशुरामाने पाठवलेल्या काही भेटवस्तू ब्रंगहृदय बंदरामध्ये माझे दर्यावर्दी सैनिक जहाजातून बाहेर काढत आहेत. नीळकंठांनी वचन दिल्याप्रमाणे नागांचं औषध तयार करण्यासाठी लागणारं सर्व साहित्य तुमच्यापर्यंत पोहचवण्यात येत आहे. नाग लोकांचा एक वैज्ञानिकही इथेच वास्तव्य करेल आणि ती औषधी कशी बनवावी, हे तुम्हाला शिकवेल. तुमच्या राज्यात त्या औषधीसाठी आवश्यक असलेल्या वनस्पती आहेत. त्या औषधीचं या वनस्पतींशी मिश्रण करून नाग लोक तुम्हाला तीन वर्षांपर्यंत औषधीचा पुरवठा करत राहतील.''

चंद्रकेतूने किंचित स्मित केले. ''भगवान नीळकंठांनी आपला शब्द पाळला आहे. भगवान रुद्राचे ते सन्माननीय, महान वंशज आहेत.''

''होय. ते तर सत्य आहेच.''

''परंतु या औषधीची फार आवश्यकता आम्हाला भासेल, असं मला वाटत

नाही. येत्या तीन वर्षांतच अयोध्या आणि ब्रंग यांच्या प्रचंड सैन्याकडून मेलुहाचा पराभव निश्चितपणे होईल. सोमरसाची निर्मिती आपण रोखू आणि त्यांच्या विषारी द्रव्याची ती सुविधा आपण हिमालयात नेऊन तिचा नाश करू. एकदा का ब्रह्मपुत्रचा प्रवाह त्या विषारी द्रव्यांमुळे दूषित होणं थांबलं, की महामारीची साथ उद्भवणार नाही आणि मग आम्हाला त्या औषधीची आवश्यकता भासणार नाही.''

भगीरथाने अनिश्चिततेने आपले डोळे बारीक केले.

''काय झालं राजकुमार भगीरथ?''

''महाराज, या युद्धात बहुधा अयोध्या आपल्यासोबत असणार नाही.''

''काय? अयोध्या मेलुहाच्या बाजूला असेल, असं तुम्हाला म्हणायचं आहे?''

''होय. खरं तर याआधीच मेलुहाशी युती करून त्यांनी बरंच काही केलं आहे.''

''मग का...''

भगीरथाने त्याचा प्रश्न पूर्ण करत म्हटले, ''मग मी माझ्या पिताजींच्या आणि राज्याच्या विरोधात का कार्य करतो आहे, असंच तुम्हाला म्हणायचं आहे ना महाराज?''

''होय. तुम्ही ते का करताय?''

''मी माझ्या प्रभूंचा म्हणजेच महान नीळकंठांचा अनुयायी आहे. भक्त आहे. त्यांचा मार्ग सत्याचा मार्ग आहे आणि मी त्यावरूनच चालणार आहे. मग त्यासाठी माझ्या आप्तस्वकीयांशीही मला लढावं लागलं तरी माझी तयारी आहे.''

चंद्रकेतू आपल्या आसनावरून उठला आणि त्याने भगीरथासमोर झुकून त्याला अभिवादन केले. ''न्यायाच्या आदर्श तत्त्वासाठी, आपल्या आप्तस्वकीयांशी लढा देण्यासाठी एका आगळ्यावेगळ्या प्रकारच्या महानतेची आवश्यकता असते. मी तुमचं हे वर्तन कायमचं स्मरणात ठेवेन, राजकुमार भगीरथ!''

भगीरथाने स्मित केले. ते संभाषण ज्या पद्धतीने पुढे गेले होते, ते पाहून तो आनंदित झाला होता. शिवाने त्याच्यावर सोपवलेली कामगिरी त्याने व्यवस्थितरित्या पार पाडली होती. ब्रंगाच्या प्रचंड वैभवशाली राजाची वैयक्तिक मैत्रीही त्याने जिंकून घेतली होती. चंद्रकेतूच्या भावनाप्रधान स्वभावाविषयी भगीरथ ऐकून होता. त्यामुळे या युतीवर रक्ताने शिक्कामोर्तब करणे सूज्ञपणाचे ठरेल, असे भगीरथाने ठरवले.

त्याने आपल्याकडचा खंजीर उपसला. आपल्या हाताच्या तळव्यावर त्या

खंजिराने जखम करून त्याने तो रक्त ठिबकणारा खंजीर चंद्रकेतूच्या तळव्यावर धरला आणि तो म्हणाला, ''माझं रक्त आता आपल्याही धमन्यांतून वाहू लागलंय, माझ्या बंधो!''

पाणावलेल्या डोळ्यांनी चंद्रकेतूने आपलाही खंजीर उपसला आणि आपल्या तळहाताला जखम करून त्याने आपल्या रक्ताने ठिबकणारा तो खंजीर भगीरथाच्या तळहातावर धरला आणि तो म्हणाला, ''आणि माझं रक्त तुमच्या धमन्यांतून खेळू देत.''

वासुदेव – नाग आरमाराच्या गलबतांपैकी प्रमुख जहाजाच्या मागच्या बाजूला बृहस्पती, नंदी आणि परशुराम बसले होते. तिथून जहाजाच्या आणखी मागच्या बाजूला गणेश आणि कार्तिक करत असलेला तलवारबाजीचा सराव त्यांना पाहता येत होता. त्याच्याही मागच्या बाजूच्या वरच्या बाजूला शिव आणि सती बसले होते.

बृहस्पतींच्या भावना त्यांच्या कडवट पश्चात्तापदग्ध शब्दांतून व्यक्त होत होत्या. ''माझ्या मोहिमेला नेतृत्त्व लाभलं आहे; परंतु मी माझा सखा गमावलाय.'' ते म्हणाले.

नंदी बृहस्पतींकडे वळला आणि म्हणाला, ''अर्थातच तसं झालेलं नाही, बृहस्पतीजी. भगवान नीळकंठांचं आपल्यावरचं प्रेम तसंच अखंड आहे.''

बृहस्पतींनी आपल्या भुवया उंचावल्या आणि स्मित केले. ते म्हणाले, ''नंदी, असत्य संभाषण करणं तुम्हाला शोभत नाही.''

नंदी मंदपणे हसला. ''पण तुमचा मृत्यू झाल्याचं समजलं होतं, त्यावेळी प्रभू शिवांना तुमची आत्यंतिक स्मृती होत होती, असं मी तुम्हाला सांगितलं, तर ते तुम्हाला याहून अधिक रुचेल का? तुम्ही नेहमीच त्यांच्या मनात घर करून होतात.''

''माझी त्याच्याकडून त्याहून कमी अपेक्षाही नव्हती,'' बृहस्पती म्हणाले. ''परंतु मी जे केलं ते का केलं, याचं आकलन त्याला झालेलं नाही, असं मला वाटतं.''

''अगदी खरं सांगायचं झालं तर,'' नंदी म्हणाला, ''मलाही ते झालेलं नाही.

तुमच्या मृत्यूची अफवा पसरवणं अत्यंत महत्त्वाचं होतं, हे मी मान्य करतो. परंतु तुम्ही निदान प्रभू शिवांजवळ तरी त्या सत्याची वाच्यता करायला हवी होती.''

''मी ते करू शकलो नाही,'' बृहस्पती म्हणाले. ''शिव हा सम्राट दक्षांचा जामात आहे आणि दक्ष हेच तर माझे पहिले शत्रू आहेत. जर मी जीवित असल्याचं दक्षाला ज्ञात झालं असतं, तर त्यांनी कित्येक लोकांना माझी हत्त्या करण्यासाठी माझ्या पाठोपाठ पाठवून दिलं असतं. त्यामुळे आवश्यक असलेले प्रयोग करण्यासाठी मी जीवितच राहू शकलो नसतो. शिवाय हे सारं गुप्त ठेवून दक्षाकडे यापैकी काहीही न बोलण्याएवढा विश्वास शिवाने माझ्या संभाषणावर ठेवला असता का, याविषयीही मी साशंक होतो.''

परशुरामाने बृहस्पतींचे शांत्वन करण्याचा प्रयत्न केला. ''त्यांनी तुम्हाला माफ केलंय. माझ्यावर विश्वास ठेवा. त्यांनी तुम्हाला क्षमा केलेय.''

''त्यानं मला कदाचित क्षमा केलीही असेल; परंतु तरीही तो मला व्यवस्थितरित्या समजून घेऊ शकलाय असं मला अद्याप वाटत नाही,'' बृहस्पती म्हणाले. ''माझा सखा मला परत मिळेल आणि ती वेळ लवकरच येईल, अशी आशा माझ्या मनात आहे.''

''ते नक्कीच घडेल,'' परशुराम म्हणाला. ''एकदा का सोमरसाचा सर्वनाश घडवला गेला, की आपण सारेच जण प्रभूंसोबत कैलास पर्वतावर जाऊ आणि त्यानंतर तिथेच आनंदाने वास्तव्य करू.''

नंदीने स्मित केले. ''तुमच्या कल्पनेपेक्षाही कैलास पर्वतावर आपलं खूपच कमी प्रमाणात आदरातिथ्य केलं जाईल, परशुराम. मी तिथे जाऊन आलोय, म्हणून मी तुम्हाला हे सांगतो आहे. तो काही आरामदायी स्वर्ग नाही.''

''परंतु जोपर्यंत मी प्रभू शिवांच्या चरणाजवळ बसलेला असेन, तोपर्यंत कोणतंही स्थान मला स्वर्गासारखंच वाटेल.''

''तुझ्या डोळ्यांत तू काजळ घातलं आहेस का?'' शिवाने आश्चर्यचकीत होत विचारले.

आपल्या खाजगी कक्षातील आसनावर आरामशीरपणे बसत शिव आपल्या

मुलांकडे प्रेमाने पहात होता. ते दोघेही एकमेकांशी लढत देत होते. त्यांच्या तलवारी सज्ज झाल्या होत्या. सतीही शिवाच्या शेजारी बसून शिवाकडे झुकली होती आणि त्या क्षणात हरवून गेली होती.

सती क्वचितच अशा प्रकारे साजश्रृंगार करत असे. तिचे सौंदर्य इतके शाश्वत होते, की त्यासाठी कोणत्याही प्रकारच्या सौंदर्यप्रसाधनांची तिला आवश्यकताच नव्हती, असे शिवाला वाटत असे.

सतीने शिवाकडे पाहिले. तिच्या चेहऱ्यावर ओशाळवाणे स्मित होते. तिचे सूर्यवंशी व्यक्तिमत्त्व चंद्रवंशीयांच्या संपर्कामुळे प्रभावित झाले होते. विशेषतः आनंदमयीचा तिच्यावर प्रभाव पडला होता. सौंदर्यातील आनंदाचा शोध ती घेत होती. विशेषतः ज्यावेळी तिच्यावर प्रेम करणाऱ्या व्यक्तीच्या डोळ्यांत त्याविषयीची कौतुकाची झाक तिला दिसत असे, त्यावेळी तिला आगळाच आनंद लाभत असे. ''होय. मला वाटलं, की ते तुझ्या लक्षात आलं नसावं.''

काजळामुळे सतीचे बदामी आकाराचे डोळे अधिकच सुंदर दिसत होते आणि तिच्या चेहऱ्यावरच्या त्या लाजाळू स्मितामुळे तर तिच्या गालांवरच्या खळ्या अधिकच खुलून दिसत होत्या.

नेहमीप्रमाणेच शिव मोहीत झाला. ''आह! ते खूपच सुंदर दिसतंय....''

सती हळुवारपणे हसली आणि शिवाचा चेहरा आपल्याकडे वळवून तिने त्याचे हळुवारपणे चुंबन घेतले.

गलबताच्या समोरच्या भागात गणेश आणि कार्तिक तलवारबाजीत मग्न होते. त्या दोघांमध्ये भयावह द्वंद्व सुरू होते. लाकडी तलवारी घेऊन सराव करण्याऐवजी ते खरोखरच्या तलवारी घेऊन युद्ध करत होते. आता तशा प्रकारे युद्ध करण्याची सवयच त्यांना झाली होती. गंभीर जखम होण्याचा धोका असल्यामुळे आपण अधिक चांगल्या प्रकारे चित्त एकाग्र करून लढू आणि आपल्या लढ्यात अधिक सुधारणा होईल, असे त्या दोघांना वाटत असे. फक्त एखाद्या प्राणघातक हल्ल्याच्या वेळीच थांबून ते दोघे एकमेकांना यातून कशी सुटका करून घ्यायची ते दर्शवत असत.

आपल्या छोट्या आकाराचा लाभ घेत कार्तिक गणेशाच्या खूपच निकट आला होता. त्याने गणेशाला जवळजवळ मागे रेटले होते आणि आपल्या उंच प्रतिस्पर्ध्याला मुक्तपणे हालचाल करण्यास त्याने प्रतिबंध केला होता. गणेश एक

पाऊल मागे सरकला आणि बचावात्मक पवित्र्यात त्याने आपली ढाल खाली केली. परंतु त्याने आपली ती हालचाल कार्तिकाच्या खांद्याच्या अगदी थोड्या अंतरावरच थांबवली.

''कार्तिक माझ्या ढालीमध्येही खंजीर आहे,'' गणेश म्हणाला आणि त्याने कळ दाबून खंजीर बाहेर काढला. ''हा माझ्या बाजूने केलेला वार आहे. मी ते तुला याआधीही सांगितलं होतं. दोन तलवारी घेऊन युद्ध करणं हे नको इतकं आक्रमक ठरतं. तू ढाल घेऊन लढ. त्यामुळे तू माझ्यासाठी हल्ल्याचा एक मार्ग खुला ठेवून युद्ध संपवलंस.''

कार्तिकाने स्मित केले. ''नाही, दादा. हल्ला मी केला आहे. खाली बघ.''

गणेशाने आपली नजर खाली झुकवली. त्याच वेळी आपल्या छातीवर धातूचा स्पर्श झाल्याची जाणीव त्याला झाली होती. कार्तिकाने आपल्या डाव्या हातातील तलवार गोलाकार फिरवून खाली घेतली होती. त्या तलवारीच्या मुठीजवळ एक छोटेसे पातेही होते. त्याने तलवार गोलाकार फिरवून मुठीजवळचा खंजीर पुढे आणण्यात यश मिळवले होते. त्याच वेळी आपल्या उजव्या बगलेवर आपण गणेशाला वार करू देत असल्याची बतावणीही त्याने केली होती. कार्तिकाने आपल्या डाव्या हातातील तलवार वापरलीच नसावी, असे शिवाच्या ज्येष्ठ पुत्राला वाटले होते.

गणेशाचे डोळे विस्फारले. आपल्या बंधुच्या कामगिरीने तो चांगलाच प्रभावित झाला होता. ''भूमिदेवीची शप्पथ! तू हे कसं काय करू शकलास?'' त्याने विचारले.

गलबताच्या वरच्या भागातून हा संपूर्ण प्रसंग पाहणारा शिवही कार्तिकाच्या युद्धकौशल्यामुळे प्रभावित झाला होता. तो सतीपासून दूर झाला आणि म्हणाला, ''शाबास कार्तिक, शाब्बास!''

सती आपल्याकडे रागाने पहात असल्याचे ध्यानात येताच शिव तत्काळ सतीकडे वळला. ती आपल्या पतीकडे पहात होती. तिने आपला श्वास त्रस्तपणे रोखून धरला होता. तिने आपले ओठ मुरडले होते.

''मला क्षमा कर, मला क्षमा कर,'' शिव म्हणाला. त्याने सतीला जवळ ओढून घेऊन तिचे पुन्हा एकदा चुंबन घेण्याचा प्रयत्न केला. परंतु कृतक् कोपाने सतीने त्याचा चेहरा आपल्यापासून दूर ढकलला. ''ते क्षण निघून गेले...''

"मला क्षमा कर. कारण खरं म्हणजे कार्तिकाने जे केलं, ते..."

"अर्थातच," सती कुजबुजली. तिने आपले मस्तक हलवले आणि स्मित केले.

"असं पुन्हा घडणार नाही.."

"तसं न घडलेलंच अधिक चांगलं..."

"मला क्षमा कर..."

सतीने आपले मस्तक हलवले आणि शिवाच्या छातीवर टेकवले. शिवाने तिला जवळ ओढून घेतले. "मला ते काजळ आवडलंय. याहून अधिक सुंदर तू कधी दिसशील, असं मला खरंच वाटत नाही."

सतीने शिवाकडे पाहिले आणि आपले डोळे वटारले. त्याच्या छातीवर तिने हलकेच चापटी मारली आणि ती म्हणाली,

"खूपच स्वल्प आणि खूपच विलंबानं बोललास!"

प्रकरण १२

त्रस्त जल

''नेमकं काय झालं?'' आनंदमयीने विचारले.

पद्मा नदीतून प्रवास करून भगीरथ पार्वतेश्वराच्या गलबतावर पोहचला होता. ब्रंगा नदीपासून पद्मा नदी जिथून स्वतंत्रपणे वहात होती, त्या स्थानावर तो पोहचला होता. आता गलबताचा कप्तान शीड उभारण्याच्या आणि पुढील प्रवासाला निघण्याच्या प्रयत्नात होता. पार्वतेश्वर, आनंदमयी आणि आयुर्वती मागच्या बाजूच्या भागात भगीरथाची प्रतीक्षा करत होते. ब्रंगातील वार्तेची ते उत्सुकतेने प्रतीक्षा करत होते.

भगीरथाने पार्वतेश्वर आणि आयुर्वतीकडे एक कटाक्ष टाकला आणि आनंदमयीकडे वळून त्याने विचारले, ''काय झालं असेल, असं तुला वाटतं?''

''तू त्याला सारं काही सांगितलंस का?'' आनंदमयीने विचारले.

''प्रभू नीळकंठांनी मला तेच तर करायला सांगितलं होतं,'' भगीरथ म्हणाला.

पार्वतेश्वराने दीर्घ श्वास घेतला आणि तो तिथून निघून गेला.

पुन्हा त्याच्याकडे वळण्यापूर्वी आनंदमयीने आपल्या पतीकडे एक कटाक्ष टाकला. ''मग ब्रंगांचं काय म्हणणं आहे भगीरथ?''

''फक्त मेलुहाच्या लोकांना दीर्घायुष्य लाभावं यासाठी आपल्या लोकांना जिवघेण्या महामारीमुळे यातना भोगाव्या लागल्याचं ऐकून चंद्रकेतू संतप्त झाला.''

''होय. परंतु मेलुहाच्या बहुतांश नगरवासीयांना याची माहिती नाही, हे तू त्यांना सांगितलं असशील असं मला वाटतं,'' आयुर्वती म्हणाली. ''सोमरस जर ब्रंगाच्या लोकांसाठी सैतान ठरत असल्याचं आम्हाला माहिती असतं, तर आम्ही कधीच सोमरसाचा वापर केला नसता.''

भगीरथाने आयुर्वतीकडे अविश्वासाने पाहिले आणि तो उपहासाने म्हणाला, ''आपल्या व्यसनीपणामुळे तुमच्या राज्यात हाहाकार माजल्याचं मेलुहाच्या बहुतांश लोकांना माहिती नसल्याचं मी त्यांना सांगितलं बरं का! परंतु आश्चर्य म्हणजे त्यामुळे चंद्रकेतूचा क्रोध थोडासाही शांत झाला नाही.''

आयुर्वती शांत राहिली.

आनंदमयी त्रस्तपणे म्हणाली, ''कोणत्याही प्रकारचा निवाडा करण्याची तुझी भूमिका एका क्षणापुरती तरी तू सोडून देशील का? मला फक्त ब्रंगाचे लोक आता यापुढे काय करणार आहेत, तेवढं सांग.''

''आपल्या प्रजेला आवश्यकता असलेली औषधी तयार करण्यावर यापुढे महाराज चंद्रकेतू लक्ष केंद्रित करणार आहे,'' भगीरथ म्हणाला. ''परंतु त्याच वेळी तो आधीच युद्धासाठी सज्ज होऊ लागला आहे. तो आता सज्ज आहे आणि प्रभू नीळकंठाच्या आदेशाची आजपासून तीन महिन्यांपर्यंत तो प्रतीक्षा करणार आहे.''

आयुर्वतीचे डोळे पाणावले. काही अंतरावर उभ्या असलेल्या पार्वतेश्वराकडे तिने पाहिले. त्याच्या हृदयातील अगतिकता आणि यातना तिला समजत होत्या; कारण तिचे अंतःकरणही तसेच दुःखाने जड झाले होते.

''महाराज,'' सम्राट दिलीपाच्या कक्षात प्रवेश करत अयोध्येचा पंतप्रधान स्यमंतक म्हणाला, ''महर्षि भृगु इकडेच येण्याच्या मार्गावर आहेत, असं मला नुकतंच समजलंय.''

''प्रभू भृगु?'' आश्चर्यचकीत झालेल्या दिलीपाने विचारले. ''इकडे?''

''त्यांच्या आगमनाची वार्ता देणारी नौका नुकतीच पोहचली आहे, महाराज,'' स्यमंतक म्हणाला. ''प्रभू भृगुंचं उद्यापर्यंत आगमन होईल.''

"मला याविषयी आधीच का कळवलं गेलं नाही?"

"महाराज, याविषयी मलाही आधी माहिती नव्हतं."

"मेलुहाने असं करायला नको होतं. महर्षि भृगुंना इकडे धाडण्यापूर्वी त्यांनी आपल्याला संदेश पाठवायला हवा होता."

"महाराज, मेलुहाविषयी मी काय बोलणार? त्यांनी नेहमीप्रमाणेच आपल्याला तुच्छ लेखलंय."

उदास झालेल्या दिलीपाने चेहऱ्यावरून हात फिरवले. "जहाज बांधणीच्या कारखान्यातून काही वार्ता आली आहे का? आपल्या नौकांचं काम पूर्णत्वाकडे पोहचलंय का?"

स्यमंतकाने संतापाने आवंढा गिळला. "नाही, महाराज. तुम्ही जर मला पदपथावरच्या विक्रेत्यांच्या समस्येकडे लक्ष द्यायला सांगितलं असतं तर बरं झालं असतं आणि...."

"मी तुला कोणती आज्ञा द्यायची, ते मला माहिती आहे. फक्त सरळपणानं 'हो' की 'नाही' एवढ्या दोनच शब्दांत माझ्या प्रश्नाचं उत्तर दे."

"मला क्षमा करा, महाराज. नाही. जहाजांच्या बांधणीचं काम अद्याप पूर्णत्वाच्या जवळपासही पोहचलेलं नाही."

"मग ते काम कधीपर्यंत पूर्ण होईल?"

"जर आपण इतर सगळ्या गोष्टी करणं थांबवलं, तर मला वाटतं की येत्या सहा ते नऊ महिन्यांत जहाजं तयार होतील."

दिलीपाने शांतपणे श्वास घेतला. "म्हणजे काही फारच वाईट बाब नाही. येत्या नऊ महिन्यांत काहीही घडणार नाही."

"होय, महाराज."

— ⵣ◉ꙮⵟ⊕ —

महर्षि भृगुंसमवेत सम्राट दिलीपा गलबत बांधणीच्या कारखान्यामध्ये होता. मेलुहाचा सेनाधिकारी प्रसन्नजीत काही अंतरावर उभा होता.

भृगुंनी तिथे पाऊल ठेवल्यानंतर राजशिरस्त्याप्रमाणे त्यांचे करण्यात येणारे आदरातिथ्य त्यांनी नाकारले आणि तडक गलबतांच्या बांधणीच्या कारखान्याकडे

धाव घेतली होती. गांगरून गेलेल्या दिलीपाला त्यांच्यापाठोपाठ तिकडे जाणे भागच पडले होते. त्यांच्यासोबतच सगळे दरबारी लोक आणि इतर सर्व जणही तिकडे गेले होते. स्यमंतक आणि इतर सर्व सरदार आणि मानकऱ्यांनी काही अंतरावरच थांबावे, असे दिलीपाने नजरेनेच त्यांना खुणावले. प्रभू भृगु संतप्त झाले आहेत आणि त्यांच्याकडून आपल्याला कानपिचक्या मिळणार आहेत, हे त्याला माहिती होते.

"महाराज," भृगु हळू आवाजात बोलत होते. त्यांनी आपला क्रोध आपल्या नियंत्रणाखाली ठेवला होता. "तुमची गलबतं सज्ज असतील, असं वचन तुम्ही मला दिलं होतं."

"हो, मला ते माहिती आहे, प्रभू!" दिलीपाही हळू आवाजात म्हणाला. "परंतु खरं सांगायचं झालं, तर काही महिन्यांच्या विलंबामुळे आपली कोणतीच हानी होणार नाही. आपण पंचवटीवर हल्ला केल्याला आता कित्येक महिने उलटून गेले आहेत. तेव्हापासून नीळकंठाविषयीची कोणतीच वार्ता आपल्याला प्राप्त झालेली नाही. आपण यशस्वी झालो आहोत, याविषयी माझी खात्रीच आहे. त्यामुळे आपल्याला बेचैन होण्याचं काहीच कारण नाही. मला तर असं वाटतं, की युद्धाचा संभव आता जवळजवळ नाहीच."

भृगु दिलीपाकडे वळले. "महाराज, याविषयी विचार करण्याचं काम तुम्ही माझ्यावर सोपवावं, अशी विनंती मी आपल्याला करू शकतो का?"

दिलीपा एकदम शांत झाला.

"तुमच्या व्यापारी गलबताचं रूपांतर युद्धनौकांमध्ये करण्याची सूचना तुम्हीच केली नव्हती का?"

"होय. मीच केली होती, प्रभू," दिलीपा म्हणाला.

"आपल्याला गंगेच्या तीरावर बहुधा आरमारी युद्ध करण्याची आवश्यकता भासणार नाही, असं मी तुम्हाला सुचवलं होतं. त्यामुळे आपल्याला फक्त वाहतुकीच्या गलबतांची आवश्यकता आहे आणि त्यासाठी तुमची व्यापारी गलबतं खूपच चांगली होती, असं त्यावेळी मी तुम्हाला सांगितलं होतं."

"होय, प्रभू."

"परंतु तरीही नदीतून युद्धाची शक्यता असल्याचं तुम्ही सांगितलं होतं आणि त्यामुळे युद्धनौका तयार करण्याची कल्पना चांगली आहे, असा आग्रह तुम्हीच

धरला होता.''

''होय, प्रभू.''

''आणि मी त्याला एकाच अटीवर होकार दिला होता. या युद्धनौका सहा महिन्यांच्या आत तयार असल्या पाहिजेत, असं मी तुम्हाला सांगितलं होतं. बरोबर?''

''होय, प्रभू.''

''आता तर त्या गोष्टीला सात महिने झाले आहेत. तुम्ही व्यापारी गलबतं मोडली आहेत; परंतु अद्याप त्यांची पुनर्जोडणी झालेली नाही. त्यामुळे त्यानंतरच्या सात महिन्यांनी म्हणजे आज आपल्याकडे ना व्यापारी गलबतं आहेत; ना युद्धनौका.''

''हे फारच वाईट दिसतंय, हे मला माहिती आहे प्रभू,'' आपल्या भुवयीवरून बोटे फिरवत दिलीपा म्हणाला. ''परंतु इथल्या पदपथावरच्या विक्रेत्यांनी भूक हरताळ केला होता.''

संत्रस्त भृगुंनी संतापाने हात वर केला. ''गलबतांशी त्याचा काय संबंध आहे?''

''प्रभू,'' दिलीपा धीराने स्पष्टीकरण देऊ लागला. ''माझ्या परोपकारी वृत्तीमुळे मी असा आदेश काढला, की माझ्या राज्यात कोणीही अयोध्यावासी बेघर राहणार नाही. अर्थातच त्यामुळे अंतर्गत कामकाज राजसमितीकडे त्याचं मोठंच कामकाज आलं. त्यांच्या नियंत्रणाखाली गृहबांधणी आणि राज गलबत बांधणी या दोन्ही बाबीही येतात. गेल्या तीन वर्षांत ही महान योजना मार्गी लावण्यासाठी ही समिती प्रयत्नांची पराकाष्ठा करत आहे. आपल्या याआधीच्या अखेरच्या संभाषणानुसार, मी या समितीला गलबत बांधणीच्या कामावरच लक्ष नियंत्रित करण्यास सांगितलं होतं. त्यामुळे मोफत गृहबांधणी योजनेकडे दुर्लक्ष झालं. याचाच राग आल्यामुळे पदपथांवरील विक्रेत्यांनी मोठ्या प्रमाणात आंदोलन केलं. सार्वजनिक आदेशाला सर्वोच्च प्राधान्य दिलं पाहिजे, हे लक्षात घेऊन मी समितीला गृहबांधणी योजनेकडेच अधिक लक्ष पुरवण्याचे पुनर्आदेश दिले. गृहबांधणीच्या सातव्या अहवालात सर्वच नगरवासीयांचे दृष्टिकोन विचारात घेतले गेले आहेत. तो अहवाल आता लवकरच तयार होईल, हे मी आपल्याला अत्यंत आनंदानं सांगू इच्छितो. तो एकदा मान्य झाला, की मग फक्त गलबत बांधणीवरच समिती आपले लक्ष केंद्रित करू शकेल.''

भृगुंचे डोळे विस्फारले होते. ते सुन्न होऊन दिलीपाकडे पहात होते.

''त्यामुळे असं पहा प्रभू,'' दिलीपा म्हणाला, ''हे चांगलं दिसत नाही, हे मला माहिती आहे. परंतु आता लवकरच सारं काही मार्गी लागेल. खरं तर गलबत बांधणीविषयी आगामी सप्ताहातच समितीअंतर्गत चर्चा व्हायला प्रारंभ होईल.''

भृगु शांतपणे बोलत होते, परंतु त्यांचा संताप आता पराकोटीला पोहचला होता. ''महाराज, भरतवर्षाचं भवितव्य पणाला लागलेलं आहे आणि तुमची समिती अद्याप चर्चाच करते आहे?''

''परंतु प्रभू, चर्चाही तेवढ्याच महत्त्वाच्या आहेत. त्यामुळे सर्वच दृष्टिकोन विचारात घेता येतात. अन्यथा; आपण जे निर्णय घेतो, ते काही जणांना मान्य.....''

''प्रभू रामाशप्पथ; तुम्ही राजे आहात. नियतीनं तुम्हाला हे स्थान दिलंय. त्यामुळे आपल्या प्रजेच्या हितासाठी तुम्ही निर्णय घेऊ शकता.''

दिलीपा पुन्हा मौन राहिला.

भृगुही काही क्षण मौन राहून आपल्या संताप आटोक्यात आणण्याचा प्रयत्न करू लागले. त्यानंतर ते अत्यंत हलक्या आवाजात पुन्हा बोलू लागले. ''महाराज, तुमच्या राज्यांतर्गत तुम्ही काय करता, ही तुमची समस्या आहे. परंतु आजच्या आजच गलबतांच्या पुनर्बांधणीला प्रारंभ झाला पाहिजे. समजलं?''

''होय, महर्षि.''

''जास्तीत जास्त किती लवकर गलबतं तयार होतील?''

''सहा महिन्यांत.... म्हणजे माझ्या लोकांनी रोजच्या रोज काम केलं तर!''

''त्या मूर्ख लोकांना रात्रंदिवस काम करायला लावा आणि तीन महिन्यांत गलबतं तयार ठेवा. मी सांगितलेलं समजलंय ना?''

''होय. प्रभू.''

''कृपा करून, तुमच्या नकाशामापन आणि आरेखन करणाऱ्या लोकांना अयोध्येपासून गंगेच्या वरच्या भागापर्यंत अरण्यातून जाणाऱ्या मार्गाचा नकाशा तयार करायला सांगा.''

''उमममम...पण कशासाठी...?''

भृगुंनी संतापाने सुस्कारा सोडला. ''महाराज, मला वाटतं, की मेलुहा हीच खरी युद्धभूमी असेल. तुमच्या अयोध्येला युद्धाचा फारसा धोका नसेल. जर गरज

भासलीच; तर तुमच्या सैन्याला अयोध्येपर्यंत नेण्यासाठी या गलबतांची आवश्यकता भासेल. आतापर्यंत तुमची ती गलबतं तयारच झालेली नाहीत. त्यामुळे येत्या काही महिन्यांत जर युद्धाची घोषणा झालीच; तर आपल्याजवळ पर्यायी योजना असली पाहिजे. अरण्यातून वायव्य दिशेने जाण्यासाठी मला तुमचं सैन्य हवं आहे. धर्मखेतजवळ, गंगेच्या वरच्या भागापर्यंत त्यांना कूच करावं लागेल. याशिवाय देवगिरीला पोहचण्यासाठी तुम्हाला मेलुहावासीयांनी बांधलेल्या नवीन मार्गांचा वापर करता येईल. अर्थातच, तुम्ही अरण्यातून जाऊ लागलात, तर तुमच्या प्रवासाची गती खूपच मंदावेल, कारण अरण्यातील वृक्ष तोडून तुम्हाला मार्ग काढत पुढे सरकावं लागेल. साहजिकच, तुम्हाला ईप्सित स्थळी पोहचण्यास काही महिने लागतील. परंतु मेलुहाला तुमच्याकडून अजिबातच साहाय्य न मिळण्यापेक्षा ते चांगलं असेल. अशा वेळी तुमच्या सैन्यानं निबिड अरण्यात वाट चुकू नये, यासाठी त्यांच्याकडे स्पष्ट नकाशा असणं गरजेचं आहे. तुमच्या युतीतील मित्रांपर्यंत वेळेत पोहचण्याची इच्छा तुमच्या सेनाधिकाऱ्यांना असेल, याविषयी माझी खात्री आहे.''

दिलीपाने मान डोलावली.

''जर अयोध्येवर थेट हल्ला झालाच; तर मलाही आश्चर्य वाटेल.''

''अर्थातच. कारण अयोध्येवर कोणीही थेट हल्ला का करेल?'' दिलीपा म्हणाला. ''आम्ही कोणालाच हानी पोहचवलेली नाही.''

मात्र प्रत्यक्षात अयोध्येवर हल्ला होणार नाही, याविषयी भृगुंना स्वतःलाच खात्री वाटत नव्हती. परंतु त्यांना त्याची पर्वा नव्हती. त्यांना फक्त सोमरसाची चिंता होती. सोमरसाच्या संरक्षणासाठी मेलुहाचे संरक्षण करणे ही अत्यावश्यक बाब होती. देवगिरीच्या दिशेने अयोध्येच्या सैन्याने कूच करण्यासाठी दिलीपाला कोणत्याही गोष्टीची हमी देण्याची भृगुंची तयारी होती.

''नकाशातज्ज्ञांना मी अरण्यातील मार्गांचा नकाशा बनवण्याचे आदेश देतो, प्रभू!'' दिलीपा म्हणाला.

''आभारी आहे, महाराज,'' भृगुंनी स्मित करत म्हटले. ''ते काही का असेना; पण तुमच्या चेहऱ्यावरच्या सुरकुत्याही गायब झाल्याचं मला दिसतं आहे. तुमच्या खोकल्यातून बाहेर पडणारं रक्त कमी झालं का?''

''पूर्णच नाहीसं झालंय, प्रभू. तुमच्या औषधी म्हणजे चमत्कारच आहे.''

“कोणतीही औषधी रुग्णाच्या प्रतिसादाप्रमाणेच त्याला लागू पडते. त्यामुळे त्याचं सर्व श्रेय तुम्हालाच आहे, महाराज.”

“तुम्ही खूपच दयाळू आहात. माझ्या शरीरासाठी तुम्ही जे काही केलं, ती एक जादूच आहे. परंतु प्रभू, माझे गुडघे अद्यापही मला त्रस्त करत आहेत. ते अजूनही दुखत आहेत. त्या वेदनेपासून मला कधी...”

“आपण त्यावरही मात करू. चिंता करू नका.”

“आभारी आहे.”

भृगुंनी आपल्या मागच्या बाजूला दृष्टिक्षेप टाकला. “मेलुहाचा सेनाधिकारी प्रसन्नजित यालाही मी इकडे आणलंय. आधुनिक युद्धतंत्रात तो तुमच्या सैन्याला प्रशिक्षित करेल.”

“उममम...”

“तुमचे सैनिक त्यानं सांगितलेलं ऐकतील, याची दक्षता घ्या महाराज.”

“होय, प्रभू.”

पार्वतेश्वर आणि त्याच्या पथकाला घेऊन येणारी दोन गलबते वैशालीच्या गोदीवर नुकतीच पोहचली होती. तो ब्रंगाच्या अगदी शेजारचाच प्रदेश होता. वैशालीचा राजा, मातालीशी बोलून नीळकंठाला त्याचा पाठिंबा मिळवण्याचा आदेश शिवाने पार्वतेश्वराला दिला होता. मात्र महादेवाला विरोध करून मेलुहाचे संरक्षण करण्याच्या आपल्या मनातील निर्णयाचा विचार करता पार्वतेश्वराला ही बाब अनैतिक वाटत होती. म्हणून त्याने हे कार्य पार पाडण्याची विनंती आनंदमयीला केली.

किनाऱ्यावर उतरण्यासाठी शिडी लावण्याची प्रतीक्षा करत जहाजाच्या मागच्या भागात भगीरथ, आनंदमयी आणि आयुर्वती उभे होते. पार्वतेश्वर मागेच राहणार होता. प्रमुख जहाजावरच्या उत्तांकासोबत तलवारबाजीचा सराव करण्याचे त्याने ठरवले होते. नदीच्या बंदरापासून निकटच बांधण्यात आलेल्या मत्स्य मंदिराकडे प्रतीक्षा करणाऱ्या पथकातील लोकांचे लक्ष गेले होते. विष्णुच्या पहिल्या अवताराला त्यांनी वाकून नमस्कार केला.

"मला कृपा करून जाऊ द्या," आनंदमयीकडे वळून भगीरथ म्हणाला.

"आताच अयोध्येकडे निर्गमन करण्याचा विचार तू करतो आहेस का?" आनंदमयीने विचारले.

"होय. विलंब कशाला करायचा? दुसरं गलबत घेऊन शरयूतून अयोध्येला जाण्याचा माझा विचार आहे. वैशालीच्या राजाचा होकार तर निश्चितच आहे. तो डोळे झाकून नीळकंठावर श्रद्धा ठेवतो. तू त्याला भेटणं ही फक्त एक औपचारिकता आहे. त्यामुळे प्रभू नीळकंठांनी दिलेल्या इतर कार्यांवर माझं लक्ष मी केंद्रित करतो."

"ठीक आहे," आनंदमयी म्हणाली.

"प्रभू रामाचा आशीर्वाद सदैव तुझ्या पाठीशी राहो, भगीरथ," आनंदमयी म्हणाली.

"तुलाही तो लाभो," भगीरथ म्हणाला.

— ⚹◉Ʊ⼝⊕ —

शिवाच्या ताफ्यातील प्रमुख जहाज काशीच्या प्रमुख अस्सी घाटाला लागले आणि इतर जहाजे ब्रह्मा घाटावर पोहचली. मोठ्या समारंभपूर्वक स्वागत करण्यासाठी राजा अथिथिग्वा मोठ्या लवाजम्यासह तिथे प्रतीक्षेत उभा होता. एका ओळीत उभे असलेले ढोलवादक स्थिरपणे एकाच तालात ढोलाचे वादन करत होते. गलबतातून उतरण्यासाठी टाकलेल्या शिडीवर शिवाने पाऊल टाकता क्षणीच आसमंतात शंखध्वनी निनादू लागले. समारंभपूर्वक केलेल्या आरत्यांमुळे आणि गर्दीतून होणाऱ्या जयघोषामुळे उत्सवी वातावरणात आणखी भर पडली होती. त्यांचा जिवंत देव परतला होता.

शिवाने अस्सी घाटावर प्रवेश करता क्षणी राजा अथिथिग्वाने खाली वाकून शिवाच्या चरणाला स्पर्श केला.

"आयुष्यमान भव, महाराज," शिव म्हणाला.

अथिथिग्वाने स्मित केले. नमस्कारासाठी त्याचे हात जोडलेलेच होते.

"इथे काशीत जर आपल्या उपस्थितीचा आशीर्वाद आम्हाला लाभला नाही, तर दीर्घायुष्याचाही काहीच उपयोग नाही, प्रभू."

अशा प्रकारच्या अति विनयशीलतेमुळे शिव नेहमीच अस्वस्थ होत असे. त्यामुळे त्याने चटकन विषय बदलला. ''आपल्या राज्यात बाकी सारं क्षेमकुशल आहे ना, महाराज?''

''सारं काही कुशल मंगल आहे. व्यापार चांगला सुरू आहे. परंतु नीळकंठ लवकरच एक मोठी घोषणा करणार आहे, अशा अफवा सर्वत्र पसरल्या आहेत. ते सत्य आहे का प्रभू?''

''आपल्या राजवाड्यापर्यंत पोहचेपर्यंत आपण प्रतीक्षा करूया, महाराज.''

''अर्थातच,'' अथिथिग्वा म्हणाला. ''एका जलद गती गलबतातर्फे मला संदेश मिळाला आहे, की राणी कालीही गलबतातून काशीकडे येण्यास निघाल्या आहेत. आपल्यामागे काही दिवसांच्या अंतरावरच त्याही प्रवास करत आहेत. त्या लवकरच इथे पोहचतील.''

शिवाने भुवया उंचावल्या. कालीचे गलबत जिथून जलद गतीने प्रवास करत येणार होते; त्या दिशेकडे शिवाने अंतःप्रेरणेनेच पाहिले. ''ठीक आहे. तीही इथे असणं हे चांगलंच आहे. आपल्याला आता बऱ्याच योजनांची आखणी करायची आहे.''

प्रकरण १३

गणांची सुटका

आनंदित झालेल्या शिवाने वीरभद्राला आलिंगन दिले. त्याच वेळी सतीनेही कृत्तिकेला आलिंगन दिले होते. काशीच्या राजवाड्यातील शिवाच्या कक्षात त्या दांपत्याने नुकताच प्रवेश केला होता.

वीरभद्र आणि कृत्तिका यांचा मेलुहापर्यंतचा प्रवास अत्यंत सुखकारक आणि निर्विघ्नपणे पार पडला होता. ज्या ठिकाणी गणांचे वास्तव्य होते, तिथे त्यांच्या झालेल्या स्वागताने त्यांच्या आश्चर्याला पारावर उरला नव्हता. तिथे सैनिक नव्हते, कोणताही वेगळा दक्षतेचा इशारा नव्हता. सारे काही सुरळीतपणे नित्याप्रमाणे सुरू होते. याचा अर्थ नीळकंठाच्या विरोधात ओलीस ठेवण्यासाठी म्हणून गणांचा वापर केला गेला नव्हता. त्यांच्या यंत्रणेच्या आदेशानुसार, नियमबद्ध असलेले मेलुहाचे लोक गणांनाही इतरांप्रमाणेच कायद्यानुसार वागवत होते. विशिष्ट लोकांना खास वागणूक दिली जात नव्हती.

"तुम्हाला काहीही त्रास झाला नाही का?" शिवाने विचारले.

"काहीच नाही," वीरभद्र म्हणाला. "इतर लोकांप्रमाणेच गुण्यागोविंदाने गणही रहात होते. त्यांना समान वागणूक दिली जात होती. आम्ही त्यांना झटपट घोडागाड्यांमध्ये बसवले आणि तिथून निसटलो. काही महिन्यांनंतर आम्ही काशीला पोहचलो."

"याचा अर्थ गोदावरीतून माझी सुटका झाल्याविषयी अद्याप त्यांना माहिती नाही," शिव म्हणाला. "अन्यथा; त्यांनी गणांना ताब्यात घेतलं असतं."

"हा तार्किक निष्कर्ष आहे."

"परंतु याचाच अर्थ जर कोणा मेलुहावासीयाने गणांच्या गावाची तपासणी केली आणि त्याला तिथे गण नसल्याचं आढळलं, तर मी जीवित असून युद्धाची तयारी करत असल्याचं त्यांना समजेल."

"हासुद्धा तर्कसंगत निष्कर्षच आहे. परंतु त्याविषयी आपण काहीही करू शकत नाही. काही करू शकतो का?"

"नाही. करण्याजोगं काहीच नाही," शिवाने मान्य केले.

— ⚹ ◎ ᘮ ᚄ ⊕ —

"ताई!" कालीने आपल्या भगिनीला आलिंगन देत स्मित केले.

"तुझं क्षेमकुशल आहे ना, काली?" सतीने विचारले.

"मी खूपच थकलेय. तुमच्या गलबताला गाठण्यासाठी चंबळ आणि गंगेतून आम्हाला खूपच जलद गतीने प्रवास करावा लागला."

"इतक्या महिन्यांच्या दीर्घ कालावधीनंतर तुझ्या पुनर्भेटीमुळे मला खूपच आनंद झालाय, काली," शिव म्हणाला.

"मलाही तसंच वाटतंय," काली म्हणाली. "उज्जैनची काय वार्ता?"

"ती प्रभू रामाची कृपा लाभलेली नगरी आहे.

"इथे तुमच्यासमवेत काही वासुदेवही आले आहेत, ही बाब सत्य आहे?"

"होय. त्यात त्यांच्या प्रमुख वासुदेवाचा, प्रभू गोपाळ यांचाही समावेश आहे."

कालीने हळुवारपणे श्वास घेतला. "मला तर वासुदेवांच्या प्रमुखाचं नावही आतापर्यंत माहिती नव्हतं; परंतु आता कदाचित त्यांच्याशी माझी भेटही होईल, असं दिसतंय. आपल्या एकांतवासातून बाहेर पडणं हे त्यांच्यासाठी एक प्रकारचं दिव्यच आहे, असं म्हणावं लागेल."

"बदल सहजासहजी घडून येत नाहीत," शिव म्हणाला. "त्यामुळेच सोमरसाचे पाठीराखे बघता बघता एका दिवसात आपलं मत बदलतील असं मला मुळीच वाटत नाही. युद्धाची घोषणा केलेली असो वा नसो; खरं तर युद्धाला

आधीच प्रारंभ झाल्याचं वासुदेवांचं म्हणणं आहे. म्हणजे प्रत्यक्षात कोण कोणाचा शत्रू आहे, हे उघड होणं ही आता केवळ एक औपचारिकता उरली आहे, असं ते मानतात आणि मला त्यांचं म्हणणं मान्य आहे.''

''मग म्हणूनच अस्सी नदीत आमच्या गलबताला हळूहळू मागे नेण्याचा प्रयत्न झाला काय?'' कालीने विचारले. ''म्हणजे आता ते आम्हाला बंदरातच गलबत न्यायला लावतील की काय, अशी चिंताच मला त्यावेळी वाटत होती. खरं तर ती नदी फारशी मोठीही नाही; तिला नदीऐवजी पाटच म्हटलं पाहिजे.''

''ते गलबताच्या संरक्षणासाठी होतं, काली,'' शिव म्हणाला. ''ती महाराज अथिथिग्वा यांची कल्पना आहे. काशीच्या बंदराभोवतीही शहराप्रमाणेच भिंती बांधलेल्या नाहीत. काशीवर भगवान रुद्राची कृपा असल्याने काशीला उत्तम संरक्षण लाभल्याची श्रद्धा आपल्या शत्रूंच्याही मनात असल्यामुळे ते काशीवर थेट आक्रमण करण्यास कदाचित धजावणार नाहीत. परंतु गंगेच्या काठी नांगरून ठेवण्यात आलेल्या गलबतांच्या साहाय्याने ते उत्तम डावपेच लढवू शकतात.''

''म्हणून अस्सी घाटाकडे गलबतं नेण्याचा निर्णय घेण्यात आला. कारण तिथून जलप्रवाह गंगेत वाहतो,'' सती म्हणाली. ''नदीच्या मुखाजवळचा मार्ग अरुंद आहे. त्यामुळे तिथून एका वेळी एकाहून अधिक गलबतं येऊ शकणार नाहीत. त्यामुळे आपल्या गलबतांचा बचाव करणं सुलभ ठरेल. त्याहून आत हल्ला करण्याचं धाडस बहुतांश चंद्रवंशी करणार नाहीत, कारण भगवान रुद्राच्या शापाला त्यामुळे आपल्याला बळी पडावं लागेल, अशी त्यांची श्रद्धा आहे. त्यांच्या हातून काशीची चुकून जरी थोडीशीही हानी झाली, तरी रुद्राच्या संतापाला तोंड द्यावं लागेल, अशी त्यांची दृढ श्रद्धा आहे, म्हणूनच हा निर्णय घेतला गेलाय ना?''

कालीने आपल्या भुवया उंचावल्या. ''शत्रूच्या स्वतःच्याच मनातील अज्ञाताविषयीच्या गूढ भीतीचा त्याच्याच विरोधात वापर करायचा? मला हे खूपच आवडलं.'' काली म्हणाली.

''तलवारीच्या धारेपेक्षाही चांगला डावपेच काही वेळा अधिक कामी येतो,'' शिव हसत म्हणाला.

''आह!'' कालीने स्मित केले. ''तुम्ही असं विधान करताय, कारण आतापर्यंत तुम्ही माझ्याशी तलवारीनं मुकाबला केलेला नाही.''

शिव आणि सती मजेने हसले.

— ⅄ⓞ⊍⍏⊗ —

शिव आणि त्याच्या महत्त्वाच्या सरदारांचे पथक भव्य काशी विश्वेश्वर मंदिरात होते. अथिथिग्वाने गाभाऱ्यात प्रवेश केला होता. मंदिरातील प्रमुख पंडित त्याच्यासमवेत होता. प्रभू रुद्र आणि देवी मोहिनी यांना तो प्रसाद चढवत होता. त्यानंतर तो गाभाऱ्यातून बाहेर पडला.

"भगवान रुद्र आणि देवी मोहिनी आपल्या मोहिमेला यश देवो!" शिवाला प्रसाद देत अथिथिग्वा म्हणाला.

शिवाने दोन्ही हात एकावर एक ठेवून प्रसादाचा स्वीकार केला आणि तो ग्रहण केला. त्यानंतर त्याने आपला उजवा हात आपल्या केसांवरून फिरवून भगवान रुद्र आणि देवी मोहिनी यांनी आशीर्वाद दिल्याबद्दल त्यांच्याविषयीची कृतज्ञता व्यक्त केली. दरम्यान, तिथे उपस्थित असलेल्या प्रत्येकालाच मंदिरातील पंडिताने प्रसादाचे वाटप केले. समारंभ संपल्यानंतर युद्धाच्या व्यूहरचनेविषयी चर्चा करण्यासाठी अथिथिग्वा त्या सर्वांसमवेत बसला. काशीच्या सैनिकांच्या संरक्षणात पंडिताला मंदिराबाहेर नेण्यात आले. त्यानंतर मंदिराची द्वारे कुलूपबंद करण्यात आली. चर्चा सुरू करताना कोणालाही मंदिराच्या आवारात सोडण्यात येणार नव्हते.

"प्रभू, स्वसंरक्षणाखेरीज कोणत्याही प्रकारची हिंसा करण्यास माझ्या लोकांना बंदी आहे," अथिथिग्वा म्हणाला. "त्यामुळे तुमच्या मोहिमेत आम्ही सक्रिय सहभागी होऊ शकणार नाही. परंतु माझ्या राज्यातील सर्वच स्रोत आपल्या आज्ञेत असतील."

शिवाने स्मित केले. कोणत्याही परिस्थितीत काशीचे शांतताप्रिय लोक हे चांगले सैनिक बनू शकलेच नसते. त्यांना युद्धात ओढण्याचा शिवाचा हेतूही नव्हता. "मी ते जाणतो, राजे अथिथिग्वा. ज्या गोष्टी सन्माननीय मानल्या गेल्यामुळे ते करू शकत नाहीत; आणि त्यामुळे त्या करण्यास नकार देतील, अशा कोणत्याही गोष्टी मी त्यांना करण्यास सांगणार नाही. परंतु जर हल्ला झालाच; तर तुम्ही काशीचं संरक्षण करण्यास सक्षम असलंच पाहिजे. कारण युद्धाच्या अनेक बाबींचा प्रारंभ

आम्ही इथूनच करणार आहोत.''

''आमच्या अखेरच्या श्वासापर्यंत आम्ही काशीचं रक्षण करू, प्रभू!'' अथिथिग्वा म्हणाला.

शिवाने मान डोलावली. चंद्रवंशी लोक काशीवर हल्ला करतील, अशी त्याची अपेक्षाच नव्हती. तो गोपाळाकडे वळला. ''पंडितजी, आपल्याला अनेक गोष्टींवर चर्चा करण्याची आवश्यकता आहे. प्रारंभी मेलुहामध्ये सुरू असलेल्या युद्धापासून चंद्रवंशींना आपण कशा प्रकारे दूर ठेवू शकू, ते ठरवलं पाहिजे. दुसरी गोष्ट म्हणजे मेलुहाच्या बाबतीत आपण कोणतं धोरण अनुसरणार आहोत?''

''प्रभू गणेश आणि कार्तिक यांनी सुचवलेली कल्पना अत्यंत विलक्षण आहे, असं मला वाटतं,'' गोपाळ म्हणाला. ''आपण मगधला आपल्या बाजूला वळवून घेऊ शकू, अशी मला आशा वाटते.''

''हे प्रत्यक्ष कृतीत उतरवण्यापेक्षा बोलायलाच अधिक सोपं आहे,'' काली म्हणाली. ''आपल्या मूर्ख बंधुच्या, उग्रसेनाच्या वधाचा सूड घेण्यासाठी सुरापद्मनला त्याचा पिता भाग पाडेल. आणि कोणत्याही परिस्थितीत त्यांच्याकडून वध व्हावा, यासाठी गणेशाला त्यांच्या स्वाधीन करण्याचा प्रस्ताव मी तरी देणार नाही.''

''मग यावर तुझी काय सूचना आहे, काली?'' सतीने विचारले.

''ठीक आहे. आपण मगधवर थेट आक्रमण करावं किंवा ज्या कोणी उग्रसेनाचा वध केला असेल; तो नाग सापडला की आम्ही त्याला तुमच्या स्वाधीन करू असं आपण त्यांना आश्वासन द्यावं.''

संरक्षण केल्याप्रमाणे सतीने स्वयंस्फूर्तीनेच गणेशाचा हात घट्ट पकडून ठेवला.

काली हळुवारपणे हसली. ''ताई, आपण त्या गुन्हेगाराला त्याच्या स्वाधीन करू, असं आश्वासन आपण सुरापद्मनला देऊ, त्याला तसा विचार करण्यास भाग पाडू, असं मी म्हटलं. त्यामुळे आपल्याला थोडा वेळ मिळेल आणि आपण अयोध्येवर हल्ला करू शकू.''

''याचा अर्थ महाराणी, आपण मगधवासीयांशी असत्य भाषण करावं, असं आपण सुचवता आहात काय?'' गोपाळाने विचारले.

कालीने गोपाळाकडे पाहून कपाळाला आठ्या घातल्या. ''महान वासुदेव, आपण फक्त सत्य सांगण्यात थोडी कुचराई करावी, एवढंच मी म्हणते आहे.

सध्या भरतवर्षाचं भवितव्य पणाला लागलं आहे. कित्येक जणच आपल्याविरुद्ध लढाईसाठी उभे आहेत. जर आपल्याला महान चांगल्या गोष्टीसाठी आपल्या आत्म्यांवर पापाचा एखादा शिडकावा पाडून घ्यावा लागला, तर त्याला काय हरकत आहे?''

''मी असत्य भाषण करणार नाही,'' शिव म्हणाला. ''हे सैतानाविरुद्धचं युद्ध आहे. आपण चांगल्या गोष्टीच्या बाजूला आहोत. आपल्या युद्धातूनही त्याचंच प्रतिबिंब दिसलं पाहिजे.''

''पिताजी,'' गणेश म्हणाला, ''नेहमीच्या परिस्थितीत मी तुमच्याशी नेहमीच सहमत झालो असतो, हे तुम्ही जाणताच. परंतु तुम्ही ज्या प्रकारची मानांकनं, नीतीमूल्यं घेऊन लढणार आहात, तीच मूल्यं घेऊन आपले विरोधक, शत्रूही लढतील, असं तुम्हाला वाटतं का? आपल्यावर पंचवटीत झालेला हल्ला ही शुद्ध फसवणूक आणि शत्रूने काढलेली पळवाट नव्हती का?''

''बेसावध शत्रूवर हल्ला करणं ही चुकीची गोष्ट आहे, असं मला वाटत नाही. हां. त्यांनी केलेल्या दैवी अस्त्रांच्या वापराविषयी मात्र प्रश्न निर्माण होऊ शकतो. तरीही दोन चुकीच्या किंवा अयोग्य गोष्टींमुळे योग्य गोष्ट घडत नाही. हे युद्ध जिंकण्यासाठी मी असत्य संभाषण करणार नाही. आपण न्याय्य मार्गानं हे युद्ध जिंकू.''

कार्तिक शांत राहिला होता. मात्र तरीही गणेशाच्या शब्दांतील तत्त्वज्ञान त्याला पटले होते आणि शिवाच्या शब्दांतील नैतिक स्पष्टताही त्याला आवडली होती. त्यामुळे त्याला स्फूर्ती लाभली होती.

गोपाळाने शिवाकडे पाहून स्मित केले. ''सत्यम वद्, असत्यम मावद्''

''काय?'' शिवाने विचारले.

काली बोलू लागली. ''हे जुनं संस्कृत वचन आहे. सत्य तेच बोला आणि कधीही असत्य बोलू नका.''

सतीने स्मित केले. ''मला ते मान्य आहे,'' ती म्हणाली.

''मलाही काही जुनी संस्कृत वचनं माहिती आहेत,'' काली म्हणाली. ''सत्यम् ब्रुयात प्रियम् ब्रुयात, ना ब्रुयात सत्यम् अप्रियम्''

शिवाने असंतोषाने आपले हात उंचावले. ''आपण आता जुन्या संस्कृत वचनांतून बाहेर पडूया का? तुम्ही लोक जे काही बोलत आहात, ते मला समजत

नाही.''

गोपाळाने शिवासाठी भाषांतर केले. ''राणी कालीने जे म्हटलं, त्याचा अर्थ असा आहे, की प्रसन्न वाटेल, अशा प्रकारे सत्य बोल. परंतु दुसऱ्यांना ज्याच्यामुळे त्रास होईल, जे रुचणार नाही, अशा पद्धतीने सत्य बोलू नका.''

''हे काही माझं वचन नाही,'' काली शिवाला म्हणाली. ''हे जुन्या ऋषीमुनींनी लिहून ठेवलेलं वचन आहे, याविषयी माझी खात्री आहे. परंतु त्याच्यात अर्थ आहे, असं मला वाटतं. उग्रसेनाचा वध कोणी केला आहे, ते आपण सुरापद्मनला सांगू नये, असं मला वाटतं. आपल्या शत्रूंची आणि मित्रांची निवड करण्यासाठी त्याला आपण काही काळ थांबवावं आणि आपण अयोध्येवर हल्ला करेपर्यंतचा अवधी त्याला विचार करण्यास लागावा, अशी तजवीज आपण करावी असं माझं म्हणणं आहे. त्यानंतर आपल्या इच्छित मार्गाकडे त्याची महत्त्वाकांक्षा त्याला घेऊन जाईल.''

''अयोध्येभोवतीच्या भिंती अभेद्य आहेत,'' गोपाळाने दुसऱ्या मुद्याकडे सर्वांचे लक्ष वेधत सूचना दिली. ''आपण कदाचित त्यांना हरवू शकू; परंतु आपण संपूर्ण नगरी नष्ट करू शकणार नाही.''

''ते मी जाणतो,'' गणेश म्हणाला, ''परंतु अयोध्येचा विनाश करणं हा आपला उद्देशच नाही. त्यांच्या आरमाराला अयोध्येपर्यंत पोहचता येऊ नये, एवढाच आपला हेतू आहे. आपलं प्रमुख युद्ध हे मेलुहातच होईल.''

''परंतु आपण अयोध्येला वेढा घातल्यानंतर सुरापद्मनन आपल्यावर पाठीमागच्या बाजूनं हल्ला केला तर काय होईल?'' गोपाळाने विचारले. ''तसं घडलं, तर पुढच्या बाजूला अयोध्या आणि मागच्या बाजूला सुरापद्मन अशा प्रकारे आपण मधल्या भागात अडकू आणि आपला विनाश होईल.''

''खरं तर तसं घडणार नाही,'' गणेश म्हणाला, ''मागच्या बाजूनं हल्ला करणाऱ्या सुरापद्मनमुळे आपल्यासाठी ही चढाई सुलभ ठरेल. तो ज्यावेळी मगधमधून प्रस्थान ठेवेल, त्याच वेळी आपण अयोध्येतून बाहेर पडू.''

शिव, कार्तिक आणि सती यांनी स्मित केले. त्यांच्या लक्षात त्याची योजना आली होती.

''फारच सुंदर, हुशारीची योजना,'' परशुराम उद्गारला.

परशुरामाच्या या उद्गारांनी सारेच जण त्याच्याकडे वळले.

"म्हणजे तुम्हाला असत्य भाषण करावं लागणार नाही," काली शिवाकडे बघत बोलू लागली. "शिवाय सुरापद्मनला संपूर्ण सत्य सांगण्याची गरजही नाही. ज्या घटनेमुळे त्याला रोखता येईल, तेवढा भाग आपण त्याला सांगू. त्याच्या महत्त्वाकांक्षेला बाकी सारं घडवून आणू दे. शरयू आणि गंगेच्या संगमातून आपल्या गलबतांना अयोध्येकडे जाण्यासाठी आपल्याला त्याची परवानगी मिळवावी लागणार आहे. एकदा हे घडलं, की एक तर अयोध्येला रोखून धरून किंवा मगधच्या सैन्याचा सर्वनाश करून, अशा कोणत्या ना कोणत्या प्रकारे आपलं उद्दिष्ट साध्य होईल."

शिवाने किंचित मान हलवली. त्यावरून त्याची या योजनेला संमती असल्याचे सर्वांच्या लक्षात आले. "परंतु मेलुहाचं काय? आपल्या सर्व सामर्थ्यानिशी त्यांच्यावर आपण थेट खुला हल्ला करायचा का? की त्यांच्या सैन्याचं लक्ष दुसरीकडे वेधण्यासाठी आपल्या एका तुकडीला सोमरसाच्या त्या दुसऱ्या छुप्या प्रक्रिया केंद्राचा विनाश घडवून आणण्यासाठी धाडायचं?"

"ब्रंग आणि वैशालीचं आपलं सैन्य मगध आणि अयोध्येत लढेल. त्यांच्यात वासुदेव आणि नाग सैन्याचा समावेश नसेल. ते मेलुहाविरुद्धच्या युद्धात सहभागी होतील," सती म्हणाली. "त्यामुळे मेलुहाबरोबरच्या युद्धासाठी आपल्याकडे खूपच कमी सैन्यबळ असेल. अर्थातच, ते सैन्य अपवादात्मकरित्या, उत्तम प्रकारे प्रशिक्षित असेल. शिवाय त्यांच्याकडे सर्वोच्च दर्जाची तंत्रज्ञानविषयक कौशल्यं असतील. हत्तींवरून अग्निजन्य आयुधांचा मारा करणाऱ्या वासुदेवांच्या सैनिकांच्या तुकडीतील उत्तम कुशल सैनिकांचा त्यांच्यात समावेश असेल. मात्र तरीही आपण मेलुहाच्या सैन्यदलाला कमी लेखून चालणार नाही. तेही तेवढेच उत्तम प्रशिक्षित आणि तंत्रज्ञानदृष्ट्या कुशल आहेत."

"याचा अर्थ आपण थेट हल्ला करण्याचं टाळणार असल्याचं आपण सुचवतो आहोत?" शिवाने विचारले.

"होय," सती म्हणाली. "सोमरस उत्पादन सुविधेचा सर्वनाश हेच आपलं प्रमुख उद्दिष्ट असलं पाहिजे. त्या सुविधेची पुनर्बांधणी करण्यास त्यांना कित्येक वर्षं लागतील. तुझा शब्द जनमानसात रुजण्यासाठी तेवढा कालावधी पुरेसा असेल. सर्वसाधारण मेलुहावासी हा नीळकंठाच्या दंतकथेवर दृढ श्रद्धा ठेवणारा आहे. त्यांची तुझ्यावर कमालीची भक्ती आहे. सोमरसाला त्याचा नैसर्गिक मृत्यू प्राप्त

होईल. परंतु आपण जर मेलुहावर थेट हल्ला केला, तर मेलुहाबरोबरचे युद्ध बराच काळ सुरू राहील. ते जेवढा अधिक काळ लांबेल, तेवढाच अधिकाधिक निष्पाप लोकांचा मृत्यू ओढवेल. शिवाय मेलुहावासीयांना हा आपल्यावरचा हल्ला वाटेल, आपल्या प्रिय मातृभूमीवरचा हल्ला वाटेल; त्यांना तो सोमरसावरचा हल्ला वाटणार नाही. कित्येक मेलुहावासीयांना सोमरसाविरोधात जाण्याची इच्छा असेल. परंतु आपण त्यांच्या देशभक्तीला आव्हान दिलं, तर मात्र आपल्या विजयाची आशा धूसर बनेल.''

काली स्मित करत होती.

''काय झालं?'' सतीने विचारले.

''मेलुहावासीयांविषयी बोलत असताना तू आता 'आम्हाला' ऐवजी 'त्यांना' असा शब्द वापरलास, हे माझ्या लक्षात आलं,'' काली म्हणाली.

सती कावरीबावरी झाली होती. कारण अद्यापही ती मेलुहाला आपली भूमी, मायदेशच मानत होती. ''अं....ते काही फारसं महत्त्वाचं नाही. ती अजूनही माझी मातृभूमी आहेच..''

''नक्कीच ती तुझी मातृभूमी आहेच,'' कालीने स्मित करत म्हटले.

गोपाळाने त्यांचे संभाषण रोखत म्हटले, ''परंतु, समजा की सर्वांचंच थेट युद्ध सुरू झालं, तर काय होईल, याचाही आपण एक सैद्धांतिक मुद्दा म्हणून विचार करूया.''

''आपल्याला तेच तर टाळलंच पाहिजे,'' शिव म्हणाला, ''सतीच्या बोलण्यात मला तथ्य दिसतंय.''

''तरीही, भृगु आणि दक्ष या युद्धाचा कसा विचार करतील, त्याचा विचारही आपल्याला केला पाहिजे,'' गोपाळ म्हणाला. ''थेट युद्ध न करणं ही आपल्याला आवडणारी गोष्ट आहे. परंतु त्यांच्या दृष्टीनं थेट युद्ध होणं हीच आवश्यक बाब असेल; कदाचित संहारक युद्धाची त्यांना गरज भासेल, कारण त्यामुळे तणावग्रस्त परिस्थिती निर्माण होईल आणि ते जनतेत संभ्रम निर्माण करू शकतील. त्यानंतर नीळकंठाने मेलुहावर हल्ला केला आहे, असं ते लोकांना सांगू शकतील आणि आताच देवी सतींनी म्हटल्याप्रमाणे त्यामुळे मेलुहावासीयांच्या मायदेशाच्या प्रेमापुढे नीळकंठावरील त्यांची श्रद्धा कमी ठरेल.''

''युद्ध परिस्थिती चिघळवण्याची प्रभू भृगुंना इच्छा असेल, हे मला मान्य

आहे,'' शिव म्हणाला. ''परंतु एकदा युद्ध सुरू झाल्यानंतर ते त्यावर नियंत्रण कसं काय मिळवू शकतील? मेलुहाच्या सैन्याला मी जवळून पाहिलं आहे. ते एक केंद्रीत, उत्तम प्रकारे प्रशिक्षित सैन्यदल आहे. मात्र उत्तम सेनापती असणं ही अशा सैन्यदलाची आत्यंतिक निकडीची आवश्यकता असते. त्यांचे सरलष्करप्रमुख पार्वतेश्वर तर आपल्यासमवेत आहेत. त्यांच्याकडे पार्वतेश्वरांसारखी दुसरी व्यक्ती शोधूनही सापडणार नाही, याविषयी माझ्यावर विश्वास ठेवा. तुम्ही म्हणता, तेवढे जर प्रभू भृगु बुद्धिमान असतील, तर त्यांना हेसुद्धा माहिती असणारच आहे.''

गणेश आणि कार्तिक यांनी एकाच वेळी उसासा सोडला.

शिवाने आपल्या दोन्ही पुत्रांकडे पाहिले.

''पिताजी...'' कार्तिक म्हणाला.

''ते जाऊ देत! तुम्ही त्यांच्या निष्ठेविषयी शंका घेऊच शकत नाही. समजलं का?''

गणेश आणि कार्तिक यांनी आपापल्या माना खाली घातल्या आणि आपली तोंडे अगदी बंद ठेवली.

''मी काय म्हणतो, ते समजलं का?'' शिवाने पुन्हा एकदा विचारले.

गणेश आणि कार्तिकाकडे पाहण्याआधी कालीने कपाळावर आठ्या घालून शिवाकडे पाहिले. परंतु ती काहीच बोलली नाही.

शिव पुन्हा एकदा गोपाळाकडे वळला. ''आपल्याला कोणत्याही प्रकारचा चिथावणीखोरपणा टाळला पाहिजे. आपल्या सैन्याची व्यूहरचना पूर्णपणे संरक्षणात्मक, बचावात्मक असली पाहिजे. त्यामुळे त्यांना खुल्या हल्ल्यापासून आपल्याला रोखता येईल. त्यांचं लक्ष विचलित करणं हेच आपल्या सैन्याचं प्रमुख उद्दिष्ट असलं पाहिजे. त्यामुळे आपलं एक छोटं सैन्यदल सोमरस उत्पादन सुविधेचा सरस्वतीच्या किनाऱ्यांवरील गावांमध्ये शोध घेईल. एकदा का आपण ते सुविधा केंद्र उध्वस्त केलं, की आपला युद्धातील विजय निश्चित झालाच म्हणून समजा.''

''नंदी,'' मेलुहाच्या सेनाधिकाऱ्याकडे वळत सती म्हणाली.

नंदीने तातडीने मेलुहाचा नकाशा समोर ठेवला. प्रत्येक जण त्याकडे निरखून पाहू लागला.

''हे बघा,'' सती म्हणाली, ''समुद्रापासून दूर असलेल्या अंतर्भातील एका

त्रिभुज प्रदेशात सरस्वतीचा प्रवाह थांबतो. मेलुहाचे लोक आपली प्रचंड सेना कराचपाहून सरस्वतीपर्यंत आणू शकणार नाहीत. त्यामुळे त्यांच्या संरक्षणात्मक व्यूहरचनेत फक्त दोनच प्रकार असू शकतात. एक म्हणजे सिंधु नदीतून आरमारी हल्ला किंवा पूर्वेकडून पायदळाचा हल्ला. म्हणूनच सरस्वतीजवळ त्यांनी प्रचंड सैन्य तैनात केलेलं नाही.''

सती काय सूचित करू पहात होती, त्याचे शिवाला आकलन झाले. ''याचाच अर्थ सरस्वतीवर आरमारी हल्ल्यासाठी त्यांची तयारी नाही.''

''याला एक चांगलं कारण आहे, हेही आपण समजून घेतलं पाहिजे. शत्रूचं कोणतंही गलबत सरस्वतीमधून प्रवास करू शकणार नाही, अशी त्यांची समजूत आहे. शत्रूंच्या नियंत्रणाखालील कोणत्याही नदीचा प्रवाह सरस्वतीमध्ये येत नाही. शिवाय सरस्वती नदी सागरालाही मिळत नाही.''

''परंतु हीच खरी समस्या नाही का?'' संभ्रमावतील अथिथिग्वाने विचारले. ''आपली गलबतं सरस्वतीमध्ये आपण कशी काय नेणार?''

''आपण ती नेणारच नाही,'' शिव म्हणाला. ''सरस्वतीच्या किनाऱ्यावर असलेली मेलुहाची गलबतं आपण ताब्यात घेऊ.''

कालीने मान डोलावली. ''या बाबीचा ते क्वचितच विचार करतील; म्हणूनच तिचा आपल्याला उपयोग होऊ शकेल.''

''होय,'' सती म्हणाली. ''म्हणजेच आपल्याला मृत्तिकावती नगरी ताब्यात घ्यावी लागेल. तिथेच मेलुहाचं सरस्वतीवर तैनात असलेलं बहुतांश आरमार आहे. एकदा का ती गलबतं आपल्या ताब्यात आली, की आपलं सरस्वतीवर नियंत्रण प्रस्थापित होईल. आपण जलद गतीनं नदीतून पुढे जाऊ शकू. आपल्यासमोर कोणतंही आव्हान किंवा संकट उभं ठाकणार नाही. याशिवाय सोमरस उत्पादन सुविधा केंद्राचा शोधही आपण घेऊ शकू.''

''हे उचित आहे,'' बृहस्पती म्हणाले. ''सोमरस उत्पादन सुविधा केंद्र नक्कीच सरस्वती नदीच्या काठावरच असलं पाहिजे. ते इतरत्र असणं शक्य नाही.''

''ही एक चांगली योजना वाटते,'' गोपाळ म्हणाला. ''परंतु आपण त्यांची गलबतं कशी काय ताब्यात घेऊ शकू? त्यांच्या सरहद्दीत आपण कुठून प्रवेश करू शकू? कारण मृत्तिकावती हे किनाऱ्यावरचं नगर नाही. त्यामुळे आपल्याला तिथपर्यंत सैन्य घेऊनच पुढे जावं लागेल आणि त्यामुळे आपल्याला सरहद्दीवरच्या

नगरीतून विरोध केला जाईल. म्हणजेच लोथलमधून आपल्याला विरोध होईल.''

''लोथल?'' कार्तिकाने विचारले.

''लोथलमध्ये मैकाचं बंदर आहे,'' गोपाळ म्हणाला. ''खरं म्हणजे त्या जुळ्या नगरी आहेत. मैकामध्येच मेलुहातील सर्व बालकांचा जन्म होतो आणि त्यांचं संगोपनही तिथंच केलं जातं; तर लोथल हा स्थानिक लष्करी तळ आहे.''

''मैका किंवा लोथलची चिंता करू नका,'' काली म्हणाली. ''ती आपल्या बाजूला वळतील.''

गोपाळ, शिव आणि सती आत्यंतिक आश्चर्यचकीत झाल्याचे स्पष्ट दिसत होते.

''मेलुहातील फक्त मैकातील लोकांनाच आमच्याविषयी सहानुभूती आहे,'' काली पुढे सांगू लागली. ''नाग मुलांच्या यातना त्यांनी पाहिल्या आहेत. कित्येक प्रसंगी त्यांनी आम्हाला साहाय्य करण्याचे प्रयत्न केले आहेत. या प्रक्रियेत कायदेभंग करावा लागला, तरीही त्यांनी त्यासाठी मागेपुढे पाहिलेलं नाही. मैकाचे सध्याचे नगराध्यक्ष, चेनारध्वज हेच लोथलचेही प्रशासक आहेत. काही वर्षांपूर्वीच त्यांची काश्मीरहून तिकडे बदली करण्यात आलेली आहे. नीळकंठाच्या यंत्रणेशी ते एकनिष्ठ आहेत. याशिवाय एकदा मी त्यांचे प्राण वाचवले आहेत. माझ्यावर विश्वास ठेवा, ज्यावेळी युद्ध उद्भवेल, त्यावेळी मैका आणि लोथल या दोन्ही नगरी आपल्यासमवेत असतील.''

''चेनारध्वज मला माहिती आहेत,'' शिव म्हणाला. ''ठीक आहे मग, मृत्तिकावती जिंकण्यासाठी आपण लोथलचा पाठिंबा मिळवू. त्यानंतर त्यांच्या गलबतांचा वापर करून आपण सरस्वतीच्या काठावरच्या नगरींमध्ये शोध घेऊ. परंतु आपण थेट संघर्ष टाळण्याचा प्रयत्न केलाच पाहिजे. किंबहुना; तो टाळलाच पाहिजे.''

प्रकरण १४

मनकवडा

''आपण त्यांची खात्री पटवून देऊ, असं तुम्हाला वाटतं का?'' शिवाने विचारले.

वासुदेवांच्या प्रमुखाचे गोपाळाचे नुकतेच शिवाच्या कक्षात आगमन झाले होते. सती आणि नीळकंठ मगधच्या प्रस्थानाची तयारी करत होते. गणेश आणि कार्तिक आपल्या मातापित्याला निरोप देण्यासाठी तिथे आले होते.

''आपली प्रभू भृगुंशी गाठ न पडो, एवढीच माझी इच्छा आहे. मला त्याचीच अतीव चिंता वाटते आहे,'' गोपाळ म्हणाला.

''प्रभू भृगुंमध्ये असं विशेष काय आहे?'' शिवाने विचारले. ''तेही एक मानवच आहेत. तुम्ही सगळेच त्यांच्या नावानेच एवढे भीतीग्रस्त का होता?''

''शिवा, ते महर्षि आहेत,'' सती म्हणाली. ''खरं तर गोपाळजींनी नमूद केल्याप्रमाणे प्रभू भृगु हे महर्षिंहूनही उच्च पातळीवर आहेत. ते सप्तर्षिंचे उत्तराधिकारी आहेत.''

''आपण व्यक्तीचा सन्मान केला पाहिजे, त्याच्या स्थानाचा नाही,'' शिव म्हणाला आणि नंतर गोपाळाकडे वळून तो म्हणाला, ''मित्रा मी पुन्हा एकदा विचारतो, की त्यांच्यामुळे तुमचा एवढा थरकाप का उडतो? तुम्ही एवढे बेचैन का होता?''

"अगदी एकच प्रारंभीची गोष्ट सांगायची झाली, तर ते मनकवडे आहेत. ते दुसऱ्याचं मन वाचू शकतात," गोपाळ म्हणाला.

"मग?" शिवाने विचारले. "तुम्ही आणि मीसुद्धा ही गोष्ट करू शकतो. खरं तर प्रत्येक वासुदेव पंडितच हे करू शकतो."

"सत्य आहे. परंतु ते आपण एखाद्या मंदिरात असतानाच करू शकतो. प्रभू भृगु त्यांच्या आसपासच्या कोणाचंही मन केव्हाही वाचू शकतात. ते कुठंही असले तरी!"

गणेशाला अतीव आश्चर्य वाटल्याचे दिसले. "कसं काय?"

"सांगतो!" गोपाळ म्हणाला, "आपण विचार करतो, त्यावेळी आपल्या मेंदूतून विचारलहरी बाहेर पडतात. ते विचार एखादी प्रशिक्षित व्यक्ती ग्रहण करू शकते. त्यासाठी ती एखाद्या शक्तिशाली प्रक्षेपकाच्या सान्निध्यात मात्र असावीच लागते. परंतु महर्षि याबाबत आणखी एक पाऊल पुढेच आहेत. आपल्या विचारांचं लहरींमध्ये रूपांतर होण्याची प्रतीक्षा त्यांना करावीच लागत नाही, असं मानलं जातं. ते त्यांना तत्काळ पकडू शकतात. आपल्या मनात विचार तयार होत असतानाच तो विचार ते वाचू शकतात."

"पण कसं काय?"

"विचार म्हणजे दुसरंतिसरं काहीही नसून त्या आपल्या मेंदूतील विद्युत प्रेरणा असतात," गोपाळ म्हणाला. "या प्रेरणा आपल्या डोळ्यांच्या बुब्बुळांना किंचित हलण्यास प्रवृत्त करतात. महर्षिंसारखी प्रशिक्षित व्यक्ती आपल्या बुब्बुळांच्या या हालचालींचं विश्लेषण करून आपले विचार वाचू शकते."

"प्रभू रामानं कृपा करावी," सुन्न झालेला कार्तिक कुजबुजत्या आवाजात म्हणाला.

"परंतु हे कसं काय शक्य होतं, याचं अद्याप मला आकलन झालेलं नाही," शिवाने साशंकतेने म्हटले. "आपले सर्वच विचार आपल्या डोळ्यांतील बुब्बुळांच्या साहाय्यानं व्यक्त होतात, असं तुम्हाला म्हणायचं आहे का? ही संपर्काची कोणती भाषा आहे? याला काहीच अर्थ नाही."

"माझ्या मित्रा," गोपाळ म्हणाला, "मेंदूच्या अंतर्गत भाषेची आणि संपर्काच्या भाषेची तुम्ही गल्लत करता आहात. उदाहरणार्थ, संस्कृत ही संपर्काची भाषा आहे. इतरांशी संवाद साधण्यासाठी, संपर्कासाठी तिचा वापर तुम्ही करू

शकता. आपल्या स्वतःच्या मेंदूशी संपर्क साधण्यासाठीही ती भाषा तुम्ही वापरू शकता. त्यामुळे तुमच्या जागृत मनाला तुमच्या अंतर्गत विचारांचं आकलन होऊ शकतं. परंतु स्वतःच्या कार्यासाठी मेंदू फक्त एकाच भाषेचा वापर करतो. सर्वच ज्ञात प्रजातींच्या सर्वच मेंदूंची ही वैश्विक भाषा आहे. या भाषेची दोनच अक्षरं किंवा संकेत असतात.''

''दोन संकेत?'' सतीने विचारले.

''होय,'' गोपाळ म्हणाला. ''फक्त दोन. विद्युत प्रवाह सुरू होणं आणि बंद होणं. आपल्या मेंदूमध्ये लाखो विचार आणि सूचना एकाच वेळी येत जात असतात. परंतु ठराविक वेळी फक्त एकच विचार आपल्या जागृत मनाचं लक्ष वेधून घेऊ शकतो. मेंदूच्या भाषेच्या माध्यामातून त्या विशिष्ट विचाराचं प्रतिबिंबच आपल्या डोळ्यांत पडतं. तो जागृत मनातील विचार महर्षी वाचू शकतात. त्यामुळे महर्षिंच्या सान्निध्यात असताना आपण जागृत मनात कोणता विचार करतो आहोत, याविषयी आपल्याला जागरूक रहावं लागतं.''

''याचा अर्थ डोळा हा खरोखरच प्रत्येकाच्या आत्म्याची खिडकीच आहे,'' गणेश म्हणाला.

गोपाळाने स्मित केले. ''तसं दिसतंय खरं!''

शिव हसला. त्याने भुवया उंचावल्या. ''ठीक आहे. महर्षि भृगुंशी माझी भेट होईल, त्यावेळी मी डोळे बंदच करून ठेवेन.'' तो म्हणाला.

गोपाळ आणि सतीही हसले.

''काहीही झालं, तरी आपण जिंकणारच आहोत,'' गोपाळ म्हणाला.

''होय,'' गणेश म्हणाला. ''आपण विधायकतेच्या, चांगल्या गोष्टीच्या बाजूला आहोत.''

''हे निःसंशय सत्य आहे. परंतु हे काही त्यामागचं एकमेव कारण नाही, प्रभू गणेश. आपल्या पिताजींमुळेच आपण जिंकू,'' गोपाळ म्हणाला.

''नाही,'' शिव म्हणाला. ''फक्त माझ्या एकट्यामुळेच नाही. आपण सारेच एकत्र आहोत, म्हणून आपण जिंकू.''

''महान नीळकंठा, तुम्हीच आम्हा सर्वांना एकत्र आणलं आहे,'' गोपाळ म्हणाला. ''प्रभू भृगु कदाचित तुमच्याएवढेच बुद्धिमान असूही शकतील; परंतु ते तुमच्यासारखे नेते नाहीत. ते आपल्या बुद्धीचा वापर करतात म्हणण्यापेक्षा ते

आपल्या बुद्धीचा दुरुपयोग करतात. आपल्या अनुयायांना ते आपली आज्ञा मान तुकवून शिरसावंद्य मानायला भाग पाडतात. त्यामुळे त्यांचे अनुयायी त्यांची पूजा करत नाहीत; तर त्यांना त्यांचं भय वाटतं. माझ्या मित्रा, तुम्ही मात्र आपल्या अनुयायांच्या क्षमतांचा उत्तम वापर करून घेऊ शकता. तुमच्याकडे ती क्षमता आहे. तुम्ही काही दिवसांपूर्वी काय केलं होतं, ते मला समजलं नाही, असं मानू नका. आपण नेमकं काय करायचं आहे, त्याचा निर्णय तुम्ही आधीच घेतला होता. परंतु तरीही त्यामुळे तुम्ही चर्चा करण्यापासून परावृत्त झाला नाहीत. आम्हा सर्वांनाच तुम्ही चर्चेत सहभागी करून घेतलं. तुम्हाला जे ऐकायचं होतं, तेच कसं का असेना; पण तुम्ही आमच्याकडून वदवूनही घेतलं. परंतु तरीही तो निर्णय आपलाच असल्याचं त्यामुळे आमच्यापैकी प्रत्येकालाच वाटलं. यालाच नेतृत्त्व म्हणतात. प्रभू भृगुंकडे आपल्यापेक्षा बलाढ्य सेना असेलही; परंतु ते एकाकीपणे लढत आहेत. आपल्या बाबतीत मात्र आपलं संपूर्ण सैन्यच एकत्रितपणे लढणार आहे. महान नीळकंठा, तीच तुम्हाला वाहिलेली सर्वोच्च आदरांजली असेल.''

आपली एवढी प्रशंसा ऐकून शिव नेहमीप्रमाणेच संकोचला होता. त्याने तत्काळ तो विषय बदलला. ''गोपाळजी, तुम्ही खूपच चांगले आहात. परंतु आता काहीही झालं, तरी आपल्याला प्रस्थान केलंच पाहिजे. मगध आपल्या प्रतीक्षेत आहे.''

— � —

''भगीरथ इथं आहे?''

स्तंभित झालेल्या सम्राटासमोर स्यमंतकाने मान डोलावली. ''होय, महाराज.''

''परंतु तो कसा काय......''

''पंतप्रधान स्यमंतक,'' दिलीपाचे संभाषण मध्येच थांबवत भृगु म्हणाले, ''त्याची भेट घेण्यास मला आनंद वाटेल. राजकुमारी आनंदमयी आणि तिचे पतीही त्याच्यासोबत आले आहेत का?''

''नाही, प्रभू,'' स्यमंतक म्हणाला. ''ते एकटेच आले आहेत.''

''ती सर्वाधिक दुर्दैवी गोष्ट आहे,'' भृगु म्हणाले. ''कृपया, संपूर्ण सन्मानानं त्यांना इथं, आमच्यासमोर आणावं.''

''जशी आपली इच्छा, प्रभू,'' स्यमंतक म्हणाला. त्याने भृगु आणि दिलीपा

यांना वाकून नमस्कार केला आणि तो त्या कक्षातून बाहेर पडला.

तो कक्षातून बाहेर पडता क्षणीच भृगु दिलीपाकडे वळले. ''महाराज, तुम्ही स्वतःवर नियंत्रण ठेवण्यास शिकलं पाहिजे. गोदावरी तटावरील हल्ल्याविषयी स्यमंतक अनभिज्ञ आहे.''

''मला क्षमा करा, प्रभू,'' दिलीपा म्हणाला. ''मला एकदम धक्का बसला होता, त्यामुळे अनवधानाने हे घडलं.''

''परंतु मला धक्का बसला नाही.''

दिलीपाच्या कपाळावर आठ्या चढल्या. ''का बरं प्रभू! तुम्हाला हे अपेक्षित होतं का?''

''अगदी हीच विशिष्ट बाब मला अपेक्षित होती, असं मी म्हणणार नाही. परंतु आपला हल्ला अयशस्वी ठरला असावा, असा मला दाट संशय आहे. फक्त त्यांना याविषयी कितपत माहिती आहे, ते मला हवं आहे.''

''मला हे खरंच समजत नाही, प्रभू. आपली जहाजं कित्येक प्रकारे नष्ट होऊ शकतात.''

''हे फक्त आपल्या जहाजांच्या विनाशापुरतं मर्यादित नाही. त्याखेरीज आणखीही काहीतरी आहे. गण कुठे आहेत त्यांचा माग काढण्याविषयी मी कनखलाला सांगितलं होतं.''

''गण कोण आहेत?''

''त्या तोतया नीळकंठाची ती जमात आहे. ते मेलुहामध्ये स्थलांतरित झाले आहेत. स्थलांतरितांसाठी मेलुहामध्ये काही विशिष्ट धोरणं आहेत. त्यांच्या नोंदी आत्यंतिक गुप्त ठेवल्या जातात, हे त्यापैकी एक धोरण आहे. त्यांचा कोणत्याही प्रकारे छळ केला जाऊ नये किंवा त्यांना एकटं पाडून त्यांना त्रास दिला जाऊ नये हा यामागचा उद्देश आहे आणि खरं तर त्यांना आत्यंतिक चांगली वागणूकही दिली जाते. परंतु गणांना कुठे स्थायिक करण्यात आलं आहे याविषयी आपल्या स्वतःच्या पंतप्रधानाला माहिती देण्यास नोंदणी करणारा राज अधिकारी नकार देत होता, ही यातील आश्चर्याची बाब आहे.''

''परंतु नोंदणी अधिकारी असं कसं काय करू शकतो? पंतप्रधानांचा शब्द म्हणजे सम्राटाचा आदेशच असतो आणि त्याचा शब्द हाच कायदाही असतो.''

''ठीक आहे,'' भृगु म्हणाले, ''मेलुहा हे तुमच्या साम्राज्यासारखं नाही,

महाराज दिलीपा. आपल्या कायद्यांना चिकटून राहण्याची वाईट खोड त्यांना आहे.''

भृगुंचा उपहास दिलीपाच्या डोक्यावरून गेला. त्याला त्यातलं काहीच समजलं नाही.

''मग काय झालं प्रभू? गणांचा शोध तुम्हाला लागला का?''

''गण देवगिरीतच असले पाहिजेत याविषयी प्रथम कनखलाची पूर्ण खात्री होती. प्रारंभीच्या शोधातून काहीही निष्पन्न झाले नाही. त्यामुळे नंतर सम्राट दक्षाकडे जावंच लागलं. मेलुहाच्या नोंदणी अधिकाऱ्याने गणांचा ठावठिकाणा सांगितलाच पाहिजे, असा आदेश त्याने राज्यसभेच्या संमतीने काढला. परंतु आम्ही त्यांच्या गावात पोहचेपर्यंत ते तिथून निघून गेले होते.''

''कुठे गेले?''

''मला माहिती नाही. असं अनेकदा घडतं, असं मला सांगितलं गेलं. मेलुहातील नागरीकरण झालेली; परंतु शिस्तबद्ध जीवनपद्धती कित्येक स्थलांतरितांना रुचत नाही. त्यामुळे आपल्या मातृभूमीकडे परतण्याचा निर्णय ते घेतात. त्यामुळे हिमालयातील आपल्या गावी गण परतले असतील, यावर मी विश्वास ठेवावा, असं मला सांगण्यात आलं.''

''मग तुमचा त्यावर विश्वास बसला का?''

''अर्थातच मी त्यावर विश्वास ठेवला नाही. युद्धाची घोषणा करण्याआधी त्या तोतया नीळकंठाने आपली जमात तिथून दूर नेली असावी, अशा माझा कयास आहे. परंतु यात मी काय करू शकत होतो? मला तर गणांचं वास्तव्य कुठे होतं, हेच ज्ञात नव्हतं.''

''परंतु भगीरथ इथं का आला आहे? नीळकंठाला त्याच्याकडून काय माहिती हवी आहे?''

''नीळकंठ नव्हे; तोतया नीळकंठ, महाराज,'' भृगुंनी दिलीपाचे वाक्य दुरुस्त करत म्हटले.

''मला क्षमा करा, प्रभू!'' दिलीपा म्हणाला.

भृगुंनी कक्षाच्या छताकडे पाहिले. ''होय. शिवाने त्याला इकडे का धाडलं असावं?''

भृगुंनी आपले मस्तक हलवले. ''ही गोष्ट अगदीच अनाकलनीय आहे.

महाराज, तुमचा वध करण्यासाठी तर त्याला त्याने नक्कीच धाडलेलं नाही. त्याच्याकडे कोणती तरी व्यापक हेतू असलेली बाब सोपवली गेली असावी.''

काही तरी बोलण्यासाठी दिलीपाने आपले तोंड उघडले होते; परंतु त्याऐवजी मूक राहणेच त्याने पसंत केले.

''होय,'' भृगु पुढे बोलत राहिले. त्यांनी आपले डोळे बारीक केले होते. ''राजकुमार भगीरथाचं आगमन इथे का झालं आहे, ती बाब आपण जाणून घेतलीच पाहिजे. मी त्याची भेट घेणं आवश्यकच आहे.''

— ⚲◍�⚶⊕ —

''पिताजी,'' दिलीपाच्या कक्षात आत्मविश्वासपूर्वक पावले टाकत आलेल्या भगीरथाने म्हटले.

दिलीपाने शक्य तितके उत्तम स्मित आपल्या चेहऱ्यावर खेळवण्याचा प्रयत्न केला. त्याला आपला पुत्र खरोखरच आवडत नव्हता.

''तुझं क्षेमकुशल आहे ना, भगीरथा?''

''मी कुशल आहे, पिताजी.''

''तुझं पंचवटीतील वास्तव्य कसं झालं?''

भगीरथाने भृगुंकडे कटाक्ष टाकला. तो वृद्ध ब्राह्मण कोण असावा, याचे त्याला आश्चर्य वाटत होते. ''ती सहल काही वाईट ठरली नाही, पिताजी. कदाचित आपण विचार करतो, तेवढे नाग लोक काही वाईट नाहीत. आमच्यापैकी काही जण लवकर परतले. प्रभू नीळकंठ नंतर परततील.''

दिलीपा विचारमग्न झाला. तो चकित झाला होता. तो भृगुंकडे वळला.

भगीरथाने आपल्या भुवया उंचावल्या. त्यानंतर तो भृगुंकडे वळला आणि त्याने चटकन मस्तक झुकवून त्यांना नमस्कार केला. ''हे ब्राह्मणा, माझ्या वाईट वर्तणुकीबद्दल मला क्षमा करा. माझ्या पिताजींना पाहिल्यानंतर माझ्या भावना आवरणं मला शक्य झालं नाही.''

भृगुंनी भगीरथाच्या डोळ्यांत खोल रोखून पाहिले.

मी कोण आहे, याविषयी भगीरथाच्या मनात बरीच उत्सुकता आहे. मी त्याची उत्सुकता शमवलेलीच बरी; त्यामुळे कदाचित त्याचं जागृत मन अधिकाधिक

उपयुक्त विचारांकडे वळेल.

"कदाचित मीच तुझी क्षमा मागितली पाहिजे," भृगु म्हणाले. "मी तुला माझी ओळख करून दिली नाही. मी हिमालयात वास्तव्य करणारा एक साधासुधा ऋषि आहे आणि मला भृगु या नावानं ओळखलं जातं."

भगीरथ आश्चर्याने उभा राहिला. तो त्यांना भेटला नसला, तरी भृगु कोण होते, ते अर्थातच त्याला ठाऊक होते. भगीरथाने एक पाऊल पुढे टाकले आणि तो त्यांच्या चरणाजवळ वाकला. त्याने त्यांच्या चरणांना स्पर्श केला.

"महर्षि भृगु, आपल्याला भेटणं हा मी माझा सन्मान समजतो. तुमचे आशीर्वाद मला लाभले, हे मी माझं सुदैव समजतो."

"आयुष्यमान् भव," भृगु म्हणाले.

भगीरथाचे खांदे धरून भृगुंनी त्याला वर उठवले आणि पुन्हा एकदा त्याच्या डोळ्यांत त्यांनी थेट पाहिले.

आपला मूर्ख पिता हा खरा नेता नाही, हे भगीरथाला माहिती आहे. त्याऐवजी मीच खरा नेता आहे, हे तो जाणतो आणि तो भयभीत झाला आहे. छान. म्हणजे आता त्याला आणखी थोडा विचार करायला लावण्याची गरज आहे.

"नीळकंठ सुखरूप आहे, ना?" भृगुंनी विचारले. "सर्वसामान्य लोक ज्याला आमच्या काळातील तारणहार मानतात, त्या व्यक्तीची भेट घेण्याचा आनंद मला अद्याप लाभलेला नाही."

"ते ठीक आहेत, प्रभू," भगीरथ म्हणाला. "आणि त्यांना लाभलेल्या नामाभिधानाला ते अगदी पात्रही आहेत. खरं तर 'महादेव' या नामाभिधानासाठीही ते पात्र असल्याची आमच्यापैकी अनेकांची श्रद्धा आहे."

'म्हणजे भगीरथाला खऱ्या नेत्याची ओळख उघड करायची आहे. वा! स्वारस्यपूर्ण! दिलीपा हा तो नेता नाही, हे ती तिबेटचा असंस्कृत व्यक्ती जाणते. ठीक आहे. मला वाटतंय, त्याहून त्याच्याकडे अधिक बुद्धिमत्ता असावी.'

"वर्तमानकाळातील एखाद्या व्यक्तीला दिलं जाणारं नामाभिधान आणि सन्मान याविषयी आपल्या वंशजांना ठरवू द्यावं, अयोध्येच्या राजकुमारा!" भृगु म्हणाले. "कर्तव्य हे कर्तव्यपूर्तीच्या समाधानासाठीच बजावलं पाहिजे; त्यापोटी मिळणाऱ्या सत्ता आणि संपत्तीसाठी नव्हे. मला वाटतं, की अगदी तुझा नीळकंठही प्रभू वासुदेवाच्या विद्वत्तापूर्ण वचनाशी परिचित असला पाहिजे. प्रभू वासुदेवानं म्हटलं

आहे, की 'कर्मण्ये वाधिकारस्ते मा फलेषु कदाचन.'

''होय. नीळकंठ हे तर हा विचार प्रत्यक्ष जगतातच, महर्षिजी,'' भगीरथ म्हणाला. ''ते स्वतःला कधीच महादेव म्हणवून घेत नाहीत. आम्हीच त्यांना या नावानं हाक मारतो.''

भृगुंनी स्मित केले. ''एवढ्या मोठ्या प्रमाणात निष्ठा मिळवणारा तुमचा नीळकंठ हा खरोखरच महान असला पाहिजे, शूर राजपुत्रा! बरं ते जाऊदे. पंचवटी कशी आहे? त्या भूमीला भेट देण्याचा आनंद मला कधीच प्राप्त झालेला नाही.''

''ती सुंदर नगरी आहे, महर्षिजी.''

'त्यांनी पंचवटीच्या बाह्य भागातच आमच्यावर हल्ला केला....आमची गलबतं नुकतीच तिथून बाहेर पडली होती आणि त्यांच्या सैतानी गलबतांनी आमच्यावर हल्ला केला. ठीक आहे. निदान पंचवटीच्या स्थानाविषयीची आमची माहिती तरी अचूक होती!'

''प्रभू रामाच्या कृपेनं,'' भृगु म्हणाले. ''एके दिवशी मी पंचवटीला भेट देईन.''

''त्यामुळे नागांच्या राणीचा सन्मान होईल, असं मला वाटतं, प्रभू,'' भगीरथ म्हणाला.

भृगुंनी स्मित केले.

'या प्रतिपादनामुळे कालीला एखादी अर्धवट संधी जरी मिळाली; तरी ती मला ठारच मारून टाकेल. दंतकथा बनून गेलेल्या भगवान रुद्राच्या संतापापेक्षाही तिचा संताप अधिक भयावह आहे.'

''परंतु राजकुमार भगीरथ,'' भृगु म्हणाले. ''तू केलेल्या एका घोर अन्यायाविषयी मी तक्रार करू इच्छितो.''

चकीत झालेल्या भगीरथाने आपले हात जोडले आणि तो म्हणाला, ''मी तुम्हाला कोणत्याही प्रकारे दुखावलं असेल, तर त्याबद्दल मी आपली क्षमा मागतो, प्रभू. मी कशा प्रकारे त्याची भरपाई करू शकतो, ते कृपा करून मला सांगा.''

''ती अगदी साधी गोष्ट आहे,'' भृगु म्हणाले. ''सम्राटांच्या कन्येची आणि तिच्या पतीची भेट घेण्याची माझी इच्छा होती. परंतु राजकुमारी आनंदमयीला तू आपल्यासमवेत इकडे आणलंच नाहीस.''

''माझ्या या निष्काळजीपणाबद्दल मी आपली क्षमा मागतो, प्रभू,'' भगीरथ म्हणाला. ''माझ्या आदरणीय पिताजींना नमस्कार करण्यासाठी म्हणूनच मी

घाईघाईनं इकडे आलो, त्यामुळे माझ्या हातून हा प्रमाद घडला. माझ्याशी त्यांची प्रदीर्घ काळ भेट झाली नव्हती. सरलष्करप्रमुख पार्वतेश्वरांसमवेत राजकुमारी आनंदमयीने कर्तव्यनिष्ठेने काशीकडे प्रयाण केलं आहे.''

अचानकच भृगुंचा श्वास रोधला गेला. कारण भगीरथाचे विचार त्यांनी वाचले होते.

'पार्वतेश्वराला तो पक्ष सोडायचा आहे? त्याला मेलुहाला परतण्याची इच्छा आहे?'

''मला वाटतं, परमेश्वराच्या मनात असेल तेव्हाच माझी आणि राजकुमारी आनंदमयीची आणि सरलष्करप्रमुख पार्वतेश्वरांची भेट होईल,'' भृगु म्हणाले.

भृगुंच्या चेहऱ्यावरील स्मितामुळे भगीरथाला अस्वस्थपणा जाणवू लागला.

''ते लवकरच घडेल, अशी आशा करूया, प्रभू,'' भगीरथ म्हणाला. ''आता आपण मला आज्ञा दिली, तर मला इतर काही लोकांना भेटायचं आहे आणि काही अपूर्ण कामांसाठी काशीकडे प्रयाण करायचं आहे.''

दिलीपा काहीतरी बोलणारच होता; तेवढ्यात भृगुंनी आपला हात उंचावला आणि भगीरथाच्या मस्तकावर ठेवला. ''अर्थातच, शूर राजकुमारा. प्रभू रामाचा तुला आशीर्वाद असो!''

''प्रभू, तुम्ही त्याला का जाऊ दिलं?'' भगीरथ कक्षातून बाहेर पडताच दिलीपाने विचारले. ''आपण त्याला पकडू शकलो असतो. त्याच्याकडे चौकशी केल्यावर पंचवटीत नेमकं काय घडलं, ते बाहेर आलं असतं.''

''काय घडलंय, त्याविषयी मला आधीच समजलंय,'' भृगु म्हणाले. ''आपली गलबतं पंचवटीत पोहचलीच होती आणि त्यांनी त्यांच्या पथकातील बऱ्याच लोकांना ठार मारण्यात यशही मिळवलं. परंतु त्यांच्या मुख्य नेत्याला ते ठार मारू शकले नाहीत. शिव अद्यापही जीवित आहे आणि त्यावेळी झालेल्या युद्धात आपली गलबतं नष्ट झाली आहेत.''

''तरीही आपण भगीरथाला निघून जायला परवानगी द्यायला नको होती. त्यांच्या प्रमुख नेत्यांपैकी एकाला आपण कोणतीही दुखापत न करता का जाऊ द्यायचं?''

''मी त्याला दीर्घायुष्याचा आशीर्वाद दिला आहे, महाराज. माझं भाषण असत्य ठरवण्याची इच्छा तुम्हाला नसेल, असं मी गृहीत धरतो.''

"अर्थातच नाही, प्रभू!"

भृगुंनी दिलीपाकडे पाहून स्मित केले. "तुम्ही विचार करता आहात, ते मी जाणतो, महाराज. माझ्यावर विश्वास ठेवा. चतुरंगाच्या डावाप्रमाणेच युद्धातही अनेक चाली खेळल्यानंतर जर मोठा मोहरा जिंकायचा असेल, तर सुरुवातीच्या चालीमध्ये एखाद्या छोट्या मोहऱ्याला सोडावं लागतं."

दिलीपा विचारमग्न झाला. त्याच्या कपाळावर आठ्या पडल्या.

"महाराज, माझा मुद्दा मला आता व्यवस्थितरित्या स्पष्ट करू देत," भृगु म्हणाले. "राजकुमार भगीरथाला अयोध्येत कोणत्याही प्रकारची हानी होता कामा नये. तो दिवसभरातच तुमची नगरी सोडून जाईल, असं मला वाटतंय. भगीरथाच्या या छोट्याशा भेटीमुळे, आपल्याला काहीच सुगावा लागलेला नाही, असं त्यांना वाटलं पाहिजे."

"आज्ञा, प्रभू."

"तातडीनं एक गलबत तयार करा. मला काशीकडे ताबडतोब प्रयाण केलंच पाहिजे."

"आज्ञा, प्रभू."

"मी प्रयागला जाणार असल्याचं माझ्या गलबतावरच्या लोकांना सांगा. मी काशीसाठी प्रयाण करत असल्याची माहिती त्यांना कळता कामा नये. हे लक्षात आलंय का?"

"अर्थातच, प्रभू. या सगळ्या गोष्टींची तातडीनं तजवीज करण्याचा आदेश मी स्यमंतकाला देत आहे."

प्रकरण १५

मगधचा वाद

सुरापद्मनच्या अतिथि कक्षात अंधकाकरवी शिव, सती आणि गोपाल यांना नेण्यात आले. अंधक हा मगधचा बंदर कामकाज मंत्री होता.

तो जाईपर्यंत गोपाळाने प्रतीक्षा केली आणि नंतर तो म्हणाला, ''राजे महेंद्रांच्या राजवाड्याऐवजी सुरापद्मनच्या खाजगी निवासस्थानी आपली व्यवस्था करण्यात आली, ही एक स्वारस्यपूर्ण बाब आहे.''

''आपण आणि त्याचे पिताजी यांच्यातील एकमेव माध्यम म्हणून सुरापद्मनला काम करायचं आहे,'' सती म्हणाली. ''एकमेव मध्यस्थ असल्यामुळे त्याच्या आवश्यकतेनुसार काही निवडक बाबीच राजे महेंद्रांसमोर मांडण्याचं कामही तो करू शकणार आहे. त्यामुळे यशाविषयी मी अधिकच आशादायी बनले आहे.''

''परंतु मला मात्र फारशी आशा वाटत नाही,'' सतीच्या म्हणण्याला विरोध करत शिव म्हणाला. ''मगधमध्ये सुरापद्मनचा हुकूम मोठ्या प्रमाणात चालत आहे, हे निःसंशय सत्य आहे. शिवाय युवराज असल्यामुळे राजमुद्रा वापरण्याचे अधिकारही त्याला आहेत. परंतु तरीही राजकुमार उग्रसेनाच्या हत्येविषयीच्या आपल्या पित्याच्या प्रतिक्रियेला तो डावलू शकणार नाही. कदाचित म्हणूनच त्याला इथे आपल्याशी गुप्तपणे चर्चा करायची असू शकेल.''

''कदाचित,'' गोपाळ म्हणाला, ''म्हणूनच मगधमध्ये आपलं स्वागत

अंधकानं केलं; परंतु राजे महेंद्रांच्या पंतप्रधानानं केलं नसावं.''

''होय,'' शिव म्हणाला. ''अंधक हा सुरापद्मनचा विश्वासू अधिकारी असावा.''

''उत्तम तेच घडेल, अशी आशा तरी करूया,'' सती म्हणाली.

राजकुमाराच्या दरबारात शिव, सती आणि गोपाळ यांनी प्रवेश केल्यावर सुरापद्मन आपल्या राज सिंहासनावरून उठून उभा राहिला. तो नीळकंठाकडे चालत गेला आणि नंतर गुडघ्यावर बसला. त्याने शिवाच्या चरणावर आपले मस्तक ठेवले. ''मला आशीर्वाद द्या, महान नीळकंठा!''

''सुखीनव भव,'' सुरापद्मनच्या मस्तकावर हात ठेवत शिवाने आशीर्वाद दिला.

सुरापद्मनने शिवाकडे वर पाहिले. ''आपल्या संभाषणाचा अंत होईपर्यंत, मला वाटतं, प्रभू आपल्याला मला आनंदाप्रमाणेच विजयाचा आशीर्वादही द्यावा असं वाटेल.'' तो म्हणाला.

शिवाने स्मित केले आणि सुरापद्मनला खांद्याला धरून वर उठवले. ''कृपा करून, आपण मुद्याकडे वळूया. माझ्यासमवेत आलेल्या माझ्या लोकांची मी तुला ओळख करून देतो, राजकुमार सुरापद्मन. ही माझी पत्नी, सती.''

सुरापद्मन खाली वाकला आणि त्याने सतीला अभिवादन केले. तिने विनम्रपणे त्याच्या अभिवादनाचा स्वीकार करून त्यालाही अभिवादन केले.

''आणि हे माझे निकटचे स्नेही आणि वासुदेवांचे प्रमुख गोपाळ,'' शिव म्हणाला.

सुरापद्मनने आदराने नमस्कार केला. त्याचे डोळे विस्फारले होते. ''प्रभू रामाने दया करावी.''

''त्याची प्रार्थना कर,'' गोपाळ म्हणाला. '' तो नक्कीच दया करेल.''

सुरापद्मनने स्मित केले. ''गोपाळजी मला क्षमा करा. दंतकथा बनून गेलेले वासुदेव अद्यापही अस्तित्वात आहेत, असं माझ्या हेरांनी मला आधीही अनेकदा सांगितलं होतं. परंतु निकडीचं संकट उद्भवल्याखेरीज वैश्विक घडामोडींमध्ये ते हस्तक्षेप करत नाहीत, असा माझा समज होता.''

“आताही तसाच दुर्धर प्रसंग आपल्यावर ओढवला आहे, सुरापद्मन,” गोपाळ म्हणाला. “आणि त्यासाठीच प्रभू रामाच्या सर्वच खऱ्या भक्तांनी प्रभू नीळकंठाच्या बाजूने युती केली पाहिजे.”

सुरापद्मन शांत राहिला.

“हे मगधच्या शूर राजपुत्रा, आपण थोडे आरामशीरपणे बसून बोलूया.” शिव म्हणाला.

सुरापद्मन त्यांना राजदरबाराच्या मध्यभागी असलेल्या आसनांकडे घेऊन गेला. ती गोलाकार मांडण्यात आली होती. अंधकाखेरीज मगधच्या मुख्य राजदरबाराचा अन्य कोणताही अधिकृत अधिकारी तिथे नसल्याचे गोपाळाच्या लक्षात आले. अंधक लवकरच मगधच्या लष्कराचा सेनापती बनणार असल्याच्या अफवा बहुधा सत्यच असाव्यात असे दिसत होते. मगधचे इतर दरबारी लोक नीळकंठाला इतके मानत नसावेत, असे अनुमानही त्यावरून काढता येत होते. मगध आणि अयोध्या यांच्यातील पारंपरिक वैर लक्षात घेता, ते नीळकंठाच्या बाजूने युती करतील, असे अनुमानही बांधता येत होते. परंतु उग्रसेनाच्या वधामुळे परिस्थिती बिघडल्याचे जाणवत होते .

“प्रभू, मी आपल्यासाठी काय करू शकतो?” सुरापद्मनने विचारले.

“मी सरळ मुद्यावरच येतो, राजकुमार सुरापद्मन,” शिव म्हणाला. “युद्ध होण्याची शक्यता असल्याचे तुझ्या हुशार हेरांनी तुला याआधीच कळवले असेल.”

सुरापद्मनने मूक राहून मान डोलावली.

“अयोध्येची जाणीवपूर्वक निवड करण्यात आलेली नाही, हेही कदाचित तुला ज्ञात असेल,” गोपाल म्हणाला.

“होय. मला तेही माहिती आहे,” सुरापद्मन म्हणाला. त्याच्या चेहऱ्यावर किंचित स्मित पसरले. “निर्णय न घेणं आणि गोंधळ घालणं या अयोध्येच्या दोन आवडत्या बाबी लक्षात घेता, ते नेमके कोणत्या बाजूने उभे राहतील याविषयी कोणालाही अखेरच्या क्षणापर्यंत कल्पनाच करता येणार नाही.”

सतीने स्मित केले. “आणि तुम्ही काय करायचं ठरवत आहात, शूर राजकुमारा?”

“देवी,” सुरापद्मन म्हणाला, “नीळकंठाच्या दंतकथेवर माझी श्रद्धा आहे.

महादेवाच्या नामाभिधानासाठी प्रभू आत्यंतिक योग्य असल्याचे प्रभूंनी आधीच दाखवून दिलं आहे.''

महान प्रभू रुद्राशी तुलना केल्यामुळे शिव काहीसा अस्वस्थ झाला आणि त्याने आसनावर थोडीशी चुळबुळ केली.

''याशिवाय अयोध्या हा भयानक सर्वाधिपती आहे,'' सुरापद्मन पुढे बोलू लागला. ''स्वद्वीपच्या स्वारस्याचा विचार करता, त्यांना आव्हान दिलं गेलं पाहिजेच आणि फक्त मगधकडेच ती क्षमता आहे.''

''बलाढ्य मगधकडेच अयोध्येशी दोन हात करण्याची क्षमता आहे, हे मला स्पष्ट दिसतंच आहे,'' सती म्हणाली.

''तुम्ही तशी खात्रीच बाळगा, देवी,'' सुरापद्मन म्हणाला. ''नीळकंठांच्या लष्करासोबतच मी असावं अशी निवड मी का करू इच्छितो, याची दोन कारणं मी आपल्याला सांगतो.''

शिव, गोपाळ आणि सती शांत राहिले. त्याच्या संपूर्ण प्रतिपादनानंतर तो अनिवार्य असलेल्या 'परंतु' शब्दावर कधी येईल, याची ते प्रतीक्षा करत राहिले.

''आणि तरीही,'' सुरापद्मन म्हणाला, ''सध्याच्या वातावरणामुळे माझी परिस्थिती काहीशी बिकट बनली आहे.''

शिवाकडे वळून सुरापद्मन बोलू लागला, ''प्रभू, तुम्हाला माझ्या मनातील गुंतागुंतीची कल्पना असेलच. माझा बंधु, उग्रसेन नाग दहशतवाद्यांच्या हल्ल्यात मारला गेला आणि माझ्या पिताजींना त्याचा सूड कोणत्याही परिस्थितीत घ्यायचाच आहे.''

या विषयाची संवेदनशीलता मनात बाळगून शिव हळुवारपणे म्हणाला, ''सुरापद्मन, मला वाटतं, तो प्रसंग...''

''प्रभू,'' सुरापद्मन म्हणाला, ''आपलं बोलणं मध्येच थांबवत असल्याबद्दल कृपया, मला क्षमा करा. परंतु मी सत्य जाणतो.''

''राजकुमार सुरापद्मन, तुला सत्य माहिती असेल, याची मला खात्री नव्हती; अन्यथा तुझी प्रतिक्रिया वेगळी असती.''

सुरापद्मनने स्मित केले. त्याने अंधकाकडे एक कटाक्ष टाकला आणि तो पुढे बोलू लागला, ''प्रभू, अंधकाने आणि मी वैयक्तिकरित्या त्या प्रकरणाचा शोध घेतला. माझा बंधु आणि त्याचे लोक मारले गेलेल्या स्थानाला आम्ही भेट दिली.

आम्हाला त्या घटनेची माहिती आहे.''

सतीने मध्येच विचारले, ''मग का बरं...''

''देवी, मी काय करू शकतो?'' सुरापद्मनने विचारले. ''माझे पिताजी एक दुःखी वृद्ध आहेत. आपला पुत्र अत्यंत उमदा आणि शूर क्षत्रिय होता, याविषयी त्यांची ठाम खात्री आहे. नागांच्या भ्याड हल्ल्यापासून आपल्या राज्याचं संरक्षण करताना तो मारला गेला, अशीच त्यांनी आपली समजूत करून घेतली आहे. मी त्यांना सत्य कसं काय सांगू शकेन? थोड्याशा धनापोटी तुमचा पुत्र एका छोट्याशा मुलाचं अपहरण करू पहात होता. शर्यतीत भाग घेणारा आणि त्यासाठी वाटेल ते करणारा तो एक अपराधी होता, हे मी त्यांना कोणत्या शब्दांत सांगू? आपल्या स्वतःच्या पुत्राचं रक्षण करणाऱ्या मातेचा वध करण्याचा प्रयत्न माझ्या या महान बंधुनं केला होता, असं मी त्यांना सांगू का? त्यांच्या मुलाच्या दुष्टपणातून, खलनायकीपणातून त्या मातेची आणि तिच्या पुत्राची सुटका करणारा तो नागच खराखुरा महान नायक होता आणि आपल्याच प्रजेचा छळ करणाऱ्या तुमच्या पुत्राच्या तावडीतून तुमच्या प्रजेला त्यानंच वाचवलं, असं मी त्यांना सांगू का? आणि समजा, मी त्यांना हे सांगितले, तर ते माझं हे म्हणणं ऐकून घेतील असं तुम्हाला वाटतं का?''

''सत्यामध्ये उमदेपणा असतो,'' सती म्हणाली. ''ते कितीही कटू वाटलं तरीही, सत्य सत्यच असतं.''

सुरापद्मन हळुवारपणे हसला. ''हे मेलुहा नाही, देवी. मेलुहावासीयांच्या सत्याविषयीच्या भक्तीला इथे विचारांचा कट्टरपणा समजलं जातं. एकाच वेळी अस्तित्वात असलेल्या कित्येक पर्यायी सत्यांमधून चंद्रवंशी लोक एकाची निवड करण्यास प्राधान्य देतात.''

सती मौन राहिली.

सुरापद्मन शिवाकडे वळला. ''प्रभू, माझ्या पिताजींचा असा समज आहे, की सिंहासनावर बसण्यासाठी उतावळी झालेली मी एक युद्धपिपासू महत्त्वाकांक्षी व्यक्ती आहे. माझ्या ज्येष्ठ बंधुविषयी त्यांचं मत अधिक चांगलं होतं. त्यांच्या दृष्टिकोनातून तो अधिक योग्य होता. माझ्या उद्दिष्टपूर्तीसाठी उग्रसेनाचा वध मी घडवून आणला आहे, असं त्यांना वाटतं,'' सुरापद्मन म्हणाला.

''परंतु तसं घडलेलं नाही, याची मला खात्री आहे,'' शिव म्हणाला. ''शिवाय

तुम्ही त्यांचे एक सक्षम पुत्र आहात.''

''अत्यंत आत्मविश्वासू व्यक्तीच दुसऱ्याच्या गुणांची, बुद्धीची प्रशंसा करू शकते, प्रभू,'' सुरापद्मन म्हणाला. ''आपल्या स्वतःच्या मुलांविषयीही बोलण्याची वेळ येते, तेव्हाही हीच बाब सत्य ठरते. खरं बोलायचं झालं, तर सिंहासनावर बसण्याचा माझा मार्ग एक प्रकारे नाग लोकांनीच निष्कंटक बनवला. त्यामुळे आता फक्त माझ्या पिताजींच्या मृत्यूची प्रतीक्षा करणं एवढंच माझ्या हाती उरलं आहे. मला वारस म्हणून घोषित न करता दुसऱ्याच एखाद्या नातेवाईकाला त्यांनी वारस म्हणून घोषित करू नये, यासाठी त्यांना रोखणं हे माझं आणखी एक कार्य आहे. अशा परिस्थितीत, त्यांच्या लाडक्या पुत्राचा वध करणाऱ्या त्या 'सैतानी' नागाचं कृत्य पूर्णपणे न्याय्य होतं, असं मी त्यांना सांगितलं, तर इतिहासात माझी गणना कदाचित सर्वाधिक मूर्ख राजकुमार म्हणून केली जाईल.''

गोपाळाने किंचित स्मित केले. ''याचा अर्थ आपण आता एका पेचप्रसंगातून जात आहोत, सुरापद्मन. आता आपण काय केलं पाहिजे?''

सुरापद्मनने आपले डोळे बारीक केले. ''मला फक्त एक नाग व्यक्ती द्या.''

''मी ते करू शकणार नाही,'' शिव म्हणाला.

''प्रभू, ज्यानं उग्रसेनाचा वध केला, त्या नाग व्यक्तीला माझ्या सुपूर्द करा, असं मी म्हणत नाही,'' सुरापद्मन म्हणाला. ''ती कोणीतरी खूपच महत्त्वाची व्यक्ती असावी, असा माझा तर्क आहे. मी फक्त तुमच्याकडे कोणत्याही एका नाग व्यक्तीची मागणी करत आहे. कोणीही! उग्रसेनाचा वध करणारी व्यक्ती म्हणून मी त्या नागाला पिताजींसमोर उभा करेन आणि आम्ही त्याचं मुंडकं उडवू. माझे पिताजी आनंदाने संन्यास घेतील आणि माझ्या बंधुच्या आत्म्यासाठी प्रार्थना करण्यात काल व्यतीत करतील आणि मग मगधच्या सर्व स्त्रोतांसह आणि विशाल सेनेसह मी आपल्या बाजूने उभा राहीन. ब्रंग लोक तर तुमच्यासमवेत आहेतच, हे मी जाणतो. ब्रंग आणि मगध जर एकत्रितपणे तुम्हाला मदत करत असतील, तर विजय आपलाच असेल. प्रभू तुम्ही युद्ध जिंकू शकाल आणि सैतानाचा विनाश घडून येईल. त्यामुळे एखाद्या क्षुल्लक नाग व्यक्तीचा बळी देणं एवढी एकच गोष्ट तुम्हाला करावी लागेल, प्रभू. नाही तरी आपल्या पूर्वजन्मीच्या पापांची शिक्षा तो भोगतोच आहे. आपण त्याला एखादं तरी सत्कर्म करण्याची संधी देत आहोत. तुमचं काय म्हणणं आहे प्रभू?''

विचार करण्यासाठी शिवाला एका क्षणाचाही विलंब लागला नाही. तो म्हणाला, ''मी हे करू शकत नाही.''

''प्रभू...''

''मी हे करणार नाही.''

''परंतु...''

''नाही....''

आपल्या सिंहासनावर सुरापद्मन मागे रेलून बसला. ''आपण खरोखरच कोंडीत सापडलो आहोत, महान वासुदेवा. ज्या सैन्यात नाग लोकांचा समावेश आहे, त्या सैन्याशी युती करून लढण्यास माझे पिताजी मला परवानगी देणार नाहीत. निदान आपण त्यांचा सूडाग्नी शांत करेपर्यंत तरी!''

गोपाळाने काहीही प्रतिसाद देण्याआधीच शिव म्हणाला, ''तुम्ही कोणतीच बाजू घेतली नाही, तर काय होईल?''

सुरापद्मन विचारात पडला. तो कुतूहलाने पाहू लागला.

''आपण उदासिन राहण्याविषयी, कोणत्याही बाजूला न झुकण्याविषयी तुमच्या पिताजींची समजूत घाला,'' शिव म्हणाला, ''अयोध्येशी युद्ध करण्यासाठी माझ्या गलबतांना तुमच्या नदीतून जाण्याची परवानगी द्या. आम्ही त्यांना हरवू शकलो, तर तुमचा पहिल्या क्रमांकाचा शत्रू नामोहरम होईल. त्यांनी आमचा पराजय केला, तर नागांचा समावेश असलेलं आमचं सैन्य पराभूत होईल. त्यामुळे आपल्या कल्पनाशक्तीप्रमाणे उर्वरित गोष्टींत तुम्ही रंग भरू शकता. म्हणजे दोन्ही बाजूंनी विचार केला, तरी विजय तुमचाच असेल.''

सुरापद्मनने स्मित केले. ''ही नक्कीच एक आकर्षक योजना आहे,'' तो म्हणाला.

— ☥◉Ʊ⚥⊕ —

काशीत नुकतेच आगमन झालेल्या पार्वतेश्वर आणि आनंदमयी यांच्या निवासाची सोय काशीच्या भव्य राजप्रासादातील स्वतंत्र बाजूला असलेल्या भागात करण्यात आली होती. वीरभद्र आणि गण यांची भेट घेण्यासाठी आनंदमयी आणि आयुर्वती रवाना झाल्या होत्या.

थोड्याच अंतरावरून वाहणाऱ्या गंगेच्या प्रवाहाकडे पहात मेलुहाचा सरलष्करप्रमुख कक्षाच्या गच्चीत बसला होता.

''महाराज,'' द्वारपालाने हाक मारली.

पार्वतेश्वर त्याच्याकडे वळला आणि म्हणाला, ''बोल?''

''एका दूताने आपल्यासाठी एक संदेशपत्र आणलं आहे.''

''माझ्याकडे दे ते!''

''आज्ञा महाराज.''

द्वारपाल आत आल्यावर पार्वतेश्वराने त्याला विचारले, ''हे संदेशपत्र कोणी आणलं आहे?''

''राजप्रासादाच्या प्रमुख द्वारपालाने, महाराज.''

पार्वतेश्वराच्या भुवया उंचावल्या गेल्या. ''बाहेरच्या व्यक्तीला आत संदेश धाडण्याची परवानगी मिळता कामा नये, नाही का? राजप्रासादाच्या द्वारपालाकडून हा संदेश कोणी धाडला आहे, एवढंच मला जाणून घ्यायचं होतं.''

द्वारपाल आता विमनस्क झाल्यासारखा दिसत होता. ''ते मला कसं काय माहीत असेल, महाराज?'' तो कसाबसा म्हणाला.

पार्वतेश्वराने उसासा सोडला. यंत्रणा आणि प्रक्रिया या दोन्ही गोष्टींचे या स्वद्वीपवासीयांना भानच नसते, असा विचार त्याच्या मनात चमकून गेला. आतापर्यंत शत्रूने त्यांच्या प्रमुख यंत्रणा कशा काय ताब्यात घेतल्या नव्हत्या, हेच एक आश्चर्य होते. व्यवस्थितपणे मोहरबंद केलेले ताडपत्रीचे ते संदेशपत्र त्याने द्वारपालाकडून घेतले आणि हातानेच द्वारपालाला निघून जाण्याची खूण केली. त्या मोहरेवरचे चिन्ह पार्वतेश्वराला ओळखता आले नाही. एखाद्या ताऱ्यासारखे ते चिन्ह दिसत होते. प्राचीन ज्योतिषशास्त्राच्या तक्त्यांमध्ये तशा स्वरूपाचे चिन्ह वापरले जात असे. त्याने आपले खांदे उडवले आणि संदेशपत्र उघडले. त्यातील संदेशामुळे तो चकित झाला. मेलुहाच्या प्रमाणित लष्करी सांकेतिक भाषेत तो संदेश लिहिलेला होता. सूर्यवंशींच्या ज्येष्ठ सेनाधिकाऱ्यांकडून त्याचा वापर केला जात असे. युद्धाच्या काळातील सर्वोच्च गुप्त संदेशांसाठी तो संदेश वापरला जात असे. इतर सर्वांच्या दृष्टीने मात्र त्या संदेशातील शब्द अगदीच निरर्थक असत.

'महाराज पार्वतेश्वर, आता मेलुहाविषयीची तुमची निष्ठा सिद्ध करण्याची वेळ आली आहे. तृतीय प्रहराच्या अखेरीस संकट मोचन मंदिराच्या मागच्या बाजूला

असलेल्या बागेत मला भेटा. एकटेच या.'

पार्वतेश्वराने आपला श्वास रोखून धरला. त्याने अंतःप्रेरणेनेच दरवाजाकडे पाहिले. तिथे कोणीच नव्हते. आपल्या कमरेला बांधलेल्या शेल्याच्या कप्प्यात त्याने ते संदेशपत्र ठेवून दिले.

आपण काय केले पाहिजे, हे तो जाणून होता.

— ☥◉ʊ♀⊕ —

संकट मोचन मंदिरात रोजच सकाळच्या वातावरणात घंटाध्वनी. ढोलाचे आणि प्रार्थनांचे आवाज आणि मंत्रोच्चारांचे स्वर उमटत असत. हनुमानाला अशा प्रकारे निद्रेतून जागे करून भक्त भजन गात असत. प्रभू रामाला जागे करण्यासाठीही प्रभू हनुमंत अशाच प्रकारे भजन गात असे. साग्रसंगीत पूजा झाल्यानंतर विष्णुच्या सातव्या अवताराच्या दर्शनासाठी तो निघत असे. पहाटेचा तो उत्साह संध्याकाळच्या नीरव शांततेत मात्र हरवून गेलेला असे. त्या दिवशी संध्याकाळच्या वेळीच पार्वतेश्वर भराभरा चालत त्या पवित्र मंदिरात पोहचला.

पार्वतेश्वराने मागे वळून पाहिले. आपला कोणीही पाठलाग करत नसल्याची खात्री त्याने करून घेतली. त्यानंतर मंदिराच्या मागच्या बाजूला असलेल्या बगीचाकडे तो चपळाईने गेला. तिथे शांतता होती. बगीचाच्या दूरवरच्या टोकाला असलेल्या वृक्षाकडे तो गेला आणि त्याला टेकून बसला.

"तुम्ही कसे आहात सरलष्करप्रमुख?" एका विनम्र, हळुवार आवाजातील प्रश्न त्याच्या कानांवर पडला.

पार्वतेश्वराने वर पाहिले. "तुम्हाला भेटण्यापेक्षाही आणखी खूप चांगल्या गोष्टी मी करू शकलो असतो," तो म्हणाला.

"तुम्ही एकटेच आला आहात ना?"

"मी एकटाच नसतो, तर इथे आलोच नसतो."

काही काळ तिथे शांतता पसरली.

तिथून निघून जाण्यासाठी पार्वतेश्वर उठून उभा राहिला. "तुम्ही जर खरे मेलुहावासी असाल, तर मेलुहावासी कधीच असत्य भाषण करत नाहीत, हे तुम्हाला ठाऊक असलंच पाहिजे."

''थांबा, सरलष्करप्रमुख,'' भृगु म्हणाले आणि तिथे पसरलेल्या सावल्यांमधून ते प्रकट झाले.

पार्वतेश्वर सुन्न झाला. सप्तर्षिंच्या उत्तराधिकाऱ्याला त्याने ओळखले होते. प्रचंड प्रभावी असूनही मेलुहाच्या कामकाजात भृगु कधीच हस्तक्षेप करत नसत, हे त्याला ज्ञात होते. ऐहिक जगातील घटनांमध्ये भृगु गुंतले असल्यावर विश्वास ठेवणे त्याच्यासाठी कर्मकठीण होते.

''तुम्हाला समोरासमोर भेटण्यासाठी मी मोठाच धोका पत्करला आहे,'' भृगु स्मित करत म्हणाले. ''त्यामुळे तुम्ही एकटेच आहात याविषयी खात्री करून घेणे मला भागच होते.''

''महर्षिजी, तुम्ही इथं काय करत आहात?'' पार्वतेश्वराने त्या महान ऋषिंसमोर नतमस्तक होत विचारले.

''ज्याप्रमाणे तुम्ही तुमचं कर्तव्य पालन करत आहात, त्याप्रमाणेच मीही माझं कर्तव्यपालन करत आहे.''

''परंतु ऐहिक गोष्टींमध्ये तुम्ही कधीच हस्तक्षेप करत नाही.''

''मी हस्तक्षेप करतो,'' भृगु म्हणाले. ''परंतु फक्त काही क्वचित प्रसंगीच मी तसे करतो आणि हाही तसाच एक दुर्मीळ प्रसंग आहे.''

पार्वतेश्वर स्तब्ध राहिला. 'म्हणजे भृगु हेच खरे नेते आहेत तर! पंचवटीच्या बाह्य परिसरातील प्रभू शिवांच्या पथकावर हल्ला करण्यासाठी त्यांनीच मेलुहा-अयोध्येच्या संयुक्त सेनेला धाडलं होतं.' महर्षि भृगुंविषयी पार्वतेश्वराच्या मनात असलेला आदर रसातळाला पोहचला होता. म्हणजे ते महान ऋषिही अखेरीस मानवच होते!

''आपण काय केलं पाहिजे, ते तुम्हाला आधीच माहिती आहे,'' भृगु म्हणाले. ''तुमच्या प्रिय मातृभूमीवर हल्ला करण्यासाठी तुम्ही त्या तोतया नीळकंठाला पाठिंबा देणार नाही, हे मला माहिती आहे.''

पार्वतेश्वराच्या अंग क्रोधाने ताठरले. ''प्रभू शिव हे तोतया नाहीत! प्रभू रामानंतर या पृथ्वीतलावर अवतरलेली ती एक महान विभूती आहे!''

आश्चर्यचकित झालेले भृगु एक पाऊल मागे सरकले. ''म्हणजे माझी कल्पना चुकीची होती तर! कदाचित मला वाटत होतं, तेवढं तुमचं मेलुहावर प्रेम नसेल.''

''महर्षि भृगु, मी मेलुहासाठी मृत्यू पत्करण्यासही सज्ज आहे,'' पार्वतेश्वर

म्हणाला. ''कारण तसं करणं हे माझं कर्तव्य आहे. परंतु त्यामुळे प्रभू नीळकंठांना मी तुच्छ लेखेन असं समजण्याची चूक करू नका. ते माझे जिवंत देव आहेत.''

भृगुंच्या कपाळावर आठ्या पडल्या. ते विचारमग्न झाले; खरे तर त्यांना खूपच आश्चर्य वाटले होते. त्यांनी पार्वतेश्वराच्या डोळ्यांत रोखून पाहिले. सहसा आपली जिवणी घट्ट मिटून घेत असलेल्या त्या महर्षिंचे तोंड आश्चर्यामुळे किंचित वासले गेले. आपल्या विचारांत आणि उक्तीत फरक न करणाऱ्या क्वचितच आढळणाऱ्या व्यक्तीशी आपण बोलत असल्याचे त्यांच्या लक्षात आले. भृगुंनी आपला पवित्रा बदलला आणि ते त्याच्याशी आदरपूर्वक बोलू लागले. ''महान सरलष्करप्रमुख, मला क्षमा करा. तुम्हाला दिला जाणारा आदर न्याय्यच असल्याचं माझ्या लक्षात आलं आहे. माझा तुमच्याविषयी गैरसमज झाला होता. काही वेळा जगाच्या ढोंगीपणामुळे क्वचितच आढळणाऱ्या प्रामाणिक व्यक्तीशीही आपण सावधपणेच बोलत असतो.''

पार्वतेश्वर स्तब्ध राहिला.

''तुम्ही मेलुहासाठी युद्ध कराल का?'' भृगुंनी विचारले.

''माझ्या अखेरच्या श्वासापर्यंत मी लढेन,'' पार्वतेश्वर पुटपुटला. ''परंतु प्रभू रामाच्या नियमांप्रमाणे, कायद्यांनुसारच मी लढेन.''

''अर्थातच.''

''आपण युद्धाच्या नियमांचा भंग करणार नाही.''

भृगुंनी हळुवारपणे मान डोलावली.

''महर्षिजी, मी तुम्हाला एक गोष्ट सुचवू इच्छितो,'' पार्वतेश्वर म्हणाला. ''तुम्ही मेलुहाला परत जावं. काही सप्ताहांनंतर मीही तिकडे येईन.''

''सरलष्करप्रमुख, इथे राहणं सूज्ञपणाचं नाही,'' भृगु म्हणाले. ''तुम्हाला काही झालं, तर मेलुहावर त्याचे भयंकर दुष्परिणाम होतील. तुमच्या लष्कराला एका चांगल्या नेतृत्त्वाची आवश्यकता आहे.''

''माझ्या प्रभूंची परवानगी घेतल्याखेरीज मी इथून निघू शकणार नाही.''

त्याचे म्हणणे योग्य असल्याचे भृगुंना वाटत नव्हते. ''एक क्षणभर थांबा! मला एक सांगा, की तुम्ही नीळकंठाची आज्ञा घेतल्याखेरीज इथून निघणार नाही, असं तुम्हाला म्हणायचं आहे?''

'तोतया नीळकंठ' असा उल्लेख करण्याचे त्यांनी जाणीवपूर्वक टाळले होते.

“होय,” पार्वतेश्वराने उत्तर दिले.

“परंतु इथून जाण्याची परवानगी ते तुम्हाला का देतील?”

“ते मला परवानगी देतील की नाही, ते मला माहिती नाही. परंतु त्यांच्या परवानगीखेरीज मी इथून हलणार नाही.”

भृगु काळजीपूर्वक बोलू लागले, “महाराज पार्वतेश्वर, परिस्थितीचं गांभीर्य तुमच्या ध्यानात पुरेसं आलेलं नसावं, असं मला वाटतं. त्यांच्या शत्रूसैन्याचं नेतृत्त्व करण्यासाठी तुम्ही निघाला आहात, असं जर तुम्ही नीळकंठाला सांगितलं, तर ते तुम्हाला ठार मारतील.”

“नाही. ते तसं करणार नाहीत. परंतु समजा, त्यांनी तसं करण्याचा निर्णय घेतलाच, तर ते माझं नशीब असेल.”

“माझे शब्द तुम्हाला कदाचित कठोर वाटतील, त्याबद्दल मला क्षमा करा, परंतु हा तर निव्वळ मूर्खपणा झाला.”

“नाही. हा मूर्खपणा नाही. आपल्या देवाला सोडून जाण्याचा निर्णय घेणारा भक्त हेच करतो.”

“परंतु...”

“प्रभू भृगु, प्रभू शिवांना तुम्ही कधीच भेटला नाहीत, त्यामुळेच तुम्हाला हा निर्णय खटकतो आहे. त्यांचे सहकारी भीतीपोटी त्यांचं आज्ञापालन करत नाहीत. त्यांच्या जीवनातील सर्वाधिक स्फूर्तिदायक व्यक्तीला ते भेटलेले असतात, म्हणूनच ते त्यांचं आज्ञापालन मोठ्या आनंदाने, अंतःकरणपूर्वक करतात. माझ्या नियतीने मला त्यांच्या विरोधकाच्या भूमिकेत जबरदस्तीनं नेऊन बसवलं आहे. त्यामुळे माझं अंतःकरण शतशः विदीर्ण होत आहे. मी जे केलंच पाहिजे, ते करण्याचं सामर्थ्य मला लाभावं, यासाठी त्यांच्या आशीर्वादाची आणि परवानगीची मला आत्यंतिक आवश्यकता आहे.”

भृगुंनी हळुवारपणे मान डोलावली. एवढा आदर मिळवणाऱ्या व्यक्तीविषयी त्यांना वाटत असलेली किंचितशी असूया त्यांच्या त्या कृतीतून स्पष्टपणे डोकावत होती. ‘एवढी निष्ठा मिळवणारा नीळकंठ ही नक्कीच कोणीतरी खास व्यक्ती असली पाहिजे.’

“ते फक्त कोणी खास व्यक्ती नाहीत, महर्षिजी. ते जिवंत देव आहेत.”

प्रकरण १६

गुपितांची उकल

''आपण आपली उद्दिष्टपूर्ती केली आहे, असं मला वाटतं,'' सती म्हणाली. सुरापद्मनच्या राजवाड्यातील त्यांच्या कक्षात गोपाळ, सती आणि शिव बसले होते. आपल्या सदिच्छेचे प्रतीक म्हणून सुरापद्मनने त्यांना आणखी काही दिवस आपल्या राज्यात राहण्याचा आग्रह केला होता. त्या कालात शिवाच्या सैन्यासाठी तो काही उत्तम शस्त्रे तयार करून त्यांना देणार होता.

''होय, मलाही तसंच वाटतं,'' गोपाळ म्हणाला. ''सुरापद्मनने आपल्याला देऊ केलेली शस्त्रास्त्रं ही सहजगत्या दिल्यासारखी वाटत असली, तरीही त्यामुळे त्याने आपल्याशी युती केल्याचंच ते प्रतीक आहे.''

''परंतु आतापर्यंत मगधच्या राजदरबारातील इतर कोणीही आपली भेट घेतलेली नाही,'' शिव म्हणाला. ''राजा महेंद्राने सुरापद्मनला एखादा मूर्ख निर्णय घेण्यास भाग पाडू नये, एवढीच माझी इच्छा आहे.''

''अयोध्येला जाणारी आपली गलबतं तो कदाचित रोखेल, असं तुम्हाला वाटतं का?'' गोपाळाने विचारले.

''मला त्याविषयी खात्रीपूर्वक सांगता येणार नाही,'' शिव म्हणाला. ''बहुतेक तो आपल्याशी सहकार्य करेलच, असं मला वाटतं; परंतु त्याचे पिताजी यावर कशी प्रतिक्रिया व्यक्त करतील, त्यावर ते अवलंबून राहील.''

“उत्तम तेच होईल, अशी आशा तरी करूया,” सती म्हणाली.

“पंडितजी, माझ्या जाहीरनाम्याचं काय झालं?”

“आतापासून काही आठवड्यांतच तो पूर्णपणे तयार करून वितरित केला जाईल,” गोपाळ म्हणाला. “त्याविषयीच्या जनतेच्या आणि सरदार व उच्च अधिकाऱ्यांच्या प्रतिक्रियाविषयी देशभरातील वासुदेव पंडित आपल्याला सातत्याने ताजी माहिती पुरवत राहतील.”

“परंतु वासुदेव पंडित सापडले तर?”

“नाही. ते सापडणार नाहीत. वासुदेवांच्या जमातीने नीळकंठाशी युती केली आहे, हे राजेरजवाड्याना कदाचित समजून चुकेलही; परंतु त्यांच्या राज्यातील वासुदेवांना ते चुकूनही ओळखू शकणार नाहीत.”

शिवाने दीर्घ काळ रोखून धरलेला श्वास सोडला. “आणि अशा प्रकारे आता प्रारंभ तरी होईल.” तो म्हणाला.

त्या दिवशी संध्याकाळी उशीराच भगीरथ काशीमध्ये पोहचला आणि त्याने थेट राजवाड्याकडे प्रयाण केले. सुरापद्मनशी युती करण्यासाठी बोलणी करण्यासाठी शिव मगधला गेल्याचे त्याला तिथे पोहचल्यावर समजले. त्यामुळे गणेश आणि कार्तिक यांना भगीरथ भेटला आणि त्याने आपल्या अयोध्या भेटीचे वृत्त त्यांना सांगितले.

“अयोध्येच्या लोकांकडे आणखी एक योजना असल्याचं दिसतं,” भगीरथ म्हणाला, “गंगेतून वरच्या दिशेने मेलुहाकडे जाताना मगधकडून त्यांनी गलबतं रोखली जातील, अशी त्यांची अपेक्षा असल्याचं जाणवतं. म्हणून अरण्यातून मार्गक्रमण करण्याचा त्यांचा विचार आहे. त्यांचे सैन्य वायव्येकडून धर्माखेतकडे कूच करेल. तिथून गंगा पार करून मेलुहाकडे जाण्यासाठी ते मेलुहाने बांधलेल्या नवीन मार्गाचा वापर करतील.”

“ही सरळ सरळ तर्काधिष्ठीत बाब आहे,” गणेश म्हणाला. “परंतु त्यामुळे त्यांची गती मंद होईल. ती निबिड अरण्यं पार करून मेलुहामध्ये पोहचण्यास त्यांना कित्येक महिने लागू शकतील. ते तिथे पोहचेपर्यंत कदाचित युद्ध समाप्तही

झालेलं असू शकेल.''

भगीरथानेही ते मान्य केले. ''सत्य आहे.'' तो म्हणाला.

गणेश पुढे झुकला. ''परंतु मला वाटतं, की तुम्हाला अधिक काहीतरी सांगायचं आहे,'' तो म्हणाला.

भगीरथाच्या मनात आता ते गुपित राहू शकत नव्हते. तो म्हणाला, ''आपल्या शत्रूंचं नेतृत्त्व करणाऱ्या व्यक्तीची ओळख मला पटली आहे.''

''महर्षि भृगु?'' कार्तिकाने विचारले.

भगीरथ बुचकळ्यात पडला. ''हे तुला कसं काय माहिती आहे?''

''पिताजींच्या सखा, मित्र असलेल्या वासुदेवानं ते आम्हाला सांगितलं,'' गणेश म्हणाला.

दंतकथा बनून गेलेल्या वासुदेवांविषयी भगीरथाने बऱ्याच गोष्टी ऐकल्या होत्या. ''वासुदेव खरोखरच अस्तित्त्वात आहेत का?'' त्याने विचारले.

''होय. ते आहेत, शूर राजपुत्रा,'' कार्तिक म्हणाला.

भगीरथाने स्मित केले. ''त्यांच्यासारखे मित्र असतील, तर माझ्यासारख्या भक्तांची, अनुयायांची भगवान शिवांना काहीच आवश्यकता नाही.''

गणेश हसला. ''वासुदेव खरोखरच मुख्य सूत्रधाराची ओळख प्रकट करतील, अशी तुमची सूचना मान्य केल्याच्या वेळी त्यांना माहिती नव्हती.''

''अर्थातच,'' भगीरथ म्हणाला. ''परंतु किमानपक्षी आता आपल्याला ते अयोध्येच्या वायव्येकडच्या निबिड अरण्यांमधून मेलुहाकडे जाण्यासाठी कूच करणार आहेत, ही त्यांची योजना तरी समजली आहे.''

''होय, ती अत्यंत उपयुक्त माहिती आहे, भगीरथ,'' गणेश म्हणाला.

कार्तिक अचानक उठून बसला. ''राजकुमार भगीरथ, महर्षि भृगुंशी तुमची वैयक्तिकरित्या भेट झाली का?''

''होय.''

कार्तिकाने चिंताग्रस्तपणे गणेशाकडे नजर टाकली.

''काय झालं?'' भगीरथाने विचारले.

''तुमच्याशी संभाषण करताना त्यांनी तुमच्या डोळ्यांत रोखून पाहिलं का, भगीरथ?'' गणेशाने विचारले.

''परंतु ते जर माझ्याशी संभाषण करत असतील, तर ते माझ्या डोळ्यांऐवजी

अन्यत्र का बरं पाहतील?''

कार्तिकाने छताकडे पाहिले. ''प्रभू रामाने कृपा करावी!'' तो उद्गारला.

''का? काय झालं?'' भगीरथाने विचारले.

''तुमच्या डोळ्यांत पाहून महर्षि भृगु तुमचं मन वाचू शकतात, असं आम्हाला सांगितलं गेलं आहे,'' कार्तिक म्हणाला.

''काय? ते तर अशक्य आहे!''

''ते सप्तर्षिंचे उत्तराधिकारी आहेत, भगीरथ,'' गणेश म्हणाला. ''त्यांच्यासाठी अगदी अशक्य अशा अल्प गोष्टीच आहेत. त्यांनी जर तुमच्या डोळ्यांत खोलवर डोकावून पाहिलं असेल, तर त्यांनी तुमच्या जागृत मनातील विचार नक्कीच वाचले असण्याची शक्यता आहे. त्यामुळे आपल्या योजनांविषयीची अत्यंत संवेदनक्षम माहिती त्यांनी जाणून घेतली असेल.''

''हे बरं आहे! चांगलेच महर्षि आहेत ते!'' भगीरथ पुटपुटला.

''प्रभू भृगुंसमवेत संभाषण करत असताना तुमच्या मनात कोणकोणते विचार आले होते, त्याचं तुम्ही जरा सविस्तरपणानं आणि काळजीपूर्वक स्मरण करा बरं,'' गणेश म्हणाला.

''मी त्यांच्याशी बोललो, की....''

कार्तिकाने भगीरथाला मध्येच थांबवले.

''तुम्ही काय संभाषण केलंत, त्याने काहीच फरक पडणार नाही. त्यावेळी तुमच्या मनात कोणते विचार होते, ते महत्त्वाचं आहे.''

भगीरथाने आपले डोळे मिटून घेतले आणि तो आपल्या संभाषणाचे स्मरण करण्याचा प्रयत्न करू लागला. ''माझे मूर्ख वडील या कटाचे खरे सूत्रधार असणं शक्य नाही.''

''ते काही गुपित नाही,'' गणेश म्हणाला. ''आणखी तुम्ही कोणता विचार केला होता?''

''ज्यावेळी भृगु हेच कटाचे खरे सूत्रधार असल्याचं माझ्या मनात आलं, त्यावेळी मी भयभीत झालो होतो.''

''तुमच्या मनातील भीती त्यांना समजू नये, असाच आदर्श विचार माझ्या मनात आला असता. परंतु त्यानेही फारसं काही बिघडत नाही.''

''खऱ्या सूत्रधाराची ओळख पटवण्यासाठी भगवान शिवाने मला अयोध्येला

धाडलं आहे, असा विचार माझ्या मनात डोकावून गेला होता.''

''खरं तर,'' गणेश म्हणाला, ''शत्रूला समजला तरीही हासुद्धा काही फारसा धोकादायक विचार नाही.''

भगीरथ पुढे सांगू लागला. ''मेलुहा–अयोध्या यांनी युती करून पंचवटीमध्ये आपल्यावर कसा हल्ला केला आणि आपण तो कसा परतवून लावला याविषयीही मी विचार केला.''

गणेशाने मनातल्या मनात त्याला शिव्याशाप दिले.

भगीरथाने क्षमायाचना केल्याप्रमाणे गणेशाकडे पाहिले. ''म्हणजे पंचवटीतील त्यांचा हल्ला आपण कसा परतवून लावला, याविषयी महर्षि भृगुंना सारं काही ज्ञात झालं...मला क्षमा करा, प्रभू गणेश!''

कार्तिकाने भगीरथाच्या हातावर थोपटले. ''राजकुमार भगीरथ, तुम्ही काही हे जाणीवपूर्वक केलेलं नाही. याशिवाय आणखी काही?''

''हे प्रभू रुद्रा!'' भगीरथ पुटपुटला.

गणेशाने आपले डोळे बारीक केले. ''काय?''

''पार्वतेश्वर मेलुहात परत जाऊ इच्छितात, असा विचारही माझ्या मनात येऊन गेला,'' भगीरथ म्हणाला.

कार्तिकाने आपले मस्तक हातात गच्च पकडले; तर गणेशाचा श्वासही रोधला गेला.

''आता काय करायचं दादा?'' कार्तिकाने विचारले.

''कार्तिक, मावशीला इकडं पाचारण कर,'' गणेश म्हणाला. नागांच्या राणीला, कालीला बोलावून आणण्याचा आदेश त्याने आपल्या कनिष्ठ बंधुला दिला होता. ''आपल्याला काय करायचं आहे, ते माहिती आहे. परंतु पिताजींचा क्रोध भयंकर असेल. त्याला मावशीच तोंड देऊ शकेल. तिलाही आपलं म्हणणं मान्य आहे का, ते तीच सांगू शकेल.''

कार्तिक तातडीने कक्षातून बाहेर गेला.

धक्का बसलेला भगीरथ गणेशाकडे एकटक पहात होता. ''मला ज्याची भीती वाटते, आहे, त्याचाच विचार तुम्ही करता आहात का?''

''आता आपल्याकडे काही पर्याय उरला आहे का, भगीरथ? महर्षि भृगु आता कोणतीही संधी साधून प्राधान्याने पार्वतेश्वरांशी संपर्क साधण्याचा प्रयत्न करतील

आणि त्यांना आपल्याकडे नेण्याचा प्रयत्न करतील.''

''गणेश, पार्वतेश्वर माझ्या भगिनीचे पती आहेत. आपण त्यांना ठार मारू शकणार नाही.''

गणेशाने संतप्तपणे हात उंचावला. ''त्यांना ठार मारणं? भगीरथ, तुम्ही हे काय बोलता आहात?''

भगीरथ शांत राहिला.

''त्यांनी इथून निसटून जाऊ नये, म्हणून फक्त पार्वतेश्वरांना ताब्यात घेण्याचा माझा विचार आहे. बस्स!''

भगीरथ काहीतरी बोलणार होता, तेवढ्यात त्याचे बोलणे रोखत गणेश पुढे म्हणाला,

''आपल्याकडे आता काहीही पर्याय नाही. पार्वतेश्वर जर त्यांच्याकडे गेले, तर आपल्यासाठी ते विनाशकारी ठरू शकेल.ते युद्धाचे एक उत्तम व्यूहरचनाकार आहेत.''

भगीरथाने सुस्कारा सोडला. ''तुमच्या प्रतिपादनाला माझा विरोध नाही. जे करण्याची आवश्यकता आहे, ते तर आपण केलंच पाहिजे. परंतु आपण त्यांना कोणत्याही परिस्थितीत ठार मारू शकणार नाही. माझ्या भगिनीच्या वैधव्याला मी कारणीभूत होऊ शकणार नाही.''

''पार्वतेश्वरांसारख्या व्यक्तीला ठार मारण्याची कल्पना मी स्वप्नातही करू शकणार नाही. परंतु आपल्याला त्यांना कैदेत ठेवावंच लागेल. आपल्याला सर्वांनाच हे ज्ञात आहे, की महर्षि भृगुंनी त्यांच्याशी संपर्क साधण्याचा प्रयत्न कदाचित याआधीच केलाही असेल.''

काशीतील गूढ, भयावह अस्सी घाटावर अमावस्येच्या रात्रीचा अंधःकार पसरला होता. नेहमीच्या ऐंशी गलबतांच्या वाहतुकीमुळे व्यस्त असलेल्या त्या घाटावर त्यावेळी फक्त काही गलबतेच येत होती. परंतु दाट अंधःकारामुळे रात्रीच्या वेळी तिथे कार्यरत असणारे काही शूर कप्तानसुद्धा त्यावेळी तिथे उपस्थित नव्हते.

शांत आणि विचारमग्न पार्वतेश्वर त्यावेळी घाटावरून परतत होता. आपला

चेहरा झाकून घेतलेल्या महर्षि भृगुंना त्याने नुकतेच त्यांच्या प्रतीक्षेत असलेल्या मचव्यावर सोडले होते. तो मचवा त्यांना नदीच्या मध्यभागी उभ्या असलेल्या जहाजापर्यंत घेऊन जाणार होता. भृगुंना काही काळासाठी प्रयागला थांबायचे होते आणि नंतर ते मेलुहाकडे प्रयाण करणार होते.

''सरलष्करप्रमुख पार्वतेश्वर!''

पार्वतेश्वराने कालीकडे पाहिले. गणेश, कार्तिक आणि इतर पन्नास सैनिकांसमवेत ती असल्याचे तिथे पडलेल्या मशालींच्या उजेडावरून स्पष्ट झाले होते. पार्वतेश्वराने स्मित केले.

''एका व्यक्तीला पकडण्यासाठी तुम्ही पन्नास सैनिकांना आपल्यासमवेत आणलं आहे?'' पार्वतेश्वराने विचारले. त्याचा हात आपल्या म्यानातील तलवारीच्या मुठीवर होता. ''मला तुम्ही खूपच अधिक महान बनवलं आहे, राणी काली.''

''इथून कधी पळून जाण्याचा तुमचा बेत आहे, सरलष्करप्रमुख?'' कालीने विचारले.

त्यांचा पलायनाचा बेत असफल घडवण्याच्या हेतूने सैनिकांनी तातडीने पार्वतेश्वराभोवती कडे केले.

पार्वतेश्वर त्याविषयी काही बोलणार होता; तोच त्याला कार्तिकाच्या शेजारी आणखी एक परिचित व्यक्ती दिसली.

''भगीरथ?''

''होय,'' भगीरथ म्हणाला. ''हा माझ्यासाठीचा अत्यंत वाईट दिवस आहे.''

''होय. तो नक्कीच आहे, याची मलाही खात्री आहे,'' पार्वतेश्वर उपहासाने म्हणाला. त्यानंतर कालीकडे वळून तो म्हणाला, ''मग आता तुमचा काय करण्याचा विचार आहे, राणी काली? तुम्ही मला आताच ठार मारणार आहात की प्रभू नीळकंठ परतण्याची प्रतीक्षा करणार आहात?''

''याचा अर्थ आपण विश्वासघात केला आहे, हे तुम्ही मान्य करता आहात?'' कालीने विचारले.

''तुम्ही मला कोणताही प्रश्न विचारल्याखेरीज मी काहीही मान्य करत नाही.''

''मी तुम्हाला नुकतंच विचारलं, की तुम्ही इथून सुटका करून घेऊन पळून जाण्याचा प्रयत्न करत होतात का?'' कालीने विचारले.

''जर तसं असतं, तर अस्सी घाटावरून मी इथपर्यंत चालत परत आलोच

नसतो, महाराणी.''

"तुम्ही महर्षि भृगुंची भेट घेतली ना?'' गणेशाने विचारले.

पार्वतेश्वराने असत्य भाषण केले नाही. "होय.''

कालीने एक दीर्घ श्वास घेतला आणि आपल्या तलवारीवर हात ठेवला.

"मावशी,'' गणेशाने आपला क्रोध आवरण्यासाठी नागांच्या राणीला विनंती केली. "महर्षि कुठे आहेत, सरलष्करप्रमुख?''

"ते जहाजावर परतले आहेत,'' पार्वतेश्वर म्हणाला. "कदाचित ते मेलुहाला जाण्यासाठी रवानाही झाले असतील.''

"अशा वेळी आता काय घडेल, याची तुम्हाला माहिती आहे. नाही का?'' कालीने विचारले.

"मला सैनिकासारखा मृत्यू प्राप्त होईल का?'' पार्वतेश्वराने विचारले. "तुम्ही माझ्यावर एकापाठोपाठ एक असा हल्ला कराल का? म्हणजे तुमच्यापैकी काही जणांना तरी यमसदनी धाडल्याचा आनंद मला प्राप्त होईल का? की भ्याड तरसांच्या एखाद्या कळपाप्रमाणे तुम्ही सारे जण एकाच वेळी माझ्यावर तुटून पडणार आहात?''

"कोणीही कोणाला ठार मारणार नाही, सरलष्करप्रमुख,'' गणेश म्हणाला. "आम्हा नागांकडेही न्याय यंत्रणा आहे. तुमचा विश्वासघात दरबारात सिद्ध केला जाईल आणि नंतर तुम्हाला शिक्षा दिली जाईल.''

"कोणीही नाग व्यक्ती माझ्या अपराधाबद्दल निर्णय घेऊ शकणार नाही,'' पार्वतेश्वर म्हणाला. "मला फक्त दोनच दरबार ज्ञात आहेत. मेलुहाच्या कायद्यानुसार संमत झालेला दरबार हा त्यापैकी एक आहे आणि दुसरा आहे प्रभू नीळकंठाचा दरबार!''

"मग नीळकंठ परत येतील, त्यावेळी तुम्हाला न्याय दिला जाईल,'' काली म्हणाली. त्यानंतर सैनिकांच्याकडे वळून ती म्हणाली, "सरलष्करप्रमुखांना बंदी बनवा.''

पार्वतेश्वराने यावर कोणताही वाद घातला नाही. वज्राघात झाल्यासारखा चेहरा करून त्याच्या हातात शृंखला अडकणाऱ्या व्यक्तीकडे पार्वतेश्वराने पाहिले. तो नंदी होता.

— ✶◎꠵꠸⊕ —

मगधमधील नीळकंठाच्या कक्षात शिव, सती आणि गोपाळ भोजन करत होते.

''आज संध्याकाळीच मला जहाजाचा कप्तान भेटला होता,'' सती म्हणाली. ''सगळी शस्त्रास्त्रं गलबतावर लादण्यात आली आहेत. उद्या सकाळीच आपण काशीकडे प्रयाण करूया.''

''छान!'' शिव म्हणाला. ''काही आठवड्यांतच आपण आपल्या मोहिमेला प्रारंभ करूया.''

गोपाळ म्हणाला, ''मगधच्या नृसिंह मंदिरातील पंडिताला मी आधीच याविषयीचा निरोप पाठवला आहे. राजे चंद्रकेतूला तो हा निरोप देईल. लढाऊ गलबतांच्या तांड्यासह त्यानंतर चंद्रकेतू प्रयाण करेल आणि वैशाली बंदरात येऊन तिथे पुढील सूचनांची प्रतीक्षा करेल.''

''भगीरथ, गणेश आणि कार्तिक त्यांच्यासमवेत अयोध्येकडे निघतील,'' शिव म्हणाला. पूर्वेकडच्या सैन्यदलाचं नेतृत्त्व गणेश करेल.''

''शहाणपणाची निवड,'' गोपाळ म्हणाला.

''पश्चिम सैन्यदलात वासुदेव, नाग आणि नागांच्या सैन्यात नेमलेले ब्रंग लोक यांचा समावेश असेल. माझ्या नेतृत्त्वाखाली ते मेलुहावर हल्ला करतील. काशीला पोहचल्यावर सप्ताहभराच्या आतच आपण काली आणि पार्वतेश्वर यांच्यासह प्रयाण करू.''

''मी उज्जैनला याआधीच या संदर्भात निरोप धाडला आहे,'' गोपाळ म्हणाला. ''आमच्या वेगवेगळ्या गलबतांवरून आमच्या सैन्याच्या तुकड्या नर्मदेपर्यंत पोहचतील आणि तिथे सर्व जण एकत्र येतील. त्यानंतर पश्चिम सागरातून आपण किनाऱ्यापासून दूरवरून प्रवास करून लोथलला पोहचू.''

''युद्धात प्रवीण असलेल्या तुमच्या हत्तींचं काय पंडितजी?'' सतीने विचारले. ''ते मेलुहाला कसे काय पोहचतील?''

''आमचं हत्ती दल अरण्यातून प्रवास करून लोथलला पोहचेल आणि तिथून ते आपल्यासमवेत येतील.''

''गोपाळजी, नृसिंह मंदिरातील पंडित पंचवटीत सुपर्णालाही निरोप पाठवू शकेल

का?'' शिवाने विचारले. ''आपल्या अनुपस्थितीत कालीने नागांची सेनाप्रमुख म्हणून सुपर्णाची नियुक्ती केली आहे. त्यांनी आपल्याला नर्मदेच्या काठावर भेटणं महत्त्वाचं आहे.''

''मी ते करेन, नीळकंठ!'' गोपाळ म्हणाला.

प्रकरण १७

सन्माननीय कैदी

राजवाड्यातील भुयारी कक्षाचे रूपांतर सरलष्करप्रमुख पार्वतेश्वरासाठी तात्पुरत्या स्वरूपाच्या कारागृहात करण्यात आले होते. शांततापूर्ण काशीतील सार्वजनिक कारागृह अत्यंत चांगले होते. तिथे मानवतापूर्ण व्यवहारच केले जात होते. परंतु पार्वतेश्वरासारख्या असामीला तेथील गुन्हेगारांसमवेत बंदिस्त ठेवणे योग्य नव्हते. पार्वतेश्वराला ठेवण्यात आलेला तो कक्ष प्रशस्त होता. तिथे सर्व सुखसुविधा होत्या. मात्र तरीही त्या कक्षाला खिडकी मात्र ठेवण्यात आलेली नव्हती. तसेच कोणत्याही प्रकारचा धोका पत्करण्याची कोणाचीच तयारी नसल्यामुळे पार्वतेश्वराच्या हातांत आणि पायांतही सावधगिरी बाळगून शृंखला ठोकण्यात आल्या होत्या. त्या कक्षाला असलेल्या एकमेव द्वारावर सशस्त्र नाग सैनिकांची एक तुकडी पहारा देत होती. शिवाय दोन ज्येष्ठ अधिकारीही पार्वतेश्वरावर रात्रंदिवस करडी नजर ठेवून होते. नंदी आणि परशुराम यांनी प्रथम नजर ठेवली होती.

"मला क्षमा करा, सरलष्करप्रमुख," परशुराम म्हणाला.

पार्वतेश्वराने स्मित केले. "तुम्ही क्षमा मागण्याची आवश्यकता नाही, परशुराम. तुम्ही तर आज्ञेचं पालन करता आहात. ते तुमचं कर्तव्यच आहे."

नंदी पार्वतेश्वरासमोर बसला होता. परंतु त्याने आपला चेहरा दुसरीकडे वळवला

होता.

"ज्येष्ठ सेनाधिकारी नंदी, तुम्ही माझ्यावर क्रोधित झाला आहात का?" पार्वतेश्वराने विचारले.

"सरलष्करप्रमुख, तुमच्यावर क्रोधित होण्याचा मला काय हक्क आहे?" नंदीने प्रतिप्रश्न केला.

"माझ्यासंदर्भातील एखाद्या गोष्टीमुळे तुम्ही त्रस्त झाला असाल, तर माझ्यावर संतप्त होण्याचा तुम्हाला पूर्ण अधिकार आहे. स्वतःशी आपण नेहमीच प्रामाणिक असलं पाहिजे, असा प्रभू रामाचाच आपल्याला आदेश आहे."

नंदी मौन राहिला.

पार्वतेश्वराने पश्चात्तापदग्ध चेहऱ्याने स्मित केले आणि तो दुसरीकडे पाहू लागला.

नंदीने बोलण्यासाठी धाडस गोळा केले. "सरलष्करप्रमुख, तुम्ही खरोखरच स्वतःशी प्रामाणिक आहात का?"

"होय. मी आहे."

"मला क्षमा करा, परंतु तुम्ही स्वतःशी प्रामाणिक नाही. तुमच्या जिवंत देवाशी तुम्ही प्रतारणा करत आहात."

पार्वतेश्वराला महत्प्रयासाने आपल्या संतापाला आवर घालावा लागला. "आपला परमेश्वर आणि स्वधर्म यांच्यापैकी एकाचीच निवड करण्याची वेळ येणारे लोक अत्यंत दुर्दैवी असतात."

"तुमचा स्वधर्म तुम्हाला तुमच्या देवापासून दूर नेत आहे, असं तुम्हाला म्हणायचं आहे का?"

"सेनाधिकारी नंदी, मी असं काहीही म्हटलेलं नाही. माझ्यासाठी मेलुहा अधिक महत्त्वपूर्ण आहे."

"आपल्या देवाविरुद्ध बंड करणं हा तर मोठाच द्रोह आहे."

"मात्र आपल्या देशाविरुद्ध बंड हा तर त्याहूनही मोठा द्रोह आहे, असं काही जणांचं म्हणणं आहे."

"मला हे अमान्य आहे. अर्थातच मेलुहा माझ्यासाठीही महत्त्वपूर्ण आहेच. मी मेलुहासाठी प्राण देण्यासही तत्पर आहे. परंतु मेलुहासाठी माझ्या जिवंत देवाविरुद्ध मी कदापिही लढा देणार नाही. ते पूर्णतया चुकीचं ठरेल."

"सेनाधिकारी नंदी, तुमचं म्हणणं चुकीचं आहे, असं मी मुळीच म्हणणार नाही."

"मग तुमचं म्हणणं चुकीचं आहे, हे तुम्ही मान्य करता आहात."

"मी तसंही म्हटलेलं नाही."

"पण हे कसं शक्य आहे, सरलष्करप्रमुख?" नंदीने विचारले. "आपण दोन विरुद्ध ध्रुवांविषयी बोलत आहोत. त्यामुळे आपल्यापैकी एकाचं म्हणणं चुकीचं असलंच पाहिजे."

पार्वतेश्वराने स्मित केले. "सत्याची विरुद्ध बाजू असत्यच असली पाहिजे, ही सूर्यवंशींची एक कट्टर श्रद्धा आहे."

नंदी मूक राहिला.

"परंतु आनंदमयीने मला एक गहन गोष्ट शिकवली. "तुमच्यापाशी तुमचं सत्य असतं आणि माझ्यापाशी माझं सत्य असतं. वैश्विक सत्याप्रमाणेच कोणतंही सत्य मुळी अस्तित्त्वातच नसतं."

"मानवी मनाला ते गूढ वाटत असलं, तरी वैश्विक सत्य अस्तित्वात असतं," परशुराम स्मित करत म्हणाला. "आणि जोपर्यंत आपण या मर्त्य देहाशी संबंधित आहोत, तोपर्यंत ते एक गूढच असेल."

काशीच्या राजवाड्यातील भगीरथाच्या कक्षाच्या बाहेर असलेल्या सैनिकांना बाजूला ढकलून संतप्त आनंदमयीने कक्षात प्रवेश केला.

"तू ही काय घोडचूक करून बसलास?" ती संतप्तपणे ओरडली.

भगीरथ तत्परतेने उठला आणि आपल्या भगिनीकडे गेला.

"आनंदमयी, आमच्याकडे पर्याय नव्हता."

"खड्ड्यात गेला तुझा पर्याय! ते माझे पती आहेत! तुझी अशी हिंमतच कशी झाली?"

"आनंदमयी, हे पहा, आपल्या योजना ते कदाचित आपल्या..."

"तू पार्वतेश्वरांना ओळखत नाहीस का? कोणतीही अनैतिक गोष्ट ते करतील, असं तुला खरंच वाटतं का? प्रभू नीळकंठाच्या सूचनांविषयी ज्या ज्या वेळी तू

बोलत होतास, त्या त्या वेळी ते तिथून दूर निघून जात होते. तुझ्या कोणत्याही गुप्त सैनिकी योजनांची त्यांना माहिती नाही.''

''तुझं म्हणणं बरोबर आहे. मला क्षमा कर.''

''मग त्यांना बंदी का बनवण्यात आलं?''

''आनंदमयी, हा माझा निर्णय नव्हता...''

''हा तर मूर्खपणा आहे! त्यांना का पकडण्यात आलं?''

''ते कदाचित निसटून जातील....''

''त्यांना जर निसटून जायचंच असतं, तर अद्याप ते जाऊ शकले नसते, असं तुला वाटतं का? त्यांना प्रभू नीळकंठांची प्रतीक्षा होती. त्यानंतरच ते मेलुहाला निघून जाणार होते.''

''त्यांनीही तेच सांगितलं. परंतु....''

''परंतु? तुझ्या या 'परंतु' चा नेमका काय अर्थ आहे? पार्वतेश्वर असत्य भाषण करत आहेत, असं तुला म्हणायचं आहे?''

''नाही.''

''प्रभू शिव परत येईपर्यंत ते मेलुहाला जाणार नाहीत, असं जर त्यांनी सांगितलं असेल, तर माझ्यावर विश्वास ठेव, की तोपर्यंत ते कधीही कुठंही जाणार नाहीत.''

भगीरथ मौन राहिला.

आनंदमयी आपल्या बंधुकडे दोन पावले पुढे गेली. ''त्यांना ठार मारण्याची तुझी योजना आहे काय?''

''नाही, आनंदमयी!'' धक्का बसलेला भगीरथ जोरात ओरडला. ''अशा प्रकारचं कृत्य मी करू शकेन, अशी शंका तरी तुझ्या मनात कशी काय आली?''

''आपण विदीर्ण, जखमी झाल्याचं नाटक निदान माझ्यासमोर तरी करू नकोस, भगीरथा. माझ्या पतीला काहीही झालं...म्हणजे समज एखादा अपघात वगैरे..तरीही नीळकंठाचा क्रोध किती भयावह असतो, त्याची तुला कल्पना आहे. तू आणि तुझे मित्र कदाचित माझ्याकडे दुर्लक्ष करू शकाल; परंतु तुम्ही नीळकंठांना तरी घाबरताच. कोणतीही मूर्ख कृती करण्यापूर्वी त्यांच्या संतापाचा विचार करा.''

''आनंदमयी आम्ही...''

''सप्ताहभरात प्रभू नीळकंठ इथे परत येणार आहेत. तोपर्यंत त्यांना कैदेत ठेवण्यात आलेल्या कक्षाबाहेर माझी सतत नजर असेल. जर कोणाला त्यांना इजा

करायची असेल, तर त्यांना प्रथम माझ्याशी लढा द्यावा लागेल.''

''आनंदमयी, त्यांना कोणीही काहीही....''

भगीरथाचे वाक्य तसेच अर्धवट असताना ती गर्रकन मागे वळली आणि संतापाने पाय आपटत कक्षाच्या दाराच्या दिशेने गेली. तिच्या मार्गात उभ्या असलेल्या काशीच्या लहान चणीच्या सैनिकाला तसाच ढकलून ती पुढे निघून गेली. तो सैनिक खाली पडला आणि कक्षाचे दार धाड्कन आपटून आनंदमयी तिथून बाहेर पडली.

— 𐤟𐊠𐤟 —

आयुर्वतीने आनंदमयीच्या खांद्यावर हात टाकला. पार्वतेश्वरांना कैदेत ठेवण्यात आलेल्या कक्षाच्या बाहेरच अयोध्येची राजकुमारी बसली होती. गेले काही दिवस तिथून हलण्यास तिने साफ नकार दिला होता.

''तुम्ही आपल्या कक्षात जाऊन निद्रा का घेत नाही?'' आयुर्वतीने विचारले. ''मी इथे बसते.''

दृढनिश्चयी आनंदमयीने नकारार्थी मान हलवली. अगदी रानटी अश्वही तिला तिथून हुसकावून लावू शकले नसते.

''आनंदमयी......''

''ते मला त्यांना भेटूही देत नाहीत, आयुर्वती,'' आनंदमयी ओरडली.

आयुर्वती आनंदमयीच्या शेजारी बसली. ''मला ते माहिती आहे..''

द्वारपाल म्हणून उभ्या असलेल्या नाग सैनिकाकडे आनंदमयी वळली आणि जोरात ओरडली, ''माझे पती गुन्हेगार नाहीत.''

आयुर्वतीने आनंदमयीचा हात आपल्या हातात घेतला. ''शांत व्हा.... हे सैनिक तर फक्त आज्ञापालन करत आहेत.''

''ते गुन्हेगार नाहीत....ते चांगली व्यक्ती आहेत....''

''मला ते माहिती आहे...''

आयुर्वतीच्या खांद्यावर आनंदमयीने आपले मस्तक टेकले आणि ती आक्रोश करू लागली.

''शांत व्हा, राजकुमारी,'' आयुर्वती हळुवारपणे म्हणाली.

आनंदमयीने आपले मस्तक उचलून आयुर्वतीकडे पाहिले. ''संपूर्ण जग जरी त्यांच्या विरोधात उभं ठाकलं, तरी मला त्याची पर्वा नाही. अगदी नीळकंठ जरी त्यांच्या विरोधात उभे राहिले, तरी मला त्यांचीही पर्वा नाही. माझ्या पतीच्याच बाजूने मी नेहमी उभी राहीन. ते चांगली व्यक्ती आहेत....एक चांगली व्यक्ती...!''

''नीळकंठावर श्रद्धा ठेवा. त्यांच्या न्यायावर श्रद्धा ठेवा. ते काशीमध्ये पोहचता क्षणीच त्यांच्याशी संभाषण करा.''

— ༀ◉Ʊ⚶⊕ —

शिवाचे जहाज अस्सी घाटाला लागण्याच्या तयारीत होते, त्यावेळी माध्यान्हीचा सूर्य त्यांच्या मस्तकांवर तळपत होता. शिव, सती आणि गोपाळ कठड्याजवळ उभे होते.

''मी दर वेळी इथे येतो, त्या प्रत्येक वेळी अथिथिग्वांना माझ्या स्वागताची एवढी भव्य तयारी करावी, असं का वाटतं, ते मला समजत नाही,'' शिव म्हणाला. तिथे भव्य मंडप उभारण्यात आला होता आणि लोकांचे लोंढेच्या लोंढे नीळकंठाच्या प्रतीक्षेत तिष्ठत होते.

गोपाळाने स्मित केले. ''या लोकांना इथे येऊन प्रतीक्षा करण्याची आज्ञा राजे अथिथिग्वा यांनी दिली असेल, असं मला तरी वाटत नाही. आपल्या नीळकंठाच्या स्वागतासाठी लोक स्वतःच येत असावेत.''

''होय. परंतु असं करणं अनावश्यक आहे,'' शिव म्हणाला. ''माझ्या स्वागतासाठी त्यांनी आपापली कामं सोडून द्यावीत असं मला वाटत नाही. त्यांना जर माझा खरोखरच सन्मान करायचा असेल, तर त्यांनी आपली कामं अधिक मन लावून आणि कष्टपूर्वक करावीत.''

गोपाळ हसला. ''त्यांनी काय केलं पाहिजे, यापेक्षाही आपल्याला जे वाटतं, तेच करण्याची लोकांची प्रवृत्ती असते.''

जहाजावरच्या व्यक्तींच्या चेहऱ्यावरचे भावही आता त्यांना दिसत होते. अगदी उच्चाधिकारी आणि सरदार वगैरे लोकही थोड्या उंच व्यासपीठावर होते. त्यांचे चेहरेही ते पाहू शकत होते.

''काही तरी बिनसलंय...काहीतरी अनिष्ट घडलंय,'' सती म्हणाली.

"प्रत्येकाच्याच चेहऱ्यावर चिंताग्रस्तता का बरं दिसतेय?" गोपाळाने विचारले.

शिवाने गर्दीकडे काळजीपूर्वक पाहिले. "तुझं म्हणणं बरोबर आहे. नक्कीच काहीतरी अनिष्ट घडलं असावं."

"राजे अथिथिग्वाही चिंताग्रस्त दिसत आहेत," सती म्हणाली.

"काली, गणेश, कार्तिक आणि भगीरथ यांचीही अगदी ज्वलंत विषयावर तावातावानं चर्चा सुरू आहे," शिव म्हणाला. "इतकी कशाची त्यांना चिंता वाटत आहे?"

सतीने हळुवारपणे शिवाच्या पाठीवर थोपटले. "आनंदमयीकडे पहा."

"कुठे?" शिवाने विचारले. उच्च स्तरावरच्या अधिकारी आणि सरदारांच्या व्यासपीठावर त्याला ती दिसली नव्हती.

"ती गर्दीत आहे," सती म्हणाली. तिने नजरेनेच तिच्याकडे निर्देश केला. "जहाजाची शिडी जिथे जमिनीवर लावली जाईल, बरोबर त्या टोकालाच ती उभी आहे."

"कदाचित तू खाली उतरता क्षणीच तिला तुमच्याशी बोलण्याची निकड भासत असेल, माझ्या मित्रा," गोपाळ म्हणाला.

"ती क्षुब्ध दिसतेय, शिवा," सती म्हणाली.

शिवाने संपूर्ण बंदराचा परिसर नजरेनेच पिंजून काढला आणि नंतर त्याने हळुवारपणे विचारले, "पार्वतेश्वर कुठे आहेत?"

— ⸱⃰◍ꭒ꜔⊕ —

त्या तात्पुरत्या बंदिगृहाकडे अतिशीघ्रतेने संतप्त नीळकंठ निघाला होता. त्यावेळी तेथील सैनिक बाजूला झाले. सती, गोपाळ, आनंदमयी आणि काली त्याच्याबरोबर तेवढ्या वेगाने चालू शकत नव्हते. शृंखलाबद्ध पार्वतेश्वरासमवेत सखोल संभाषणात मग्न असलेल्या वीरभद्र, परशुराम आणि नंदी यांच्यासमोर शिव आला.

"या सगळ्या मूर्खपणाचा अर्थ काय आहे?" संतप्त शिव जोरात ओरडला.

"प्रभू," पार्वतेश्वर उभा राहिला. त्याच्या हाता–पायांतील शृंखलांचा ध्वनी तिथल्या वातावरणात घुमला.

नंदी, वीरभद्र आणि परशुरामही उठून उभे राहिले.

''त्यांच्या शृंखला काढून टाका!''

''शिवा,'' काली हळुवारपणे म्हणाली, ''हा सूज्ञपणाचा निर्णय आहे, असं मला वाटत नाही...''

''ताबडतोब, आताच्या आता त्यांच्या हाता-पायांतील शृंखला काढून टाका.''

नंदी आणि परशुराम ताबडतोब ते काम करण्यासाठी सरसावले. मोठ्या कष्टाने शृंखला काढून टाकण्यात आल्या. पार्वतेश्वराने आपली मनगटे चोळली. त्यामुळे तिथून रक्तप्रवाह सुरळीत होण्यास मदत झाली.

''मला पार्वतेश्वरांसमवेत एकांत हवा आहे.''

''शिवा....'' वीरभद्र म्हणाला.

''भद्रा, मी पुरेसं स्पष्ट बोललो नाही का? प्रत्येकानंच आता इथून निघून जा.''

कालीला ते मुळीच पटले नव्हते. नाईलाज झाल्यासारखी तिने आपली मान हलवली, परंतु आज्ञापालन केले. कोणत्याही प्रकारे नापसंती न दर्शवता इतर सर्व जण तिथून निघून गेले.

शिव पार्वतेश्वराकडे वळला. त्याच्या डोळ्यांतून संतापाची स्फुल्लिंगे बाहेर पडत होती.

पार्वतेश्वर प्रथम बोलू लागला, ''प्रभू.....''

शिवाने आपला हात उंचावला आणि त्याला गप्प राहण्याविषयी खुणावले. पार्वतेश्वराने तत्परतेने आज्ञापालन केले. शिवाने तिथल्या तिथे येरझाऱ्या घालत आपले क्षुब्ध मन शांत करण्याचा प्रयत्न केला. आपल्या काकांचे, मनोभुंचे शब्द त्याच्या मनात घुमू लागले,

''क्रोध हाच तुझा शत्रू आहे. त्याला आवर घाल, त्याच्यावर नियंत्रण मिळव.''

आपल्या क्रोधाला दाबून टाकण्याचा शिव जेवढा प्रयत्न करत होता, तेवढा तो क्रोध दंश करण्यासाठी टपून बसलेल्या नागासारखा उफाळून वर येत होता. आपल्या निर्णयक्षमतेवर क्रोधाचा परिणाम घडू न देणे आवश्यक असण्याएवढी समोर आलेली बाब गंभीर होती, अशी ग्वाही त्याचे मनही त्याला देत होते.

एकदा त्याने मनातल्या मनात एक दीर्घ श्वास घेतला आणि आपले मन आणि अंतःकरण दोन्हीही शांत केले. त्यानंतर पार्वतेश्वराकडे वळून तो म्हणाला, ''मला

स्पष्टपणे सांगा, की मी जे ऐकलं ते सत्य नाही. फक्त एकदा तेवढं सांगा आणि कोण काय म्हणतं हे न ऐकता मी तुमच्यावरच विश्वास ठेवेन.''

''माझ्या जीवनात मी आजवर घेतलेल्या सर्व निर्णयांपैकी हा अत्यंत अवघड निर्णय आहे.''

''पार्वतेश्वर, माझ्याशी लढा देण्याचा तुमचा हेतू आहे का?''

''नाही, प्रभू. परंतु मेलुहाच्या संरक्षणासाठी मी कर्तव्यबद्ध आहे. मला सतत असं वाटतंय, की तुम्ही आणि मेलुहा परस्पर विरोधात उभे ठाकू नये, असा एखादा चमत्कार घडावा.''

''चमत्कार? चमत्कार? तुम्ही काय बालक आहात का पार्वतेश्वर? सोमरसाच्या विषयावर मेलुहाबरोबर मी तडजोड करेन असं तुम्हाला वाटतं का?''

''नाही, प्रभू.''

''सोमरस हा सैतानी नाही, असं तुम्हाला वाटतं का?''

''नाही, प्रभू. सोमरस हा सैतानी आहेच. तो सैतानी असल्याचं तुम्ही सांगितलेल्या क्षणापासूनच मी सोमरस घेणं थांबवलं आहे.''

''मग सोमरसाच्या संरक्षणासाठी तुम्ही का युद्ध करत आहात?''

''मी फक्त मेलुहाच्या संरक्षणासाठी लढत आहे.''

''परंतु ते दोघे तर एकाच बाजूला आहेत.''

''ते माझं दुर्दैव आहे, प्रभू.''

''तुम्ही दुराग्रही....''

परंतु शिवाने वेळेवरच स्वतःला आवरले. पार्वतेश्वर शांत राहिला. नीळकंठाचा क्रोध न्याय्य होता, हे तो जाणून होता.

''हे करण्यास भृगु तुम्हाला भाग पाडत आहेत का? तुमच्यासाठी महत्त्वपूर्ण असलेल्या कोणा व्यक्तीला त्यांनी वेठीस धरलं आहे का? त्याचा आपण पद्धतशीरपणे बंदोबस्त करू. मी जीवित असेपर्यंत तरी तुमच्यासाठी महत्त्वाच्या असलेल्या कोणालाही हानी पोहचणार नाही.''

''प्रभू, महर्षि भृगु कोणत्याही प्रकारे माझ्यावर जबरदस्ती करत नाहीत.''

''मग प्रभू रुद्राशप्पथ, हे करण्यास तुम्हाला कोण भाग पाडत आहे?''

''माझा आत्मा. माझ्याकडे पर्याय नाही. मला हे करणं भागच आहे.''

''पार्वतेश्वर, याला काहीच अर्थ नाही. सैतानासाठी लढा देण्यास तुमचा आत्मा

तुम्हाला भाग पाडत आहे, असं तुम्हाला खरंच वाटतं का?''

''माझा आत्मा मला फक्त मातृभूमीसाठी लढा देण्यास भाग पाडत आहे, प्रभू. मातृभूमीची ही हाक मी नाकारू शकत नाही. तेच तर माझ्या जीवनाचं उद्दिष्ट आहे.''

''तुमचा आत्मा तुम्हाला धोकादायक मार्गावर अधोगतीला नेत आहे, पार्वतेश्वर!''

''मग तसंच होऊ दे! आपल्या मार्गावरून मार्गक्रमण करण्यापासून कोणताही धोका एखाद्याला परावृत्त करू शकत नाही.''

''हा काय मूर्खपणा आहे? भृगुंना तुमची पर्वा आहे, असं तुम्हाला वाटतं का? त्यांना फक्त सोमरसाचीच फिकीर आहे. माझ्यावर विश्वास ठेवा. एकदा का त्यांचा हेतू पूर्ण झाला, की ते तुम्हाला ठार मारतील.''

''आपापले हेतू पूर्ण झाले, की आपण सारेच जण मृत्युला कवटाळणार आहोत. हाच तर विश्वाचा मार्ग आहे.''

शिवाने नैराश्याने आपला चेहरा दोन्ही हातांनी झाकून घेतला.

''तुम्ही संतप्त झाला आहात, ते मला समजतंय, प्रभू,'' पार्वतेश्वर म्हणाला.''परंतु सैतानाविरुद्ध लढा देणं हा तुमचा हेतू आहे आणि ते करण्यासाठी जे जे करणं आवश्यक आहे, ते ते सारं तुम्ही केलंच पाहिजे.''

शिव शांतपणे पार्वतेश्वराकडे एकटक पहात राहिला.

''मी तुम्हाला फक्त एवढंच सांगतो आहे, की तुम्हाला जसा तुमचा हेतू पूर्ण करण्यासाठी कार्य केलं पाहिजे, त्याप्रमाणेच माझा हेतू पूर्ण करण्यासाठी मला कार्यप्रवण होणं भाग आहे, एवढीच गोष्ट तुम्ही समजून घ्या. सैतानाचा विनाश करेपर्यंत तुमचा आत्मा तुम्हाला स्वस्थता लाभू देणार नाही. मेलुहाच्या संरक्षणासाठी आवश्यक असलेल्या सर्व गोष्टी पार पाडेपर्यंत माझा आत्माही मला स्वस्थता लाभू देणार नाही.''

शिवाने आपल्या चेहऱ्यावरून हात फिरवले. स्वतःला महत्प्रयासाने त्याने शांत ठेवले. ''मी चुकीची गोष्ट करतो आहे, असं तुम्हाला वाटतं का पार्वतेश्वर?''

''कृपा करा, प्रभू. मी अशी कल्पना तरी कधी करू शकेन का? तुम्ही कधीच कोणतीच चुकीची गोष्ट करणार नाही.''

''मग तुमच्या मनाची ही विचित्र कार्यपद्धती तुम्ही मला स्पष्ट करून सांगाल

का? तुम्ही माझ्या मार्गावरून चालणार नाही. परंतु तरीही माझा मार्गच योग्य असल्याचं तुम्हाला मान्य आहे. त्याऐवजी तुम्ही मृत्युपथावरून चालत राहणंच पत्करता आहात. प्रभू रुद्राशप्पथ, का? का पार्वतेश्वर? का?''

''स्वधर्म निधानम श्रेयः परा धर्मो भयावहा,''पार्वतेश्वर म्हणाला. ''दुसऱ्याच्या मार्गावरून चालत राहण्यापेक्षा स्वकर्तव्य पार पाडत असताना मृत्यू आला तरी ते अधिक चांगलं असतं. कारण दुसऱ्याचा मार्ग अनुसरणं हे नक्कीच अधिक धोकादायक असतं.''

शिवाने पार्वतेश्वराकडे रोखून पाहिले. जणू तो अनंत काळ त्याच्याकडे पहात राहिला होता! त्यानंतर तो मागे वळला आणि त्याने दुःखपूर्ण आवाजात ओरडून हाका मारल्या, ''नंदी! भद्रा! परशुराम!''

ते तिघेही तातडीने आत आले.

''सरलष्करप्रमुख पार्वतेश्वर यापुढेही आपले बंदीच राहतील.''

''आज्ञा प्रभू,'' शिवाला प्रणाम करत नंदी म्हणाला.

''आणि नंदी, सरलष्करप्रमुखांना शृंखलाबद्ध मात्र करू नका.''

प्रकरण १८

सन्मान की विजय?

''मी तुम्हाला सांगते, की आपल्याकडे पर्यायच उरलेला नाही,'' काली म्हणाली. ''आपण त्यांना ठार मारू शकत नाही, हे मलाही मान्य आहे, परंतु युद्ध समाप्त होईपर्यंत आपले बंदी म्हणूनच त्यांना रहावं लागेल.''

काशीच्या राजवाड्यातील शिवाच्या खाजगी कक्षात शिव आणि त्याचे कुटुंबीय गोपाळासमवेत बसले होते.

हुंदके देणाऱ्या सतीकडे गणेशाने दृष्टीक्षेप टाकला आणि आपला सल्ला न देण्याचा निर्णय त्याने घेतला.

कार्तिकाला मात्र अशा प्रकारे कोणताही मनस्ताप होत नव्हता. तो म्हणाला, ''मावशीचा निर्णय मला मान्य आहे.''

शिवाने कार्तिकाकडे पाहिले.

''हा अवघड निर्णय आहे, हे मला मान्य आहे,'' तो पुढे बोलू लागला. ''पार्वतेश्वरजींचं वर्तन अत्यंत सन्माननीय आहे. आपल्या कोणत्याही प्रकारच्या धोरणात्मक, व्यूहरचनात्मक संभाषणात त्यांनी गुप्तपणेही सहभाग घेतलेला नाही. कित्येक प्रसंगी ते निसटून जाऊ शकले असते; परंतु त्यांनी तसं केलं नाही. तुम्ही परत येण्याची त्यांनी प्रतीक्षा केली. त्यामुळे तुमची परवानगी घेऊनच ते इथून जाणार होते. परंतु तुम्ही नीळकंठ आहात, पिताजी. तुमच्या खांद्यांवर भरतवर्षाची

जबाबदारी आहे. काही वेळा, व्यापक सत्कर्मासाठी, त्या वेळी अयोग्य वाटू शकणाऱ्या गोष्टी आपल्याला कराव्याच लागतात. कदाचित स्तुत्य अखेरीमुळेच काही प्रश्नार्थक निर्णयांचं समर्थन होऊ शकतं.''

सतीने आपल्या कनिष्ठ पुत्राकडे कटाक्ष टाकला. ''प्रश्नार्थक निर्णयाचं समर्थन स्तुत्य अखेरीमुळे होऊ शकतं, असा विचार तू कसा काय करू शकतोस?''

''माते, सोमरसाचं जोमानं उत्पादन होत असलेल्या जगाचा तू विचार करू शकतेस का?''

''अर्थातच, आपण तो करू शकत नाही,'' सती म्हणाली. ''परंतु हा संघर्ष फक्त सोमरसापुरताच मर्यादित आहे, असं तुला वाटतं का?''

गणेशाने अखेरीस त्या संभाषणात भाग घेतला. ''अर्थातच माते.''

''नाही. तो तसा नाही,'' सती म्हणाली. ''आपण कोणता वारसा मागे ठेवणार आहोत, त्याविषयीचाही हा संघर्ष आहे. शिवाला कशा प्रकारे लोकांनी स्मरणात ठेवावं ते यातून स्पष्ट होणार आहे. त्याच्या जीवनाच्या प्रत्येक भागाचं विश्लेषण करून जगभरातील लोक त्यापासून धडे घेतील. त्याच्यासारखे बनण्याचा ते प्रयत्न करतील. पंचवटीवरील हल्ल्याच्या वेळी दैवी अस्त्रांचा वापर केल्याबद्दल प्रभू भृगुंवर आपण सारेच जण टीका करत नाही का? तुम्ही ज्या प्रकारचा सल्ला देत आहात, त्याप्रमाणेच महर्षि भृगुही आपल्या वर्तनाचं समर्थन वेगळ्या प्रकारे वाद घालून करू शकतील. आपणही त्यांच्याप्रमाणेच वागलो, तर आपल्यात आणि त्यांच्यात कोणता फरक उरेल?''

''ताई, लोक फक्त विजेत्यांना स्मरणात ठेवतात,'' काली म्हणाली. ''कारण इतिहास विजेतेच लिहितात. आपल्या इच्छेनुसार ते इतिहास लिहू शकतात. त्यामुळे विजेते जसं चित्र रंगवतील, त्याप्रमाणे पराभूतांचं चित्र लोकांसमोर येतं. आता या क्षणी आपल्यासाठी जर कोणती गोष्ट महत्त्वपूर्ण असेल, तर ती म्हणजे आपला विजय निश्चित करणं.''

''मला तुमचं मत अमान्य आहे, ते मला व्यक्त करण्यास परवानगी द्यावी, महाराणी,'' गोपाळ म्हणाला. ''फक्त विजेतेच इतिहास ठरवतात, ही बाब सत्य नाही.''

''अर्थातच, ती सत्य आहे,'' काली म्हणाली. ''घटनांविषयी देवांनीही लिहिलं आहे आणि असुरांनीही लिहिलं आहे. आपण कोणत्या गोष्टी स्मरणात

ठेवतो?''

''आता सध्याच्या भरतवर्षाविषयी आपण बोलत असू; तर होय. आपल्याला देवांच्या गोष्टीच माहिती आहेत,'' गोपाळ म्हणाला. ''परंतु अगदी आजही भरतवर्षाबाहेर असुरांच्या गोष्टीही सर्वश्रुत आहेत.''

''पण आपण इथेच, या भरतवर्षात वास्तव्य करत आहोत,'' काली म्हणाली. ''त्यामुळे इतरत्र असलेल्या श्रद्धांचा विचार करण्याची आपल्याला काय आवश्यकता आहे?''

''महाराणी, कदाचित माझं म्हणणं मी पुरतं स्पष्ट करण्यास असमर्थ ठरलो आहे,'' गोपाळ म्हणाला, ''हे फक्त स्थानापुरतं मर्यादित नाही; हे काळाविषयी आहे. देवांनी लिहिलेला इतिहास अशाच प्रकारे नेहमीच स्मरणात ठेवला जाईल का? की त्याविषयीचं अन्य प्रकारचं लेखनही निर्माण होण्याची शक्यता आहे? एक गोष्ट ध्यानात ठेवली पाहिजे. संबंधित घटनांविषयीचं विजेत्याचं म्हणणं मांडलं गेलं असेल, तर त्याच वेळी तेवढ्याच तीव्रतेने पराभूताचं म्हणणंही शिल्लक राहतं. जोपर्यंत विजेते सत्तेवर असतात, तोपर्यंत त्यांचं म्हणणंच ग्राह्य धरलं जातं. परंतु इतिहासानं आपल्याला एक गोष्ट निश्चितपणे शिकवलेली आहे. ज्याप्रमाणे लाटा उसळतात आणि शांत होतात, त्याप्रमाणे जमातीही येत जात राहतात. मात्र कालांतराने विजेते फारसे सामर्थ्यशाली रहात नाहीत आणि त्यावेळी पराभूत हे त्या काळातील प्रतिष्ठित बनलेले असतात. अशा वेळी त्या कथा, म्हणणं नाट्यमयरित्या बदलल्याचं आपल्याला दिसून येतं. त्या काळातील ते नवीन म्हणणं, लेखन त्या काळापुरतं लोकप्रिय ठरतं.''

''मला हे अमान्य आहे,'' कालीने नापसंती दर्शवली. ''असुरांप्रमाणे जोपर्यंत पराभूत लोक दुसऱ्या भूमीत स्थलांतरित होत नाहीत, तोपर्यंत तरी ते सामर्थ्यहीनच राहतात. त्यांचे अनुभव हे दंतकथा म्हणून नाकारले जातात.''

''नेहमीच नाही,'' गोपाळ म्हणाला. ''तुमच्या अंतःकरणाशी संलग्न असलेल्या गोष्टींविषयी आता आपण बोलूया. आपण रहात असलेल्या काळात लोकांना नाग लोकांची भीती वाटते आणि त्यांना शिव्याशाप दिले जातात. लाखो वर्षांपूर्वी, त्यांना आदरानं वागवलं जात होतं. आता हे युद्ध जिंकल्यावर पुन्हा एकदा ते नीळकंठाचे राज युतीतील भागीदार म्हणून सन्माननीय आणि सामर्थ्यशाली बनतील. त्यानंतर तुमच्या इतिहासाच्या लेखनाला पुन्हा एकदा महत्त्व येईल. असं

होणार नाही का?''

कालीची अद्यापही खात्री पटली नव्हती. परंतु ती शांत राहिली.

''गतकाळातील बळींची, पराभूतांची नवीन काळातील वर्तणूक हा स्वारस्यपूर्ण भाग असतो,'' गोपाळ म्हणाला. ''जीवित असलेल्या जुन्या मातब्बर मंडळींवर वर्तमानकाळात सामर्थ्यशाली बनलेले वर्तमानकालीन विजेते सूड उगवतील का हा भाग स्वारस्यपूर्ण असतो.''

''अर्थातच जे बळी असतील, ते आपल्या ह्रदयातील दाह सूड घेऊन शांत करतीलच. मानवी दयाळूपणाने त्यांची ह्रदयं भरलेलीच रहावीत, अशी तुमची अपेक्षा आहे का?''

''तुम्ही मेलुहावासीयांचा तिरस्कार करता, हो ना?''

''होय. मी तर करतेच.''

''परंतु मेलुहाच्या संस्थापकाविषयी प्रभू रामाविषयी तुमचं काय मत आहे?''

काली शांत राहिली. तिला प्रभू रामाविषयी खूपच आदर वाटत होता.

''तुम्ही प्रभू रामाविषयी मनात आत्यंतिक आदर बाळगता; परंतु त्याने मागे ठेवलेल्या लोकांना का नाकारता?'' गोपाळाने विचारले.

आपल्या भगिनीच्या वतीने सती बोलू लागली. ''कारण प्रभू रामाने अगदी त्याच्या शत्रूलाही सन्मानाने वागवलं. सध्याच्या मेलुहावासीयांमध्ये तसा गुण मुळीच सापडत नाही.''

शिवाने सतीकडे आत्यंतिक समाधानाने पाहिले.

''ज्यावेळी जेते आणि पराजित यांच्या बंधनापलीकडे एखाद्या व्यक्तीची दृष्टी पोहचते, त्या पलीकडे जाऊन ती पाहू शकते; त्याच वेळी ती व्यक्ती देवत्वाला पोहचते,'' सती म्हणाली. ''शिवाचा संदेश चिरकाल टिकला पाहिजे आणि ज्यावेळी जेते आणि पराजित अशा दोघांनाही त्याच्या ठायी महत्त्व प्राप्त होईल, त्याच वेळी ते घडून येईल. अशा वेळी तो नक्कीच जिंकेल; आणि त्याचं जिंकण हे आत्यंतिक योग्य मार्गाने असेल.''

गोपाळाने झटकन सतीच्या म्हणण्याला पाठिंबा दिला. ''सन्मानातूनच सन्मानाचा जन्म झाला पाहिजे. हाच एकमेव मार्ग आहे.''

शिव गच्चीत गेला आणि काशीच्या पवित्र स्थानी असलेल्या विश्वनाथ मंदिरावर त्याने नजर टाकली. त्याच्याही पलीकडे पवित्र गंगेचे पात्र पसरले होते.

प्रत्येक जणच त्याच्या निर्णयाची प्रतीक्षा करत होता.

तो वळला आणि हळुवार आवाजात म्हणाला, ''मला विचार करण्यासाठी काही वेळ हवा आहे. उद्या आपण पुन्हा भेटूया.''

'सतीने खाली पाहिले. तलावाचे स्वच्छ पाणी तिच्या शरीराखालून वहात होते. तिच्यापासून थोडे अंतर राखूनच मासेही पोहत होते. ती पाण्यावरून पोहत पोहत काठाच्या दिशेने निघाली होती.

समोरच दिसणाऱ्या प्रचंड मोठ्या काळ्याशार पर्वताकडे तिने पाहिले. समोरच पसरलेल्या पर्वतरांगेमधील इतर सर्व पर्वतांहून त्याची रंगच्छटा भिन्न होती. त्याच्या शिखरावर पांढरीशुभ्र टोपी असल्यासारखे दिसत होते. ती जशी जवळ गेली, तशी तलावाच्या काठावर बसलेल्या एका योग्यावर तिची नजर पडली. त्याने व्याघ्रचर्म परिधान केले होते. त्याने आपल्या मस्तकावर आपल्या लांब जटांचा बुचडा बांधला होता. त्याच्या पीळदार शरीरावर सर्वत्र युद्धात झालेल्या जखमांचे व्रण होते. त्याच्या मस्तकाभोवती सूर्यासारखी छोटीशी आभा पसरली होती. त्याच्या केसांमध्ये चंद्रकोर दिसत होती आणि त्याने आपल्या कंठाभोवती नागाला गुंडाळून घेतले होते. त्याच्या शेजारीच जमिनीत पुरलेला एक भला मोठा त्रिशूळ दिसत होता. त्या योग्याचा चेहरा अस्पष्ट दिसत होता आणि तेवढ्यात धुके विरले.

''शिवा!'' सती म्हणाली.

शिवाने तिच्याकडे पाहून स्मित केले.

''हे तुझं निवासस्थान आहे का? कैलास?''

शिवाने मान डोलावली. त्याने एकदाही तिच्या चेहऱ्यावरून नजर हटवली नव्हती.

''माझ्या प्रिया, आपण एके दिवशी पुन्हा एकदा इथेच येऊ. हे सगळं संपलं ना, की आपण या सुंदर भूमीत येऊन एकत्र राहू.''

शिवाच्या चेहऱ्यावरील हास्य आणखी रुंदावले.

''गणेश आणि कार्तिक कुठे आहेत?''

शिवाने काहीच उत्तर दिले नाही.

"शिवा, आपले पुत्र कुठे आहेत?"

अचानकच शिव वृद्ध होऊ लागला. त्याच्या देखण्या चेहऱ्यावर सुरकुत्यांचे जाळे पसरले. एकदम अचानकच त्याच्या मस्तकावरील जटा पांढरीशुभ्र होऊ लागली. त्याचे रुंद खांदे झुकले. सतीच्या डोळ्यांदेखतच त्याचे मजबूत स्नायू विसविशीत बनले.

सतीने स्मित केले. "आपण दोघंही एकत्रितपणेच वृद्ध होऊ ना?"

शिवाचे डोळे सताड उघडले. जणू काही तो जे काही बघत होता, त्याला काहीच अर्थ नव्हता.

सतीने त्या जलातील आपल्या प्रतिबिंबाकडे पाहिले. तिच्याही कपाळावर आश्चर्याने आठ्या पडल्या. ती एका दिवसानेही वृद्ध झालेली नव्हती. ती नेहमीप्रमाणेच तरुण दिसत होती. ती आपल्या पतीकडे मागे वळली. "परंतु मी तर सोमरस घेणं थांबवलं होतं."

शिवाच्या मनात भय दाटून आले होते. त्याच्या सुरकुतलेल्या गालांवरून अश्रू ओघळू लागले. त्याचा चेहरा वेदनेने पिळवटून निघाला. त्याने आपला हात पुढे करून सतीपर्यंत नेला आणि तो किंचाळला, "सती!"

सतीने खाली पाहिले. तिचे शरीर चितेवर होते.

"सती" तो पुन्हा एकदा किंचाळला आणि उठून त्या तलावाकडे धावत सुटला. "मला सोडून जाऊ नकोस."

अद्यापही शिवाकडेच चेहरा असलेल्या सतीने पुन्हा एकदा मागच्या दिशेने उडायला प्रारंभ केला. आता ती अधिक जलद गतीने उडत होती. वाऱ्यामुळे तिच्या शरीरावर ज्वाळा अधिक गतीने झेपावत होत्या. परंतु तरीही आत्यंतिक ओढीने आपला पती आपल्याकडे धावत येत असल्याचे तिला दिसत होते.

"सती!"

सती झटकन उठली. महालातील दिव्यांच्या उजेडात सुंदररित्या कोरीवकाम केलेल्या काशीच्या राजवाड्याचे छत दिव्य दिसत होते. सच्छिद्र भिंतींवरून खाली ओघळणाऱ्या जलाचाच काय तो ध्वनी तिथे ऐकू येत होता. त्यामुळे आत येणारी गरम, कोरड्या हवेची झुळूक गार होऊन आत येत होती. अंतःस्फूर्तीनेच सती डावीकडे वळली. तिथे शिव नव्हता.

ती सावध झाली. तिचा चेहरा दिव्यांच्या प्रकाशात उजळला होता. तिने हाक

मारली. ''शिवा!''

''मी इकडे आहे, सती,'' त्याने गच्चीतूनच तिला सांगितले.

ती महालातून बाहेर गेली. तिथे गच्चीतील आसनावर बसून विश्वनाथ मंदिराकडे एकटक पाहणाऱ्या शिवाची अंधारातील आकृती तिला दिसली. त्या आसनावरच त्याच्या शरीरावर स्वतःला झोकून देत तिने आपल्या पतीच्या कुरळ्या केसांमधून मोठ्या प्रेमाने आपला हात फिरवला.

ती पौर्णिमेची रात्र नव्हती; परंतु आपल्या पत्नीच्या चेहऱ्यावरील भाव शिवाला स्पष्टपणे दिसण्याएवढा प्रकाश तिथे नक्कीच होता.

''काय झालं?'' शिवाने विचारले.

सतीने आपले मस्तक हलवले. ''काही नाही.''

''काही तरी घडलंय. तू त्रस्त वाटते आहेस.''

''मला एक विचित्र स्वप्न पडलं.''

''हं...?''

''आपण विभक्त झालो आहोत, असं मला दिसलं.''

शिवाने स्मित केले आणि सतीला आपल्या जवळ ओढून घेतले. त्याने तिला आलिंगन दिले. ''तुला हवं ते तू स्वप्नात पाहू शकतेस. परंतु आपण कधीच एकमेकांपासून विभक्त होणार नाही.''

सती हसली. ''माझी तशी इच्छाही नाही.''

शिवाने आपल्या पत्नीला आणखी जवळ ओढून घेतले. त्याची नजर पुन्हा एकदा विश्वनाथ मंदिराकडे वळली.

''तू कसला विचार करतो आहेस?'' सतीने विचारले.

''तुझ्याशी विवाह केला, ती मी आतापर्यंत केलेल्या गोष्टींपैकी सर्वोत्तम गोष्ट आहे.''

सतीने स्मित केले. ''याविषयी मीही तुझ्याशी असहमत होणार नाही. परंतु आता या वेळी तुला हे कसं काय आठवलं?''

शिवाने सतीच्या चेहऱ्यावरून हात फिरवला. ''कारण जोपर्यंत तू माझ्यासमवेत असशील, तोपर्यंत तू मला योग्य मार्गावरूनच नेशील, हे मी जाणतो.''

''म्हणजे तू आता योग्य तीच गोष्ट करण्याचं ठरवलं आहेस....''

''होय. मी ते ठरवलंय.''

सतीने समाधानाने मान डोलावली. ''आपणच जिंकू शिवा.''

''होय. आपणच जिंकू. परंतु तो मार्ग योग्य असला पाहिजे.''

''नक्कीच!'' सती म्हणाली आणि तिने रामाचे वचन उच्चारले, ''योग्य गोष्ट करण्यासाठी कधीच अयोग्य मार्ग नसतो.''

— ᛏⵁⵙᛂⵁ⊕ —

निवडक लोकांचा गट पार्वतेश्वराच्या आगमनाची प्रतीक्षा करत होता. द्वितीय प्रहराच्या वेळी त्याला काशीच्या दरबारात हजर करण्यात येणार होते. काशीचे प्रतिनिधित्व फक्त राजा अथिथिग्वा करत होता. शिव निर्विकारपणे बसला होता. त्याच्या भोवताली अर्धवर्तुळाकारात त्याचे अत्यंत निकटचे सल्लागार बसले होते. अर्थातच त्यांच्यात गोपाळ, सती, काली, गणेश आणि कार्तिक यांचा समावेश होता. भगीरथ आणि आयुर्वती काही अंतरावर उभे होते. आनंदमयी तिथे उपस्थित नव्हती.

शिवाने अथिथिग्वाकडे पाहून मान डोलावली.

अथिथिग्वाने मोठ्याने सांगितले, ''सरलष्करप्रमुखांना आत आणा.''

परशुराम, वीरभद्र आणि नंदी यांनी पार्वतेश्वराला सभागृहात आणले. शिवाचा निःसंदिग्ध आदेश ध्यानात घेऊन मेलुहाच्या सरलष्करप्रमुखाला शृंखलांमध्ये जखडलेले नव्हते. त्याने सतीकडे एक अल्प कटाक्ष टाकला आणि त्यानंतर तो शिवाकडे वळला. नीळकंठाच्या कठोर चेहऱ्यावरून त्याच्या अंतरंगातील भाव अजिबात समजत होते. आपल्याला मृत्युदंडाची शिक्षा फर्मावली जाईल, अशीच पार्वतेश्वराची अटकळ होती. शिवाला तसे करण्याची अजिबात इच्छा नसणार; परंतु सरलष्कराप्रमुखापासून सुटका करून घेण्याच्या आवश्यकतेविषयी इतरांनी त्याच्या मनाची तयारी करून घेतली असणार, हे त्याला माहिती होते. पार्वतेश्वराची तरी तशीच अपेक्षा होती.

मात्र आपल्याबाबतीत जे काही घडले असेल, त्याचा मुळीच विचार न करता प्रभू नीळकंठ ज्या आदरास पात्र आहेत, तेवढा आदर त्यांना दिलाच पाहिजे, हे पार्वतेश्वराला माहिती होते. सरलष्करप्रमुखाने आपले दोन्ही पाय जुळवले आणि आपली उजवी मूठ आपल्या छातीसमोर आणली. त्यानंतर त्याने मेलुहाच्या लष्करी

शिस्तीनुसार शिवाला मानवंदना दिली. नंतर पुढे झुकून आणि कमरेतून किंचित वाकून त्याने नीळकंठाला अभिवादन केले. त्याला इतर कोणाचीही पर्वा नव्हती.

"पार्वतेश्वर," शिव म्हणाला.

पार्वतेश्वराने तातडीने वर पाहिले.

"मला ही गोष्ट प्रदीर्घ काळापर्यंत भिजत ठेवायची नाही," शिव म्हणाला. "तुमच्या बंडखोरीमुळे मला जबरदस्त धक्का बसला आहे. परंतु त्यामुळे आपण सैतानाबरोबरच युद्ध करत आहोत, याविषयी माझ्या मनाची खात्री आणखीच जास्त पटली आहे. आमच्यासाठी सारं काही सहज सुलभपणे होणार नाही, हे आम्ही गृहीतच धरलं पाहिजे. त्यामुळेच आमच्यातील काही उत्तम व्यक्तीसुद्धा मार्ग चुकताहेत आणि भलत्याच मार्गावर चालल्या आहेत. अर्थातच काही जण कोणत्याही आमिषाला बळी पडणारे नाहीत; परंतु त्यांच्या मनात संशयास्पद सन्मानाची आवाहने सुरू आहेत."

आपल्याला ठोठावल्या जाणाऱ्या शिक्षेसाठी पार्वतेश्वर शिवाकडे एकटक पहात होता.

"परंतु जेव्हा आपण सैतानाच्या विरोधात लढा देत असतो, त्यावेळी आपल्याला योग्य, चांगल्या बाबींचं साहाय्य घेऊनच लढावं लागतं," शिव म्हणाला. "फक्त चांगल्या, विधायक गोष्टीची बाजू घेऊनच नव्हे; तर चांगल्या गोष्टी हृदयात जतन करूनच लढावं लागतं. म्हणूनच मी तुम्हाला इथून निघून जाण्यास परवानगी देण्याचं ठरवलं आहे."

पार्वतेश्वराचा आपल्या कानांवर विश्वास बसेना.

"आता निघून जा," शिव म्हणाला.

पार्वतेश्वर अर्धवट ऐकत होता. नीळकंठाच्या चेहऱ्यावरचे उदात्त भाव आणि त्याचे औदार्याचे वर्तन यांमुळे पार्वतेश्वराच्या डोळ्यांत अश्रू आले.

"परंतु मी तुम्हाला एका गोष्टीची हमी देऊ इच्छितो," शिव थंडपणे तसाच पुढे म्हणाला, "आता आपली पुढची भेट युद्धभूमीवरच होईल आणि त्या दिवशी मी तुमचा वध करेन."

पार्वतेश्वराने पुन्हा एकदा मस्तक झुकवून शिवाला मानवंदना दिली. त्याच्या डोळ्यांत अश्रूंची दाटी झाली होती. "तो दिवस माझ्या मुक्तीचाही असेल, प्रभू." तो म्हणाला.

शिव संयमाने शांत राहिला.

पार्वतेश्वराने शिवाकडे पाहिले. ''प्रभू, परंतु जोपर्यंत मी जीवित असेन, तोपर्यंत मी मेलुहाच्या संरक्षणासाठी लढा देईन.''

''निघून जा!'' शिव म्हणाला.

पार्वतेश्वराने सतीकडे पाहून स्मित केले. तिने विनम्रपणे हात जोडून त्यांना नमस्कार केला. मात्र तिचा चेहराही निर्विकार होता. पार्वतेश्वराच्या तोंडून शब्द बाहेर पडले, ''विजयी भव!'' आपल्या मानलेल्या कन्येला विजयाचा आशीर्वाद देऊन तो वळला. दरवाजाजवळ त्याला आयुर्वती आणि भगीरथ उभे असल्याचे दिसले. तो त्यांच्याकडे गेला.

''मला क्षमा करा, पार्वतेश्वर!'' भगीरथ म्हणाला.

''मी समजू शकतो,'' पार्वतेश्वर निर्विकारपणे म्हणाला.

पार्वतेश्वराने आयुर्वतीकडे पाहिले.

आयुर्वतीने फक्त आपले मस्तक हलवले. ''आतापर्यंत जन्मलेल्या सर्व व्यक्तींमधील सर्वाधिक उदात्त व्यक्तीचा त्याग करून तुम्ही निघाला आहात, याची जाणीव तुम्हाला आहे का?''

''नक्कीच आहे.'' पार्वतेश्वर म्हणाला. ''परंतु त्यांच्या हातून मृत्यू येण्याचं सुदैव मला लाभलं आहे.''

आयुर्वतीने दीर्घ श्वास घेतला आणि तिने पार्वतेश्वराच्या खांद्यावर थोपटले. ''माझ्या मित्रा, मला तुमची आठवण येत राहील.''

''मलाही तुमची आठवण येईल.''

पार्वतेश्वराने झटकन कक्षभर नजर फिरवली. ''आनंदमयी कुठे आहे?''

''बंदरावर ती तुमची प्रतीक्षा करत आहे,'' भगीरथ म्हणाला. ''तुम्हाला घेऊन जाणाऱ्या नौकेजवळ ती आहे.''

पार्वतेश्वराने मान डोलावली. त्याने आणखी एकदा वळून शिवाचे अखेरचे दर्शन घेतले आणि नंतर तो बाहेर पडला.

— ⵣ◉Ʊ⚲⊕ —

पार्वतेश्वर अस्सी घाटावर पोहचता क्षणीच बंदराचा प्रमुख अधिकारी

त्याच्याकडे आला. ''सरलष्करप्रमुख, आपली नौका तिकडे नांगरून ठेवली गेलेय.''

पार्वतेश्वराने त्याने दाखवलेल्या दिशेने चालण्यास प्रारंभ केला. त्या छोट्याशा नौकेजवळ उभी असलेली आनंदमयी त्याला दिसली. अर्थातच ते व्यापारी गलबत होते.

''मला सन्मानानं जाण्यास परवानगी दिली गेलेय, हे तुला माहिती होतं का?'' तिच्याजवळ पोहचल्याबरोबर पार्वतेश्वराने स्मित करत विचारले.

''गंगेच्या वरच्या दिशेने आज सकाळी प्रवास करण्यासाठी एका गलबताची व्यवस्था करण्यास त्यांनी मला सांगितलं, तेव्हाच माझ्या लक्षात आलं, की त्यातून सूर्यवंशीयांसमोर प्रदर्शनार्थ मांडण्यासाठी मेलुहापर्यंत तुमचा मृतदेह तर ते पाठवणार नाहीत.''

पार्वतेश्वर हसला.

''अर्थातच नीळकंठावरची माझी श्रद्धा कायमच आहे,'' आनंदमयी म्हणाली.

''होय,'' पार्वतेश्वर म्हणाला. ''प्रभू रामानंतर जन्मलेली ते सर्वाधिक उत्तम व्यक्ती आहेत.''

आनंदमयीने गलबताकडे पाहिले. ''हे फार मोठं नाही; हे मला मान्य आहे. ते अजिबात आरामदायकही नाही; परंतु ते आपल्याला जलद गतीने घेऊन जाईल.''

पार्वतेश्वराने झटकन एक पाऊल पुढे टाकले आणि आनंदमयीला आलिंगन दिले. आश्चर्याने थक्क झालेल्या आनंदमयीला त्याला प्रतिसाद देण्यास एक क्षणभर लागला. पार्वतेश्वर हा काही सार्वजनिक ठिकाणी प्रेमाचे प्रदर्शन करणारा माणूस नव्हता. त्याची फारच कुचंबणा होत असल्यामुळे नेहमीच सार्वजनिक ठिकाणी ती त्याला आलिंगन देत नसे.

आनंदमयी प्रेमाने हसली आणि तिने त्याच्या पाठीवर थोपटले. ''आता ते सगळं संपलंय.''

पार्वतेश्वर किंचित मागे सरकला. परंतु त्याने आपल्या पत्नीला तसेच बाहुपाशात जखडून ठेवले होते. ''मला तुझी खूपच आठवण येईल.''

''आठवण येईल?'' आनंदमयीने विचारले.

''माझ्या बाबतीत घडलेली सर्वाधिक उत्तम गोष्ट म्हणजे तूच आहेस,'' भावनाविवश झालेला पार्वतेश्वर म्हणाला. त्याच्या डोळ्यांत अश्रूंची गर्दी झाली

होती.

आनंदमयीने भुवया उंचावल्या आणि ती हसू लागली. ''आणि मी तशीच सतत तुमच्या समवेत असणार आहे. चला निघूया.''

''निघूया?''

''होय.''

''कुठे?''

''मेलुहाकडे.''

पार्वतेश्वराने एक पाऊल मागे टाकले. ''आनंदमयी, पुढचा रस्ता धोकादायक आहे. मेलुहाचा विजय होईल, असं मला खरंच प्रामाणिकपणानंच वाटत नाही.''

''मग?''

''तुझं जीवन संकटात झोकून देण्यास मी तुला परवानगी देऊ शकत नाही.''

''मी तुमची परवानगी मागितली का?''

''आनंदमयी तू..''

आनंदमयीने त्याचा हात धरला आणि ती गलबताच्या दिशेने चालू लागली, त्यामुळे पार्वतेश्वर बोलता बोलता थांबला. पार्वतेश्वर शांतपणे तिच्या पाठोपाठ निघाला. त्याच्या चेहऱ्यावर स्मित आणि डोळ्यांत अश्रू होते.

प्रकरण १९

नील प्रभूचा जाहीरनामा

"माझ्याकडे एक सूज्ञपणाची योजना आहे," दक्ष म्हणाला.

देवगिरीतील राजवाड्यात दक्ष आणि वीरिनी भोजन करत होते. चिंताग्रस्त वीरिनीने आपल्या तोंडाजवळ नेलेला हातातील घास पुन्हा तसाच ताटात ठेवून दिला. भोजनगृहाच्या द्वारपालांकडे तिने एक चोरटा कटाक्ष टाकला.

"कसली योजना?" वीरिनीने विचारले.

"माझ्यावर विश्वास ठेव," उत्तेजित झालेला दक्ष म्हणाला, "आपण त्या योजनेची अंमलबजावणी केली, तर प्रारंभ होण्याआधीच युद्धाची समाप्तीही होईल."

"परंतु प्रभू भृगु…"

"अगदी प्रभू भृगुही या योजनेने प्रभावित होऊन जातील. या नीळकंठाच्या समस्येतून आपली एकदाचीच आणि कायमचीच सुटका होईल."

"नीळकंठाविषयीची ही संधी काही वर्षांपूर्वीच मिळाली होती, असं तुम्हाला वाटत नाही का?" वीरिनीने उपहासगर्भ स्वरात विचारले.

"काय घडतंय, त्याचं आकलन तुला होत नाही का?" संतप्त झालेल्या दक्षाने विचारले. "मी तुला प्रत्येक गोष्टीचं स्पष्टीकरण दिलंच पाहिजे का? आता युद्ध सुरू होण्याच्याच बेतात आहे. आपल्या सैनिकांचं प्रशिक्षणही सातत्यानं सुरू

आहे.''

"होय. मला त्या गोष्टींची कल्पना आहे. परंतु आपण या साऱ्यापासून दूरच रहावं, असं मला वाटतं आणि सारं काही प्रभू भृगुंवर सोपवावं.''

"का? प्रभू भृगु हे काही भरतवर्षाचे सम्राट नाहीत. मी आहे.''

"तुम्ही हे प्रभू भृगुंना सांगितलं आहे का?''

"मला त्रास देऊ नकोस, वीरिनी. तुला जर मी जे सांगतो आहे, त्यात स्वारस्य नसेल, तर मला तसं स्पष्ट सांगून टाक.''

"मला क्षमा करा; परंतु सर्व प्रकारचे निर्णय आपण महर्षि भृगुंवर सोपवावेत, असं मला वाटतं. आपण फक्त आपल्या कुटुंबीयांची चिंता करूया.''

"पुन्हा तुझं तेच पालुपद सुरू झालं!'' दक्ष आवाज चढवून म्हणाला. "कुटुंबीय! कुटुंबीय! कुटुंबीय' संपूर्ण विश्व माझ्याकडे कोणत्या दृष्टीनं पाहील याची तुला फिकीर नाही का? इतिहास माझं मूल्यमापन कसं करेल?''

"अगदी महान व्यक्तींनाही त्यांचे वंशज आपल्याला काय म्हणतील, त्याविषयी अंदाज बांधता येत नाही.''

दक्षाने आपल्यासमोरचे ताट दूर सारले आणि तो ओरडला, "तूच सगळ्या समस्यांचं मूळ आहेस. मी जे काही प्राप्त करू शकलो असतो, ते केवळ तुझ्यामुळेच मी प्राप्त करू शकलो नाही.''

वीरिनीने द्वारपालांकडे आणि तेथील चाकरांकडे पाहिले आणि ती आपल्या पतीकडे वळली. "तुमचा आवाज कमी करा, दक्ष. आपल्या विवाहाची कुचेष्टा होऊ देऊ नका.''

"हा! अगदी प्रारंभापासून हा विवाह म्हणजे एक प्रकारची कुचेष्टाच आहे. मला जर अधिक पाठबळ देणारी सहचारिणी मिळाली असती, तर आतापर्यंत मी जग जिंकलं असतं!''

दक्ष संतापाने उठला आणि दाणदाण पावले आपटत तिथून चालता झाला.

— ᛡ◎Ⴎ⅄⊕ —

"ही एक प्रचंड मोठी चूक आहे,'' काली म्हणाली. "योग्य मार्गाच्या अतीव आकर्षणापोटी तुमचे पिताजी युद्धात हार पत्करतील.''

काशीच्या राजवाड्यातील कालीच्या कक्षात गणेश आणि कार्तिक बसले होते.

‘‘मला हे अमान्य आहे, मावशी,’’ कार्तिक म्हणाला. ‘‘मला वाटतं, पिताजींनी योग्य तेच केलं. आपण जिंकलं तर पाहिजेच; परंतु आपण ते योग्य मार्गानं प्राप्त केलं पाहिजे.’’

‘‘मला वाटत होतं, की तू आमच्याशी सहमत आहेस,’’ काली विचारमग्न होत म्हणाली.

‘‘होय. मी सहमत होतो मावशी, परंतु मातेच्या शब्दांनी माझी खात्री पटवली.’’

‘‘काहीही झालं, तरी मावशी,’’ गणेश म्हणाला. ‘‘आता ते घडलंय. आता त्यावर चर्चा करण्यात काहीही अर्थ नाही. त्याऐवजी आता आपण युद्धावर आपलं लक्ष केंद्रीत करूया.’’

‘‘आता आपल्यासमोर अन्य कोणता पर्याय आहे का?’’ कालीने विचारले.

‘‘पिताजींनी मला सांगितलं, की अयोध्येतील युद्धाची जबाबदारी मी सांभाळायची आहे,’’ गणेश म्हणाला. ‘‘‘कार्तिक, तू माझ्यासमवेत असशील.’’

‘‘आपण त्यांचा संहार करू दादा,’’ कार्तिकाने आपली उजव्या हाताची मूठ उगारत म्हटले.

‘‘अर्थातच आपण ते करू,’’ गणेश म्हणाला. ‘‘मावशी, लोथल आणि मैकाविषयी तुझी खात्री आहे ना?’’

‘‘चेनारध्वजाकडे एक दूत पाठवण्यास मी सुपर्णाला आधीच सांगितलं आहे,’’ काली म्हणाली. ‘‘माझ्यावर विश्वास ठेव. तो आपला मित्र आहे.’’

कार्तिकाने खाली वाकून आपल्या मातेच्या चरणाला स्पर्श केला.

‘‘विजयी भव, माझ्या बाळा!’’ सती म्हणाली. तिने कार्तिकाच्या कपाळावर कुंकुमतिलक लावला.

सती, गणेश आणि कार्तिक नीळकंठाच्या कक्षात बसले होते. कार्तिक अद्याप लहान मूलच होता, परंतु तरीही सर्वत्र भयावह योद्धा म्हणून त्याला आदर दिला जात होता. शिवाचे दोन्ही पुत्र आता गंगेतून प्रवासासाठी सिद्ध झाले होते. त्यानंतर

ते आपल्या मित्र सैन्यांना वैशालीमध्ये भेटणार होते. तिथून मागे वळून नंतर ते शरयूतून प्रवास करून अयोध्येवर हल्ला करणार होते. गणेश आपल्या पिताजींकडे वळला आणि त्यांच्या चरणालाही त्याने स्पर्श केला.

शिवाने स्मित करून गणेशाला आपल्या जवळ ओढून घेऊन त्याला आलिंगन दिले. "तुझ्या मातेच्या हृदयातून उचंबळून निघालेल्या आशीर्वादाएवढे माझे आशीर्वाद सक्षम नाहीत. परंतु तू मला अभिमानास्पद वाटेल, अशीच कामगिरी करशील याविषयी माझ्या मनात तिळमात्र शंका नाही.''

''मी उत्तमातील उत्तम कामगिरी करण्याचे सर्वतोपरी प्रयत्न करेन,''गणेश स्मित करत म्हणाला.

कार्तिक वळला आणि त्यानेही शिवाचा चरणस्पर्श केला.

शिवाने आपल्या कनिष्ठ पुत्रालाही आलिंगन दिले. ''त्यांना नरकात धाड, कार्तिका!''

कार्तिक खिदळला. ''नक्कीच मी ते करेन, पिताजी!''

''तू नेहमीच असा हसत रहा, कार्तिक,'' सती म्हणाली. ''त्यावेळी तू अधिक देखणा दिसतोस.''

कार्तिकाच्या चेहऱ्यावरचे हास्य अधिकच रुंदावले. ''पुढच्या वेळी आपण भेटू त्यावेळी माझ्या चेहऱ्यावर या कानापासून त्या कानापर्यंत पसरलेले स्मित असेल, कारण तोपर्यंत आपल्या सैन्याने अयोध्येला पराभूत केलेलं असेल.''

शिवाने कार्तिकाच्या पाठीवर थोपटले आणि नंतर गणेशाकडे वळून तो म्हणाला, ''माझा जाहीरनामा जाहीर झाल्यावर अयोध्येला जर मेलुहाशी असलेली युती मोडायची असेल, तर आपण त्यांच्यावर हल्ला करू नये, असं मला वाटतं.''

''मी ते समजू शकतो, पिताजी,'' गणेश म्हणाला. ''म्हणूनच भगीरथाला मी माझ्यासमवेत घेऊन जात आहे. त्याचे पिताजी जरी अयोध्येच्या युवराजाचा तिरस्कार करत असतील, तरी कित्येक अधिकारी आणि सरदारांशी अद्यापही भगीरथाचा संपर्क आहे. मला वाटतं, की त्यांची समजूत घालण्यात तो यशस्वी होईल.''

''पिताजी जाहीरनामा कधी जाहीर केला जाणार आहे?'' कार्तिकाने विचारले.

''पुढच्या सप्ताहात,'' शिवाने उत्तर दिले. ''स्वद्वीपमधील विविध राज्यांतील प्रतिक्रियांसाठी वैशालीच्या वासुदेव पंडिताच्या संपर्कात रहा. त्यांच्याकडे दोनशे

गलबतं असल्याचं मला समजलंय. त्यांच्यापैकी पन्नास गलबतं तुझ्या अधिपत्याखालील पश्चिमेकडच्या सैन्याबरोबर असतील आणि आता ती काशीच्या मार्गावर असतील. उर्वरित दीडशे गलबतं माझ्यासमवेत असतील. पन्नास हजार सैनिकांसह आणि गलबतांसह अयोध्येवर आपण हल्ला करू.''

''त्यांच्यावर विजय मिळवण्यासाठी तेवढी कुमक पुरेशी नाही,'' सती म्हणाली. ''परंतु आपण त्यांना रोखू शकू.''

''होय,'' गणेशाने उत्तर दिले.

''आपण त्यांना माघारच घ्यायला लावू, पिताजी,'' कार्तिक म्हणाला. ''मी तुम्हाला वचन देतो.''

शिवाने स्मित केले.

— ⅄ⵀ ꓵ ↑ ⊗ —

''आता ती कशी आहे?'' कालीने विचारले.

काशीच्या राजाच्या अथिथिग्वाच्या राजवाड्याच्या पूर्वेकडच्या प्रवेशद्वाराजवळ काली उभी होती. तो राजवाडा गंगेच्या पूर्वेकडच्या काठावर बांधण्यात आला होता. इतर कोणत्याही कायमस्वरूपी बांधकामासाठी ती बाजू अशुभ मानली जात होती. त्या बाजूला काशीचा कोणताही नगरवासी राहू शकणार नाही, हे जाणूनच राजा अथिथिग्वाने ती भूमी विकत घेतली होती. त्या राजवाड्यातच काशीच्या राजाच्या माया या नाग भगिनीचे अस्तित्व होते. गणेश आणि काली यांच्या उघड वास्तव्यामुळे आपल्या भगिनीला त्या गुप्त निवासस्थानातून बाहेर येऊ देण्याचे धाडस अथिथिग्वाने केले होते.

''तुमच्या औषधींचं साहाय्य झालं, महाराणी!'' अथिथिग्वा म्हणाला. ''किमानपक्षी तिला आता त्या भयंकर यातनांना तोंड तरी द्यावं लागत नाही. माझ्या भगिनीच्या साहाय्यासाठीच देवदूत म्हणून परमात्म्यानं तुम्हाला आमच्याकडे धाडलं.''

काली विषादाने हसली. माया या एकाच शरीरात वसणाऱ्या दोन जुळ्या भगिनींची मस्तके दोन होती. मात्र आता त्या अल्प काळाच्याच सोबती होत्या, हे काली जाणून होती. आतापर्यंत इतका प्रदीर्घ काळ माया जीवित होती, हाच

मोठा चमत्कार होता. तिच्या अस्तित्वाविषयी समजल्यावर कालीने तातडीने तिला नागांच्या औषधीचा पुरवठा केला होता. त्यामुळे तिच्या यातना थोड्या प्रमाणात कमी झाल्या होत्या. काली दुसऱ्या दिवशीच सैन्याच्या पश्चिम तुकडीसमवेत तिकडे रवाना होणार होती; त्याआधी आपल्याकडची सर्व औषधी मायाला देण्यासाठी ती तिकडे जाणार होती.

''मी देवदूत नाही,'' काली म्हणाली. ''त्या परमात्म्याकडे न्याय असता, तर मायासारख्या निष्पाप व्यक्तीला त्याने एवढ्या यातना भोगूच दिल्या नसत्या. त्याने केलेल्या अन्यायाची भरपाई करण्यासाठी मला जेवढं करणं शक्य होतं, ते सारं मी केलं.''

अथिथिग्वाने आपले खांदे उडवले. परंतु परमेश्वराला शिव्याशाप देण्याची त्याची इच्छा नव्हती. तो तेवढा विनम्र नक्कीच होता.

आदल्याच दिवशी तिथे पोहचलेल्या आणि त्यावेळी तिथे नांगरून ठेवलेल्या ब्रंगांच्या पन्नास गलबतांकडे कालीचे लक्ष गेले. त्या भव्य गलबतांमुळे नदीचा या काठापासून त्या काठापर्यंतचा भाग व्याप्त झाला होता. काशीमध्ये एक प्रकारची बेचैनी निर्माण झाली होती. आता सर्वांनाच युद्धाचा सुगावा लागला होता.

गलबतांच्या तांड्याचा प्रारंभीचा प्रवास मंद गतीने होणार होता, कारण ते प्रथम प्रवाहाच्या विरुद्ध पश्चिमेकडे प्रवास करत होते आणि नंतर दक्षिणेकडे वरच्या दिशेला चंबळमधून त्यांचा प्रवास होणार होता. किनाऱ्यावर उतरल्यावर, सैनिकांनी नर्मदेच्या दिशेने कूच केले असते. त्यानंतरचा दुसरा प्रवास नर्मदेतून बाहेरच्या भागात आणि पश्चिम सागरातून नंतर उत्तरेकडे मेलुहाच्या दिशेने पुढचा प्रवास होणार होता.

''चला, निघूया,'' काली म्हणाली. ''मला जाण्यापूर्वी एकदा मायाची भेट घ्यायची आहे.''

— ⚹◉Ⴑⵊ⊕ —

''महाराज,'' कनखला धावतच दक्षाच्या खाजगी कक्षात आली.

दक्षाने आपल्या पंतप्रधानाकडे पाहिले. तो वाचत असलेली त्याच्या हातातील पोथी तिच्या अचानक झालेल्या आगमनामुळे घरंगळून पडली. त्याने ती उचलून

शेजारच्या खणात ठेवून दिली.

"कुठे अग्नी लागला, की काय कनखला?"

"महाराज," कनखला आर्ततेने म्हणाली. आपल्या अंगवस्त्रात लपवून तिने काहीतरी नक्कीच आणले होते. "तुम्ही हे पाहिलंच पाहिजे."

कनखलाने दक्षासमोरच्या पातळ दगडी चौथऱ्यावर ते ठेवले.

"हे काय आहे?" दक्षाने विचारले.

"महाराज, तुम्ही हे वाचलंच पाहिजे."

दक्ष पुढे झुकून वाचू लागला.

मनूची मुले आणि सनातन धर्माचे अनुयायी समजणाऱ्या सर्वांसाठी, मी, शिव म्हणजेच तुमचा नीळकंठ तुम्हाला हा संदेश देत आहे.

आपल्या महान भूमीतून मी सर्वत्र प्रवास केला. आपली ही भूमी जितक्या राज्यांमध्ये विभागली गेली आहे, त्या सर्व राज्यांतून मी फिरलो. आपल्या महान राज्यातील सर्व जमातींची मी भेट घेतली. हा सर्व खटाटोप मी सैतानाच्या शोधार्थ केला, कारण तेच माझं कर्तव्य आहे. पिताजी मनू यांनी असं म्हटलं आहे, की सैतान हा कोणी दूरवरचा राक्षस नसतो. आपल्या जवळ राहून, आपल्यामध्ये राहून आणि आपल्यासमवेतच तो विनाशाचे त्याचे हे कार्य करत असतो. त्यांचे म्हणणे अगदी योग्य होते. त्यांनी आपल्याला असे सांगितले आहे, की सैतान हा पाताळातून येऊन अधाशीपणे आपला समूळ विनाश घडवून आणत नाही. त्याऐवजी, आपले जीवन उद्ध्वस्त करण्यासाठी आपणच त्याला साहाय्य करत असतो. त्यांचे हे म्हणणेही योग्यच होते. सत्प्रवृत्ती आणि अपप्रवृत्ती, चांगले आणि वाईट किंवा सैतानी या दोन्ही एकाच नाण्याच्या दोन बाजू आहेत, असेही त्यांनी आपल्याला सांगितले होते. म्हणजेच एके दिवशी महान चांगली गोष्ट ही सैतानामध्ये रूपांतरीत होत असते. त्यांचे म्हणणे योग्यच होते. चांगल्या गोष्टीपासून अधिकाधिक लाभ मिळवण्याच्या आपल्या लोभी वृत्तीपायी आपणच त्या गोष्टीला सैतान बनवून टाकतो. विश्वाचा हा समतोल साधण्याचा मार्ग आहे. आपली हाव, अतिरेक यांना आवर घालण्याचा हा परमात्म्याचा मार्ग आहे.

सोमरस हा आपल्या युगातील महान सैतान असल्याच्या निष्कर्षाप्रत मी आलो आहे. सोमरसापासून जेवढे म्हणून चांगले लाभ घेता आले असते, ते आता घेऊन झाले आहेत. आता त्याच्या सैतानी ताकदीमुळे आपल्या सर्वांचा विनाश

होण्याआधीच त्याचा वापर थांबविण्याची वेळ आली आहे. आधीच सोमरसामुळे प्रचंड हानी झाली आहे. त्यामध्ये सरस्वती नदीच्या मृत्यूपासून ते बालकांपर्यंत व्यंग येणे आणि आपल्या राज्यांमध्ये महामारीची साथ येणे अशा विविध दुष्परिणामांचा समावेश आहे. आपल्या वंशजांच्या कल्याणासाठी, जगाच्या कल्याणासाठी आपण यापुढे सोमरसाचा वापर करू शकणार नाही.

म्हणूनच यापुढे सोमरसावर बंदी घालण्याचा आदेश मी देत आहे. नीळकंठाच्या दंतकथेवर ज्यांचा विश्वास असेल, त्यांनी हा आदेश पाळावा. सोमरसाचा उपयोग थांबवावा.

सोमरसाचा उपयोग थांबवण्यास जे कोणी नकार देतील, त्यांनी ही गोष्ट ध्यानात ठेवावी. तुम्ही माझे शत्रू बनणार आहात आणि जोपर्यंत सोमरसाचा उपयोग करणे थांबवले जाणार नाही, तोपर्यंत मीही थांबणार नाही. हा तुमच्या नीळकंठाचा शब्द आहे.

दक्ष अगदी सुन्न झाल्यासारखा दिसत होता. ''हा काय मूर्खपणा आहे?''

''मलाही याचा अर्थ समजेनासा झाला आहे, महाराज,'' कनखला म्हणाली. ''आपण आता सोमरसाचा वापर करणं थांबवायचं का?''

''तुला हे कुठं सापडलं?''

''मला हे सापडलं नाही, महाराज,'' कनखला म्हणाली. ''सार्वजनिक स्नानगृहाच्या शेजारी असलेल्या भगवान रुद्राच्या मंदिराच्या बाह्य भिंतीवर हे अडकवलेलं होतं. आतापर्यंत निम्म्या नगरवासीयांनी ते वाचलंच आहे आणि उर्वरित निम्म्या नगरवासीयांना त्यांच्याकडून ते समजेलच.''

''महर्षि भृगु कुठं आहेत?''

''महाराज, सोमरसाविषयी काय? मी आता...''

''महर्षि भृगु कुठं आहेत?''

''परंतु नीळकंठांनीच हा आदेश काढला असेल; तर आपल्याकडे दुसरा कोणताच पर्याय नाही.''

''अं...काय मूर्खपणा आहे! कनखला!'' दक्ष ओरडला. ''महर्षि भृगु कुठं आहेत?''

कनखला क्षणभरासाठी शांत राहिली. तिचा सम्राट तिच्याशी ज्या प्रकारे बोलला होता, ते तिला आवडले नव्हते. ''महर्षि भृगु महिन्याहून अधिक

कालावधीपूर्वीच प्रयागला रवाना झाले आहेत. त्यांच्याविषयी मी ऐकलेली हीच अखेरची माहिती आहे, देवगिरीला पोहचण्यास त्यांना आणखी किमान दोन महिन्यांचा कालावधी लागेल, महाराज.''

''मग कोणताही कृती आराखडा निश्चित करण्यापूर्वी आपल्याला त्यांची प्रतीक्षा केली पाहिजे.'' दक्ष म्हणाला.

''परंतु नीळकंठाच्या जाहीरनाम्याला आपण कसा काय विरोध करू शकू, महाराज?''

''सम्राट कोण आहे, कनखला?'

''तुम्हीच आहात, महाराज.''

''मग मी निर्णय घेतला आहे, ना?''

''होय, महाराज.''

''मग हा मेलुहाचा निर्णय आहे.''

''परंतु लोकांनी हा जाहीरनामा आधीच वाचला आहे.''

''हा जाहीरनामा फसवा असल्याचा जाहीरनामा आपण लावूया. अशा प्रकारचा जाहीरनामा खरा नीळकंठ कधीच लावणार नाही. कारण ब्रह्मांच्या महान शोधाच्या विरोधात, म्हणजेच सोमरसाच्या विरोधात तो कधीच जाणार नाही.''

''परंतु हे सत्य आहे का, महाराज?''

दक्षाचे डोळे बारीक झाले. त्याने आपल्या संतापावर आधीच मोठ्या कष्टाने नियंत्रण ठेवले होते.

''कनखला, मी आता जे सांगितलं, तेवढंच फक्त कर; अन्यथा, मी दुसऱ्याच कोणाला तरी पंतप्रधानपदी नेमतो.''

कनखलाने औपचारिकरित्या नमस्कार करण्यासाठी हात जोडले आणि ती तिथून बाहेर जाऊ लागली. त्याच्या अंतिम धमकीला ती तोंड देऊ शकली नाही. 'अशा प्रकारचे इतर जाहीरनामेही येऊ लागले तर काय करायचं?'

दक्षाने वर पाहिले. ''कनखला, पक्ष्यांच्या संदेश यंत्रणेद्वारे साम्राज्यात सर्वत्र निरोप पोहचव. अशा प्रकारचा जाहीरनामा कुठेही दिसला, तरी तो काढून फेकून दिला पाहिजे आणि त्या जागी आता मी तुला जे सांगितलं तो संदेश लिहिला पाहिजे. हा संदेश बनावट आहे. फसवा आहे. तुझ्या लक्षात आलं का?''

''होय, महाराज.'' कनखला म्हणाली.

ती बाहेर पडली आणि तिने दरवाजा लावून घेतला. दक्षाने आत्यंतिक क्रोधाने आपल्यासमोरचा छोटा दगडी चौथरा भूमीवर ढकलून फेकून दिला. ''हे सगळं रोखण्यासाठी माझा मार्गच योग्य आहे. महर्षि भृगुंनासुद्धा माझं ऐकावंच लागेल.''

प्रकरण २०

अग्नीगीत

गोपाळाने तिथे आल्याबरोबर शिवाच्या खाजगी कक्षात प्रवेश केला. तिथे गच्चीत सतीसमवेत शिव बसला होता. त्याच्या शेजारीच असलेल्या आसनावर गोपाळ स्थानापन्न झाला.

''पंडितजी, तुमच्याकडे कोणतं वृत्त आहे?'' शिवाने विचारले.

सोमरसावर बंदी घालण्याचा शिवाचा जाहीरनामा मेलुहा आणि स्वद्वीपमध्ये एकाच वेळी जाहीर करण्यात आल्यावर एका सप्ताहाचा कालावधी उलटून गेला होता. त्याच्या आज्ञेचे लोकांनी पालन करावे अशी त्याची अपेक्षा होती.

''देशभरातील माझ्या पंडितांनी याविषयीचं वृत्त माझ्याकडे रवाना केलं आहे.''

''आणि?''

''स्वद्वीपच्या तुलनेत मेलुहातील प्रतिक्रिया अत्यंत भिन्न स्वरूपाच्या आहेत.''

''मला त्याची अपेक्षा होतीच.''

''स्वद्वीपच्या जनतेनं या जाहीरनाम्याला स्वीकारलंय, असं दिसतंय. मेलुहाविरोधातील त्यांच्या दृष्टीकोनाला त्यामुळे खतपाणीच मिळालं आहे. इतरांच्या पुढे चार पावलं राहण्यासाठी मेलुहा अन्याय्यकारकरित्या कट कारस्थान करत असल्याचा हा आणखी एक प्रसंग असल्याचं त्यांना वाटतं आहे आणि आणखी एक गोष्ट ध्यानात घ्या. त्यांच्यापैकी कोणीही सोमरस प्राशन करत नाही.''

त्यामुळे त्यांच्याकरिता हा काही खरोखरचा त्यागाचा भाग नाहीच.''

''परंतु राजांच्या प्रतिक्रिया काय आहेत?'' सतीने विचारले. ''कारण आपापल्या सैन्यांवर त्यांचंच अधिपत्य असतं.''

''सतीजी, त्याविषयी आताच काही बोलणं हे खूपच लवकर प्रतिक्रिया व्यक्त केल्यासारखं होईल,'' गोपाळ म्हणाला. ''परंतु आपलं बोलणं झाल्याप्रमाणे स्वद्वीपमधील राजे आपापल्या सल्लागारांसमवेत याविषयी चर्चा करत आहेत.''

''परंतु,'' शिव म्हणाला, ''मेलुहाच्या नगरवासीयांनी माझ्या जाहीरनाम्याला नाकारलंय, होय ना?''

गोपाळाने दीर्घ श्वास घेतला. ''हे इतकं सोपं नाही. प्रारंभी तुमच्या जाहीरनाम्यामुळे मेलुहाचे नगरवासी खूपच हादरून गेले होते; त्रस्त झाले होते. शहरातील चौका-चौकात याविषयी गंभीरपणे चर्चा सुरू झाल्या होत्या आणि नीळकंठाचा आदेश आपण पाळलाच पाहिजे, असं बहुसंख्य नगरवासीयांना वाटत होतं.''

''मग नंतर काय घडलं?''

''मेलुहाचं राज्य हे सर्वोच्च सक्षम आहे, माझ्या मित्रा. पहिल्या तीन दिवसांतच निदान सर्व प्रमुख शहरांमधून तरी ती घोषणापत्रे काढून टाकण्यात आली. बनावट नीळकंठानं ते घोषणापत्र जाहीर केल्याचं सांगणारी दुसरी घोषणापत्रं त्या जागी लावण्यात आली.''

''आणि लोकांनी त्यावर विश्वास ठेवला?''

''मेलुहाचे रहिवासी पिढ्यान्‌पिढ्यांपासून आपल्या शासनकर्त्यांवर पूर्ण विश्वास ठेवण्यास शिकले आहेत, शिवा,'' सती म्हणाली. ''आपले शासनकर्ते जे काही सांगतील, त्यावर ते डोळे झाकून विश्वास ठेवतात.''

''शिवाय,'' गोपाळ म्हणाला, ''गेली कित्येक वर्षं मेलुहात तुमचं वास्तव्य नाही, माझ्या मित्रा. त्यांच्यापैकी काही जणांना तर नीळकंठाला खरोखरच मेलुहाचं विस्मरण झालं की काय; अशी शंका वाटत आहे.''

शिवाने आपले मस्तक हलवले. ''याचा अर्थ युद्ध अनिवार्य आहे, असं दिसतं.''

''दक्ष आणि त्याहूनही अधिक महत्त्वाचे असलेल्या प्रभू भृगुंची तशीच इच्छा असणार,'' गोपाळ म्हणाला. ''परंतु निदान बहुसंख्य मेलुहावासीयांपर्यंत आपला

संदेश पोहचला आहे. त्यामुळे त्यांच्यापैकी काही लोक तरी आता त्याविषयी प्रश्न विचारू लागतील, अशी आशा करूया.''

गंगेच्या तीरावर नांगरून ठेवलेल्या ब्रंग, वासुदेव आणि नाग लोकांच्या गलबतांकडे शिवाने नजर टाकली. ''आपण दोन दिवसांतच प्रवासाला प्रारंभ करू.''

''नाही, नाही!'' शिवाने असंतोषाने आपले मस्तक हलवले. ''हे तुम्ही पूर्णपणे चुकीच्या पद्धतीनं गाता आहात.''

बृहस्पती, वीरभद्र, नंदी आणि परशुराम यांच्या चेहऱ्यावर तिथेच पेटवलेल्या शेकोटीमुळे उजेड आणि सावल्यांचा खेळ सुरू होता. योग्य प्रकारच्या शिक्षेसाठी ते शिवाच्या चेहऱ्याकडे पहात होते. ब्रंगांच्या आरमारी ताफ्यावरील सैनिकांकडून पेटवलेल्या मशालींच्या प्रकाशामुळे गंगेचे पाणी चमचमत होते. ती अमावस्येची रात्र होती आणि नदीवरून थंडगार वारे वहात होते.

आगामी युद्धात आपले संरक्षण केले जावे यासाठी आणि मानवता धोक्यात आल्याचे चिन्ह म्हणून गण आपल्या प्राचीन परंपरेनुसार, पंचमहाभूतांचे प्रार्थनागीत म्हणत होते. गणातील काही मित्रांना ही परंपरा पाळण्यासाठी शिवाने पाचारण केले होते. दुसऱ्या दिवशीच्या पहाटेच शिव आणि सैन्य तिथून कूच करणार होते.

शिवाने आपल्या हातातील चिलीम परशुरामाकडे दिली आणि आपल्या मित्रांपर्यंत गाण्याची ती सुंदर कला पोहचवण्याचा प्रयत्न तो करू लागला.

''यातील खरी गोम इथं आहे,'' शिव आपल्या हृदयाकडे बोट दाखवत म्हणाला.

''मला वाटलं, की ती इथं असते,'' वीरभद्र चेष्टेने आपल्या गळ्याकडे बोट दाखवत म्हणाला.

शिवाने आपले मस्तक हलवले. ''भद्रा, स्वरयंत्रं ही खरं म्हणजे वाऱ्यावर चालणारी वाद्यं असतात. तुम्ही आपल्या श्वासावर कशा प्रकारे नियंत्रण ठेवू शकता, यावरच खरं कौशल्य अवलंबून असतं. याचाच अर्थ ते तुमच्या फुप्फुसांवर अवलंबून असतं आणि फुप्फुसांवर या छातीच्या भात्याचं, पडद्याचंच नियंत्रण

असतं. तुम्ही इथून गाण्याचा प्रयत्न करा आणि पहा. आपला आवाज तुम्ही अधिक सुलभतेनं प्रक्षेपितही करू शकाल आणि त्याच्यात बदलही घडवून आणू शकाल.''

नंदीने एक तान घेतली आणि विचारले, ''मी योग्य प्रकारे म्हटलं का प्रभू?''

''होय,'' शिव म्हणाला. त्याची नजर नंदीच्या ढेरपोटावर खिळून राहिली. ''जर तुम्हाला आपल्या छातीच्या भात्याचा दबाव आपल्या पोटावर पडत असल्याचं जाणवलं, तर ते योग्य आहे. याशिवाय श्वास कुठून घ्यायचा हेही माहिती असलं पाहिजे, ही दुसरी बाब आहे. जर तुम्ही योग्य वेळी श्वास घेतला असेल, तर तुम्हाला गाण्याच्या ओळीच्या अखेरीपर्यंत तो पुरेल. तुम्हाला धाप लागणार नाही. तुम्हाला जर श्वास पुरवण्यासाठी धडपड करावी लागली नाही, तर अखेरचे काही स्वर तुम्हाला घाईघाईत उरकून टाकल्यासारखे लावून लगेच थांबावं लागणार नाही.''

बृहस्पती, परशुराम आणि नंदी शिवाचे बोलणे आत्यंतिक लक्ष देऊन ऐकत होते.

वीरभद्र मात्र उपहासाने मान डोलवत होता. त्याच्या डोळ्यांत मिश्किल भाव होते. योग्य सूर लावून अगदी तालासुरात गाण्याची त्याला फारशी फिकीर नव्हती. ''शिवा, तू हे फारच गांभीर्याने घेत आहेत! गाण्यासाठी विचार महत्त्वाचा आहे. जोपर्यंत मी हे गाणं अंतःकरणापासून गातो आहे, तोपर्यंत मी अगदी त्या गाण्याच्या स्वरांचा पुरता चुराडा केला, तरी कोणी त्याविषयी हरकत घेता कामा नये, असं मला वाटतं.''

परशुरामाने वीरभद्राकडे पाहून हात उडवला आणि शिवाकडे वळून तो म्हणाला, ''प्रभू, आम्ही कसं गावं, याविषयी तुम्ही स्वतःच गाऊन आम्हाला मार्गदर्शन केलंत तर...?''

प्रत्येकाचेच कान आता टवकारले गेले होते. शिवाने आकाशाकडे पाहिले. आपला थंडगार गळा थोडासा चोळला आणि घसा साफ केला.

''आता नाट्य पुरे झालं!'' वीरभद्र म्हणाला. ''आता गाणं म्हणायला प्रारंभ कर.''

शिवाने वीरभद्राच्या हातावर खेळकरपणे चापटी मारली.

''ठीक आहे,'' शिव म्हणाला. त्याच्या चेहऱ्यावर सौम्य स्मित होते. ''शांत

रहा!'' तो म्हणाला.

वीरभद्राने मजेने आपल्या हाताचे बोट ओठांवर ठेवले. बृहस्पती त्याच्याचकडे पहात होते. वीरभद्राने परशुरामाकडून चिलीम घेतली आणि त्याने तिचा एक दीर्घ झुरका घेतला.

शिवाने डोळे मिटून घेतले आणि आपल्या चित्तवृत्ती एकाग्र केल्या. खणखणीत आवाजातील सुरांची लडी त्याच्या गळ्यातून बाहेर पडली. त्यापाठोपाठ शब्दांसह सुरावट वातावरणात घुमली आणि स्थिरचित्त श्रोत्यांच्या लक्षात त्या सुरावटीचे महत्त्व आले. एका योद्ध्याने केलेली ती अग्निदेवतेची प्रार्थना होती. शत्रूचे मृतदेह चितेच्या ज्वाळांच्या स्वाधीन करून अग्निदेवतेचे हे ऋण तो योद्धा फेडणार होता. शिवाची प्रकृती पंचमहाभूतांपैकी अग्नीच्याच अधिक निकट होती, हे श्रोत्यांच्या लगेच लक्षात आले. पंचमहाभूतांपैकी प्रत्येक महाभूतासाठीच गण युद्धगीते गात होते.

ते अगदीच छोटेसे गाणे होते; परंतु श्रोते जागच्या जागीच खिळून गेले होते. शिवाच्या गाण्याच्या अखेरीस टाळ्यांचा प्रचंड कडकडाट झाला.

''अद्यापही तुझा गळा तसाच सुंदर आहे,'' वीरभद्र स्मित करत म्हणाला. ''या थंड पडलेल्या गळ्यामुळे तुझा आवाज नष्ट झालेला नाही.''

शिवाने स्मित केले आणि वीरभद्राकडून चिलीम घेतली. तो आता झुरका मारणारच होता; एवढ्यात त्याला गच्चीवरून कोणाच्या तरी खोकण्याचा आवाज ऐकू आला. सर्वच जण तिकडे पाहू लागले. तिथे सती उभी होती.

शिवाने चिलीम खाली केली आणि त्याने स्मित केले. ''आम्ही तुला झोपेतून जागं केलं का?'' त्याने विचारले.

सती हसली आणि शिवाकडे आली. ''संपूर्ण नगरीलाच जाग आणण्याएवढा तुझा आवाज मोठा होता! परंतु ते गाणं एवढं सुंदर होतं, की त्यामुळे मला जाग आली तरी त्याचं काहीच वाटलं नाही.''

सारे जण हसू लागले आणि सती तिथेच शिवाशेजारी बसली.

शिवाने स्मित केले. ''ते माझ्या मातृभूमीतील गाणं आहे. या गीतामुळे योद्ध्याला युद्धासाठी तयार केलं जातं.''

''ते गीत सुंदर होतंच; परंतु त्याहूनही अधिक चांगलं ते गायलं गेलं होतं, असं मला वाटतं,'' सती म्हणाली.

''अंऽऽ, होय!'' शिव म्हणाला.

''देवी, तुम्ही ते गाण्याचा प्रयत्न का करत नाही?'' नंदीने विचारले.

''नाही, नाही,'' सती म्हणाली, ''अर्थातच नाही.''

''का नाही?'' वीरभद्राने विचारले.

''बाळा, तुझं गाणं ऐकण्याची माझीही इच्छा आहे,'' बृहस्पती म्हणाले.

''चल, म्हण!'' शिव म्हणाला.

''ठीक आहे,'' सती स्मित करत म्हणाली. ''मी प्रयत्न करते.''

शिवाने चिलीम उचलली आणि सतीला देऊ केली. तिने मस्तक हलवून नकार दिला.

शिवाच्या गायनाकडे सतीने बारकाईने लक्ष दिले होते. ते गीत, त्याची चाल, स्वरावली सारे काही तिच्या स्मरणात पक्के राहिले होते. सतीने आपले डोळे मिटले. दीर्घ श्वास घेतला आणि त्यानंतर त्या संगीतात तिने स्वतःला झोकून दिले. खर्जातील सुरापासून गाण्याला प्रारंभ झाला. शिवाच्या गाण्याची तिने अगदी हुबेहूब नक्कल केली होती. त्यामुळे आवश्यकतेनुसार शब्द बाहेर पडत होते आणि आवश्यक तिथे नाजूकपणे ते आतल्या आत थबकत होते आणि फक्त स्वरावलीच बाहेर पडत होत्या. गाण्याच्या अखेरच्या ओळीजवळ आल्याबरोबर तिने श्वासाची लय वाढवली आणि वरचे स्वर लावले. त्यानंतर ती अधिकाधिक वरच्या सप्तकातील स्वर लावू लागली आणि अगदी बहरलेल्या अवस्थेत ते गाणे संपले. सतीच्या या गायनाद्वारे केल्या गेलेल्या आवाहनाला अगदी अग्नीच्या ज्वाळांनीही मोठ्या प्रमाणात भडकून प्रतिसाद दिल्यासारखे वाटत होते.

''व्वा!'' शिव उद्गारला. तिने गाणे संपवताच त्याने तिला आलिंगन दिले. ''तू इतकी सुंदर गातेस, हे मला माहितीच नव्हतं.'' तो म्हणाला.

सती लाजली. ''ते खरंच इतकं चांगलं झालं का?''

''देवी,'' स्तंभित झालेला वीरभद्र म्हणाला. ''ते विलक्षण झालं. मला नेहमीच असं वाटायचं, की शिव हाच या जगातील उत्तम गायक आहे. परंतु तुम्ही तर त्याच्याहूनही अधिक विलक्षण गायिका आहात.''

''अर्थातच हे असत्य आहे!'' सती म्हणाली.

''नक्कीच ते सत्य आहे!'' शिव म्हणाला. ''परिसरातील साऱ्या अग्नीलाच तू आपल्यात सामावून घेतलं आहेस, असं वाटत होतं.''

‘‘आणि त्याला मी तसाच माझ्या अंतःकरणात जपून ठेवणार आहे,’’ सती म्हणाली. ‘‘आपण आपल्या जीवनाचं युद्धच लढणार आहोत. त्यामुळे आपल्याला शक्य तेवढ्या अग्नीची आवश्यकता आहेच.’’

वैशालीच्या राजाच्या; मातालीच्या राजवाड्यात गणेश आणि कार्तिक यांचे वास्तव्य होते. त्यांच्यासमवेत अयोध्येचा राजकुमार भगीरथ आणि ब्रंगाचा राजा चंद्रकेतू होते. अयोध्येकडे जाणाऱ्या त्यांच्या गलबतांना मगध कोणत्याही प्रकारे प्रतिबंध करण्याची तयारी करत नसल्याची माहिती त्यांना समजली होती. परंतु मगधच्या सैन्याला दक्षतेचा इशारा देण्यात आला होता आणि त्यांच्या प्रशिक्षण सत्रांची संख्याही दुपटीने वाढवण्यात आली होती. एक तर सुरापद्मनने दक्षता म्हणून हे पाऊल उचलले होते किंवा एकदा त्यांनी अयोध्येवर हल्ला चढवला, की त्यांच्यावर पाठीमागून हल्ला करण्यासाठी मगधने रचलेली ती व्यूहरचना होती.

‘‘मगधमधून जात असताना गलबतं किंवा सैनिक यांच्यापैकी कोणाचीही हानी झाली, तर ते आपल्याला परवडणारं नाही,’’ गणेश म्हणाला. ‘‘आपण आत्यंतिक बिकट परिस्थितीला तोंड देण्यासाठी सज्ज झालं पाहिजे.’’

आपल्याकडचा नकाशा समोर पसरत वीरभद्र म्हणाला, ‘‘मला याचं जेवढं आकलन झालं आहे, त्यावरून तरी शरयू नदीच्या पश्चिम किनाऱ्यावरील मुख्य किल्ल्यावरच त्यांचं प्राथमिक ठाणं असेल. याशिवाय पूर्वेकडेही त्यांच्याकडे माऱ्यासाठी झरोके असलेला छोटासा तट आहे. तिथूनच ते आपल्यावर शस्त्रांच्या साहाय्याने अग्नीवर्षाव करू शकतील. परंतु त्या तटाचा आकार लक्षात घेता, त्या वर्षावाची व्याप्ती फार मोठी असेल, असे मला वाटत नाही. त्यामुळे शरयू नदीच्या पूर्व किनाऱ्याच्या अधिक जवळून आपली गलबतं आपण न्यावीत, असं मी सुचवू इच्छितो.’’

‘‘परंतु खूपच जवळून ती नेऊ नयेत,’’ चंद्रकेतू म्हणाला.

‘‘अर्थातच!’’ भगीरथ म्हणाला. ‘‘पूर्वेकडून होणाऱ्या हल्ल्यामुळेही आपल्या शस्त्रास्त्रांची थोडीशीही हानी होऊ नये, अशीच माझी इच्छा आहे.’’

‘‘आपण फक्त आपल्या गलबतांवरच अवलंबून राहू नये; तर त्याचबरोबर

आपल्यासोबत आपापल्या स्थानी वल्हेकरीही असले पाहिजेत. त्यामुळे गलबत अधिक गतीने पुढे जाऊ शकेल,'' वैशालीचा राजा माताली म्हणाला.

''परंतु आपण नदीच्या कोणत्याही किनाऱ्यावरून पुढे जात असलो किंवा कितीही गतीने चाललो असलो; तरीही त्यांच्या हल्ल्यामुळे आपल्याकडच्या सैन्यामध्ये जीवितहानी नक्कीच होईल,'' गणेश म्हणाला. ''एक गोष्ट ध्यानात ठेवा. आपण गलबतांमध्ये आहोत. त्यामुळे त्यांच्या हल्ल्याला प्रत्युत्तर देण्यासाठी आपण तातडीने किनाऱ्यावर उतरू शकणार नाही.''

''मग आपण त्यांना असलेल्या धोक्यात वाढ का करत नाही?'' कार्तिकाने विचारले.

''कशी काय?'' गणेशाने विचारले.

''मगधला पोहचण्यापूर्वीच आपल्या निम्म्या सैनिकांनी किनाऱ्यावर उतरावं. आपल्या गलबतांसमवेतच आपण पूर्वेकडच्या किनारपट्टीवरून त्यांना कवायत करत पुढे यायला लावू. त्यामुळे आपल्या गलबतांवरील वजनही कमी झालेलं असेल. साहजिकच, आपली गलबतं अधिक वेगानं पुढे सरकू शकतील. अर्थातच, त्यामुळे पूर्व किनारपट्टीवरील मगधच्या तटबंदीवरच्या सैनिकांना शत्रू सैन्याच्या मोठ्या तुकड्या त्यांच्या तटबंदीला लागूनच किनाऱ्यावर कवायत करत असल्याचं समजेल. त्यामुळे कोणताही मूर्खपणा करण्याआधी त्यांना किमान दोनदा विचार करावा लागेल.''

''मला ही कल्पना आवडली,'' भगीरथ म्हणाला.

''मला त्याहूनही अधिक साधी कल्पना सुचली आहे,'' चंद्रकेतू म्हणाला. गणेशाने ब्रंगाच्या राजाकडे पाहिले.

''मगधचं राज्य हे स्वद्वीपमधील सर्वाधिक गरीब राज्य आहे,'' चंद्रकेतू म्हणाला. ''ते एक सामर्थ्यशाली राज्य आहे; परंतु राजे महेंद्राचं दुर्दैव त्याचा पाठलाग करत आहे. त्याचा मोठा पुत्र उग्रसेन तर ठार झाला आहेच; परंतु त्याशिवाय दुसरा पुत्रही त्याच्यापासून दुरावलेलाच आहे. त्यातच तो स्वतःही लोभी आहे.''

''म्हणजे तुम्हाला त्याला लाच द्यायची आहे?''

''का देऊ नये?''

''त्याचं कारण म्हणजे आपल्याला प्रचंड पैसा लागणार आहे. काही हजारांच्या

संख्येत असलेल्या सुवर्णमुद्रा पुरेशा नाहीत. आपण काही सेनाधिकाऱ्यांशी व्यवहार करणार नाही; तर आपल्याला प्रत्यक्ष राजाशी हा व्यवहार करावा लागणार आहे.''

''एक दशलक्ष सुवर्णमुद्रा पुरेशा ठरतील का?''

भगीरथ स्तंभित झाला. ''एक दशलक्ष?''

''होय.''

''फक्त आपण तिथून सुरक्षित पुढे सरकावं म्हणून?''

''होय.''

''प्रभू रुद्राचा धावा करा! मगधच्या राज्याकडे होत असलेला हा सहा महिन्यांचा करभरणा आहे.''

''अगदी बरोबर! पहिल्या जहाजावर यापैकी निम्म्या सुवर्णमुद्रा लादून मी मगधच्या राजाकडे दिवोदासाला पाठवतो. एकदा का आपलं अखेरचं जहाज सुरक्षितपणे बाहेर पडलं, की उर्वरित निम्म्या सुवर्णमुद्रा त्याच्याकडे पोहचत्या केल्या जातील.''

''परंतु या संपत्तीचा वापर करून ते शस्त्रास्त्रं खरेदी करतील.'' कार्तिक म्हणाला.

''परंतु ही बाब ते शीघ्र गतीने करू शकणार नाहीत,'' चंद्रकेतू म्हणाला. ''आणि त्या संपत्तीचा वापर करून ते नंतर कसा करतील, हा विषय आपल्यापुरता संपलेला असेल. तो माझ्या चिंतेचा विषय होऊ शकत नाही.''

''महाराज, एवढ्या मोठ्या प्रमाणात सुवर्ण देणं तुम्हाला खरोखरच परवडणारं आहे का?'' गणेशाने विचारले.

चंद्रकेतूने स्मित केले. ''आपल्याकडे सुवर्णाचा भरपूर साठा आहे, प्रभू गणेश. परंतु त्याचा आम्हाला काहीच उपयोग नाही. सोमरसाला रोखण्यासाठी माझ्याकडचं सारं सुवर्ण देऊन टाकायला मी तयार आहे.''

''ठीक आहे,'' गणेश म्हणाला. ''मग हे न करण्याचं काहीच कारण मला दिसत नाही.''

प्रकरण २१

अयोध्येला वेढा

गोपाळ, सती आणि काली यांच्यासमवेत बसलेल्या शिवाला उत्तरेकडून आलेल्या थंडगार वाऱ्याच्या झुळुकीमुळे दिलासा मिळाला. एकूण छप्पन्न आरमारी गलबते त्यावेळी नदीतून प्रवास करत होती. काही आठवड्यांतच ते चंबळच्या मुख्य प्रवाहाजवळ पोहचले असते. तिथूनच किनाऱ्यावर उतरून सैनिक नर्मदेकडे कूच करू लागले असते.

''पंडितजी, आधीच त्या गलबतांवर असलेल्या तुमच्या सैनिकांखेरीज आपल्याकडच्या ५५ हजार सैनिकांनाही घेऊन जाण्याची क्षमता नर्मदेमध्ये आपल्या प्रतीक्षेत असलेल्या तुमच्या गलबतांमध्ये आहे का?'' कालीने विचारले.

''होय, महाराणी,'' गोपाळ म्हणाला. ''आपण सध्या ज्या गलबतांमधून निघालो आहोत, ती गलबतं एवढ्या मोठ्या प्रमाणात वजन पेलून प्रवास करू शकणार नाहीत, हे आम्हाला माहिती असल्यामुळे त्या गलबतांची रचना आम्ही आणखी वेगळ्या प्रकारे करवून घेतली आहे. त्यामुळे ती अतिरिक्त ओझं वाहू शकतील.''

''आपण पाहिलेल्या नकाशांवरून अंदाज घेता,'' सती म्हणाली. ''येत्या तीन महिन्यांत आपण लोथलला पोहचू. बरोबर आहे ना, पंडितजी?''

''होय, सतीजी,'' गोपाळ म्हणाला. ''जर वाऱ्याची दिशा आपल्याला

अनुकूल असेल, तर आपण तिथे आणखीच लवकर पोहचू.''

''काली, तुला लोथलच्या प्रशासकाकडून वचन मिळालं आहे का?'' शिवाने विचारले.

''नर्मदेच्या काठावर माझे दूत त्याविषयीची माहिती घेऊन आपल्या प्रतीक्षेत आहेत,'' कालीने उत्तर दिले. ''माझ्यावर विश्वास ठेवा, आपल्याला लोथलमध्ये सहजपणे प्रवेश मिळू शकेल. परंतु आपल्या सैन्यात तिथे मोठ्या प्रमाणात लोक सहभागी होतील, अशी अपेक्षा मात्र ठेवू नका. लोथलकडे दोन ते तीन हजारांहून अधिक सैनिक नाहीत.''

''आपल्याला खरं तर सैनिकांची आवश्यकताही नाही,'' शिव म्हणाला. ''आपलं स्वतःचं सैन्यबळही आपल्यासाठी पुरेसं आहे. वासुदेवांचं सैन्य आधीच आपल्या प्रतीक्षेत नर्मदेमध्ये थांबलं आहे. शिवाय तुमचं स्वतःचं सैन्यदल आणि ब्रंगांचं सैन्यदलही आपल्या समवेत आहे. त्यामुळे आपल्याकडे एक लाखाहून अधिक सैनिक आहेत. मेलुहाच्या सैन्यदलाएवढंच सैन्यदल त्यामुळे आपल्याकडेही आहे.''

''आपण सहजगत्या त्यांचा पराभव करू शकू,'' काली म्हणाली.

''मला त्यांच्यावर हल्ला करायचा नाही,'' शिव म्हणाला.

''मला वाटलं, की तुम्हाला हल्लाच करायचा असेल.

''आपल्याला फक्त सोमरस उत्पादनाची सुविधा नष्ट करायची आहे, काली.''

''परंतु तुमच्यासमवेत आम्ही नाग लोक आहोत. त्यामुळे थेट लढाईलाही तुम्ही घाबरण्याची आवश्यकता नाही.''

''मी घाबरत नाही. परंतु मला त्यात काहीही अर्थ वाटत नाही. त्यामुळे आपल्या मुख्य हेतूपासून आपलं लक्ष विचलित होईल. सोमरसाचा विनाश करणं हाच आपला प्रमुख हेतू आहे. आपल्याला मेलुहाचा विनाश करायचा नाही. ही गोष्ट कधीच विसरू नका.''

''दर वेळी मला या गोष्टीचं विस्मरण होतं. परंतु आता तुम्ही मला सतत स्मरण करून देत आहात. त्यामुळे मी ते लक्षात ठेवेन.'' काली म्हणाली.

शिवाने स्मित केले आणि आपले मस्तक हलवले.

— ☥◉℧♁⊕ —

शरयूतून बाहेर पडेपर्यंतचा प्रवास आश्चर्यकारकरित्या निर्धोकपणे पार पडला होता. मगधच्या सैन्याने गणेशाच्या सैन्यावर मुळीच हल्ला केला नाही. ते आरमारी दल एवढे प्रचंड होते, की मगधचे संरक्षक सैनिक दिवसभर ती गलबते तिथून जात असल्याचे पहात राहिले.

त्यानंतर सुमारे सप्ताहानंतर गणेशाने आपल्या गलबतांना नांगर टाकण्याची आज्ञा दिली. कार्तिक, भगीरथ, चंद्रकेतू आणि गणेश छोट्या नौकांतून किनाऱ्याच्या दिशेने निघाले. त्या अरण्यातून वृक्षतोड करून मोठ्या अंतरापर्यंतचा रस्ता स्वच्छ करण्यात आला होता. काशीत स्थलांतरित झालेल्या ब्रंगवासीयांचा नेता दिवोदास तिथे त्यांची प्रतीक्षा करत होता. त्याच्यासमवेत त्याचे वीस सैनिक होते.

नौका काठाला लागता क्षणीच गणेशाने किनाऱ्यावर उडी मारली. इतरांनीही त्याचे अनुकरण केले. किनाऱ्यावर पोहचल्याबरोबर त्याने आपले मस्तक तेथील भूमीवर टेकवले. त्याने त्या निबिड अरण्यात दूरवर पाहिले. तेथील घनदाट झाडीआड लपून आपल्या मातेकडे एकटक पहात तो तिथेच थांबला होता, त्याचे स्मरण त्याला झाले.

''कार्तिक, हे बल-अतिबल कुंड आहे. इथेच सप्तर्षि विश्वामित्रांनी भगवान रामाला कित्येक शक्ती आणि विद्या शिकवल्या होत्या.''

कार्तिकाचे डोळे आश्चर्याने विस्फारले. तो खाली वाकला आणि हाताने भूमीला स्पर्श करून उद्गारला, ''जय श्रीराम!''

त्याच्याभोवती असलेल्या सर्वांनीच एकमुखाने गजर केला, ''जय श्रीराम!''

''कार्तिक,'' गणेश म्हणाला. ''या भूमीला सप्तर्षि विश्वामित्र आणि प्रभू रामाचे आशीर्वाद लाभले आहेत. परंतु या भूमीच्या महानतेचं कित्येक लोकांना विस्मरण झालं आहे. या भूमीच्या सन्मानाची, गतवैभवाची पुनर्प्राप्ती आपण तिला आपल्या रक्तानं करून देऊया.''

गणेशाच्या बोलण्यातील गर्भितार्थाचे आकलन होण्यास कार्तिकाला क्षणभर लागला. ''सुरापद्मन आपला पाठलाग करत असेल, असं तुला वाटतंय का, दादा?''

गणेशाने स्मित केले. ''तो नक्कीच आपला पाठलाग करेल. माझ्यावर विश्वास ठेव. अयोध्येला आपण वेढा घालणं ही गोष्टच सुरापद्मनला मगधमधून बाहेर

खेचण्यास पुरेशी ठरणार आहे. एकदा का तो बाहेर पडला, तर आपण त्याच्या सैन्याचा विनाश करू आणि त्याची नगरी ताब्यात घेऊ. गंगेतून येणारी अयोध्येची गलबतं आपण मगधतर्फे तिथेच सहजगत्या रोखून धरू आणि मगधचं भवितव्य ठरवणारं युद्ध आपण इथेच लढू. तू त्यांच्यावर इथूनच हल्ला करावास असं मला वाटतं.''

''स्वतःच्या पित्यावर सुरापद्मनचं वर्चस्व असेल, असं मला वाटलं होतं,'' कार्तिक म्हणाला.

''तो हुशार माणूस आहे, कार्तिक. आपल्याला पाठबळ देणं हीच त्याची अंतःप्रेरणा होती, असं मला वाटतं. परंतु आता एवढ्या सर्वांचा विरोध असताना आपल्या स्वारस्याच्या दृष्टीने जे योग्य असेल, तीच गोष्ट तो करेल, अशीही माझी अटकळ आहे. त्यामुळे त्याला बऱ्याच गोष्टी प्राप्त करून घेता येतील. एक म्हणजे आपल्या पिताजींचा विश्वास तो संपादन करू शकेल, त्यांच्या मर्जीत तो बसेल. आपल्या बंधुच्या मृत्यूचा सूड घेतल्यामुळे आपल्या पिताजींप्रमाणेच आपल्या नगरवासीयांच्या मनातही तो आपले स्थान निर्माण करेल. अयोध्या थोडी फार हरू लागली, दुर्बल ठरू लागली; की तो अयोध्येचा तारणहार असल्याच्या भूमिकेतून आपल्यावर आक्रमण करण्यासाठी धावून येईल आणि कोणास ठाऊक! कदाचित तो नीळकंठाच्या पुत्रांवरही हल्ला करून त्यांना आपल्या ताब्यात घेण्याचा प्रयत्न करेल. त्यामुळे या युद्धातील तो भृगुंचा एक बलाढ्य साथीदार बनणार नाही का?'' गणेशाने उपाहासात्मक स्मित करत विचारले. ''होय बंधो, तो नक्कीच आपल्यावर हल्ला करेल आणि त्याच वेळी सूज्ञ आणि हुशार लोकांनी आपल्या अंतःप्रेरणेचंच अनुकरण केलं पाहिजे, हा धडाही तो शिकेल.''

कार्तिकाने एक दीर्घ श्वास घेतला आणि आकाशाकडे पाहिले. त्यानंतर तो गणेशाकडे वळला. त्याच्या डोळ्यांत एक प्रकारचा दृढनिश्चय दिसत होता. ''आपण ही नदी रक्तानं लाल करू, दादा,'' तो म्हणाला.

आकर्षण आणि भय या भावनांच्या मिश्र नजरेने भगीरथाने त्याच्याकडे पाहिले.

''हीच भूमी का, प्रभू गणेश?'' चंद्रकेतूने विचारले.

''महाराज,'' गणेशाने उत्तर दिले. ''हा मार्ग लांबलचक आणि अरुंद आहे. त्यामुळे इथल्याच किनाऱ्यावर सुरापद्मन आपली गलबतं नांगरून ठेवेल आणि आपलं सैन्य त्याला या मार्गाच्या दुतर्फा लांबवर उभं करता येईल. हे निबिड

अरण्य किनाऱ्यापासून खूप दूरवर नाही. त्यामुळे आपलं मुख्य सैन्य गर्द झाडीआड लपून राहील आणि फक्त थोडंसं सैन्यदलच आपण किनाऱ्यावर ठेवू.''

भगीरथाने स्मित केले. ''हे एक फारच मोहक आव्हान आहे. सुरापद्मनला असे वाटेल, की अयोध्येला वेढा दिल्यानंतर उरलेले काही थोडे सैनिकच इथे तैनात करण्यात आले आहेत. त्यामुळे आपल्या सैन्याला विजयाची मजा चाखायला मिळावी, म्हणून तो या तुकडीवर हल्ला करेल.''

''बरोबर!'' गणेश म्हणाला. ''परंतु मुख्य युद्धभूमीवर युद्ध होणार नाही. आपल्याला फक्त त्याला इथपर्यंत आणायचं आहे. अगदी प्रामाणिकपणे सांगायचं झालं, तर त्यासाठी खूपच मोठं धाडस लागणार आहे. कारण त्याच्याकडे मोठंच सैन्यदल आहे. म्हणूनच मला कार्तिकाला इथं ठेवायचं आहे. परंतु सुरापद्मनचा पराभव प्रामुख्याने नदीकडूनच होणार आहे.''

''कसा काय?'' चंद्रकेतूने विचारले.

''मी अयोध्येवरून मागे वळेन आणि आघाडीवरूनच त्याच्या गलबतांना जोरदार तडाखा देईन,'' गणेश म्हणाला. ''तीस गलबतं घेऊन शारदा नदीमध्ये प्रतीक्षा करण्यास मी राजे मातालींनाही सांगितलं आहे. शरयूच्या खालच्या अंगाला शारदा तिला येऊन मिळते. सुरापद्मनची गलबतं तिथून पार झाली की वैशालीचं सैन्यदल शरयूतून वरच्या बाजूला प्रवास करून येईल. त्यामुळे ती गलबतं मगधच्या गलबतांच्या मागच्या बाजूला असतील. पुढच्या बाजूने माझं सैन्यदल त्यांच्यावर हल्ला करेल; तर वैशालीचं सैन्यदल त्यांच्यावर पाठीमागून जोरदार हल्ला करेल. सुरापद्मनच्या जहाजांच्या तांड्याला आम्ही नेस्तनाबूत करेपर्यंत कार्तिकाने सुरापद्मनला या स्थानापासून अजिबात हलू द्यायचं नाही. तीच कार्तिकाची प्रमुख कामगिरी असेल.''

''म्हणजे राजे मातालीची गलबतं आणि तुमची गलबतं यांच्यामध्ये तो चेंगरला जाईल,'' चंद्रकेतू म्हणाला. ''तो बचावण्याची सुतराम शक्यता उरणार नाही.''

''अगदी बरोबर!''

''ही एक चांगली योजना असल्यासारखं वाटतंय,'' भगीरथ म्हणाला.

''या युद्धाचं यश दोन बाबींवर अवलंबून असेल,'' गणेश म्हणाला. ''पहिली गोष्ट म्हणजे कार्तिकाने सुरापद्मनला त्याची गलबतं इथं नांगरायला भाग पाडलं पाहिजे आणि किनाऱ्यावरच्या सैनिकांवर हल्ला करायला लावलं पाहिजे. जर हे

घडलं नाही, तर सुरापद्मन पुढे पुढे जात राहील आणि माझ्या छोट्याशा गलबतांमधून त्याची मोठी गलबतं जबरदस्त तडाखा देऊन निघून जातील. त्यावेळी कदाचित भरतीच्या लाटांचंही त्याला साहाय्य मिळेल. आपली गलबतं वजनानं हलकी आहेच, ती मानवी वल्हेकऱ्यांकडून वल्हवली जाणार आहेत; मात्र तुलनेने त्यांची गती अधिक असेल. मगधची गलबतं मोठी असतील आणि त्यांची बांधणी अधिक भक्कम असेल. सुरापद्मनला किनाऱ्यावर उतरण्यास भाग पाडण्यात जर कार्तिकाला अपयश आलं, तर माझ्याकडच्या सैन्यदलाला फार मोठी किंमत चुकवावी लागेल. कित्येक सैनिक मारले जातील. अशी शक्यता निर्माण झाली, तर तिथे निर्णय घेण्यासाठी मी असेन.''

''आणि दुसरी गोष्ट कोणती?'' भगीरथाने विचारले.

''सुरापद्मनला निसटून मगधला जाता येऊ नये, म्हणून राजे मातालींनी त्याच्या निसटण्याच्या मार्गावर राहिलं पाहिजे. त्यामुळे या सापळ्याची दुसरी बाजूही बंद होऊन जाईल.''

कार्तिकाच्या धाडसाविषयी किंवा आपल्या स्वतःच्या व्यूहरचनेच्या सामर्थ्याविषयी चंद्रकेतूच्या मनात यत्किंचितही शंका नव्हती. त्या छोट्या योद्ध्याविषयीचा आदर त्याने पुढील शब्दांत व्यक्त केला. ''आता कार्तिका, तुम्ही स्वतःच सारं काही करणार आहात. आता सारं काही तुमच्यावर अवलंबून आहे.''

कार्तिकाने आपले डोळे बारीक केले. त्याचे हात तलवारीच्या मुठीवर होते. ''मी त्याला इकडे खेचून आणेन, राजे चंद्रकेतू आणि मी ते एकदा केलं, की मी एकटाच त्याच्या संपूर्ण सैन्याला पुरून उरेन, याची मी तुम्हाला खात्री देतो. आपल्या गलबतांनाही या युद्धात उतरण्याची आवश्यकता उरणार नाही.''

आपल्या बंधुकडे पाहून गणेशाने स्मित केले.

आपल्या समोरच्या चौथऱ्यावर ठेवलेला आणखी एक कागद गणेशाने उचलला आणि तो वाचू लागला. त्यानंतर थकलेल्या डोळ्यांना विश्रांती देण्यासाठी तो क्षणभर थांबला आणि त्याने आपले डोळे चोळले. हल्ल्याच्या प्रगतीविषयी विविध

हेरांनी पाठवलेल्या माहितीची संदेशपत्रे तिथे पडली होती. त्याच्यासमोर आणखी किमान बारा संदेशपत्रे तरी उरली होती. अयोध्येच्या नगरवासींयांच्या मनःस्थितीपासून ते शस्त्रास्त्रे तयार करणाऱ्यांकडे धनुर्धारी करत असलेल्या बाणांच्या मागणीपर्यंतची सगळी माहिती त्यात होती. आधीच्या सप्ताहात गणेशाला क्वचितच निद्रा लाभली होती. त्यामुळे त्याला आत्यंतिक विश्रांतीची आवश्यकता होती. त्याचे अंग ठणकत होते; परंतु आता ती संदेशपत्रेही जास्त काळ न वाचता ठेवणे अशक्य होते. अयोध्या आता शरणागतीच्या उंबरठ्यावर आल्याचे दिसत होते. आता कोणतेही चुकीचे पाऊल उचलले गेले असते, तर मोठाच विनाश घडला असता. त्याच्या शेजारीच कार्तिक आणि चंद्रकेतू शांतपणे बसले होते. गणेशाकडे अथकपणे संदेशांचा ओघ सुरू होता. त्याला त्या कार्यात ते दोघेही मदत करत होते. भगीरथ परतण्याची प्रतीक्षा करत ते तिघेही शांतपणे बसले होते. त्याने हाती घेतलेल्या मोहिमेचे काय झाले, त्याविषयीची वार्ता ऐकण्यास ते उत्सुक होते.

महिन्याभरापूर्वीच अयोध्येला वेढा घातला गेला होता. गणेशाच्या आरमाराने त्या विशाल नगरीला पद्धतशीरपणे वेढा घातला होता. प्राचीन युद्धतंत्राच्या अचूक अभ्यासातून तो वेढा घातला गेला होता. शरयूच्या पश्चिम किनारपट्टीवर दुहेरी ओळीत सैन्यदलाचा मोठाच भाग राखण्यात आला होता. तिथे तेवढीच गलबतेही नांगरून ठेवण्यात आली होती. पूर्वेकडच्या किनारपट्टीवरील तटबंदीवरून केल्या जाणाऱ्या माऱ्याच्या व्याप्तीच्या बाहेरच्या बाजूला ती गलबते ठेवण्यात आली होती. ओळीने उभी असलेली गलबते अयोध्येच्या उत्तरेकडून वरच्या भागाकडे होती. शरयूचा प्रवाह धबधब्यात परावर्तित होत असलेल्या वरच्या बाजूच्या थोडीशीच कडेला ती होती. गणेशाच्या सैन्यदलातील गलबतांच्या उजव्या बाजूला छोट्या जीवननौका बांधून ठेवण्यात आल्या होत्या. अयोध्येकडच्या टोकाला असलेल्या गलबतांना सैतानी नौकांच्या साहाय्याने अग्नी लावला जाऊ नये, यासाठीच ही योजना करण्यात आली होती. किनाऱ्यावरच्या गलबतांच्या डाव्या बाजूला सैन्याचा एक भाग तैनात करण्यात आला होता. अयोध्येकडून छुप्या पद्धतीने हल्ला होऊ नये, यासाठी ही व्यूहरचना करण्यात आली होती.

दक्षिणेकडे दूरवर गणेशाने आपली गलबते नांगरून, एकत्रितपणे बांधून ठेवली होती. नदीत दहा ओळींत ती गलबते ठेवण्यात आली होती. पहिल्या पातळीतील गलबतांच्या मागेच गलबतांची आणखी एक ओळ होती. त्यांच्याही मागे पाच

शीघ्र गती नौका होत्या. नदीच्या पुढच्या प्रवाहात त्यांच्याकडून टेहळणी सुरू होती. कोणत्याही अयोध्यावासीयाने निसटून जाण्याचा प्रयत्न केलाच; तर त्याच्यावर हल्ला करण्याचे काम त्यांच्याकडे होते. त्यामुळे तिथून निसटून जाण्याचा प्रयत्न करणाऱ्या अयोध्येच्या कोणत्याही गलबताला तिथे असलेल्या वीस आरमारी गलबतांबरोबर आणि पाच शीघ्रगती नौकांबरोबर लढा देऊनच निसटावे लागले असते. हल्ला झालाच तर तो स्पष्ट दिसावा, म्हणून बचावात्मक पवित्र्यात असलेल्या अयोध्येच्या सैन्याने अयोध्येभोवतीच्या अरण्याचा काही भाग नष्ट केला होता. मेलुहाचा सेनाधिकारी प्रसन्नजित याला भृगुंनी तिथे मागे ठेवले होते. अरण्याचा आणखी थाडा भाग नष्ट करण्यासाठी प्रसन्नजितने आग्रह धरला होता; परंतु त्यात तो अयशस्वी ठरला होता. स्वच्छ केलेल्या त्या जागेच्या पलीकडे दुसऱ्या टप्प्यातील झाडे तोडण्याची व्यवस्था आपल्या सैनिकांतर्फे गणेशाने केली होती. ती रेषा म्हणजे सावधगिरीची रेषा समजली जाणार होती. एकदा का सावधगिरीची बाह्य रेषा निश्चित केली गेली असती, की त्या दोन रेषांमधील वृक्षांना अग्नी लावून भस्मसात करण्याची आज्ञा गणेश सैनिकांना देणार होता. त्या अग्नीमुळे निर्माण होणाऱ्या प्रचंड उष्णतेमुळे शहरात अन्नपुरवठ्यासाठी खणण्यात आलेल्या कोणत्याही प्रकारच्या भुयारी मार्गातून जाऊन अन्नाची वाहतूक करणे अशक्य बनले असते. गणेशाने तशी आज्ञा दिली आणि तो अग्नी चार दिवसांपर्यंत तिथे धुमसत राहिला. त्यामुळे त्या 'प्रवेश करणे अशक्य' असलेल्या नगरीतील नगरवासीयांच्या मनोधैर्याचे खच्चीकरण झाले आणि गणेशाच्या वेढ्याचा पोलादीपणाही त्यांच्या लक्षात आला.

अयोध्येच्या उत्तरेला असलेल्या उंच पहाडामुळे शरयूच्या अतिउत्तरेकडून गलबतांची जलवाहतूक करणे अशक्य होते. आपल्या बंदराच्या भिंतीतून अयोध्यावासीयांनी आतल्या बाजूला येण्यासाठी एक अरुंद मार्ग तयार केला होता. त्याच्यातून येणाऱ्या शत्रूच्या सैन्याला रोखणे त्यांना सहजशक्य होत होते. प्रवेशद्वार असलेल्या भिंतीतून आतील बाजूला तो मार्ग निघत होता. त्याच्यामुळे अयोध्येच्या बंदराचे रक्षण होत होते. मात्र त्याचबरोबर शत्रूला अयोध्येच्या जहाजांची बाहेरच्या बाजूला होणारी वाहतूक रोखणेही त्यामुळे शक्य होणार होते. अरण्य नष्ट केल्यानंतर उरलेले झाडांचे बुंधे आणून गणेशाने हा मार्ग पूर्णपणे बंद करून टाकला. आता शहराला घातलेला वेढा बंदरापर्यंत आला होता आणि तो प्रभावी ठरला होता.

अयोध्यावासीयांना आतल्या आत रहायला भाग पाडणे हाच गणेशाच्या वेढ्याचा हेतू होता. हा मार्ग बंद करून टाकल्यामुळे आता बंदरात आपली अधिक गलबते तैनात करण्याची आवश्यकता गणेशाला भासणार नव्हती.

अयोध्येसाठी मेलुहाकडून पक्षी संदेशवहन यंत्रणा वापरली जात असल्याचे गणेशाला ज्ञात होते. ही यंत्रणा नष्ट करण्यासाठी त्याने एका अत्यंत साध्या व्यूहरचनेचा उपयोग केला. अयोध्येच्या बाह्य भागात शरयूच्या काठावरील विविध झाडांच्या वरच्या भागांमध्ये त्याने सहाशे धनुर्धारी योद्ध्यांना बसायला लावले. ते धनुर्धारी आठ तासांच्या पाळीत काम करत होते. त्यामुळे दिवसातून तीन वेळा धनुर्धारी बदलले जात. साहजिकच चोवीस तासांचा खडा पहारा तिथे ठेवला गेला होता. दिले गेलेले आदेशही साधेसुधेच होते. आकाशात दिसणाऱ्या प्रत्येक पक्ष्याला ठार मारा, हा तो आदेश होता. हा प्रत्येक पक्षी तेथील इतर शोध पथकातील सैनिक तपासत. त्यामुळे अयोध्येकडून मेलुहाला जाणारा प्रत्येक संदशच फक्त समजत होता असे नाही; तर सैन्याला या पक्ष्यांच्या ताज्या मांसाची मेजवानीही लाभत होती.

शरयू नदीतून नगरीच्या भिंतींमध्ये पाणी खेळवल्या जाणाऱ्या मार्गांमधून अयोध्येने पिण्याचे जल मिळवण्याची व्यवस्था केली होती. शरयूवर बांधल्या गेलेल्या प्रचंड मोठ्या आणि अत्यंत कौशल्यपूर्ण प्रकारे बनवण्यात आलेल्या जलचक्रांच्या साहाय्याने हे जल मिळवण्यात त्यांना यश मिळाले होते. या चक्रांच्या साहाय्याने शरयूचे जल चक्राकार गतीने फिरवले जात होते. त्यांच्या व्यासावर कित्येक बादल्या बसवण्यात आल्या होत्या. त्यांच्यामध्ये जल भरले जाऊन चक्र वर गेले की या बादल्या प्रवाह आत जाण्यासाठी तयार करण्यात आलेल्या मार्गात ओतल्या जात. कोणत्याही हल्ल्यापासून संरक्षण व्हावे म्हणून त्या चक्रांभोवती उंचच उंच भिंती बांधण्यात आल्या होत्या. मात्र तरीही या भिंतीला जलाच्या पृष्ठभागाच्या वरच एक भोक होते. तिथूनच बादल्यांमध्ये जल भरले जात होते. त्या भोकाभोवती कास्याचे गज बसवण्यात आले होते. त्यांच्यातून पाणी आत बाहेर जाऊ शकत होते. मात्र कोणतीही व्यक्ती त्यामधून पोहत आत जाऊ शकणार नाही, एवढे ते भोक लहानही होते. परंतु त्यामुळे गणेशाला कोणीही रोखू शकत नव्हते.

रात्रीच्या वेळी आपल्यासोबत तरंगती, छोटी लाकडी पिंपे घेऊन, गणेशाने

काही सैनिकांना पाठवले. या पिंपांमध्ये तेल भरलेले छोटे लोखंडी डबे होते. शिवाय त्यात मंदगती विद्युत तारिका बसवण्यात आली होती. एकदा का त्यांनी पेट घेतला असता, की विद्युततारिकांमुळे तेलाचा भडका उडाला असता. त्यामुळे निर्माण होणाऱ्या उष्णतेने पाणी उकळू लागले असते आणि वाफेच्या दाबामुळे तिथे स्फोट घडून आला असता. लोखंड आणि लाकडामुळे या आगीत भरच पडली असती. जलचक्रांमधील बादल्यांच्या मध्ये ही यंत्रणा बसवणे एवढेच सैनिकांचे काम होते. नगरीतील विहिरींवर आपल्या अगणित नगरवासीयांची तहान भागवणे अयोध्येला शक्य झाले नसते.

बाहेरून अत्यल्प प्रमाणात पाणी आत नेण्यासाठी काही महिला आणि धर्मगुरू यांना गणेश परवानगी देत होता. अयोध्येने पूर्णपणे शरणागती पत्करेपर्यंत ही संख्याही रोज हळूहळू कमी करत आणावी, अशा सूचनाही त्याने दिल्या होत्या. लोकांनी आपल्या नेत्यांविरोधात बंड करण्यासाठी तयार करण्यात आलेली ती यंत्रणा होती. आपल्या नीळकंठाच्या इच्छेविरुद्ध जाऊन मेलुहाला साहाय्य करणाऱ्या अयोध्यावासीयांना गणेशाचे सैनिक मानसिकदृष्ट्या त्रस्त करून सोडत होते. अयोध्येतील निष्पाप प्रजेवर अन्याय होऊ नये; म्हणून गणेश अयोध्येवर क्षेपणास्त्रे डागत नसल्याचे सैनिक लोकांना सातत्याने स्पष्टपणे सांगत होते. सम्राट दिलीपाच्या निर्णयाशी या लोकांचे काहीच देणेघेणे नसल्याने त्यांना त्रास देण्याचा आपला हेतू नसल्याचे ते त्यांना सांगत होते.

काही अयोध्यावासीयांना रोज जा-ये करू देण्यामागे आणखीही एक महत्त्वपूर्ण हेतू होता. रामजन्मभूमी मंदिरात गुप्तपणे रहात असलेल्या काही वासुदेव पंडितांना त्यामुळे गणेशापर्यंत माहिती पोहचवता येत होती. भरतवर्षातील मंदिरांमधून त्यांच्यापर्यंत पोहचलेली ही माहिती ते गणेशापर्यंत पोहचवत होते.

दोन सप्ताहांनंतर, नगरीतील काही वरिष्ठ अधिकाऱ्यांची भेट घेऊन उभय बाजूंना स्वीकारार्ह वाटण्याजोगी तडजोड घडवून आणण्यासाठी गणेशाने भगीरथाला आत धाडले. अयोध्येच्या नगरवासीयांनी तातडीने ही संधी स्वीकारली.

आपल्या छोट्याशा जागेत बसलेल्या आणि कंटाळून गेलेल्या गणेशाने आपले हात पाय ताणले आणि कार्तिक व भगीरथाकडे दृष्टिक्षेप टाकला. त्यांनीही त्या कालावधीत क्वचितच निद्रा घेतली होती आणि तरीही वरकरणी आपण कंटाळल्याचे न दाखवता ते त्याच्यासमवेत त्या संदेशांची छाननी करत होते.

गणेशाने स्वतःशीच स्मित केले. एकदा का हे सारे तडीस गेले, तर आम्ही सारेच जण आपापल्या छोट्या कक्षांमध्ये जाऊन सप्ताहभरासाठी तरी निद्रिस्त होऊ.

तेवढ्यात त्यांना पावलांचा आवाज ऐकू आला आणि दरवाजा उघडण्याआधी त्यावर टकटक केल्याचा आवाजही त्यांनी ऐकला. भगीरथाने गणेशाकडे पाहून किंचित झुकून अभिवादन केले. वाऱ्यामुळे त्याचे केस काहीसे अस्ताव्यस्त पसरले होते. तो त्या तिघांच्या निकट जाऊन बसला.

''काय घडलं भगीरथ?'' गणेशाने विचारले. आपल्यासमोरचा संदेशपत्रांचा ढीग त्याने दूर सारला.

''मला वाटतं, की ही काही फारशी चांगली वार्ता नाही,'' भगीरथ म्हणाला.

''खरंच?'' चंद्रकेतूने विचारले. ''मला वाटलं होतं, की अयोध्येच्या सैन्यात चांगलीच फूट पडलेली असेल. आपण या नगरीला इतक्या सहजतेने वेढा घालू शकलो, यामागे दुसरं काही कारण असेल, असं मला तरी वाटलं नव्हतं. कुठेही चकमक नाही, कुठलेही छुपे हल्ले नाहीत, काहीच नाही. त्यामुळे मला तर असं वाटलं होतं, की त्यांच्या सैन्याला युद्धाची इच्छाच नसावी.''

भगीरथाने मस्तक हलवले. ''तुम्हाला अयोध्येची माहिती नाही, राजे चंद्रकेतू. हा काही त्यांच्या सैन्याचा भ्याडपणा नाही. हा त्यांच्या उच्चाधिकाऱ्यांकडे असलेला निर्णयक्षमतेचा अभाव आहे आणि तोच आपल्या पथ्यावर पडला आहे. आपल्यावर कोणत्या प्रकारे हल्ला करावा, यावर त्यांच्यात एकमत होत नाही. याशिवाय महर्षि भृगुंनी प्रसन्नजित या मेलुहाच्या सेनाधिकाऱ्याला इथे ठेवलं आहे. अयोध्येच्या युद्धाच्या तयारीवर तो नजर ठेवून आहे. त्यामुळे नगरीत आणखी मतभिन्नता निर्माण झाली आहे. एखाद्या व्यूहरचनेवर त्यांचं एकमत होईपर्यंत आपण नदीवर आधीच नियंत्रण मिळवलेलं असेल आणि त्यानंतर मात्र त्यांच्या हाती करण्यासारखं काहीच उरलेलं नसेल.''

''मग?'' गणेशाने विचारले. ''आता त्यांना होत असलेल्या त्रासामुळे त्यांच्यापैकी निदान काही जणांचे तरी डोळे उघडलेले नाहीत का?''

''नाही,'' भगीरथ म्हणाला. ''नगरात प्रचंड प्रकारचा गोंधळ माजला आहे. कित्येक अयोध्यावासी नीळकंठाचे निस्सीम भक्त आहेत. त्यामुळे नीळकंठ त्यांना कोणतीही हानी करणं शक्यच नाही, अशी त्यांची श्रद्धा आहे. नीळकंठानेच या हल्ल्याचे आदेश दिला आहे, यावर विश्वास ठेवण्यास ते तयार नाहीत. त्यांची ही

अंधश्रद्धा आपल्या विरोधात जात असल्याचं दिसतंय.''

''मग या हल्ल्याचा आदेश कोणी दिला आहे, असं त्यांना वाटतंय?'' चंद्रकेतूने विचारले.

''सैन्यातील ब्रंग लोकांचा भरणा विचारात घेता, तुम्ही हा आदेश दिलाय असं त्यांना वाटतंय,'' भगीरथ म्हणाला.

चंद्रकेतूने हात उंचावला. ''पण मी अयोध्येवर हल्ला का करेन?''

''त्यांना असं वाटतंय, की ब्रंगाला स्वद्वीपवर राज्य करायचंय,'' भगीरथ म्हणाला. ''भगवान शिवाच्या अनुपस्थितीत आपण त्यांची खात्री पटवण्यासाठी आणखी काहीही करू शकत नाही. काही अगदी थोड्या लोकांचा त्या जाहीरनाम्यावर विश्वास बसला आहे; परंतु ते अगदीच अल्पसंख्य आहेत. एका साध्यासुध्या तर्काच्या साहाय्याने त्यांचा आवाज बंद केला जात आहे. 'आपण सोमरस प्राशन करतच नाही; मग नीळकंठ आपल्यावर हल्ला का करेल? त्यानं मेलुहावर हल्ला केला पाहिजे.' अर्थातच सरदार आणि उच्चाधिकाऱ्यांपैकी काही थोडे लोक सोमरसाचा वापर करतात. परंतु त्याची सर्वसामान्य जनतेला काहीच माहिती नाही.''

''सध्या तरी सरदार आणि उच्चाधिकारी यांचं मत अधिक महत्त्वाचं आहे,'' कार्तिक म्हणाला. ''लोकांचं सैन्यावर नियंत्रण नसतं. त्यामुळे सरदार आणि उच्चाधिकारी यांचं मत काय आहे?''

''त्यांच्यात तीव्र मतभेद आहेत आणि फूट पडलेली आहे. आपण यशस्वी व्हावं, असं त्यांच्यापैकी काही जणांना नक्कीच वाटतं. त्यामुळे मेलुहाला साहाय्य करण्यास त्यांना उघडपणे तीव्र विरोध करता येईल. शरणागती पत्करणं ही अत्यंत मोठी मानखंडना आहे, असं इतरांना वाटतं. त्यांचं असं मत आहे, की सैन्याने जोरदार हल्ला करून वेढा मोडून काढावा आणि मेलुहाकडे निघावं. त्यामुळे उर्वरित स्वद्वीपवासियांना असं दाखवून देता येईल, की अयोध्येनं एकदा जे ठरवलं, ते करून दाखवण्यास अयोध्या समर्थ आहे.''

''मेलुहाला साहाय्य करण्यासाठी जाऊ नये, असं वाटणाऱ्यांना आपण कशा प्रकारे साहाय्य करू शकू?'' गणेशाने विचारले.

''ते अवघड आहे,'' भगीरथ म्हणाला. ''गेल्या सप्ताहात माझ्या पिताजींनी एक बुद्धिमान शक्कल लढवली आहे. त्यांनी त्या सर्वांना जीवनभरासाठी सोमरसाचा

पुरवठा करण्याचं वचन दिलं आहे.''

"काय?''

"होय. अयोध्येला मोठ्या प्रमाणात सोमरसाची पूड उपलब्ध करून देण्याचं वचन प्रभू भृगुंनी दिल्याचं त्यांनी सांगितलं आहे.

"परंतु महर्षि भृगु अशा प्रकारचं वचन कसं काय देऊ शकतात?'' कार्तिकाने विचारले. "कारण तो कुठून येईल? उत्पादन सुविधा इतक्या मोठ्या प्रमाणात सोमरसाचं उत्पादन करण्याएवढी सक्षम आहे?''

"नक्कीच ती तेवढी सक्षम असलीच पाहिजे,'' भगीरथ म्हणाला. "काहीही झालं तरी ही लालूच फक्त सरदार आणि उच्चाधिकाऱ्यांसाठीच आहे. त्यामुळे त्यांची संख्या अल्पच असणार.''

"ह्या! कायतरीच!'' गणेश म्हणाला.

"माझे विचार असे आहेत,'' भगीरथ म्हणाला, "या पुडीमुळे ते शंभर वर्षं जीवित राहू शकतील. त्यामुळे त्यांना कितीही प्रमाणात सुवर्ण देऊ केलं तरी त्याची तुलना दीर्घायुष्याशी होऊच शकणार नाही.''

"मग आता आपण काय करायचं?'' चंद्रकेतूने विचारले.

"युद्धाची तयारी करा,'' गणेश म्हणाला. "वेढा मोडून काढण्यासाठी ते नक्कीच जोरदार हल्ला करण्याचे प्रयत्न करतील.''

प्रकरण २२

मगधची सैन्याची जमवाजमव

नर्मदेच्या काठावर गलबतांवर चढणाऱ्या वासुदेव आणि नाग लोकांच्या प्रचंड सैन्याच्या ताफ्याकडे सती, गोपाळ आणि काली यांच्यासह शिव पहात होता. नांगरून ठेवण्यात आलेल्या गलबतांवर सैन्याला सहजगत्या चढता यावे, यासाठी वासुदेवांनी काही लाकडांचे ओंडके एकमेकाला जोडून तराफे तयार केले होते. त्यामुळे त्यावरून सैनिक जहाजांवर चढत होते. काठावरच्या वडाच्या झाडावर टेहळणीसाठी मचाण तयार करण्यात आले होते. जहाजावर सैन्य चढत असल्याचे दृश्य व्यवस्थित दिसावे म्हणून मचाणासमोर येणारी झाडांची पाने आणि फांद्या काढून टाकण्यात आल्या होत्या. जिथपर्यंत नजर पोहचत होती, तिथपर्यंत दूरवर ओळीने गलबते उभी होती. ब्रंग, वासुदेव आणि नाग मिळून एक लाखांहून अधिक सैनिक शिस्तबद्ध पद्धतीने गलबतांवर चढत होते. आता त्यांचा प्रवास थोडासा असुविधाजनक होता; परंतु ते अंतर कमी होते आणि लवकरच ते लोथलला पोहचणार होते.

''उद्यापर्यंत आपण प्रवासाला निघण्यास तयार होऊ, शिवा,'' काली म्हणाली.

''सुपर्णाही जहाजावर चढली का?'' शिवाने विचारले.

''अद्याप नाही,'' काली म्हणाली.

“मी तिला भेटू शकतो का? तिच्या अधिपत्याखालील नागांबरोबर मी काही विचारांची देवाणघेवाण करू इच्छितो.”

कालीने भुवया उंचावल्या. नागांचे अधिपत्य आपण करू अशी तिची अपेक्षा होती.

“काली, तू माझ्यासमवेत असावं, असं मला वाटतं,” तिला शांत करत शिव म्हणाला. “माझा तुझ्यावर विश्वास आहे. सोमरस उत्पादन सुविधा केंद्राचा शोध घेण्यासाठी काम करणाऱ्या शोध पथकाचं मी नेतृत्त्व करणार आहे. आपल्याला गुप्तपणे आणि शांततेने, पण एकसंधपणे काम करावं लागणार आहे. त्यावेळी आपल्या युद्धपथकाबरोबर लढण्यात मेलुहाचे नागरिक गुंतलेले असतील.”

“तू डावपेच लढवण्यात आणि युक्तिवाद करण्यात अत्यंत निष्णात आहेस, शिवा,” काली म्हणाली.

शिवाच्या कपाळावर आठ्या पडल्या. “एखाद्याचा अवमान केला तरीही त्याला त्याची जाणीवही होऊ न देता आपलं काम कसं साध्य करावं ते तुला चांगलं माहिती आहे.” शिवाने स्मित केले. परंतु तो मौनच राहिला.

“परंतु सोमरस सुविधा केंद्राचा शोध घेणं हे महत्त्वपूर्ण काम आहे, हे मला माहिती आहे,” काली म्हणाली. “त्या कामी तुझ्यासमवेत मला सहभाग घेता येणं हा मी माझा सन्मान समजते.”

“फारच छान!” शिव म्हणाला आणि नंतर गोपाळाकडे वळून तो म्हणाला, “पंडितजी, वासुदेवांकडून आणखी काही माहिती समजली आहे का?”

“अयोध्येला वेढा घालणं आत्यंतिक आश्चर्यकारकरित्या सुलभ ठरलं आहे,” गोपाळ म्हणाला. “अयोध्येनं कोणत्याही प्रकारे प्रतिकार केला नाही. गणेशाने शहराला आपल्या ताब्यात ठेवलं आहे.”

“परंतु राजे दिलीपाच्या दृष्टीकोनात काही बदल घडला आहे का?”

“अद्याप नाही आणि आपल्या राजाविरुद्ध नगरवासीय आंदोलन करेपर्यंत गणेशाने कोणत्याही प्रकारे हिंसाचार न करण्याचा सूज्ञपणा दाखवला आहे.”

“अयोध्येचे सैन्य मेलुहाच्या साहाय्यासाठी जोपर्यंत येत नाही, तोपर्यंत मी समाधानी आहे. मगधबद्दल काय?”

“त्यांची गलबतं सज्ज आहेत,” गोपाळ म्हणाला. “परंतु सुरापद्मनच्या

लष्करानं अद्याप काहीच हालचाल केलेली नाही.''

शिवाने भुवया उंचावल्या. तो चांगलाच आश्चर्यचकीत झाल्याचे दिसत होते. ''आयतीच चालून आलेली एवढी मोठी नामी संधी सुरापद्मन हातची दवडेल, असं मला वाटत नाही. त्याचे पिताजी, राजे महेंद्र आपल्यावर हल्ला करण्यासाठी त्याच्यावर दबाव आणतील, असंही मला वाटलं होतं.''

''बघूया काय होतंय ते!'' सती म्हणाली. ''कदाचित अयोध्या आणि आपलं सैन्य यांच्यात प्रथम युद्ध व्हावं, असं सुरापद्मनला वाटत असेल. त्यानंतर दुबळ्या झालेल्या सैन्यावर कदाचित तो हल्ला करणार असेल.''

शिवाने मान डोलावली. ''कदाचित!''

— ⚇ ◍ � ⚏ ⊕ —

''हे बघ भगीरथ,'' गणेश म्हणाला.

राजपुत्राने नुकताच गणेशाच्या त्या छोट्याशा कक्षात प्रवेश केला होता. एका जखमी पक्ष्याकडून सापडलेले एक संदेशपत्र तो दाखवत होता. ते एका सैनिकाने पाठवले होते. ते सांकेतिक भाषेत होते. परंतु भगीरथाला ती भाषा अवगत होती. अयोध्या आणि मेलुहा यांच्यातील संपर्क यंत्रणा त्याला अर्थातच ठाऊक होती आणि त्याने त्याविषयी गणेशाच्या सैनिकांना प्रशिक्षणही दिले होते.

भगीरथाने ते मोठ्याने वाचले. ''पंतप्रधान स्यमंतक, प्रभू भृगु अयोध्येला परत आले आहेत का? त्यांना प्रयागला जाऊन काही महिने लोटले आहेत; परंतु अद्याप ते मेलुहाला पोहचलेले नाहीत. प्रभू शिव आणि सरलष्करप्रमुख पार्वतेश्वर कुठे आहेत, याविषयीची माहिती जर तुमच्याकडे असेल, तर ती आम्हाला हवी आहे.''

गणेशाने काहीही प्रतिक्रिया व्यक्त केली नाही. तो भगीरथाच्या प्रतिक्रियेची प्रतीक्षा करत होता.

''पंतप्रधान कनखला यांची यावर मुद्रा आहे,'' भगीरथ म्हणाला. ''स्वारस्यपूर्ण आहे!''

''खरोखरच स्वारस्यपूर्ण आहे,'' गणेश म्हणाला. ''प्रभू भृगु कुठे आहेत? आणि सरलष्करप्रमुख पार्वतेश्वरांविषयी मेलुहाच्या पंतप्रधान का बरं चौकशी

करत आहेत? ते अद्याप तिथे पोहचलेले नाहीत? ते त्यांच्याच बाजूला झुकलेले आहेत, हे त्यांना अद्याप माहिती नाही का?''

''ते कुठं असतील, असं तुम्हाला वाटतं?'' भगीरथाने विचारले.

''ते नक्कीच मेलुहात नाहीत,'' गणेश म्हणाला. ''त्यामुळे माझ्या पिताजींसाठी काही गोष्टी सुलभ झाल्या आहेत.''

''आतापर्यंत प्रभू शिव मेलुहात पोहचले असतील, असं तुम्हाला वाटतं का?''

''मला वाटतं, की अद्याप तिथे पोहचायला त्यांना काही सप्ताहांचा अवकाश आहे.''

''आणि अयोध्येचं सैन्य तिकडे रवाना होऊ शकत नाही,'' भगीरथ म्हणाला. ''हे वृत्त नक्कीच अधिक चांगलं आहे.''

तेवढ्यात कार्तिक धावत धावतच कक्षात दाखल झाला. ''दादा!''

''काय झालंय कार्तिका?''

''मगधचं सैन्य हलतंय, रवाना होतंय.''

''तुम्हाला कोणी सांगितलं? वासुदेव पंडितानं का?'' भगीरथानं विचारलं.

''होय,'' कार्तिक म्हणाला आणि गणेशाकडे वळून तो म्हणाला, ''गलबतांवर शस्त्रास्त्रं लादलेली असतील, असं मला वाटतंय. सैनिकांना सज्ज राहण्यास सांगितलं गेलंय.''

गणेशाने स्मित केले. ''किती सैनिक आहेत?''

''७५ हजार.''

''७५ हजार?'' चकीत झालेल्या भगीरथाने विचारले. ''सुरापद्मनने सगळंच्या सगळं सैन्य आपल्यासमवेत घेतलं आहे की काय? म्हणजे मगधवर हल्ला झालाच तर मगध आपलं संरक्षणही करू शकणार नाही.''

''त्यांनी कधी प्रयाण करणं अपेक्षित आहे?''

''बहुधा पंधरा दिवसांत,'' कार्तिक म्हणाला. ''निदान वासुदेव पंडितानं तरी मला तसंच सांगितलं.''

''येत्या काही दिवसांतच तूही तिकडे रवाना हो,'' गणेश म्हणाला. आपले एक लाख सैनिक आपल्याबरोबर घे.''

''एवढ्या सैनिकांची काय आवश्यकता आहे, दादा?'' कार्तिकाने विचारले. ''तुला तुझ्यासमवेत काही सैनिक इथे नको आहेत का?''

"मला फक्त गलबतं हाकण्याची क्षमता असलेले आणि अग्नीबाण सोडू शकणारे सैनिक इथे पुरेसे आहेत," गणेश म्हणाला. "परंतु जर बल-अतिबल कुंडाजवळ तू सुरापद्मनला रोखण्यात अयशस्वी ठरलास; तर आपल्या भल्या मोठ्या आरमारी गलबतांसह तो आपल्यावर इथे हल्ला चढवेल आणि आपल्याला सर्वांनाच बुडवून टाकेल. आपल्या सैनिकांचा उपयोग ते तुझ्यासमवेत असतील, तर अधिक होईल. माझ्यासमवेत इथे असतील, तर त्यांचा फारसा उपयोग होणार नाही."

"मी आताच प्रयाणाची तयारी करतो," कार्तिक म्हणाला.

— ⚹◎Ʊ⚹⊕ —

बल-अतिबल कुंडाजवळ युद्धासाठी सज्ज असलेले एक लाख सैनिक दुपारच्या सुमारास पोहचले होते. कार्तिकाचा प्रमुख सल्लागार म्हणून अयोध्येचा राजकुमारही त्या ताफ्यासमवेत होता. राजे चंद्रकेतू गणेशासोबत अयोध्येतच राहिले होते. कार्तिकाच्या सैन्यातील ब्रंग सैनिकांच्या मनात कोणाची आज्ञा पाळावी याविषयी संभ्रम निर्माण होऊ नये, यासाठी ही दक्षता घेण्यात आली होती.

तिथे पोहचता क्षणीच कार्तिकाने छोट्याशा जलरोधक नौकांच्या बांधणीची आज्ञा दिली. मगधच्या आरमारी नौकांना अग्नी लावण्यासाठी सैतानी नौका म्हणून त्या कामी आल्या असत्या. एक हजार सैनिकांनी त्या नौकांची बांधणी केली आणि कुंडाच्या समोर, पूर्वेकडच्या किनाऱ्यावर त्या लपवून ठेवण्यात आल्या. प्रत्यक्षात कुंडाभोवतालच्या परिसरात युद्ध होणार असले, तरीही दुसऱ्या बाजूने हल्ला करून ते शत्रूच्या गलबतांचा विनाश घडवून आणणार होते.

दोहो बाजूंनी होणाऱ्या हालचालींचा वेध घेण्यासाठी झाडांवर मचाणे बांधण्यात आली. त्या सैनिकांसाठी एक साधी संदेश यंत्रणा तयार करण्यात आली होती. मातीच्या मडक्यांवर लहानशा धातूच्या नळकांड्या बसवण्यात आल्या होत्या. त्या मडक्यांमध्ये दगडी कोळसा ठेवण्यात आला होता. त्याने लगेच पेट घेतला असता आणि सर्वांत महत्त्वाची बाब म्हणजे त्याच्यातून धूरविरहित ज्वाळा बाहेर पडल्या असत्या. त्या धातूंच्या नळकांड्यांवरील झाकणे सहजपणे उघडता येत होती. त्यामुळे नियंत्रित पद्धतीने ज्वाळा आणि प्रकाश बाहेर पडला असता. त्या

नळकांड्यांची भोके छोटी होती. त्यामुळे त्यांच्यातून बाहेर पडणाऱ्या प्रकाशामुळे काजव्यांच्या चमचमाटाचा आभास निर्माण झाला असता. कार्तिकाच्या सैनिकांसाठी मात्र तो एक प्रकारचा सांकेतिक संदेश होता. नदीच्या दोन्ही काठांवरून त्यांना तो दिसला असता.

बल–अतिबल कुंडाभोवतीचा परिसर तसाच सुरक्षित ठेवण्याचा कार्तिकाचा मानस होता. अरण्याच्या परिसरातच सैन्य अविचलपणे राहणे आवश्यक होते. जर आपल्या माणसांचा वापर आपल्याला आमिष म्हणून करायचा असेल; तर आपल्या माणसांना आपण किनारपट्टीवर ठेवलं पाहिजे. नाही का? किमानपक्षी गणेशाच्या मनात तरी तसंच होतं.''

''राजकुमार भगीरथ, सुरापद्मनला कमी लेखण्यास मी धजावत नाही आणि त्यानंही आपल्याला कमी लेखू नये, असंही मी म्हणेन. आपले अगदीच थोडेसे सैनिक जर त्याला किनाऱ्यावर फिरताना आढळले, तर कदाचित हा सापळा असावा, अशी शंका त्याला येईल. म्हणजे जर आपण आपलं सैन्य इतरत्र विखरून ठेवत असू; तर त्याच्या दृष्टीस पडण्याजोगं आपलं सैन्य आपण नक्कीच ठेवणार नाही. तेवढा मूर्खपणा आपण करणार नाही. नाही का?''

''होय. तेही सत्य आहे. मग आता तुम्ही काय सुचवताय?''

''आपण आता पश्चिम किनारपट्टीवर आहोत. मगध आपल्या दक्षिणेकडे दूरवर आहे. परंतु तेही शरयूच्या पश्चिम किनाऱ्यावरच आहे. आता जिथे अरण्य फारसे घनदाट नाही; तिथून नदीच्या किनाऱ्यावरून अरण्यातून कूच केलं, तर मगध जेमतेम दोन ते तीन सप्ताहांच्या अंतरावर आहे.''

भगीरथाने स्मित केले. ''म्हणजे सुरापद्मनच्या लक्षात आपली खरीखुरी व्यूहरचना आली, असं त्याला वाटावं, असं तुम्हाला वाटतंय. अयोध्येला घातलेला वेढा हा त्याला मगधमधून बाहेर हुसकावण्यासाठी केलेली व्यूहरचना होती, असंच त्याला वाटलं पाहिजे. अयोध्येभोवती वेढा घालण्यापेक्षा मगध जिंकल्यावर आपण अयोध्येच्या जहाजांवर अधिक प्रभावीपणे नियंत्रण मिळवू शकू, हे त्याच्या ध्यानात आलं पाहिजे.''

''अगदी बरोबर. आणि त्याच्या मनात असा संशय येण्याएवढा तो हुशार असेल तर त्याच्या सैन्याच्या काही तुकड्या नदी काठाने असलेल्या अरण्यातून सैन्याच्या हालचाली सुरू आहेत का, यावर पाळतही ठेवत असतील. मला खरं

तर असंच वाटतं, की तो तेवढा सूज्ञ आहेच. आपल्या बलाढ्य सैन्याविषयीची माहिती त्याला कळल्यावर तो सरळसरळ निष्कर्ष काढेल, की आपण मगधवर हल्ला करण्यासाठी निघालो आहोत आणि तो मात्र अयोध्येकडे कूच करण्यात आपला वेळ वाया घालवत आहे.''

''तुमची मातृभूमी तुम्ही संरक्षणहीन बनवून दुसरी भूमी जिंकण्यासाठी निघत आहात आणि ज्यावेळी तुम्ही परताल, त्यावेळी तुम्हाला तुमची मातृभूमी शत्रूने जिंकल्याचं आढळेल, असा संदेश त्याला यातून मिळेल.''

''तुमच्या ते लक्षात आलंय,'' कार्तिक म्हणाला. ''सुरापद्मनच्या दृष्टीला याचं श्रेय दिलं पाहिजे. कारण एखाद्या हुशार शत्रूकडून तो याच गोष्टीची अपेक्षा बाळगत असेल. तो आपल्याला कमी लेखत असेल असं मला तरी अजिबातच वाटत नाही.''

''परंतु अयोध्येकडे जाण्याचा रोख बदलून तो मगधकडे कशामुळे वळेल?''

''भल्या मोठ्या गलबतांचा ताफा नदीतून नेणं हे प्रत्यक्ष कृतीत आणण्यापेक्षा बोलणंच अधिक सोपं आहे. विशेषतः ज्यावेळी एखाद्याकडे कमी वेळ असेल तेव्हा तर हे कृतीत आणणं अधिकच कठीण आहे. परंतु जर सुरापद्मनने तसं घडवून आणण्यात यश मिळवलं आणि आपल्या आधी मगधकडे जाण्यासाठी तो नदीतून वेगाने निघाला तरीही आपलं सैन्य फक्त तिकडे कूच करणं थांबवेल आणि त्याच्या शहराच्या द्वारापर्यंत पोहचणारच नाही. अन्यथा; त्याचे स्वतःचे नगरवासीही असाच विचार करतील, की अयोध्येला वाचवण्यासाठी सुरापद्मन आपलं सैन्य घेऊन तिकडे चालता झाला आणि स्वतःच्या राज्याला मात्र त्याने तसंच वाऱ्यावर सोडून दिलं आणि शत्रूच्या भक्ष्यस्थानी पाडलं. एखाद्या पळपुट्याचा शिक्का आपल्यावर बसावा, असं कोणत्याही अभिषिक्त राजपुत्राला वाटणारच नाही. त्यामुळे इथे येऊन आपल्यावर हल्ला करण्याशिवाय त्याच्याकडे कोणताही पर्यायच उरणार नाही. तुम्हाला काय वाटतं?''

''मला ही योजना आवडली,'' भगीरथ म्हणाला. ''सुरापद्मनसारख्या एका चांगल्या लढवय्याच्या बाबतीत ही योजना चांगलीच लागू पडेल. कारण नदीकाठावरच्या निबिड अरण्यातील हालचाली टिपणारी टेहळणी पथकं त्याच्याकडे नक्कीच असतील. त्यांच्यापैकी काही पथकांवर आपण हल्ला केला पाहिजे; परंतु त्याच वेळी त्यांच्यापैकी काही जण आपल्या विशाल सैन्याच्या

आकाराची माहिती त्याच्यापर्यंत पोहचवण्यासाठी जीवित राहतील याची दक्षताही आपण घेतली पाहिजे. अर्थातच आपल्या सैन्याच्या विशाल आकारामुळे अरण्यातील भली मोठी जागा आपण व्यापलेली असेल. त्यांची गलबतं आपल्या स्थानावरून जातील, त्यावेळी आपल्या सैन्याच्या प्रारंभीच्या मुक्कामाच्या जागी असलेल्या वृक्षांवरील पक्ष्यांना आपल्या सैनिकांनी त्रस्त करून ओरडण्यास भाग पाडलं पाहिजे. शिवाय आपल्या मुक्कामाच्या जागेच्या टोकाला काही ठिकाणी आपण 'निष्काळजीपणे' शेकोट्या पेटवून ठेवल्या पाहिजेत. या दोन टोकांमधील प्रचंड अंतराचा विचार करून सुरापद्मनला नदीच्या दक्षिण काठावर प्रचंड शत्रू सैन्य असल्याचा अंदाज येईल आणि आपल्यावर हल्ला करणं त्याला भाग पडेल.''

''बरोबर.''

''काही सैतानी नौका आपण पश्चिम किनारपट्टीवरही ठेवल्या पाहिजेत,'' कार्तिक विचारमग्न होत म्हणाला. ''त्यांचे लोक इथे युद्धात गुंतलेले असतील आणि आपल्या अग्निनौका सहजपणे त्यांच्या दृष्टीस पडतील. ज्यावेळी शत्रूला आश्चर्याचा धक्का द्यावयाचा असेल, फक्त त्यावेळीच सैतानी नौका त्यांच्या गलबतांना अग्नी लावतील. जर त्या सहजपणे दिसत असतील, तर शत्रू त्यांना सहजपणे बुडवून टाकेल. म्हणूनच मी त्या सैतानी नौका पूर्वेकडच्या किनारपट्टीवर ठेवल्या आहेत.''

''आपल्या बाजूला युद्धाचा प्रारंभ होईल,'' भगीरथ म्हणाला. ''परंतु सुरापद्मनला बल – अतिबल कुंडाजवळच्या वाळूवरच आपल्या सैनिकांना उतरवण्यास भाग पडेल. त्याशिवाय पश्चिम किनारपट्टीवर अन्यत्र कुठेही तो त्यांना उतरवू शकणार नाही. निबिड अरण्यात मोठ्या संख्येने सैनिकांना उतरवणं जवळजवळ अशक्यच आहे. नदीच्या अतिउत्तरेपर्यंत ती निबिड अरण्यं पसरलेली आहेत. त्यामुळे आपण जर आपल्या अग्निनौका उत्तरेकडे ठेवल्या, तर त्या शत्रूच्या नजरेपासून दूर राहतील. आपण कुठे आहोत, याचा शोध घेण्यासाठी त्याची गलबतं तो नांगरू लागेल, त्यावेळी आपण त्याच्या सैन्यावर उत्तरेकडून हल्ला करू.''

''छान मुद्दा आहे. मी हे आदेश आपल्या सर्व सैनिकांपर्यंत पोहचवण्याची व्यवस्था करतो.''

शरयूमधून बलाढ्य सैन्यासह युद्धनौका जात असल्याचे समजल्यावर कार्तिकाच्या सैन्यदलातील सैनिकांचे बाहू स्फुरण पावू लागले. ते लढाईसाठी आतुर झाले होते. किती वाजले असावेत, हे समजण्यासाठी मंद गतीने वाजवले जाणारे ढोलाचे आवाज ऐकण्यापेक्षा आणि जललाटांचे हळुवार ध्वनी ऐकत बसण्यापेक्षा बल - अतिबल कुंडाजवळ येत्या एक दोन तासांत मगधची गलबते पोहचणार असल्याची सूचना ऐकणे त्यांना अधिक आवडणारे होते .

सैनिकांना ताबडतोब त्यांच्या युद्धाच्या जागा घेण्याचे आदेश मिळाले. शस्त्रांची तपासणी करण्यात आली. बचावासाठी आवश्यक असलेल्या बाबींची तपासणी झाली.

अरण्याच्या कडेपर्यंत जाऊन बल-अतिबल कुंडाजवळच्या वालुकामय प्रदेशाची कार्तिकाने तपासणी केली. तसेच नदीच्या पलीकडच्या किनाऱ्याजवळच्या भूमीचीही त्याने तपासणी केली. रात्रीच्या उशीराच्या अंधाराची भयावहता कमी करण्यासाठी चंद्रकोरीचा प्रकाश थोडासा पसरला होता. त्याच्या व्यूहरचनेचा विचार करता ती वेळ आत्यंतिक योग्यच होती. ऋतुमानानुसार हलके धुके सर्वत्र पसरू लागले होते. अगदी परिपूर्ण वातावरणनिर्मिती झाली होती! संदेश यंत्रणा देणाऱ्या भांड्यातील प्रकाश त्या धुक्यातूनही दिसू शकत होता, का त्याची चाचपणी त्याने सरावलेल्या दृष्टीने केली आणि जे काही दिसले, त्याने तो आनंदित झाला.

कार्तिक भगीरथाकडे वळला आणि नंतर त्याने दिवोदासाकडे पाहिले. त्यानंतर त्याने ब्रंगाच्या सेनाधिकाऱ्यांवरून नजर फिरवली.

"माझ्या मित्रांनो," कार्तिक म्हणाला. "माझ्या पिताजींप्रमाणे माझं शब्दांवर प्रभुत्व नाही. त्यामुळे मी थोडक्यात सांगतो. मगधचे सैनिक फक्त विजयासाठी आणि वैभवासाठी लढत आहेत आणि या दुर्बल प्रेरणा आहेत. तुम्ही मात्र सूडासाठी आणि अपराध्यांना योग्य शिक्षा देण्यासाठी लढत आहात. तुमचे कुटुंबीय आणि तुमचा देश यांच्यासाठी, आपल्या मातृभूमीसाठी तुम्ही लढत आहात. तुमच्या मुलांना ठार मारणाऱ्या आणि तुम्हाला व्यंगं बहाल करणाऱ्या सोमरसाला रोखण्यासाठी तुम्ही लढत आहात. सैतानाच्या आसूडाचे फटकारे थांबवण्यासाठी तुम्ही लढत आहात. त्यामुळे त्यांचा सर्वनाश होईपर्यंत अखेरपर्यंत तुम्ही लढलंच पाहिजे. मला बंदिवान नको आहेत. त्यापेक्षा मला त्यांचे मृतदेह हवे आहेत. जर

कोणी सैतानाची बाजू घेत असेल, तर त्यांना जीवित राहण्याचा हक्कच नाही. ध्यानात घ्या! तुमच्या मुलांच्या यातना ध्यानात घ्या आणि शत्रूवर तुटून पडा!''

ब्रंगाच्या सेनाधिकाऱ्यांनी जोरदार घोषणा दिली, ''मगधच्या सैनिकांना मृत्यूदंड देऊ!''

''आपण ज्या भूमीवर उभे आहोत,'' कार्तिक पुढे बोलू लागला, ''ती रामाच्या आशीर्वादानं पावन झालेली आहे. आज आपण प्रभू रामाला आपल्या रक्तानं मानवंदना देऊया. जय श्री राम!''

''जय श्री राम!''

''आपापल्या जागा घ्या!'' कार्तिकाने आदेश दिला.

ब्रंगाचे सेनाधिकारी जलद गतीने आपापल्या जागी गेले. सर्व लोकांपर्यंत आपला आवाज पोहचणार नाही, हे पाहिल्यावर भगीरथाने विचारले, ''कार्तिक, तुम्हा सर्वच लोकांचा मृत्यू का हवा आहे?''

''राजकुमार भगीरथ, जर आपल्याकडे मगधचे भरपूर युद्धकैदी असतील, तर त्यांच्यावर नजर ठेवण्यासाठी आपल्याला आपल्या बऱ्याच सेनादलाचा वापर करावा लागेल. शक्य तेवढ्या सैनिकांना मेलुहावर चढाईसाठी नेणं हे आपलं अंतिम उद्दिष्ट आहे. जर मगधचं सैन्य गारद झालं, तर आपल्याला त्यांच्यावर नजर ठेवण्यासाठी आपलं फारसं सैन्य इथे ठेवण्याची आवश्यकता भासणार नाही. त्यांच्यापैकी काही हजार सैनिकच नगरीवर नियंत्रण राखण्यासाठी इथे ठेवले तरी ते पुरेसं ठरेल. याशिवाय सर्वच सैनिकांचा वध केला, तर अयोध्येपर्यंतही तो संदेश पोहचेल. त्यामुळे मेलुहाबरोबरच्या आपल्या युतीचा पुनर्विचार करण्याची वेळ त्यांच्यावर येईल.''

कार्तिकाची हिंस्त्र वाटणारी; परंतु प्रभावी विचारांवर आधारित विचारशृंखला भगीरथाला मान्य करावीच लागली.

प्रकरण २३

बल-अतिबल कुंडाजवळचे युद्ध

मगधच्या आरमारातील आघाडीचे गलबत बल – अतिबल कुंडाजवळून पुढे निघून गेले. कार्तिकाच्या सैन्याने वल्ही मारण्याचा एकसारखा, हळू आवाज ऐकला होता आणि मगधच्या गलबतांना पाहिल्याचे संकेत देणारे त्यांच्या ढोलवादकांनी वाजवलेले ढोलाचे नादही त्यांनी ऐकले होते.

कार्तिकाने संदेशाच्या देवाणघेवाणीसाठी तिथे उभ्या असलेल्या सैनिकांकडे पाहून हातवारे केले. त्यांनी तातडीने आपल्या ओळीतील सैनिकांतर्फे तो संदेश दूरवर दक्षिणेकडे पोहचवला. पक्ष्यांच्या थव्यावर पसरलेल्या जाळ्याचा दोरखंड तातडीने सैनिकांनी ओढला. अचानक मिळालेल्या अनपेक्षित स्वातंत्र्यामुळे चकीत झालेले ते पक्षी त्याबरोबर किलबिलाट करत हवेत उडाले. मगधच्या गलबतांत सैनिकांची झालेली हालचाल कार्तिकाने टिपली होती. त्यांना पक्ष्यांचा किलबिलाट नक्कीच ऐकू गेला होता.

कार्तिकाने आपले डोळे ताणून तिकडे पाहिले. मगधच्या सैनिकांनी आपल्या गलबतांच्या मुख्य डोलकाठ्यांकडे पाहिले.

''ह्या! काहीतरीच!'' भगीरथ पुटपुटला. त्याचे परिणाम त्याच्या लक्षात आले होते.

आपला शत्रू महत्त्वपूर्ण असल्याचे लक्षात आल्यामुळे योद्ध्याच्या चेहऱ्यावर

उमटणारे प्रशंसायुक्त तिरस्काराचे हास्य कार्तिकाच्या चेहऱ्यावर उमटले. त्याच्या बरोबर मागे उभ्या असलेल्या दिवोदासाकडे तो वळला. ''दिवोदास, मगधच्या सैनिकांच्या नजरा त्यांच्या डोलकाठीवरच्या टेहळणी नाक्याकडे वळल्या. आपण दिसू नये, म्हणून आपल्या सैनिकांनी खाली झुकावं.''

सहसा वरच्या बाजूला जाऊन दूरवर पाहून टेहळणी करण्यासाठी असा नाका सागरातून प्रवास करणाऱ्या गलबतांवर बांधला जातो. नद्यांमधून प्रवासाच्या वेळी त्याची आवश्यकता नसते. परंतु सुरापद्मन ही अत्यंत सावध आणि दक्ष व्यक्ती होती, हे उघड होते. कार्तिकाच्या आदेशाचे पालन करण्यासाठी दिवोदास तातडीने तिथून निघून गेला.

''गलबतांची वल्ही मागच्या दिशेनं मारली जात आहेत,'' भगीरथ पुढच्या दिशेने निर्देश करत म्हणाला.

मगधची गलबतं पाण्याच्या नैसर्गिक प्रवाहाच्या विरुद्ध दिशेने जात असल्यामुळे साहजिकच त्यांचा वेग मंद होता आणि त्यामुळे तो वेग आणखी झटकन मंदावला. त्यांच्या गलबतांचा वेग असा होता, की जिथे कार्तिक थांबला होता, तिथपर्यंत सुरापद्मनचा सैन्याचा ताफा येईपर्यंत तिथून किमान दहा गलबते गेली होती. त्यांच्या गलबतांवरचे सैनिक निबिड अरण्यांमध्ये रोखून पहात होते.

''आता आपण प्रतीक्षा करूया,'' कार्तिक म्हणाला.

भगीरथ कार्तिकाकडे झुकला. ''त्यांचा टेहळणी करणारा सैनिक आपल्या अगदी मागेच आहे. किनाऱ्याजवळच आहे.''

कार्तिकाने अगदी नको इतका हात हलवला आणि मगधच्या त्या सैनिकाच्या कानांवर पडेल एवढ्या मोठ्या आवाजात तो दिवोदासला म्हणाला, ''त्यांची गलबतं आणखी पुढे निघाली आहेत, का ते पहा.''

दिवोदास नदीकडे वळला. त्यामुळे तो टेहळणी करणारा सैनिक आवाज न करता मागे झाला. तो जवळजवळ स्वयंस्फूर्तीनेच मागे वळला आणि दिसेनासा झाला. ''राजकुमार कार्तिक, त्यांचा टेहळणी करणारा सैनिक गलबतावर पोहत परत गेला आहे.''

कार्तिक एकदम उभा राहिला आणि अरण्याच्या कडेला रांगत रांगत गेला. तिथून त्याला आवाज न करता पोहत पोहत चाललेला मगधचा सैनिक दिसत होता.

''आता लवकरच हल्ला होण्याची अपेक्षा आहे,'' भगीरथ म्हणाला. ''आपण आता आपापल्या जागा घेतलेल्या बऱ्या!''

''आणखी काही क्षण प्रतीक्षा करूया,'' कार्तिक म्हणाला. ''तो टेहळणी करणारा सैनिक कोणत्या गलबतावर जातो, ते मला पहायचं आहे. त्यामुळे कोणत्या गलबतावर सुरापद्मन आहे, ते आपल्याला समजू शकेल.''

''आता जवळजवळ अर्धा तास झाला आहे,'' भगीरथ म्हणाला. ''तो आता आणखी कशाची प्रतीक्षा करतो आहे?''

कार्तिक आणि त्याचे सैन्य अरण्यातील त्या रेषेच्या मागेच उभे राहिले होते. ब्रंग लोकांना युद्धात सहभागी होण्याची इच्छा नसल्याचे सुरापद्मनला भासावे, अशी त्यांची इच्छा होती. त्यामुळे आपण अचानक हल्ला करत आहोत, असे सुरापद्मनला वाटावे असे त्यांना वाटत होते.

कार्तिक अचानक उद्गारला, ''नालायक कुठला!''

''राजकुमार कार्तिक?'' दिवोदासाने विचारले.

''आपल्या टेहळणी करणाऱ्या सैनिकांना संदेश पाठवा,'' कार्तिक म्हणाला. ''दुसऱ्या बाजूच्या लोकांशी संपर्क साधण्यास त्यांना सांगा. तिकडे काय घडतंय, ते मला समजून घ्यायचं आहे.''

भगीरथाने कपाळावर हात मारून घेतला. ''अरे देवा! आपण तर आपल्या टेहळणी करणाऱ्या लोकांना खाली झुकायला सांगितलं होतं.''

दिवोदास तातडीने निघून गेला आणि शरयूच्या पलीकडच्या काठावरच्या लोकांना त्याने प्रकाशाच्या चिन्हांच्या साहाय्याने संदेश दिला. तो तातडीने परत आला. त्याच्याकडे चिंता करण्याजोगा संदेश होता. ''आपल्या भल्या मोठ्या गलबतांआड लपत छपत जाऊन ते दुसऱ्या बाजूने हल्ला करणार आहेत. छोट्या युद्धनौका नदीमध्ये गुपचुपपणे उतरवण्यात आल्या आहेत आणि निःशब्दपणे त्यांच्यावर सैनिक उतरत आहेत. याचा अर्थ ते नदीतून खालच्या दिशेने जात आहेत.''

''तो एका कुत्र्याचा धूर्त पुत्र आहे!'' रागारागाने भगीरथ म्हणाला. ''त्याला

नदीच्या खालच्या प्रवाहातून पुढे जायचं आहे आणि त्याच वेळी तो आपल्या स्वतःच्याच गलबतांआड लपून आपल्यावर दक्षिणेकडून हल्ला करणार आहे.''

''आता आपण काय करायचं प्रभू कार्तिक?'' दिवोदासाने विचारले.

''दहाव्या गलबतामधून मगधचे सैनिक किनाऱ्यावर उतरत आहेत का, ते आपल्या टेहळणी करणाऱ्यांना विचारा. त्या गलबतावरच सुरापद्मन आहे,'' कार्तिक म्हणाला. त्यानंतर भगीरथाकडे वळून तो म्हणाला, ''राजकुमार भगीरथ, मला वाटतं की तो आपल्यावर दुहेरी हल्ला चढवणार आहे. एक हल्ला बल–अतिबल कुंडाजवळ होईल. तिथे सुरापद्मनला आपल्याला गुंतवून ठेवायचं आहे आणि दरम्यानच्या काळात मगध सैनिकांची दुसरी तुकडी आपल्या दक्षिणेकडच्या सैन्यावर पाठीमागून हल्ला करणार आहे. त्यामुळे सैन्याच्या दोन भागांमध्ये आपण चेंगरून जाऊ.''

''याच अर्थ आपल्यालाही आता आपल्या सैन्याचं दोन भागांत विभाजन केलं पाहिजे,'' भगीरथ म्हणाला. ''त्यापैकी एक तुकडी बल–अतिबल कुंडाजवळ आणि दुसरी दक्षिणेकडच्या दलाच्या साहाय्यासाठी जाईल.''

''बरोबर!'' कार्तिक म्हणाला.

दरम्यानच्या काळात दिवोदास परतला होता. ''महाराज कार्तिक, सुरापद्मनच्या गलबतावरील सैनिक किनाऱ्यावर उतरत आहेत.''

''राजकुमार भगीरथ,'' कार्तिक म्हणाला. ''तुम्ही आपल्या मुख्य दलाचं नेतृत्त्व करा. मगधच्या सैनिकांना आपल्याला बल–अतिबल कुंड कोणत्याही परिस्थितीत पार करू द्यायचं नाही. त्यांच्यासाठी आपल्याला इथेच मृत्यूचा सापळा तयार करायचा आहे.''

''तसंच होईल, कार्तिक. मी तुम्हाला हमी देतो. परंतु माझ्या साहाय्यासाठी इथे अधिक सैनिकांची आवश्यकता नाही. तुम्ही तुमच्यासमवेत अधिक सैनिकांना घेऊन जा. कारण सुरापद्मनबरोबर दक्षिणेकडे युद्ध करताना तुम्हाला अधिक सैनिकांची आवश्यकता भासेल.''

''नाही. मला अधिक सैनिक नकोत,'' कार्तिक म्हणाला. ''तो नदीच्या खालच्या दिशेने येतो आहे. त्याच्याकडे कोणतेही अश्व नाहीत. परंतु माझ्याकडे आहेत.''

भगीरथाच्या लक्षात ताबडतोब त्याच्या बोलण्यातील मतितार्थ आला. एक

अश्वारूढ स्वार दहा पायदळ सैनिकांच्या तुल्यबळ असतो. कार्तिक उंच होता. शिवाय त्याचा अश्वही अत्यंत भक्कम होता. त्याच्या भयानक लाथांमुळे भल्या भल्यांनी युद्धभूमीवर लोळण घेतली असती. "ठीक आहे." तो म्हणाला,.

दिवोदास येताच कार्तिकाने त्यालाही आदेश दिला. "तुम्ही दक्षिणेकडे रवाना व्हा. लवकरच आपल्या तेथील तुकडीवर मगधचा हल्ला होणार असल्याची कल्पना त्यांना द्या. त्या तुकडीचं नेतृत्त्व तुम्ही करा. मी दोन हजार अश्वदलासह पश्चिमेकडच्या राक्षसी आकाराच्या परिघाकडे जात आहे. सुरापद्मनच्या दलावर मी पाठीमागून हल्ला करेन. माझे अश्व आणि तुमचे सैनिक यांच्या तावडीत सापडून ते चिरडून मरतील."

दिवोदासाने स्मित केले. "तसंच घडेल!!"

"नक्कीच तसंच घडेल!" कार्तिक म्हणाला. "हर हर महादेव!"

"हर हर महादेव!" दिवोदास म्हणाला.

दिवोदास आपल्या अश्वाकडे धावत गेला. त्याने त्याचे खोगीर पकडले आणि तो त्याच्यावर आरूढ झाला.

कार्तिकाच्या डोक्यात अद्यापही अशाच सूचना घोळत होत्या. त्याला त्यातील एकाही सूचनेचे विस्मरण होऊ द्यायचे नव्हते.

"मी कित्येक युद्धं लढलो आहे, राजकुमार कार्तिक," भगीरथ अचंबित झाल्यासारखा कार्तिकाकडे पहात म्हणाला. "तुम्ही तुमचं युद्ध करा. माझ्या सैन्याची काळजी मी घेतो. ती मला करू द्या."

कार्तिकाने स्मित केले. "माझ्या पिताजींना आपण एका प्रसिद्ध विजयाची भेट देऊया."

"आपण ती नक्कीच देऊ," भगीरथ म्हणाला.

"कार्तिक त्याच्या अश्वापर्यंत गेला. त्याने उडी मारून अश्वावर चढण्याचा प्रयत्न केला. कारण अद्यापही इतर योद्ध्यांच्या तुलनेत त्याची उंची कमी होती. त्याने प्रथम डाव्या रिकिबीत आपला पाय घातला. त्यानंतर वर चढून उजव्या रिकिबीत उजवा पाय अडकवला आणि घोड्यावर पक्की मांड ठोकली. भगीरथ कार्तिकाकडे पहात होता. जनावरांच्या शिकारीला जाताना कार्तिकाच्या डोळ्यांत ज्या प्रकारचा भयावह थंडपणा दिसत असे; तोच थंडपणा तेव्हाही त्याला त्याच्या डोळ्यांत दिसला. भगीरथाच्या हृदयात तोच परिचित असा एकाच वेळी आकर्षण

आणि भयावहता निर्माण करणारा भाव निर्माण झाला. त्याने बेचैनपणे स्मित केले आणि पुटपुटला, 'सुरापद्मनवर देव दया करो..''

कार्तिकाने त्याचे शब्द ऐकले आणि तो हळुवारपणे खिदळला. ''तेवढा एकच जण त्याच्यावर कृपा करू शकेल. परंतु मी मात्र कधीच करणार नाही.'' तो म्हणाला.

नीळकंठाच्या त्या पुत्राने आपला अश्व वळवला आणि वेगाने दौडत तो अंधारात दिसेनासा झाला.

बारीकशी चंद्रकोर आता ढगांच्या बुरख्याआड लपली होती. तिचा मंद प्रकाश धुक्यात हरवला होता. त्यामुळे आपल्या शेजारी असलेल्या सैनिकांची रांग पाहण्यासाठी भगीरथाला मुद्दाम प्रयत्न करावे लागले. अंधारात त्यांच्या श्वासोच्छवासाचा होणारा आवाज ऐकूनच त्यांच्या अस्तित्वाची त्याला खात्री पटत होती. घामाचा विचित्र वास हवेत पसरला होता. त्याच्या ओठांच्या वरच्या भागात जमा झालेले घर्मबिंदू भगीरथाच्या तोंडाच्या दोन्ही बाजूंनी पसरत चालल्याची जाणीव त्याला झाली. त्या रांगेच्या खालच्या आणि वरच्या बाजूनेही त्याच्या कानांवर कुजबुजत्या आवाजातील शब्द पडू लागले. ''हर हर महादेव...हर हर महादेव...'' सुरापद्मनच्या सैनिकांना त्याचे सैनिक भिडले होते.

अचानकच ढगांआडून चंद्र बाहेर पडला आणि मशाली घेऊन शत्रूच्या गलबतांमधून बाहेर पडणाऱ्या सैनिकांवर चालून जाणारे आपले सैनिक भगीरथाला दिसले. गलबतातून बाहेर पडणारे शत्रूसैन्य आपल्या धनुष्यांना अग्निबाण लावत होते.

''ढाली वर करा!'' भगीरथाने ओरडून सांगितले.

भगीरथाचे सैनिक हे विशेषतः ब्रंगाचे सैनिक होते. आपल्यावर होत असलेल्या बाणांच्या वर्षावाला तोंड देण्यासाठी ते तातडीने सज्ज झाले. धनुर्धारी सैनिकांनी अग्निबाण सोडल्यामुळे आकाश प्रकाशाने उजळून निघाले होते. अरण्यात प्रवेश करण्यापूर्वी त्यांनी एक मोठा अर्धगोल केला होता. भगीरथाने आपल्या लोकांना अरण्यातील त्या रांगेच्या आतील भागातच ठेवले होते. त्यामुळे त्यांच्या पुढचे

वृक्ष हीच त्यांची पहिली बचाव फळी ठरली होती. याखेरीज जे अल्प बाण त्या वृक्षांमधून आत येऊ शकले, तेही ढाली वर केल्यामुळे निरुपयोगी ठरले होते.

बाणांचा वर्षाव थांबल्याबरोबर भगीरथाने जोरात आरोळी ठोकली, ''हर हर महादेव!''

त्याच्या सैनिकांनीही जोरजोरात 'हर हर महादेव' अशा आरोळ्या ठोकल्या.

मगधच्या सैनिकांनी लगेच दुसऱ्या फेरीतील अग्निबाणांचा वर्षाव करण्यास प्रारंभ केला. त्याबरोबर पुन्हा एकदा वृक्ष आणि उभारलेल्या ढाली यांच्यापुढे तो वर्षाव कुचकामी ठरला. त्यामुळे भगीरथाच्या सैनिकांपैकी कोणीही मृत्युमुखी पडले नाही.

ब्रंग लोकांनी आपल्या ढाली बाजूला केल्या आणि आपल्या शत्रूला डिवचण्यासाठी ते पुन्हा एकदा ओरडले, ''हर हर महादेव!'' त्यांच्या आरोळ्यांनी ते अरण्य दुमदुमून गेले.

गलबतांमधून छोट्या नौका पाण्यात उतरवण्यात आल्याचे भगीरथाने पाहिले. आता खऱ्या हल्ल्याला प्रारंभ होणार होता. अग्निबाण हे फक्त त्या हल्ल्यावरचे एक आच्छादन होते. पुन्हा एकदा अग्निबाण धनुष्याला लावल्याचे त्याने पाहिले आणि तो आपल्या सैनिकांकडे वळून तो ओरडला, ''ढाली!''

सहजपणे पुन्हा एकदा बाणांच्या वर्षावाला ब्रंग सैनिकांनी तोंड दिले.

''आपल्या दुसऱ्या किनाऱ्यावरच्या लोकांना सैतानी नौका पाण्यात नेण्याचा संदेश तातडीने रवाना करा,'' त्याने आदेश दिला. त्याच्या आज्ञेचे पालन करण्यासाठी त्याचा मदतनीस तिकडे तातडीने धावत गेला. त्याच वेळी भगीरथाला त्याचे शत्रू कुंडाच्या दिशेने येत असल्याचे दिसले आणि तरीही अग्निबाणांचा आणखी एक वर्षावही होत होता.

''अजिबात हलू नका!'' भगीरथ ओरडला. त्याने आपल्या सैनिकांना तिथेच रोखून धरले. ''त्यांना प्रथम इथे उतरू दे.''

अरण्यातून तिन्ही बाजूंनी शत्रू सैन्यावर हल्ला चढवण्याआधी भगीरथाला अधिकाधिक शत्रू सैन्याला किनाऱ्यावर उतरू द्यायचे होते; त्यामुळे ते अधिकाधिक सैनिकांना ठार मारू शकले असते. खांद्याला खांदा लावून उभी असलेली त्याच्या सैन्याची अभेद्य फळी त्याच वेळी पुढे सरकली असती. त्यांनी आपापल्या ढाली पुढे धरल्या असत्या आणि मगधच्या आघाडीवरील सैनिकांची अनिर्बंध वेगाने

खांडोळी करून टाकली असती. पाठीमागच्या बाजूने वर येणाऱ्या शत्रूसैन्याला पाण्यात बुडवण्यात त्यांना यश आले असते. त्यांच्या अंगावरच्या शस्त्रास्त्रांच्या आणि चिलखतांच्या वजनांनी ते बुडून ठार झाले असते. त्यानंतर आघाडीवरच्या फळीतील शत्रूसैनिक त्याच्या प्रचंड सैन्याच्या तुलनेत अगदीच तुटपुंजे ठरले असते आणि अखेरीस त्यांना यमसदनास पाठवण्यात त्याला कोणतीच अडचण भासली नसती.

''ढाली!'' शत्रूसैन्य धनुष्यांना अग्निबाण लावत असल्याचे पाहताच भगीरथाने पुन्हा एकदा आदेश दिला.

आताचा हा अग्निबाणाचा वर्षाव नक्कीच अखेरचा असला पाहिजे, असे त्याला अंतःप्रेरणेने वाटले होते. बल–अतिबल कुंडाच्या वालुकामय प्रदेशात शत्रूचे सैन्य भराभर उड्या मारत उतरत होते. आता काही क्षणांतच तिथे हिंस्र द्वंद्वयुद्धाला प्रारंभ होणार होता. भगीरथाला आपल्या धमन्यांमधून प्रचंड प्रमाणात उत्साहाचे आणि युद्धाच्या नशेचे रक्त उसळत असल्याचे जाणवले. आतापासूनच त्याला तिथे होणाऱ्या प्रचंड रक्तपाताचा वास येऊ लागला होता.

''हल्ला करा!'' भगीरथाने जोरात ओरडून सैनिकांना आदेश दिला.

— ᚺ◯ᚢᚩ⊕ —

आपल्या दोन हजार तगड्या सैनिकांसह कार्तिक भयावहपणे घोडदौड करत निघाला होता. तिथे घनदाट झाडी होती, तरीही   मगधच्या गलबतांवरून अग्निबाणांचा झालेला वर्षाव त्याला स्पष्टपणे दिसत होता. त्यांनी युद्धाला प्रारंभ केला होता. याचाच अर्थ मगधच्या सैन्याची दक्षिण तुकडी आता आपापल्या स्थानावर पोहचलेली होती.

''अधिक त्वरा करा!'' कार्तिकाने आपल्या अश्वारूढ सैनिकांना आज्ञा दिली.

त्या सैन्यदलाच्या मध्यभागी असलेल्या गलबतांना आधीच अग्नी लावण्यात आल्याचे त्यांना दिसले होते. सैतानी नौकांनी आपले काम चोख बजावले होते. भगीरथ अर्थातच मगधच्या आरमाराला धूळ चारत होता. तरीही आश्चर्यजनक वाटणारी बाब म्हणजे दक्षिणेकडच्या टोकालाही ज्वाळा भडकल्याचे दिसत होते. याचा अर्थ वैशालीच्या फौजा तिथे पोहचल्या होत्या आणि मगधच्या आरमारावर

त्यांनी पाठीमागून हल्ला केला होता.

पुढे सुरू असलेल्या कोलाहलामुळे कार्तिकाचे लक्ष विचलित झाले. मगध सैन्याची दक्षिणेकडची तुकडी आणि दिवोदासाचे सैन्य यांच्यात तिथे तुंबळ युद्ध सुरू होते.

"आणखी वेगाने चला!"

सुरापद्मनच्या सैनिकांनी बहुधा तिथेही अग्निबाणांचा वर्षाव केला होता. कारण तेथील शिबिराच्या काही भागात अग्नीच्या ज्वाळा भडकल्या होत्या. परंतु त्यामुळे कार्तिकाच्या सैनिकांना अधिकच चेव चढला होता. त्यांनी आपापल्या अश्वांना जोरदार टाचा मारल्या आणि ते वायुवेगाने दौडत निघाले. दक्षिणेकडचे ब्रंग सैनिक जोमाने लढत होते. त्यांचे सुमारे वीस हजार सैनिक किनाऱ्याजवळ तैनात होते. आपण अचानक हल्ला करत असल्याचे समजून चाललेल्या मगधच्या सैनिकांसाठी तो एक जोरदार धक्का होता. आपल्याला आता प्रखर विरोधाला तोंड द्यावे लागणार असल्याचे त्यांना समजून चुकले. त्याशिवाय आपल्यावर पाठीमागून हल्ला होण्याची शक्यता तर त्यांच्या अजिबातच लक्षात न आल्यामुळे मगधच्या सैनिकांचा धोका अनपेक्षितरित्या कित्येक पटींनी वाढला होता.

"हर हर महादेव!" कार्तिकाने आपली भलीमोठी लांब तलवार उपसली आणि जोरात आरोळी ठोकत तो पुढे झेपावला.

"हर हर महादेव!" ब्रंगाच्या सैनिकांनीही त्याच्या पाठोपाठ आरोळ्या ठोकत एकदमच हल्ला चढवला.

मगधच्या पायदळाच्या शेवटच्या रांगेतील सैनिक पाठीमागून होणाऱ्या या हल्ल्यासाठी मुळीच सज्ज नव्हते. काही क्षणांतच त्यांच्या मृतदेहाचा खच तिथे पडला. कार्तिक आणि त्याच्या सैनिकांनी मगधच्या सैन्यात प्रचंड प्रमाणात हाहाकार माजवला. त्यांच्या अश्वांच्या टापांखाली निर्घृणपणे कित्येक सैनिक चिरडले गेले. त्यांच्या मार्गात येणाऱ्या सर्वांनाच त्यांच्या तलवारींनी हिंस्रपणे कापून काढले.

प्रारंभी ब्रंगांनी पाठीमागून केलेल्या हल्ल्याकडे शत्रूसैन्याच्या प्रचंड संख्येमुळे कोणाचेही फारसे लक्ष गेले नव्हते. हिंस्र किंकाळ्या आणि गोंगाट या दोन्हीच्या मिश्र आवाजात त्याकडे काहीसे दुर्लक्ष झाले होते. मात्र लवकरच आपल्या आश्चर्यावर मात करत मगधच्या काही शूर सैनिकांनी ब्रंगांच्या अश्वांवर उड्या

मारल्या. अश्वांवर शस्त्रांनी जबरदस्त वार करत आणि अत्यंत धाडसीपणाने रिकीबींना पकडत अश्वारूढ स्वारांना खाली पाडण्याचे प्रयत्न ते करू लागले. त्या सैन्याच्या तुकडीचे नेतृत्त्व कार्तिक करत असल्याचे लक्षात आल्याबरोबर पायदळाच्या सैनिकांचा एक संपूर्ण गटच कार्तिकाच्या अश्वावर तुटून पडला. त्यामुळे कार्तिक आणि तो अश्व असे दोन्हीही खाली कोसळले. आता त्या दोघांनाही यमसदनास पाठवण्यासाठी शत्रूचे सैनिक उतावीळ झाले होते.

परंतु तोपर्यंत कार्तिक मांजराप्रमाणे चपळाईने आपल्या पावलांवर उभा राहिला आणि क्रूरपणे आपली दुसरी तलवारही उपसून शत्रू सैन्यावर तुटून पडला. त्याला खाली दडपण्याचा प्रयत्न करणाऱ्या सर्वात पुढच्या सैनिकाच्या हाताच्या मुठीवर त्याने प्रथम वार केला आणि त्यानंतर त्याच्यावर सपासपा वार केले. मगधचा तो सैनिक मागे सरकला आणि शांतपणे खाली पडला. त्याची श्वासनलिका फाटली होती. त्याच्या कापल्या गेलेल्या घशातून हवेचा मोठा झोत बाहेर पडत होता. त्याच्याभोवतीच्या सर्वांच्या अंगावर त्यामुळे रक्ताचे शिंतोडे उडत होते. दुसऱ्या सैनिकाने कार्तिकावर हल्ला गेला आणि त्याने जेमतेम दोन पावले टाकली असतील; नसतील, तोच कार्तिकाने त्याला ठार केले. कार्तिकाच्या तलवारीचा एकच वार त्याच्या शरीराला आरपास भेदून गेला. छातीतून तलवार मणक्यापर्यंत गेली आणि तो सैनिक तिथेच मरून पडला.

उर्वरित सैनिकांनी क्षणभर थांबून विचार केला आणि एवढ्या सहजतेने सैनिकांचे प्राण घेणाऱ्या त्या मुलाच्या बाबतीत ते सावध बनले. त्यांनी ताबडतोब त्याच्याभोवती कडे केले. त्यांच्या तलवारी आता सज्ज झाल्या होत्या. आता एकाच वेळी सर्व बाजूंनी ते आपल्यावर हल्ला चढवतील, हे कार्तिकाला माहिती होते. त्यामुळे त्यांना त्यांची चाल खेळता यावी, याची तो प्रतीक्षा करू लागला.

...आणि एकदम हल्ला झाला. दोघांनी पुढच्या बाजूने, एकाने मागच्या बाजूने आणि चौथ्याने डावीकडून असा एका वेळी चौघांनी त्याच्यावर हल्ला केला. कार्तिकाने हात पाय जवळ घेऊन दबा धरला आणि जवळजवळ अमानवी वेगाने तो डावीकडे वळला आणि भयावहपणे त्याने हवेत गिरकी घेतली. हवेतल्या हवेतच त्याने प्रचंड वेगाने गोलाकार फिरत गरागरा तलवारीचे वार केले. कोणाचा पाय, मस्तक, कंबर, कोणाचे बळकट स्नायू असे जे वाटेत येईल त्या प्रत्येकाला कापत त्याची तलवार प्रचंड वेगाने फिरत राहिली. रक्त, आतडी आणि इतर

अवयव इतस्ततः विखरून पडले होते.

धापा टाकत तो थांबला. त्याच्या हातातील तलवार लालभडक रक्ताने निथळत होती. त्याने आपल्या सभोवताली पाहिले. त्यानंतर त्याने शत्रूच्या एका योद्ध्याची निवड केली आणि त्याच्यावर हल्ला केला. भगवत् गीतेत याचा उल्लेख नक्कीच 'कार्तिक हाच मृत्यू बनला होता' असा केला गेला असता. तो जगाचा संहारक बनला होता.

सुमारे अर्धा तास युद्ध सुरूच राहिले होते. मगधच्या सैनिकांचा अधिकाधिक संहार होत होता. परंतु तरीही ते लढतच राहिले होते. मात्र कार्तिकाने किंवा त्याच्या सैन्याने त्यांना तसूभरही हलू दिले नव्हते. जागच्या जागीच त्यांचा संहार सुरू होता.

हळूहळू मृत्यूसमयीच्या किंकाळ्या कमी कमी होत गेल्या आणि सुरापद्मनच्या सैन्याचा सर्वनाश झाल्यामुळे युद्ध समाप्त झाले. सैनिकांनी कापाकापी थांबवली आणि युद्धभूमीवर ते शांतपणे उभे राहिले. आपापल्या तलवारी पुढे झुकवून श्रांत झालेले ते सैनिक तिथेच थांबले होते. आपापल्या रक्ताने निथळणाऱ्या तलवारींकडे पहात ते धापा टाकत होते. परंतु कार्तिकाने अद्यापही आपला संहार थांबवला नव्हता. अद्यापही जे मगध सैनिक उभे होते, त्यांच्यावर एकापाठोपाठ एक हल्ला करत त्याने त्यांना मृत्युगृही धाडले होते.

दिवोदास कार्तिकापर्यंत पोहचला. तो धावण्याचा प्रयत्न करत होता. मात्र त्याचे पाय थरथरत होते आणि तो दुर्बल ठरत होता. एखाद्या दुडक्या चालीने चालणाऱ्या अश्वाप्रमाणे तो चालत होता. त्याच्या शरीरावर सुमारे बारांहून अधिक छोट्या छोट्या जखमा झाल्या होत्या. त्याच्या उजव्या खांद्यावर झालेल्या जोरदार वारामुळे त्याचा उजवा हात एका बाजूला लोंबकळत होता. ''महाराज,'' त्याने हाक मारली. तो भराभरा ओरडत होता. त्याचा आवाज घोगरा झाला होता. ''महाराज!''

कार्तिकाने हवेतल्या हवेत भयावहपणे गिरकी घेतली. त्याच्या त्या गतीमुळे त्याने तलवारीने केलेला वार अत्यंत जबरदस्त बनला होता. दिवोदासाने आपल्या हातातील ढालीवर तो जबरदस्त वार झेलला आणि त्या वाराच्या ताकदीने तो चकीत झाला. त्या तडाख्यामुळे त्याचा डावा हात आता खांद्यापर्यंत सुन्न झाला होता.

''महाराज!'' तो निराशेने याचनेच्या सुरात म्हणाला. ''मी आहे, दिवोदास!''

कार्तिक एकदम थांबला. त्याच्या उजव्या हातातील लांब तलवार त्याने उंच उगारली होती. डाव्या हातात अणकुचीदार पाते होते. त्याचा श्वासोच्छवास जलद गतीने सुरू होता आणि त्याचे डोळे रक्तपिपासुपणे चमकत होते.

''महाराज,'' दिवोदास कर्कश आवाजात किंचाळला. त्याच्या आवाजातील भय स्पष्टपणे जाणवत होते. ''तुम्ही त्या सर्वांना ठार मारलं आहे!! आता कृपा करून थांबा!!!''

कार्तिकाचा श्वासोच्छवास मंद झाला. त्यानंतर आपल्या सभोवताली पसरलेल्या विनाशाकडे त्याने नजर टाकली. छिन्नविच्छिन्न झालेले मृतदेह त्याच्या सभोवताली सर्वत्र पसरले होते. एके काळी अभिमानाने मिरवणारे मगधचे सैन्य पूर्णपणे नामशेष झाले होते. दिवोदासाने समोरून आणि त्याच वेळी कार्तिकाने पाठीमागून केलेल्या हल्ल्यामुळे त्यांची योजना यशस्वी झाली होती.

अद्यापही आपल्या धमन्यांमधून युद्धज्वर खेळत असल्याचे कार्तिकाला जाणवत होते.

दिवोदास अद्यापही कार्तिकाच्या या दर्शनाने भयग्रस्त झाला होता. तो ओरडला, ''हर हर महादेव!''ब्रंगांचे सैनिक त्याच्यापाठोपाठ ओरडले, ''हर हर महादेव!''

कार्तिक खाली वाकला आणि मगधच्या एका सैनिकाचे उडवले गेलेले मुंडके आपल्या तलवारीच्या टोकावर धरत तो दिवोदासाकडे वळला. ''सुरापद्मनचा शोध घ्या. जर तो जीवित उरला असेल, तर माझ्यासमोर त्याला तसाच जिवंत घेऊन या,'' त्याने आज्ञा दिली.

''होय, महाराज,'' दिवोदास म्हणाला आणि त्याच्या आदेशाचे पालन करण्यासाठी तातडीने रवाना झाला.

कार्तिकाने आपल्या हातातील दोन्ही तलवारी निथळल्या. त्याच्यासमोरच पडलेल्या मगधच्या सैनिकाच्या कपड्यांवर त्याने ते रक्त टाकले आणि अत्यंत काळजीपूर्वक त्या दोन्ही तलवारी आपल्या पाठीवरच्या म्यानांत त्याने ठेवून दिल्या. ब्रंगाचे सैनिक त्याच्यापासून आदर दर्शवणारे अंतर राखून उभे होते. त्यांनी नुकत्याच पाहिलेल्या भयावह हिंसाचाराच्या दर्शनाने ते भयभीत झाले होते. कार्तिक हळूहळू चालत नदीकडे गेला आणि खाली वाकला. त्याने आपल्या ओंजळीत थोडे जल घेतले आणि आपल्या चेहऱ्यावर ते मारले. नुकत्याच झालेल्या प्रचंड

रक्तपातामुळे नदीचे पाणी लाल झाले होते. त्याच्या चेहऱ्यावर वाहणारे रक्त आणि रक्त गोठल्याच्या गाठी दिसत होत्या. परंतु त्याचे डोळे अद्याप स्वच्छ, नितळ होते. आता त्याच्या डोळ्यांतून रक्तपिपासुपणा पुरता निघून गेला होता.

त्या दिवशी नंतर, मृतांची मोजदाद करण्यात आली. त्यावरून मगधच्या पंचाहत्तर हजार सैनिकांपैकी सुमारे ७० हजार सैनिक तिथेच मरण पावल्याचे स्पष्ट झाले. तलवारीच्या वारांमुळे, आगीमध्ये भस्मसात झाल्यामुळे किंवा बुडाल्यामुळे ते मरण पावले होते. कार्तिकाने आपल्याबरोबर आणलेल्या एक लाख सैनिकांपैकी फक्त पाच हजार सैनिकच धारातीर्थी पडले होते. ते काही युद्ध ठरले नव्हते. ती तर फक्त एक कत्तल ठरली होती.

कार्तिकाने आकाशाकडे पाहिले. क्षितिजावर सूर्याचा पहिला किरण पडला होता. आता नवीन दिवसाचा प्रारंभ होत होता आणि त्या दिवशी दंतकथेतील एका नवीन नायकाने जन्म घेतला होता. कार्तिकाची दंतकथा. तो कार्तिक नव्हता; तो तर युद्धदेव होता!

प्रकरण २४

हिंसाचाराचे युग

क्षितिजावर सूर्याचा सोनेरी गोळा उगवला होता. त्याच वेळी त्यांच्या गलबताच्या शिडात दक्षिणेकडचा जोरदार वारा भरला आणि लोथलच्या दिशेने त्यांचे गलबत वायुवेगाने प्रवास करू लागले. शिवाच्या शेजारीच सती बसली होती. शिव गलबताच्या वरच्या भागात खिळल्यासारखा उभा होता. त्याची नजर उत्तरेकडे खिळली होती. आपल्या गलबताला सर्व प्रकारे गती मिळावी अशीच त्याची इच्छा होती.

''स्वद्वीपमधील युद्धात किती प्रगती झाली असेल, याचा विचार माझ्या मनात येत आहे,'' सती म्हणाली.

शिव तिच्याकडे वळला. त्याच्या चेहऱ्यावर स्मित होते. ''सती, तिकडे मुळातच युद्ध झालं आहे का, तेच आपल्याला ज्ञात नाही. कदाचित गणेशाच्या डावपेचांना यशही लाभलं असेल.''

''माझीही तशीच इच्छा आहे.''

शिवाने सतीचा हात हातात घेतला. ''आपले पुत्र योद्धे आहेत. त्यांनी जे काही करणं अपेक्षित आहे, ते सारं ते करत आहेत. त्यामुळे तू त्यांची काळजी करण्याची आवश्यकता नाही.''

''मला गणेशाची काळजी वाटत नाही. तो रक्तपात टाळेल, हे मला माहिती

आहे. तो नक्कीच तसं करेल. तो भ्याड तर नक्कीच नाही; परंतु युद्धाची निष्फळता त्याला माहिती आहे. परंतु कार्तिक....त्याचं युद्धकलेवर प्रेम आहे. त्यामुळे तो नको इतका धोका पत्करेल, अशी भीती मला वाटते.''

''तुझं म्हणणं बहुतांशी बरोबरच आहे,'' शिव म्हणाला. ''परंतु त्याचे जन्मजात गुण तू बदलू शकत नाहीस आणि काहीही झालं तरी खऱ्या योद्ध्याची हीच लक्षणं नाहीत का?''

''परंतु इतर सर्व योद्धे नाईलाजाने युद्धभूमीवर उतरतात. युद्ध केलंच पाहिजे, अशी परिस्थिती असेल, तरच ते युद्ध करतात. परंतु कार्तिक तसा नाही. त्याला युद्धाच्या कल्पनेनंच स्फुरण चढतं. युद्ध हाच त्याचा स्वधर्म आहे, असं दिसतं. त्यामुळे मला चिंता वाटते,'' सती म्हणाली.

शिवाने सतीला आपल्या बाहुपाशात घेतले आणि तिच्या ओठांचे चुंबन घेऊन तिला दिलासा दिला. ''सारं काही ठीक होईल,'' तो म्हणाला.

सतीने स्मित केले आणि शिवाच्या भव्य छातीवर आपले मस्तक टेकवले. ''यामुळे मला खरंच बरं वाटलं, असं मी मान्य करते...''

शिव हळुवारपणे हसला. ''मग मला आता तुला आणखी थोडं साहाय्य करू दे.'' तो म्हणाला.

शिवाने सतीचा चेहरा वर उचलला आणि पुन्हा एकदा तिचे चुंबन घेतले.

''अंहंहंहं!''

शिव आणि सती मागे वळले. वीरभद्र आणि कृत्तिका त्यांच्याकडे आले होते.

''हा वरचा भाग खुला आहे,'' वीरभद्र स्मित करत आपल्या मित्राला चिडवत म्हणाला. ''एखाद्या कक्षाचा शोध घे.''

कृत्तिकेने वीरभद्राच्या पोटावर हलकीशी चापट मारली. ती संकोचली होती.

शिवाने स्मित केले. ''कृत्तिका, तू कशी आहेस?''

''ठीक आहे, प्रभू.''

शिवाने आपला हात वीरभद्राच्या खांद्यावर ठेवला. ''भद्रा, कप्तानाचं काय म्हणणं आहे? आपल्याला पोहचायला अद्याप किती अवधी लागेल?''

''आता आपण ज्या गतीनं प्रवास करत आहोत, ती लक्षात घेता, आणखी थोडेच दिवस लागतील. सध्या वारे आपल्याला अनुकूल आहेत.''

''हं...कृत्तिका, तू याआधी कधी लोथलला किंवा मैकाला गेली होतीस का?''

कृत्तिकाने नकारार्थी मस्तक हलवले. ''शिवा, गर्भवती बनणं माझ्यासाठी अवघड आहे आणि मैकामध्ये जाण्याचा तेवढा एकच मार्ग बाहेरच्या लोकांना उपलब्ध असतो.''

शिवाचा चेहरा पडला. त्याने नकळत त्यांच्या वैगुण्यावर बोट ठेवले होते. कृत्तिका गर्भवती होत नाही, याचे वीरभद्राला फारसे काही वाटत नव्हते. परंतु अद्यापही त्यामुळे ती मात्र दुःखी बनत होती.

''मला क्षमा कर,'' शिव म्हणाला.

''नाही, नाही,'' कृत्तिका स्मित करत म्हणाली. ''आम्ही दोघंच एकमेकांसाठी असणं ही खूपच चांगली बाब आहे, हे वीरभद्रानं मला पटवून दिलं आहे. आम्हाला परिपूर्णता प्राप्त व्हावी, यासाठी आम्हाला अपत्याची आवश्यकता नाही.''

शिवाने वीरभद्राच्या पाठीवर थोपटले. ''काही वेळा आमच्या चांगल्या वर्तणुकीनं आम्ही असंस्कृत लोकही स्तंभित होऊन जातो.'' तो म्हणाला.

कृत्तिका हळुवारपणे हसली. ''परंतु मी जुन्या लोथलला भेट दिली आहे.''

''जुनं लोथल?''

''मी तुला सांगितलं नाही का?'' सती म्हणाली. ''लोथलचं बंदर ही खरं तर नवीन नगरी आहे. जुनं लोथल हे सरस्वती नदीकिनारी वसलेलं बंदर होतं. परंतु सरस्वतीचं जल सागराला जाऊन मिळेनासं झालं, तसं जुन्या नगरीभोवती आता जल उरलेलं नाही. त्यामुळे त्या नगरीचा दबदबा संपला. तिथल्या स्थानिक लोकांनी सागराशेजारी आपली नगरी वसवली आहे. त्यामुळे नवीन लोथलही अगदी तंतोतंत जुन्या लोथलप्रमाणेच आहे. फक्त ते सागरी बंदर आहे.''

''स्वारस्यपूर्ण गोष्ट आहे!'' शिव म्हणाला. ''मग जुन्या लोथलचं काय झालं?''

''आता ते ओसाड बनलं आहे, परंतु अद्यापही काही लोक तिथे वास्तव्य करून आहेत.''

''मग नूतन नगरीला नूतन नाव का दिलं जात नाही? तिलाही ते लोथलच का म्हणत आहेत?''

''जुन्या नगरवासीयांचे आपल्या नगरीशी अगदी जिव्हाळ्याचं, जिवाभावाचं

नातं होतं. साम्राज्यातील ती एक महान नगरी होती. काळाच्या वालुकामय भूमीत ती नगरी लुप्त व्हावी, असं त्यांना वाटत नाही. नवीन नावामुळे जुन्या लोथलचं कित्येकांना विस्मरण होईल, असंही त्यांना वाटतं.''

शिवाने सागराकडे पाहिले. ''नवीन लोथल, आपण आता तिथेच जात आहोत!''

— ᛁ◎ᚢᚷ⊕ —

बल–अतिबल कुंडाजवळच्या प्रदेशात आता सूर्य बराच वर आला होता. दुसऱ्या प्रहराचा तिसरा तास आता सुरू झाला होता. अरण्यातील वृक्ष तोडून स्वच्छ केलेल्या प्रदेशात आता मगधच्या आणि ब्रंगांच्या सैनिकांचे मृतदेह नेले जात होते. तिथे आता मंत्राग्नी देऊन त्यांच्यावर विधिवत अंत्यसंस्कार करण्यात येणार होते. मृतांमध्ये मगधच्या सैनिकांचे प्रचंड प्रमाण होते. त्यांचा आकडा लक्षात घेता, ते एक कष्टाची परिसीमा गाठणारे काम होते. परंतु कार्तिक त्याबाबत आग्रही होता. जिवंत असोत वा मृत; परंतु शूरांचा आदर राखलाच पाहिजे, असे त्याचे मत होते.

''अद्याप सुरापद्मन सापडला नाही का?'' भगीरथाने विचारले. कुंडातील वालुकामय प्रदेशात त्याची नजर त्याच्या शोधार्थ भिरभिरत होती. आदल्या दिवशी तेथील वाळू पांढरी शुभ्र होती. प्रचंड प्रमाणात घडून गेलेल्या रक्तपातामुळे त्या दिवशी मात्र तिच्यावर किंचित गुलाबी झाक चढली होती.

''अद्याप तरी नाही,'' कार्तिक म्हणाला. ''प्रारंभी मला वाटलं, की तो दक्षिण आघाडीवर लढत असावा. परंतु आम्हाला त्याचा तिथे शोध लागला नाही, त्यामुळे आम्हाला वाटलं, की तो बहुधा इकडेच असावा.''

मगधच्या मागच्या फळीतील सैनिकांचा संहार करून वैशालीचा राजा माताली याने आपले आरमारी कौशल्य सिद्ध केले होते. कार्तिकाचे शौर्य आणि भयावहपणा याविषयी नुकतेच त्याने सैनिकांकडून ऐकले होते. त्यामुळे आता तो कार्तिकाकडे नवीन आदरमय दृष्टीने पहात होता. नीळकंठाच्या पुत्राचे काही लाड पुरवले जात असल्याची त्याची कल्पना केव्हाच लयास गेली होती. तिचे उरलेसुरले अवशेषही आता नष्ट झाले होते.

“माझ्या बंधुचं सैन्यदल इथून किती दूर आहे, राजे मातली?” कार्तिकाने विचारले.

“मी नदीच्या प्रवाहातून वरच्या भागात माझ्या नौका पाठवल्या आहेत. मगधच्या गलबतांच्या अवशेषांमुळे प्रवाह तुंबला होता. ते सगळे अवशेष दूर करण्याचे प्रयत्न आपली गलबतं करत आहेत, परंतु त्याला थोडा अवधी लागेल. प्रभू गणेश काळजीपूर्वक पावलं उचलत आहेत. त्यामुळे त्यांच्या गलबतांची कोणत्याही प्रकारे हानी होणार नाही. साहजिकच, इथे पोहचायला त्यांना फारसा वेळ लागणार नाही.”

कार्तिकाने मान डोलावली.

“परंतु त्यांना तुमच्या महान विजयाविषयी कळवण्यात आलं आहे, महाराज कार्तिक,” मातली म्हणाला. “त्यांना तुमचा खूपच अभिमान वाटतो आहे.”

कार्तिकाच्या कपाळावर आठ्या पडल्या. “तो ‘माझा’ विजय नव्हता, महाराज. तो ‘आपला’ विजय आहे आणि मगधच्या आरमाराच्या उत्तरेकडच्या टोकाचा धुव्वा उडवणाऱ्या माझ्या ज्येष्ठ बंधुशिवाय तो विजय शक्य नव्हता.”

“तेच तर त्यांनी केलं.” मातली म्हणाला.

“महाराज!” दिवोदास विव्हळल्यासारखा ओरडला. घनदाट अरण्य ओलांडून तो बल–अतिबल कुंडाजवळच्या वालुकामय प्रदेशात आला होता. आपल्याला झालेल्या जखमांमुळे अद्यापही तो दुर्बल वाटत होता आणि त्याच्या खांद्यांवर मलमपट्टीही बांधण्यात आली होती. त्याला आणखी पाच व्यक्ती साहाय्य करत होत्या. दोरखंडाला बांधून ते सारे जण काही तरी ओढून आणत होते.

ते नेमके काय ओढून आणत आहेत, ते ओळखायला कार्तिकाला एक क्षणभर विचार करावा लागला. “दिवोदास! त्यांना आदराने वागवा.”

दिवोदास एकदम थांबला. कार्तिक त्यांच्याकडे धावत गेला. त्याच्या पाठोपाठ भगीरथ आणि मातलीही धावले. एका उंच, पीळदार शरीराच्या, काळसर व्यक्तीचा तो मृतदेह होता. त्याचे कपडे आणि शस्त्रास्त्रे यांच्यावर सुकलेल्या रक्ताचे डाग होते. त्याच्या शरीरावर कित्येक ठिकाणी जखमा होत्या. काही जखमा कोरड्या पडल्या होत्या आणि काळसर दिसत होत्या. परंतु काही मात्र अद्यापही ताज्या होत्या आणि त्या ओलसर जखमा लाल दिसत होत्या. त्याच्या कानशिलाजवळून त्याच्या कवटीची हाडे दिसत होती. तो कशा प्रकारे मृत्युमुखी पडला होता, ते

त्यावरून स्पष्ट होत होते. त्याच्या देहावर अगणित जखमा होत्या, त्याच्या शौर्यासाठी आणखी कोणत्याही पुराव्याची त्यामुळे आवश्यकताच नव्हती. त्याच्या शरीरावरच्या सर्वच जखमा पुढील भागात झाल्या होत्या. त्याच्या शरीराच्या मागच्या भागावर एकही जखम नव्हती. याचाच अर्थ त्याला सन्माननीय मृत्यू प्राप्त झाला होता.

"सुरापद्मन...." भगीरथ पुटपुटला.

"तो दक्षिण आघाडीवर होता, महाराज," दिवोदास म्हणाला.

"कार्तिकाने आपल्याकडचा खंजीर उपसला. सुरापद्मनच्या खांद्यांभोवतीचे दोरखंड त्याने सपासप कापून टाकले आणि नंतर हळुवारपणे त्याने त्या धारातीर्थी पडलेल्या राजकुमाराचा मृतदेह भूमीवर ठेवला. सुरापद्मनच्या उजव्या हाताकडे त्याने पाहिले. अद्यापही त्याच्या हातातील तलवारीवर त्याच्या हाताची घट्ट पकड होती. त्याने तलवारीला स्पर्श केला. त्या तलवारीवर ठिकठिकाणी रक्ताचे डाग पडलेले होते. दिवोदासाने सुरापद्मनची बोटे उघडण्याचा प्रयत्न केला.

"थांबा," कार्तिकाने आदेश दिला. "दुसऱ्या जगात जातानाही सुरापद्मन आपली तलवार सोबत घेऊनच जाईल." तो म्हणाला.

दिवोदासाने ताबडतोब आपला हात काढून घेतला आणि तो मागे सरकला.

सुरापद्मनचे तोंड अर्धवट उघडे होते. अखेरच्या श्वासाबरोबर आत्मा शरीर सोडून बाहेर पडतो, असे प्राचीन वैदिक ऋचांमध्ये सांगितले गेले आहे. त्यामुळे मृत्युसमयी त्याचे तोंड उघडे होते. परंतु मृत्युनंतर तोंड जर तातडीने बंद केले नाही, तर आत्मा नसलेल्या शरीरात सैतानी आत्मा प्रवेश करतो, अशी एक अंधश्रद्धाही आहे.

कार्तिकाने सुरापद्मनचे तोंड हळुवारपणे बंद केले.

"प्रमुख ब्राह्मणाला बोलवा," कार्तिक म्हणाला. "सुरापद्मनच्या मृतदेहाला अंत्यविधिसाठी तयार करा. तो राजकुमार होता. त्यामुळे त्याचा अंत्यविधी राजकुमाराप्रमाणेच होईल."

दिवोदासाने मान डोलावली.

कार्तिक त्यानंतर भगीरथाकडे वळला. "माझा बंधु इथे येईपर्यंत आपण प्रतीक्षा करूया. सुरापद्मनच्या शरीराला त्यानंतर सन्मानासह भडाग्नी दिला जाईल," तो म्हणाला.

— ✣⦾ᛏ⚚⊕ —

मगधच्या किल्ल्याच्या तटबंदीवर गणेश उभा होता. गंगेच्या विशाल पात्राशी शरयूचा संगम होत असलेल्या स्थानाकडे तो पहात होता. सूर्यास्तामुळे जलावर चमकता केशरी रंग पसरला होता. आपल्या सैन्याचा सर्वनाश आणि राजकुमार सुरापद्मनचा मृत्यू यांमुळे राजे महेंद्र आणि मगधचे नगरवासी संपूर्ण हादरून गेले होते. त्यामुळे गणेशाच्या सैन्यदलाने नगरीत प्रवेश करता क्षणीच त्यांनी शरणागती पत्करली. आता तिथे कोणत्याही विरोधाची अपेक्षाही नव्हती; कारण लढा देण्यासाठी मगधमध्ये कोणी सैनिकच उरलेला नव्हता. मेलुहाकडे जाणाऱ्या अयोध्येच्या गलबतांना रोखण्यासाठी आणि किल्ल्याच्या रक्षणासाठी तिथे दहा हजार सैनिक ठेवण्याचे गणेशाने ठरवले होते. दुसऱ्या दिवशी मगधहून ते प्रयाण करणार होते.

स्वद्वीपमधील युद्ध गणेशाला हव्या त्या प्रकारेच झाले होते. आता तो स्वतः जरी अयोध्येला वेढा घालून बसला असता, तरी खूपच कमी सैनिकांच्या साहाय्याने अयोध्येच्या सैन्याच्या हालचाली तो रोखू शकणार होता.

"दादा, तू कसला विचार करत आहेस?" गणेशाने विचारले.

गणेशाने संगमाकडे बोट दाखवले आणि त्याने स्मित केले. "त्या संगमाकडे पहा. तिथेच शरयूचा गंगेशी संगम होत आहे."

गणेशाने आपली नजर तिथून हटवण्याआधीच कार्तिकाला संगमाच्या जलाचा आवाज ऐकू आला होता. तरुण, अत्यंत वेगवान, अवखळ शरयूचा जलौघ, परिपक्व, शांत गंगेच्या जलात मिसळून जात होता. तिच्या विस्तीर्ण किनाऱ्यांमध्ये ती आपले स्थान शोधत होती. काही काळ गंगा सौम्य स्वरूप धारण करत असली, तरी नंतर मात्र ती शरयूला सहजपणे बाजूला सारत होती. काही अंतरावर गंगा आपल्या हृदयात या अवखळ उपनदीच्या जलाला सामावून घेईपर्यंत या ऐहिक जगाची माता मानल्या गेलेल्या गंगेच्या प्रवाहात ही ढकलाढकली चालत होती. त्यानंतर मात्र दोन्ही प्रवाह एक होऊन शांतपणे पुढे वहात होते.

"नेहमीच अखेरीस एकता प्राप्त होते," गणेश म्हणाला. "आणि त्यामुळे नवीन शांतता निर्माण होते. मात्र दोन जगांच्या मीलनामध्ये प्रारंभीच्या काळात मोठ्या प्रमाणात तात्पुरता क्षोभ, गोंधळ निर्माण होतो."

कार्तिकाने स्मित केले. तो शांत होता.

"हे टाळणं शक्य नसतं," गणेश म्हणाला. "मात्र राजे महेंद्र यांची दुःखार्त, आघात झालेली मुद्रा अत्यंत हृदयद्रावक होती. बल-अतिबल च्या युद्धात मगधमधील प्रत्येक निवासस्थानाने एखादा पुत्र किंवा कन्या गमावली आहे."

"मात्र राजे महेंद्रानीच तर राजकुमार सुरापद्मनला युद्ध करण्यास भाग पाडलं होतं. त्यामुळे ते फक्त स्वतःलाच दोष देऊ शकतात," कार्तिक म्हणाला. "राजकुमार सुरापद्मनला खरोखरच उदासिन राहण्याची इच्छा होती, अशी माहिती माझ्या ऐकिवात आली आहे."

"कदाचित ते सत्य असूही शकेल, कार्तिक. परंतु तरीही आपण मगधच्या प्रौढ लोकसंख्येपैकी निम्म्या लोकांना ठार मारलं, ही तर वस्तुस्थिती आहे. त्यापासून आपली सुटका आपण करून घेऊ शकत नाही."

"आपल्याकडे कोणताही पर्याय नव्हता, दादा," कार्तिक म्हणाला.

"होय. मला ते माहिती आहे," गणेश म्हणाला आणि नंतर तो गंगा आणि शरयू यांच्या संगमाकडे पाहू लागला. "त्यांना ज्ञात असलेल्या फक्त एकाच चलनाच्या साहाय्याने म्हणजे जलाच्या साहाय्याने या दोन्ही नद्या एकमेकींशी युद्ध करतात. या युगातील ज्ञात चलन आहे हिंसाचार आणि या चलनाच्या साहाय्याने आपण मानव युद्ध करत आहोत."

"परंतु याहून भिन्न अशी भूमिका आपण कशी काय घेऊ शकू दादा?" कार्तिकाने विचारले. "ज्यावेळी कोणत्याही कारणांचा काहीच उपयोग होऊ शकत नाही, अशा वेळाही येतात. त्यावेळी शांततेचे प्रयत्न कुचकामी ठरतात. अशा वेळी हिंसेचाच आधार घ्यावा लागतो. अशाच प्रकारे नेहमी घडत आलं आहे. कदाचित या बाबतीत जग कधीच भिन्न असू शकत नाही."

गणेशाने आपले मस्तक हलवले. "एके दिवशी ते भिन्न बनेल. आज आपण क्षत्रियांच्या युगात जगत आहोत. त्यामुळेच बदल घडवून आणण्याचा एकमेव मार्ग, एकमेव चलन हे हिंसाचार आहे, असं आपण मानत आहोत."

"क्षत्रियांचं युग? मी तर त्याविषयी कधीच ऐकलेलं नाही."

"तू चार युगांविषयी ऐकलेलं असशील. कधीही न संपणाऱ्या चक्राकार मार्गावरून काळ नेहमीच फिरत राहतो. त्या मार्गाचे चार भाग आहेत. त्या प्रत्येक भागाला एकेक युग म्हटलं जातं. सत् युग, त्रेता युग, द्वापार युग आणि कलि युग

ही ती चार युगं होतं.''

''होय.''

''या प्रत्येक युगात काही छोटी चक्रं आहेत. त्या कालखंडांवर विशिष्ट जाती-व्यवसायांचं प्रभुत्व असतं. त्यात ब्राह्मणांचं युग, क्षत्रियांचं युग आणि त्याचबरोबर वैश्यांचं आणि शूद्रांचं युग असे छोटे कालखंड असतात.''

''ब्राह्मणांचं युग, दादा? याविषयीही मी कधीच ऐकलं नव्हतं.''

''तू नक्कीच ते ऐकलं आहेस. आपल्याला सर्वांनाच प्रजापतीविषयीची कथा सांगितली जाते. जादूच्या, चमत्कारांच्या कालखंडाविषयी सांगितलं जातं.''

कार्तिकाने स्मित केले. ''अर्थातच! अज्ञानी लोकांना ज्ञान हे जादूसारखं, चमत्कारासारखं वाटतं.''

''होय. त्या युगातील ब्राह्मणांचं मुख्य चलन हे ज्ञान होतं आणि आता आपल्या युगातील मुख्य चलन हिंसा आहे. काही तत्त्वज्ञान्यांच्या मते, आपल्या या युगानंतर आता वैश्यांचं युग येईल.''

''आणि त्या कालखंडातील लोक आपलं म्हणणं राखण्यासाठी हिंसा करणार नाहीत?''

''हिंसेला कधीच मृत्यू येत नाही, कार्तिक. त्याचबरोबर ज्ञानाचाही कधीच अंत होत नाही. परंतु कोणत्याही गोष्टीच्या निश्चितीकरणाचे ते घटक नसतील. वैश्यांच्या मार्गाचा प्रभाव असलेल्या युगात नफ्याला महत्त्व येईल. त्या काळातील चलन असेल संपत्ती म्हणजेच...सुवर्णमुद्रा किंवा नाणी.''

''अशा प्रकारच्या जगाची मी कल्पनाही करू शकत नाही, दादा.''

''परंतु ते येईल. तो काळ लवकरच यावा, यासाठी मी प्रार्थना करतो. याचा अर्थ मी हिंसेला घाबरतो, असा नाही. परंतु आपल्या फटकाऱ्याच्या आवेगानंतर कित्येक यातनामय अंतःकरणे ती मागे ठेवते.''

''दादा, समज अशा प्रकारचं युग येईल, यावर मी विश्वास ठेवला, तरीही संपत्तीमुळे कमी वाताहत होईल, असं तुला म्हणायचं आहे का? त्या काळातही जेते आणि पराजित नसतील का? तेव्हा तरी दुःख, यातना संपुष्टात येतील का?''

गणेशाने आपल्या भुवया उंचावल्या. तो आश्चर्यचकीत झाला होता. त्याने स्मित केले आणि आपल्या बंधुच्या पाठीवर थोपटले. ''तुझं म्हणणं बरोबर आहे. नेहमीच जेते आणि पराजित असतीलच. कारण तोच तर जगाचा मार्ग आहे.''

कार्तिकाने आपल्या बंधुच्या कमरेभोवती हात टाकला आणि गणेशाने त्याच्या खांद्याभोवती हात टाकून त्याला जवळ घेतले. ''परंतु तरीही आपण इतरांना यातना दिल्या या दुःखाची तीव्रता त्यामुळे कमी करता येत नाही,'' गणेश म्हणाला.

— ⸭◉᚜⸸⊕ —

''ही गोष्ट तुला विचित्र वाटेल,'' शिव म्हणाला. लोथल येथील प्रशासकाच्या निवासस्थानी आरामशीरपणे तो बसला होता. ''परंतु मला तर आता अगदी घरीच आल्यासारखं वाटतंय. मेलुहापासून माझ्या प्रवासाला प्रारंभ झाला होता.''

कालीच्या अपेक्षेप्रमाणेच लोथलच्या प्रशासकाने, चेनारध्वजाने मेलुहाच्या सरदारांचे आणि उच्चाधिकाऱ्यांचे आदेश मोडून शिवाच्या सैन्यासाठी आपली द्वारे खुली केली. तो नीळकंठाशी एकनिष्ठ होता.

''आता हा प्रवास इथेच संपेल,'' सती म्हणाली. ''त्यानंतर आपण सारेच जण कैलासावर जाऊ.''

शिवाने स्मित केले. ''कैलास हा काही तुझ्या कल्पनेएवढा आदर्श प्रदेश नाही. ती एक अवघड, ओसाड भूमी आहे.''

''परंतु तिथे तू असशील. त्यामुळे माझ्यासाठी तो स्वर्गच असेल.''

शिव हसला. तो पुढे झुकला आणि त्याने आपल्या पत्नीला जवळ ओढून तिचे प्रेमाने चुंबन घेतले.

''मात्र त्याआधी प्रथम आपल्याला सोमरसाचं संरक्षण करणाऱ्यांशी दोन हात केले पाहिजेत.''

''मगधच्या पराभवापासून त्या कार्याचा आधीच प्रारंभ झाला आहे.''

''हं..., ते सत्य आहे. अयोध्येच्या आरमाराला आपण सहजपणे प्रतिबंध करू शकू, कारण आता मगध आपल्या पूर्णपणे ताब्यात आलं आहे. परंतु गणेश आणि कार्तिक मेलुहाकडे येण्यासाठी केव्हा प्रयाण करणार आहेत?''

''त्यांनी आधीच मगधहून प्रयाण केलं आहे.''

''आणि आपण मृत्तिकावतीला कधी जाणार आहोत?''

''येत्या काही दिवसांतच.''

शिवाच्या चेहऱ्यावरील दृढनिश्चयी भाव पाहून सतीच्या लक्षात काही गोष्टी

आल्या. आपल्या मातृभूमीविषयीची चिंता तिच्या मनात दाटून आली. ''किमान त्यांनी आपल्या स्वतःच्या हितासाठी तरी शरण यावं, अशी माझी इच्छा आहे.''

''मलाही तसंच वाटतं.''

प्रकरण २५

देव की देश?

"हे ब्रह्मदेवा!" भृगु उद्गारले.

अखेरीस भृगु देवगिरीवर पोहचले होते. स्वद्वीपमधील धर्माखेत आणि मेलुहा यांना जोडणाऱ्या, अगदी अलीकडेच बांधलेल्या मार्गावर यमुनेच्या महापुराचे जल आल्यामुळे त्यांना उशीर झाला होता. चंद्रवंशी आणि सूर्यवंशी साम्राज्यांच्या मध्यभागी असलेली ती भूमी निर्मनुष्य होती. मात्र तरीही त्या मार्गावरच मेलुहाने बांधलेल्या अतिथिगृहामध्ये भृगुंना काही सुविधा उपलब्ध झाल्या. तरीही तेथील आरामामुळे ते शांत झाले नव्हते; कारण त्यांना देवगिरीला लवकरात लवकर पोहचायचे होते. पार्वतेश्वर आनंदमयीसह परतला होता आणि त्यामुळे त्यांच्या मनावरील तणावात भरच पडली होती. कारण पार्वतेश्वर आणि आनंदमयीसमवेतच त्यांना काही योजना आखायच्या होत्या. युद्धाची व्यूहरचना आखण्यासाठी त्यांना या संधीचा लाभ घ्यायचा होता. मात्र यमुनेला आलेल्या महापुरामुळे त्यांच्या काही आठवड्यांच्या प्रवासाचे रूपांतर काही महिन्यांच्या प्रवासात झाले होते.

त्यानंतर भृगु देवगिरीला पोहचल्यावर भृगु, दक्ष, पार्वतेश्वर आणि कनखला देवगिरीच्या खाजगी राजकार्यालयात बसले होते. नीळकंठाच्या जाहीरनाम्याचे विविध अर्थ ते शोधत होते आणि त्यातील अर्थाची छाननी करत होते.

"महर्षिजी, तो जाहीरनामा मी पाहू शकतो का?" पार्वतेश्वराने विचारले.

भृगुंनी त्या जाहीरनाम्याची गुंडाळी पार्वतेश्वराकडे दिली आणि नंतर ते दक्ष आणि कनखला यांच्याकडे वळले.

"हे कधी जाहीर केलं गेलं?"

"काही महिन्यांपूर्वीच, प्रभू," दक्ष म्हणाला.

"साम्राज्यातील सर्व नगरींमधील सर्व प्रमुख मंदिरांमध्ये ते लावण्यात आलं होतं," कनखलाने आणखी माहिती दिली.

"आणि एकाच दिवशी, एकाच वेळी ते सारं घडवून आणलं गेलं होतं का?" पार्वतेश्वराने विचारले. त्याच्या मनातील तार्किक भीतीमुळे खरे तर तो प्रभावित झाला होता.

"होय," कनखला म्हणाली. "फक्त नीळकंठच या गोष्टी अशा प्रकारे करू शकतात. परंतु त्यांनी ते का केलं? त्यांचं मेलुहावर प्रेम आहे आणि आपण तर त्यांची पूजा करतो. त्यामुळे आमच्या सम्राटांच्या प्रतिष्ठेची हानी करण्यासाठी दुसऱ्याच कोणीतरी ते केलं असावं, अशी आमची समजूत झाली. अद्याप आम्हाला आमच्या शोधकार्यात यश आलेलं नाही आणि यामागच्या खऱ्या सूत्रधारापर्यंत आम्ही पोहचू शकलो नाहीत, असं आम्हाला सखेद नमूद करावंच लागेल."

"तुमच्या प्रशासनात कोणी विश्वासघातकी, फितुर आहेत का महाराज?" भृगुंनी विचारले.

दक्षाला संताप आला. परंतु आपला संताप व्यक्त करण्याचे धाडस त्याला झाले नाही. "नक्कीच नाही, प्रभू. तुमचा माझ्यावर विश्वास आहे, त्याप्रमाणेच तुम्ही मेलुहाच्या नगरवासीयांवरही विश्वास ठेवू शकता."

भृगुंच्या चेहऱ्यावरच्या उपहासगर्भ हास्यानेच सारे काही सांगून टाकले होते. त्यामुळे काहीही बोलण्याची आवश्यकता त्यांना भासली नाही.

"पार्वतेश्वर, तुम्ही यातून कोणता अर्थ काढला आहे?"

"नीळकंठांकडून याहून कमी गोष्टींची मला अपेक्षाच नव्हती," पार्वतेश्वर म्हणाला.

या गौप्यस्फोटामुळे कनखला स्तंभित झाली होती. परंतु ती सूज्ञपणाने शांतच राहिली.

''परंतु आम्ही याला चांगल्या रीतीने प्रतिसाद दिला, असं मी तुम्हाला सांगू इच्छितो, प्रभू,'' दक्ष म्हणाला. ''काही दिवसांतच आम्ही ते जाहीरनामे सगळीकडून काढून टाकले आणि आधीचे जाहीरनामे तोतया नीळकंठाने लावले होते, त्यामुळे त्यांच्यावर विश्वास ठेवू नये, असे सांगणारी सूचनापत्रं आम्ही तिथे सर्वत्र लावून टाकली.''

कनखला आता धक्क्यातून सावरली होती. दक्षाच्या आज्ञेनुसार तिने नवीन सूचनापत्रे तयार करून लावून घेतली होती, त्यावेळी नकळतच तीही त्या असत्याच्या कार्यातील वाटेकरी बनली होती आणि पापाची धनीण झाली होती. आपल्या पदाचा राजीनामा देण्याचा विचार तिच्या मनात तरळून गेला. मात्र आता तर युद्ध तोंडावर आले होते आणि युद्ध काळातील तिची कर्तव्ये अगदी स्पष्ट होती. तिने आपल्या राजाशी आणि मातृभूमीशी पूर्ण आणि निःसंदिग्धपणे एकनिष्ठ राहणे अपेक्षित होते. आपला धर्म आणि कर्तव्ये यांच्यातील संघर्षामध्ये अडकण्याच्या प्रसंगाला यापूर्वी कधीही तिला तोंड द्यावे लागले नव्हते. तिच्या मनातील संभ्रमामुळे तिची मती गुंग झाली होती.

''त्यामुळे प्रभू, ती विशिष्ट समस्या आम्ही हाताळली आहे,'' दक्ष म्हणाला. ''आता शिवाच्या सैन्यदलाशी कशा प्रकारे दोन हात करायचे, या मुद्द्यावर आपल्याला लक्ष केंद्रित करण्याची आवश्यकता आहे.''

भृगुंनी दक्षाकडे पाहिले. ''आताच नाही, महाराज. त्याआधी मला सरलष्करप्रमुखांशी एकांतात वार्तालाप करायचा आहे.''

कनखला अद्यापही आपल्या जागृतीच्या खंदकात हरवून गेली होती आणि तिला काही बदल झाल्याचे लक्षातही आले नव्हते.

''तो जाहीरनामा प्रभू नीळकंठांनी काढला होता. मग आपण त्यांची अवज्ञा करणं कसं काय शक्य आहे? ते चुकीचं आहे. जर सोमरस वापरू नये, असं प्रभू सांगत असतील, तर आपण त्यांच्या आज्ञेविरुद्ध कसे काय जाऊ शकतो तेच मला समजत नाही.''

त्या बैठकीनंतर पार्वतेश्वर कनखलासोबत तिच्या कार्यालयापर्यंत गेला होता.

सकाळी घडलेल्या घटनेमुळे ती खूपच त्रस्त झाली होती, हे त्याला निःसंशय समजले होते.

"मी आधीच सोमरस घेणं थांबवलंय, कनखला."

"आता या क्षणापासून ते मीही थांबवेन. परंतु त्याचा मला त्रास होत नाही. संपूर्ण मेलुहानेच सोमरसाचा उपयोग थांबवावा, असं नीळकंठांना वाटतं आहे आणि त्यांच्या निर्णयाकडे दुर्लक्ष करण्याचे परिणाम त्यांच्या संदेशातून अगदी स्पष्टपणे त्यांनी दाखवून दिले आहेत. आपण जर ते ऐकलं नाही, तर आपण त्यांचे शत्रू बनू."

"मला या गोष्टीची माहिती आहे. सर्व व्यावहारीक गोष्टींचा विचार करून युद्ध आधीच पुकारलं गेलंय. आपण आता संभाषण करतो आहोत, तेवढ्या वेळातही त्यांचं सैन्य कूच करत असेल."

"मेलुहाने सोमरसाचा वापर थांबवलाच पाहिजे."

"कायद्यानुसार, सोमरसावर बंदी घालण्याचा आदेश काढण्याची अनुमती तुम्हाला किवा मला मिळालेली आहे का?"

"नाही. फक्त सम्राटच ते करू शकतात."

"आणि त्यांनी ते केलेलं नाही. होय ना? शिवाय युद्धकाळात सम्राटाच्या आदेशांचं बिनातक्रार आणि काहीही न विचारता फक्त पालन केलं गेलं पाहिजे."

"कोणत्या ना कोणत्या मार्गाने आपण युद्ध टाळू शकणार नाही का? महर्षि भृगुंसमवेत तुम्ही याविषयी काहीच का बोलत नाही? त्यांना तुमच्याविषयी आदर आहे."

"सोमरस सैतानी बनला आहे, याविषयी महर्षिंची खात्री पटलेली नाही."

"मग आपण थेट जनतेशी संपर्क साधला पाहिजे."

"कनखला, तुम्हाला माझ्यापेक्षाही याविषयी अधिक माहिती आहे. याचा अर्थ पंतप्रधान म्हणून तुम्ही घेतलेल्या शपथेचा तुम्ही भंग करत आहात. कारण तुम्ही सम्राटांच्या आदेशाच्या थेट विरोधात जात आहात."

"परंतु मी त्यांच्या आदेशांचं पालन का करावं? आपल्या स्वतःच्या प्रजेशी असत्य वागण्यास, त्यांना असत्य कथन करण्यास त्यांनी मला भाग पाडलं."

"मेलुहामध्ये मी जीवित असेपर्यंत तरी अशा प्रकारची घटना पुन्हा घडणार नाही, याची मी तुम्हाला खात्री देतो."

आपल्या मनात उसळणाऱ्या भावनांवर नियंत्रण मिळवण्यासाठी धडपडणाऱ्या कनखलाने आपली नजर दुसरीकडे वळवली.

"कनखला, समजा, आपण मेलुहाच्या जनतेशी थेट संपर्क साधला," पार्वतेश्वर बोलू लागला. "तर नगरवासीयांना सोमरसामुळे मिळणाऱ्या आयुष्याहून कमी कालावधीचं आयुष्य आपण देऊ करू आणि त्यांच्याकडून अपेक्षित असलेल्या या त्यागाच्या बदल्यात त्यांना देण्यासाठी आपल्याकडे काहीच नाही. त्यामुळे लोकांना ते करण्यास राजी करणं हे सोपं काम नाही. मेलुहाचे लोक कर्तव्यनिष्ठ आणि सन्माननीय आहेत, तरीही हे काम कठीणच आहे. त्यासाठी काळ लोटावा लागेल. सोमरसाच्या बाबतीत मात्र नीळकंठ प्रतीक्षा करण्यास तयार नाहीत. तातडीने त्याचा वापर थांबवला जावा, अशी त्यांची इच्छा आहे. त्यामुळे सोमरसाच्या उत्पादनाच्या नगरीवरच हल्ला करणं हेच ते करू शकतात...."

"म्हणजे मेलुहावर..."

"बरोबर. त्यामुळे आता या क्षणापासूनच आपल्या मातृभूमीचं रक्षण करणं हे आपलं आद्य कर्तव्य आहे. प्रभू रामाच्या नियमांनुसार आपल्या मातृभूमीविषयीची आपली कर्तव्यं पार पाडणं हे आपलं आद्य, प्रधान कर्तव्य आहे, हे तुम्ही जाणताच. अगदी प्रभू राम आणि मेलुहा यांच्यापैकी एकाची जरी निवड करण्याची वेळ आली, तरी आपण मेलुहाचीच निवड केली पाहिजे, असंही प्रभू रामानं सांगितलं आहे."

"परंतु अशा प्रकारची निवड करण्याची वेळ प्रत्यक्षात येईल, अशी कल्पना तरी त्यावेळी कोणी केली असेल पार्वतेश्वर? म्हणजे आपला देव आणि मातृभूमी यांच्यापैकी एकाची निवड आपल्याला केली पाहिजे?"

पार्वतेश्वर दुःखाने हसला. "इतर सर्व गोष्टींपेक्षाही माझ्या मातृभूमीविषयीच्या कर्तव्यालाच मी सर्वोच्च प्राधान्य देतो, कनखला." तो म्हणाला.

कनखलाने आपल्या टकलावरून हात फिरवला आणि आपल्या शेंडीची गाठ बांधली. तसे करून थोडेफार सामर्थ्य मिळवण्याचा प्रयत्न तिने केला. "नशीब आपल्यासमोर कसली कसली आव्हानं उभी करत असतं!"

— ⚶ ◎ ⚎ ⚴ ⊕ —

''महाराज, ही मूर्खपणाची कल्पना आहे,'' भृगु म्हणाले. ''तुम्ही व्यूहरचना करताना आगामी तीन महिन्यांनंतर काय घडेल, याचा विचारही करत नाही आणि हीच तुमची खरी समस्या आहे.''

महर्षींच्या चरणाजवळ दक्ष अपेक्षेने हात जोडून बसला होता. त्यांच्या प्रतिसादाची तो मोठ्या औत्सुक्याने प्रतीक्षा करत होता. युद्ध पूर्णपणे टाळण्यासाठी आपण तयार केलेली 'एक अति सूज्ञ योजना' नुकतीच त्याने भृगुंसमोर मांडली होती.

आपल्या दगडी आसनावर स्थिरपणे बसलेले भृगु नंतर दक्षाकडे झुकले आणि म्हणाले, ''आपण नीळकंठाबरोबर युद्ध करत नाही; तर तुमच्या प्रजेमध्ये त्याच्याविषयी जी भक्तीभावना पसरली आहे, ती आपल्याला मोडून काढायची आहे. त्याचा बळी घेऊन त्याला हुतात्मा बनवल्यावर लोक तुमच्याविरुद्ध बंड करून उठतील आणि अर्थातच सोमरसाच्या विरोधातही ते उभे राहतील.''

दक्षाने लगेच आपल्या चेहऱ्यावर शहाणपणाचा भाव आणला. ''तुमचं बरोबर आहे, प्रभू. आपण पंचवटीत असताना त्याला ठार मारण्यात यशस्वी झालो असतो; तर लोकांनी नागांना त्याचा दोष दिला असता. ते अपयश हे आपलं मोठंच दुर्दैव होतं.''

''अर्थातच, महाराज, एखाद्या बेसावध शत्रूवर हल्ला करणं अनैतिक नाही. परंतु काही नैतिक नियम मोडता येत नाहीत. अगदी युद्धाच्या वेळीसुद्धा ते पाळावेच लागतात. उदाहरणार्थ शांतता अधिकारी किंवा दूत यांना आपण ठार मारू शकत नाही.''

''अर्थातच प्रभू,'' विचलित झालेला दक्ष म्हणाला. मनातल्या मनात मात्र तो आपल्या योजनेतील त्रुटी दूर करण्याचा प्रयत्न करत होता.

''तुम्ही ऐकत आहात का महाराज?'' भृगुंनी संतप्तपणे विचारले.

गडबडलेल्या दक्षाने एकदम वर पाहिले. ''नक्कीच, मी ऐकतोय प्रभू.''

भृगुंनी उसासा टाकला आणि आपला हात हलवला. त्यांनी दक्षाला कक्षाबाहेर जाण्याचा आदेश दिला होता.

— 𑀓𑀰𑀢𑀼𑀧 —

पार्वतेश्वर लांब पावले टाकत आपल्या घरात शिरला आणि अजून तो मध्यभागी असलेल्या अंगणाभोवतीच्या पायऱ्या चढून वर जात असतानाच त्याने आपल्या साहाय्यिकेकडे पाहून मान हलवली. तो पहिल्या मजल्यावर पोहचला आणि त्याला काहीतरी आठवले असावे. तो तसाच मागे फिरला आणि मध्यभागी असलेल्या अंगणात आला.

''रती!''

''आज्ञा प्रभू,'' त्याच्या साहाय्यिकेने विचारले.

''देवी आनंदमयी दूध आणि गुलाबाच्या पाकळ्यांनी स्नान करतात, तोच हा दिवस आहे ना?'' त्याने विचारले.

''होय, प्रभू. उन्हाळ्याचे दिवस सोडून इतर आठवड्यांतील सर्व दिवशी गरम पाणी आणि दूध आणि गुलाबाच्या पाकळ्यांनी देवी स्नान करतात.

पार्वतेश्वराने स्मित केले. ''मग त्याची सिद्धता झाली आहे का?''

रतीने गंमतीने स्मित केले. तिच्या संपूर्ण जीवनभर तिने पार्वतेश्वराची सेवा केली होती. परंतु गेल्या काही दिवसांत पार्वतेश्वर जेवढा स्मित करू लागला होता, तेवढे स्मित करताना त्याआधीच्या वर्षांत तिने त्याला कधीच पाहिले नव्हते. आपल्यासोबत तो तिच्या नवीन स्वामिनीला घेऊन आला होता. तेव्हापासूनच त्याच्यात हा बदल घडून आला होता. ''आता कोणत्याही क्षणी त्याची सिद्धता झालेली असेल, महाराज.''

''त्याची सिद्धता पूर्ण झाली, की देवींना कळवलं जाईल, याची खात्री करून घ्या.''

''आज्ञा, महाराज.''

पार्वतेश्वर वळला आणि त्यानंतरच्या दोन्ही मजल्यांच्या पायऱ्या त्याने धावत धावतच पार केल्या आणि वरच्या खाजगी कक्षात त्याने प्रवेश केला. गच्चीतील आरामदायक आसनावर आनंदमयी बसली होती आणि खाली दिसणाऱ्या मार्गावरची रहदारी न्याहाळत होती. तेथील कापडी कनातीतून संध्याकाळचे सूर्यकिरण आत प्रवेश करत होते. पार्वतेश्वराने कक्षात प्रवेश केल्याचा आवाज येताच तिने मागे वळून पाहिले.

''एवढी कसली घाई आहे?'' आनंदमयीने स्मित करत विचारले.

पार्वतेश्वर थबकला. त्याच्या चेहऱ्यावरचे स्मित रुंदावले. ''तुझं क्षेमकुशल

आहे ना, एवढंच मला जाणून घ्यायचं होतं.''

आनंदमयीने स्मित केले आणि पार्वतेश्वराला खुणेनेच जवळ बोलावले. मेलुहाचा सरलष्करप्रमुख पुढे गेला आणि तिच्या शेजारच्या आसनावर बसला. आनंदमयीने आपले मस्तक त्याच्या खांद्यावर टेकवले. मार्गावरील रहदारी न्याहाळण्याचे काम तिने सुरूच ठेवले होते. अद्यापही बाजारपेठा खुल्या होत्या, परंतु चंद्रवंशींच्या गडबड गोंधळाच्या आणि वाचाळपणाच्या पार्श्वभूमीवर देवगिरीतील सूर्यवंशींचे वर्तन मात्र अत्यंत विनम्र होते. मार्ग, घरे, लोक या प्रत्येक गोष्टीतून सूर्यवंशीयांची शांतता, स्वाभिमान आणि समता ही मूल्ये प्रतीत होत होती.

''आमच्या राजधानीविषयी तुला काय वाटतं?'' पार्वतेश्वराने विचारले. ''ती अत्यंत उत्तमरित्या नियोजित आणि शिस्तबद्ध नाही का?''

आनंदमयीने आपल्या ओठांवर लाडीक स्मित खेळवत पार्वतेश्वराकडे पाहिले. ''ती एक अत्यंत निस्तेज आणि बेरंगी राजधानी आहे.''

पार्वतेश्वर हसला. ''तुझ्या एकटीमुळेच या नगरीत रंग भरले जातील.''

आनंदमयीने आपला हात पार्वतेश्वराच्या हातावर ठेवला. ''मग? जिथे मला मृत्यू येणार आहे, ती हीच नगरी....''

पार्वतेश्वराने आपला हातही तिच्या शरीराभोवती टाकला आणि त्याने तिला जवळ घेतले.

''काही वृत्त समजलं का?'' आनंदमयीने विचारले. ''मेलुहाच्या सरहद्दीत प्रभूंनी प्रवेश केला आहे का?''

''अद्याप तरी तसं काही समजलेलं नाही,'' पार्वतेश्वर म्हणाला. ''परंतु अयोध्येहून पक्षी संदेश यंत्रणेकडून कोणताही संदेश येत नसल्याची बाब खटकत आहे.''

आनंदमयीच्या मुद्रेवरचे भाव भराभरा पालटले. तिचे शरीर ताठरले. ''अयोध्या पराभूत झाली आहे का?''

''मला माहिती नाही, प्रिये. परंतु अयोध्येवर विजय मिळवण्याएवढं सैन्य प्रभूंकडे आहे, असं मला वाटत नाही. त्या नगरीभोवती एका आत एक सात भित्तिका आहेत. त्यामुळे अत्यंत उत्तम प्रकारे ती अभेद्य बनली आहे. ती एक अभेद्य प्रकारची संरक्षण यंत्रणा आहे. सैनिकांना कमी प्रशिक्षण मिळालं असलं, तरीही

तेवढी यंत्रणाच संरक्षणासाठी पुरेशी आहे.''

आनंदमयीने संतापाने आपले डोळे बारीक केले. ''सैनिकांचं नेतृत्त्व दुबळं आहे, पार्वतेश्वर, परंतु ते सैनिक शूर आहेत. माझ्या मातृभूमीतील सेनाधिकारी मूर्ख आहेत, परंतु आपल्या मातृभूमीसाठी सर्वसामान्य जनता तुंबळ युद्ध करेल.''

''माझ्या वक्तव्यालाच यामुळे पुष्टी मिळते. मी हेच म्हटलं होतं, की प्रभूंनी अयोध्येवर विजय मिळवला नसेल. त्यांच्याकडे तर ब्रंग आणि वैशालीचे मिळून फक्त दीड लाख सैनिक आहेत.

''मग काय घडलं असेल असं तुम्हाला वाटतं?''

''स्पष्टच आहे. अयोध्येमध्ये मेलुहाचं स्वारस्य जपलं गेलं नसेल. तुझ्या पिताजींनी, महाराज दिलीपा यांनी कदाचित नीळकंठांसमवेत युती केली असेल.''

''अशक्य. माझ्या पिताजींचं फक्त स्वतःवरच आत्यंतिक प्रेम आहे. त्यांना प्रभू भृगुंकडून औषधी मिळत आहे. त्यामुळेच ते जीवित आहेत. अशा वेळी ते कोणताही धोका पत्करणार नाहीत.''

''कदाचित अयोध्येच्या जनतेने महाराजांविरुद्ध बंड केलं असेल आणि त्यांच्यापैकी बहुतांश लोक नीळकंठाच्या बाजूला झुकले असतील.''

''हं...ती शक्यता आहे. आमच्या लोकांची माझ्या पिताजींपेक्षाही नीळकंठावर अधिक श्रद्धा आहे.''

''आणि जर नीळकंठाच्या ताब्यात अयोध्या आली असेल, तर ते चटकन आपलं लक्ष आपल्या मुख्य उद्दिष्टाकडे वळवतील.....मेलुहा.''

''पार्वा, त्यांना सोमरसाचा विनाश करण्यात स्वारस्य आहे. त्यांना स्वैर विनाश करायचा नाही. ते तसं का करतील? त्यामुळे तुमचे लोक त्यांच्या विरोधात जातील. ते फक्त सोमरसाच्या शोधार्थ निघतील.''

पार्वतेश्वराचे डोळे विस्फारले. ''अर्थातच! ते सोमरस उत्पादनाच्या गुप्त केंद्राला आणि तेथील वैज्ञानिकांना आपलं लक्ष्य बनवतील. त्यामुळे सोमरसाचा पुरवठा संपुष्टात येईल. साहजिकच सोमरसाशिवाय जीवित राहण्याखेरीज प्रजेकडे अन्य पर्यायच उरणार नाही.''

''बरोबर आहे. तेच तर त्यांचं लक्ष्य आहे. ती सोमरसाची गुप्त यंत्रणा कुठे आहे?''

''मला माहिती नाही, परंतु मी तिचा शोध नक्कीच घेईन.''

"होय. तुम्ही तसंच करा."

"काहीही झालं तरी," पार्वतेश्वर म्हणाला, "अयोध्येला आणखी काही संदेश पाठवू नयेत, असं मी कनखलाला सांगितलं आहे. त्यामुळे आपल्या शत्रूला आपण माहिती पुरवत राहू."

"जर अयोध्या त्यांच्या ताब्यात असेल आणि त्यांनी आता तिथून प्रयाण केलं असेल, तर ते लवकरच इथे पोहचतील."

"होय. लवकरात लवकर येत्या सहा महिन्यांत ते इथपर्यंत पोहचतील. अर्थातच अयोध्येला त्यांनी जिंकलं असेल, तर प्रभूंच्याकडे प्रचंड सैन्यदल असेल."

"तुमची तयारी दुपटीने वाढवा."

"हं....याशिवाय वीस हजार सैनिकांसह मी विद्युन्मालीला लोथलला धाडून देतो."

"लोथल? कारण त्यांनी तुमच्याकडे त्यांचा मासिक अहवाल पाठवला नाही, म्हणून?"

"माझ्या मनात त्यांच्याविषयी चांगल्या भावना नाहीत," पार्वतेश्वर म्हणाला. त्याने आपले मस्तक हळूहळू हलवले. "माझ्या पक्षी संदेश यंत्रणेला त्यांनी कोणताच प्रतिसाद दिलेला नाही."

"फक्त आपल्या अंतःप्रेरणेवर भरवसा ठेवून वीस हजार सैनिकांना तिकडे धाडणं योग्य ठरेल का?"

"लोथल काही फार दूरवर नाही. अर्थातच ती एक सरहद्दीवरची नगरी आहे. पंचवटीपासून ती सर्वात जवळ असलेली मेलुहाची नगरी आहे. तिला संरक्षणदृष्ट्या अधिक भक्कम बनवणं ही काही वाईट बाब नाही."

प्रकरण २६

मृत्तिकावतीचे युद्ध

टेहळणी करणाऱ्या श्रांत क्लांत झालेल्या सैनिकाने तेथील लष्करी तंबूत कसाबसा अडखळत्या पावलांनी प्रवेश केला. आपली चिंता तो लपवू शकत नव्हता. त्याने शिवाला लगेच लष्करी पद्धतीने नमस्कार केला. आपण अभ्यासत असलेल्या नकाशाचे बारकावे तसेच सोडून देऊन शिवाने मान वर केली. ''बोल?''

एखाद्या बाणासारखा शिवाचा आवाज सर्वांच्या कानांवर आदळला. काली, सती, गोपाळ आणि चेनारध्वज यांनीही वर पाहिले. त्यांच्या चेहऱ्यांवर काळजी पसरली होती. शिवाच्या सैन्याने लोथलमधून तातडीने प्रयाण केले होते आणि आता ते मृत्तिकावतीपासून जेमतेम एका दिवसाच्या अंतरावर होते.

''प्रभू, माझ्याकडे एक अनिष्ट वृत्त आहे.''

''मला चटकन वास्तव माहिती दे. कोणत्याही प्रकारचे निष्कर्ष काढू नकोस.''

''मृत्तिकावती आता अधिक सुसज्जित आहे. पूर्वीपेक्षा तिथे अधिक लष्करी संरक्षण ठेवण्यात आलं आहे. काही दिवसांपूर्वीच सेनाधिकारी विद्युन्मालीने नगरीत प्रवेश केला होता. अर्थातच, तो लोथलच्या मार्गावर आहे. सरहद्दीवरचं मेलुहाचं संरक्षण दल वाढवण्यासाठी तो तिकडे निघाला आहे. साहजिकच, लोथलने तुम्हाला आपली निष्ठा वाहिली आहे, याची सम्राट दक्ष यांना अद्याप माहिती नाही, प्रभू.''

"विद्युन्मालीसमवेत किती सैन्य आहे?" चेनारध्वजाने विचारले.

"सुमारे वीस हजार, प्रभू. शिवाय मृत्तिकावतीमध्ये आधीच पाच हजार सैनिक तैनात आहेत."

"म्हणजे आकडेवारीचा विचार करता, आपली स्थिती अद्यापही लाभदायकच आहे, प्रभू," चेनारध्वज म्हणाला. "परंतु मृत्तिकावतीच्या सैन्यदलात आणखी पंचवीस हजार सैनिकांची भर पडण्याची शक्यता आहे."

शिवाने मस्तक हलवले. "ती फार मोठी समस्या आहे, असं मला वाटत नाही. त्यांच्याकडे किती सैनिक आहेत, याने काहीच फरक पडत नाही. आपल्याला फक्त त्यांच्या गलबतांवर ताबा मिळवायचा आहे, त्यांची नगरी जिंकायची नाही. विद्युन्माली जर वीस हजार सैनिक घेऊन जलप्रवास करत असेल, तर त्याचं प्रवासी गलबत मृत्तिकावतीच्या बंदरात असेल, बरोबर? मग तिथे तर ताब्यात घेण्यासाठी आणखीही गलबतं असतील."

कालीने स्मित केले. "ते सत्य आहे!"

"मृत्तिकावतीकडे कूच करण्याची तयारी करा," शिव म्हणाला. "येत्या दोन दिवसांत त्या नगरीवर हल्ला केला जाईल."

मृत्तिकावतीच्या तटबंदीवरून सातत्याने सूचना देणारे शंखध्वनी ऐकू येऊ लागल्यानंतर दुःखार्त झालेल्या लोकांची नगरीत परतण्यासाठी सुरू झालेली धावपळ शिवाला दिसत होती. अनपेक्षितरित्या एवढ्या बलाढ्य शत्रू सैन्याला समोर पाहून मेलुहावासीयांना धक्का बसला होता.

टेकडीवरच्या एका सोईस्कर स्थानी थांबून शिवाला मृत्तिकावती नगरी आणि तिचे बंदर व्यवस्थितरित्या दिसू शकत होते. मेलुहातील बहुतेक नगरींप्रमाणेच मृत्तिकावतीही एका प्रचंड मोठ्या चौथऱ्यावर बांधण्यात आली होती. सरस्वती नदीच्या पुराचा धोका टाळण्यासाठी नदीच्या पात्रापासून सुरक्षित अंतरावर ती वसवण्यात आली होती. परंतु ती नगरी हे एक बंदर होते आणि साहजिकच ती एका महान नदीच्या किनाऱ्यांवर वसलेली होती. त्यामुळे शिवाला ती नगरी आवडली.

गोलाकार असलेले बंदर खूपच मोठे होते. एका अरुंद जागेतून सरस्वती नदीचे जल त्यामध्ये शिरत होते. बंदराचा बाह्य गोलाकार भाग आणि अर्धगोलाकार गोदी यांच्यामधून एक छोटासा कालवा वहात होता. गोदीच्या आतल्या भागात गलबतांच्या दुरुस्तीचे अनेक कारखाने होते. आतील बाजूला असलेल्या गोदीची बाहेरची बाजू आणि बाह्य धक्का यांच्या मधल्या भागात गलबते नांगरून ठेवण्यात आली होती. त्या कल्पक रचनेमुळे तुलनेने लहान जागेत सुमारे ५० गलबते नांगरता आली होती. गलबतांच्या दोन समांतर वर्तुळाकारांमधील जलामुळे त्या गलबतांची मुक्त हालचाल होऊ शकत होती. बंदरातल्या बंदरात गलबते एका रांगेत चांगल्या वेगाने फिरू शकत होती. तुलनेने लहान असल्यामुळे बंदराच्या प्रवेशद्वारातून एका वेळी फक्त एकच गलबत आत किंवा बाहेर जा – ये करू शकत होते. परंतु ती गलबते बंदरातील वर्तुळाकार मार्गावरून एकापाठोपाठ एक जाऊ शकत असल्यामुळे त्यांच्या जाण्या येण्याच्या गतीवर कोणताच परिणाम होऊ शकत नव्हता. मात्र त्यामुळे शत्रूच्या गलबतांपासून प्रभावीपणे संरक्षण करता येत होते. ते द्वार बंद करण्यात आले आणि आता बंदराच्या भिंतीवरून शत्रूसैन्यावर मारा करण्यासाठी असलेले अनेक नाके शिवाला दिसू लागले.

शिवाने स्मित केले. 'मेलुहाचं अगदी बिनचूक नियोजन.'

काली शिवाकडे झुकली. "नगरी आणि बंदर यांच्यामधील मजबुतीकरण करणारा मार्ग हाच त्यांची दुर्बलता ठरू शकेल."

"होय," शिव म्हणाला. "तिथूनच हल्ला करूया. आपण हरतो आहोत, असं त्यांना वाटू लागलं, तर त्या मार्गापर्यंत जाणारे नगरीचे दरवाजे बंद करणं त्यांना भाग पडेल आणि ते आपल्या सैनिकांनाही आत घेतील. नगरी आणि बंदर एकमेकांशेजारी नाही. त्यामुळे त्या मार्गाच्या भित्तिका जर तोडल्या गेल्या, तर त्यांना कोणत्या तरी एका गोष्टीचा त्याग करावा लागेल. मला वाटतं, की ते तडजोड स्वीकारतील आणि बंदर सोडून देतील."

शिवाने सतीकडे पाहिले. "विद्युन्माली आक्रमक आहे. त्याला तडजोडी करायला आवडत नाही. त्याला जर एकदा कळलं, की आपल्याला गलबतं हवी आहेत आणि नगरीची आवश्यकता नाही; तर तो याबाबतीत द्यूत खेळल्याप्रमाणे निर्णय घेऊ शकतो. नगरीतून बाहेर पडून आपल्या हल्ला करणाऱ्या सैन्यदलावर तो पाठीमागच्या बाजूने हल्ला करू शकतो. त्याच्या दृष्टीने ती सूज्ञ निवड असेल. त्या

मार्गावरच तो आपली दाणादाण उडवू शकेल, असा विचार तो करू शकेल आणि अशा प्रकारे बंदर आणि नगरी या दोन्ही गोष्टींचं तो संरक्षण करू शकेल. मला वाटतं, की तो ही चूक करेल.''

— ⅄ⵙⅡ⇡⊛ —

आपल्या सर्वसमावेशक सैन्याच्या एका टोकापासून दुसऱ्या टोकापर्यंत जाऊन अश्वारूढ शिवाने आढावा घेतला. त्याच्या सैन्यात ब्रंग, वासुदेव, नाग आणि लोथलमधून आलेल्या काही सूर्यवंशी सैनिकांचा समावेश होता. सती आणि कालीही अश्वारूढ झाल्या होत्या आणि लष्कराच्या काही तुकड्यांचे नेतृत्त्व करत होत्या. सैनिक आता सज्ज झाले होते आणि सूर्यवंशींकडे खंदे सैनिक असल्याचेही त्यांना माहिती होते.

''सैनिकांनो!'' शिव गरजला. ''महादेवांनो, माझं म्हणणं ऐका!''

सर्व सैन्यामध्ये शांतता पसरली.

''हजारो वर्षांपूर्वी एका महान व्यक्तीने या पृथ्वीतलावर जन्म घेतला होता, असं आपल्याला सांगितलं गेलं आहे. प्रभू राम, मर्यादा पुरुषोत्तम हा सर्वच राजांमधील सर्वाधिक प्रसिद्ध राजा आहे. परंतु आपल्याला सत्य ज्ञात आहे! तो फक्त एक राजा किंवा मानव नव्हता. तो देव होता!''

सर्वत्र पूर्ण शांतता पसरली होती. अगदी एखादं पान पडलं असतं, तर त्याचा आवाजसुद्धा ऐकू आला असता.

''या लोकांच्या स्मरणात,'' मृत्तिकावतीच्या किल्ल्याच्या भिंतींवर संरक्षणासाठी तैनात असलेल्या लोकांकडे निर्देश करत तो म्हणाला, ''फक्त रामाचं नावच आहे. त्याच्या शब्दांचं त्यांना विस्मरण झालं आहे. परंतु मला प्रभू रामाच्या शब्दांचं स्मरण आहे. मला स्मरतंय, की त्यानं म्हटलं होतं, की जर माझे लोक आणि धर्म यांच्यापैकी एका गोष्टीची निवड करण्याची वेळ तुमच्यावर आली, तर तुम्ही आपल्या धर्माची निवड करा. माझे कुटुंबीय आणि धर्म यांच्यापैकी एका गोष्टीची निवड करण्याची वेळ तुमच्यावर आली, तरी तुम्ही धर्माचीच निवड करा. अगदी तुमच्यावर मी आणि धर्म यांच्यापैकी एका गोष्टीची निवड करण्याची वेळ आली, तरी तुम्ही धर्माचीच निवड करा.''

''धर्म!'' त्या सैन्याने एका आवाजात जोरदार घोष केला.

''मेलुहाच्या लोकांनी सैतानाची निवड केली आहे,'' शिव मोठ्याने गरजत म्हणाला. ''आपण धर्माची निवड केली आहे.''

''धर्म!''

''त्यांनी मृत्युची निवड केली आहे! आपण विजयाची निवड केली आहे!''

''विजय!''

''त्यांनी सोमरसाची निवड केली आहे,'' शिव पुन्हा एकदा गरजला. ''आपण प्रभू रामाची निवड केली आहे.''

''जय श्रीराम!'' सती ओरडली.

''जय श्रीराम!'' कालीने युद्धघोषणा केली.

''जय श्रीराम!'' सर्व सैनिक एका सुरात ओरडले.

''जय श्रीराम!''

''जय श्रीराम!''

नीळकंठाच्या सैन्यातून येणारी परिचित गर्जना मृत्तिकावतीच्या भिंतींमधून घुमत राहिली. तिचे प्रतिध्वनी उमटत राहिले. सहसा या गर्जनेमुळे मेलुहावासीयांना स्फूर्ती मिळत असे. परंतु यावेळी मात्र ते भयभीत झाले होते.

शिव कालीकडे वळला. त्याचे योद्धे अद्याप घोषणा देतच होते. त्याच वेळी शिवाने कालीकडे पाहून मान डोलावली. कालीच्या ओठांवर एक प्रकारचे थंड स्मित पसरले आणि तिनेही प्रत्युत्तरादाखल मान हलवली. तिचे डोळे चमकत होते. तिने आपली तलवार वर उचलून फिरवली. ती सूर्यप्रकाशात तळपली. त्यानंतर आपल्या पाठीमागे असलेल्या सैनिकांना एक हात उंचावून तिने इशारा केला आणि क्षणार्धात सैन्यात शांतता पसरली. आता त्यांच्या डोक्यांवर आधीपासूनच लावण्यात आलेल्या आणि वाऱ्यामुळे फडफडणाऱ्या फलकांचा आवाजही तिथे ऐकू येत होता. तिने पुन्हा एकदा इशारा केला आणि सैनिकांच्या चेहऱ्यावर तणाव निर्माण झाला. त्यांनी आपापली शस्त्रे सज्ज केली. त्यानंतर कालीने एक तलवार उंचावली आणि आकाशाकडे निर्देश केला आणि भिंतीजवळ गर्जना करत उभ्या असलेल्या सैनिकांच्या ताफ्याला हल्ल्याचा इशारा देण्यासाठी एका रक्त गोठवणाऱ्या किंकाळीने आपल्या तलवारीचे पाते तिने पुढे केले.

— ✶◍Ɩƒ✦ ⊕ —

नगरी आणि बंदर यांच्यामधील मजबुतीकरण करणाऱ्या मार्गाच्या एका भागात सुरू असलेल्या युद्धाकडे शिवाने अगदी बारकाईने पाहिले. वासुदेवांच्या हत्तींच्या साहाय्याने काली एकापाठोपाठ एक जोरदार हल्ले करत होती. एका लहान भागाची दाणादाण उडवण्यासाठी ती हर तऱ्हेचे प्रयत्न करत होती. मेलुहाचे सैनिक बाणांचा वर्षाव करत होते आणि तटबंदीवरून त्या मार्गावर उकळते तेल ओतत होते. मात्र आत्यंतिक शूर असलेले थोडे नाग सैनिक त्या अत्यंत प्रतिकूल परिस्थितीतही शौर्याची पराकाष्ठा करत लढत होते. नागांच्या अमानवी ताकदीविषयी लोकांच्या मनात असलेल्या धास्तीमुळे प्रारंभीच्या काळात नागांच्याकडून हल्ला करणे श्रेयस्कर ठरणार होते. आता त्या मार्गावरील भिंतीची छोटी छोटी भगदाडे हळूहळू खुली होऊ लागली. त्यामुळे शिवाच्या सैनिकांनी लवकरच नगरीचा बंदराशी असलेला संबंध तोडून टाकला. विद्युन्मालीकडून याच कृतीची शिवाला अपेक्षा होती. आता मृत्तिकावतीचे मुख्य दरवाजे खुले करण्यात आले आणि मेलुहाचे सैनिक बाहेरच्या भागात कूच करू लागले. प्रत्यक्ष शिवाकडूनच शिकलेल्या रचनेप्रमाणे सैन्याची रचना करून ते बाहेर पडले होते.

मेलुहाच्या सैनिकांनी प्रत्येक बाजूला वीस सैनिक असलेली चौरसाकृती रचना केली होती. प्रत्येक सैनिकाने आपली डावीकडची बाजू ढालीने झाकून टाकली होती आणि प्रत्येक सैनिकाची उजवी बाजू डावीकडच्या सैनिकामुळे झाकली जात होती. मागच्या बाजूला असलेला प्रत्येक सैनिक आपल्या ढालीचा उपयोग करून आपले आणि आपल्या पुढे असलेल्या सैनिकाचे शरीर झाकून टाकत होता. प्रत्येक योद्ध्याने आपली स्वतःची ढाल आणि त्याच्या समोर आलेली दुसऱ्या सैनिकाची ढाल यांच्यामधील जागेतून आपला लांबलचक भाला बाहेर काढला होता. या कूर्म रचनेमुळे अर्थातच कासवाप्रमाणे स्वतःचा चारही बाजूंनी बचाव करता येत होता आणि शिवाय लांबलचक भाल्यांमुळे शत्रू सैन्याची प्रचंड वाताहतही करता येत होती.

मात्र या कूर्म रचनेची एक दुर्बलता होती आणि त्या रचनाकाराला म्हणजेच प्रत्यक्ष शिवाला ती ज्ञात होती. या अभेद्य चिलखताला एक चिर होती. ती म्हणजे जर पाठीमागून हल्ला केला गेला, तर सैनिक फारसे काही करू शकत नव्हते.

आपल्या हातातील जड भाल्यांमुळे त्यांचे शरीर पुढच्या बाजूला झुकलेले असे. त्यामुळे चटकन मागे वळणे कठीण होते. शिवाय या रचनेत मागच्या बाजूला ढालीचे संरक्षण प्राप्त होत नव्हते. म्हणून जर शत्रूने पाठीमागून हल्ला करण्यात यश मिळवले, तर सैनिकांवर थेट हल्ला करून त्यांचा संपूर्ण विनाश तो घडवून आणू शकत होता.

शिव सतीकडे वळला. त्याच्या चेहऱ्यावर स्मित होते. ''विद्युन्मालीच्या हालचालींचा एवढ्या सहजपणे अंदाज बांधता येतो.''

सतीने मान डोलावली. ''रचनांच्या बाबतीत ना?'' तिने विचारले.

''होय. रचनांच्या बाबतीत.'' शिवाने संमती दर्शवली.

सतीने झटकन आपला अश्व वळवला आणि ती झपाट्याने उजवीकडे गेली. आपल्या आज्ञेत असलेल्या सैनिकांची तुकडी घेऊन ती त्या मार्गाच्या भिंतीकडे निघाली होती. तिने स्थिरपणे स्वतःला मेलुहाच्या कूर्म रचनेच्या मध्ये आणले. मेलुहाच्या त्या कूर्म रचना नगरीच्या प्रवेशद्वारातून बाहेर पडत होत्या. त्या मार्गावर हल्ला चढवणारे कालीचे शूर नाग सैन्य त्या मार्गावर तिच्या पाठीमागेच होते. प्रारंभी जोरदार युद्ध करणे हे तिचे पहिले काम होते आणि नंतर हळूहळू ती माघार घेत असल्याचे दर्शवणार होती. त्यामुळे मेलुहाच्या लोकांना तात्पुरता विजय झाल्यासारखे वाटले असते. त्यामुळे ते पुढे पुढे कूच करत आले असते. न रोखता येण्याजोग्या कूर्म रचनेच्या पुढच्या बाजूला ती होती. त्यामुळे आता तिथे तुंबळ युद्ध होणार होते. मेलुहाचे लोक पुढे चालून आले, की त्यांच्या मागे जागा निर्माण होत होती. त्यामुळे आपल्या अश्वदलासह शिव तिथे येणार होता आणि त्या कूर्म रचनेवर पाठीमागच्या बाजूने हल्ला करणार होता.

दरम्यानच्या काळात आपल्या डाव्या बाजूला असलेल्या पायदळाकडे आणि हत्तीदळाकडे शिव आपल्या अश्वावरून दौडत आला होता.

''सज्ज व्हा!'' त्याने वासुदेवांच्या हत्ती दलाच्या सेनाधिकाऱ्यांना आज्ञा दिली.

शिवाला झटकन हालचाल करावीच लागणार होती. परंतु त्याचबरोबर त्याला योग्य वेळेची प्रतीक्षाही करावी लागणार होती. त्याने खूपच आधी हल्ला केला असता, तर विद्युन्मालीला सापळा रचला गेल्याचा माग लागला असता.

सतीच्या सैन्यावर मेलुहाच्या कूर्म रचनेतील सैनिकांनी जोरदार हल्ला चढवल्याचे वीरभद्राने पाहिले. तसा चिंताग्रस्त होत तो शिवाकडे वळला. ''सतीसाठी हे काम

खूपच अवघड आहे. आपण खरं तर लवकर....''

''तू फक्त पूर्ण लक्ष देऊन पहा, भद्रा,'' शिव म्हणाला. ''आपण काय करतो आहोत, ते तिला ठाऊक आहे.''

कूर्म रचनेतील सैनिक सती आणि तिच्या सैन्यावर अक्षरशः तुटून पडले होते. सूर्यवंशींच्या उत्तम पद्धतीनुसार, सती त्या तुकडीचे नेतृत्त्व करत होती. ढालींची भिंतच्या भिंत स्थिरपणे, हळूहळू, परंतु जोरदार धक्के देत आपल्यावर चालून येत असल्याचे तिला दिसत होते. त्या भिंतीच्या प्रत्येक अरुंद भेगेतून भाल्यांचे अरण्य बाहेर झेपावत होते. त्यांनी टाकलेल्या प्रत्येक पावलाच्या आवाजाबरोबर त्यांच्या ढालींच्या चकचकीत धातूवरून सूर्यकिरण परावर्तित होत होते. त्यामुळे हळूहळू पावले टाकणाऱ्या आपल्या अश्वाला ती लीलया पुढे नेत होती. तिने हळुवारपणे उच्छवास सोडला आणि आपल्या अश्वाला आणखी थोडे पुढे नेले. त्यानंतर आपल्या रिकिबीतून थोडासा पाय सरकल्यासारखे वाटल्यामुळे एक आवंढा गिळून ती स्थिर झाली आणि अश्वावरची आपली मांड तिने स्थिर केली आणि त्या क्षणाची प्रतीक्षा ती करू लागली.

त्या रचनेच्या ती अधिकाधिक निकट जाऊ लागली. ते पुढे आल्यामुळे निर्माण होणाऱ्या पोकळीचा शोध तिची नजर घेत होती. आता ते धावू लागले होते आणि त्याच वेळी त्या रांगेतून एक ढाल किंचित सरकली. त्यामुळे तिथला सैनिक स्पष्ट दिसला. आपली मांड न हलवता, त्या सैनिकाच्या दिसणाऱ्या मानेवर सतीने आपल्या म्यानातून खंजीर फेकला. आत्यंतिक अचूकतेने फेकलेल्या त्या खंजिराने त्या सैनिकाचा मध्यावरच वेध घेतला आणि तो सैनिक खाली मरून पडला.

आता ती कूर्मरचना जवळजवळ तिच्या दिशेने झेपावलीच होती. सतीने आपल्या अश्वाचा लगाम जोरात खेचला. ती आपल्या अश्वाला मागे मागे नेऊ लागली. तिच्या खांद्यात तिला जबरदस्त वेदना जाणवू लागल्या आणि आपल्या अश्वाचे आर्त खिंकाळणेही तिला ऐकू येऊ लागले. तिचा अश्व आता लटपटत होता आणि तो मध्येच खाली पडत अडखळला. आता आपल्या खांद्यात भाला घुसल्याचे तिच्या लक्षात आले होते. परंतु हळूहळू अश्व उभा राहिला. त्याबरोबर आपल्या वेदनेकडे दुर्लक्ष करून सतीने त्याला टाच मारली. कोणत्या सैनिकाने तिच्यावर हल्ला केला, ते पाहण्यासाठी तिने समोर पाहिले. परंतु तिच्या खांद्यात घुसलेला तो खंजीर त्या कूर्म रचनेआडून पाहणाऱ्या कोणत्या डोळ्यांच्या

जोडीकडून मारला गेला, हे तिच्या लक्षात येत नव्हते. भाला खूपच खोलवर घुसला होता. तिने अर्धवट वेदनेने आणि अर्धवट संतापाने किंकाळी फोडली. तिच्या डोळ्यांतून पाणी वाहू लागले. तिने ताबडतोब आपल्या अश्वावरून खाली उडी मारली. आता ती आपली तलवार हिंस्त्रपणे चालवत होती. तो भाला उपसून काढून तिने तो दोन सैनिकांच्या डोळ्यांच्या खोबणीत खुपसला.

सतीच्या खांद्याचा वेध घेत मारले गेलेले काही जलद गती बाणही तिला लागले. त्यामुळे आता ते मेलुहाचे सैनिक पुढे पुढे जात चालले होते. ज्या क्षणी मेलुहाचा हल्ला मंदावत होता आणि अडखळल्यासारखा भासत होता, त्याच वेळी मागच्या बाजूचे सैनिक पुढे येऊन त्यांची जागा घेण्याची धडपड करत होते. त्यामुळे त्या रचनेला पडलेली भगदाडे पुन्हा बुजवण्याचा प्रयत्न केला जात होता. पुढच्या ओळीतील सैनिक मरण पावले की हे भगदाड पुन्हा निर्माण होत होते; परंतु त्यांची जागा त्वरित घेऊन पुन्हा चढाई करण्याचे मेलुहाच्या सैनिकांचे कौशल्य प्रशंसनीय होते. सती एक पाऊल मागे सरकली आणि त्याचबरोबर तिचे सैनिकही त्याच प्रकारे मागे सरकले. अर्थातच तिचे सैन्यही मोठ्याच शौर्याने लढले होते; परंतु आता ते एकेक पाऊल मागे मागे सरकू लागले होते. हळूहळू ते सैन्याला मागे खेचत नेत होते. जणू काही कूर्मरचनेतील सैनिकांच्या प्रचंड पराक्रमापुढे त्यांनी आपला पराभव स्वीकारलाच असावा. आता आणखी काही क्षणांचाच प्रश्न होता. ते आणखी काही पावले पुढे सरकले असते आणि नंतर मागच्या बाजूला निर्माण झालेल्या पोकळीत शिवाने आपल्या अश्वदलासह प्रवेश केला असता आणि त्या कूर्म रचनेवर मागच्या बाजूने जोरदार हल्ला चढवला असता.

काही अंतरावरच सुरू असलेल्या त्या युद्धाचे शिव निरीक्षण करत होता. कूर्म रचनेच्या दोहो बाजूंनी त्यांना संरक्षण देत चाललेल्या रथांवर त्याची नजर पडली. प्रत्येक रथाच्या अश्वांना आणि युद्धात गुंतलेल्या योद्ध्यांना योग्य दिशा देण्यासाठी रथांमध्ये सारथी आणि आणखी एक सैनिक होता. प्रत्येक रथातील या दोन व्यक्तींमुळे युद्धाची गती भयानक बनली होती आणि त्यांची ताकदही मोठ्या प्रमाणात वाढली होती. या रथांमुळे शिवाच्या सैनिकांचा हल्ला रोखला जाऊ शकला असता.

"या रथांना तुमच्या हत्तींकडून तातडीने बाहेर काढा. त्वरा करा!" शिवाने वासुदेवांच्या सेनाधिकाऱ्याला आदेश दिला.

ताबडतोब त्या हत्तींनी भयावह गतीने युद्धभूमीकडे धाव घेतली. त्यांच्या हल्ल्यामुळे भूमी हादरून गेली. रथात बसलेले मेलुहाचे सैनिक मोठ्या आत्मविश्वासाने आपल्यावर धावून येत असलेल्या हत्तींकडे पहात राहिले. त्यांनी ताबडतोब आपल्या सारथ्यांना त्यांच्या रथ हाकण्याच्या जबाबदारीतून मुक्त केले. सारथ्यांनी लगेच मागे वळून अशा प्रसंगांसाठी ठेवलेले मोठमोठे ढोल काढले. चंद्रवंशीयांविरुद्ध झालेले युद्ध अद्यापही मेलुहाच्या सैनिकांना स्मरत होते. भल्या मोठ्या प्राण्यांना ढोलाचे आवाज भयभीत करतात आणि मग ते मागच्या मागे पळून जातात. सहसा त्यामुळे त्यांचे स्वतःचे सैन्यच त्यांच्या पायांखाली चिरडले जाते. परंतु वासुदेवांनी या हत्तींना प्रशिक्षित केले होते आणि ते अचानक येणारे भयावह मोठे आवाज सहजपणे सहन करू शकत होते. त्यामुळे हत्तींनी पुढे पुढे धाव घेत आपला भयावह हल्ला सुरूच ठेवला आणि मेलुहाच्या सैनिकांना याचा जबरदस्त धक्का सहन करावा लागला.

आपली युक्ती असफल झाल्याचे पाहताच त्यांनी ताबडतोब ढोल वाजवणे बंद केले आणि आपापल्या अश्वांचे सारथ्य करण्यास प्रारंभ केला. आता योद्ध्यांनी आपल्याकडचे भाले बाहेर काढले आणि ते युद्धासाठी सज्ज झाले. वासुदेवांचे हत्ती अधिक निकट आल्यावर मेलुहाच्या योद्ध्यांनी आपापले रथ त्यांच्याभोवती घेतले. आपले भाले ते त्या भल्या मोठ्या प्राण्यांवर फेकू लागले. त्यामुळे त्यांना जखमा होतील आणि त्यांची गती कमी होईल, अशी त्यांची अपेक्षा होती. परंतु ते गजराज असल्या सर्व गोष्टींसाठी सज्जच होते. त्यांच्या सोंडांना धातूचे भलेमोठे गोळे बांधण्यात आले होते. हत्तींनी आपल्या सोंडा मोठ्या कौशल्याने हलवल्या आणि त्यांना झोक देत त्यांनी घोड्यांवर आणि सारथ्यांवर त्या धातूंच्या गोलांचा मारा केला. मेलुहाचे काही सैनिक तत्काळ मरण पावण्याएवढे सुदैवी होते. मात्र त्या जबरदस्त जिवघेण्या तडाख्यांनी इतर काही जणांच्या हाडांचा चुराडा झाला आणि ते वेदनांनी विव्हळत खाली पडले. एवढीच गोष्ट मेलुहाच्या सैनिकांसाठी जणू काही पुरेशी नव्हती. त्यामुळे त्यांच्यासमोर आणखी एक आश्चर्याचा धक्का उभा ठाकला होता. अचानकच हत्तीवरच्या अंबाऱ्यांमधून अग्नीचा वर्षाव होऊ लागला.

आपल्या अभियंत्यांकडून हत्तींच्या अंबाऱ्यांमध्ये काही यंत्रे बसवण्यात वासुदेवांनी यश मिळवले होते. दोन वासुदेव सैनिक त्यांच्या कळा दाबत होते.

त्यामुळे शत्रू सैन्यावर सातत्याचा ज्वाळांचा मारा सुरू झाला होता. त्या अग्नीच्या मार्गात येणारी प्रत्येक गोष्टच भस्मसात होत होती. जे सारथी या अग्निवर्षावातून स्वतःचा बचाव करून पळून जाऊ पहात होते, त्या दुर्दैवी सारथ्यांना हत्तींच्या पायांखाली चिरडून जाऊन मृत्युमुखी पडावे लागले. वासुदेवांच्या हत्तींसमोर मेलुहाचे रथ आणि सैनिक अजिबातच टिकाव धरू शकले नाहीत.

शिवाने आपली तलवार उपसली आणि तिच्यावरची पकड घट्ट केली. तो आपल्या सैनिकांकडे वळला आणि त्याने जोरदार गर्जना केली. ''या कूर्म रचनांच्या मागच्या बाजूवर जोरदार हल्ला करा! त्यांच्यावर हल्ला करा आणि त्यांचा विनाश करून टाका!''

शिवाच्या सैनिकांची तुकडी प्रचंड वेगाने शत्रू सैन्यावर तुटून पडलेली असतानाही सती आपली भूमिका परिपूर्णतेने पार पाडत होती. तिचे सैनिक अद्यापही हळूहळू मागे चालले होते आणि मेलुहाचे सैनिक हळूहळू पुढे पुढे येऊन आपल्या पाठीमागची जागा शिवाच्या सैन्यासाठी मोकळी करून देत होते. आता किल्ल्याची भिंत आणि कूर्म रचना यांच्यामध्ये भरपूर जागा निर्माण झाली होती. आपल्या व्यूहरचनेची विश्वासार्हता टिकवण्यासाठी आणि मेलुहाच्या लोकांना युद्धात गुंतवून ठेवण्यासाठी सतीचे सैनिक भराभरा पळण्याऐवजी हळूहळू लढत लढत कूर्म रचनेला पुढे पुढे नेत होते. या प्रक्रियेत कित्येक जणांना मृत्यू पत्करावा लागला. सतीलाही काही गंभीर जखमा झाला होत्या. तिच्या दोन्ही खांद्यांवर आणि मांडीवर वार झाले होते. परंतु तिने युद्ध सुरूच ठेवले होते. तिने खाली पडणे किंवा माघार घेणे संपूर्ण युद्धाच्या दृष्टीने विनाशकारी ठरले असते, हे तिला माहिती होते. संपूर्ण युद्धातील विजयामध्ये तिच्या सैन्याच्या विजयाचा मोलाचा वाटा असणार होता.

शिवाच्या अश्वदलाने जबरदस्त हल्ला चढवला. मुख्य युद्धभूमीभोवती मोठ्या अर्धवर्तुळात त्यांनी वेढा घातला होता. शिवाने आपल्या उजव्या बाजूला पाहिले. तिथे वासुदेवांचे हत्ती मेलुहाच्या रथांचा नाश करत होते. आता शिवाच्या अश्वदळाशी दोन हात करण्याचे त्राणही त्या जवळजवळ नेस्तनाबूत झालेल्या रथांमधील योद्ध्यांकडे नव्हते. शिवाने अश्वाला टाच मारली आणि तो वायुवेगाने मेलुहाच्या कूर्म रचनेच्या संरक्षण नसलेल्या मागच्या बाजूला दाखल झाला.

''जय श्रीराम!'' शिवाने जोरदार गर्जना केली.

''हर हर महादेव!'' सैन्याने त्याच्या पाठोपाठ गर्जना केल्या आणि आपापल्या

अश्वांना टाच दिली.

शिवाचे तीन हजार बलदंड सैनिक मेलुहाच्या सैनिकांवर तुटून पडले. आता मागच्या बाजूने हल्ला होत होता. आपल्याच रचनेमध्ये मेलुहाचे सैनिक जायबंदी झाले होते. आपल्या भाल्यांच्या प्रचंड वजनामुळे ते तातडीने मागे वळू शकत नव्हते. शिवाच्या अश्वारूढ सैनिकांनी मेलुहाच्या कूर्मरचनेतील सैन्याला आपल्या लांबलचक तलवारींनी कापून काढले. तो हिंस्त्र हल्ला झाल्यापासून काही क्षणांतच मेलुहाची ती कूर्मरचना मोडून पडू लागली. काही सैनिकांनी शरणागती पत्करली; तर काही जण सरळसरळ पळून गेले. त्या सैन्याच्या अग्रभागी राहून लढत असलेल्या विद्युन्मालीला पाठीमागून झालेल्या हल्ल्यामुळे आपल्या कूर्म रचनेची आणि त्याआधीच मेलुहाच्या रथांची वाताहत झाल्याचे वृत्त समजले, तोपर्यंत खूपच उशीर झाला होता. आता मेलुहाच्या सैनिकांभोवती शत्रूसैन्याचा वेढा पडला होता आणि ते पराभूत झाले होते.

■■

प्रकरण २७

नीळकंठ बोलला

युद्धात जीवित राहिलेल्यांना निःशस्त्र करण्यात आले आणि गटागटाने शृंखलाबद्ध करण्यात आले. त्यांना बांधण्यात आलेल्या शृंखलांची टोके जमिनीत गाडलेल्या भल्या मोठ्या लोखंडी खुंट्यांना बांधून टाकण्यात आली होती. शिवाच्या सैनिकांच्या चार तुकड्यांनी त्यांना चारही बाजूंनी घेरले होते. त्यामुळे आता तिथून निसटून जाणे त्यांच्यासाठी केवळ अशक्य होते. आयुर्वतीने किल्ल्याच्या बाह्य परिसरात तात्पुरती वैद्यकीय छावणी उभारली आणि ती उपचार करू लागली. मेलुहाच्या आणि शिवाच्या सैन्यातील अशा दोन्ही बाजूंच्या सैनिकांवर ती आणि तिचे वैद्यकीय पथक उपचार करत होते.

सतीवर नुकतीच एक तातडीची शस्त्रक्रिया करण्यात आली होती. शिव तिथेच तिच्या शेजारीच एका आसनावर बसला होता. तिच्या खांद्याची जखम लवकरच भरून आली असती; परंतु मांडीची जखम भरून येण्यास थोडा अधिक कालावधी लागला असता. काली आणि गोपाळही तिथेच काही अंतरावर बसले होते.

"मी ठीक आहे," सती म्हणाली. तिने शिवाला आपल्यापासून दूर केले आणि ती म्हणाली, "मृत्तिकावतीमध्ये जा. तू आता तातडीने नगरीवर नियंत्रण मिळव. त्यांना तुला भेटायचं आहे. तू त्यांना शांत करण्याची आवश्यकता आहे. आपलं सैन्य आणि मृत्तिकावतीची प्रजा यांच्यामध्ये काही चकमकी झडू देणं

आपल्या पथ्यावर पडणार नाही.''

''मला माहिती आहे. मला माहिती आहे, मी चाललोय,'' शिव म्हणाला. ''मला फक्त एकदा तुझं क्षेमकुशल विचारायचं होतं. तुझी तब्येत कशी आहे ते पहायचं होतं.''

सतीने स्मित केले आणि त्याला आणखी एकदा दूर केले. ''मी छान आहे. मी इतक्या सुलभतेने मृत्यूला कवटाळणार नाही. आता जा बरं!''

''ताईचं म्हणणं अगदी योग्य आहे!'' काली म्हणाली. ''आपण आता नगरीतून ध्वज मिरवणूक काढली पाहिजे आणि तेथील प्रजेला त्यांचा पराभव झाल्याचं दाखवून दिलं पाहिजे.''

आश्चर्यचकीत झालेल्या शिवाने वळून पाहिले. ''आपण कोणत्याही प्रकारचं सैन्य नगरीत नेणार नाही.''

कालीने संतापाने आपले हात हलवले. ''मग आपण ही नगरी कशासाठी पादाक्रांत केली? कशासाठी हा विजय मिळवला?''

''आपण नगरीचा पराभव केलेला नाही. आपण फक्त त्यांच्या सैनिकांचा पराभव केला आहे. मृत्तिकावतीच्या नगरवासीयांना आपल्याला आपल्या बाजूला वळवून घ्यायचं आहे.''

''आपल्या बाजूला? का?''

''कारण त्यामुळे आपल्या संपूर्ण सैन्यासह आपण इथून मुक्तपणे, निःशंकपणे जलप्रवासाला निघू शकू. आता आपल्याकडे मेलुहाच्या सैन्यातील दहा हजार बंदी आहेत. आपल्या सैन्याने युद्धकैद्यांवर नजर राखत शांतपणे बसावं, असं तुला वाटतं का? जर मृत्तिकावती आपल्या बाजूला वळली, तर आपण मेलुहाच्या सैन्याला नगरीतील तुरुंगांमध्येच बंदिवासात ठेवू शकू.''

''शिवा, ते असलं काहीही करणार नाहीत. खरं तर आपल्या ठायी कोणत्याही प्रकारची दुर्बलता त्यांना दिसून आली, तर त्यांना ती बंड करण्याची संधी वाटेल.''

''ही काही दुर्बलता नाही, काली. परंतु ही अनुकंपा आहे. लोकांना यांमधील फरक बरोबर समजतो.''

''तुम्ही विनोद करता आहात! त्यांच्या सैन्याचा विनाश केल्यानंतर तुम्ही लोकांवर कशी काय दया दाखवू शकाल?''

''नगरीतून माझ्या सैनिकांच्या कवायती न करता, मी ते घडवून आणणार

आहे. मी फक्त भद्र, नंदी आणि परशुराम यांच्यासमवेत तिथे जाणार आहे आणि थेट नगरवासीयांशी बोलणार आहे.''

''याचा कसा काय उपयोग होईल?''

''होईल.''

''शिवा, तुम्ही नुकताच त्यांच्या सैन्याचा विनाश केला आहे. त्यामुळे तुम्ही जे काही बोलाल ते ऐकण्यात त्यांना काडीचंही स्वारस्य असेल, असं मला वाटत नाही.''

''ते ऐकतील. मी त्यांचा नीळकंठ आहे.''

कालीला आपल्या क्रोधावर नियंत्रण ठेवणे फारच जड गेले. ''किमान आमच्या नाग सैनिकांसह मला तरी तुमच्यासमवेत येण्याची आज्ञा द्या. तुम्हाला कदाचित संरक्षणाची आवश्यकता भासू शकेल.''

''नाही.''

''शिवा...''

''तुझा माझ्यावर विश्वास आहे ना?''

''पण त्याचा याच्याशी काय संबंध...''

''अर्थातच, आहे.''

''काली, तुझा माझ्यावर विश्वास आहे ना?''

''अर्थातच आहे.''

''मग ही परिस्थिती मला हाताळू दे,'' शिवाने निर्णायकपणे सांगितले. नंतर सतीकडे वळून तो म्हणाला, ''मी लवकरच परत येईन, प्रिये.''

सतीने स्मित केले आणि शिवाच्या हाताला स्पर्श केला.

शिव उठून उभा राहिला आणि तिथून जाण्यासाठी वळला.

''प्रभू रामाच्या साक्षीने जा, माझ्या मित्रा,'' गोपाळ म्हणाला.

शिवाने स्मित केले. ''प्रभू राम सततच माझ्यासमवेत आहे.''

आपल्या नीळकंठाच्या एका कटाक्षासाठी आतुर झालेल्या मृत्तिकावतीच्या हजारो नगरवासीयांनी नगरीतील प्रमुख मध्यवर्ती चौकात गर्दी केली होती. त्यांच्या

आवाजाने ती जागा दुमदुमून गेली होती. नीळकंठाचे नगरीत आगमन झाल्याची वार्ता एखाद्या वणव्यासारखी तिथे पसरली होती.

'नीळकंठानेच आमच्यावर हल्ला केला होता का?'

'त्याने आमच्यावर हल्ला का करावा?'

'आम्ही तर त्याची प्रजा आहोत! तो आमचा देव आहे!'

'म्हणजे खरोखरच त्यानेच सोमरसावर बंदी घातली होती का? सोमरसावर बंदी घालणारा नीळकंठ तोतया नव्हता का? म्हणजे आमच्या सम्राटाने आम्हाला असत्य सांगितलं का? नाही. पण असं घडू शकणार नाही....'

त्या चौथऱ्यावरील दगडी व्यासपीठावर शिव उभा राहिला. त्याने त्या उत्सुक गर्दीकडे नजर टाकली. आपल्या कंठावरचा शेला आता त्याने दूर सारला होता आणि आपणच नीळकंठ असल्याचे नगरवासीयांना स्पष्टपणे दिसावे याची दक्षता घेतली होती. नंदी, वीरभद्र आणि परशुराम शिवाच्या आदेशानुसार निःशस्त्रपणे त्याच्या समवेत आले होते. ते तिथेच त्याच्या मागच्या बाजूला उभे होते.

''मृत्तिकावतीच्या नगरवासीयांनो,'' शिवाने जोरदार गर्जना केल्यासारख्या आवाजात म्हटले. ''मी तुमचा नीळकंठ आहे.''

चौकात कुजबुज सुरू झाली.

''एकदम शांत रहा!'' नंदीने हात उंचावून म्हटले. श्रोत्यांमध्ये एकदम पूर्ण शांतता पसरली.

''हिमालयातील खूपच दूरवरच्या प्रदेशातून मी आलो आहे. माझं जीवन एका परिसस्पर्शानं बदलून गेलं, असा माझा विश्वास होता. परंतु माझं ते मानणं चुकीचं होतं. माझ्या गळ्याचा हा रंग हा मला लाभलेला परमेश्वरी आशीर्वाद नाही; तर तो सैतानी शाप आहे. मी तो घेऊन फिरतो आहे,'' शिवाने आपल्या नीळ्या गळ्याकडे निर्देश केला. ''परंतु माझे अनुयायी, भक्त असलेल्या मेलुहावासीयांनो, तुम्हालाही तो शाप मिळाला आहे!! आणि तुम्हाला मात्र त्याची गंधवार्ताही नाही!''

आता तिथे पूर्ण शांतता होती. श्रोते मंत्रमुग्ध झाल्यासारखे ऐकत होते.

''सोमरस तुम्हाला दीर्घायुष्य देतो आणि त्यामुळे तुम्हाला त्याविषयी कृतज्ञता वाटते. परंतु इतक्या वर्षांत त्यानं तुम्हाला दिलेली भेट मोफत नाही. त्यांना तुमच्याकडून बरंच काही काढून घेतलं आहे. तुमच्या आत्म्याची त्याला तृष्णा

आहे आणि ती अमर्याद आहे.''

वृक्षांच्या पानांमधून एक अशुभ झुळूक वहात गेली आणि नंतर त्या संपूर्ण चौकावर ती पसरली.

''गेल्या काही वर्षांत तुम्ही त्याची पुरेपूर किंमत चुकती केली आहे. मेलुहातील कित्येक स्त्रिया निपुत्रिक आहेत, हा काही योगायोग नाही. तो सोमरसाचा शाप आहे!''

मेलुहावासीयांच्या हृदयात शिवाच्या शब्दांचा प्रतिध्वनी उमटत राहिला. मैकाच्या दत्तकविधान यंत्रणेकडून मुले प्राप्त व्हावीत, म्हणून कित्येक जण गेली कित्येक वर्षे प्रतीक्षा करत होते. मुले न होताच प्रौढ होण्यातील दुःख त्यांनी अनुभवले होते.

''तुमच्या देशाची माताच नव्हे; तर भरतखंडाच्या संस्कृतीचीच माता असलेल्या सरस्वतीचं जल आटत चाललं आहे, ती लुप्त होऊ लागली आहे, हाही काही योगायोग नाही. सोमरसाच्या सैतानी तृष्णेमुळे तो सरस्वतीचं जल भराभरा पीत चालला आहे. सोमरसाच्या या सैतानी प्रवृत्तीमुळेच सरस्वतीचा मृत्यू होत आहे.''

भरतवर्षातील बहुतेकांसाठी सरस्वती नदी ही काही फक्त नदी नव्हती, तो फक्त एक जलसाठा नव्हता. खरे तर कोणत्याही नदीकडे ही फक्त नदी म्हणून पाहिले जात नव्हते आणि त्या सर्वच नद्यांमध्ये सरस्वतीला परमपवित्र मानले जात होते. ती तर सर्वांचीच आध्यात्मिक माता होती.

''मैकामध्ये जन्मलेल्या हजारो मुलांना जन्मजातच कर्करोग झालेला असतो आणि तो त्यांच्या शरीरांचं शोषण करत राहतो. लाखो स्वद्वीपवासी लोक महामारीच्या साथीमध्ये मृत्युमुखी पडत आहेत आणि हे सारं सोमरसाच्या टाकाऊ विषारी द्रव्यांमुळे घडत आहे. ते तुम्हाला शिव्याशाप देत आहेत. त्यांच्या शिव्याशापांचं हे ओझं तुमच्या आत्म्यांना जन्मोजन्मी वागवावं लागेल. सोमरसातील हा सैतान आहे. हे त्याचे सैतानी गुणधर्म आहेत.''

वीरभद्राने शिवाच्या पाठमोऱ्या आकृतीकडे पाहिले आणि नंतर श्रोत्यांकडे पाहिले.

शिवाला आपल्या नील कंठाचे स्मरण झाले आणि त्याने खेदाने स्मित केले.

''सोमरसामुळे माझा कंठ असा बनला आहे, असं आपल्याला वाटतं; परंतु खरं तर तुम्हा सर्वांचेच कंठ असे विषारी बनले आहेत. तुमच्याकडून तुमच्या जीवनाचं

तो हळूहळू शोषण करत आहे. अत्यंत मंदगतीने तो हे करतो आहे, त्याची गती एवढी मंद आहे, की तुम्हाला त्याची जाणीवही होत नाही आणि ज्यावेळी तुम्हाला त्याची जाणीव होईल, त्यावेळी खूपच उशीर झालेला असेल.''

शिवाच्या या संभाषणात मृत्तिकावतीचे नगरवासी गुंगून गेले होते.

''शांततामय मार्गांने हे सारं रोखण्याचा प्रयत्न मी करून पाहिला. साम्राज्यातील प्रत्येक नगरीत, भरतवर्षाच्या या संपूर्ण पवित्र भूमीत मी त्यासाठी माझा जाहीरनामा पाठवला होता. परंतु मेलुहामध्ये तुमच्या सम्राटाने माझा जाहीरनामा काढून टाकून त्याऐवजी आपला स्वतःचा जाहीरनामा लावला. त्यात त्याने मी स्वतः नव्हे; तर कोणा तोतया नीळकंठाने तो जाहीरनामा पाठवल्याचं म्हटलं होतं.''

नंदीला आता नीळकंठाचे भाषण कुठल्या दिशेने चालले होते त्याचा अंदाज आला.

''तुमच्या सम्राटानं तुम्हाला असत्य सांगितलं.''

तिथे नीरव शांतता पसरली होती.

''सुमारे हजार वर्षांपूर्वी प्रभू रामाचं जे स्थान होतं, तेच स्थान आता सम्राट दक्ष भूषवत आहे. विष्णूच्या त्या महान सातव्या अवताराचा तो वंशज आहे. तो तुमचा संरक्षणकर्ता आहे, असं मानलं जातं आणि तरीही त्यानं तुमच्याशी असत्य भाषण केलं.''

परशुरामाने शिवाकडे भीतीयुक्त आदराने पाहिले. शिव जनतेला हळूहळू; परंतु दृढपणे आपल्या बाजूला वळवत होता.

''जणू काही एवढंही पुरेसं नव्हतं, त्यामुळे त्याने तुमच्या-माझ्यातील दरी रुंद व्हावी, म्हणून सैन्य धाडलं. परंतु कोणत्याही गोष्टीनं आपण एकमेकांपासून विभक्त होऊच शकत नाही, हे मला माहिती आहे. तुम्ही माझं म्हणणं ऐकालच हे मला माहिती आहे. कारण मी मेलुहासाठी लढतो आहे. मी तुमच्या मुलांच्या भवितव्यासाठी लढतो आहे.''

गर्दीतून सामूहिक आकलनाची लाट दौडत गेली. नीळकंठाचा लढा 'त्यांच्यासाठी' होता; त्यांच्या 'विरोधात' नव्हता.

''तुम्ही वासुदेवांच्या जमातीविषयीच्या दंतकथा ऐकल्या असतील. आपल्या महान प्रभू रामाने आपली ही जमात आपल्यामागे ठेवली आहे. ठीक आहे. ही दंतकथा बनून राहिलेली जमात अद्यापही अस्तित्वात आहे. ते प्रभू रामाचे खरे

वंशज आहेत आणि माझ्या या मोहिमेत ते माझ्यासमवेत आहेत. कारण त्यांनाही भरतवर्षाचं सोमरसापासून रक्षण करायचं आहे.''

वासुदेवांच्या दंतकथेविषयी भरतवर्षातील जवळजवळ प्रत्येक नगरवासीयाला माहिती होती. ती तर प्रभू रामाची स्वतःची जमात होती. आता ते अद्यापही जीवित होते आणि प्रभू नीळकंठासमवेत तेही या मोहिमेत सहभागी झाले होते, हे नगरवासीयांना समजले होते. आता त्यांच्या मनातील उरलीसुरली शंकाही नष्ट झाली होती.

''मी मेलुहाचं रक्षण करणार आहे. मी सोमरसाला रोखणार आहे!'' शिवाने गर्जना केली. ''माझ्यासमवेत कोण कोण आहे?''

''मी आहे!'' नंदीने ओरडून सांगितले.

''मी आहे!'' मृत्तिकावतीचा प्रत्येक नगरवासी ओरडला.

''सोमरसापेक्षा माझं मेलुहावर अधिक प्रेम आहे,'' शिव म्हणाला. ''म्हणूनच सोमरसावर बंदी घालण्यासाठीचा जाहीरनामा मी काढला होता. मात्र तुमच्या सम्राटाचं मेलुहापेक्षाही सोमरसावर अधिक प्रेम आहे, त्यामुळे त्यांनी मला विरोध करण्याचा निर्णय घेतला आहे. मग आता तुम्ही कोणाच्या बाजूला आहात? मेलुहाच्या की सोमरसाच्या?''

''मेलुहाच्या!''

''मग सोमरसासाठी लढा देणाऱ्या तुमच्या सम्राटासाठी लढणाऱ्या या सैन्याच्या बाबतीत आपण काय करावं, असं तुम्हाला वाटतं?''

''त्यांना ठार मारावं!''

''ठार मारावं?''

''होय!''

''नाही!'' शिव ओरडला.

लोक एकदम शांत झाले आणि स्तंभित होऊन पाहू लागले.

''तुमचं सैन्य फक्त आदेशानुसार काम करत होतं. त्यांनी शरणागती पत्करली आहे. युद्धकैद्यांना ठार मारणं हे प्रभू रामाच्या तत्त्वांविरुद्ध आहे. तेव्हा पुन्हा एकदा सांगा, की आपण त्यांच्या बाबतीत कोणता निर्णय घ्यावा?''

आता श्रोते मूक राहिले.

''मृत्तिकावतीमध्ये या सैनिकांना बंदिवासात ठेवावं, असं मला वाटतं,'' शिव

म्हणाला. ''ते इथून निसटून जाऊच शकणार नाहीत, असं वचन मला तुमच्याकडून हवं आहे. जर ते निसटले, तर ते पुन्हा एकदा तुमच्या सम्राटाचे आदेश मानू लागतील आणि माझ्या विरोधात युद्धाला उभे ठाकतील. तुमच्या नगरीत तुम्ही त्यांना बंदिवासात ठेवाल का?''

''होय!''

''त्यांच्यापैकी एकही जण निसटून जाऊ शकणार नाही, असं वचन तुम्ही मला देत आहात का?''

''होय.''

शिवाच्या चेहऱ्यावर स्मित फुलले. ''माझ्यासमोर देवच उभे आहेत, असं मला वाटतंय. या देवांना सैतानाशी लढा देण्याची इच्छा आहे. या देवांना त्यांची सैतानाशी असलेली जवळीक सोडून देण्याची इच्छा आहे.''

आपल्या नीळकंठाने केलेली आपली प्रशंसा ऐकून मृत्तिकावतीचे नगरवासी पुलकित झाले.

शिवाने आपली मूठ वळून हवेत उंच उडवली आणि त्याने गर्जना केली, ''हर हर महादेव!''

''हर हर महादेव!'' लोकांनीही त्याच्या पाठोपाठ गर्जना केली.

नंदी, वीरभद्र आणि परशुराम यांनी आपापले हात उंचावले आणि सर्वांचाच अंतर्बाह्य थरकाव उडवणारी आणि नीळकंठाशी निष्ठा दर्शवणारी ती गर्जना त्यांनीही लोकांच्या सुरात सूर मिसळून केली, ''हर हर महादेव!''

''हर हर महादेव!''

— 𑀓𑀽𑀧𑀼𑀲𑀤𑀼 —

मेलुहाच्या जिवंत सैनिकांसाठी मृत्तिकावतीच्या प्रशासकाच्या निवासस्थानाचे रूपांतर बंदिशाळेत करण्यात आले होते. शिवाच्या सैनिकांनी सर्व बंदिवानांची त्या तात्पुरत्या बंदिशाळेत रवानगी केली. बंदिशाळेच्या प्रवेशद्वारापासून काही अंतरावरच शिव, काली, सती, गोपाळ आणि चेनारध्वज उभे होते. त्याच वेळी विद्युन्मालीला तिथून आत आणण्यात आले. त्याने शिवाकडे जाण्यासाठी सैनिकांच्या तावडीतून सुटका करून घेण्याचा प्रयास केला. परंतु एका सैनिकाने

विद्युन्मालीच्या कमरेत एक सणसणीत लाथ घातली आणि त्याला पुन्हा बंदीवानांच्या ओळीत ढकलण्याचा प्रयत्न केला.

''ठीक आहे,'' शिव म्हणाला. '' त्याला माझ्याकडे येऊदे.''

बांबूंच्या ढाली धरलेल्या सैनिकांच्या जवळून शिवाकडे जाण्यास विद्युन्मालीला परवानगी देण्यात आली.

''विद्युन्माली, तू तुझं कर्तव्य बजावत होतास,'' शिव म्हणाला. ''तू फक्त आदेशांचं पालन करत होतास. मी तुझ्या विरोधात नाही. परंतु तरीही सोमरस नष्ट होईपर्यंत तुला बंदीशाळेत रहावं लागेल. त्यानंतर तुला मुक्त करण्यात येईल आणि तुला हवं ते तू करू शकशील.''

विद्युन्मालीने शिवाकडे आत्यंतिक तिरस्काराने पाहिले. ''आम्हाला तुझा शोध लागला, तेव्हाही तू असंस्कृत रानटी माणूस होतास आणि आताही तू तसाच असंस्कृत, रानटी आहेस. आम्ही, मेलुहाचे लोक अशा असंस्कृत, रानटी व्यक्तीकडून आदेश स्वीकारत नाही.''

चेनारध्वजाने आपली तलवार उपसली. ''नीळकंठांबरोबर आदरपूर्वक संभाषण कर.''

लोथल-मैकाच्या प्रशासकाकडे पाहून विद्युन्माली थुंकला. ''मी फितुरांबरोबर संभाषण करत नाही.'' तो म्हणाला.

कालीने आपला खंजीर बाहेर काढला आणि विद्युन्मालीच्या दिशेने रोखत ती म्हणाली, ''कदाचित, तू आता यापुढे कधीच काहीही बोलू शकणार नाहीस...''

''काली...'' शिव कुजबुजत्या आवाजात म्हणाला. नंतर विद्युन्मालीकडे वळून तो म्हणाला, ''तुझ्या देशाशी माझं काहीच शत्रूत्व नाही. माझा हेतू शांततेनं पूर्ण करण्याचा प्रयत्न मी केला होता. सोमरसाचा उपयोग थांबवण्याचा जाहीरनामा मी तुम्हा सर्वांसाठी पाठवला होता; परंतु.....''

''आमचा देश सार्वभौम आहे. आम्ही कशाचा उपयोग करायचा आणि कशाचा करायचा नाही, याविषयीचा निर्णय आम्ही स्वतः घेऊ.''

''परंतु ज्यावेळी सैतानाचा प्रश्न येतो, तेव्हा मुळीच नाही. ज्यावेळी सोमरसाचा प्रश्न येतो त्यावेळी लोकांच्या स्वारस्याच्या दृष्टीने आणि मेलुहाच्या भवितव्यासाठी जी गोष्ट योग्य असेल, तीच तुम्हाला करावी लागेल.''

''आमचं स्वारस्य, आमचं हित कशात आहे, हे सांगणारा तू कोण आहेस?''

शिवाला आता तेवढं संभाषण पुरेसे वाटले. त्याने आपला हात हलवून आदेश दिला, ''त्याला इथून घेऊन जा.''

नंदी आणि वीरभद्र यांनी तातडीने लाथा घालत विद्युन्मालीला त्या तात्पुरत्या बंदीशाळेत नेले. ''

''तू तोतया, बनावट माणसा, तू हरशील,'' विद्युन्माली ओरडला. ''मेलुहाचा पराजय कधीच होणार नाही.''

''शिवा, तू एका व्यक्तीला भेटावंसं, असं मला वाटतं,'' बृहस्पती म्हणाले.

मृत्तिकावतीच्या शासकीय अतिथिगृहातील शिवाच्या खाजगी कक्षात बृहस्पतींनी नुकताच प्रवेश केला होता. त्यांच्यासोबत एक ब्राह्मण होता. नीळकंठासमवेत त्यावेळी सती, गोपाळ आणि काली होते.

''तुला पाणिनींचे स्मरण आहे का?'' बृहस्पतींनी विचारले. ''मंदार पर्वतावर ते माझे साहाय्यक होते.''

''अर्थाच, मला त्यांचे स्मरण आहे,'' शिव म्हणाला आणि त्यांच्याकडे वळून त्याने विचारले, ''आपलं क्षेमकुशल आहे ना, पाणिनी?''

''मी ठीक आहे, महान नीळकंठा.''

''शिवा,'' बृहस्पती म्हणाले. ''सरस्वतीच्या त्रिभुज प्रदेशावर ते एक वैज्ञानिक प्रकल्प करत आहेत. मला ते मृत्तिकावतीमध्ये सापडले. इथे या प्रकल्पाचं ते नेतृत्त्व करत आहेत. सोमरसाविरुद्धच्या लढ्यात तेही आपल्यासमवेत सहभागी होऊ शकतात का, असं त्यांनी मला विचारलं.''

शिवाच्या कपाळावर आठ्या चढल्या. त्या वेळेशी सुसंगत नसलेली विनंती अकारणच करून बृहस्पती त्याला का त्रस्त करत होते, या गोष्टीचे त्याला आश्चर्य वाटले. ''बृहस्पती, ते तुमचे साहाय्यक आहेत. तुमच्या निर्णयक्षमतेवर माझा पूर्ण विश्वास आहे. तुम्हाला त्यासाठी माझ्या निर्णयावर अवलंबून राहण्याची गरज.....''

''कदाचित उपयुक्त ठरेल, असं एक वृत्त त्यांच्याकडे आहे,'' बृहस्पती त्याला मध्येच थांबवत म्हणाले.

“ते काय आहे, पाणिनी?” शिवाने विनम्रपणे विचारले.

“प्रभू,” पाणिनी म्हणाले, “महर्षि भृगुंनी एका गुप्त कार्यासाठी मंदार पर्वतावर माझी नियुक्ती केली होती.”

शिवाचे स्वारस्य आणि औत्सुक्य अचानकच एकदमच शिगेला पोहचले. “मला वाटतं, की मंदार पर्वतावरच्या सोमरसाच्या उत्पादन सुविधा केंद्राची पुनर्बांधणी अद्याप पूर्ण झालेली नाही.”

“माझ्या कार्याचा सोमरसाशी काहीही संबंध नव्हता, प्रभू. महर्षिंनी पुरवलेल्या साहित्यापासून दैवी अस्त्रांची निर्मिती करणं हे माझं काम होतं. त्या कार्यात साहाय्यासाठी महर्षि भृगुंनी स्वतः नियुक्त केलेल्या व्यक्तींचा समूहही माझ्यासमवेत कार्यरत होता.”

“काय? म्हणजे दैवी अस्त्रांची निर्मिती करणारे ते तुम्हीच होतात का?”

“होय.”

“वायुपुत्रांनी त्यासाठी तुम्हाला साहाय्य केलं होतं का?”

“आम्हाला पुरवलेल्या प्रमुख साधनसामग्रीपासून दैवी अस्त्रांची निर्मिती कशी करावी, याचं प्रशिक्षण महर्षि भृगुंनीच आम्हाला दिलं होतं. मला दैवी अस्त्रांच्या तंत्रज्ञानाचं थोडंफार ज्ञान होतं; परंतु त्यापासून शस्त्रांची निर्मिती कशी करावी, ते मला ज्ञात नव्हतं. माझ्याकडचं अल्प ज्ञानही त्यांना खूपच वाटलं असावं आणि त्यामुळेच कदाचित त्यांनी माझी निवड केली असावी.”

“परंतु तुम्हाला साहाय्य करण्यासाठी एखादाही वायुपुत्र उपस्थित नव्हता का?” शिवाने पुन्हा एकदा विचारले. “कदाचित तुम्ही त्यांना कधी महर्षि भृगुंसमवेत पाहिलं होतं का?”

“महर्षिंनी आम्हाला दिलेली महत्त्वपूर्ण साधनसामग्री त्यांना वायुपुत्रांकडून प्राप्त झाली असावी, असं मला तरी वाटत नाही.”

आश्चर्यचकीत झालेल्या शिवाने बृहस्पतींकडे पाहिले. नंतर पाणिनींकडे वळून तो म्हणाला, “तुम्ही असं कशावरून म्हणता?”

“मला दैवी अस्त्रांच्या तंत्रज्ञानाविषयी जी काही अल्प माहिती आहे, ती वायुपुत्रांच्या ज्ञानावरच आधारित आहे. महर्षि भृगुंची प्रक्रिया आणि साधनसामग्री पूर्णतया भिन्न आहे.”

“त्यांच्याकडे दैवी अस्त्रं बनविण्याची त्यांची स्वतःची साधनसामग्री होती

का?''

''तसंच वाटतंय.''

शिव पुन्हा एकदा गोपाळाकडे वळला. या माहितीचे परिणाम स्पष्ट आणि अरिष्टसूचक होते. पहिली गोष्ट म्हणजे, वायुपुत्र भृगुंच्या बाजूला मुळीच नव्हते. परंतु त्याहूनही महत्त्वाची बाब म्हणजे जर दैवी अस्त्रं बनवण्यासाठी त्यांच्याकडे आपली स्वतःची साधनसामग्री असेल, तर भृगु हे आणखी सामर्थ्यशाली विरोधक होते.''

''आणि मला असंही वाटतं, की'' पाणिनी म्हणाले. '' ज्यावेळी मला त्यांनी दैवी अस्त्रांची निर्मिती करण्याचा आदेश दिला, त्यावेळी महर्षिंनी आपल्याकडे असलेल्या दैवी अस्त्रांच्या साधनसामग्रीचा अखेरचा साठा पूर्णपणे वापरून टाकला.''

''तुम्हाला असं का वाटतं?''

''कारण ते नेहमीच मला त्या साधनसामग्रीचा वापर अत्यंत दक्षतेनं करण्याविषयी आणि त्यातील अल्प भागही वाया न घालवण्याविषयी बजावत असत. त्या साधनसामग्रीचा अत्यल्प भाग आमच्याकडून एकदा अचानकच खराब झाला होता, तेव्हा ते अत्यंत संतप्त झाले होते आणि आपल्याकडे दैवी अस्त्रांसाठी आवश्यक असलेली एवढीच काय ती साधनसामग्री आहे, असं त्यांनी आम्हाला संतापाच्या भरात सांगितलं होतं, असं मला स्मरतं. त्यामुळे आम्ही आत्यंतिक दक्ष राहिलं पाहिजे, असंही त्यांनी आम्हाला खडसावून सांगितलं होतं.''

शिवाने एक दीर्घ श्वास घेतला आणि तो गोपाळाकडे वळून म्हणाला, ''याचा अर्थ त्यांच्याकडे आणखी दैवी अस्त्रं नाहीत.''

''असं दिसतंय खरं!'' गोपाळ म्हणाला.

''आणि वायुपुत्रही त्यांच्यासमवेत नाहीत.''

''अशा प्रकारचा निष्कर्ष गृहीत धरणं योग्य ठरेल.''

''शिवा,'' बृहस्पती म्हणाले. ''आणखीही काही सांगायचं आहे.''

शिवाने भुवया उंचावल्या आणि तो पाणिनींकडे वळला.

''प्रभू,'' पाणिनी म्हणाले, ''सोमरस उत्पादनाचं गुप्त केंद्र देवगिरीत असावं, असं मला वाटतं.''

''तुम्ही हे एवढ्या ठामपणे कसं काय सांगू शकता?

“सोमरसाच्या निर्मितीसाठी संजीवनी वृक्षांची मोठ्या प्रमाणात नितांत आवश्यकता असते, हे तुम्हाला निश्चितच ज्ञात असेल, असं मी समजतो. मला नियमितपणे देवगिरीला नेलं जात होतं. मात्र फक्त रात्रीच्या वेळी मला नेलं जात असे आणि तिथे नगरीत आणल्या जाणाऱ्या संजीवनीच्या ओंडक्यांच्या दर्जाचं परीक्षण मी करत असे.”

“मला हे नीटसं समजत नाही. सोमरसाच्या कारखान्यांकडे जाणाऱ्या साहित्याचं परीक्षण करणं हा तुमच्या नित्य कर्तव्याचाच एक भाग होता का?”

“होय. ते सत्य आहे. परंतु नगरीतील अबकारी खात्यात माझा एक मित्र होता. संजीवनीचे ओंडके नगरीतून बाहेर कुठे पाठवले जातात का, याची मी त्याच्यातर्फे छाननी केली. मात्र अशा प्रकारची कोणतीही वाहतूक होत असल्याचं त्याला माहिती नव्हतं. एवढ्या मोठ्या प्रमाणात जर संजीवनीचे वृक्ष देवगिरीत आणले जात असतील आणि तिथून ते बाहेर नेले जात नसतील, तर सोमरसाचं उत्पादन त्याच शहरात होत असलं पाहिजे, असा माझा सरळ आणि सर्वाधिक योग्य असा तर्काधिष्ठित निष्कर्ष आहे.”

शिवाने आत्यंतिक कृतज्ञतेने पाणिनींकडे पाहिले. तो म्हणाला, “पाणिनी मी तुमचा आभारी आहे. तुम्ही किती उपयुक्त माहिती मला पुरवली, याची कदाचित तुम्हाला स्वतःलाही कल्पना नसेल.”

“मगधचा पाडाव झाला?” पार्वतेश्वराने विचारले.

मेलुहाची पंतप्रधान कनखलाच्या कार्यालयात पार्वतेश्वर बसला होता. कित्येक महिन्यांनंतर अखेरीस तिला अयोध्येहून पक्षी संदेश यंत्रणेमार्फत एक संदेश प्राप्त झाला होता.

“आणखीही एक गोष्ट आहे,” कनखला म्हणाली. “मगधचं संपूर्ण सैन्य गारद झालं आहे. राजकुमार सुरापद्मन मृत्युमुखी पडले आहेत. राजे महेंद्र यांना तीव्र शोक झाला आहे. मगध आता ब्रंग लोकांच्या ताब्यात आहेत.”

या सर्व गोष्टींचे परिणाम काय होतील, याची कल्पना असल्यामुळे पार्वतेश्वराने आपल्या नाकाचा शेंडा दाबला. “जर मगधवर त्यांचं नियंत्रण असेल, तर गंगेतून

जाणाऱ्या गलबतांच्या मार्गावरही त्यांचंच नियंत्रण असणार. म्हणजे मगधच्या किल्ल्यात फक्त काही हजार सैनिकांना तैनात केलं की गंगेतून जाणाऱ्या अयोध्येच्या गलबतांवर ते सहजपणे हल्ला करू शकतील.''

''अगदी बरोबर! याचाच अर्थ अयोध्या आपल्या साहाय्यासाठी हवी तेवढ्या त्वरेने येऊ शकणार नाही. आपल्या पश्चिमेकडच्या अरण्यांमधून त्यांना मार्गक्रमण करून मग आपल्यापर्यंत पोहचावं लागेल.''

''जर मगध ताब्यात घेतलं गेलं असेल, तर त्याचा अर्थ प्रभू नीळकंठांना नगरीत फक्त थोडंच सैन्यदल ठेवावं लागलं असेल आणि उर्वरित बलाढ्य सेनेसह ते गंगेतून वरच्या दिशेने गेले असतील. आता येत्या तीन ते चार महिन्यांत स्वद्वीपमधून ते मेलुहावर चाल करून येतील. त्यामुळे आपल्या युतीतील अयोध्येला आपण तातडीने आपल्या साहाय्यासाठी येण्यास सांगितलं पाहिजे. मी याविषयी प्रभू भृगुंशी बोलतो.''

''आणखीही एक महत्त्वाची गोष्ट आहे,'' चिंताग्रस्त कनखला म्हणाली. ''अयोध्येला वेढा घालणाऱ्या आणि मगधवर हल्ला करणाऱ्या सैन्याचं नेतृत्त्व गणेश, कार्तिक, भगीरथ आणि चंद्रकेतू यांनी केलं होतं.''

''मग प्रभू नीळकंठ कुठे आहेत?''

''तेच तर! मलाही तेच म्हणायचं आहे!'' कनखला म्हणाली. ''प्रभू नीळकंठ कुठे आहेत?''

तेवढ्यात एका चाकराने लगबगीने कनखलाच्या कार्यालयात प्रवेश केला. ''महाराज, देवी, कृपा करून तातडीने महाराजांच्या कार्यालयाकडे चलावं. प्रभू भृगुंनी तुम्हा दोघांना त्वरित पाचारण करण्याचा संदेश दिला आहे.''

कनखला आणि पार्वतेश्वर लगबगीने कार्यालयाबाहेर पडले; तोच आणखी एक चाकर मेलुहाच्या सरलष्करप्रमुखांसाठी एक संदेश घेऊन तिथे पोहचला. त्या संदेशपत्रावरील मोहोर पाहता, तो विद्युन्मालीने धाडलेला संदेश होता, हे स्पष्टच होते. सम्राटाच्या कार्यालयाकडे जाता जाताच तो वाचावा, या हेतूने पार्वतेश्वराने संदेशपत्र उघडले.

प्रकरण २८

मेलुहा सुन्न

"पार्वतेश्वर त्यात काय आहे?" कनखलाने विचारले.

विद्युन्मालीचा संदेश वाचताच मेलुहाच्या सरलष्करप्रमुखाचा चेहरा पांढराफटक पडल्याचे तिने पाहिले होते. पार्वतेश्वराने काहीही उत्तर देण्याआधीच ते दक्षाच्या कार्यालयाजवळ पोहचले होते.

पार्वतेश्वर आणि कनखला यांनी पार्वतेश्वराच्या कार्यालयात अद्याप पुरता प्रवेश केलाही नव्हता; तोच दक्ष संतापाने कडाडला, "पार्वतेश्वर, तुमचं सैन्यावर नियंत्रण आहे की नाही? प्रभू रामाशपथ, तुम्ही काय करता आहात?"

सम्राट कशाविषयी बोलत होता, ते पार्वतेश्वराला ठाऊक होते. या विषयावर सम्राटाशी संभाषण करणे म्हणजे निव्वळ वेळेचा अपव्यय आहे, हेही त्याला ठाऊक होते. त्यामुळे तो सूज्ञपणे शांत राहिला. त्याने आपले मस्तक झुकवले आणि हात जोडून त्याला नमस्कार करून तो तसाच उभा राहिला.

"वाईट वार्ता आहे, सरलष्करप्रमुख," भृगु म्हणाले. "मृत्तिकावतीवर हल्ला झाला आणि शिवाने ती नगरी ताब्यात घेतली."

"काय?" सुन्न झालेल्या कनखलाने विचारले. "ते मृत्तिकावतीपर्यंत कसे काय पोहचू शकले? लोथलच्या संरक्षण व्यवस्थेमधून ते कसे काय बाहेर पडले?"

लोथल ही अपवादात्मकरित्या उत्तम प्रकारे रचना केलेली सागरी नगरी होती.

तिची संरक्षण व्यवस्था एवढी चोख होती, की ते ताब्यात घेण्याची आशा धरलेल्या कोणत्याही हल्लेखोराला अनेक प्रकारच्या जिवघेण्या संकटांना तोंड द्यावे लागले असते. लोथल हे मेलुहाचे दक्षिणेकडचे प्रवेशद्वार होते, हेही सर्वज्ञात होते. साहजिकच हल्ला करणाऱ्या सैन्याला प्रथम लोथलवर हल्ला करून नंतरच मृत्तिकावतीकडे कूच करावे लागत होते.

भृगुंनी पाच ताडपत्रे उचलली. ''मृत्तिकावतीच्या प्रशासकातर्फे हे घडून आलं. चेनारध्वजाने नक्कीच आपली निष्ठा शिवाला वाहिलेली असणार. तो फितुर झाला आहे.''

''तो डुक्कर!'' दक्ष गुरगुरला. ''मी त्याच्यावर कधीच विश्वास टाकला नव्हता. मला हे माहितीच होतं.''

''मग तुम्ही त्याला लोथलच्या प्रशासकपदी का नियुक्त केलं होतं, महाराज?'' भृगुंनी विचारले.

दक्ष एकदम दुर्मुखला.

भृगु पार्वतेश्वराकडे वळले. ''लोथलविषयीचा तुमचा संशय सत्य ठरला, महाराज पार्वतेश्वर. तुमचं म्हणणं मी आधीच ऐकलं नाही, याबद्दल मी तुमची क्षमा मागितली पाहिजे. आपण जर विद्युन्मालीला भरपूर सैन्यासह लोथललाच पाठवलं असतं, तर कदाचित आजही त्या नगरीवर आपलं नियंत्रण राहिलं असतं.''

''आता जे घडलं, ते तर आपण बदलू शकत नाही, प्रभू,'' पार्वतेश्वर म्हणाला. ''आता आपण काय करू शकतो, त्यावर आपण लक्ष केंद्रीत करूया. मला विद्युन्मालीकडून संदेश प्राप्त झाला आहे.''

भृगुंची नजर पार्वतेश्वराच्या हातातील संदेशपत्राकडे गेली. ''सेनाधिकारी काय म्हणत आहे?''

''हे माझ्या गुप्तचर यंत्रणेचं अपयश असावं, असं दिसतंय,'' पार्वतेश्वर म्हणाला. ''एक लाख सैनिकांसह प्रभू शिव मृत्तिकावतीच्या प्रवेशद्वाराजवळ प्रकट झाले, त्यावेळी त्या सर्वांनाच आश्चर्याचा मोठाच धक्का बसला. आपल्या जेमतेम पंचवीस हजार सैनिकांसह विद्युन्मालीने शौर्याने लढा दिला; परंतु त्यांची दाणादाण उडाली.''

मृत्तिकावतीच्या व्यूहरचनेचे महत्त्व आता कनखलाच्या ध्यानात आले होते. ''सरस्वती नदीतील आरमारी गलबतांचं मृत्तिकावती हे प्रमुख ठाणं आहे आणि

विद्युन्माली तर स्वतःबरोबर आपल्या सर्व युद्धनौकाही घेऊन गेला होता. जर प्रभूंनी मृत्तिकावती ताब्यात घेतली असेल, तर त्यांनी आतापावेतो सरस्वती नदीवरही नियंत्रण मिळवलं असेल.''

''शिव हा काही प्रभू नाही!'' दक्ष किंचाळला. ''तुमचं त्याला प्रभू म्हणण्याचं धाडसच कसं होतं? कनखला, तुमची कोणावर निष्ठा आहे?''

''महाराज,'' भृगु म्हणाले. त्यांच्या शांत स्वरात शीगोशीग धमकी भरलेली होती.

दक्ष भीतीने गप्प राहिला.

''महाराज, कदाचित तुम्ही आपल्या खाजगी कक्षात विश्राम करावा हे बरं!'' ते म्हणाले.

''परंतु.....''

''महाराज,'' भृगु म्हणाले. ''मी विनंती केलेली नाही.''

दक्षाने डोळे मिटून घेतले. त्याच्याविषयी दाखवल्या गेलेल्या तीव्र अनादराचा त्याला मोठाच धक्का बसला होता. तो उठून उभा राहिला आणि भरतवर्षाच्या सम्राटाविषयीचा आदर कसा राखला पाहिजे, याविषयी काहीतरी पुटपुटत तो कार्यालयातून बाहेर पडला.

भृगु पार्वतेश्वराकडे वळले. जणू काहीच घडले नसावे, अशा प्रकारे ते म्हणाले, ''सरलष्करप्रमुख, विद्युन्मालीने आणखी काय म्हटलं आहे?''

''आता सरस्वतीमधील संपूर्ण आरमारी तांडा प्रभू नीळकंठाच्या ताब्यात आहे. परंतु त्याहूनही एक वाईट गोष्ट आहे.''

''त्याहूनही वाईट?''

''मृत्तिकावतीच्या जनतेने प्रभूंच्या चरणी आपली निष्ठा अर्पण केली आहे. मृत्तिकावतीमध्येच विद्युन्मालीच्या सैन्यातील जिवंत सैनिकांना बंदीवान म्हणून ठेवण्यात आलं आहे. सुदैवाने, पाचशे सैनिकांसह तिथून आपली सुटका करून घेण्यात विद्युन्माली यशस्वी ठरला असून त्याने आपल्याला हा संदेश पाठवला आहे.''

''म्हणजे आता सध्या नीळकंठाचं वास्तव्य मृत्तिकावतीमध्येच आहे तर?'' भृगुंनी विचारले. पार्वतेश्वराच्या उपस्थितीत 'तोतया नीळकंठ' असा शब्द न उच्चारण्याची दक्षता त्यांनी बाळगली होती. ''कारण आपल्या सैनिकांचा वापर

त्याला आपल्या सैनिकांवर पाहरा देण्यासाठी करावाच लागणार आहे. बरोबर आहे ना?''

''नाही,'' पार्वतेश्वर आपले मस्तक हलवत म्हणाला. ''मृत्तिकावतीचे नगरवासीच आपल्या सैनिकांना बंदीवान बनवून त्यांच्यावर पहारा देत आहेत.''

''नगरवासी?''

''होय. त्यामुळे प्रभू नीळकंठाला या कामासाठी आपल्या सैनिकांचा वापर करावा लागलेलाच नाही. आपल्या पंचवीस हजार सैनिकांना एकदम निष्प्रभ करून टाकण्यात त्यांनी यश मिळवलं आहे. सरस्वतीमधील आपल्या संपूर्ण आरमारी ताफ्यावर त्यांनी हुकूमत मिळवली आहे. आता आपण संभाषण करत आहोत, कदाचित अगदी याच वेळीसुद्धा नक्कीच ते उत्तरेकडे प्रयाणाच्या योजना आखत असतील. प्रभूंच्या सैन्यात अत्यंत उच्च प्रकारे प्रशिक्षित करण्यात आलेल्या हत्तींच्या ताफ्याचा समावेश असल्याचंही विद्युन्मालीने लिहिलं आहे. त्या हत्तींना पराभूत करणं केवळ अशक्य आहे.''

''प्रभू रामानं दया करावी,'' सुन्न झालेली कनखला पुटपुटली.

''आपण कल्पना केली होती, त्याहूनही परिस्थिती अधिकच वाईट बनली आहे,'' भृगु म्हणाले.

''परंतु माझ्या लक्षात एक गोष्ट येत नाही,'' कनखला म्हणाली. ''मेलुहामध्ये प्रभूंच्यासमवेत एक लाख लोकांचं सैन्य कसं काय होतं? कारण काही सप्ताहांपूर्वीच त्यांचे दीड लाख सैनिक तर अयोध्येत होते!''

''अयोध्येत?'' चकीत झालेल्या भृगुंनी विचारले.

''होय,'' कनखला म्हणाली आणि अयोध्येचा वेढा आणि मगधच्या सैन्याचा सर्वनाश याविषयी आपल्याला नुकत्याच प्राप्त झालेल्या संदेशाविषयी तिने महर्षिंना माहिती दिली.

''हे ब्रह्मदेवा!'' भृगु म्हणाले. ''याचा अर्थ मगधमधून अयोध्येचं सैन्य जलप्रवास करू शकणार नाही. त्यांना आता अरण्यामधूनच प्रवास करावा लागेल आणि आपल्या मदतीसाठी येण्यास त्यांना भरपूर विलंब होईल.''

''परंतु तरीही प्रभू नीळकंठाबरोबर अयोध्येमध्ये एवढे सैनिक कुठून आले, या गोष्टीचं आकलन मला अद्यापही होत नाही,'' कनखला आपलं म्हणणं पुन्हा मांडत म्हणाली. ''ब्रंग आणि नाग लोकांच्या सैन्याचं एकत्रिकरण केलं, तरी तो

आकडा एवढा प्रचंड होणं शक्य नाही.''

अखेरीस भृगुंच्या मनात सत्याचा प्रकाश पडला. ''वासुदेवांनी शिवाच्या सैन्यासह युती केलेली आहे. सूर्यवंशी आणि चंद्रवंशी सैन्य वगळता फक्त वासुदेवांच्याकडेच एवढ्या प्रचंड प्रमाणात सैन्य आहे. मृत्तिकावतीच्या युद्धात शिवाने उच्च प्रशिक्षित हत्तींच्या केलेल्या वापरावरही यामुळे प्रकाश पडतो. वासुदेवांच्या हत्तींच्या असामान्य कौशल्याविषयीच्या कथा मी ऐकल्या आहेत.''

वासुदेवांच्या व्यूहरचनेचं सामर्थ्य त्यांच्या हत्तींच्या दलात नव्हते; तर सप्त सिंधुतील मंदिरांमध्ये गुप्तपणे वास करणाऱ्या त्यांच्या वासुदेव पंडितांमध्ये ते दडलेले होते, याचा थांग भृगुंना लागलेला नव्हता. हे पंडितच नीळकंठाचे नाक आणि कान होते. त्यांनी वेळेवर पुरवलेल्या अचूक माहितीमुळेच या युद्धात त्याला प्रचंड लाभ होत होता.

''लवकरच बलाढ्य सैन्यासह प्रभू शिव इथेही येतील,'' पार्वतेश्वर म्हणाला. ''आणि अयोध्येचे तीन लाख सैनिक इथपर्यंत वेळेवर पोहचू शकणार नाहीत. त्यांनी योग्य प्रकारे आपले डावपेच आखले आहेत.''

''माझ्याकडे लष्करी मन नाही, पार्वतेश्वर,'' भृगु म्हणाले. ''परंतु तरीही आपण मोठ्याच संकटात अडकल्याचं मला स्पष्ट दिसत आहे. आता यावर तुमचा काय सल्ला आहे?''

पार्वतेश्वराने आपले दोन्ही हात एकमेकांवर चोळले आणि नंतर आपल्या तर्जनीने त्याने आपली हनुवटी चोळली. काही वेळाने त्याने भृगुंकडे वर पाहिले. ''उत्तरेकडून मेलुहात प्रवेश करण्याचं गणेशानं ठरवलं, तर आपला सर्वनाश निश्चित आहे. अशा वेळी या दुहेरी हल्ल्यापासून आपण आपलं संरक्षण करू शकणार नाही. यमुनेच्या महापुरामुळे खराब झालेल्या मार्गांची युद्ध पातळीवर दुरुस्ती करण्यात आपले अभियंते व्यस्त आहेत. ते मार्ग आहेत तसेच सोडण्याचा तातडीचा आदेश मी त्यांना पाठवतो. गणेशाने तिथून येण्याचं ठरवलं, तर आपण त्याचा प्रवास अवघड बनवलाच पाहिजे. दीड लाख सैन्यासह वाहून गेलेल्या मार्गांवरून प्रवास करणं ही काही सोपी गोष्ट नाही.''

''चांगली कल्पना आहे.''

''प्रभू नीळकंठ काही सप्ताहांतच देवगिरीत पोहचण्याची शक्यता आहे.''

''तुम्ही सैनिकांच्या कवायती, प्रशिक्षण आणि सराव सुरू केला आहे, ते

चांगलंच झालं,'' भृगु म्हणाले.

''प्रभूंचा इथं विजय होणार नाही,'' पार्वतेश्वर म्हणाला. ''हा मी तुम्हाला दिलेला शब्द आहे, महर्षींजी.''

''माझा तुमच्यावर विश्वास आहे, सरलष्करप्रमुख. परंतु वासुदेवांच्या हत्तींचं आपण काय करणार आहोत? त्या हत्तींना रोखल्याखेरीज आपण शिवाच्या सैन्याविरुद्ध जिंकूच शकणार नाही.''

— ⚹ ◉ Ѷ ⚡ ⊗ —

''शिवा, कसला विचार करता आहात?'' गोपाळाने विचारले.

मृत्तिकावतीमधील शिवाच्या कक्षात गोपाळ, सती आणि काली चर्चा करत होते. पाणिनींकडून मिळालेल्या वृत्ताच्या प्रकाशात आता ते आपल्या व्यूहरचनेचे पुनर्मूल्यांकन करत होते.

कालीच्या मनातील विचार स्पष्ट होते. ''शिवा, तुम्ही मृत्तिकावती सोडून तातडीने परीहाकडे प्रस्थान ठेवा. तुम्ही जर त्या ब्रह्मास्त्रांसारख्या प्राणघातक दैवी अस्त्रांविषयी वायुपुत्रांचं मन वळवू शकलात, तर या युद्धाची अखेर झाल्यातच जमा आहे.''

''आपण त्या दैवी अस्त्रांचा प्रयोग प्रत्यक्षात मात्र करू शकणार नाही, महाराणी,'' गोपाळ म्हणाला. ''ते मानवतेच्या नियमांचं उल्लंघन ठरेल. शत्रूला फक्त शह देण्यासाठी आणि त्यांच्या हालचालींना प्रतिबंध करण्यापुरताच दबावतंत्र म्हणून आपण त्यांचा वापर करू शकतो.''

''होय, होय,'' काली नाईलाजाने म्हणाली, ''मलाही ते मान्य आहे.''

''पंडितजी, परीहापर्यंत जाण्यासाठी किती काळाचा प्रवास करावा लागेल?'' शिवाने विचारले.

''किमान सहा महिने,'' गोपाळ म्हणाला. ''परंतु जर प्रतिकूल वाऱ्यांचा त्रास सहन करावा लागला, तर कदाचित नऊ ते बारा महिनेही लागतील.''

''मग आपला निर्णय स्पष्ट आहे,'' शिव म्हणाला. ''आता या टप्प्यावर परीहामध्ये जाण्यात काहीच अर्थ नाही.''

''का?'' कालीने विचारले.

“वेग आणि काळ आपल्या बाजूला आहे, काली,” शिव म्हणाला. “आगामी किमान सहा ते आठ महिने तरी अयोध्येचं सैन्य मेलुहामध्ये पोहचू शकणार नाही. मेलुहाच्या उत्तर सरहद्दीवर गणेश आणि कार्तिक येत्या काही सप्ताहांतच पोहचतील. सध्या आपल्याकडे अडीच लाख सैनिक आहेत आणि मेलुहाकडे फक्त ७५ हजार सैनिक आहेत. मला आकड्यांची ही भिन्नता आवडली आहे. आपण आताच्या आताच हे युद्ध समाप्त करावं, असं मला वाटतं. परीहाला जाऊन मी परतेपर्यंतच्या काळात इथली परिस्थिती कदाचित खूपच भिन्न बनलेली असेल. शिवाय वायुपुत्र महर्षि भृगुंसमवेतही नाहीत, एवढी एकच गोष्ट आपल्याला माहिती आहे, ही गोष्टही विसरून चालणार नाही. त्यामुळे ते आपल्यासोबत येणं पसंत करतीलच, असंही नाही. कदाचित ते उदासिन राहणंच पसंत करतील.”

“या बोलण्यात तथ्य आहे,” सती म्हणाली. “आपण देवगिरीवर हल्ला चढवून ती नगरी ताब्यात घेतली आणि सोमरस उत्पादन यंत्रणाच नष्ट केली, तर मग वायुपुत्र कशावर विश्वास ठेवतात हे पाहण्याची आवश्यकताच उरणार नाही आणि युद्धाची समाप्तीच होईल.”

“मग तुम्ही काय सुचवता शिवा?” गोपाळाने विचारले.

“आपण आपल्या आरमाराचं दोन भागांत विभाजन करूया,” शिव म्हणाला. “मी सरस्वतीमधून वरच्या दिशेने उत्तरेकडे कूच करतो आणि यमुनेतून पुढे जातो. माझ्यासमवेत फक्त २५ गलबतांचा तांडा असेल. मी गणेश आणि कार्तिकाला भेटतो. ते यमुनेकडून जाणाऱ्या मार्गावरून खाली निघालेले असतील. त्यांचे सैनिक माझ्या गलबतांवर राहतील. त्यांनी मेलुहाच्या राजधानीपर्यंत कूच करून येण्यापेक्षा सागरी प्रवास करून आम्ही देवगिरीला अधिक लवकर पोहचू शकू. दरम्यानच्या काळात दुसऱ्या एका तुकडीचं नेतृत्त्व सती करेल. ती आपलं संपूर्ण सैन्य मृत्तिकावतीहून वरच्या दिशेने सरस्वतीमधून देवगिरीला घेऊन येईल. मी निघाल्यानंतर तीन सप्ताहांनी सतीने प्रयाण करावं. त्यामुळे साधारणपणे एकाच वेळी आपण देवगिरीमध्ये पोहचू. देवगिरीला अडीच लाख सैनिकांचा वेढा पडलेला असेल, तर त्यात त्यांना काहीतरी अर्थ वाटेल.”

“हे सैद्धांतिक पातळीवर ऐकायला ठीक आहे,” काली म्हणाली. “परंतु प्रत्यक्ष व्यवहारात यात समन्वय राखताना समस्या निर्माण होतील. या सर्व गोष्टींमध्ये विलंब होण्याची शक्यता आहे. आपल्या सैन्याची एक तुकडी देवगिरीत काही

सप्ताह अगोदर पोहचली, तर मेलुहाच्या सैन्यासमोर ती दुर्बल ठरणं शक्य आहे.''

"परंतु आपल्यापैकी एक तुकडी तिथे पोहचली रे पोहचली की आपण हल्ला चढवावा, असं शिवाचं म्हणणंच नाही," सती म्हणाली. "आपण फक्त तिथे जाऊन थांबू आणि दुसऱ्या तुकडीची प्रतीक्षा करू. आपल्या दोन्ही तुकड्या एकत्र आल्या की मगच आपण हल्ला चढवू."

"बरोबर आहे. परंतु मेलुहानंच आपल्यावर हल्ला करायचा निर्णय घेतला तर?" कालीने विचारले. "एक गोष्ट ध्यानात घे. नांगरून ठेवलेली गलबतं ही सैतानी गलबतांसाठी बसून राहिलेली बदकंच असतात."

"आपल्या किल्ल्याच्या बाहेर ते पाऊल टाकतील, असं मला तरी वाटत नाही," शिव म्हणाला. "बलाढ्य मगध सैन्याचा सर्वनाश करणाऱ्या दीड लाख सैनिकांचा माझ्यासमवेतच्या सैन्याच्या तुकडीत समावेश असेल. सतीच्या सैन्याच्या तुकडीत एक लाख सैनिक असतील आणि एक गोष्ट विसरू नकोस. तिच्यासमवेत वासुदेवांचे हत्तीही असतील. त्यामुळे आपल्या सैन्याची प्रत्येक विभक्त तुकडीही मेलुहाला खुल्या मैदानात धूळ चारू शकेल. सरलष्करप्रमुख पार्वतेश्वराच्या बळकट खांद्यावर शांतपणे विचार करणारं मस्तक आहे. किल्ल्याच्या बाहेर पडून आपल्यावर हल्ला करण्यापेक्षा आपल्या किल्ल्यांतच सुरक्षितपणे राहणं त्यांच्यासाठी अधिक श्रेयस्कर आहे, हे त्यांना चांगलंच ठाऊक आहे."

"परंतु तुझा मुद्दाही माझ्या ध्यानात आला आहे, काली," सती म्हणाली. "मी जर अगोदर पोहचले, तर मी देवगिरीच्या दक्षिणेकडे दूरवर तळ ठोकेन. तिथेच सरस्वतीच्या काठावर एक भली मोठी टेकडी आहे. त्यामुळे आपल्या दृष्टीने ते बचावाचं उत्कृष्ट स्थान आहे. कारण त्या टेकडीच्या उंचीचा लाभ आपल्याला मिळेल. संरक्षणाची पहिली फळी म्हणून वासुदेवांच्या हत्तींचा उपयोग करून घेऊन मी चक्रव्यूहाची रचना करेन. त्यामुळे तिचा भेद करणं हे जवळजवळ अशक्य ठरेल."

"मला ती टेकडी माहिती आहे," शिव म्हणाला. "तू पोहचण्याआधीच यदाकदाचित मी तिथे पोहचलो, तर मीही तिथेच मुक्काम ठोकेन."

"अगदी बरोबर!"

''आता वेग कमी करण्याला काहीच अर्थ नाही, होय ना प्रभू?''

आपल्या आघाडीवरच्या गलबतावर शिव आणि परशुराम वरच्या भागात उभे होते. आत्यंतिक वेगाने मार्ग कापणाऱ्या गलबतावर समोरून येणाऱ्या वाऱ्याच्या झोतात आपले डोळे उघडे ठेवण्यासाठी त्यांना श्रम पडत होते.

तो आरमारी तांडा सरस्वतीच्या पात्रातून वरच्या दिशेने निघाला होता. त्या गलबतांवर फक्त दोन हजार सैनिक होते. त्यामुळे मेलुहाच्या नगरवासीयांना लहान हल्ले करण्याची संधीच ते देणार नव्हते. मेलुहावासीयांना अशा प्रकारच्या हल्ल्याची कल्पनाच नसल्यामुळे सरस्वतीच्या काठावरील कोणतीही नगरी आरमारी युद्धासाठी सज्ज नव्हती. शिवाला नशीबावर भरवंसा ठेवायचा नव्हता. मेलुहाच्या लोकांकडे सन्मान आणि धाडस यांची अजिबात उणीव नव्हती. आणखी एक दक्षता म्हणून त्याने आपल्या सैन्यात कित्येक धाडसी नाग लोकांना भरती करून घेतले होते. नागांची राणी काली पथकाच्या मागच्या बाजूला असलेल्या गलबतामधून प्रवास करत होती.

शिवाने स्मित केले. ''नाही परशुराम आता माघार नाही. वेग एवढाच राखला पाहिजे, तरच त्याला अर्थ राहील.''

शिवाचे आदेश लक्षात घेऊन वल्ही मारण्यात खंड पाडला जात नव्हता. सहा तासांची एक पाळी अशा प्रकारे चार समूह ते काम करत होते. वल्ही मारणाऱ्यांना कंटाळा येऊ नये, म्हणून सातत्याने ढोलवादन करून त्यांना प्रोत्साहन दिले जात होते. त्यामुळे त्या जहाजांचा वेग राखण्याचे काम युद्ध पातळीवर केले जात होते. अनिश्चितपणे वाहणाऱ्या वाऱ्यांना आपल्या गलबतांचा वेग ठरवू देणे शिवाला मुळीच मान्य नव्हते. या कामात पूर्णपणे न्याय असावा, या दृष्टीने वल्ही मारण्याच्या कामात शिवानेही सहभाग घेतला होता. आता दिवसातील सहा तास वल्ही मारण्याची त्याची पाळी लवकरच सुरू होणार होती.

''ही नदी खूपच सुंदर आहे, प्रभू!'' परशुराम म्हणाला. ''आपल्याला कदाचित तिला ठार मारावं लागेल, ही फारच दुःखद घटना आहे.''

''तुला नेमकं काय म्हणायचं आहे?''

''प्रभू, मी सोमरसावर संशोधन करत होतो. प्रभू गोपाळांनी मला त्याविषयीच्या बऱ्याच गोष्टी सांगितल्या आहेत. आणि माझ्या मनात एक कल्पना चमकून गेली...''

''कोणती?''

“सरस्वतीच्या जलाखेरीज सोमरसाची निर्मितीच होऊ शकत नाही,” परशुराम सरस्वतीकडे अंगुलीनिर्देश करत म्हणाला.

“बृहस्पतींनी हा प्रयत्नही करून बघितला होता, परशुराम. सरस्वतीचं जल उपयोगासाठी योग्य राहू नये, असा प्रयत्न त्यांनी केला होता. परंतु त्याचा काहीही उपयोग झाला नाही. लक्षात आहे ना?”

“मला ते म्हणायचं नाही, प्रभू. सरस्वती अस्तित्वातच नसेल तर काय होईल? मग सोमरसाचं अस्तित्त्वही संपुष्टात येईल. नाही का?”

शिवाने परशुरामाच्या मनाचा वेध घेत असल्याप्रमाणे निरखून पाहिले.

“प्रभू, आजच्याप्रमाणेच पूर्वीही सरस्वतीचं अस्तित्त्वच पूर्णपणे नष्ट झालं होतं. असाही काळ होऊन गेला आहे. यमुनेचा प्रवाह गंगेच्या दिशेने पूर्वेकडे वाहू लागला. यमुना आणि सतलज यांच्या संगमाशिवाय सरस्वतीचं अस्तित्त्वच संपुष्टात येईल.”

“आपण सरस्वतीला ठार मारू शकत नाही,” शिव जवळजवळ स्वतःशीच म्हणाला.

“प्रभू, आपल्याला माहितीच आहे, की हीच गोष्ट सुमारे शंभर वर्षांपूर्वीपासून निसर्ग करू पहात होता. त्या काळी भूकंप झाला आणि त्यामुळे यमुनेचा प्रवाह बदलून गंगेत जाऊन मिसळू लागला. सध्याच्या सम्राटाचे पिताजी महाराज ब्रह्मनायक यांनी यमुनेचा प्रवाह बदलून पुन्हा यमुनेला सतलजमध्ये वाहू दिलं नसतं आणि सरस्वतीला पुनरुज्जीवित केलं नसतं, तर इतिहास खूपच वेगळा असता. बहुधा निसर्गच सोमरसाला रोखण्याचा प्रयत्न करत होता.”

शिव शांतपणे ऐकत होता.

“सरस्वती मृत होईल, असा विचारही आपण करता कामा नये. कारण तिचा आत्मा यमुना आणि सतलज या नद्यांच्या रूपात वहातच राहील. फक्त तिचा भौतिक प्रवाह नष्ट होईल.”

सरस्वतीच्या पात्राच्या खोलीचा अंदाज घेत शिवाने सरस्वतीच्या जलाकडे रोखून पाहिले.परशुरामाच्या बोलण्यात तथ्य होते; परंतु शिवाला ते मान्य करावेसे वाटत नव्हते. अगदी स्वतःच्या मनाशीही ते मान्य करण्याची त्याला इच्छा नव्हती. निदान अद्याप तरी नव्हती.

प्रकरण २९

प्रत्येक लष्करात फितुर असतोच

''गणेश, एखादी वार्ता आहे का?'' भगीरथाने विचारले.

भगीरथ आणि चंद्रकेतू नुकतेच गणेश आणि कार्तिकाकडे आले होते. ते सारे जण मुख्य जहाजावर होते. मेलुहामध्ये उत्तरेकडून प्रवेश करण्यासाठी ती बलाढ्य सेना गंगेतून जलप्रवास करत चालली होती. त्याही पुढे ते गंगा-यमुना रस्त्यावरून जाणार होते. त्यांना योग्य प्रकारे चर्चा करता यावी, यासाठी थोड्या कालावधीसाठी त्यांनी गलबताचा वेग कमी केला होता.

''माझ्या पिताजींच्या सैन्याने मृत्तिकावती जिंकल्याचा संदेश मला नुकताच प्राप्त झाला आहे,'' गणेश म्हणाला.

चंद्रकेतू थरारून गेला. ''ही एक मोठीच वार्ता आहे!''

''ती खरंच मोठी वार्ता आहे!'' गणेशाने उत्तर दिले. ''आणि त्याहूनही अधिक चांगली गोष्ट म्हणजे मृत्तिकावतीच्या नगरवासीयांचं मनही पिताजींनी जिंकलं आहे. ते त्यांच्या बाजूला वळले आहेत. नगरातील मेलुहाच्या जिवंत सैनिकांना त्यांनीच बंदीवासात टाकलं आहे.''

''आणि सोमरसाच्या उत्पादन सुविधा केंद्राचं स्थान त्यांना ज्ञात झालं आहे काय?'' भगीरथाने विचारले.

''होय,'' कार्तिक म्हणाला. ''ते देवगिरीत आहे.''

"देवगिरी? तुम्ही हे काय म्हणता आहात? ही तर अगदीच मूर्खपणाची गोष्ट आहे. ती त्यांची राजधानी आहे. हे केंद्र एखाद्या सुरक्षित, गुप्त स्थानी उभारलं गेलं असेल, असंच कोणालाही वाटू शकतं."

"परंतु प्रचंड लोकसंख्या असलेल्या नगरींमध्येच ते हे केंद्र बांधू शकले असते. बरोबर आहे? आणि तसं असेल तर देवगिरीहून आणखी कोणतं शहर यासाठी योग्य असेल? आपली राजधानी आपण नक्कीच सुरक्षित राखू शकतो, असंच त्यांना वाटलं असणार."

"मग आता आमच्यासाठी काय आदेश आहेत?" चंद्रकेतूने विचारले.

"मेलुहाचे केवळ ७५ हजार सैनिक देवगिरीत आहेत. आपण तिथपर्यंत कूच करू; त्याच वेळी माझे पिताजीही यमुनेतून आपल्या सैन्यासह तिथे पोहचणार आहेत. आपण एकत्रितपणे देवगिरीपर्यंत जलप्रवास करू. दरम्यानच्या काळात, माझी माता एक लाख सैनिकांची तुकडी घेऊन तिथे येईल."

"त्यामुळे आपल्यासमवेत त्यावेळी अडीच लाख सैनिक असतील. या सगळ्यांच्याच अंगात नुकत्याच मिळालेल्या विजयामुळे उत्साह संचारलेला असेल. मेलुहाच्या ७५ हजार सैनिकांना आपण जागच्या जागीच नेस्तनाबूत करून टाकू," भगीरथ म्हणाला. "संख्येतील एवढा मोठा फरक मला खूपच आवडला," तो पुढे म्हणाला.

"हेच नेमकं पिताजींनीही म्हटलं असावं," कार्तिक खिदळत म्हणाला.

— ☥◎Ʊ⚶⊕ —

"मला हवं असलेलं उत्तर तुम्ही मला देऊ शकाल," विद्युन्माली गुरगुरत ओरडला. "तुम्हाला ते आवडो अथवा न आवडो!"

शिवाच्या सैन्यातून पकडण्यात आलेल्या वासुदेवांच्या अधिकाऱ्याला एका हलत्या लाकडी खुंटाळ्याला चामड्याच्या जाडजूड दोरखंडांनी बांधून ठेवण्यात आले होते. त्या अंधारकोठडीतील शिळ्या हवेला कुबट वास येत होता. आधीच त्या पकडलेल्या वासुदेवाला आपल्या स्वतःच्या घामाच्या दुर्गंधीनेही उबग आला होता. परंतु तो निर्भयपणे उभा होता.

काही अंतरावर उभे असलेले मेलुहाचे सैनिक विद्युन्मालीकडे सावधपणे पहात

होते. त्यांचा सेनाधिकारी त्या वासुदेवाला जे काही करण्यास सांगत होता, ते प्रभू रामाच्या आदेशाविरुद्ध होते. परंतु त्यांनाही उत्तम प्रशिक्षण मिळालेले होते. आपल्या सेनाधिकाऱ्याने दिलेले आदेश कोणताही प्रश्न न विचारता निःसंदिग्धपणे पाळलाच पाहिजे, असे प्रशिक्षण त्यांना सैन्यात भरती होताना मिळाले होते. या प्रशिक्षणामुळेच आपल्या मनातील असंतोष दडपून टाकून विद्युन्मालीच्या आदेशांचे पालन करण्यास त्यांना निदान तोपर्यंत तरी भाग पडले होते. मात्र आता त्यांच्या आचारसंहितेलाच त्यामुळे मोठे आव्हान मिळाले होते.

तो वासुदेव काहीतरी पुनःपुन्हा पुटपुटत असल्याचे विद्युन्मालीने ऐकले. तो त्याच्या जवळ झुकला. ''तुला काही सांगायचं आहे का?''

तो वासुदेव सैनिक पुनःपुन्हा हळुवार आवाजात आपल्या शब्दांत सामर्थ्य एकवटून पुटपुटत होता. ''जय गुरु विश्वामित्र, जय गुरु वसिष्ठ, जय गुरु विश्वामित्र, जय गुरु वसिष्ठ...।''

विद्युन्मालीने घसा खाकरला आणि तो कुत्सितपणे हसत म्हणाला, ''माझ्या मित्रा, आता इथं ते तुझ्या साहाय्यासाठी येणार नाहीत.''

तो वळला आणि संभ्रमात पडून त्याच्याकडे दचकल्यासारख्या पाहणाऱ्या मेलुहाच्या सैनिकाला त्याने खुणेनेच जवळ बोलावले. त्याने एका धातूच्या हातोड्याकडे आणि मोठ्या खिळ्याकडे निर्देश केला.

''महाराज?'' तो अस्वस्थ झालेला सैनिक कुजबुजला. एखाद्या शस्त्रहीन आणि बांधून घातलेल्या व्यक्तीवर हल्ला करणे हे प्रभू रामाच्या आदेशांविरुद्ध असल्याचे तो पुरते जाणून होता. ''आपण असं काही करावं, असं मला वाटत.....''

''आपण काय करावं, हे ठरवणं हे तुझं काम नाही,'' विद्युन्माली गुरगुरला. ''ते माझं काम आहे. मी जो आदेश देईन, त्याचं पालन करणं एवढंच तुझं काम आहे.''

''होय, महाराज,'' मेलुहाचा तो सैनिक त्याला नमस्कार करत म्हणाला. त्याने तो हातोडा आणि खिळा उचलला आणि तो हळूहळू चालत त्या वासुदेवाजवळ पोहचला. त्याने तो खिळा त्या पकडलेल्या वासुदेवाच्या हातावर, मनगटापासून थोड्याच अंतरावर ठेवला. नंतर तो हातोडा आपल्या हातात घेतला आणि तो खिळा ठोकण्यास सज्ज झाला.

विद्युन्माली पुन्हा एकदा त्या वासुदेवाकडे वळला आणि खेकसला, ''तू आता बोलू लागलास, तर ते अधिक चांगलं...''

''जय गुरु विश्वामित्र, जय गुरु वसिष्ठ...''

विद्युन्मालीने सैनिकाकडे पाहून मान डोलावली.

''जय गुरु विश्वामित्र, जय गुरु वसिष्ठ...आहाहाहाहाहाहा''

वासुदेवाची ती हृदयद्रावक, कर्णभेदक किंकाळी त्या अंधारकोठडीत मोठ्याने घुमली. मात्र मृत्तिकावती आणि देवगिरी यांच्या मधल्या भागात, तळघरात असलेली ती अंधारकोठडी बहुधा शतकानुशतके कोणीच वापरलेली नसावी. त्यामुळे त्याची ती किंकाळी ऐकण्यासाठी तिथे कोणीच नव्हते. त्या कक्षातील मागच्या बाजूला असलेल्या मेलुहाच्या अस्वस्थ सैनिकांच्याच कानांवर ती पडत होती. प्रभू रामाने आपल्याला क्षमा करावी, यासाठी ते त्याच्याकडे दयायाचना करत प्रार्थना करत होते.

वासुदेवाच्या उजव्या हातात तो सैनिक यंत्रवत खिळे ठोकत राहिला. त्याच्या मेंदूतील यातना सहन करण्याची मर्यादा संपेपर्यंत तो वासुदेव अथक किंकाळ्या फोडत राहिला. त्यानंतर मात्र आपल्या हाताविषयीची त्याची संवेदनाच नष्ट झाली. त्याचे हृदय उसळ्या मारत असल्याप्रमाणे त्याला वाटत होते. हाताच्या जखमांमधून रक्ताच्या चिळकांड्या उडत होत्या.

आता त्या वासुदेवाचा श्वासोच्छवास जड झाला होता. विद्युन्मालीने आपले तोंड त्याच्या कानांजवळ आणले. परंतु तो वासुदेव अद्यापही आपल्या जमातीचे, आपल्या शपथांचे, आपल्या देवांच्या नावांचे नामस्मरण करत राहिला. आपल्या उजव्या हाताकडे त्याने पूर्णपणे दुर्लक्ष करून टाकले.

''तुझं मन वळवण्यासाठी आणखी थोडे प्रयत्न करण्याची आवश्यकता आहे का?'' विद्युन्मालीने विचारले.

वासुदेवाने आपली नजर दुसरीकडे वळवली. त्याने आपले मन नामस्मरणावर स्थिर केले.

विद्युन्मालीने त्याच्या हातातील खिळा उपसून बाहेर काढला. नंतर एक ओला कपडा घेऊन त्याने तो पुसला आणि नंतर त्या वासुदेवाचा हातही पुसला. एक लहान बाटली घेऊन त्याने त्याच्या जखमेवर तिच्यातील द्रव उपडा केला. तिथे खूपच दाह झाला; परंतु वासुदेवाचे रक्त तातडीने गोठले.

"तुझा मृत्यू व्हावा, असं मला वाटत नाही," विद्युन्माली म्हणाला. "निदान सध्या तातडीने तरी नाही...."

विद्युन्माली त्या सैनिकाकडे वळला आणि त्याने मान डोलावली.

"महाराज," तो सैनिक पुटपुटला. त्याच्या डोळ्यांत अश्रू आले होते. आपल्या आत्म्यावर आपण किती मोठ्या पापांचं ओझं लादत आहोत, हे त्याला जाणवत होते. तो म्हणाला, "कृपा करा..."

विद्युन्मालीने त्याच्याकडे एकटक पाहिले.

तो सैनिक तत्काळ वळला आणि त्याने आणखी एक बाटली घेतली. तो त्या वासुदेवाकडे वळला आणि त्याने त्या जखमेवर पुन्हा एकदा एक द्रव पदार्थ ओतला.

विद्युन्माली एक पाऊल मागे सरकला आणि आपल्या हातात एक लांब जळती वात घेऊन परतला. ती वात हळूहळू जळत होती. "यानंतर तरी तुला प्रकाशाचा मार्ग दिसावा, असं मला वाटतं..." तो म्हणाला.

वासुदेवाचे डोळे भयाने विस्फारले. परंतु काहीही बोलण्यास त्याने नकार दिला. आपण कोणतीही गुप्त गोष्ट उघड करू शकणार नाही, हे त्याला माहिती होते. कारण त्याच्या जमातीची त्यामुळे वाताहत झाली असती.

"जय गु..रु...विश्वा...."

"अग्नी तुला पवित्र करेल," विद्युन्माली हळू आवाजात पुटपुटला. "आणि तो बोलू लागशील."

"....मित्र....जय....गु...रू....वश....."

वासुदेवाने फोडलेल्या आर्त किंकाळ्यांनी पुन्हा एकदा ती अंधारकोठडी भरून गेली. त्याच वेळी जळत्या मांसाचा वासही त्या कक्षात भरून राहिला होता.

— 𑀇𑀏𑀅𑀢𑀙⊗ —

"तुला खात्री आहे का?" पार्वतेश्वराने विचारले.

"कधी नव्हे एवढी माझी खात्री आहे," स्मित करत विद्युन्मालीने त्याला सांगितले.

पार्वतेश्वराने एक दीर्घ श्वास घेतला.

दोनच सप्ताहांपूर्वी शिवाने आपल्या बलाढ्य सैन्यासह देवगिरी ओलांडल्याचे

पार्वतेश्वराला माहिती होते. शिव कदाचित गणेशाच्या सैन्याला सोबत घेण्यासाठी उत्तरेकडे जाऊन तिथून त्यांना घेऊन देवगिरीला येईल, असे त्याला वाटत होते. पावसात धुवून गेलेल्या गंगा-यमुना मार्गावरून गणेश आपल्या सैन्यासह येत असल्याचे आणि मार्ग खराब असल्यामुळे त्याला विलंब होत असल्याचेही त्याला माहिती होते. गणेशाच्या दीड लाख सैनिकांसह देवगिरीवर चालून येण्यासाठी शिवाला कदाचित आणखी महिनाभर तरी लागला असता.

शिवाच्या आणखी एका तुकडीचे नेतृत्त्व सती करत होती, हेही त्याला माहिती होते. तिने नुकताच मृत्तिकावतीहून जलप्रवासास प्रारंभ केला होता आणि येत्या एक ते दोन सप्ताहांत ती देवगिरीला पोहचली असती. गणेशाला नक्कीच विलंब होणार, हे माहिती असल्यामुळे पार्वतेश्वराला सतीचे सैन्य देवगिरीला प्रथम पोहचेल असे वाटले होते. आपल्या ७५ हजार सैनिकांच्या तुलनेत सतीकडे एक लाख सैन्यबळ होते, हेही त्याला माहिती होते. एकदा का गणेश आणि शिवाच्या सैनिकांनी जलप्रवासास प्रारंभ केला असता, की शत्रूसैन्याची संख्या अडीच लाखांवर पोहचली असती. शिव आणि गणेश आपापल्या सैन्यासह तिथे पोहचण्याआधीच सतीच्या सैन्याचा पराभव करणे योग्य आहे, हे पार्वतेश्वराला अर्थातच माहिती होते.

सतीच्या नेतृत्त्वाखालील वासुदेवांच्या हत्तींच्या दलाला कसे रोखावे हे मात्र त्याला तोपर्यंत मुळीच माहिती नव्हते. निदान तोपर्यंत तरी नक्कीच नव्हते.

''मिरची आणि शेण?'' पार्वतेश्वराने विचारले. ''ही तर फारच साधी गोष्ट आहे.''

''अर्थातच, कारण हत्तींना मिरचीचा वास आवडत नाही, प्रभू. त्यामुळे ते सुसाट धावत सुटतात. त्यामुळे आपण मिरच्या आणि चिखल एकत्रित केलेल्या विटा सज्ज ठेवूया. त्यांचं ज्वलन करून आपण त्या हत्तींवर फेकूया. त्यांतून येणाऱ्या तीव्र वासानं ते चवताळतात आणि आपल्या स्वतःच्याच सैन्याला पायांखाली तुडवत धावत सुटतात.''

''याची चाचणी घेण्यासाठी सध्या आपल्याकडे हत्ती नाहीत, विद्युन्माली. त्यामुळे युद्धातच त्याची चाचणी घ्यावी लागेल. परंतु त्याचा उपयोग झाला नाही तर काय करायचं?''

''मला क्षमा करा, सरलष्करप्रमुख. परंतु आपल्याकडे याखेरीज आणखी

कोणता पर्याय उपलब्ध आहे का?''

''नाही.''

''मग आपण हा उपाय करून पाहण्यास काय हरकत आहे?''

पार्वतेश्वराने मान डोलावली आणि काही अंतरावरच सराव करत असलेल्या आपल्या सैनिकांकडे त्याने पाहिले. ''तुला ही माहिती कशी समजली?''

विद्युन्माली शांत राहिला.

पार्वतेश्वराने आपली नजर पुन्हा एकदा विद्युन्मालीकडे वळवली. त्याची भेदक नजर विद्युन्मालीच्या अंतःकरणाचा वेध घेत होती. ''सेनाधिकारी, मी तुम्हाला प्रश्न विचारला आहे.''

''प्रभू, प्रत्येक सैन्यात काही फितुर असतातच.''

पार्वतेश्वर सुन्न झाला. प्रसिद्ध वासुदेवांची शिस्त ही तर दंतकथा बनून गेलेली होती. ''तुला एखादा फितुर वासुदेव सापडला का?''

''प्रत्येक सैन्यातच काही फितुर असतात, असं मी तुम्हाला म्हणालो, तेच सत्य आहे. मी तिथून कसा निसटलो, असं तुम्हाला वाटतं?''

पार्वतेश्वर वळला आणि पुन्हा एकदा त्या सैनिकांकडे पाहू लागला. तो उपाय करून पाहण्यात काहीच गैर नव्हते. फक्त त्याचा उपयोग होण्याची आवश्यकता होती.

— ✶⊚⚎♀⊕ —

देवगिरी हा देवांचा पर्वत होता. परंतु त्यावेळी तेथील नगरवासीयांची मति गुंग झाली होती आणि ते संभ्रमावस्थेत पडले होते. त्यांच्या नगरीवर हल्ला करण्याचे धाडस कोणत्याही सैन्याने केल्याचे तोपर्यंत तरी त्या नगरीतील दोन लाख नगरवासीयांच्या स्मरणात नव्हते...आणि तरीही सध्या मात्र तसे घडत होते. त्यावेळी जे घडत होते ते अविश्वसनीय होते.

काही सप्ताहांपूर्वीच त्यांच्या नगरीवरून प्रचंड भयावह वेगाने सरस्वती नदीतून मोठ्या युद्धनौका वरच्या बाजूला निघून गेल्याचे त्यांनी पाहिले होते. मृत्तिकावतीच्या तळावर ठेवण्यात आलेली ती मेलुहाची गलबते होती. तेव्हा मात्र ती शत्रूसैन्याच्या ताब्यात होती. देवगिरीवर हल्ला न करताच ती गलबते तशीच का निघून गेली

होती, हे एक गूढच होते.

नगरीच्या दक्षिणेला सरस्वतीच्या पुढच्या भागात प्रचंड सैन्यदल जमा झाल्याच्या अफवाही पसरल्या होत्या. त्यामुळे नेहमीच सुरक्षिततेची भावना असलेले देवगिरीतील नगरवासी आता नगरीच्या तटबंदीच्या आतच राहणे पसंत करत होते, अगदीच आवश्यकता पडल्याशिवाय ते नगरीच्या बाहेर पाऊलही टाकत नव्हते. व्यापाऱ्यांनीही आपले सगळे व्यापारी व्यवहार थांबवले होते आणि त्यांची व्यापारी गलबते त्यावेळी बंदरातच नांगरून ठेवण्यात आली होती.

नगरीत आता अफवांचे पेव फुटले होते. देवगिरीच्या दक्षिणेकडे असलेल्या शत्रूसैन्याचे नेतृत्त्व नीळकंठ करत असल्याची कुजबुज सुरू झाली होती. तिथून वेगाने निघून गेलेल्या त्या युद्धनौकांवर आपण नीळकंठाला पाहिल्याचे काही लोक छातीठोकपणे, अगदी शपथेवर सांगत होते. मात्र एवढ्या गडबडीने प्रभू शिव कुठे निघून गेले असावेत, याविषयीचा अंदाज त्यांना बांधता येत नव्हता. इतर नगरींमधून काही वास्तव घटना त्यांना समजू लागल्या होत्या. सरस्वतीमधून जाताना, मृत्तिकावती वगळता, त्या बलाढ्य सैन्याने मेलुहाच्या इतर कोणत्याही नगरावर हल्ला केला नव्हता. त्यांनी कोणत्याही नगरीची लूट केली नव्हती, की ग्रामस्थांना लुबाडले नव्हते. बेबंद विनाशाची कोणतीही कृती त्यांनी केली नव्हती. मात्र मेलुहामधून त्यांनी अगदी एखाद्या वैराग्यासारखा आत्मसंयमनाने प्रवास केला होता.

आपण ज्या अफवा ऐकल्या, त्या कदाचित सत्य असाव्यात असा विश्वास काही नगरवासीयांना ठामपणे वाटू लागला. नीळकंठ मेलुहाच्या विरोधात नाही; तर सोमरसाच्या विरोधात आहे, यावर त्यांचा विश्वास बसू लागला. याचाच अर्थ त्यांनी काही वर्षांपूर्वी जो जाहीरनामा वाचला होता, तो खरोखरच त्यांच्या प्रभूनेच धाडला होता. त्यांच्या सम्राटाने सांगितल्याप्रमाणे तो तोतया नीळकंठाने धाडलेला नव्हता. म्हणूनच सरस्वतीच्या काठावर नीळकंठाचे सैन्य आक्रमण न करता येऊन प्रतीक्षेत राहिले असावे. सम्राटाने शरण यावे, म्हणून काही अटींवर प्रभू सम्राटाशी चर्चा करत असावेत.

परंतु काही मेलुहाशीच एकनिष्ठ असलेलेही होतेच. आपले सरकार असत्य कथन करेल, यावर त्यांचा विश्वासच नव्हता. शिवाच्या सैन्यात चंद्रवंशी आणि नाग लोक होते, त्यामुळे त्यांना आपले म्हणणे सत्य वाटत होते. नागांची राणीच नीळकंठाच्या सैन्याच्या एका तुकडीचे नेतृत्त्व करत होती. याचाच अर्थ नाग लोक

आणि चंद्रवंशी या दोन सैतानी लोकांनी नीळकंठाची दिशाभूल केली होती. अशा नगरवासीयांना आता मेलुहासाठी प्राणार्पण करण्याची आस लागली होती. आतापर्यंत आपल्या सैन्याने युद्धात उडी का घेतलेली नाही, हेच त्यांना समजत नव्हते.

''सरलष्करप्रमुख, तुमची खात्री आहे का?'' भृगुंनी विचारले.

त्यावेळी देवगिरीच्या राजवाड्यातील भृगुंच्या कक्षात पार्वतेश्वर होता.

''होय. ते एक प्रकारचे द्यूतच असेल; परंतु आपल्याला ते खेळलं पाहिजे. आपण जर दीर्घ काळ प्रतीक्षा करत बसलो, तर गणेशाच्या सैन्याला घेऊन यमुनेतून प्रभू स्वतः देवगिरीत येतील. सतीच्या नेतृत्त्वाखालील तुकडी आणि ते संपूर्ण सैन्य यांच्यामुळे त्यांना सैनिकांच्या प्रचंड संख्येचा लाभ मिळेल आणि मग त्यांच्यावर मात करणं आपल्याला अशक्य होऊन जाईल. अगदी आतासुद्धा सतीचं सैन्य एवढंच आपलं शत्रूसैन्य आहे. सध्या नदीजवळ त्यांनी आपला तळ ठोकला आहे. आणि सध्या तरी तातडीने त्यांचा युद्धाचा विचारही नाही. तिथून त्यांना बाहेर हुसकावून काढून नंतर त्यांच्या हत्तींमध्ये गोंधळ माजवण्याचा माझा विचार आहे. आपल्या पाठीमागे असलेल्या नदीखेरीज त्यांना मागच्या बाजूला पळ काढण्यासाठी बिल्कुल जागा उरलेली नसेल. जर आपल्या योजनेप्रमाणंच सारं घडून आलं, तर त्या दिवशी तरी युद्धात आपलाच विजय झालेला असेल.''

''सती तुमची मानलेली कन्या आहे ना?'' भृगुंनी विचारले. ते पार्वतेश्वराच्या डोळ्यांत रोखून पहात होते.

पार्वतेश्वराने आपला श्वास रोखून धरला. ''आता या क्षणी तरी सती ही फक्त मेलुहाची शत्रू आहे, एवढंच मला माहिती आहे.''

भृगु त्याच्या डोळ्यांत तसेच रोखून पहात राहिले. त्यांना तिथून जे समजले, त्यामुळे त्यांचे अधिकाधिक समाधान होत गेले. ''सरलष्करप्रमुख, जर तुमची खात्रीच पटली असेल, तर मीही तुमच्यासोबत आहेच. आता प्रभू रामाचं नाव घेऊन, हल्ला करा.''

आपल्या नांगर टाकून बसलेल्या गलबतांमध्ये सती तशीच निष्क्रीयपणे बसून

राहू शकत नव्हती. गलबते वेगाने जात असताना त्यांच्यावर भूमीवरून हल्ला करणे शक्यच नव्हते. परंतु ज्यावेळी ती नांगरलेली असतील, त्यावेळी ती बसलेल्या बदकांएवढी निरुपद्रवी होती आणि त्यामुळेच सैतानी नौकांच्या साहाय्याने त्यांना पेटवून देणे सहजशक्य होते. शिवाय त्यांच्यावर बाणांचा वर्षाव होण्याची शक्यताही होतीच. त्यामुळेच आपल्या शिबंदीसह भूमीवर राहणे तिने पसंत केले होते. त्यामुळे नदीकाठाच्या खूपच निकट येणाऱ्या मेलुहावासीयांवर नजर ठेवून ती आपल्या गलबतांनाही संरक्षण देऊ शकत होती.

आपल्या सैन्यासाठी तिने एक चांगले स्थान निवडले. सरस्वतीच्या अगदी बरोबर समोर असलेल्या टेकडीवरचे स्थान तिने निवडले होते. ती टेकडी आणि देवगिरी नगरी यांच्यामधील वृक्षांची तोड करण्यात आली होती. म्हणून टेकडीवरच्या एका महत्त्वपूर्ण स्थानावरून सती शत्रूच्या हालचालींचा वेध घेऊ शकत होती. देवगिरी नगरीचे प्रवेशद्वार तिथून तसे दूर होते. मात्र टेकडीच्या उंचीचा लाभ तिला होत होता. याशिवायही आणखी एक लाभही तिला टेकडीच्या उंचीमुळे प्राप्त होता. तो म्हणजे युद्ध करताना टेकडीच्या खालच्या भागातील सैन्यावर हल्ला करणे सोपे पडणार होते; मात्र तिच्या शत्रू सैन्याला वर चढत चढत हल्ला करणे भाग पडणार होते. ते उंचावर असल्यामुळे तिचे धनुर्धारी अधिक चांगल्या प्रकारे शरसंधानही करू शकले असते.

एकदा उंचावरचे स्थान निश्चित केल्यावर सतीने सैन्याच्या आत्यंतिक प्रभावी संरक्षक व्यूहरचनांचा विचार करण्यास प्रारंभ केला. अर्थातच ती व्यूहरचना होती, चक्रव्यूह. चक्रव्यूहात कूर्मरचनेमध्ये सैनिकांचे स्तंभ उभारण्यात येणार होते. या कूर्मांना पाठीमागच्या बाजूने नदीचे संरक्षण मिळत होते आणि त्यांची गलबतेही सरस्वतीच्या मध्यभागी नांगरून ठेवण्यात आली होती. त्यामुळे नदीच्या बाजूने जर मेलुहाच्या सैन्याने हल्ला केला असता तर त्या गलबतांमुळे संरक्षण मिळाले असते. नदीच्या उथळ पाण्यात छोट्या युद्धनौका ठेवण्यात आल्या होत्या. आवश्यकता भासलीच तर माघार घेण्यासाठी त्यांचा वापर करता येणे शक्य होते. सैन्याच्या एका आत एक अशा तीन रांगा अशा पद्धतीने तयार करण्यात आल्या होत्या, की त्यांचा प्रमुख भाग आघाडीवर येत होता. बाह्य भागात दोन ओळींत, अर्धगोलाकारात लढाऊ हत्तींची फौज उभी करण्यात आली होती. त्यामुळे सैन्याला अभेद्य कवच लाभले होते. त्या प्रचंड आकाराच्या चक्रव्यूहात पन्नास हजार

सैनिकांचा समावेश होता. अंतर्गत डावपेचांसाठी आणि जर या रचनेचा काही प्रमाणात भेद झालाच; तर बाह्य आवरणाच्या हालचालीसाठी दोन ओळींमध्ये पुरेसे अंतर राखण्यात आले होते.

सर्वच प्राण्यांच्या शरीरांवर धातूची पातळ चिलखते घालण्यात आली होती आणि सैनिकांकडे कास्याच्या रुंद ढाली होत्या. त्यामुळे दीर्घ पल्ल्याच्या बाणांपासून त्यांचे संरक्षण होऊ शकत होते.

युद्ध टाळण्यासाठी आणि आवश्यकता भासलीच तर जलद माघार घेता यावी यासाठी करण्यात आलेली ती जवळजवळ परिपूर्ण अशीच बचावात्मक रचना होती.

शिवाकडून कोणताही आदेश मिळेपर्यंत याच रचनेत राहण्याचा सतीचा हेतू होता.

प्रकरण ३०

देवगिरीचे युद्ध

सैन्याच्या मागच्या बाजूला असलेल्या आणि खास सतीसाठीच तयार करण्यात आलेल्या लाकडी आसनावर सती बसली होती. त्यामुळे तिला संपूर्ण परिसराचे आणि काही अंतरावर असलेल्या देवगिरी नगरीचे मनोरम्य दर्शन घडत होते. आपल्या जीवनातील बहुतांश काळ तिने त्याच नगरीत व्यतीत केला होता. त्या नगरीला एके काळी ती आपली मातृभूमी म्हणत होती. तिच्या अंतःकरणातील एका कप्प्यात तिचा शांत, सौम्य भूतकाळ मजेने विहार करत होता. तेथील संस्कृतीचा मागास भासणारा एक भागही तिला आठवत होता. शुद्धीकरण करणाऱ्या अग्निदेवतेच्या मंदिरात विकर्मा म्हणून तिने केलेली पूजा तिला आठवत होती. दुर्दैवाचा फेरा म्हणून आपल्याला बहिष्कृत जिणे जगावे लागत होते, हे तिला आठवू लागले. मात्र आता एवढ्या निकट असूनही ती त्या नगरीत त्या वेळी प्रवेशही करू शकत नव्हती आणि आपल्या मातेची भेटही घेऊ शकत नव्हती. तिने आपले मस्तक हलवले. भावनाविवश होण्याची ती वेळ नव्हती. तिला आपले लक्ष केंद्रीत करणे भागच होते.

सतीने आपल्या अश्वाचे परीक्षण केले. त्याला व्यासपीठाच्या तळाशी साखळीने बांधण्यात आले होते. आपापल्या अश्वांवर बसून व्यासपीठाच्या शेजारीच नंदी आणि वीरभद्र प्रतीक्षा करत होते. सतीचे वैयक्तिक शरीररक्षक म्हणून

त्यांची नियुक्ती करण्यात आली होती.

गणेशाच्या सैन्यासह शिव परतेपर्यंतचा तो काळ खडतर होता, हे सतीला माहिती होते. तिला सैनिकांना युद्धासाठी सज्ज राखायचे होते आणि तरीही युद्ध टाळायचे होते. प्रत्येक सरलष्करप्रमुखालाच हे ज्ञात असते, की काही वेळा यामुळे सैनिकांच्या तुकड्यांमध्ये अस्वस्थ त्रस्तता निर्माण होऊ शकते.

दूरवर काहीतरी हालचाल होत असल्याचे दिसल्यामुळे तिचे लक्ष विचलित झाले. तिने जे पाहिले होते, त्यावर तिचा विश्वासच बसत नव्हता. देवगिरीच्या ताम्र व्यासपीठाचे प्रमुख द्वार उघडले गेले होते.

'ते काय करत आहेत? मेलुहाचं सैन्य बाहेरच्या खुल्या मैदानात येत आहे? ते तर संख्येने खूपच कमी आहेत.'

''सज्ज व्हा!'' सतीने आदेश दिला. ''प्रत्येकाने आपापल्या स्थानी जा. आपण हल्ला करण्यास प्रवृत्त होणार नाही.''

खाली असलेल्या संदेशवाहकांनी तातडीने सर्व सेनाधिकाऱ्यांपर्यंत ते आदेश पोहचवले. सतीच्या सैनिकांनी एका ओळीत राहणे महत्त्वाचे होते. जोपर्यंत ते तसे राहणार होते, तोपर्यंत त्यांना हरवणे जवळजवळ अशक्य होते. सतीच्या रचनेतील अर्धवर्तुळाकार परिघावरील हत्तींचे स्थान आत्यंतिक महत्त्वपूर्ण होते. त्यांनी आपल्याच स्थानी ठामपणे उभे राहणे गरजेचे होते. त्यांच्या संरक्षण फळीचे ते आधारस्तंभ होते.

मेलुहाच्या सैनिकांची फळी देवगिरीतून बाहेर पडल्याचे सतीने पाहिले. ती जेमतेम एक तुकडी होती. ते बाहेर पडताच नगरीचे द्वार बंद करण्यात आले.

''हे काय आत्महत्त्या पथक आहे का? कोणत्या हेतूनं...''

सतीच्या स्थानापर्यंत मेलुहाचे सैनिक हळूहळू कूच करत येत होते. ती त्यांची प्रगती पहात होती. तिचे कुतूहल चाळवले गेले होते. आणखी उंचावर गेल्यावर तिला त्या सैनिकांच्या मागच्या बाजूला असलेल्या बैलगाड्याही दिसल्या.

'पायदळाच्या या हजार शिपायांना नेमकं काय साध्य करायचं आहे? आणि त्या बैलगाड्यांमध्ये काय ठेवलं गेलंय?'

मेलुहाचे सैनिक टेकडीजवळ आल्यानंतर सतीला त्यांच्या डाव्या हातांत लांबलचक शस्त्रे असल्याचे दिसले.

'धनुर्धारी'

ते तिथेच थांबल्याचे पाहताच आता तातडीने काय घडणार आहे, हे तिच्या लक्षात आले. त्यांना वारे आता चांगलेच अनुकूल होते. आपल्याला अनुकूल वारे असतानाच ही चाल खेळायचे मेलुहाच्या सैन्याने निश्चित केले होते, हे तिच्या लक्षात आले. या बाबतीत हत्ती अगदी योग्य होते आणि नंतर तिच्या लक्षात आले, की त्या धनुर्धारींना हल्ला करण्यात आणि तो रोखण्यातही तेवढेच स्वारस्य होते.

''ढाली!'' सती ओरडली. ''बाण येत आहेत!''

परंतु अद्याप धनुर्धारी खूपच दूर होते. त्यांनी वाऱ्याविषयी फाजील आत्मविश्वास बाळगला असावा. कारण ते बाण क्वचितच सतीच्या सैन्यदलापर्यंत पोहचू शकत होते. जोरदार वारा मेलुहाच्या सैन्याच्या पथ्यावर पडत असला, तरीही सतीला तो लाभदायक ठरत नव्हता. आपल्या धनुर्धारींकडून ती तेवढ्याच जोरदार हल्ल्यांनी त्यांना प्रत्युत्तर देऊ शकत नव्हती. मेलुहाचे सैनिक आणखी जवळ सरकले. त्यांच्या पाठोपाठ काहीतरी लादलेल्या बैलगाड्याही येत होत्या. युद्धामध्ये बैलगाड्यांचा वापर केल्याचे इतक्या वर्षांत सतीने कधीच पाहिले नव्हते.

सती विचारमग्न झाली. ''प्रभू रामाशप्पथ, हत्तींच्या विरोधात बैल काय कार्य पार पाडणार आहेत? पितृतुल्यांचा काय करण्याचा विचार आहे?''

त्या दिवशी पार्वतेश्वरांच्या व्यूहरचनेची चाचणी घेण्याची सतीची इच्छाच नव्हती. तो अगदीच वेडगळ प्रकार होता, कारण तिने आपले हत्ती दल जर पाठवले असते, तर ती हजार सैनिकांची फौज तिथल्या तिथेच धारातीर्थी पडली असती. मात्र तरीही तिला एक प्रकारच्या सापळ्याचा अंदाज आला. त्यामुळे उंचावरून खाली जाण्याचा विचार तिने केलाच नाही. आता काय करायला हवे होते, ते तिला माहिती होते. शिव परत येईपर्यंत आपले स्थान टिकवून ठेवणे एवढे काम तिला करायलाच हवे होते. तिला युद्ध करायचे नव्हते. निदान त्या दिवशी तरी नाहीच.

आणखी निकट आल्यानंतर पुन्हा एकदा मेलुहाच्या धनुर्धारींनी आपल्या धनुष्यांवर बाण चढवले.

''ढाली!'' सतीने आदेश दिला.

यावेळी सतीच्या रचनेच्या उजव्या बाजूच्या ढालींवर बाण जाऊन आदळले. आता टप्प्याचा अंदाज घेतल्यानंतर मेलुहाचे धनुर्धारी पुन्हा एकदा हलले.

'मेलुहाच्या सैनिकांकडे कदाचित काही गुप्त शस्त्र असावं आणि त्याविषयी त्यांची पूर्ण खात्री पटलेली नसावी. त्यात त्या बैलगाड्यांची महत्त्वपूर्ण भूमिका असावी. माझ्या काही सैनिकांना ते हल्ल्यासाठी प्रवृत्त करण्याचा प्रयत्न करत आहेत. माझे सैनिक निकट गेले, की मग ते आपल्या त्या शस्त्राची चाचणी घेऊन पाहतील.'

त्याचा परिणाम स्पष्ट होता. तिच्या सैन्याने त्यांच्या डिवचण्याला दाद दिली नसती, तर युद्ध झालेच नसते. तिच्या सैन्यातील सर्व प्राण्यांच्या शरीरावर व्यवस्थितपणे चिलखते घालण्यात आली होती. सैनिकांकडे भल्या मोठ्या ढाली होत्या. मेलुहाचे सैनिक त्यावेळी ज्या प्रकारचा हल्ला करत होते, त्याला तोंड देण्यासाठी आणि स्वतःचा बचाव करण्यासाठी तेवढ्या ढाली पुरेशा होत्या. मेलुहाच्या सैनिकांनी दोनदा बाणांचा वर्षाव केला. मात्र तरीही तिच्या सैन्यातील एकालाही त्यामुळे मृत्युमुखी पडावे लागले नव्हते. रचना मोडल्यामुळे काहीही लाभ होणार नव्हता आणि रचना तशीच ठेवल्यामुळे कोणतीच हानीही होणार नव्हती.

शत्रू आधीच निकट आला होता. आता सतीने आपल्या धनुर्धारींना बाणांचा वर्षाव करण्यास सांगितले असते, तर ते अधिक चांगले ठरले असते. बैलगाड्यांमध्ये माणसे नव्हती. बैलांवर बाणांचा वर्षाव झाला असता, तर ते प्राणी पिसाळले असते. त्यामुळे कोणत्याही दिशेला ते सैरावैरा पळत सुटले असते. कदाचित त्या बैलगाड्यांमधून त्यांनी जो काही सैतानी पदार्थ आणला होता, त्याच्यासकट ते आपल्या स्वतःच्या सैन्यावरच चाल करून गेले असते. तिच्या डोक्यात एक त्याहून चांगली कल्पना आली. टेकडीच्या पाठीमागच्या भागाकडून अश्वारूढ तुकडीला ती ज्या स्थानावर उभी होती, तिथून बाहेर पडण्याचा आदेश देण्यास तिने संदेशवाहकांना सांगितले. अशा प्रकारे आपली हालचाल लपवून ठेवून ते पश्चिमेकडून टेकडीवरून बाहेर पडू शकले असते. टेकडीच्या माथ्याच्या पाठीमागच्या बाजूकडून सैनिकांवर अचानक हल्ला करण्याचा तिचा हेतू होता. त्यामुळे मेलुहाच्या धनुर्धारींची वाताहत झाली असती आणि त्या बैलांनाही पिटाळून लावता आले असते. आता फक्त मेलुहाच्या सैनिकांनी थोडे अधिक निकट येण्याची प्रतीक्षा ती करत होती. त्यानंतर आपल्या सैन्यासह त्यांच्यावर जोरदार हल्ला करून ती त्यांचा निःपात करणार होती.

सतीने पुन्हा एकदा ओरडून आदेश दिले. ‘‘शांत रहा! आपल्या रांगेतच रहा. आपल्या रचनेतच आपण राहिलो, तर ते आपल्याला हानी पोहचवू शकणार नाहीत.’’

मेलुहाचे धनुर्धारी आणखी निकट आले आणि त्यांनी पुन्हा एकदा शरसंधान केले. बाणांचा वर्षाव झाला.

‘‘ढाली!’’

सतीचे सैन्य आता सज्ज होते. ते बाण सैन्याच्या मध्यभागी येऊन पोहचले असले, तरीही एकही सैनिक जखमी झाला नव्हता. आता मेलुहाच्या सैनिकांनी आपापली धनुष्ये बाजूला ठेवली आणि त्यांनी शत्रूसैन्याच्या आणखी निकट पोहचण्याचा प्रयत्न केला. आता ते आणखी थोडेसेच पुढे सरकले होते.

‘‘हा काय मूर्खपणा आहे,’’ संतप्त झालेल्या वासुदेवांच्या हत्तींवरील स्वाराने आपल्या साथीदाराकडे वळून उद्‌गार काढले. ‘‘आपल्या संपूर्ण सैन्याच्या विरुद्ध बैलांसह एवढ्या कमी सैन्यासह ते युद्धभूमीवर उतरले आहेत. आता आपल्याला त्यांच्यावर हल्ला करण्याचा आदेश सेनाधिकारी सती का बरं देत नाहीत?’’

‘‘कारण त्या वासुदेव नाहीत,’’ त्याचा साथीदार म्हणाला. ‘‘लढाई कशी करावी, हे त्यांना ज्ञात नाही.’’

‘‘महाराज,’’ हत्तीचा माहूत त्या स्वारांना म्हणाला, ‘‘सेनाप्रमुखांचा आदेश मानण्याचा आदेश आपल्याला देण्यात आला आहे.’’

वासुदेव रागाने माहूताकडे वळला. ‘‘मी तुमचं मत विचारलं होतं का? तुम्ही फक्त माझे आदेश पाळावेत, असा तुम्हाला आदेश देण्यात आला आहे.’’

माहूत लगेच शांत झाला. तोपर्यंत सेनाधिकाऱ्यांकडून आणखी एकदा आदेश आला, ‘‘ढाली!’’

पुन्हा एकदा बाणांचा वर्षाव झाला. पुन्हा कोणीही जखमी झाले नाही.

‘‘हा मूर्खपणा आता बस्स झाला!’’ तो हत्तीवरचा स्वार जोरात ओरडला. ‘‘आपण क्षत्रिय आहोत! भ्याड ब्राह्मणांप्रमाणे आपण भयभीत होऊन राहणं अपेक्षित नाही. आपण युद्ध केलं पाहिजे.’’

सतीने आपल्या उजव्या बाजूला दूरवर असलेल्या हत्तीवरील स्वारांकडे पाहिले. ते मेलुहाच्या सैन्याच्या सर्वाधिक निकट होते. ते आता बाहेरच्या बाजूला निघू लागले होते.

“आपल्या रेषेवरच उभे रहा,” सती ओरडली. “कोणीही रचना मोडू नका.”

सैनिकांनी तातडीने ते आदेश सर्वत्र पोहचवले. माहूतांनी आपापल्या रचनेपर्यंत हत्तींना मागे खेचले.

“नंदी,” सती म्हणाली. “त्या टोकापर्यंत जाऊन त्या मूर्खांना रचनेच्या आकारातच राहण्यास सांगा.”

“होय, देवी!” नंदी नमस्कार करत म्हणाला.

“थांबा!” सती म्हणाली. मेलुहाचे धनुर्धारी आता पुन्हा एकदा बाणांचा वर्षाव करण्याच्या तयारीत होते. “हा वर्षाव होऊन जाऊदे, नंतर जा.”

पुन्हा एकदा ढाली वर करण्याचा आदेश देण्यात आला आणि उभारण्यात आलेल्या अडथळ्यांना धडकून बाण निरुपयोगी ठरले. सतीचा एकही सैनिक जखमी झाला नाही.

सतीने आपली ढाल खाली घेतली आणि वर पाहिले. तिचा थरकाप उडाला. उजवीकडचे वीस हत्ती जोरदार आक्रमणासाठी निघाले होते.

“मूर्खांनो!” सती किंचाळली आणि तिने चौथऱ्यावरून आपल्या अश्वावर उडी मारली.

ती पुढे झेपावली. आवेगाने हल्ला करण्यासाठी निघालेल्या हत्तींमुळे सैन्याच्या त्या फळीच्या शेजारी पोकळी निर्माण झाली होती. ती झाकण्यासाठी सती तिकडे निघाली होती. त्याच वेळी वीरभद्र आणि नंदीही तिच्या पाठोपाठ निघाले. सैन्याची रेष ओलांडून तिने अतिरिक्त राखीव सैनिकांना आपल्या पाठोपाठ येण्याचा आदेश दिला. काही क्षणांतच वासुदेवांच्या हत्तीनी मोकळ्या सोडलेल्या जागेपर्यंत कूच केले आणि ती पोकळी भरून काढली.

“इथंच रहा!” सतीने आपल्या मागे असलेल्या सैनिकांना हात उंचावून आदेश दिला.

काही अंतरावरच तिचे हत्ती पुढे पुढे झेपावत निघाले होते. जोरजोरात ओरडून माहूत त्यांना पुढे नेत होते. युद्धभूमीवर पाय रोवून मेलुहाचे सैनिक मोठ्या शौर्याने उभे होते. त्यांनी आणखी एकदा बाणांचा वर्षाव केला.

सतीची आदेश पुन्हा एकदा तिथे घुमला, “ढाली!”

त्या धनुर्धारींच्या मध्यभागी शिरलेल्या वासुदेव स्वारांनी जोरात जयघोष केला, “जय श्री राम!”

हत्तींनी आपल्या सोंडांना बांधलेले, धातूचे वजनदार गोळे सैन्याच्या अंगावर जोरात भिरकावले. त्या जोरदार आणि प्रचंड पल्ल्याच्या हल्ल्यामुळे मेलुहाचे सैनिक इतस्ततः पळाले. जे काही उरलेसुरले सैनिक होते, ते हत्तींच्या पायांखाली चिरडले गेले होते. मात्र ही दुर्घटना घडल्यानंतर फक्त काही क्षणांतच मेलुहाचे धनुर्धारी माघार घेऊ लागले.

मेलुहाच्या धनुर्धारी सैनिकांना वासुदेवांचे ते वीस हत्ती चिरडत असल्यासारखे भासत असले, तरीही पुढील अनिष्टाच्या सूचकतेने सतीचा थरकाप उडाला. तिच्या पाठीच्या कणातून थंडीची जोरदार लाट पसरत गेल्याची जाणीव तिला झाली. हत्तीवरच्या स्वारांना ऐकू जाणार नाही, हे माहिती असूनही ती जोरात किंचाळली.

"मूर्खांनो, परत या!"

मात्र वासुदेव स्वार आता युद्धाच्या ऐन भरात होते. सहजप्राप्य विजयामुळे आपल्या हत्तींना ते पुढे जाण्यासाठी प्रवृत्त करत होते. "हल्ला करा," त्यांनीच आदेश दिला.

हत्तीवर अंबारीत बसलेल्या लोकांनी आपल्या मुख्य शस्त्राचा आधार घेतला. आता त्यांच्या अंबारीतून त्यांनी त्या शस्त्राची कळ दाबली. त्याबरोबर ज्वाळांचा वर्षाव होऊ लागला. आपल्या समोरच्या ओळीतील मेलुहाच्या सैनिकांना हत्तींनी चिरडून टाकले होते. त्यामुळे त्यामागच्या रांगांतील सैनिकांवर त्यांनी नेम धरला होता.

हत्ती पुढे पुढे सरकत चालले होते. आता त्यांच्यासमोरच बैलगाड्या होत्या आणि अचानकच युद्धाचा रोख पालटला. पराभव पत्करत मागे जाणाऱ्या मेलुहाच्या सैनिकांनी स्वतःभोवती गिरक्या घेत आपल्या स्वतःच्याच बैलगाड्यांवर अग्निबाणांचा वर्षाव केला. बैलगाड्यांनी पेट घेतला. सुकलेल्या आणि ज्वलनग्राही शेण्या धडधडून पेटल्या. त्यांच्यात अर्थातच मिरच्यांचे मिश्रणही होतेच. आपल्या मागच्या बाजूला कुठेतरी आग लागल्याचे लक्षात येताच गोंधळलेले बैल पुढच्या दिशेला, हत्तींच्या रोखाने दुःखार्ततेने धावू लागले.

काहीतरी विपरीत घडल्याची जाणीव सर्वप्रथम माहुतांना झाली. त्या प्राण्यांशी त्यांची नितांत जवळीक असल्यामुळे हत्तींच्या मनातील तीव्र अस्वस्थता त्यांना लगेच जाणवली. आपल्या मागे अंबारीत बसलेल्या हत्तीवरील स्वारांनी अग्निबाणांचा वर्षाव सुरू केल्यामुळे ते तसेच हत्तींना अंकुशांची टोचणी लावत

पुढे पुढे नेण्याचा प्रयत्न करत राहिले. लवकरच बैलगाड्यांतील संपूर्ण शेण्या भस्मसात झाल्या आणि त्यामुळे सर्वत्र जाडसर आणि तीक्ष्ण वासाचा धूर पसरला. मात्र तरीही हत्तीवरील स्वारांचा हल्ला करण्याचा निश्चय अगदीच अटळ होता. त्या काहीच दिसू न शकणाऱ्या धुरात ते शिरले.

त्या धुराने जसा त्यांचा ठाव घेतला, तसे हत्ती जोरजोरात किंचाळले. माहूतांनी तो वास ओळखला.

'मिरची!'

''माघार घ्या!'' माहूत किंचाळले.

''नाही!'' मागच्या बाजूला बसलेला आणि युद्धाची खुमखुमी असलेला हत्तीवरील स्वार म्हणाला. ''आपण आता त्यांच्यापर्यंत पोहचलो आहोत. त्या बैलांना चिरडून टाका आणि पुढे चला!''

परंतु आता हत्तींची स्थिती आधीच दुःखार्ततेने व्याकूळ झाली होती. त्या अस्वस्थ करणाऱ्या स्रोतापासून ते मागे वळले आणि पळू लागले. गाडीतील अग्नीच्या ज्वाळा आता चांगल्याच भडकल्या होत्या. त्यामुळे वेडेपिसे झालेले बैल अग्नीत तूप ओतल्याप्रमाणे त्यांच्या व्याकुळतेत आणखी भर घालू लागले.

समोर उलगडत चाललेली परिस्थिती सती थोड्या अंतरावरून पाहू शकत होती. त्या बैलगाड्यांमधून जे काही वाहून आणले गेले होते, त्यामुळे हत्ती चवताळले होते. वेडेपिसे झाले होते. काही क्षणांतच त्यांच्या बाह्य भागातील हत्तींच्या दुसऱ्या रांगेपर्यंत बैल पोहचले असते आणि तिच्या दलात खोलवर ती दुःखार्तता पोहचली असती. आता अचानकच पुन्हा एकदा देवगिरीचे प्रवेशद्वार उघडले गेले होते आणि त्याच्यातून अग्निबाणांचा वर्षाव सुरू झाला होता. आपली व्यूहरचना यशस्वी ठरल्याचे मेलुहाच्या सैनिकांना आढळले होते आणि त्यामुळे आता ते जोरदार हल्ला करण्यासाठी बाहेर पडले होते. देवगिरीच्या प्रवेशद्वारांतून मेलुहाच्या अश्वदळाच्या तुकड्याच्या तुकड्या एकीपाठोपाठ एक बाहेर पडत होत्या, त्यामुळे तिला वाटणारी अनिष्टकारक भीती खरी ठरली होती. ती नगरी तशी बऱ्यापैकी दूरवर होती आणि तिच्यापर्यंत ते पोहचेपर्यंत तिला थोडा काळ मिळणार होता. आता त्या वेड्यापिशा झालेल्या बैलांमुळे तिच्या दलातील उर्वरित हत्तीही पिसाळले असते. तिला तातडीने या गोष्टीचीच चिंता करावी लागणार होती.

ती मागे वळली आणि आपल्या संदेशवाहकांकडे पहात ओरडली, ''मागच्या बाजूच्या रांगांतील सैनिकांना माघार घेऊन गलबतांकडे प्रयाण करण्यास सांगा. आताच्या आता!''

तिने तातडीने मागे जाऊन हत्ती असलेल्या रांगा मागे घेऊन सैनिकांना दक्षिणेकडे प्रयाण करण्यास सांगितले. कारण जर त्या हत्तींपर्यंत त्या घसरत, हेलपाटत चाललेल्या बैलगाड्या पोहचल्या असत्या; तर तिच्या हुकमतीखाली असलेल्या शंभर हत्तींच्या दलापर्यंत पोहचून शेकडो हत्तींमध्ये त्यांनी दुःखार्तता पसरवली असती. त्यामुळे तिच्या स्वतःच्याच हत्ती दलामुळे तिचेच संपूर्ण सैन्य नष्ट होऊन गेले असते.

त्यानंतर तिने आपल्या सैन्याला पुढे कूच करण्याचा आदेश दिला.

''आपल्या दिशेने येणाऱ्या त्या प्राण्यांवर हल्ला करा! आपल्या सैनिकांनी माघार घेईपर्यंत आपल्याला काही काळ लागेल. तो आपल्याला या हल्ल्यामुळे मिळू शकेल.''

सैनिकांनी आपापल्या तलवारी उपसल्या आणि त्यांनी गर्जना केली, ''हर हर महादेव!''

''हर हर महादेव!'' सतीही तेवढ्याच जोरात गरजली. तिनेही आपली तलवार उपसली आणि तीही सैन्याबरोबरच पुढे चालून गेली.

हत्तींच्या आणि बैलांच्या जवळ पोहचल्याबरोबर तिच्या कुशल सैन्याने बाणांचा वर्षाव केला. सतीच्या सैन्यापासून कित्येक बैलांना दूर पिटाळण्यातही ते यशस्वी ठरले. हत्ती तसेच अविचारीपणे पुढे पुढे हल्ला करत निघाले होते. हत्तींच्या अंबाऱ्यांमध्ये बसलेल्या सैनिकांच्या हातातील अग्निबाण सोडणाऱ्या यंत्रणेच्या कळा मोडल्या गेल्या होत्या. ते खाली पडले होते आणि त्यामुळे त्या अंबाऱ्यांमधून साहजिकच अग्नीचा वर्षाव सुरू झाला होता. त्यामुळे निव्वळ हत्तीच नव्हे; तर त्यांच्यावरून होणाऱ्या अग्निवर्षावात सैन्यही भाजून निघत होते.

काही क्षणांनंतर आपल्या माघार घेणाऱ्या हत्तींच्या दलात निर्भयपणे सतीचे सैन्य घुसले. आता हत्ती मागे वळल्यामुळे ते आपल्या सोंडांमधून आपल्याच सैन्यावर धातूंचे ते प्रचंड गोळेही फेकत होते. त्यामुळे आता सतीवर आपल्या स्वतःच्याच हत्तींना रोखण्याची वेळ आली होती. यासाठी त्या हत्तींच्या पाठीमागून त्यांच्या अगदी निकट जाण्याची गरज होती. त्यानंतर त्यांच्या मागच्या पायांच्या

धोंडशिरा तोडून त्यांना खाली पाडण्याची आवश्यकता होती. मात्र हे करण्यापेक्षा बोलायलाच अधिक सोपे होते. कारण त्यांच्या अंबाऱ्यांमधून सातत्याने अग्निवर्षाव होत होता. आपल्या हातातील कार्य पूर्ण करण्यासाठी सती मोठ्या शौर्याने आपल्या सैन्यदलाचे नेतृत्त्व करत पुढे घुसली. तिथे फक्त वीसच हत्ती होते, त्यामुळे त्यांना झटकन खाली पाडण्यात यश मिळाले, परंतु त्यासाठी तिच्या सैन्यातील कित्येक जणांना आपले प्राण गमवावे लागले. काही जण आपल्याच हत्तींच्या पायांखाली चिरडले गेले; तर अनेक जण अग्निबाणांच्या वर्षावाने भस्मसात झाले. सतीचा चेहराही एका बाजूने होरपळला होता.

दरम्यानच्या काळात सतीच्या सैन्यदलातील सैनिकांनी आपल्या कुशल भालेफेकीने आणि बाणांच्या वर्षावाने सर्वच बैलांना पिटाळण्यात यश मिळवले होते. अद्यापही आपल्या पाठीवरील भडकलेल्या ज्वाळांमुळे पिसाळलेले काही बैल पुनःपुन्हा हल्ले करत होते. परंतु आता मात्र ते पश्चिमेकडे होते आणि सतीच्या उर्वरित हत्ती दलापासून पुरेशा सुरक्षित अंतरावर ते होते. सतीने मागे वळून पूर्वेकडे पाहिले. तिकडचे पायदळातील बहुतांश सैनिक आता गलबतांमध्ये सुरक्षितपणे पोहचले होते. अशा प्रकारच्या कोणत्याही हानिकारक प्रसंगाला तोंड देण्यासाठी कित्येक छोट्या युद्धनौका सज्ज ठेवण्यात आल्या होत्या. तिच्या दक्षतेने केलेल्या नियोजनाचे ते फळ होते.

परंतु संपूर्ण विनाशाच्या आधीचा तो एक अल्प स्वरूपाचा विजय ठरला. युद्धभूमीवर मेलुहाचे सैन्य आक्रमकपणे धावून येत होते. त्यांनी योग्य वेळ साधली होती आणि आता बैलही दूर गेले होते. सतीच्या सैन्य दलावर मेलुहाच्या सैनिकांनी जोरदार हल्ला चढवला.

तलवारींचे खणखणाट सुरू झाले.

सतीच्या सैन्यदलातही तीन हजार घोडेस्वार होते आणि मेलुहाच्या सैनिकांच्याएवढेच तिचेही सैन्यबळ होते. परंतु तिचे घोडेस्वार नुकतेच दुःखार्त बैलांना आणि हत्तींशी लढा देऊन एका भल्या मोठ्या विनाशक संकटातून बाहेर पडले होते. मात्र त्यामुळे ते थकून गेले होते. साहजिकच तिच्या अश्वदळातील या सैनिकांची संख्या आता घटली होती आणि जे सैनिक उरले होते, त्यांची ताकद आता क्षीण झाली होती. तरीही माघार घेणे हा पर्याय होऊ शकत नाही, हे सतीला माहिती होते. तिच्या पायदळातील सर्वच सैनिकांनी युद्धनौकांवर पोहचावे,

यासाठी तिला आणखी थोडा वेळ तरी युद्ध करावेच लागणार होत.

तेवढ्यात सतीला पुन्हा एकदा हत्तींचा आवाज ऐकू आला.

तिच्यासमोरच्या मेलुहाच्या सैनिकाचा तिने वध केला आणि मागे पाहिले.

"प्रभू रामाने कृपा करावी!"

तिने दक्षिणेकडे जाण्याचा आदेश दिलेल्या हत्तींच्या काही तुकड्या पुन्हा परत येत होत्या. ते हत्ती पिसाळल्यासारखे कसेही पाय आपटत होते. त्यांच्या पाठींवर बसलेले माहूत केव्हाच खाली फेकले गेले होते. त्यांच्या अंबाऱ्यांमधून अद्याप सर्वच दिशांना ज्वाळांचा वर्षाव होत होता. हत्तींवर आता कोणाचेच नियंत्रण नव्हते. आपल्या पाठीवर जळत्या गाड्यांचे ओझे घेऊन त्यांच्या मागे लागलेले पिसाळलेले बैल त्यांच्या मागच्या बाजूलाच होते.

पार्वतेश्वराने मेलुहाच्या सैनिकांना उत्तम व्यूहरचनेचे आदेश दिले होते. सतीच्या दक्षिणेकडेही त्याने पहिल्याच प्रकारे शेण आणि मिरची असलेल्या वाळलेल्या शेण्यांच्या गाड्या ठेवल्या होत्या आणि त्यातील शेण्या योग्य वेळी पेटवल्या गेल्यामुळे ते बैलही पिसाळले होते. आदल्या रात्रीच त्या बैलगाड्या देवगिरीच्या दक्षिणेकडे गुपचुपपणे पाठवण्यात आल्या होत्या. कृषी मालाच्या वाहतुकीच्या गाड्यांचा त्यासाठी वापर करण्यात आला होता. कृषिमालाखाली शेण्या लपवून गाड्या पाठवण्यात आल्या होत्या. सतीने नगरीला वेढा घातला नव्हता, परंतु फक्त तिच्या निकट तिने आपले शिबिर उभारले होते. त्यांनी फक्त शस्त्रास्त्रांच्या वाहतुकीला प्रतिबंध केला होता आणि हानिकारक नसलेल्या पदार्थांची वाहतूक देवगिरीतून सुरळीतपणे सुरू होती. यामागचे कारण अगदी स्पष्ट होते. देवगिरीला वेढा घालण्यात आला असता, तर त्यामुळे त्यासाठी खूपच सैनिकांची आवश्यकता भासली असती; आणि कदाचित त्यामुळे युद्धाची चिथावणी दिल्यासारखे झाले असते. सतीला ते टाळावयाचे होते. अगदी शेण आणि कृषी मालही त्यांच्यासाठी हानिकारक ठरू शकतो, हे सतीच्या सैन्यातील चंद्रवंशीयांना समजले असते, तर ही वेळच आली नसती.

हत्ती जसे त्या गाड्यांकडे जाऊ लागले, तसा त्या गाड्यांना अग्नी लावण्यात आला. त्याबरोबर अपेक्षेप्रमाणे, ते माघार घेणारे हत्ती चवताळल्यासारखे तिकडे वळले आणि त्यांनी युद्धभूमीवर हल्ला केला.

आता सती कचाट्यात सापडली होती. तिच्या समोरच्या बाजूला मेलुहाचे

अश्वदळ होते आणि मागच्या बाजूला दुःखार्ततेने पिसाळलेले हत्तींचे दल होते. त्यांच्या पाठीवरच्या अंबाऱ्यांमधून अग्निवर्षाव होत होता.

"माघार घ्या!" सती किंचाळली.

तिच्या अश्वदलाने नदीच्या जलात आपल्या अश्वांना दामटले. त्यांच्या सुदैवाने, अश्वांवरून उड्या मारल्यावर मेलुहाच्या अश्व दलाने त्यांचा पाठलाग केला नाही. वेगाने आपल्याच दिशेने येत असलेल्या भयावह हत्तींना पाहून ते सैनिक वळले आणि आपल्या सुरक्षा भिंतींवर चढले.

पिसाळलेल्या हत्तींच्या हल्ल्यात सतीचे कित्येक अश्वारूढ सैनिक हत्तींच्या पायांखाली तुडवले गेले किंवा अग्नीच्या वर्षावात होरपळून ठार झाले. काही अश्वारूढ सैनिकच नदीपर्यंत पोहचण्यात यशस्वी झाले आणि त्यांनी आपल्या अश्वांना कोणताच मागचा पुढचा विचार न करता जलातून दौडवत नेले. आपल्या चिलखताच्या वजनामुळे अनेक जण सरस्वतीच्या पाण्यात बुडून मरण पावले. सती, वीरभद्र आणि नंदी यांच्यासह काही थोडेच सुदैवी सैनिक गलबतापर्यंत पोहचण्यात यशस्वी ठरले.

पायदळातील बहुतांश सैनिक बचावले होते. मात्र हत्ती आणि हत्तीदळाचे सैनिक नष्ट झाले होते. या युद्धात त्या हत्तींनी माजवलेल्या प्रचंड हाहाकारामुळे त्यांनी मृत्तिकावतीच्या युद्धात घडवलेल्या पराक्रमाच्या दर्शनाचे पूर्ण विस्मरण झाले होते.

चेनारध्वज, गलबतांचा अधिपती होता. जीवित असलेला अखेरचा सैनिक गलबतावर चढताच त्याने झटकन माघार घेण्याचा आदेश दिला. कारण भूमीवरील लष्कराच्या पाठबळाखेरीज त्यांचे स्थिरपणे बसून राहिलेले आरमारी दल हे नक्कीच बसून राहिलेल्या बदकांसारखे होते. ते कधीही मेलुहाच्या हल्ल्याला बळी पडले असते.

प्रकरण ३१

शह-प्रतिशह

''संपूर्ण विनाश,'' विद्युन्माली उन्मादाने ओरडला. ''आता आपण त्या वेडपटांचा पाठलाग करून त्या तोतयाच्या सैन्यातील जे कोणी बचावले सतील, त्यांचा सर्वनाश करूया. आमच्या महान मातृभूमीचा पराभव कोणीही करू शकत नाही, हा धडा त्यांना मिळालाच पाहिजे.''

दक्ष, भृगु, पार्वतेश्वर आणि कनखला यांच्यासह सम्राटाच्या खाजगी कक्षात विद्युन्माली बसला होता. व्यूहरचनेच्या बैठकांना सेनाधिकारी उपस्थित रहात नसत. परंतु यावेळी दक्षाने विद्युन्मालीलाही या बैठकीत समाविष्ट करून घेण्याचा जोरदार आग्रह धरला होता. हत्तींविषयीची महत्त्वपूर्ण माहिती त्यानेच दिली होती, याची दक्षाने दखल घेतली होती.

पार्वतेश्वराने हात उंचावून विद्युन्मालीला शांत राहण्याची सूचना दिली. ''विद्युन्माली, आपण आपल्याला फारच महान समजण्याची आवश्यकता नाही. दबावाखाली असतानाही सती जे डावपेच खेळली, ते अपवादात्मकरित्या विलक्षण होते, हे ध्यानात घेतलं पाहिजे. आपल्या बहुतांश सैन्याचा बचाव करण्यात ती यशस्वी ठरली आहे. त्यामुळे आपण त्यांचा पाठलाग केला तरीही आपलं संख्याबळ त्यांच्याहून फार मोठं नाही.''

विद्युन्माली शांतपणे संतापाने धुमसत राहिला. त्याची नजर जमिनीवर

खिळलेली होती.

'आपल्या शत्रूच्या सेनाधिकाऱ्याची प्रशंसा? महाराज पार्वतेश्वरांचं असं काय बिनसलंय? एके काळी ती मेलुहाची राजकुमारी असेलही; परंतु आता मात्र आमच्या मातृभूमीची ती कट्टर शत्रू आहे.'

''आणखी एक गोष्ट आपण लक्षात घेतलीच पाहिजे,'' कनखला म्हणाली, ''उत्तरेकडून आपल्या प्रचंड सैन्यासह नीळकंठ जलप्रवास करून येत आहेत. या किल्ल्याच्या तटबंदीच्या आतच आपलं लष्कर सर्वाधिक सुरक्षित आहे.''

'नीळकंठ?' विद्युन्माली मनातल्या मनात संतापाने धुमसत म्हणाला. साम्राज्याच्या ज्येष्ठ अधिकाऱ्यांशी त्याला उघडपणे वाद घालायचा नव्हता.

'तो काही नीळकंठ नाही. तो आमचा शत्रू आहे आणि आमचं लष्कर लढतच राहिलं पाहिजे. आम्हाला तटबंदीच्या भिंतींच्या आत सुरक्षित राहण्याची आवश्यकता नाही.'

''कनखलाचं म्हणणं बरोबर आहे,'' दक्ष म्हणाला. ''आपण आपल्या लष्कराला इथंच ठेवलं पाहिजे आणि ज्या क्षणी त्या तोतया नीळकंठाची गलबतं इथल्या किनाऱ्याला लागतील, त्याच क्षणी आपण त्याच्यावर हल्ला चढवला पाहिजे. त्या भ्याडाने माझ्या कन्येला युद्धासाठी एकटीला पाठवलं आणि स्वतः मात्र यमुनेच्या पात्रातून वरच्या दिशेला भटकत राहिला आहे! आपल्या भ्याडपणाची किंमत त्याला चुकवावीच लागेल.''

आपण काय ऐकतो आहोत, त्यावर विद्युन्मालीचा विश्वासच बसत नव्हता.

'मेलुहाच्या स्वारस्याला सर्वाधिक महत्त्व देणारं कोणी तिथे होतं का?'

''राजकुमारी सती आणि तिच्या पतीची तिच्याविषयीची कर्तव्यं या विषयापेक्षा आपण मेलुहाची काळजी करूया,'' भृगु म्हणाले. ''महाराज, पार्वतेश्वरांचं म्हणणं योग्य आहे. आपण मोठाच विजय प्राप्त केला आहे. परंतु आपली पुढची पावलं आपल्याला काळजीपूर्वकच टाकली पाहिजेत. सरलष्करप्रमुख, तुम्ही याविषयी काय सुचवाल?''

''प्रभू, त्यांच्या हत्ती दळाचा आणि अश्वदळाचा आपण धुव्वा उडवला आहे,'' पार्वतेश्वर म्हणाला. ''सतीच्या लष्कराने माघार घेतली आहे. त्यामुळे नीळकंठ इथे थांबून आपल्यावर हल्ला करेल, असं मला वाटत नाही.''

''तो नक्कीच करणार नाही,'' दक्ष उपरोधाने म्हणाला. ''तो तर भ्याड आहे.''

"महाराज," भृगु आपला संताप लपवू शकले नाहीत. त्यानंतर पार्वतेश्वराकडे वळून ते म्हणाले, "तो इथं का थांबणार नाही, सरलष्करप्रमुख?"

"गणेशाच्या लष्करातील सैन्यबळाविषयीच्या आपल्या आधीच्या अंदाजाविषयी माझ्या गुप्तहेरांनी खात्री करून घेतली आहे," पार्वतेश्वर म्हणाला. "त्यांच्याकडे दीड लाख सैनिक नक्कीच आहेत. ते मोठंच सैन्यबळ आहे; परंतु आपल्या किल्ल्याच्या तटबंदीच्या आतच आपण राहिलो, तर ते आपला पराभव करू शकणार नाहीत. कारण आता सतीचं लष्कर त्यांच्या साहाय्याला जाण्याच्या स्थितीत नाही. आपल्या संरक्षणात्मक, बचावात्मक स्थानापासून आपण हळूहळू त्यांच्या लष्कराचा पाडाव करू शकू. म्हणून नीळकंठ इथे प्रदीर्घ काळ वेढा घालूच शकणार नाहीत. त्यापासून त्यांना काहीच फलनिष्पत्ती मिळणार नाही; मात्र त्यांच्या सैन्यदलाची मनुष्यहानी तेवढी होईल."

"मग तो आता काय करेल असं तुम्हाला वाटतं?"

"ते आता देवगिरीहून जलप्रवास करून निघून जातील आणि सतीच्या लष्कराला जाऊन मिळतील. कदाचित ते मृत्तिकावतीला किंवा लोथलला जातील."

"मग आपण त्यांच्या गलबतांवर हल्ला करूया," दक्षाने मध्येच म्हटले.

"ती अवघड बाब आहे, महाराज," पार्वतेश्वर म्हणाला. "त्यांची गलबतं नदीच्या प्रवाहातून खालच्या दिशेने जात असतील. आपल्याला भूमार्गावरून कूच करावं लागेल. कारण आता आपल्याकडे सरस्वतीच्या बंदरातील आरमारी नौका नाहीत. त्यांना वेगाचा फायदा मिळेल. आपण त्यांच्यापर्यंत पोहचू शकणार नाही."

"मग आपण त्यांच्यावर कुठे हल्ला करू शकू?" भृगुंनी विचारले.

"आपल्याला जर त्यांच्यावर हल्ला करायचाच असेल, तर मी मृत्तिकावतीला प्राधान्य देईन."

"का?"

"लोथल ही काही चांगली कल्पना नाही. लोथलच्या संरक्षण यंत्रणेची रचना मी स्वतः केली आहे आणि अकारण विनयशीलता न आणता मी हे नक्कीच सांगू शकेन, की ती संरक्षण व्यवस्था अत्यंत भक्कम आहे. लोथलवर विजय प्राप्त करण्यासाठी आपल्याला त्यांच्या तिप्पट सैन्यबळाची आवश्यकता असेल. आपल्याकडे तेवढं सैन्य नाही. सती आणि गणेश यांच्या संयुक्त दोन लाख

सैनिकांच्या विरोधात आपले ऐंशी हजार सैनिक आपण घेऊन जाऊ. त्यामुळे लोथलवर हल्ला करणं आपल्यासाठी आपत्तिजनक ठरू शकतं. आपल्या बहुतेक सैन्याचा नाश होईल. त्याऐवजी मृत्तिकावतीमध्ये एवढ्या मोठ्या प्रमाणात सैन्याची आपल्याला आवश्यकता भासणार नाही. आपले वीस हजार सैनिक मृत्तिकावतीमध्येच आहेत. ते बंदीवासात आहेत, हे मला मान्य आहे; परंतु आपल्याच मेलुहाच्या सैनिकांनी नगरीला वेढा दिला आहे, हे त्यांना समजलं, तर प्रभूंसाठी ते मोठ्या प्रमाणावर अंतर्गत त्रस्तता निर्माण करतील. फक्त या एकाच कारणापोटी आपण प्रभूंना मृत्तिकावतीमधून माघार घ्यायला लावू, परंतु लोथलमध्ये आपण काहीच करू शकणार नाही.''

भृगुंच्या मनातील अस्पष्ट कल्पनेपेक्षा पार्वतेश्वराने वेगळीच व्यूहरचना मांडली होती. ''मला तर वाटलं होतं, की तुम्ही हल्ला करूच नये, असं म्हणाल,'' ते म्हणाले.

''मुळीच हल्ला करायचा नाही?'' दक्षाने आश्चर्यचकीत होत विचारले. ''का नाही? आपल्या सैन्याने विजयाची चव चाखली आहे. पार्वतेश्वर, तुम्ही....''

''महाराज,'' भृगुंनी दक्षाला मध्येच रोखत म्हटले, ''आपण काय करावं, हे कदाचित पार्वतेश्वरांसारख्या तज्ज्ञावरच आपण सोपवलेलं बरं. सरलष्करप्रमुख पुढे बोला.''

''आपण आता हल्ला करू, अशी प्रभू नीळकंठांचीही अपेक्षा असेल, म्हणून आपण आताच आक्रमण करू नये, असं मी सुचवलं होतं,'' पार्वतेश्वर म्हणाला. ''आपल्याकडे उत्तम सैन्यबळ असल्याखेरीज आपण एखाद्या उत्तम प्रकारे संरक्षित असलेल्या किल्ल्यावर चढाई करू शकत नाही. आपल्याकडे तेवढं पुरेसं सैन्यबळ नाही. त्यामुळेच त्यांच्यावर हल्ला चढवल्यामुळे आपल्या हाती काहीच लागणार नाही; मात्र आपले बरेचसे लोक मरण पावतील. म्हणूनच देवगिरीच्या भक्कम तटबंदीच्या चार भिंतींच्या आत आपण राहणं केव्हाही आपल्यासाठी श्रेयस्कर ठरेल, असं मी म्हटलं होतं. आपण आणखी सहा महिन्यांची प्रतीक्षा केली, तर अयोध्येचं सैन्य आपल्यापर्यंत पोहचेल. त्यानंतर आपल्याकडे प्रभूंच्या सैन्यदलापेक्षाही मोठं सैन्यदल असेल.''

''याचा अर्थ आपण भ्याडासारखं बसून रहावं, असं तुम्ही सुचवता आहात?'' दक्षाने विचारले.

"आपल्याला अनुकूल परिस्थिती नसताना हल्ला करण्यापेक्षा भ्याडासारखा आपला बचाव करणं केव्हाही अधिक श्रेयस्कर ठरतं," भृगु म्हणाले. त्यानंतर पार्वतेश्वराकडे वळून ते म्हणाले, "बोला, सरलष्करप्रमुख, पुढे सांगा."

"एकदा का आपल्यापर्यंत अयोध्येचं सैन्य पोहचलं, की आपण कराचपाकडे कूच करू," पार्वतेश्वर म्हणाला. "सिंध प्रांतातील आपल्या आरमारी दलावर अद्यापही आपलं नियंत्रण आहे. अयोध्येच्या सैनिकांना धरून आपल्याकडे चार लाख सैनिकांचं बलाढ्य सैन्यदल असेल. सिंध प्रांतातील उच्च क्षमतेच्या आरमारी दलाचा त्यांच्याशी संयोग केल्यावर आपण लोथलवर जोरदार हल्ला चढवू."

"तुम्ही जे म्हणता आहात, त्यात तथ्य असल्याचं दिसतंय," भृगु म्हणाले. त्यानंतर दक्षाकडे वळून ते म्हणाले, "आपण महाराज पार्वतेश्वराच्या व्यूहरचनेप्रमाणे कार्य करावं, असं मी तुम्हाला सुचवेन. काय महाराज?"

दक्षाने तातडीने होकारार्थी मान डोलावली.

परंतु सम्राटांनी या निर्णयाला मनापासून संमती दिली नसल्याचे विद्युन्मालीच्या ध्यानात आले होते. अधिक आक्रमक पवित्रा घेण्यासाठी आपण सम्राटाचे मन वळवू शकतो का, याविषयी तो विचार करू लागला.

— ⚦◎ᚢ♁⊕ —

देवगिरीच्या दक्षिणेकडच्या टेकड्या आणि डोंगराळ भागातील युद्धभूमीवरच्या विनाशकारी दृश्यावर सरस्वतीच्या पात्रातून प्रवास करणाऱ्या गणेशाच्या लष्कराची नजर खिळून राहिली होती. ते मनोमन सुन्न झाले होते. टेकडीवर हत्तींचे आणि अश्वांचे मृतदेह इतस्ततः पडलेले होते. त्यांच्याभोवती माशा घोंघावत होत्या. त्या प्राण्यांच्या शरीरावर आपलाच हक्क प्रस्थापित करण्यासाठी कावळे आणि गिधाडे परस्परांशी भांडत होती. खरे तर त्यांच्याभोवती कित्येक मृतदेह होते, तरीही त्यांचे भांडण सुरू होते. तिथे सुरू असलेल्या 'काव काव'च्या आणि गिधाडांच्या चित्कारांच्या आवाजांमुळे त्या भेसूर, भीषण दृश्यात भरच पडत होती. त्या युद्धभूमीवर मानवी मृतदेह नव्हते, ही सैनिकांच्या दृष्टीने त्यातल्या त्यात समाधानाची बाब होती. आपल्या सन्माननीय प्रथेनुसार मेलुहाच्या लोकानी सर्वच शत्रूसैनिकांच्या मृतदेहांवर सन्मानपूर्वक अंत्यसंस्कार केले होते. शिवाय सरस्वतीच्या

पात्रातही कोणत्याही प्रकारे अवशेष किंवा कचरा नव्हता. याचाच अर्थ असा होता, की सतीच्या गलबतांनी त्या वाताहतीपासून आपली सुटका करून घेतली होती. कदाचित त्यांच्या शत्रूचा तो सर्वाधिक भीषण हल्ला असावा.

आघाडीच्या गलबताच्या वरच्या भागात शिव उभा होता. आपले पुत्र आणि मेव्हणी यांच्यासह तो युद्धभूमीच्या दृश्याचा आढावा घेत होता. तिथेच थांबून देवगिरीतील युद्धात तो सहभागी होऊ शकत नव्हता, हे त्याला माहिती होते. त्याच्याकडे तेव्हा तेवढे सैन्यबळही नव्हते. त्यामुळे त्याला दक्षिणेकडे माघार घ्यावी लागणार होती आणि सतीच्या लष्करातून काय बचावले होते, त्याचा अंदाज घ्यावा लागणार होता. जेवढी वाताहत दिसत होती, तेवढी प्रत्यक्षात झाली नव्हती, असे त्याच्या गुप्तहेरांनी त्याला कळवले होते. तिच्या पायदळातील बहुतेक सर्वच सैनिक जीवित होते आणि सुरक्षिततेसाठी तिच्या गलबतांनी दक्षिणेकडचा मार्ग पत्करला होता. याचाच अर्थ सतीचे बहुतेक सैन्य जीवित होते. त्यामुळे युद्धात भाग घेण्याची त्याला संधी होतीच; परंतु तरीही त्याला आपल्या व्यूहरचनेची पुनर्रचना करावी लागणार होती.

ते सर्व अर्थातच तो नंतर करणार होता. त्यावेळी मात्र त्याच्या मनात केवळ एकच एक विचार ठाण मांडून बसला होता. 'त्याची सती ठीक होती ना? ती जखमी झाली होती का? ती जीवित होती ना?'

''नीळकंठ,'' गोपाळ त्याच्याकडे धावतच आला. वासुदेव पंडितांच्या दूतांकडून त्याला नुकताच संदेश प्राप्त झाला होता. सरस्वतीच्या पूर्वेकडच्या काठावर लपून शिवाच्या गलबतांची तो प्रतीक्षा करत होता. ''माघार घेणाऱ्या गलबतांमध्ये ज्यावेळी देवी सतीला ओढून नेण्यात आलं, तोपर्यंत तरी त्या जीवित होत्या.''

''तोपर्यंत तरी जीवित? तुम्हाला नेमकं काय म्हणायचं आहे?''

''त्या गंभीर जखमी झाल्या होत्या, शिवा. उधळलेले हत्ती आणि मेलुहाचं स्वतःचं अश्वदळ यांच्या विरोधात त्यांनी स्वतःत्या हल्ल्याचं नेतृत्त्व केलं होतं. नंदी आणि वीरभद्र यांनी त्यांना सुरक्षित स्थानी ओढत नेण्यात यश मिळवलं. गलबताजवळ पोहचेपर्यंत त्यांची शुद्ध हरपली होती. दुर्दैवाने, मी ज्या व्यक्तीशी संभाषण केलं, त्याच्याकडे याहून अधिक माहिती उपलब्ध नव्हती.''

शिवाने तातडीने निर्णय घेतला. सर्वाधिक मंद गतीने जाणाऱ्या गलबताच्या

वेगाने त्याची संपूर्ण आरमारी रचना प्रवास करू शकत होती, हे त्याला माहिती होते. त्याला तेवढी प्रदीर्घ प्रतीक्षा करणे शक्य नव्हते.

''गणेश, मी सर्वाधिक वेगाने जाणाऱ्या गलबतातून दक्षिणेकडे खालच्या दिशेने जात आहे. मला तुझ्या मातेच्या गलबताचा शोध घेतलाच पाहिजे. काली, कार्तिक आणि तू याच ताफ्यासमवेत रहा. कोणत्याही प्रकारचं युद्ध टाळा. शक्य तेवढ्या जलद गतीने प्रवास करून या आणि मला मृत्तिकावतीला भेटा.''

गणेश आणि कार्तिकाला शब्दच सुचत नव्हते. आपल्या मातेच्या चिंतेने त्यांना घेरले होते.

''ती जीवित आहे,'' आपल्या पुत्राचे खांदे पकडत शिव म्हणाला. ''मला माहिती आहे, की ती जीवित आहे. माझ्याखेरीज ती मृत्यूलाही कवटाळणार नाही.''

— ᚻ◍ᚢᚦ⊕ —

शिवाचे गलबत सरस्वतीच्या प्रवाहातून प्रचंड वेगाने खाली निघाले होते. माघार घेतलेल्या सतीच्या गलबताजवळ त्याचे गलबत पोहचले. त्याच्या पत्नीच्या गलबतावर तो घाईघाईने चढला आणि त्याच्या सतीच्या प्रकृतीला आता कोणताच धोका नसल्याचे त्याला आढळले. तरीही तिने पूर्णपणे विश्रांती घेणे आवश्यक होते. ती बिछान्यावर पडूनच होती. मात्र त्याला तो दिलासा लाभला असला, तरी काही वासुदेव पंडितांनी त्याला ते भयानक वृत्त सांगितले होते. देवगिरीत सतीच्या लष्कराच्या झालेल्या वाताहतीचा वृत्तांत ऐकून मृत्तिकावतीमध्ये बंदिवासात असलेल्या सैनिकांनी तेथील नगरवासीयांना आव्हान दिले होते. त्यांनी आपली बंदिगृहे फोडली होती आणि नगरावर नियंत्रण मिळवले होते. नीळकंठाशी एकनिष्ठ असलेले तीन हजार सैनिक या घटनेत मृत्यू पावले होते. त्यामुळे तेव्हा तातडीने मृत्तिकावतीकडे प्रयाण करणे टाळण्याशिवाय शिवाला गत्यंतरच नव्हते. कारण आता तेथील वातावरण त्याच्या सैन्याच्या दृष्टीने सुरक्षित नव्हते. आता सरस्वतीच्या दुसऱ्या एका उपनदीतून खालच्या दिशेने प्रवास करून तिथून पुन्हा लोथलकडे येण्याचा निर्णय त्याने घेतला. वासुदेव पंडितांच्या माध्यमातून गणेशाच्या लष्कराला हा संदेश पोहचविण्याचे आदेशही दिले गेले.

त्या क्षणी मात्र ते गलबत सरस्वतीच्या पात्रातून खालच्या दिशेने निघालेले असताना शिव सतीच्या गलबतावरच राहिला होता. आरमारी हालचालींचा वेध घेतल्यानंतर आणि तपासणी केल्यानंतर शिव सतीच्या कक्षात गेला.

आयुर्वती तिच्या पलंगाशेजारी बसली होती. सतीच्या होरपळलेल्या चेहऱ्यावर ती मलम लावत होती. तिने अत्यंत सक्षमपणे आणि तातडीने जखमेवर लिंबाची पाने बांधली. ''यामुळे तुमच्या जखमेत जंतुसंसर्ग होणार नाही.''

सतीने विनम्रपणे मान डोलावली. '' आभारी आहे, आयुर्वतीजी!''

''आणखी एक म्हणजे,'' आयुर्वती म्हणाली. सतीच्या चेहऱ्याच्या जवळजवळ पाव भागावर त्या जखमेचा तो कुरूप व्रण राहणार होता. त्याबद्दल विचार करून ती म्हणाली, ''त्या व्रणाची चिंता करू नका. तुम्ही ज्यावेळी त्यासाठी तयार व्हाल, त्यावेळी मी तो व्रण काढून टाकण्यासाठी आवश्यक असलेली सौंदर्य शस्त्रक्रिया करेन.''

सतीने मान डोलावली. तिने ओठ घट्ट दाबून धरले होते.

आयुर्वतीने शिवाकडे पाहिले आणि नंतर सतीकडे पहात ती म्हणाली, ''काळजी घे, माझ्या बाळा!''

''पुन्हा एकदा आभारी आहे, आयुर्वतीजी,'' सती म्हणाली. तिच्या चेहऱ्यावर असलेल्या खपलीमुळे तिला स्मित करता येत नव्हते.

आयुर्वती झटकन त्या कक्षाबाहेर निघून गेली. शिव आपल्या गुडघ्यावर खाली बसला आणि त्याने तिचा हात हातात घेतला.

''मला क्षमा कर, शिवा. मी तुला अपयशी ठरवलं.''

''हे पुनःपुन्हा म्हणणं आता कृपा करून थांबव बरं,'' शिव म्हणाला. ''जळत्या मिरचीच्या वासामुळे आपल्या हत्तींनी कशा प्रकारे प्रतिक्रिया व्यक्त केली ते मला समजलंय. शक्य तेवढ्या सर्व सैनिकांचे प्राण तू वाचवलेस, हाच एक प्रकारचा चमत्कार आहे.''

''मी तुझी पत्नी आहे, म्हणून तू एवढ्या मृदुपणाने माझ्याशी वागतो आहेस. आपल्याकडचे गजदल आपण गमावलं आहे आणि आपलं बहुतांश अश्वदलही नष्ट झालं आहे. ते आपत्तिजनकच आहे.''

''तू स्वतःविषयी एवढ्या कठोरपणानं का वागते आहेस? देवगिरीत जे काही घडलं, ती तुझी चूक नव्हती. जळत्या मिरच्यांच्या वासामुळे हत्ती पिसाळतात, हे

ज्या क्षणी मेलुहावासीयांना समजलं, त्याच क्षणी आपलं हत्तींचं दळ आपण गमावून बसलो होतो.''

''परंतु मी आधीच माघार घ्यायला हवी होती.''

''हत्तींच्यावर होणारा परिणाम दिसता क्षणीच तू माघार घेतलीस. त्यावेळी अश्वदलासह पुढे जाण्याखेरीज तुला गत्यंतरच नव्हतं; अन्यथा, आपले सर्वच्या सर्व सैनिक मृत्युमुखी पडले असते. खरं पाहता, आपलं सगळंच्या सगळं सैन्य शाबूत आहे. जीवितहानी टाळण्याचं मोठंच कार्य तू पार पाडलं आहेस.''

सतीने दुःखाने दुसरीकडे पाहिले. तिला अद्यापही अपराधीपणाची तीव्र भावना छळत होती.

शिवाने तिच्या कपाळाला हळुवारपणे स्पर्श केला. ''प्रिये, माझं ऐक....''

''मला काही क्षण एकटीलाच सोड, शिवा.''

''सती....''

''शिवा, कृपया...कृपया, मला एकटीला सोड...''

शिवाने सतीचे हळुवारपणे चुंबन घेतले. ''ती तुझी चूक नाही. आपणच जबाबदार असलेल्या कित्येक दुःखद घटना जीवनात घडत असतात. त्यांच्याविषयी आपण स्वतःला नक्कीच अपराधी समजलं पाहिजे. परंतु आपली चूक नसलेल्या घटनांविषयी आपल्या हृदयावर अकारणच भार टाकण्यात काहीच अर्थ नसतो.''

सती शिवाकडे वळली. तिचा चेहरा विदीर्ण जाला होता. ''मग तुझ्याविषयी काय शिवा? कैलासावरच्या स्त्रीला एक सहा वर्षांचं बालक वाचवू शकलं असतं, असं तुला खरोखरच वाटतं का?''

आता मूक राहण्याची शिवाची पाळी होती.

''याचं प्रामाणिक उत्तर आहे, 'नाही.' सती म्हणाली. ''आणि तरीही तू ती अपराधीपणाची भावना बाळगतो आहेसच. नाही का? का? कारण तुझी स्वतःकडूनच अधिक अपेक्षा होती.''

बालपणीच्या त्या घटनेच्या स्मरणाने शिवाचे डोळे ओलावले. ज्या स्त्रीला तो वाचवू शकला नव्हता; नव्हे; त्याने तिला वाचवण्याचा प्रयत्नही केला नव्हता, त्या स्त्रीची मनातल्या मनात तो अनेकवार क्षमा मागत होता. त्याने तिची क्षमायाचना केली नव्हती, असा त्याच्या जीवनातील एकही दिवस गेला नव्हता.

''त्याप्रमाणेच माझीही माझ्याकडून थोडी अधिकच अपेक्षा होती,'' सती

म्हणाली. तिचेही डोळे आता पाणावले होते.

शांतपणे एकमेकांना आलिंगन देऊन त्यांनी एकमेकांचे सांत्वन केले.

— ⚸ⵔ◎Ⴎ⨷ —

शिव आणि सतीच्या गलबतांचा ताफा नुकताच सरस्वतीच्या त्या उपनदीतील जलमार्गास उपयुक्त असलेल्या अखेरच्या स्थानाजवळ येऊन ठेपला होता. तिथूनच जहाजांच्या प्रवासासाठी नदीचे पात्र खूपच उथळ बनत होते. त्याहूनही पुढच्या भागात तर सरस्वती नदी पूर्णपणे कोरडी पडत होती. त्यामुळे तिचे जल सागराला मिळूच शकत नव्हते.

मृत्तिकावतीला पोहचणारी उपनदी शिवाने टाळली होती. आता तो सरस्वतीच्या अगदी दक्षिण टोकाच्या मुखाच्या अंतर्गत भागात होता. तिथूनच त्याचे सैन्य लोथलच्या भक्कम आघाडीकडे पायी चालत कूच करणार होते. आपल्या मागे रिकामी गलबते तशीच सोडून देणे धोकादायक होते. कारण अल्पावधीतच मेलुहावासीयांना त्यांच्याविषयीची माहिती समजली असती. मेलुहाच्या २५ सुसज्ज गलबतांमधून शिवाने सरस्वती नदीतून आपल्या प्रचंड सैन्यासह भयावह जलद वेगाने प्रवास केला होता. त्यामुळे आता त्या गलबतांविषयींचा निर्णय अगदी स्पष्ट होता. ती गलबते नष्ट करावी लागणार होती.

त्याचे संपूर्ण सैन्य किनाऱ्यावर पायउतार झाले आणि लोथलकडे जाण्यासाठीच्या रथांची व्यवस्थाही पूर्ण झाली. त्यानंतर शिवाने त्या गलबतांना अग्नी लावण्याची आज्ञा दिली. सुदैवाने आता पर्जन्यधारा थांबल्या होत्या. त्या वर्षी पर्जन्याला थोडा लवकरच प्रारंभ झाला होता. त्यामुळे अग्नी लागल्यानंतर ती भली मोठी गलबते झटपट अग्नीच्या भक्ष्यस्थानी पडली.

त्या भल्या मोठ्या ज्वाळांकडे पाहत शिव उभा राहिला. गोपाळ आणि चेनारध्वज त्याच्याकडे आल्याची चाहूलही त्याला लागली नव्हती.

"प्रभू अग्नी कित्येक गोष्टी झटकन भस्मसात करतो," गोपाळ म्हणाला.

जळत्या गलबतांकडे पहात असलेल्या शिवाने मागे वळून गोपाळाकडे पाहिले.

"आपल्याकडे त्याला काहीच पर्याय नव्हता, पंडितजी."

"नाही. खरंच काही पर्याय नव्हता."

“आता आपण काय करावं अशी तुमची सूचना आहे पंडितजी?” शिवाने विचारले.

“आता इथे पर्जन्याला प्रारंभ झाला आहे,” गोपाळ म्हणाला. “साहजिकच, इथून नजीकच्या काळात देवगिरीवर हल्ला करणं अवघड आहे. म्हणजे जरी आपण हल्ला करू शकलो, तरीही आपल्या अश्वदलाचा नाश झालेला आहे. अश्वदलाखेरीज उत्तम संरचना असलेल्या देवगिरीसारख्या नगरीचा किल्ला जिंकणं कठीण आहे.”

“परंतु त्याचप्रमाणे लोथलमध्ये आपल्यावर हल्ला करणं त्यांच्यासाठीही कठीण आहे,” शिव म्हणाला. “संरक्षणदृष्ट्या, लोथलची रचना तर देवगिरीहूनही अधिक चांगली आहे.”

“सत्य आहे,” गोपाळ म्हणाला. “त्यामुळेच त्यांच्या शहाला आपल्याकडून दिला गेलेला हा प्रतिशह असेल. त्यामुळे मेलुहाच्या सैन्याला काहीच हालचाल करता येणार नाही. अयोध्येचं सैन्य तिथपर्यंत पोहचेपर्यंत त्यांना फक्त प्रतीक्षा करत बसावं लागेल. इथे पोहचायला त्यांना किमान सहा महिन्यांचा अवधी तरी निश्चितपणे लागेल.”

जळत्या गलबतांकडे शिवाने शांतपणे कटाक्ष टाकला. त्या नकोशा वाटणाऱ्या घटनाक्रमाचा तो गांभीर्याने विचार करत होता.

तेवढ्यात चेनारध्वज बोलू लागला. “प्रभू, मी एक बाब सुचवू इच्छितो.”

शिव विचारमग्नतेनेच चेनारध्वजाकडे वळला.

“नाग आणि माझं दल यांचं एक स्वतंत्र दल आपण तयार करूया,” चेनारध्वज म्हणाला. “आमच्या पथकातील कुशल सेनाधिकारी सोमरस उत्पादन सुविधा यंत्रणेवर जोरदार हल्ला चढवतील. ते एक प्रकारचं आत्मघातक युद्ध असेल; परंतु आपण त्या यंत्रणेचा विनाश घडवून आणू.”

“नको,” शिव म्हणाला.

“का, प्रभू?”

“कारण अशा हल्ल्याला तोंड देण्यासाठी पार्वतेश्वर नक्कीच सज्ज असेल. तो काही मूर्ख नाही. ते एक प्रकारचं आत्मघातकी युद्ध असेल; इथपर्यंत ठीक आहे. परंतु ते यशस्वी ठरणार नाही.”

“आणखी एक मार्गही आहे,” गोपाळ कुजबुजत्या आवाजात म्हणाला.

''वायुपुत्र?'' शिवाने विचारले.

''होय.''

शिवाने पुन्हा एकदा त्या जळत्या गलबतांकडे पाहिले. त्याच्या चेहऱ्यावर गूढ भाव होते. आता फक्त वायुपुत्रांच्या आश्रयाला जाणे हाच एकमेव पर्याय उरला होता.

प्रकरण ३२

अखेरचे आश्रयस्थान

शिवाने एक श्वेत वस्त्र आपल्या मस्तकावरून ओढून घेतले होते आणि आपल्या चेहऱ्याभोवतीही त्याने ते वस्त्र बांधून घेतले होते. त्याचे फक्त डोळेच उघडे होते. त्याच्या पीळदार शरीराभोवती त्याने अंगवस्त्र लपेटून घेतले होते. त्यामुळे रिमझिम पडणाऱ्या पर्जन्यापासून त्याचे संरक्षण होऊ शकत होते. सती एका बैलगाडीत बसली होती. बैल ती गाडी अत्यंत हळूहळू ओढत होते. आता तिच्या शरीरात चालण्याएवढी ताकद नक्कीच होती; परंतु लोथलकडे कूच करत असताना आपण अधिक दक्षता बाळगूनच सतीला नेले पाहिजे, याविषयी आयुर्वती दक्ष होती. त्या बैलगाडीला लावलेले पडदे शिवाने बाजूला केले आणि आपल्या निद्रिस्त पत्नीकडे पाहिले. त्याने स्मित केले आणि पुन्हा एकदा ते पडदे लावून टाकले.

त्याने आपल्या अश्वाला टाच दिली.

''पंडितजी,'' गोपाळाच्या अश्वाजवळ पोहचताच शिवाने आपल्या अश्वाचा वेग मंदावत त्याला विचारले. ''वायुपुत्रांविषयी....''

''काय?''

''काली ज्या अस्त्राविषयी म्हणत होती, ते कोणतं अस्त्र वायुपुत्रांकडे आहे?''

''ब्रह्मास्त्र?'' गोपाळाने विचारले. ब्रह्माच्या त्या भयावह अस्त्राचा संदर्भ त्याने दिला होता.

''होय. दैवी अस्त्रांहून ते कशा प्रकारे भिन्न आहे?'' शिवाने विचारले. कारण इतर दैवी अस्त्रांपेक्षाही ब्रह्मास्त्र एवढे का भयावह होते, हे त्याच्या ध्यानात येत नव्हते.

''बहुतेक दैवी अस्त्रांमुळे मानवाचा विनाश होतो; परंतु ब्रह्मास्त्रांसारख्या काही अस्त्रांमुळे मात्र अगदी संपूर्ण साम्राज्याचा संहार जरी झाला नाही, तरी संपूर्ण नगरीचाच विनाश होतो.''

''पवित्र तळ्याशप्पथ! फक्त एकाच अस्त्रामुळे हे कसं काय घडून येतं?''

''ब्रह्मास्त्र हे संपूर्ण संहाराचं अस्त्र आहे, माझ्या मित्रा. ते नगरींचा विनाश घडवून आणतं आणि असंख्य लोकांचा संहार घडवतं. ज्यावेळी एखाद्या लष्करी भूप्रदेशातून ते प्रक्षेपित केलं जातं, त्यावेळी तिथे प्रचंड आकाराचा एक मेघ तयार होतो. त्याची उंची एवढी मोठी असते, की कदाचित तो स्वर्गालाही स्पर्श करू शकेल. अशा वेळी ज्या स्थानावर ते अस्त्र सोडलं जातं, तेथील प्रत्येकाचं आणि प्रत्येक गोष्टीचंच बाष्पीभवन होऊन जातं. त्याशिवाय जे कोणी दुर्दैवी जीव बचावतात, त्यांच्या बाबतीतील विनाश तर महा भयानक असतो. कारण त्यांच्या कित्येक पिढ्यांना यातनांना तोंड द्यावं लागतं. कित्येक दशकं त्या भूमीतील जलसाठे विषारी बनतात. कित्येक शतकं भूमी नापीक, निकस बनते. त्यामुळे तिथे पिकं उगवत नाहीत. या अस्त्रामुळे फक्त एकदाच विनाश घडत नाही; ते पुनःपुन्हा विनाश घडवत राहतं. त्याचा वापर झाल्यापासून कित्येक शतकांपर्यंत हा संहार सुरूच राहतो.''

''आणि काही लोक अशा प्रकारच्या अस्त्राचा प्रयोग करण्याचं योजतात?'' भयग्रस्त झालेल्या शिवाने विचारले. ''पंडितजी, अशा प्रकारच्या भयानक अस्त्राचा वापर करणं हे मानवतेच्या नियमांच्या विरुद्ध आहे.''

''नक्कीच, महान नीळकंठा. खरं तर अशा प्रकारच्या अस्त्राचा वापर कधीही केला जाऊ नये. अशा प्रकारचं अस्त्र आपल्या शत्रूकडे असल्याची माहिती जरी समजली; तरी कोणाच्याही हृदयात धडकी भरते. कारण आपण कितीही मोठी किंमत मोजली आणि कितीही प्रयत्न केले, तरी कोणीही ब्रह्मास्त्राच्या विरोधात जिंकू शकत नाही.''

''हे अस्त्र वायुपुत्र मला देतील, असं तुम्हाला वाटतं का? की मी फाजील आत्मविश्वास बाळगतो आहे? कारण काहीही झालं तरी मी काही त्यांच्यापैकी

एक नाही. कदाचित त्यांना मी तोतया वाटत असेन. नाही का?''

''ते आपल्याला कदाचित साहाय्य करतील, असं मला दोन कारणांमुळे वाटतं. पहिलं कारण म्हणजे त्यांनी तुमची हत्या करण्याचा प्रयत्न केलेला नाही. ते तसं करू शकले असते. कारण त्यावेळी त्यांच्यापैकी बहुतांश लोकांना तुम्ही तोतया नीळकंठ आहात, असं वाटत होतं. कदाचित त्यांच्यापैकी कित्येक सरदारांच्या आणि उच्च अधिकाऱ्यांच्या मनात अद्यापही तुमच्या काकांविषयी, प्रभू मनोभुंविषयी आदर असण्याची शक्यता असेल.''

''आणि दुसरं कारण?''

''पंचवटीमध्ये तुमच्यावर केलेल्या हल्ल्यात प्रभू भृगुंनी दैवी अस्त्रांचा प्रयोग केला होता. ते ब्रह्मास्त्र नव्हतं; परंतु ते नक्कीच दैवी अस्त्र होतं. महर्षि भृगुंनी स्वतःकडच्या साधनसामग्रीतून ती तयार केली असली, तरीही त्यांनी तसं करून प्रभू रुद्राने घालून दिलेल्या नियमांचा भंग केला आहे. त्यामुळेच वायुपुत्र त्यांच्या कट्टर विरोधात गेले असावेत, असा माझा कयास आहे. आणि शत्रूचा शत्रू...''

''....हा मित्र असतो,'' वासुदेवाचे वाक्य पूर्ण करत शिव म्हणाला. ''परंतु एवढीच कारणं पुरेशी आहेत का, याविषयी माझी खात्री पटत नाही.''

''आपल्याकडे याशिवाय अन्य पर्यायही नाही, माझ्या मित्रा.''

'''कदाचित.....! वायुपुत्रांच्या भूमीकडे आपण कशा प्रकारे जाऊ शकतो?''

''आपल्या भरतखंडाच्या पश्चिमेला परीहा आहे. तिथपर्यंत पोहचण्यासाठी आपल्याला महान पर्वतराजींमधून प्रवास करावा लागेल. परंतु ते धोकादायक आणि वेळखाऊ आहे. सागरी मार्ग हा त्याला पर्याय आहे. परंतु त्यासाठी आपल्याला ईशान्य वारे अनुकूल होईपर्यंत प्रतीक्षा करावी लागेल.''

''ईशान्य वारे? परंतु पर्जन्य थांबल्यानंतरच ते वाहू लागतील. त्यासाठी आपल्याला एक ते दोन महिन्यांची प्रतीक्षा करावी लागेल.''

''होय. आपल्याला तसंच करावं लागेल.''

''माझ्या मनात एक कल्पना आहे. आपण लोथलमध्ये आश्रय घेतल्याचं समजल्यावर मेलुहाचे लोक नगरीभोवती हेरांचं आणि टेहळणी करणाऱ्यांचं जाळंच निर्माण करतील, हे नक्की! त्यामुळे परीहाला जाण्यासाठीचा पारंपरिक मार्ग मी जर अनुसरला, तर मी पश्चिमेकडे प्रवास करत असल्याचे त्यांना लगेच समजेल. त्यामुळे मी वायुपुत्रांकडे साहाय्य मागण्यासाठी गेल्याचा आडाखा महर्षि भृगु

तत्काळ बांधतील. त्यामुळे माझ्या हत्येसाठी मारेकरी पाठवण्यास त्यांना प्रोत्साहनच मिळेल. त्याऐवजी युद्धनौकांचा छोटा ताफा घेऊन दक्षिणेकडे जलप्रवासाला मी निघालो, तर कसं वाटेल?''

शिवाची योजना गोपाळाच्या त्वरित ध्यानात आली. ''म्हणजे आपण नर्मदेकडे निघालो आहोत आणि कदाचित तिथून पुढे आपण उज्जैनला किंवा पंचवटीला जाऊ, असा त्यांचा होरा असेल.''

''अगदी बरोबर!'' शिव म्हणाला. ''आपल्या युद्धनौकांना आपण गुप्त जागी उतरवू आणि नंतर व्यापारी गलबतातून परीहाचा मार्ग धरू.''

''छान! विलक्षण! मेलुहाचे लोक नर्मदेमध्ये तुमचा शोध घेत राहतील आणि तोपर्यंत आपण परीहाकडे मार्गस्थ झालेले असू.''

''बरोबर!''

''आणि संपूर्ण ताफ्याऐवजी जर आपण फक्त एकच व्यापारी गलबत वापरलं, तर आपला प्रवास गुप्त राहील आणि जलद गतीनेही होईल.''

''अगदी बरोबर!''

— ✝️◎ᚢ✦⊕ —

लोथल किल्ल्याच्या तात्पुरत्या निवासस्थानातील खिडकीजवळ सती उभी होती. किल्ल्याच्या पलीकडेच पसलेला सागराचा विशाल, अथांग जलाशय ती पहात होती. मोसमी पर्जन्य थोडा लवकरच आला होता आणि मुसळधार पर्जन्य नगरीला झोडपून काढत होता.

किल्ल्याच्या अंतर्भागात शिव आणि त्याच्या सैनिकांच्या निवासस्थानांची उत्तम व्यवस्था करण्यात आली होती. येत्या एक ते दोन सप्ताहांत आपल्या सैन्यदलासह गणेशाचे लोथलमध्ये आगमन होण्याची शक्यता होती.

वेताच्या काठ्या आणि कापड यांच्यापासून तयार केलेली छत्री हातात घेऊन मोठ्याने बोलतच आयुर्वतीने निवासस्थानाच्या प्रवेशद्वारातून आत प्रवेश केला. छत्री प्रवेशद्वारापाशी ठेवत ती म्हणाली, ''प्रभू रुद्र आणि प्रभू वरुण यांची करुणा भाकली पाहिजे! संपूर्ण वर्षभराचा पर्जन्य फक्त एकाच दिवसात देऊन टाकण्याचं त्यांनी ठरवलेलं दिसतंय!''

सती तिच्याकडे वळली. तिचा चेहरा म्लान दिसत होता.

आयुर्वती तिच्याशेजारी बसली आणि आपल्या अंगवस्त्राचे टोक तिने पिळून टाकले. ''मला पर्जन्य खूपच आवडतो. तो सगळी दुःखं आणि यातना धुवून टाकतो आणि नवीन आशांसह चैतन्यमय नवजीवन घेऊन येतो. सत्य आहे ना?''

सतीने विनम्रतेने मान डोलावली. मात्र तिला त्यामध्ये फारसे स्वारस्य नव्हते. ''होय. तुमचं म्हणणं बरोबर आहे, आयुर्वतीजी.''

आयुर्वती काही ती गोष्ट तशीच सोडून देणार नव्हती. सतीची मनःस्थिती थोडीशी हलकी करण्यासाठी ती पुढे म्हणाली, ''आता, माझ्याजवळ मोकळा वेळ आहे. आता खूप जखमी व्यक्तीही नाहीत आणि पर्जन्यामुळे पसरणाऱ्या आजारांचे रुग्णही नाहीत. या वर्षी आश्चर्यकारकरित्या त्यांचं प्रमाण खूपच कमी आहे.''

''हे चांगलं वृत्त आहे, आयुर्वतीजी,'' सती म्हणाली.

''होय. नक्कीच! त्यामुळे सध्या तुमच्यावर शस्त्रक्रिया करण्यासाठी ही योग्य वेळ आहे, असं मला वाटतं,'' आयुर्वती म्हणाली.

सतीच्या डाव्या गालावर एक काळसर व्रण होता. त्यामुळे तिच्या सौंदर्याची हानी होत होती. देवगिरीच्या युद्धात होरपळल्यामुळे तिच्या गालावर तो मोठा व्रण निर्माण झाला होता.

''मी ठीक आहे. त्यामुळे मला काहीच फरक पडत नाही,'' सती नम्रतेने म्हणाली.

''अर्थातच ते ठीक नाही. आता फक्त तुमच्या चेहऱ्यावर एक व्रणच उरला आहे. सौंदर्य शस्त्रक्रिया करून तो सहजपणे दूर करता येईल.''

''नाही. मला शस्त्रक्रिया करून घेण्याची इच्छा नाही.''

सतीला त्या शस्त्रक्रियेनंतर घ्यावयाच्या प्रदीर्घ विश्रांतीची काळजी वाटत होती आणि कदाचित त्यामुळे आगामी युद्धात ती सहभागी होऊ शकणार नाही, अशी भीतीही वाटत होती, ही गोष्ट आयुर्वतीला माहिती होती. ''परंतु ती तर एक अत्यंत साधी प्रक्रिया आहे, सती. फक्त पंधरवड्यातच तुम्ही ठीक व्हाल. यंदा आपल्याकडे चांगलं पर्जन्यमान असेल, असं दिसतंय. याचा अर्थ आगामी काही महिने तरी युद्ध होणार नाही. त्यामुळे कोणत्याही युद्धात सहभागी होण्यापासून तुम्ही वंचित होणार नाही.''

''आगामी युद्धापासून मला कोणतीही गोष्ट दूर ठेवू शकणार नाही.''

''मग ही शस्त्रक्रिया करून घेऊ नये, असं तुम्हाला का वाटतं, माझ्या बाळा? त्यामुळे प्रभू नीळकंठही प्रसन्न होतील, असं मला वाटतं.''

सतीच्या गंभीर आविर्भावातूनही हलकेसे स्मित पसरून गेले. ''मी कायमच सुंदर दिसते, असं शिव मला सतत सांगतो. माझ्या चेहऱ्यावर व्रण असला काय आणि नसला काय; मी तशीच सुंदर आहे, असं तो मला सांगतो. मला माहिती आहे, की मी भयानक दिसते आहे. त्याचं माझ्यावर प्रेम आहे, म्हणूनच तो असत्य बोलतो आहे. परंतु मी त्याच्या बोलण्यावर विश्वास ठेवणंच पसंत करते.''

''परंतु तुम्ही असं का करता आहात?'' अत्यंत दुःखाने आयुर्वतीने विचारले. ''तुम्हाला त्याचा काहीही त्रास होणार नाही. शिवाय तुम्हाला यातनांची भीती वाटते, असंही नाही....''

''नको, आयुर्वतीजी..''

''परंतु का? त्यामागचं कारण तुम्ही मला सांगितलंच पाहिजे.''

''कारण मला या व्रणाची आवश्यकता आहे,'' सती दृढ निश्चयाने म्हणाली.

आयुर्वती क्षणभर थांबली. ''का?''

''तो व्रणच मला सातत्याने माझ्या अपयशाचं स्मरण करून देत राहील. ते अपयश धुवून काढेपर्यंत मी स्वस्थ बसणार नाही आणि माझ्या सैन्याला पुन्हा एकदा मी सन्मान प्राप्त करून देईन.''

''सती! ती काही तुमची चूक नव्हती...''

''आयुर्वतीजी!'' मेलुहाच्या प्रमुख राजवैद्याचे बोलणे मध्येच थांबवत सती म्हणाली, ''तुम्हीसुद्धा इतर सर्वांप्रमाणेच मला असत्य सांगू नका. त्या सैन्याच्या तुकडीची मीच प्रमुख होते आणि माझ्या सैन्याचा पराभव झाला. ती माझीच चूक होती....''

''सती....''

''हा व्रण माझ्यासोबतच राहील. ज्या ज्या वेळी माझं प्रतिबिंब मी न्याहाळेन, त्या त्या वेळी मी कोणतं कार्य करणं आवश्यक आहे, त्याचं स्मरण तो मला करून देत राहील. माझ्या सैन्याला घेऊन मला युद्ध जिंकू देत, नंतर मी अवश्य शस्त्रक्रिया करून घेईन.''

— ⚲◎Ⓤ♀⊕ —

"दादा," कार्तिक कुजबुजत्या स्वरात म्हणाला. त्याने आपल्या संतप्त बंधुच्या हातावर हात ठेवला होता.

गणेशाचे लष्कर लोथलला पोहचले होतो. त्यांनीही वासुदेव पंडितांच्या सल्ल्यानुसार मृत्तिकावतीला जाणे टाळले होते. शिवाप्रमाणेच गणेशानेही सरस्वती नदीतून त्याचे सैन्य लोथलच्या दक्षिणेकडे कूच करू लागल्यावर आपली गलबते नष्ट केली होती.

प्रशासक चेनारध्वजाने त्यांचे नगरीच्या प्रवेशद्वारात स्वागत केले. गणेश आणि कार्तिकाला आपल्या माता-पित्याला तातडीने भेटायचे होते. परंतु सतीच्या आधीच शिवाला त्यांची भेट घ्यायची होती, असे त्यांना कळवण्यात आले होते. देवगिरीच्या युद्धातील पराभवानंतर आपल्या मातेच्या प्रथम भेटीसाठी शिवाला त्यांना मानसिकदृष्ट्या तयार करायचे होते.

दरम्यानच्या काळात, अयोध्येचा राजकुमार भगीरथ, ब्रंगाचा राजा चंद्रकेतू आणि वैशालीचा राजा माताली या नीळकंठाशी युती केलेल्या सन्माननीय अतिथींना लोथलच्या प्रशासकाच्या आदरातिथ्य अधिकाऱ्यांनी त्यांच्या कक्षांकडे नेले. आपल्या स्वतःच्या देशातील ऐषारामाची आणि सुखासीनतेची सवय चंद्रवंशी राजघराण्यातील लोकांना होती. त्यामुळे मेलुहासारख्या बलाढ्य साम्राज्याचे सूर्यवंशी प्रशासक एवढ्या साधेपणाने रहात असतील, हे पचवणे त्यांना थोडे जड गेले. तरीही त्यांनी मोठ्या उमदेपणाने आपापल्या निवासस्थानांचा स्वीकार केला, कारण ती शिवेच्छा होती, हे त्यांना ज्ञात होते.

सैन्याच्या निवासाची व्यवस्था तेथील अतिथिगृहांमध्ये आणि नगरीत उभारण्यात आलेल्या तात्पुरत्या छावण्यांमध्ये करण्यात आली. एवढ्या मोठ्या प्रमाणातील सैन्याची आणि अधिकाऱ्यांची व्यवस्था एवढ्या झटपट झाली, याचे श्रेय मेलुहाच्या उत्तम नगर नियोजनाला जात होते. लोथलमध्ये अडीच लाखांच्या सैन्याला सामावून घेतले गेले होते, ही मोठीच बाब होती.

शिवाने थोडक्यात माहिती दिल्यानंतर गणेश आणि कार्तिक आपल्या मातेची भेट घेण्यासाठी लगबगीने गेले. तिच्या जखमांविषयीही त्यांना शिवाने सांगितले होते. त्या दोघांपैकी कोणाकडूनही अगदी अनवधानानेही सती आणखी दुखावली जाऊ नये, अशी शिवाची इच्छा होती. शिवाच्या सूचनेप्रमाणे, कार्तिकाने आपल्या क्रोधावर नियंत्रण राखले होते; मात्र आपल्या मातेविषयी असणाऱ्या पराकाष्ठेच्या

प्रेमामुळे गणेश मात्र त्यात यशस्वी झाला नाही.

आपल्या मातेच्या वेड्यावाकड्या झालेल्या चेहऱ्याकडे पाहून गणेशाने आपल्या मुठी आवळल्या. त्याने आपले दात कराकरा वाजवले आणि त्याचा श्वासोच्छवासही जलद गतीने होऊ लागला. नेहमीच शांत दिसणाऱ्या त्याच्या डोळ्यांत आता अंगार फुलला होता. त्याचे लांबलचक नाक ताठरले होते आणि क्रोधाने थरथरत होते. त्याचे भले मोठे सुपासारखे दिसणारे कान ताठरले होते.

गणेश गुरगुरला, "मी त्यांच्यापैकी प्रत्येकाला वेचून वेचून ठार मारेन..."

"गणेश," आपल्या मुलाचे बोलणे मध्येच थांबवत सती शांतपणे म्हणाली, "माझ्याप्रमाणेच मेलुहाचे सैनिक त्यांचं कर्तव्य पार पाडत होते. त्यांनी काहीही चुकीचं केलेलं नाही."

गणेश शांत राहिला. परंतु त्याचा संताप त्यामुळे शमला नव्हता.

"गणेशा, अशा गोष्टी युद्धात घडत असतात. तू ते जाणतोस."

"दादा, मातेचं म्हणणं योग्य आहे," कार्तिक म्हणाला.

सती एक पाऊल पुढे आली आणि आपल्या ज्येष्ठ पुत्राला तिने आलिंगन दिले. त्याचा चेहरा खाली करून त्याच्या कपाळाचे तिने चुंबन घेतले. ती त्याच्याकडे पाहून प्रेमाने स्मित करत होती. "शांत हो, गणेश!"

कार्तिकानेही आपल्या मातेला आणि बंधुला आलिंगन दिले होते. "दादा, युद्धातील व्रण हे योद्ध्यासाठी अभिमानास्पद असतात."

गणेशाने आपल्या मातेला दृढ आलिंगन दिले होते. त्याच्या चेहऱ्यावरून अश्रू ओघळत होते. "माते, तू पुन्हा कधीही युद्धभूमीवर प्रवेश करू नकोस. मी जोपर्यंत तुझ्यासमोर उभा नसेन; निदान तोपर्यंत तरी तू युद्धासाठी जाऊ नकोस."

सतीने क्षीणपणे स्मित केले आणि गणेशाच्या पाठीवर थोपटले.

लोथलमधील प्रशासकाच्या निवासस्थानी असलेल्या आपल्या कक्षात शिवाने प्रवेश केला. तेथील काही सामानाची हलवाहलव करून सती तिथे तलवारबाजीचा सराव करत होती. शिव भिंतीला चिकटून उभा राहिला आणि ती विचलित होऊ नये, अशा बेताने शांतपणे आपल्या पत्नीच्या हालचाली निरखू लागला. तिच्या

परिपूर्ण युद्धकौशल्यामुळे तो भारावून गेला होता. मोठ्या कौशल्याने ती आपल्या पायांवरचा भार बदलत होती. झटपट वार करत होती आणि वेगाने तलवार फिरवत होती. तिच्या हातातील ढालीची वेगाने हालचाल होत होती. एक स्वतंत्र शस्त्र असल्याप्रमाणे ती ढालीचा वापर करत होती. आपण तिच्यावर एवढे प्रेम का करतो, त्याचे आणखी एक कारण त्याच्यासमोर पुन्हा एकदा स्पष्ट होत असल्यामुळे शिवाने एक दीर्घ श्वास घेतला. आपली ढाल उंच धरून सतीने एक जोरदार गिरकी घेतली आणि त्याच वेळी तिची नजर शिवावर पडली.

"तू किती वेळ असाच पहात बसला आहेस?" तिने आश्चर्यचकीत होत शिवाला विचारले.

"मी तुला द्वंद्वाचं आव्हान देऊ नये, याचं मला आकलन होण्यासाठी जेवढ्या कालावधीची आवश्यकता होती, तेवढा वेळ!" शिवाने उत्तर दिले.

सतीने किंचित स्मित केले. परंतु ती काहीही बोलली नाही. तिने झटकन आपली तलवार म्यानबंद केली आणि ढाल खाली केली. शिव पुढे झाला आणि तिच्या पाठीवरून म्यान उतरवण्यास त्याने तिला साहाय्य केले.

"आभारी आहे," सती पुटपुटली. शिवाकडून म्यान घेऊन तिने त्यात तलवार ठेवली आणि ढालीसह ते तेथील छोट्या कपाटात ठेवून दिले. "आपण परीहाला एकत्रितपणे जाऊ शकणार नाही," शिव म्हणाला.

"मला ते माहिती आहे," सती म्हणाली, "परीहाचे लोक फक्त वायुपुत्रांना आणि वासुदेवांनाच त्यांच्या राज्यात प्रवेश करण्याची अनुज्ञा देतात, असं गोपाळजींनी मला सांगितलं आहे. मी दोन्हीही नाही."

"ते ठीक आहे; परंतु तांत्रिकदृष्ट्या विचार करता, मीही नाही."

सतीने आपल्या मस्तकावरून अंगवस्त्र घेतले आणि आपला डावा गालही झाकून टाकला. तिने त्या वस्त्राची कडा आपल्या दातात धरून ठेवली. त्यामुळे तिच्या चेहऱ्यावरचा तो व्रण दिसू शकत नव्हता. "परंतु तू नीळकंठ आहेस. तुझ्यासाठी नियमभंग करणं शक्य आहे."

शिव पुढे आला आणि त्याने एका हाताने सतीला आपल्याजवळ ओढून घेतले. दुसऱ्या हाताने त्याने तिच्या चेहऱ्याला झाकणारे ते अंगवस्त्र पकडले आणि ते दूर करण्याचा प्रयत्न केला. त्याला जरी त्या व्रणाचे फारसे काही वाटत नाही, हे सतीला ठाऊक असले तरीही तो व्रण शिवापासून लपवून ठेवणेच तिला आवडत

असे. इतरांच्या दृष्टीस तो व्रण पडला तरी तिला त्याचे काहीच वाटत नसे; परंतु शिवाच्या दृष्टीस मात्र तो पडता कामा नये, असेच तिला वाटत असे.

"शिवा...." सती पुटपुटली. तिने आपले अंगवस्त्र अधिकच घट्ट पकडले.

शिवाने जोरात ते ओढले आणि तिच्या चेहऱ्यावरून ते दूर केले. अस्वस्थ झालेल्या सतीने हिसडा देऊन त्याच्यापासून दूर जाण्याचा प्रयत्न केला. परंतु शिवाने तिला घट्ट पकडून आपल्या जवळ घेतले.

"तू माझ्या दृष्टीनं स्वतःकडे पहावंस, असं मला वाटतं," शिव कुजबुजला. "मग तुझं अंतर्यामीचं सौंदर्य तुझ्या दृष्टीस पडेल."

सतीने लटक्या रागाने त्याच्याकडे पाहिले आणि ती दूर जाण्याचा प्रयत्न करू लागली; परंतु शिवाने आपली पकड ढिली केली नाही. "मी कुरूप आहे! मला ते माहिती आहे! माझा अवमान करण्यासाठी तुझ्या प्रेमाचा वापर करू नकोस."

"प्रेम?" शिवाने विचारले. आपल्याला आश्चर्य वाटत असल्याचे नाटक करत त्याने आपल्या भुवया वर खाली केल्या आणि तो पुढे म्हणाला, "प्रेमाविषयी कोणी अवाक्षर तरी काढलंय का? ही तर केवळ वासना आहे. सरळ साधी गोष्ट आहे."

सती शिवाकडे एकटक पहात राहिली. तिचे डोळे विस्फारले होते. त्यानंतर ती जोरजोरात हसू लागली.

शिवाने तिला पुन्हा एकदा जवळ ओढले. तो हसत होता. "राजकुमारी, ही काही हसण्यावारी नेण्याची बाब नाही. मी तुझा पती आहे. माझा तो हक्क आहे हे तुला माहिती आहे."

सती तशीच हसत राहिली. तिने खेळकरपणे शिवाच्या छातीवर चापटी मारली.

शिवाने तिचे हळुवारपणे चुंबन घेतले. "माझं तुझ्यावर प्रेम आहे."

"तू वेडा आहेस!"

"तो तर मी आहे. परंतु तरीही मी तुझ्यावर प्रेम करतोच."

प्रकरण ३३

अधिक व्यापक कट

''अगदी बुद्धिमान कल्पना, महाराज,'' विद्युन्माली म्हणाला.

आपल्या नवीन विश्वासू सहकाऱ्यासह, विद्युन्मालीसह दक्ष आपल्या खाजगी कक्षात बसला होता. पार्वतेश्वराच्या सावध दृष्टिकोनाविषयी मेलुहाच्या सेनाधिकाऱ्याच्या मनात वाढते नैराश्य निर्माण होत होते. त्यामुळे नवीनच युती तयार झाली होती. विद्युन्मालीच्या मते, 'प्रतीक्षा करा आणि पहात रहा' या पार्वतेश्वराच्या धोरणामुळे, देवगिरीतील आपल्या पराभवाची हानी भरून काढण्यासाठी शिवाच्या सैन्याला कालावधी मिळणार होता. आता सम्राटाबरोबर विद्युन्माली अधिकाधिक समय व्यतीत करत होता. सम्राट, त्याचे कुटुंबीय आणि राजवाडा यांच्यावर देखरेख करणाऱ्या सैन्याच्या तुकडीचा प्रमुख सेनाधिकारी म्हणून दक्षाने विद्युन्मालीची नियुक्ती केली होती. त्यामुळे सम्राटाने वैयक्तिकरित्या दिलेल्या हुकमाची अंमलबजावणी करणे हे त्याचे आता कर्तव्यच होते. त्यासाठी आपल्या तुकडीचा तो वापर करू शकत होता.

आता त्या दोघांच्या संबंधांमध्ये पुरेसा मोकळेपणा आल्याचे पाहून दक्षाने अखेरीस युद्धाची अखेर करण्याची आपली कल्पना त्याला सांगितली. भृगुंच्या प्रतिक्रियेहून विद्युन्मालीची प्रतिक्रिया अगदीच भिन्न असल्याचे पाहून दक्षाच्या आनंदाला पारावर उरला नाही.

“अगदी बरोबर!” आनंदित झालेला दक्ष उद्गारला. “इतरांना याचं नीट आकलन का होत नाही, तेच मला समजत नाही.”

“महाराज, तुम्ही सम्राट आहात,” विद्युन्माली म्हणाला. “त्यामुळे इतरांनी मान्यता दिली नाही तरी काही बिघडत नाही. जर तुम्ही ही कल्पना राबवायचं ठरवलं असेल, तर ती मेलुहाचीच इच्छा आहे.”

“आपण ही कल्पना राबवावी, असं तुला खरंच वाटतं का?”

“मला काय वाटतं, त्यानं काहीही फरक पडत नाही, महाराज. तुमचा काय विचार आहे?”

“मला तर ती विलक्षण कल्पना वाटते.”

“मग मेलुहाचाही तोच विचार आहे, महाराज.”

“मला वाटतं, की आपण तिची अंमलबजावणी करावी.”

“महाराज, मग माझ्यासाठी काय आज्ञा आहे?”

“मी अद्याप त्याची तपशीलवार आखणी केलेली नाही, सेनाधिकारी,” दक्ष म्हणाला. “तू त्याचा साकल्याने विचार केला पाहिजे. मला फक्त त्याचा मिळणारा महान परिणाम पहायचा आहे. तेच माझं काम आहे.”

“अर्थातच,” विद्युन्माली म्हणाला. “मला क्षमा करा, महाराज. परंतु महर्षि आणि सरलष्करप्रमुख देवगिरीतून बाहेर पडण्याआधी आपण या योजनेची अंमलबजावणी करावी, असं मला वाटत नाही. आपल्या हेतूची त्यांना थोडीशी जरी कल्पना आली, तरी ते आपल्याला रोखण्याचा प्रयत्न करतील.”

“ते कराचपाला जाण्याची योजना आखत आहेत किंवा किमानपक्षी पार्वतेश्वराची अगदी अलीकडची योजना तरी तीच होती. प्रारंभी त्या कल्पनेला माझा पाठिंबा नव्हता, परंतु आता मात्र त्यासाठी मी त्यांना प्रोत्साहनच देईन आणि त्यांचं प्रयाण अधिक जलद घडून यावं, असा प्रयत्न करेन.”

“ही अगदीच स्फूर्तिदायक हालचाल आहे, महाराज. परंतु योग्य मारेकरी मिळवण्यावरही आपल्याला लक्ष केंद्रित केलं पाहिजे.”

“मला ते मान्य आहे. परंतु आपल्याला तसे मारेकरी कुठे उपलब्ध होतील?”

“ते परदेशी असले पाहिजेत, महाराज. त्यांना कोणीही ओळखता कामा नये. त्यांनी अर्थातच मुखवटे आणि बुरखे घालावेत. ते नागांसारखे दिसले पाहिजेत. नाही का?”

"होय. अर्थातच!''

"मला काही लोक माहिती आहेत. या कामात ते निष्णात आहेत.''

"ते कुठे राहतात?''

"इजिप्तमध्ये.''

"प्रभू वरुण कृपा करो, ते तर खूप दूर आहे! त्यांना इकडे येण्यास खूपच अवधी लागेल.''

"मी तातडीने प्रयाण करतो, महाराज. अर्थातच, आपली आज्ञा असेल तरच!''

"मी तुला नक्कीच आज्ञा देत आहे. विद्युन्माली, यशस्वी भव! आगामी शेकडो वर्षं मेलुहा तुझ्यावर स्तुतिसुमनं उधळत राहील.''

— ☥◉☋⚶⊕ —

"प्रभू गोपाळ आणि मी येत्या सप्ताहभरात प्रयाण करू,'' शिवाने सांगितले.

शिव आणि गोपाळ प्रशासकाच्या कार्यालयात बसले होते. त्यांच्याभोवती सती, काली, गणेश, कार्तिक, भगीरथ, चेनारध्वज, चंद्रकेतू आणि माताली बसले होते. मोसमी पर्जन्य आता जवळजवळ संपत आला होता. आता अधूनमधून पर्जन्याच्या हलक्या सरी कोसळत होत्या. जणू काही त्या आता निरोप घेत होत्या. आपल्या छोट्या लढाऊ नौकांच्या लहानशा ताफ्यासह शिव आणि गोपाळ यांनी दक्षिणेकडे प्रवास करण्याची योजना आखली होती. नर्मदेच्या त्रिभुज प्रदेशातून व्यापारी गलबतांमधून गुप्तपणे प्रवास करून उत्तरेकडे प्रयाण करण्याचा त्यांचा बेत होता. तोपर्यंत ईशान्य वारे वाहण्यास प्रारंभ झाला असता आणि पर्जन्यही थांबला असता. त्यानंतर ईशान्य वाऱ्यांचा उपयोग करून घेऊन परीहाच्या दिशेने ते पश्चिमेकडे प्रवास करणार होते. सुदैवाने त्यांच्या हुलकावणीला शत्रू फसला असता, तर मेलुहाला त्यांच्या नेमक्या प्रयाणाचा पत्ताच लागला नसता.

"आम्ही जात असलेल्या स्थानाविषयी गुप्तता पाळली जावी, असं मला वाटतं,'' शिव पुढे सांगू लागला. "आमची मोहीम जर यशस्वी झाली, तर विजयाची हमखास खात्री आहे.''

"परंतु आता तुम्ही नेमकं काय करण्याचा विचार करत आहात प्रभू?'' भगीरथाने विचारले.

"ते तू माझ्यावरच सोड, मित्रा," शिव गूढपणे म्हणाला. "माझ्या अनुपस्थितीत सतीच्या आदेशाचं पालन सर्वांनी करावं."

सर्वांनाच तो निर्णय लगेच मान्य झाला. त्यामुळे त्यांनी तातडीने माना डोलावल्या. सतीने मात्र या निर्णयाविरुद्ध शिवाशी वाद घातला होता, हे कोणालाच माहिती नव्हते. देवगिरीच्या अपयशानंतर आपण यासाठी योग्य नाही, असे तिला वाटत होते. परंतु शिवाने आग्रहच धरला होता आणि त्याचा तिच्यावर पूर्ण विश्वासही होता.

"आमची मोहीम यशस्वी व्हावी, यासाठी प्रभू राम आणि प्रभू रुद्र यांची प्रार्थना करूया," गोपाळ म्हणाला.

— ☖◎⚶⚶⚸ —

'शिव मानसरोवराच्या काठावर उभा होता. सायंकाळच्या आकाशात दिसणारा सूर्यास्त तो पहात होता. तिथे वाऱ्याची झुळूकही येत नव्हती आणि सारे काही तसेच स्थिर, अविचल होते. अचानकच थंडीच्या लाटेने त्याला लपेटून टाकले आणि त्याने खाली वाकून पाहिले. तो गुडघ्याएवढ्या जलात उभा असल्याचे पाहून त्याला आश्चर्याचा धक्काच बसला. तो मागे वळला आणि त्या सरोवरातून बाहेर पडण्यासाठी चालू लागला. मानसरोवराचे काठ जाडजूड धुक्याने भरून गेले होते. काळवंडले होते. त्याला आपले गाव मुळीच दिसत नव्हते. तो त्या सरोवरातून बाहेर पडला, त्याबरोबर शेजारचे धुकेही आश्चर्यकारकरित्या नाहीसे झाले.

"सती?" चकीत झालेल्या शिवाने विचारले.

लाकडांच्या भल्या मोठ्या ढिगावर सती शांतपणे बसली होती. तिच्या शरीराभोवती तिचे धातूचे म्यान होते. तिच्या हातांवरच्या मलमपट्ट्या संधिप्रकाशात चमकत होत्या. तिची तलवार तिच्या शेजारीच पडली होती आणि ढाल तिच्या पाठीवरच लटकत होती. ती युद्धासाठी सज्ज झाली होती. परंतु तिने ते केशरी रंगाचे अंगवस्त्र का परिधान केले होते? अंत्ययात्रेच्या वेळी ते वस्त्र, ते कफन मृतदेहावर पांघरले जात होते.

"सती," तिच्याकडे जात शिव म्हणाला.

सतीने डोळे उघडले आणि तिने शांतपणे स्मित केले. ती बोलत असावी, असे भासत होते. परंतु शिवाला तिचे शब्द ऐकू येत नव्हते. काही क्षणांच्या विलंबानंतर तिचा आवाज त्याच्यापर्यंत पोहचत होता. ''मी तुझी प्रतीक्षा करेन.''

''काय? तू कुठे चालली आहेस?''

अचानकच हातात मशाल घेतलेली एक भयावह आकृती तिथे प्रकट झाली. क्षणभरही विचलित न होता सती बसलेल्या लाकडाच्या ढिगाला त्या आकृतीने आपल्या हातातील मशालीने अग्नी लावला. त्याबरोबर ती चिता धडाडून लागली.

''सती!'' स्तंभित झालेला शिव किंचाळला आणि तिच्या दिशेने धावत सुटला.

सती तशीच त्या जळत्या चितेवर बसून राहिली होती. ती अगदी शांत होती. तिच्याभोवती आपल्या जिव्हा चाटत पसरलेल्या ज्वाळांच्या पार्श्वभूमीवर तिच्या चेहऱ्यावरचे ते प्रसन्न हास्य अगदीच विचित्र भासत होते.

''सती!'' शिव ओरडला. ''उडी मार!''

परंतु सती तशीच अविचलपणे बसून राहिली होती. शिव तिच्यापासून अगदी थोड्याच अंतरावर पोहचला होता, तेवढ्यात सैनिकांची एक तुकडी त्याच्यासमोर उडी मारून उभी राहिली. शिवाने क्षणार्धात आपली तलवार उपसली आणि त्या सैनिकांना बाजूला ढकलण्याचा प्रयत्न तो करू लागला. परंतु ते अथकपणे त्याच्याशी युद्ध करू लागले. ते सैनिक महाकाय होते आणि त्यांच्या शरीरावर अनैसर्गिकरित्या भरपूर केस होते. त्याच्या स्वप्नात येणाऱ्या त्या राक्षसासारखे ते दिसत होते. शिवाने त्यांच्याशी न थकता युद्ध केले, परंतु तो त्यांना बाजूला सारू शकला नाही. दरम्यान, त्या ज्वाळांनी त्याच्या पत्नीला पुरते वेढले होते. आता तर त्याला ती स्पष्टपणे दिसतही नव्हती... आणि तरीही, ती त्या चितेवरच बसून राहिली होती. तिथून सुटकेचा एखादा प्रयत्नही ती करत नव्हती.

'सती!'

शिव एकदम जागा झाला. त्याच्या अंगातून घामाच्या धारा निथळत होत्या. अत्यंत निराशेने त्याने आपला हात पुढे केला. अंधारात दृष्टी सरावण्यासाठी त्याला एक क्षणभर लागला. तो अंतःप्रेरणेनेच आपल्या उजवीकडे वळला. सती गाढ झोपी गेली होती. रात्रीच्या मंद प्रकाशात तिचा भाजलेला गाल स्पष्टपणे दिसत होता.

शिव झटकन तिच्या शरीरावर वाकला आणि त्याने आपल्या पत्नीला आलिंगन

दिले.

"शिवा....." अर्धवट झोपेत असलेल्या सतीने म्लानपणे म्हटले.

शिवाने काहीच म्हटले नाही. त्याने तिला घट्ट मिठीत घेतले. त्याच्या चेहऱ्यावरून अश्रू ओघळत होते.

"शिवा?" सतीने विचारले. ती आता पूर्णपणे जागी झाली होती. "काय झालं?"

परंतु शिव तिच्याशी चकार शब्दही बोलू शकला नाही. त्याचे मन भावनांनी ओथंबून गेले होते.

त्या मंद प्रकाशात त्याच्याकडे पाहण्यासाठी सतीने आपले मस्तक बाजूला केले. तिने त्याच्या गालांना स्पर्श केला. ते ओलसर होते.

"शिवा? प्रिया? काय झालं? तुला दुःस्वप्न पडलं का?"

"सती, मी परतेपर्यंत तू युद्धावर जाणार नाहीस, असं मला वचन दे."

"शिवा, तूच तर मला सेनाप्रमुख बनवलं आहेस. जर सैन्याला युद्धावर जावंच लागलं, तर मला त्यांचं नेतृत्त्व करावंच लागेल. तू ते जाणतोसच."

शिव गप्प राहिला. "तुला काय स्वप्न पडलं?"

त्याने फक्त आपले मस्तक हलवले.

"शिवा, ते फक्त एक स्वप्न होतं. त्याला काहीच अर्थ नाही. आता तू फक्त आपल्या प्रवासावरच लक्ष केंद्रित करण्याची आवश्यकता आहे. तू उद्याच प्रयाण करणार आहेस. वायुपुत्रांच्या त्या मोहिमेत तू यशस्वी झालंच पाहिजेस. त्यामुळेच या युद्धाची समाप्ती होईल. माझ्याबद्दलच्या चिंतेमुळे आपलं लक्ष विचलित होऊ देऊ नकोस."

शिव तसाच उदासिन राहिला. ते स्वप्न तसेच सोडून देण्यास तो तयार नव्हता.

"शिवा, तू आपल्या खांद्यांवर भवितव्याचा भार पेलत आहेस. मी तुला पुन्हा एकदा सांगते. माझ्याविषयीच्या प्रेमामुळे तुझं लक्ष विचलित होऊ देऊ नकोस. ते फक्त एक स्वप्न होतं. बस्स!"

"मी तुझ्याशिवाय जगू शकत नाही."

"तुला माझ्याशिवाय जगावंही लागणार नाही. तू परत येईपर्यंत मी तुझी प्रतीक्षा करेन. मी तुला वचन देते."

शिव क्षणभर शांत झाला. सतीच्या डोळ्यांत खोलवर पहात तो म्हणाला,

''अग्नीपासून दूर रहा.''

''शिवा, खरंच सांग, काय...''

''सती मला वचन दे! तू अग्नीपासून दूर राहशील असं वचन मला दे!''

''होय, शिवा. मी तुला वचन देते.''

प्रकरण ३४

उंबरगावचे साहाय्य

शिव प्रयाणासाठी सिद्ध झाला होता. त्याचे सामान आधीच जहाजावर धाडण्यात आले होते. आपल्या सर्व साहाय्यकांनी आपल्या कक्षाच्या बाह्य भागातच रहावे, असा आदेश त्याने आधीच देऊन ठेवला होता. त्याला सतीसमवेत एकांतात काही क्षण व्यतीत करावयाचे होते.

''निघण्याची वेळ झाली आहे.'' शिव कुजबुजला.

सतीने स्मित केले आणि त्याला आलिंगन दिले. ''मला काहीही होणार नाही, माझ्या प्रिया, इतक्या लवकर तुला माझ्यापासून सुटका मिळणार नाही.''

शिव हळुवारपणे हसला, कारण सतीने त्याचेच वाक्य म्हटले होते. ''मला ते माहिती आहे. रात्री पडलेल्या एका स्वप्नाविषयी मी अति भावुक बनलो होतो आणि अनावर प्रतिक्रिया व्यक्त केली होती.''

शिवाने सतीचे मुख वर उचलले आणि आत्यंतिक प्रेमाने तिचे चुंबन घेतले. ''माझं तुझ्यावर प्रेम आहे.''

''माझंही तुझ्यावर प्रेम आहे.''

— ⵊ◎Ʊ⚡⊛ —

त्यानंतर दोनच सप्ताहांनी, नर्मदेच्या त्रिभुज प्रदेशाच्या उत्तरेकडच्या बाजूला थोड्याच अंतरावर एका आडोशाला असलेल्या खाऱ्या पाण्याच्या तळ्याच्या किनाऱ्यावर शिव आणि गोपाळ उभे होते. आदल्या रात्रीच युद्धनौकांचा तो छोटासा ताफा त्या तळ्यातून गुप्तपणे निघून गेला होता. शिव आणि गोपाळ एका छोट्याशा नौकेतून किनाऱ्यावर उतरले होते. दुसऱ्या दिवशी पहाटेच, त्यांना परिहाला घेऊन जाणारे व्यापारी गलबत त्या खाऱ्या तळ्यात आले.

''हं....हे कौशल्यपूर्णतेने बनवलेलं गलबत आहे,'' शिव प्रशंसा करत म्हणाला. ते निःसंशय एक भले मोठे गलबत होते आणि नक्कीच व्यापारी मालाच्या वाहतुकीसाठी ते बनवण्यात आले होते. परंतु त्याला दोन डोलकाठ्या होत्या आणि त्याचा मागचा भाग अधिक उंच आणि पुढील भाग कमी उंचीचा होता. अर्थातच गलबताने प्रचंड वेगाने अंतर कापावे, अशी त्याची बांधणी करण्यात आली होती, हे कोणाही तज्ज्ञाच्या ध्यानात आले असते. याशिवाय गलबतावर वल्ह्यांचे दोन संचही होते. त्यामुळे आवश्यकता भासलीच, तर वल्हेकरीही गलबत वल्हवू शकत होते.

''आपल्याला खराखरच वल्हेकऱ्यांची आवश्यकता नाही,'' गोपाळ म्हणाला. ''आपल्या गलबताला ईशान्य मोसमी वाऱ्यांचं पाठबळ लाभणार आहे,'' गोपाळ म्हणाला.

''हे एवढं सुंदर गलबत कुठून आलंय?'' शिवाने विचारले.

''उंबरगाव नावाचं एक लहानसं गाव आहे. तिथे विविध प्रकारची गलबतं तयार केली जातात.''

''उंबरगाव? ते कुठं आहे?''

''नर्मदेच्या त्रिभुज प्रदेशाच्या दक्षिणेकडे ते आहे.''

''तो काही स्वद्वीप किंवा मेलुहा या साम्राज्यांचा भाग नाही.''

''तुमचा अंदाज योग्य आहे, माझ्या मित्रा. त्यामुळेच कोणालाही सुगावा लागू नये, असं वाटत असेल, तर त्या भागातच गलबत तयार केलं पाहिजे. जाधव राणा हा तेथील स्थानिक राजा व्यवहारकुशल आहे. नागांनी त्याला अनेकदा साहाय्य केलं आहे. त्यांच्या मैत्रीचं मोल तो जाणतो आणि त्याहूनही महत्त्वाची बाब म्हणजे त्याचे लोक गलबत बनवण्यात निष्णात आहेत. मानवी पातळीवर जेवढ्या जलद गतीनं पोहचणं शक्य आहे, तेवढ्या सर्वाधिक जलद गतीनं हे

गलबत आपल्याला परिहाला घेऊन जाईल.''

''स्वारस्यपूर्ण गोष्ट आहे! या अमूल्य साहाय्यबद्दल आपण त्यांच्याशी कृतज्ञच राहिलं पाहिजे.''

''नाही,'' गोपाळ स्मित करत म्हणाला. ''आपण नाही; परिहानं उंबरगावशी कृतज्ञ राहिलं पाहिजे. कारण परिहाला नीळकंठासारखी मौल्यवान भेटवस्तू पोहचवण्यासाठी उंबरगावच्या लोकांनी साहाय्य केलं आहे.''

''मी काही कोणी मौल्यवान भेटवस्तू नाही,'' अस्वस्थपणे संकोचत शिव म्हणाला.

''होय. तुम्ही आहात. कारण वायुपुत्रांचा हेतू पूर्ण करण्यासाठी तुम्ही त्यांना साहाय्य करणार आहात. सैतानाला विजयी होऊ न देण्यासाठी त्यांनी प्रभू रुद्राची शपथ घेतली आहे. ती शपथपूर्ती करण्यासाठी तुम्हीच त्यांना साहाय्य करणार आहात.''

शिव शांत राहिला. नेहमीप्रमाणेच तो संकोचून गेला होता.

''आणि मला खात्रीच आहे,'' भविष्यात डोकावून पाहण्याची देणगी लाभलेल्या गोपाळाने पुढे म्हटले, ''एक ना एक दिवस याबद्दल उंबरवासीयांसाठीही परिहाकडून एखादी भेट पाठवली जाईल.''

''मित्रा, तुम्हाला आता कसं काय वाटतंय?'' शिवाच्या कक्षात प्रवेश करता क्षणीच गोपाळाने विचारले.

त्या दोघांना घेऊन चाललेल्या त्या गलबताने सुमारे सप्ताहभर खुल्या सागरातून प्रवास केला होता. आता ते किनाऱ्यापासून खूपच दूरवर होते आणि मेलुहाच्या कोणत्याही लष्करी गलबतामधून प्रवास करण्यापेक्षा हा प्रवास खूपच वेगळा होता. गेल्या काही दिवसांत त्यांना खवळलेल्या सागरी जलातून प्रवास करावा लागला होता. गलबताच्या कप्तानाने त्यासाठी वापरलेल्या जलमार्गामुळे कप्तानाला किंवा गोपाळाला फारसा त्रास होत नव्हता. गलबतावरच्या खलाशांचा तो नेहमीचा वाहतुकीचा मार्ग होता. त्यामुळे त्यांना त्याची सवय होती. त्यांना त्याचा फारसा त्रास होत नव्हता. एवढ्या प्रचंड व्याप्तीच्या सागरी मार्गावरून गोपाळानेही अनेक

वेळा प्रवास केला होता. त्यामुळे त्यालाही त्याचा त्रास होत नव्हता. परंतु नर्मदेच्या त्रिभुज प्रदेशातून लोथलला जाताना फक्त एकदाच शिवाने सागरी प्रवास केला होता. त्यावेळी गलबत किनाऱ्याजवळून जात होते. साहजिकच आता सागराच्या या राकट दर्शनाने शिवाला भरपूर त्रास होऊ लागला होता, त्यात आश्चर्य वाटण्याजोगे काहीच नव्हते.

शिवाने आपल्या अंथरुणावरून वर पाहिले आणि मनातल्या मनात शिव्याशाप देत त्याने आपले डोळे अर्धवट मिटून घेतले. ''माझ्याकडे पोट नावाची गोष्टच उरलेली नाही! ते सगळं केव्हाच ढवळून निघालंय. असल्या लबाड, पाजी सागरावर महामारी पडो!'' तो पुटपुटला.

गोपाळ हळूच हसला. ''नीळकंठा, आता तुमची औषधी घेण्याची वेळ झाली आहे.''

''पंडितजी, ती औषधी प्राशन करण्यात काय अर्थ आहे? माझ्या पोटात काहीच राहू शकत नाही.''

''अल्प कालावधीसाठी जरी ती औषधी तुमच्या पोटात राहिली, तरी उपयुक्त ठरू शकेल. ही घ्या.''

गोपाळाने ती वनस्पतिजन्य औषधी लाकडी चमच्यात ओतली आणि शिवाला दिली. शिवाने झटकन ती पिऊन टाकली आणि तो पुन्हा एकदा अंथरुणावर पडला.

''पवित्र तळ्या, मला साहाय्य कर,'' शिव पुटपुटला. ''ही औषधी किमान काही क्षण तरी माझ्या पोटात टिकू देत.''

परंतु बहुधा त्याची प्रार्थना मानसरोवरापर्यंत वेळेत पोहचली नसावी. शिव आपल्या कुशीवर वळला आणि त्याने शेजारीच ठेवण्यात आलेल्या भल्या मोठ्या पिंकदाणीत उलटी केली. त्याच्या अंथरुणाशेजारीच थांबलेल्या खलाशाने झटकन पुढे जाऊन शिवाच्या हातात ओला कपडा दिला. शिवाने हळुवारपणे आपले तोंड पुसले.

शिवाने आपले मस्तक हलवले आणि कंटाळलेल्या स्थितीत तो आपल्या कक्षाच्या छताकडे पाहू लागला. ''मूर्ख!'' तो सागराच्या दिशेने पहात म्हणाला.

देवगिरीहून बाहेर पडलेल्या प्रचंड सैन्याच्या अग्रभागी भृगु आणि पार्वतेश्वर अश्वारूढ होऊन निघाले होते. बियास नदीकडे ते निघाले होते. तिथूनच गलबतांमधून ते कराचपाला पोहचणार होते.

"कराचपामधील सामर्थ्यशाली गलबतांचा ताफा आपल्याला आपल्या नियंत्रणाखाली आणता येईल, एवढा एकच लाभ आपल्याला कराचपाला जाऊन होणार नाही, असं मला वाटतं,'' भृगु म्हणाले.

पार्वतेश्वराच्या कपाळावर आठ्या पडल्या. ''प्रभू, त्याशिवाय तिथे पोहचण्याने आणखी कोणता लाभ होणार आहे?''

"आणखी एक वस्तुस्थिती अशी आहे, की आपल्या मूर्ख सम्राटाकडून आता सातत्याने तुम्हाला आदेश झेलत बसावं लागणार नाही. तुम्हाला योग्य वाटेल, अशा पद्धतीने तुम्ही युद्धाची व्यूहरचना करू शकाल.''

भृगु दक्षाला तिरस्करणीय, तुच्छ मानत होते, ही बाब उघडच होती आणि त्याच्या फाजील साहसी योजनांची ते दखलही घेत नव्हते. परंतु मेलुहाच्या शिस्तीनुसार, पार्वतेश्वर आपल्या सम्राटाविरुद्ध उघडपणे काहीच बोलू शकत नव्हता. तो तसाच शांत राहिला. काहीच बोलला नाही.

भृगुंनी स्मित केले. ''सरलष्करप्रमुख, तुम्ही खरोखरच अद्वितीय आहात. जुन्या आचारसंहितेला तुम्ही अगदी चिकटून राहता. प्रभू रामालाही तुमचा अभिमान वाटत असेल.''

— ☥ ◎ Ṻ ⚶ ⊕ —

आपल्या प्रवासाला ईशान्य वाऱ्यांचे मोठेच पाठबळ लाभल्यामुळे ते व्यापारी गलबत प्रचंड वेगाने जल कापत पुढे निघाले होते. काही काळ त्रस्त झाल्यानंतर अखेरीस शिव त्या सागरी प्रवासाला सरावला. आता सकाळच्या थंडगार वाऱ्याच्या झुळुकी मजेने अंगावर घेत गलबताच्या मुख्य भागात उघड्यावर थांबून तो गोपाळाशी गप्पा मारू शकत होता.

"आपला पश्चिमी सागर ओलांडून एका अरुंद सामुद्रधुनीतून आपण आता पलीकडे चाललो आहोत,'' गोपाळ म्हणाला. ''आता थोडासा प्रवासच उरला आहे.''

‘‘पलीकडच्या बाजूला काय आहे?’’ शिवाने विचारले.

‘‘जाम झ्रेयांग!’’

‘‘ऐकायला विचित्र वाटतंय. प्रभू रामाशप्पथ, याचा नेमका अर्थ काय आहे?’’

गोपाळ हसला. ‘‘अगदी साधासुधा अर्थ आहे. झ्रेयांग या शब्दाचा स्थानिक भाषेतील अर्थ आहे, सागर.’’

‘‘आणि जाम म्हणजे?’’

‘‘जाम म्हणजे येणे.’’

‘‘येणे?’’

‘‘होय.’’

‘‘म्हणजे तुम्ही ज्या सागरातून आलात तो सागर, असा याचा अर्थ आहे?’’

‘‘होय. साधं नाव आहे. एलाम किंवा मेसोपोटॅमिया किंवा त्याहूनही पश्चिमेकडे असलेल्या भूमीत तुम्हाला यायचं असेल, तर हा सागर तुम्हाला ओलांडावाच लागतो. परंतु त्याहूनही सर्वात महत्त्वाची गोष्ट म्हणजे तुम्हाला परिहाला पोहचायचं असेल, तर हा सागर पार करावाच लागतो. त्या सागरापर्यंत यावंच लागतं.’’

‘‘मी मेसोपोटॅमियाविषयी ऐकलं आहे. या देशाचे मेलुहाशी दृढ व्यापारी संबंध आहेत. बरोबर आहे ना?’’

‘‘होय. ते एक सामर्थ्यशाली आणि समृद्ध साम्राज्य आहे. त्या प्रदेशातील टायग्रेस आणि युफ्रॅटिस या दोन महान नद्यांच्या मधल्या प्रदेशात ते वसलं आहे.’’

‘‘मेलुहा आणि स्वद्वीप यांच्यापेक्षाही ते साम्राज्य मोठं आहे का?’’

‘‘नाही,’’ गोपाळाने स्मित केले. ‘‘फक्त मेलुहापेक्षाही ते मोठं नाही. परंतु मानवी संस्कृतीचा उदय त्या ठिकाणी झाला, असा त्यांचा विश्वास आहे.’’

‘‘खरंच? मला वाटतं, की मानवी संस्कृतीचा उगम आपल्याकडे झाला, असं आपण भरतवर्षाचे रहिवासीही मानतो.’’

‘‘सत्य आहे.’’

‘‘मग कोणाचं म्हणणं बरोबर आहे?’’

गोपाळाने खांदे उडवले. ‘‘मला माहिती नाही. कित्येक हजारो वर्षांपूर्वीची ती माहिती आहे. मात्र आपण सर्वच जण हळूहळू सुसंस्कृत बनत गेलो आहोत. त्यामुळे प्रथम कोण सुसंस्कृत बनलं हे जाणून घेणं एवढं महत्त्वाचं आहे का?’’

शिवाने स्मित केले. ‘‘सत्य आहे आणि एलाम कुठे आहे?’’

''एलाम हे मेसोपोटॅमियाच्या आग्नेयेला असलेलं त्याहूनही छोटं राज्य आहे.''

''आग्नेयेला?'' शिवाने विचारले. ''म्हणजे एलाम हे परिहाच्या निकट आहे?''

''होय आणि एलाम हे परीहा आणि मेसोपोटॅमिया यांच्या मधील तटस्थ राष्ट्र आहे. म्हणूनच परिहाचे लोक अनेक वेळा त्यांना अनधिकृतपणे साहाय्य करत असतात.''

''परंतु स्थानिक राजकारणात परीहा गुंतलेलं नसेल, असं मला वाटत होतं.''

''ते त्यात गुंतणं टाळण्याचा प्रयत्न करतात. त्या भागातील कित्येक लोकांनी वायुपुत्रांविषयी काहीही ऐकलेलंसुद्धा नाही. परंतु विस्तार पावणारं मेसोपोटॅमिया आपल्या भूमीवर अतिक्रमण करेल, अशी चिंता त्यांना वाटते.''

''विस्तार पावणारं मेसोपोटॅमिया?''

''दैवी देणगी लाभलेल्या एका बागकाम करणाऱ्या माळ्याने एकदा संपूर्ण जगावर राज्य केलं होतं.''

''बागकाम करणारा माळी? एक माळी योद्धा कसा काय बनला? त्याला गुप्तपणे प्रशिक्षण दिलं गेलं होतं का?''

गोपाळाने स्मित केले. ''मी जी कथा ऐकली आहे, त्यावरून तरी त्याला प्रशिक्षण लाभलेलं नव्हतं.''

शिवाचे डोळे आश्चर्याने आणि उत्सुकतेने विस्फारित झाले. ''मग त्याला नक्कीच खूपच मोठी दैवी देणगी लाभलेली असणार.''

''होय. तो खूपच बुद्धिमान होता; परंतु बागकामात नव्हे!''

शिव हसला. ''त्याचं नाव काय होतं?''

''त्याचं मूळचं नाव कोणालाच माहिती नाही. परंतु तो स्वतःला सार्जन म्हणवून घेत असे.''

''आणि त्याने संपूर्ण मेसोपोटॅमिया पादाक्रांत केला?''

''होय आणि अगदी आश्चर्यकारकरित्या जलद गतीने त्याने हे काम केलं. परंतु त्यामुळे त्याची महत्त्वाकांक्षा पूर्ण झाली नाही. आपल्या शेजारच्या राज्यांवरही त्याने आक्रमण केलं. त्यात एलामचाही समावेश होता.''

''त्यामुळे तो परिहाच्या सीमेपर्यंत पोहचला असेल.''

''अगदी सीमेवरच असं नाही, माझ्या मित्रा. परंतु तो जवळजवळ सीमेपर्यंत पोहचला होता, असं म्हणता येईल.''

"मग तो तिथून पूर्वेकडे का गेला नाही?"

"मला माहिती नाही. तो किंवा त्याच्या वंशजांनीही तसं काही केलं नाही. परंतु वायुपुत्र मात्र त्याच्या या आक्रमक वृत्तीमुळे त्रस्त झाले होते आणि त्यामुळे त्यांनी एलामला साहाय्य केलं. त्या पाठबळावरच एलामच्या लोकांनी त्याच्याविरुद्ध बंड केलं आणि मेसोपोटॅमियावर तो जास्त काळ राज्य करू शकला नाही."

"राजा सार्जन हा अत्यंत आगळावेगळा राजा असावा, असं दिसतं."

"होय. तो तसा होताच. त्याने संपूर्ण जगालाच आव्हान दिलं होतं आणि स्वतःचं नशीबही त्यानं स्वतःच घडवलं होतं. तो एवढा आक्रमक होता, की त्याने आपल्या संपूर्ण साम्राज्याला आपल्या मानलेल्या पित्याचं नाव देण्याचं धाडस केलं. त्याचा हा पिता एक पाणक्या होता."

"त्याचा पिता पाणक्या होता?"

"होय. त्याचं नाव अक्की होतं. त्यामुळे त्याच्या साम्राज्याला अक्काडियनचं साम्राज्य असं म्हटलं जाऊ लागलं."

"अद्यापही ते साम्राज्य अबाधित आहे का?"

"नाही."

"ही दुःखद बाब आहे. अशा प्रकारच्या आगळ्यावेगळ्या अक्काडियन लोकांना भेटायला मला नक्कीच आवडलं असतं."

"प्रभू नीळकंठ, एलामचे लोक मात्र याविषयी खूपच भिन्न विचार करतात."

— 𓀂◎𓎡𓆓⊕ —

सैनिक आता कंटाळले आहेत आणि अस्वस्थही बनले आहेत," गणेश म्हणाला. "आता त्यांचे बाहू स्फुरण पावत आहेत, परंतु आता करण्यासारखंही काही नाही आणि युद्धही नाही."

कार्तिक आणि गणेश यांनी नुकताच सतीच्या कक्षात प्रवेश केला होता आणि आपल्या मातेसोबत कालीला तिथेच बसल्याचे पाहून त्यांना आनंद झाला होता.

"याच गोष्टीची मीही आताच ताईबरोबर चर्चा करत होते," काली म्हणाली. "कशात तरी स्वतःला गुंतवून घेण्यासाठी लोक द्यूत खेळत आहेत आणि मदिरा

प्राशन करत आहेत. आता प्रशिक्षणही फारसं सुरू नाही, कारण त्यात त्यांना काहीच अर्थ वाटत नाही. कारण नजीकच्या काळात युद्धाची संधी मिळणं त्यांना दुरापास्तच वाटत आहे.''

''या कालावधीतच काही मूर्खपणाच्या घटना घडतात आणि त्यामुळे गंभीर समस्या निर्माण होतात,'' सती म्हणाली.

''आपण त्यांना कशात ना कशात गुंतवून ठेवूया,'' कार्तिकाने सुचवले. ''नगरीभोवतालच्या अरण्यांमध्ये आपण प्राण्यांच्या शिकारींचा बेत आखूया. अद्यापही मेलुहाचं सैन्य कराचपामधून बाहेर पडलेलं नाही. त्यामुळे आपल्या सैनिकांना मोठ्या संख्येनं नगरीच्या बाहेर नेण्यात काहीच धोका नाही. शिकारीमुळे काहीतरी कृती केल्याचा आनंद त्यांना प्राप्त होईल.''

''चांगली कल्पना आहे,'' कालीने मान्यता दिली. ''आपल्याकडे असलेल्या अतिरिक्त मांसाचा वापर आपण लोथलच्या नगरवासीयांना मेजवानी देण्यासाठी करूया. त्यामुळे एवढ्या मोठ्या प्रमाणात आलेल्या सैन्याचं यजमानपद आपण स्वीकारल्यामुळे येणारी त्यांची त्रस्तता काही प्रमाणात कमी होईल.''

''शिकारीचा थरार आणि रक्तपात यांमुळे आपल्या सैन्यदलात पसरलेला कंटाळाही दूर होईल,'' गणेश म्हणाला.

''ठीक आहे. मलाही हे मान्य आहे,'' सती म्हणाली. ''मी तत्काळ तसे आदेश देते.''

— ☖◎᛫⏁ᚴ⊕ —

नर्मदेच्या त्या खाऱ्या पाण्याच्या तळ्यातून त्यांनी गुप्तपणे प्रवास सुरू केला होता, त्याला आता दीड महिना उलटून गेला होता. जाम सागराच्या उद्ध्वस्त किनाऱ्यावर त्यांचे गलबत नांगरून ठेवण्यात आले होते. तिथे कोणत्याही प्रकारची वस्ती मुळीच दिसत नव्हती. खरे म्हणजे, त्या भूमीला अजिबातच मानवी उपसर्ग पोहचला नसल्यासारखे दिसत होते. शिवाला आश्चर्य वाटले नाही. वासुदेवांप्रमाणेच वायुपुत्रही आपले अस्तित्व गुप्तच राखत होते. तिथे उतरण्यासाठी एखादी स्वागत कमान उभारली गेली असेल, अशी त्याची अपेक्षाही नव्हती. परंतु तिथे एखादा गुप्त संकेत, एखादी गुप्त खूण असावी, अशी त्याची नक्कीच

अपेक्षा होती. उज्जैनजवळ चंबळच्या किनाऱ्यांवर वासुदेवांची प्रतिकात्मक ज्योत होती, तसाच एखादा संकेत इथेही असेल, असे त्याला वाटत होते.

त्यानंतर आपल्याला काहीतरी सापडले आहे, असे त्याला वाटले. त्या किनाऱ्यावर उंच झुडपांच्या घनदाट रांगा होत्या. तीन ते चार पुरुष उंचीची ती झाडे होती. नांगरून ठेवलेल्या त्या गलबतापासून काही अंतरावरून त्या झाडांना लालसर शेंदरी रंगाची भरपूर फळे लगडल्याचे दिसत होते. त्या झाडांना सर्वत्र लहान आकाराची हिरवीगर्द पाने होती. फक्त त्यांच्या शेंड्यावर तेवढी चमकत्या लाल रंगाची पाने होती. ती चमकती, लाल पाने आणि त्यांच्यासमवेत दिसणारी ती लालसर शेंदरी पाने यांच्या संयुक्त रंगामुळे त्या झुडपांवर ज्वाळा भडकत असल्याप्रमाणे वाटत होते.

'जळणारं झाडं....'

शिव चटकन वळला आणि मुख्य डोलकाठीच्या जवळून वर चढू लागला. तो अगदी तेथील टेहळणी नाक्यापर्यंत पोहचला. एकदा तिथे पोहचल्यावर तर ते प्रतीक स्पष्ट दिसू लागले. तेथील पांढरीशुभ्र वाळू आणि तपकिरी रंगाचे खडक यांच्याशी जोडून संयुक्तपणे ती झाडे पाहिल्यास तिथे एक प्रतीक निर्माण होत होते. शिवाला ते चांगलेच माहिती होते. फ्रवशी, पवित्र ज्वाळा, देवता.

शिव खाली उतरून आला. तिथेच गोपाळ उभा राहिला होता.

"तुला काही सापडलं का, माझ्या मित्रा?" गोपाळाने विचारले.

"मला ती पवित्र ज्वाळा दिसली. तो पवित्र आत्मा. मी फ्रवशीला पाहिलं."

गोपाळ प्रारंभी आश्चर्यचकीत झाला होता. परंतु त्याचे आश्चर्य लवकरच विरले. "अर्थातच! प्रभू मनोभु....त्यांनी तुम्हाला फ्रवशीविषयी सांगितलं असणारच!"

"होय."

"प्रभू रुद्राच्या लोकांच्या विश्वासाचं ते प्रतीक आहे. फ्रवशी हे विशुद्ध आत्म्यांचं प्रतिनिधीत्व करतात. ते देवदूत असतात. ते मोठ्या संख्येने राहतात. या जगात तेच मानवी आत्म्यांना पाठवून देतात आणि देव आणि सैतान यांच्यातील ऐहिक युद्धात त्या पवित्र आत्म्यांना ते साहाय्य करतात. विश्वाच्या निर्मितीसाठी त्यांनीच देवांना मदत केली, असंही मानलं जातं."

शिवाने मान डोलावली. "मला वाटतं, वासुदेवांचीही फ्रवशीवर श्रद्धा असते."

"आम्ही फ्रवशीविषयी आदर राखतो. परंतु ते परिहाचं प्रतीक आहे."

"मग तुमच्या भूमीच्या प्रवेशद्वाराजवळही तुम्ही फ्रवशीचं प्रतीक का ठेवलं आहे?"

गोपाळ विचारमग्न झाला. "फ्रवशीचं प्रतीक? कुठे?"

"चंबळच्या त्या सपाट, मोकळ्या प्रदेशात. तिथूनच तर आम्ही टाळ्यांच्या सांकेतिक खुणांनी तुमच्याशी संपर्क साधला होता."

"हां हां!" गोपाळाने स्मित केले. परीहाचे लोक अग्नी देवतेला आत्यंतिक महत्त्व देतात हे मला माहिती आहेत. त्याचप्रमाणे आपण भरतवर्षातील लोकही अग्नीला अतीव महत्त्व देतो. ऋग्वेदातील पहिली ऋचा अग्नीदेवतेला अर्पण केलेली आहे. जगातील सर्वच धर्मांमध्ये पंचमहाभूतांपैकी अग्नीला महत्त्व दिलं गेलं आहे."

"मानवी संस्कृतीचा प्रारंभ अग्नीमुळे झाला आहे."

"खरं तर तो सर्वच जीवनाचा प्रारंभ आहे, माझ्या मित्रा. तो उर्जेचा स्त्रोत आहे. महान अग्निगोल म्हणूनही ताऱ्यांकडे पाहण्याचा एक दृष्टिकोन आहे."

शिवाने स्मित केले.

त्या दोघांकडे एक खलाशी आला. "प्रभू, मचवा आता खालच्या बाजूला घेण्यात आला आहे. आपण आता सज्ज आहोत."

किनाऱ्यापासून काही अंतरावर मचवा उभा होता. तेवढ्यात तिथल्या उंच झुडुपांआडून एक उंच व्यक्ती बाहेर आली. त्याने लांब, तपकिरी-काळपट रंगाचा बुरखा घातला होता आणि आपल्या हातात एक लांबलचक काठी धरली होती किंवा कदाचित तो भाला असावा. शिवाला त्याविषयी खात्री नव्हती. त्याने आपली तलवार उपसली.

गोपाळाने तिथे जाऊन शिवाचा हात पकडला. "ते ठीक आहे, माझ्या मित्रा."

त्या अनोळखी व्यक्तीवरून शिवाने आपली नजर त्याच्याकडे वळवली आणि त्याने विचारले, "तुम्हाला त्याविषयी खात्री आहे का?"

"होय. तो परीहाचा रहिवासी आहे. तो आपल्याला मार्गदर्शन करण्यासाठी आला आहे."

शिवाने क्षणभर तलवारीच्या मुठीवरची आपली पकड सैल केली; परंतु आपल्या म्यानाच्या निकटच आपला हात ठेवला. ती अनोळखी व्यक्ती झुडुपांमध्ये शिरली आणि दोरखंडासारख्या दिसणाऱ्या गोष्टीला त्याने जोरदार हिसका दिला. शिवाने पुन्हा एकदा आपला श्वास रोखून धरला आणि पुन्हा एकदा आपल्या तलवारीकडे हात नेला.

मात्र त्याने जे दृश्य पाहिले, त्यामुळे त्याला अत्यंत आश्चर्य वाटले. त्या घनदाट झुडपांच्या रांगांमधून चार अश्व बाहेर पडले. त्यांच्यापैकी तीन अश्व रिकामे होते, मात्र चौथ्या अश्वावर भल्या मोठ्या पोत्यासारखी दिसणारी एक पिशवी होती. कदाचित, त्यांच्या प्रवासात त्यांना लागणाऱ्या गोष्टी त्यात भरलेल्या असाव्यात. शिवाने आपल्या तलवारीच्या मुठीवरून आपला हात दूर केला आणि तो सैलावला.

ती अनोळखी व्यक्ती मित्र होती.

प्रकरण ३५

परीहाचा प्रवास

"आपल्याला घेऊन येण्यासाठी वायुपुत्रांनी कोणाला तरी धाडलं, याचाच मला आनंद वाटत आहे," गोपाळ म्हणाला.

आता त्या मचव्यातून त्याचे खलाशी त्यांचे सामान बाहेर काढत होते. काही सामान त्या तीन अश्वांच्या पाठीवर लादण्यात येणार होते. त्यावर शिव, गोपाळ आणि ती परीहाची व्यक्ती बसणार होते. मात्र मोकळ्या अश्वावर प्रचंड प्रमाणात ओझे लादण्यात आले होते.

"प्रभू, परीहाचे रहिवासी मुख्य वासुदेवाकडे कसं काय दुर्लक्ष करू शकतील?" त्या व्यक्तीने गोपाळाला झुकून प्रणाम करत विचारले. "लोथलच्या पंडिताकडून आम्हाला तुमचा संदेश वेळेवर मिळाला. तुम्ही आमचे सन्माननीय अतिथी आहात. माझं नाव कुरुष आहे. परीहा या आमच्या नगरीकडे मार्गक्रमण करण्यासाठी मी तुम्हाला मार्गदर्शन करणार आहे."

शिवाने कुरुषाला निरखून पाहिले. त्याने लांब, तपकिरी रंगाचा बुरखा परिधान केला होता. मात्र तरीही त्याच्याजवळ तलवार होती, ही बाब लपून रहात नव्हती. त्याच्या बुरख्याच्या त्या घोळात अडकलेली तलवार, आणीबाणीच्या प्रसंगी तो कशी काय उपसू शकणार होता, याचे शिवाला आश्चर्य वाटले.

ती व्यक्ती खूपच गोऱ्या वर्णाची होती. सहसा भरतवर्षासारख्या उष्ण प्रदेशांत

असा वर्ण आढळत नाही. त्यामुळे कदाचित ती परीहातील व्यक्ती अशक्य आणि अनाकर्षक दिसत असावी, असा कोणाचाही ग्रह होण्याचा संभव आहे. परंतु वास्तवात मात्र तसे नव्हते. त्याचे नाक लांब आणि तीक्ष्ण होते. त्याने संपूर्ण दाढी राखली होती. त्यामुळे कसे कोण जाणे; परंतु त्याचे मर्दानी सौंदर्य खुलून दिसत होते आणि तो खरोखरीचा योद्धा भासत होता. त्याने भरतवर्षातील लोकांप्रमाणेच आपले केस लांब राखले होते. त्याच्या मस्तकावर चौकोनी पांढरी, सुती टोपी होती. शिवाला मात्र त्याच्या दाढीविषयीच विशेष स्वारस्य वाटत होते. काशीतील पूज्य विश्वनाथ मंदिरातील भगवान रुद्राच्या मूर्तीप्रमाणेच ती दिसत होती. त्या पूर्वीच्या महादेवाच्या मोठ्या दाढीमध्ये केसांचे कित्येक पेड स्वतंत्रपणे गुंफले गेले होते.

"आभारी आहे, कुरुष," गोपाळ म्हणाला. "कृपा करून प्रदीर्घ काळ आपण ज्यांची प्रतीक्षा करत होतो, त्या नीळकंठांची ओळख मला करून देऊ दे."

कुरुष शिवाकडे वळला आणि त्याने तुसडेपणाने मान डोलावली. ज्या वायुपुत्रांना शिव हा एक अकारणच नीळकंठाची बिरुदावली बळकावणारा वाटत होता, त्यांच्यापैकीच कुरुष एक होता, हे उघड होते. त्याच्या जमातीने अधिकृत मान्यता न दिलेला तो नीळकंठ होता. शिवाने काहीच म्हटले नाही. त्यांच्या प्रमुखाचे, मित्राचे मतच फक्त त्याच्या दृष्टीने महत्त्वाचे होते, हे तो जाणून होता.

— 𐀀◎⛎♈✡ —

शिवाने आपल्या घोड्यावर मांड ठोकली. त्यानंतर तो वळला आणि आपल्या गलबताकडे जाणाऱ्या खलाशांकडे पाहून त्याने हात हलवून त्यांचा निरोप घेतला. ते आणखी थोडे अंतर पुढे गेले आणि एका छुप्या खाडीत त्यांनी आपले गलबत नांगरून ठेवले. दोन महिन्यांच्या प्रतीक्षा कालावधीत त्या गलबताचा कप्तान दर दोन दिवसांआड एक मचवा पाठवून गोपाळ आणि शिव ज्या ठिकाणी कुरुषाला भेटले होते, तिथे परतले आहेत का ते पाहणार होता.

कुरुषाने आधीच आघाडीवर राहून घोडदौड करण्यास प्रारंभ केला होता. त्याचबरोबर ज्या अश्वाच्या पाठीवर विविध प्रकारच्या सामानाच्या पिशव्या लादण्यात आल्या होत्या, त्या अश्वाचा लगामही त्याने आपल्या हातात धरला

होता. गोपाळ आणि शिवाने आपापल्या अश्वांना टाच मारली होती. त्यांचे अश्वही आता दुडक्या चालींनी निघाले होते. परीहाची ती व्यक्ती त्यांचा आवाज ऐकू जाण्याच्या क्षेत्राच्या पलीकडे गेल्याची खात्री पटल्यावर शिव गोपाळाकडे वळला. ‘‘कुरुष हे नाव परिचित का वाटतं आहे?’’

‘‘कुरुष याच नावाचं कुरू असं नावही आहे,’’ गोपाळ म्हणाला. ‘‘आणि कुरू हा प्राचीन काळातील भरतवर्षाचा महान सम्राट होता, हे बहुधा तुम्हाला ठाऊक असावं.’’

‘‘मग कोणतं नाव प्रथम अस्तित्वात आलं? कुरू की कुरुष?’’

‘‘म्हणजे कोणत्या नावावर कोणत्या नावानं प्रभाव टाकला, असं तुम्हाला म्हणायचं आहे का?’’ गोपाळाने विचारले. ‘‘भरतवर्षाचा परीहावर प्रभाव पडला की भरतवर्षावर परीहाचा प्रभाव पडला, असंच तुम्हाला विचारायचं आहे ना?’’

‘‘होय. मला तेच माहिती करून घ्यायचं आहे.’’

‘‘मला माहिती नाही. कदाचित दोन्हीही थोडं थोडं बरोबर असेल. त्यांच्या उमद्या संस्कृतीकडून काही गोष्टी आपण शिकलो असू आणि आपल्या महान संस्कृतीकडून तेही काही गोष्टी शिकले असतील. अर्थातच, कोण कोणाकडून आणि किती प्रमाणात शिकलं, अशा प्रकारे याविषयी आपण आणखी खोलात शिरू शकतो. परंतु आपली संस्कृती दुसऱ्याहून अधिक श्रेष्ठ आहे, असं दाखवण्यापोटी आलेल्या नैराश्यातून निर्माण झालेला तो फक्त आपला वृथा अभिमान असतो. तो एक मूर्खपणाचा शोध असतो. अध्ययनाच्या सांस्कृतिक स्त्रोताचा विचार न करता, प्रत्येकाकडून जे जे मिळेल, ते ते शिकत राहणं हे उत्तम असतं.’’

परीहाचा तो रहिवासी एकांड्या शिलेदाराप्रमाणे; परंतु डौलात पुढे निघाला होता. आता त्यांना प्रवासाला प्रारंभ करून एक सप्ताह उलटून गेला होता. कुरुष मात्र दृढनिश्चयाने त्यांच्याशी संवाद न साधता निघाला होता. शिवाच्या मैत्रीपूर्ण प्रश्नांना तो फक्त एखाद्या शब्दातच उत्तरे देत होता. अखेरीस नीळकंठाने त्याच्याशी संभाषण करणे थांबवले.

“प्रभूंचं बालपण इथंच गेलं होतं का?” शिवाने गोपाळाला विचारले.

“होय. प्रभू रुद्र याच परिसरात जन्मले होते. ज्यावेळी आम्हाला आवश्यकता होती, त्याच वेळी ते भरतवर्षात अवतीर्ण झाले होते.”

“ते पऱ्यांच्या प्रदेशातून आले होते. त्यामुळे ते आपोआपच आमचे रक्षणकर्ते देव बनले.”

“खरं तर मला असं वाटतं, की ते परिहामध्ये जन्मले नसावेत; परंतु तेथील जवळपासच्या परिसरात ते जन्मले असावेत.”

“कुठे?”

“अन्शन.”

“अन्शन या शब्दाचा भरतवर्षातील एका भाषेतील अर्थ भूक असाच आहे ना?”

गोपाळाने स्मित केले. “इथेही त्या शब्दाचा अर्थ तोच आहे.”

“म्हणजे त्यांनी आपल्या भूमीचं नाव ‘भूक’ असं ठेवलं? ती भूमी एवढी वाईट होती का?”

“तुमच्या सभोवताली पहा. हे सगळं भयाण, डोंगराळ वाळवंट आहे. इथे जीवन अत्यंत बिकट आहे. फक्त.....”

“फक्त काय?”

“फक्त महान व्यक्तीच या भूमीला काही वेळा माणसांच्या रहिवासाने गजबजवू शकते.”

“..आणि प्रभू रुद्राच्या जमातीतील लोक अशाच प्रकारचे होते?”

“होय. त्यांनीच एलामच्या राज्याची स्थापना केली.”

“एलाम? म्हणजे अक्काडियन लोकांनी जिच्यावर सत्ता प्रस्थापित केली ती भूमी असं तुम्हाला म्हणायचं आहे ना?”

“होय.”

“वायुपुत्रांनी त्यांना का पाठबळ दिलं, त्याचं स्पष्टीकरण यातूनच मिळतं. नाही का? कारण एलामचे लोक हे भगवान रुद्राचे लोक होते.”

“नाही. फक्त तेवढंच कारण नव्हतं. वायुपुत्रांनी एलामच्या लोकांना साहाय्य केलं, कारण मेसोपोटॅमिया आणि त्यांचं राज्य यांच्यामध्ये एक तटस्थ राज्य असण्याची आवश्यकता त्यांना मनापासून भासली होती. खरं तर, प्रभू रुद्रांनी

आपल्या एलामच्या अनुयायांना असं स्पष्टपणे सांगितलं होतं, की त्यांनी एक तर त्यांच्या इतर सर्व प्रकारच्या ओळखीचा त्याग करून वायुपुत्रांच्या जमातीमध्ये यावं किंवा त्यांनी एलाममध्येच राहणं पसंत करावं. ज्यांनी प्रभू रुद्रांचं अनुयायीत्व पत्करलं, ते आजचे वायुपुत्र आहेत.''

''म्हणजे जिथे अन्शन होतं, तिथे परीहा नाही?''

''नाही. अन्शन ही एलामी लोकांची राजधानी आहे. परीहा त्याच्याही पुढे पूर्वेकडे आहे.''

''याचा अर्थ वायुपुत्रांनी फक्त एलामी लोकांनाच नव्हे; तर इतर बाह्य लोकांनाही स्वीकारल्याचं दिसतं. माझे काका तिबेटचे रहिवासी होते.''

''होय. प्रभू मनोभु हे त्यांच्यापैकी एक होते. वायुपुत्र फक्त बुद्धिमत्तेचा निकष लावूनच सदस्यांना स्वीकारतात. ते जन्माचा निकष लावत नाहीत. कित्येक एलामी लोकांनी वायुपुत्र बनण्याचे प्रयत्न केले, परंतु ते अयशस्वी झाले. फक्त आपल्या देशातील काही लोकांचा त्यांनी मोठ्या प्रमाणात स्वीकार केला, कारण ते निर्वासित म्हणून तिकडे गेले होते.''

''म्हणजे भरतवर्षातून?''

''होय. आपण त्या लोकांच्या संदर्भात जे काही केलं, त्याविषयी प्रभू रुद्रांच्या मनात अपराधीपणाची भावना होती. त्यामुळे आपल्या संरक्षणाखाली त्यांनी त्या लोकांना तिकडे नेलं आणि त्यांना आपल्या भूमीत आश्रय दिला. वायुपुत्रांमध्ये त्यांना सामावून घेतलं.''

''ते लोक कोण होते?''

''ते असुर होते.''

या रहस्यभेदाविषयी शिव काहीतरी बोलणार होता, तोच कुरुष त्यांच्याकडे वळला आणि गोपाळाला म्हणाला, ''प्रभू, भोजन करण्यासाठी हे चांगलं स्थान आहे. यापुढचा मार्ग अरुंद आणि डोंगराळ आहे. आपण आता इथे थांबूया का?''

— ✝ ◎ ᵼ ᵼ ⊕ —

भोजन अगदीच थंडगार आणि बेचव होते. याशिवाय त्या अस्वस्थतेत डोंगराळ भागातून वाहणारे जोरदार वारेही भर टाकत होते. परंतु कुरुषाने त्याच्यासमवेत

आणलेल्या सुक्या मेव्यामुळे त्यांना भरपूर ऊर्जा लाभत होती. त्यापुढे पाठ मोडणारी दौड करावी लागणार होती.

कुरुषाने झटकन उर्वरित अन्न व्यवस्थित बांधून ठेवले आणि तो आपल्या अश्वावर स्वार जाला. त्याने अश्वाला टाच दिली. त्याच वेळी आपल्या चौथ्या अश्वाचा लगाम हातात पकडून त्याच्यावर आपले चांगले नियंत्रण असल्याची खात्रीही त्याने करून घेतली. गोपाळ आणि शिवही त्याच्या पाठोपाठ जाऊ लागले.

‘‘असुरांनी इथे आश्रय घेतला होता का?'' शिवाला बसलेला धक्का अद्याप ओसरला नव्हता.

‘‘होय,'' गोपाळाने उत्तर दिले. ‘‘प्रभू रुद्राने स्वतःच काही जीवित असलेल्या उर्वरित असुर नेत्यांना परिहामध्ये नेले होते. भरतखंडात लपून बसलेल्या इतर असुरांनाही वायुपुत्रांनी शोधून बाहेर काढले आणि आपल्या भूमीत नेले. काही असुर तर अति पश्चिमेकडे, म्हणजे एलामच्याही पुढे गेले. त्यानंतर त्यांचं काय झालं, त्याविषयी मी खात्रीपूर्वक सांगू शकणार नाही. परंतु त्यांच्यापैकी अनेक जणांनी परीहामध्येच वास्तव्य केलं होतं.''

‘‘आणि प्रभू रुद्रांनी त्या असुरांचा समावेश वायुपुत्रांमध्ये केला. बरोबर आहे ना?''

‘‘सर्वांचाच नाही. काही असुर तोपर्यंत वायुपुत्रांच्या जमातीत समावेश करण्याएवढे विरक्त बनले नव्हते. त्यांना निर्वासित म्हणून परिहामध्ये वास्तव्य करण्याची परवानगी देण्यात आली. परंतु उर्वरित बहुतांश लोकांचा समावेश वायुपुत्रांमध्ये करण्यात आला.''

‘‘याचा अर्थ वायुपुत्रांपैकी बहुतेक जण असुर राज्यातील लोक आहेत. त्यांना भरतवर्षावर आक्रमण करून देवांचा सूड घ्यावा असं वाटलं नाही का?''

‘‘नाही. एकदा त्यांनी वायुपुत्रांच्या बंधुभावाचं वर्तन असलेल्या जमातीत प्रवेश केल्यानंतर ते असुर उरले नाहीत. त्यांनी आपली जुनी ओळख पुसून टाकली आणि प्रभू रुद्राने वायुपुत्रांसाठी निश्चित केलेल्या प्राथमिक कार्यात त्यांनी स्वतःला झोकून दिलं. ते कार्य होतं पवित्र भरतवर्षाचं सैतानापासून संरक्षण करणं.''

ते वृत्त पूर्णपणे समजल्यामुळे शिवाने एक दीर्घ श्वास घेतला. आपल्या पूर्वाश्रमीच्या शत्रूंविषयीच्या द्वेषाच्या पलीकडे आधी असुर असलेले ते लोक पोहचले होते आणि प्रभू रुद्राने निश्चित केलेल्या कार्यात त्यांनी स्वतःला झोकून

दिले होते.

‘‘नियतीच्या फेऱ्याच्या एका विचित्र वळणामुळे देव ज्यांना राक्षस म्हणत होते, तेच असुर आता देवांच्या भूमीचं सैतानापासून रक्षण करण्याच्या कार्यात गुंतले आहेत,’’ गोपाळ म्हणाला. त्याच वेळी त्याने आपल्या अश्वाला उजवीकडच्या अरुंद मार्गावर प्रवेश करण्यासाठी वळवले.

शिवाच्या मनात अचानकच कसला तरी विचार आला आणि तो झटकन गोपाळाकडे आला.

‘‘परंतु पंडितजी, असुरांना आपल्या जुन्या संस्कृतीचा विसर पडलेला नसणार, याची मला खात्री वाटते. त्यांनी परिहाच्या जीवनशैलीवरही प्रभाव टाकला असणार. कित्येक पिढ्यांनंतरही परदेशी वास्तव्य केलेल्या लोकांच्या वर्तनातील सांस्कृतिक अवशेष सहजासहजी नष्ट होत नाहीत. जोपर्यंत एखादा अगदीच सर्वसंगपरित्यागी बनत नाही, तोपर्यंत तरी नाहीच नाही.’’

‘‘तुमचं म्हणणं बरोबर आहे,’’ गोपाळ म्हणाला. ‘‘असुरांच्या संस्कृतीचा परिहाच्या संस्कृतीवर प्रभाव पडलाच. उदाहरणार्थ, परिहामधील लोक देवासाठी कोणता शब्द वापरतात, ते तुम्हाला ठाऊक आहे का?’’

शिवाने खांदे उडवले.

गोपाळाने त्याच्याकडे गूढ नजरेने पाहिले आणि तो म्हणाला, ‘‘उत्तर देण्यापूर्वी तुम्ही हे जाणून घ्या, की परिहाच्या जुन्या भाषेत स या उच्चाराला स्थान नव्हते. तो केला जात नव्हता. त्याचा उच्चार एक तर ह किंवा श असा केला जात होता. मग त्यांच्या देवांसाठी ते कोणता शब्द वापरत असतील, असं तुम्हाला वाटतं?’’

शिव विचारमग्न झाला. त्यानंतर निव्वळ अंदाज बांधत तो म्हणाला, ‘‘अहुर?’’

‘‘होय. अहुराज’’

‘‘हे देवा! मग ते आपल्या राक्षसांना कोणतं नाव देत होते?’’

‘‘देव’’

‘‘हे महान ब्रह्मदेवा!’’

‘‘त्यामुळे भारतीय संकेतांच्या अगदी विरुद्ध हे आहे. आपण देवांना देव म्हणतो आणि राक्षसांना असुर म्हणतो.’’

शिवाने किंचित स्मित केले. ‘‘ते भिन्न प्रकृतीचे आहेत. परंतु ते सैतान नाहीत.’’

प्रकरण ३६

पऱ्यांची भूमी

सुमारे महिनाभर शिव, गोपाळ आणि कुरुष यांनी अश्वांवरून प्रवास केला होता. अत्यंत दुर्गम, डोंगराळ प्रदेशातून सुरू असलेला त्यांचा प्रवास त्यांच्या इच्छाशक्तीची कसोटी पाहणाराच होता. कारण आता हिवाळाही संपत आला होता. तिबेटच्या डोंगराळ प्रदेशातच शिवाने आपल्या जीवनाचा बहुतांश कालावधी व्यतीत केला होता. त्यामुळे या प्रवासाचा त्याला फारसा त्रास जाणवला नाही. मात्र गोपाळाला दमट, उष्ण हवामानाच्या प्रदेशातील वास्तव्याचीच सवय होती. त्याला थंड आणि विरळ वातावरणात अगदी निकराचे प्रयत्न करत प्रवास करावा लागत होता.

''आपण आता इथे पोहचलोच आहोत!'' आपले मौन सोडत कुरुष एके दिवशी आपला हात उंचावत म्हणाला.

शिवाने लगाम खेचला. त्यावेळी ते एका अरुंद मार्गावर होते. तो जेमतेम चार पुरुष रुंद होता. शिव आपल्या अश्वावरून खाली उतरला. त्याने आपल्या अश्वाची लगाम जमिनीतून वर आलेल्या एका खडकाभोवती बांधून ठेवली आणि गोपाळाला साहाय्य करण्यासाठी तो त्याच्याकडे गेला. त्याने गोपाळाचा अश्वही बांधला आणि त्याला खडकाच्या बाजूला पाठ टेकवून थोडा विश्राम करण्यासाठी बसण्यास त्याने मदत केली. उजवीकडे खोल उतार होता. खाली असलेल्या एका कोरड्या

दरीत तो पोहचत होता. जिथपर्यंत नजर पोहचत होती, तिथपर्यंत कुठेही लोकवस्तीचे किंवा जीवित प्राण्यांचे अस्तित्त्व जाणवत नव्हते. वृक्षराजी तर दूरच; परंतु तिथे कुठेही त्याहून कमी उंचीवर त्यांना दिसलेली अगदी छोटी झाडेझुडपे, रोपे, झाडे असे काहीही नव्हते.

शिवाने भुवया उंचावल्या आणि गोपाळाकडे पहात तो पुटपुटला, ‘‘आपल्याला इथेच पोहचायचं होतं?’’

गोपाळाने नजरेनेच शिवाला कुरुषाकडे पाहण्यास खुणावले. परिहाचा तो नगरवासी त्या खडकाळ भिंतीवर आपले हात फिरवत होता. त्याने डोळे बंद केले होते आणि तो काहीतरी शोधण्याचा प्रयत्न करत होता. अचानकच तो थांबला. तो ज्याचा शोध घेत होता, ते त्याला सापडले होते. दरम्यानच्या काळात शिव पुढे गेला होता आणि त्या खडकाळ भागात त्याला अस्पष्टपणे एक खळगा दिसत होता. ते एक प्रतीक होते. तिथे त्याला एक ज्वाळेसारखी खूण दिसत होती. त्याने ती लगेच ओळखली. ‘फ्रवशी’

कुरुषाने आपल्या पहिल्या बोटातील अंगठी काढून त्या प्रतीकाच्या मध्यभागी दाबली. त्याबरोबर मानवी मस्तकाच्या आकाराएवढा खडकाचा तुकडा उजवीकडून बाहेर आला. कुरुषाने लगेच आपले दोन्ही हात त्या खडकावर ठेवले आणि पाय थोडे मागे घेऊन त्याने तो खडक तसाच जोरात ढकलून दिला.

आता त्या खडकाळ जागेत प्राण ओतल्यासारखे वाटत होते. शिव ते आश्चर्यचकीत होत पहात होता. तिथे एक चार पुरुष लांबीचा आणि तीन पुरुष रुंदीचा मार्ग तयार झाला होता. त्या पर्वताच्या गर्भातून तयार झालेला तो मार्ग शिव पहातच राहिला. कुरुष शिवाकडे वळला आणि त्याने त्यावरून जाण्यासाठी त्याला निर्देश केला. शिवाने गोपाळाला अश्वारूढ होण्यास मदत केली आणि त्याच्या अश्वाचे लगाम त्याच्या हाती दिले. नंतर तो आपल्या अश्वाकडे गेला. त्याच वेळी आपण ज्या ठिकाणी आपल्या अश्वाला बांधून ठेवले होते, तो भाग नैसर्गिक दिसत असला, तरी तो मुद्दाम तयार करण्यात आला होता, हे शिवाच्या लक्षात आले. शिवाने चटकन आपल्या अश्वावर मांड ठोकली आणि गोपाळ आणि कुरुष यांच्या पाठोपाठ तो त्या पर्वताच्या अंतरंगात शिरू लागला.

ते आत शिरताच त्यांच्या मागेच ते खडकातील प्रवेशद्वार हळुवारपणे बंद झाले. त्या भिंतींपैकी एका भिंतीवर एक जळती मशाल ठेवण्यात आली होती. तेवढाच काय तो प्रकाश तिथे होता. अन्यथा; सर्वत्र गडद अंधार दाटलेला होता. त्या मशालीचा उजेड काही अंतरापर्यंत पुढे पसरलेला होता; मात्र त्याही पुढे गुहेतील त्या मार्गावर सर्वत्र काळाकभिन्न अंधारच अंधार होता. त्या भिंतीवरच्या कोनाड्यातून कुरुषाने तीन मशाली घेतल्या आणि त्या पेटवल्या. त्यानंतर त्यापैकी दोन त्याने शिव आणि गोपाळाकडे दिल्या. लगेच आपल्या हातातील मशाल पुढे धरून तो चपळाईने अश्वारूढ झाला आणि पुढे निघाला. शिव आणि गोपाळ यांनीही आपापल्या अश्वांना टाच दिली आणि ते त्याच्या मागोमाग जलद गतीने निघाले.

लवकरच त्या मार्गाला फाटा फुटला. परंतु कुरुषाने अजिबात न गोंधळता त्यापैकी एका मार्गावर प्रवेश केला. त्याने दुसऱ्याकडे पाहिलेसुद्धा नाही. दंडकारण्यातील नाग लोकांप्रमाणेच वायुपुत्रांनीही त्यांच्या राज्याकडे जाणारा मार्ग कुणा अनोळखी, अनधिकृत व्यक्तीला समजलाच तर त्याला चकवा देण्यासाठी त्या मार्गांची योजना केली होती. वायुपुत्रांच्या मार्गदर्शनाअभावी, दुसऱ्या मार्गाने गेलेली व्यक्ती त्या डोंगराळ, खडकाळ भागात रस्ता चुकली असती.

शिवाला अशाच प्रकारच्या कित्येक मार्गांची आपल्या मार्गावर अपेक्षा होती आणि त्या बाबतीत त्याची निराशा झाली नाही.

अर्धा तास नीरस दौड केल्यानंतर पर्वताच्या दुसऱ्या बाजूला ते तिघे पोहचले. तिथे प्रखर सूर्यप्रकाश पसरलेला होता. त्यामुळे प्रारंभी त्यांचे डोळे दिपून गेले. शिवाची नजर त्या प्रकाशाला थोड्या वेळाने सरावल्यावर शिवाने जे समोर पाहिले, त्यामुळे तर तो आश्चर्याने दिङ्मूढच झाला.

आतापर्यंत त्यांनी जे पाहिले होते, त्याहून पर्वताची दुसरी बाजू अगदीच भिन्न होती. एक रुंद, गोलाकार वळसा घेणारा मार्ग तिथून त्या पर्वतामधून जात होता. परिहाचे स्थानिक रहिवासी त्याला रुद्र मार्ग असे म्हणत होते. त्याच्या कडेने सुंदररित्या तयार करण्यात आलेला कठडाही बांधण्यात आला होता. मार्गावरून

अश्व किंवा रथ घसरून त्यांच्या खालच्या बाजूला असलेल्या भयावह, जिवघेण्या दरीत पडू नयेत यासाठी ती दक्षता घेण्यात आली होती. खड्या मार्गाभोवती रुद्र मार्ग वळसे घेत जात होता. खालच्या भागात त्याला उतार होता. ते खोरे एखाद्या हाडासारखे रुक्ष, कोरडे होते. मात्र त्याला चारही बाजूंनी मोठमोठ्या पहाडांनी वेढले होते. निसर्गाची तेथील भव्यदिव्यता तर अनोखीच होती; परंतु त्याचा वापर करून घेऊन परिहाच्या लोकांनी तिथे जे काही बनवले होते, त्यामुळे शिव चकीत झाला होता. फाजील चौकस नजरांपासून त्यांनी स्वतःला दूर राखले होते. भल्या मोठ्या पहाडांनी वेढलेल्या त्या गुप्त स्थानी त्यांनी अक्षरशः पऱ्यांची भूमी ....परीहा, निर्माण केली होती.

एका भव्य चौथऱ्याच्या पायथ्याशी रुद्र मार्ग संपला होता. मात्र पुरापासून संरक्षणासाठी मेलुहाच्या नगरवासीयांनी बांधलेल्या चौथऱ्याप्रमाणे हा चौथरा नव्हता. परिहामध्ये पाण्याची अतिरिक्तता ही समस्या नव्हतीच; तर पाण्याची कमतरता ही त्यांची खरी समस्या होती. त्या खडकाळ, ओबडधोबड, राकट खोऱ्याच्या पायावर त्यांनी गुळगुळीत चौथरा बांधला होता. त्यावर प्रचंड बांधकामे करता यावीत, एवढा तो भक्कम होता. संपूर्ण परीहा नगरीच त्या चौथऱ्यावर बांधण्यात आली होती.

कुरुष, गोपाळ आणि शिव त्या चौथऱ्याच्या सर्वाधिक खालच्या बाजूला असलेल्या स्थानी पोहचले. तिथे तो चौथरा खूपच उंच भासत होता. तो सुमारे वीस पुरुष उंचीचा होता. तिथेच एक भले मोठे, सुरेख प्रवेशद्वार उभारण्यात आले होते. अर्थातच त्या नगरीत प्रवेशासाठी तेवढे एकच प्रवेशद्वार होते. तिथून आत जाणाऱ्या मार्गाच्या दुतर्फा उंच भिंती उभारण्यात आल्या होत्या. पुढे पुढे तो मार्ग अरुंद, चिंचोळा होत गेला होता आणि उत्तम प्रकारे प्रतिबंधात्मक व्यवस्था असलेल्या प्रवेशद्वाराजवळ तर तो अगदीच अरुंद बनला होता. कौतुकाने सभोवताली पहात असताना, शिवामधील योद्ध्याच्या लक्षात आले, की आक्रमण करणाऱ्या सैनिकांच्या दलाला इथे अगदी अरुंद मार्गावरून यावे लागणार होते आणि त्यामुळे परिहाच्या नगरवासीयांना संरक्षण करणे सोपे जाणार होते.

कोरीवकाम केलेल्या भल्या मोठ्या नगर प्रवेशद्वाराला स्थानिक तपकिरी रंगाचे दगड बसवण्यात आले होते. त्या मार्गावरून येताना शिवाला ते दगड सर्वत्र दिसले होते. त्या प्रवेशद्वाराच्या दोन्ही बाजूंना भव्य खांब होते आणि त्यांच्यावर दोन

प्राण्यांच्या भव्य प्रतिकृती बसवण्यात आल्या होत्या. आपल्या नगरीच्या रक्षणासाठी जणू ते शत्रूवर झडप घालण्याच्या पवित्र्यातच तिथे बसलेले होते. ती एका अपरिचित प्राण्याची प्रतिकृती होती. त्या प्राण्याचे शरीर सिंहाचे आणि मस्तक मानवाचे होते आणि त्याला गरुडाचे विशाल पंख होते. मानवी चेहरा असलेल्या त्या प्राण्याच्या अवयवांमधून परिहाच्या नगरवासीयांचा अभिमान प्रतीत होत होता. त्याचे कपाळ भव्य होते. नाक बाकदार होते. व्यवस्थितपणे मोत्यांची गुंफण असलेली दाढी आणि टोके खालच्या दिशेला झुकलेल्या मिशा आणि चौकोनी टोपीमधून खांद्यापर्यंत रुळणारे कुरळे केस असे त्याचे स्वरूप होते. आक्रमक, योद्ध्याप्रमाणे त्याची मुद्रा असली, तरी नजर मात्र शांत, मैत्रीपूर्ण होती.

कुरुषाने द्वारपालाशी संभाषण केल्याचे शिवाच्या लक्षात आले. त्यानंतर कुरुष परत आला आणि गोपाळाशी तो आदरपूर्वक बोलू लागला.

''प्रभू, आता सर्व औपचारिकता पूर्ण झाल्या आहेत. आपल्या प्रवासासाठी दीर्घ काळ लागल्याबद्दल कृपा करून मला क्षमा करा. आपण पुढे निघूया का?''

''क्षमा मागण्याची काहीच आवश्यकता नाही, कुरुष,'' गोपाळ विनम्रतेने म्हणाला. ''चला, आपण पुढे जाऊया.''

कुरुष आणि गोपाळ यांच्यापाठोपाठ शिव शांतपणे निघाला. द्वारपालाच्या चेष्टेखोर आणि कदाचित सूज्ञ निर्णयात्मक नजरेची शिवाला चांगलीच जाणीव झाली होती.

— λ⓪ᚒ⩑⊕ —

फरसबंदी केलेल्या एका प्रशस्त अंगणातून ते पुढे गेले. आपल्या अश्वांना ते त्या कोबा केलेल्या मार्गावरून चौथऱ्याच्या पृष्ठभागावर घेऊन गेले. नुकतेच त्यांनी एक वळण पार केले होते. चौथऱ्याच्या पृष्ठभागाचे दगड चांगले गुळगुळीत होते. काही पादचारी तिथून रमतगमत चालले होते. त्याच्या जवळच पायऱ्या होत्या. त्यांच्यावरून ते पुढे निघाले. त्या मार्गावर सर्वत्र त्या चौथऱ्याचा खडकाळ पृष्ठभाग गुळगुळीत करून त्याला रंग देण्यात आला होता. आता त्यांना चकाकत्या फरशा दिसत होत्या. तिथेच परिहाच्या नगरवासीयांची काही शिल्पे कोरण्यात आली होती. ती शिल्पे जणू काही तिथून जाणाऱ्या येणाऱ्यांकडे दृष्टिक्षेप टाकत होती!

त्यांचे अवयव रेखीव होते आणि अंगावर लांब अंगरखे होते आणि मस्तकांवर चौकोनी टोप्या होत्या. त्या खडकाळ प्रदेशाच्या मध्यभागी अचानकच जलधारा खाली पडत होत्या. त्यांचा सांगीतिक ध्वनी तिथे ऐकू येत होता. त्या खडतर वाळवंटात ते जल कुठून आले, ते गोपाळाला विचारायचे, अशी खूणगाठ शिवाने मनाशी बांधली.

चौथऱ्याच्या वरच्या भागात पोहचल्यावर शिवाचे सगळे प्रश्न मनातल्या मनातच विरून गेले. तिथे सर्वत्र पसरलेल्या अनुपम सौंदर्याने चकीत झालेला शिव उद्‌गारला,

"पवित्र तळ्याशप्पथ!"

परिहातील आत्यंतिक देखण्या, समतोल बांधकामाच्या बगीच्यांकडे त्याची नजर वेधली गेली होती. ती कृत्रिम, स्वर्गीय निर्मिती असामान्य होती. त्यामुळेच परिहाच्या नगरवासीयांनी तिला 'पॅराडिझा' असे नाव दिले होते. 'एकात्मतेचे भव्य स्थान' असा त्या शब्दाचा अर्थ होता.

त्या आयताकृती नगरीच्या मध्यावर्ती अक्षाभोवती 'पॅराडेझा' पसरलेल्या होत्या. त्यांच्या सभोवती इमारती बांधण्यात आल्या होत्या. बगीचा आणि नगर त्या खोऱ्याच्या वरपर्यंतच्या टोकापर्यंत पसरले होते. असुरांनी त्याला 'दयार्द्र पहाड' असे नामाभिधान दिले होते. त्या पहाडाच्या जणू अंतःकरणातूनच जलमार्ग निर्माण झाला होता. ते जल त्या बागांमधून सरळ रेषेत वहात जात होते. प्रत्येक बागेच्या मध्यभागी असलेले भली मोठी चौरसाकृती सरोवरे त्यामुळे भरून जात होती. प्रत्येक सरोवराच्या मध्यभागी कारंजे बांधण्यात आले होते. त्यांच्यातून जलधारा हवेत उंच उडत होत्या. बागांचे उजवीकडचे आणि डावीकडचे अर्धभाग जलमार्गामुळे विभाजित झाले होते. मात्र ते दोन्ही अर्धभाग अगदी एकसारखे होते. बागांमधील संपूर्ण भूभाग आत्यंतिक कष्टाने सौंदर्यपूर्णरित्या वाढवण्यात आलेल्या हिरवळीच्या गालिचाने आच्छादला गेला होता. तळाशी असलेल्या या हिरवळीच्या गालिचावर फुलांचे ताटवे आणि वृक्ष आत्यंतिक सुंदररित्या तयार करण्यात आले होते. आजूबाजूच्या परिसरातूनच फुलझाडे आणण्यात आली होती, हे स्पष्ट होते. गुलाब, नार्सिसस, ट्युलिप्स, लिली, निशिगंध आदी फुलझाडे आणि संत्री, लिंबाची झाडे काव्यात्मक सौंदर्य निर्माण करणाऱ्या रचनेत लावण्यात आली होती.

त्या बगीच्यांच्या सौंदर्यात शिव इतका हरवून गेला होता, की त्याला आपल्या मित्राची हाकही ऐकू आली नाही.

''प्रभू नीळकंठ?'' गोपाळाने पुन्हा एकदा हाक मारली.

शिव त्या प्रमुख वासुदेवाकडे वळला.

''आपण इथे सातत्यानं येऊ शकतो, माझ्या मित्रा. परंतु सध्या मात्र आपल्याला आपल्या अतिथिगृहांकडे प्रस्थान केलं पाहिजे.''

— ⚷ ◐ ⚹ ⌅ ⊕ —

शिव आणि गोपाळ यांच्या निवासाची व्यवस्था राज्य अतिथिगृहात करण्यात आली होती. परिहाला भेट देणाऱ्या मान्यवरांसाठी ते अतिथिगृह राखीव ठेवण्यात आले होते. सौंदर्य आणि अभिजात लावण्य या दोहोंविषयीच्या परिहाच्या नगरवासीयांच्या आसक्तीचा अनुभव तिथेही त्या दोघांना आला.

आपापल्या अश्वांवरून पायउतार झाल्यावर शिव आणि गोपाळ यांना इमारतींमध्ये नेण्यात आले. प्रवेशद्वारातून आत गेल्यावर एक भव्य अंगण दिसत होते. त्याच्या दोहो बाजूंना पूर्णतया वर्तुळाकार असलेल्या भव्य खांबांच्या रांगा होत्या. वरच्या बाजूला भव्य, दगडी छत होते. तिथपर्यंत ते खांब पोहचत होते. त्या खांबांना चमकदार गुलाबी रंग देण्यात आला होता. वरच्या बाजूला छताजवळ मात्र त्या खांबांवर काही प्राण्यांच्या आकृती कोरण्यात आल्या होत्या. शिव डोळे बारीक करून त्यांचे निरीक्षण करत होता.

''बैल,'' शिव म्हणाला.

बैल आणि कावळे हे भरतवर्षातील रहिवाशांमध्ये पवित्र मानले जातात. जीवनातील आध्यात्मिक अनुभवाच्या मार्गावर त्यांना महत्त्वपूर्ण स्थान आहे.

''होय,'' गोपाळ म्हणाला. ''परिहाचे लोकही बैलांना पवित्र मानतात. सामर्थ्य आणि पौरुष यांचं ते प्रतीक आहेत.''

त्या अंगणाच्या दुसऱ्या टोकाला ते पोहचले, त्यावेळी आत्यंतिक सुंदर वस्त्रे परिधान केलेल्या परिहाच्या नगरवासीयांशी त्यांची भेट झाली. त्यांच्यापैकी एकाच्या हातात उबदार पाण्यात भिजवलेल्या सुगंधी कापडांच्या तुकड्यांची थाळी होती. गोपाळाने तत्काळ त्यांपैकी एक कापड उचलले. आपल्या चेहऱ्यावर साचलेली

धूळ आणि घाण पुसून काढण्यासाठी त्याने त्याचा वापर केला. शिवानेही त्याचे अनुकरण केले.

परिहातील एक स्त्री तेवढ्यात गोपाळाकडे आली आणि तिने त्याला खाली वाकून नमस्कार केला. त्यानंतर मृदु आवाजात ती म्हणाली, ''प्रमुख वासुदेव गोपाळ, तुमचं स्वागत असो. महान प्रभू रामाच्या प्रतिनिधीचं आतिथ्य करण्याचा सन्मान आम्हाला लाभला आहे, हे आम्ही आमचं सौभाग्य समजतो.''

''आभारी आहे, देवी,'' गोपाळ म्हणाला. ''परंतु मला एका गोष्टीचा लाभ झालेला नाही. आपण माझे नाव जाणता; परंतु मी मात्र आपल्या नावाविषयी अनभिज्ञ आहे.''

''माझं नाव बहामनदोख्त आहे.''

''बहामनची कन्या?'' गोपाळाने विचारले. कारण जुन्या अवेस्टा या भाषेशी तो परिचित होता.

बहामनदोख्तने स्मित केले. ''अनेक अर्थांपैकी तो एक अर्थ आहे. होय. परंतु मला मात्र माझ्या नावाचा दुसरा अर्थ अधिक प्रिय आहे.''

''कोणता?''

''चांगलं मन असलेली युवती.''

''मला नक्कीच वाटतं, की आपण त्याच नावाचं सार्थक करत असाल, देवी.''

''मी त्यासाठी जास्तीत जास्त प्रयत्न करेन, प्रभू.''

गोपाळाने स्मित केले आणि हात जोडून तिला नमस्कार केला. बहुतेक सर्वच परिहाच्या रहिवाशांनी जाणीवपूर्वक शिवाकडे सदा सर्वकाळ दुर्लक्ष केले होते. मात्र बहामनदोख्तने नीळकंठाला वाकून नमस्कार केला आणि ती म्हणाली, ''प्रभू शिव, तुमचं स्वागत असो. आमच्याकडून तुमच्याविषयी काही आगळीक घडली नसेल, तुम्ही आमच्यावर नाराज नसाल, असं मला वाटतं.''

''मुळीच नाही,'' शिव उमदेपणाने म्हणाला.

''एका मोहिमेसंदर्भात आपलं इकडे आगमन झालं आहे, हे मी जाणते,'' बहामनदोख्त म्हणाली. ''माझ्या संपूर्ण जमातीशी याविषयी संभाषण करण्याएवढं धैर्य मी गोळा करू शकले नाही. परंतु ते कार्य तुम्ही पार पाडू शकाल, याविषयी माझी खात्री आहे. भरतवर्ष आणि परीहा यांच्यामध्ये प्राचीन काळापासून बंध आहेत. त्यामुळे तुमच्या देशाच्या स्वारस्यासाठी आम्ही काही करण्याची

आवश्यकता असेल, तर मला वाटतं, की तुम्हाला साहाय्य करणं हे आमचं कर्तव्य आहे. प्रभू रुद्रांनी आम्हाला हीच आज्ञा दिलेली आहे.''

शिवाला तिच्या वर्तनातील आतिथ्यशीलतेची जाणीव झाली आणि त्याने आपले हात जोडून तिला नमस्कार केला. ''माझ्या देशाकडूनही तुमच्या या औदार्याची परतफेड नक्कीच केली जाईल, देवी बहामनदोख्त!'' तो म्हणाला.

बहामनदोख्तने त्या अंगणात एका टोकाला उभ्या असलेल्या एका स्त्रीकडे पाहिले. शिवाची नजरही तिकडे वळली आणि एका उंच स्त्रीवर खिळून राहिली. तिने परिहाचा पारंपरिक पोशाख परिधान केला होता. तरीही ती परिहाची स्थानिक रहिवासी नव्हती, हे स्पष्टपणे जाणवत होते. तिचा वर्ण ताम्र होता आणि केस दाट, काळेभोर होते. तिचे डोळे हरणासारखे काळेभोर आणि मोठे होते. ते नक्कीच आकर्षक दिसत होते. परिहाच्या इतर स्त्रियांची शरीरे उंच, सडपातळ होती. मात्र या स्त्रीचे बांधेसूद शरीर कमनीय होते. ती खूपच आकर्षक आणि सुंदर स्त्री होती, हे खरेच होते.

''प्रभू शिवा,'' शिवाचे लक्ष आपल्याकडे वेधून घेत बहामनदोख्त म्हणाली. ''माझी साहाय्यिका तुम्हाला तुमचा कक्ष दाखवेल.''

''आभारी आहे,'' शिव म्हणाला.

गोपाळ आणि शिव यांना तिथून नेण्यात येऊ लागले, त्यावेळी नीळकंठाने मागे वळून पाहिले. ती गूढ स्त्री तिथून नाहीशी झाली होती.

— ✶◉Ⴎ⚶⊕ —

शिव आणि गोपाळ यांना एका आरामदायी, सर्व सुविधांनी युक्त असलेल्या कक्षांमध्ये नेण्यात आले. तिथे त्या दोघांसाठी दोन स्वतंत्र शयनगृहे होती. कल्पनातीत सुखदायक सामानाने ते कक्ष सजलेले होते. कक्षाच्या एका टोकाला असलेल्या दरवाजांएवढ्याच लांबीच्या खिडक्या बाहेर गच्चीत उघडत होत्या. गच्च्यांना उंच कठडे होते. शिवाय तिथेच बैठक म्हणून वापरता येण्याजोग्या उंच आणि जाड उशाही ठेवण्यात आल्या होत्या. त्या नक्षीदार, उंची कापडाने आच्छादलेल्या होत्या. त्या दोन उशा एकमेकींवर ठेवल्यावर त्यांचा आसन म्हणून उपयोग करता आला असता. त्या कक्षाच्या दुसऱ्या बाह्य भागातील महालाच्या

मध्यभागी एक छोटासा कारंजा होता. त्याच्यातून पडणाऱ्या जलाच्या मंजुळ आवाजामुळे तिथे सांगीतिक वातावरण निर्माण होत होते. त्यामुळे मनावर फुंकर मारल्यासारखे वाटत होते. अत्यंत मोहक आणि नाजूकपणे विणलेला मऊ गालिचा सर्वत्र पसरलेला होता. जमिनीचा प्रत्येक कण न् कण त्या गालिचामुळे आच्छादित झाला होता. प्रत्येक कोपऱ्यात उशा आणि लोड पसरलेले होते. त्यामुळे गालिचावर आरामशीरपणे बसणेही शक्य होणार होते. ओक वृक्षाच्या लाकडापासून बनवण्यात आलेले आणि अत्यंत सुंदर कलाकुसर केलेले आसनही एका कोपऱ्यात ठेवण्यात आले होते. त्याच्या शेजारीच उशा आणि आणखी आसनेही होती. दुसऱ्या कोपऱ्यात परिहाची सांगीतिक वाद्ये ठेवण्यात आली होती. आदरातिथ्यशीलतेतील सुखविलासाचा भाग तिथे लक्षात घेण्यात आला होता. योद्धे वापरत असलेली शस्त्रास्त्रे वगळता, भिंतीवरील कप्पे आणि फळ्या यांच्यावर चमकदार सोनेरी आणि चंदेरी रंगातील इतर साधने ठेवण्यात आली होती. स्वद्वीपच्या राजप्रासादाच्या तुलनेतही ही अतिथिगृहे अत्यंत आलिशान होती.

दोन्ही शयनगृहांमध्ये आरामदायी नरम पलंग होते. त्यांच्यावर रेशमी चादरी अंथरण्यात आल्या होत्या. त्या पलंगांच्या समोरच, पलंगांपेक्षा कमी उंची असलेल्या आसनांवर फळांचे वाडगे भरून ठेवण्यात आले होते. अगदी खास मागवण्यात आलेली वस्त्रेही तिथे दिसत होती. कक्षातील कपाटांमध्ये दोन अतिथींना आवश्यक असलेली सर्व वस्त्रे ठेवण्यात आली होती. त्यांमध्ये परिहाचे पारंपरिक बुरखेही होते.

शिवाने गोपाळाकडे पाहिले. त्याचे डोळे मिश्किलपणे चमकत होते. तो चेष्टेने हसत म्हणाला, ‘‘मला वाटतं, की अशा प्रकारच्या दीनवाण्या, कष्टदायक कक्षांमध्ये आपण कसेबसे राहू शकू.’’

गोपाळानेही त्याला मजेत साथ दिली.

प्रकरण ३७

अनपेक्षित साहाय्य

अगदी यथेच्छ भोजनानंतर गोपाळ आणि शिव आपापल्या कक्षांमध्ये परतले. शांतपणे विश्राम करण्याची संधी त्यांना मिळाली होती. त्यांनी तिचे मनापासून स्वागत केले. कक्षातील कारंज्याने पुन्हा एकदा शिवाचे लक्ष वेधून घेतले. शिव अचानक म्हणाला, ''पंडितजी, हे जल त्यांना कुठून उपलब्ध होतं?''

''या कारंज्यासाठी?''

''आपण पाहिलेले सर्वच कारंजे, सरोवरं आणि जलमार्ग यांच्यासाठी. अगदी मोकळेपणाने बोलायचं झालं, तर ही नगरी उभारण्यासाठी आणि त्या बगीच्यांसाठी त्यांना प्रचंड प्रमाणात जलाची आवश्यकता भासली असेल. ही तर वालुकामय भूमी आहे आणि इथे नैसर्गिकरित्या वाहणाऱ्या नद्याही नाहीत. इथे नियमित पर्जन्यवृष्टीही होत नसल्याचं मला सांगण्यात आलं. मग त्यांना एवढं जल कुठून उपलब्ध होतं?''

''त्यांच्या अभियंत्यांच्या बुद्धिमत्तेतून ते निर्माण झालं आहे.''

''ते कसं काय?''

''परिहाच्या उत्तरेला मोठे नैसर्गिक झरे आणि ओहोळ आहेत.''

''ते जल खडकांमध्ये आणि भूमीत झिरपलेलं आहे, बरोबर?''

''होय.''

"परंतु झऱ्यांमध्ये तर मुबलक प्रमाणात जल नसतं."

"ते सत्य आहे. परंतु कमतरेतूनच कौशल्य निपजतं. ज्यावेळी तुम्हाला पुरेसं जल उपलब्ध होत नाही, त्यावेळी तुम्ही त्याचा वापर काटकसरीनं करण्यास शिकता. शहरातील सर्व कारंज्यांमधून आणि कालव्यांतून वाहणारं तुम्हाला दिसलेलं जल हे सांडपाण्याच्या पुनर्वापरातून प्राप्त झालेलं आहे."

कारंज्याच्या जलात शिवाने आपला हात बुडवला होता. तो त्याने झटकन काढून घेतला.

गोपाळ हळुवारपणे हसला. "काही काळजी करू नका, माझ्या मित्रा. त्या पाण्यावर प्रक्रिया केलेली असते आणि त्यानंतर पूर्ण शुद्धीकरण करूनच ते वापरलं जातं. ते अगदी पिण्यासाठीही सुरक्षित असतं.

"तुमचा शब्द मी यासाठी प्रमाण मानतो."

शिवाने आपले हात शेजारच्या स्वच्छ कापडाने पुसून घेतलेले पाहिल्यावर गोपाळाने स्मित केले.

"ते ओहोळ आणि झरे किती दूरवर आहेत?"

"या नगरीला जलाचा पुरवठा करणारे ओहोळ आणि झरे नगरीपासून तसे लांब आहेत. सुमारे पंचवीस हजार ते पन्नास हजार पुरुष अंतरावर ते आहेत," गोपाळाने उत्तर दिले.

शिवाने हळुवारपणे शीळ घातली. "ते तर खूप दूर आहेत. मग एवढ्या मुबलक प्रमाणात ते जल ते इथपर्यंत कसं काय आणतात? मला तर एकही कालवा दिसला नाही."

"नाही. त्यांच्याकडे कालवे आहेत. फक्त ते भूमिगत आहेत, त्यामुळे तुम्हाला ते दिसू शकले नाहीत."

"त्यांनी भूमिगत कालवे बांधले आहेत?" स्तंभित झालेल्या शिवाने विचारले.

"आपल्याकडे भरतवर्षात जेवढ्या रुंदीचे कालवे असतात, तेवढे इथले कालवे रुंद नसतात. सहसा भूमिगत सांडपाणी व्यवस्थापनासाठी वापरण्यात येणाऱ्या मार्गाएवढ्याच रुंदीचे ते कालवे असतात. ओहोळ किंवा झऱ्यांपासून त्यांचा मार्ग सुरू होतो."

"परंतु पन्नास हजार पुरुष हे अंतर जल वाहून आणण्याच्या दृष्टीने तसं अधिक आहे. मग त्यासाठी ते काय करतात? त्यांच्याकडे जनावरांच्या शक्तीवर चालणारी

भूमिगत जल उपसा यंत्रणा आहे का?''

''नाही. त्याहूनही अधिक सामर्थ्यशाली असलेल्या नैसर्गिक बलांचा ते वापर करतात.''

''कोणत्या?''

''गुरुत्वाकर्षण शक्तीचा. किंचित उतार असलेले भूमिगत कालवे त्यांनी बांधले आहेत. सुमारे पन्नास हजार पुरुष अंतरापर्यंत त्यांना उतार आहे. गुरुत्वाकर्षण शक्तीमुळे ते जल साहजिकच खालच्या दिशेने वाहतं.''

''फारच छान! परंतु अशा प्रकारच्या गोष्टीच्या बांधणीसाठी उच्च दर्जाची अभियांत्रिकी क्षमता आवश्यक असते.''

''तुमचं म्हणणं योग्य आहे. उताराचा कोन प्रदीर्घ अंतरापर्यंत अगदी तोच आणि तोच राखला जाणं आवश्यक असतं. आवश्यकतेहून किंचित जरी उतार उंच झाला, तरी कालव्याच्या तळाशी जल जमा होऊ लागेल आणि कालांतरानं ते नष्ट होईल.''

''आणि उतार किंचितसा जरी कमी असेल, तर जल एकदम वाहायचंच थांबेल.''

''अगदी बरोबर!'' गोपाळ म्हणाला. ''म्हणजेच अशा प्रकारच्या प्रकल्पाची अंमलबजावणी करण्यासाठी लागणारी अगदी निर्दोष रचना आणि यंत्रणा यांची तुम्ही कल्पना करू शकता.''

''परंतु त्यांनी ते केव्हा...''

त्याच दरम्यान दरवाजावर हळू आवाजात टकटक झाल्याचे ऐकल्यामुळे शिव स्तब्ध झाला. त्याने झटकन हळू आवाजात निकडीच्या स्वरात विचारले, ''आता कोणी येण्याची शक्यता होती का?''

गोपाळाने आपले मस्तक हलवले. ''नाही. आणि आपला रक्षक कुठे आहे? त्याने आपल्याकडे भेटीला येणाऱ्यांविषयी जाहीरपणे आपल्याला कल्पना देणं आवश्यक मानलं जात नाही का?''

शिवाने आपली तलवार उपसली आणि आपल्या पाठोपाठ येण्याचा निर्देश गोपाळाला देत तो दरवाजाजवळ जाऊन उभा राहिला. गोपाळ शिवाच्या मागे उभा राहिला. कारण तेच त्याच्या दृष्टीने सुरक्षित स्थान होते. वासुदेवांचा प्रमुख हा ब्राह्मण होता आणि तो काही योद्धा नव्हता. शिवाने दरवाजाजवळ थांबून प्रतीक्षा

केली. पुन्हा एकदा ती हळुवार आवाजातील टकटक ऐकू आली.

शिव वळला आणि गोपाळाकडे पहात कुजबुजला, ''त्या आगंतुकाला मी ज्या क्षणी आत घेईन, त्याच क्षणी तुम्ही दरवाजा बंद करा आणि कडी लावून टाका.''

शिवाने आपली तलवार एका बाजूला धरली आणि दरवाजा उघडला आणि एका सहज हालचालीनिशी त्या आगंतुकाला कक्षाच्या आत ओढून घेतले. त्याने परिहाच्या त्या रहिवाशाला भूमीवर खाली पाडले. गोपाळाने झटकन हालचाल करून दरवाजा बंद केला आणि कडी लावून टाकली.

''मी मैत्रीण आहे,'' एक स्त्रैण आवाज आला. तिने आपले हात शरण आल्याचे दर्शवत उंचावले.

भूमीवर पडलेल्या त्या स्त्रीकडे शिव आणि गोपाळ यांनी एकटक पाहिले. तिचा चेहरा बुरख्याने झाकला गेला होता.

शिवाच्या तलवारीवर आपली नजर खिळवून ठेवत ती हळूहळू उठून उभी राहिली. ''तुम्हाला तिची आवश्यकता भासणार नाही. परिहाचे रहिवासी आपल्या अतिथींना ठार मारत नाहीत. तो प्रभू रुद्रांचा एक नियमच होता.''

शिवाने आपल्या तलवारीचे पाते तसेच उपसलेल्या स्थितीतच ठेवले. ''तू कोण आहेस, ते उघड कर,'' त्याने आदेश दिला.

त्या स्त्रीने आपल्या चेहऱ्यावरचा बुरखा काढला. ''महान नीळकंठा, तुम्ही गला याआधीही एकदा पाहिलेलं आहे.''

शिवाने त्या आगंतुक महिलेला तत्काळ ओळखले. काळ्या केसांची तीच ती गूढ स्त्री होती. बहामनदोख्तबरोबर संभाषण करत असताना तिलाच त्याने पाहिले होते.

शिवाने स्मित केले. ''मी तुम्हाला पुन्हा भेटू शकेन, याची मला खात्री नव्हती.''

''मी तुम्हाला साहाय्य करण्यासाठी आले आहे,'' ती स्त्री म्हणाली. अद्यापही तिची नजर शिवाच्या हातातील तलवारीवरून बाजूला हटत नव्हती. ''मी तुम्हाला पुन्हा एकदा सांगते, की तुम्हाला तिची आवश्यकता भासणार नाही. आम्ही परिहाचे लोक भगवान रुद्राच्या नियमांचा कधीच भंग करत नाही.''

शिवाने आपली तलवार म्यानबंद केली. ''आम्हाला तुमच्या साहाय्याची आवश्यकता आहे, असं तुम्हाला का वाटलं?''

"तुम्हाला इथे आपल्या तलवारीची आवश्यकता भासणार नाही, असं मी ज्या कारणामुळे म्हटलं नेमक्या त्याच कारणामुळे. आम्ही वायुपुत्र भगवान रुद्राच्या नियमांचा कधीच भंग करत नाही. तुम्ही ज्यासाठी इथे आला आहात, ते प्राप्त करून घेण्याच्या कार्यात तुम्हाला साहाय्य करण्यासाठीच मी इथे आले आहे...."

"तुमचं नाव काय आहे?" शिवाने विचारले. "तुम्ही आम्हाला का साहाय्य करू इच्छिता?"

"माझं नाव शेहराझेड आहे."

प्राचीन परिहाच्या मूळ रहिवाशांशी या शेहराझेड नावाचा संबंध होता. नगरीला स्वातंत्र्य बहाल करणारी व्यक्ती असा त्या नावाचा अर्थ होता.

शिवाने आपले डोळे बारीक केले. "हे असत्य आहे. तुम्ही या भूमीतील नाही. तुमचं खरं नाव काय आहे?"

"मी परिहाची रहिवासी आहे आणि मी सांगितलं तेच माझं नाव आहे."

"तुम्ही जर आम्हाला तुमचं सत्य नावही सांगत नाही, तर आम्ही तुमच्यावर कसा काय विश्वास ठेवू शकू?"

"तुमच्या कार्याचं माझ्या नावाशी काहीच देणं घेणं नाही. अमर्त्य श्पांड, ही वायुपुत्रांची सभा तुमच्या मोहिमेविषयी काय विचार करते हे तुमच्या दृष्टीनं अधिक महत्त्वाचं आहे."

"आणि ते काय विचार करतात, ते तुम्ही आम्हाला सांगू शकाल?" गोपाळाने विचारले.

"म्हणूनच तर मी इथे आले आहेत. तुमची मोहीम यशस्वी करण्यासाठी तुम्हाला काय करावं लागेल, ते सांगण्यासाठीच मी इथं आले आहे."

वायुपुत्रांच्या जमातीच्या प्रमुखाला 'मित्र' असे नामाभिधान बहाल केले गेले होते. त्याचा शब्दशः अर्थ होता सखा. कारण अहुरा माझ्दा या वायुपुत्रांच्या देवांचा तो जिवलग सखा होता.

अहुरा माझ्दा हा निराकार परमेश्वर होता. हिंदुंच्या परमात्मा या संकल्पनेशी त्याच्याविषयीची संकल्पना बहुतांशी मिळतीजुळती होती आणि मित्र हा त्याचा

या भूमीवरचा प्रतिनिधी असे. वायुपुत्रांच्या प्रमुखाला 'मित्र' असे संबोधले जावे, असा आदेश प्रभू रुद्राने दिला होता. कोणतीही व्यक्ती एकदा मित्र बनली, की तिच्या पूर्वीच्या साऱ्या ओळखी पुसल्या जात. त्याच्या पूर्वाश्रमीच्या नावाचाही त्याला त्याग करावा लागत असे. आपल्या आधीच्या कुटुंबीयांशीही तो आपले संबंध पूर्णपणे तोडून टाकत असे. प्रत्येक जणच त्याला त्यानंतर मित्र या नावाने ओळखू लागत असे.

आपल्या कार्यालयाकडे येणाऱ्या बाहेरच्या मार्गावर पावलांचा हळुवार आवाज ऐकू आला, तेव्हा मित्र आपल्या कार्यालयातील लहानशा कक्षात बसला होता. आकाशात फक्त छोटीशी चंद्रकोर होती. त्यामुळे तिथे फारसे दिसू शकत नव्हते. परंतु मित्राला कोण येत होते, ते माहिती होते.

त्याला हळुवार स्त्रैण आवाजात घातलेली साद ऐकू आली, ''महान मित्रा, मी तिला त्यांच्याकडे धाडली आहे.''

''आभारी आहे, बहामनदोख्त. आपल्या जमातीचं उद्दिष्ट साध्य करण्यासाठी आणि प्रभू रुद्राला दिलेल्या आमच्या वचनपूर्तीसाठी तू आम्हाला साहाय्य केलं आहेस. त्यामुळे वायुपुत्र तुझे कायमचे ऋणी राहतील. तुला कायमस्वरूपी वर्षासनही सुरू केलं जाईल.''

बहामनदोख्तने खाली झुकून त्याला नमस्कार केला. आता मित्र बनलेल्या त्या व्यक्तीवर एके काळी ती प्रेम करत होती. परंतु एकदा त्याने प्रमुख म्हणून कार्यभार स्वीकारल्यानंतर आता त्याच्याविषयी केवळ भक्ती आणि आदर एवढ्याच भावना आपल्या मनात आल्या पाहिजेत, हे ती जाणून होती.

ती तिथून शांतपणे निघून गेली.

तिथून निघून जाणाऱ्या बहामनदोख्तच्या पाठमोऱ्या आकृतीकडे मित्राने एकवार पाहिले आणि नंतर तो आपल्या त्या लहानशा कक्षाकडे वळला. तो एका साध्या आसनावर बसला आणि मागे झुकून त्याने आपले डोळे मिटून घेतले. त्याच्या मनात अद्यापही जुन्या स्मृती ताज्या होत्या. अगदी त्या सगळ्या घटना कालच घडल्या असाव्यात असे त्याला वाटत होते. आपला निकटचा मित्र आणि मेव्हणा असलेल्या मनोभुसमवेत झालेले ते संभाषण आजही त्याला जसेच्या तसे आठवत होते.

''मनोभु, तुला खात्री आहे का?'' भविष्यकाळात जो मित्र बनणार होता, त्या

परिहाच्या रहिवाशाने विचारले.

त्या तिबेटी व्यक्तीला आत्यंतिक संताप आला. त्याने आपल्या मित्राकडे, म्हणजेच त्या वायुपुत्राकडे पाहिले.

''मला तुझा अवमान करायचा नव्हता, मनोभु; परंतु आपण जे करतो आहोत, ते बेकायदेशीर आहे, याची तुला जाणीव आहे असं मला वाटतं.''

मनोभुच्या चेहऱ्यावर किंचित स्मित उमटले. त्याने आपली दाढी खाजवली. आपल्या निस्तेज, खरखरीत केसांचा बुचडा त्याने आपल्या मस्तकावर बांधला होता. त्याभोवती त्याने एक मण्यांची माळ बांधली होती. भयावह योद्ध्यांची जमात म्हणून प्रसिद्ध असलेल्या गण या त्याच्या जमातीची ती पद्धत होती. आयुष्यभर त्याने केलेल्या कित्येक युद्धांतील जखमांचे व्रण त्याच्या शरीरावर पसरले होते. त्याचे उंच, पीळदार शरीर नेहमीच सावधानतेच्या पवित्र्यात असे आणि सतत युद्धासाठी तत्पर असे. त्याचे आचरण, त्याचा पेहराव, त्याचे केस सारे काही एका निर्दयी योद्ध्याची साक्ष देत असे. मात्र त्याची नजर...त्याची नजर भिन्न होती. त्याच्या शांत मनाची ती खिडकी होती. ज्याला आपले उद्दिष्ट नेमके ठाऊक होते आणि त्यामुळे जे नेहमीच शांत असे, असे मन त्याला लाभले होते. मनोभुच्या डोळ्यांनी, त्याच्या नजरेने नेहमीच परीहाच्या रहिवाशांचा ठाव घेतला होता आणि त्यांनी त्याला आपला अनुयायी करून घेतले होते.

''तुला जर याविषयी खात्री वाटत नसेल, तर माझ्या मित्रा, तू हे करण्याची आवश्यकता नाही.''

परिहाच्या त्या रहिवाशाने आपली नजर दुसरीकडे वळवली.

''तुझं माझ्याशी नातं आहे, म्हणून त्या दबावाखाली राहून हे करण्यासाठी तू सिद्ध होऊ नकोस,''मनोभु पुढे म्हणाला. मनोभुच्या बंधुबरोबर परिहाच्या त्या रहिवाशाच्या भगिनीचा विवाह झाला होता.

परिहाच्या त्या रहिवाशाने पुन्हा आपली नजर मनोभुकडे वळवली. ''कोणत्याही कारणाला काय महत्त्व असतं? त्याच्या फलनिष्पत्तीलाच अधिक महत्त्व असतं. भगवान रुद्राचा आदेश पाळला जातो आहे का, हे महत्त्वाचं आहे.''

परिहाच्या त्या रहिवाशाच्या नजरेला नजर देत मनोभु तसाच त्याच्याकडे पहात राहिला. त्याची नजर शांत होती. ''भगवान रुद्राचे आदेश माझ्यापेक्षाही तुलाच अधिक माहिती आहेत. कारण काहीही झालं तरी भगवान रुद्र हा

तुझ्याप्रमाणेच परिहाचा रहिवासी होता.''

परिहाच्या त्या रहिवाशाने आपली नजर पुन्हा एकदा दुसरीकडे वळवली आणि तो अस्वस्थपणे त्या कक्षात इतरत्र पाहू लागला. तिथेच एक राक्षसी रसायन एका भांड्यात उकळत होते. त्याखालच्या अग्नीची ज्योत स्थिर आणि एकसारखी होती.

मनोभु पुढे झाला आणि परिहाच्या त्या रहिवाशाच्या खांद्यावर त्याने आपला हात ठेवला. ''माझ्यावर विश्वास ठेव. सोमरस हा सैतान बनत चालला आहे. आपण असंच करावं, अशी प्रभू रुद्राचीच इच्छा असेल. जर सभेला हे मान्य नसेल, तर ते खड्ड्यात जाऊ देत. प्रभू रुद्राच्या आदेशाचं आपण पालन केलं आहे, याविषयी आपली मात्र खात्री पटलीच पाहिजे.''

परिहाच्या त्या रहिवाशाने मनोभुकडे पाहिले आणि उसासा टाकला. ''ही मोहीम यशस्वीपणे तडीस नेण्याची क्षमता तुझ्या पुतण्यामध्ये आहे, याविषयी तुझी खात्री आहे का? तोच एके दिवशी भगवान रुद्राचा वारस ठरू शकेल?''

मनोभुने स्मित केले. ''तो तुझाही भाचा आहे. त्याची आई तुझी भगिनी आहे.''

''ते मला माहिती आहे. परंतु तो मुलगा माझ्यासमवेत वास्तव्यास नाही. तो तुझ्यासमवेत तिबेटमध्ये वास्तव्य करतो. मी त्याला कधीही भेटलो नाही आणि त्याला मी कधी भेटू शकेन का तेही मला माहिती नाही आणि तू तर त्याचं नाव सांगण्यासही मला नकार देत आहेस. म्हणूनच मी तुला पुनश्च एकवार विचारत आहे, की तोच तो आहे, याविषयी तुझी खात्री पटली आहे का?''

''होय!'' मनोभुचा आपल्या श्रद्धेवर ठाम विश्वास होता. ''तोच तो आहे. तोच नीळकंठ बनण्यासाठी मोठा होईल. भगवान रुद्राच्या आदेशांचं पालन तोच करेल. तोच सैतानाला नेस्तनाबूत करेल.''

''परंतु मग त्याला शिक्षण दिलं गेलं पाहिजे. त्याची तयारी करून घेतली गेली पाहिजे.''

''मी त्याची तयारी करून घेईन.''

''परंतु त्याला काय अर्थ असेल? वायुपुत्रांची सभाच नीळकंठाच्या उदयावर नियंत्रण ठेवते. माझा भाचा...तुझा पुतण्या ...त्याचा शोध कसा काय लागेल?''

''योग्य वेळी मी ते सारं घडवून आणेन,'' मनोभु म्हणाला.

परिहाचा तो रहिवासी विचारमग्न झाला. ''परंतु तू कसा काय....''

"तू ते माझ्यावर सोपव," मनोभुने त्याला मध्येच थांबवत म्हटले. "जर त्याचा शोध लागला नाही, तर त्याचा अर्थ सैतानाच्या आगमनाचा समय तोपर्यंत आलेला नसेल. परंतु जर त्याचा उदय झाला, तर....."

"तर सैतानाचं आगमन झालं आहे, असं आपण समजू," परिहाच्या त्या रहिवाशाने मनोभुचे वाक्य पूर्ण केले.

मनोभुने आपले मस्तक हलवले. आपल्या मेव्हण्याशी तो अंशतः असहमत होता. "मग आपण असं समजू, की चांगल्या गोष्टीचं सैतानी गोष्टीमध्ये रूपांतर झालं आहे."

त्या कक्षात दूरवरून आलेल्या एका विशिष्ट आवाजामुळे त्यांचे संभाषण मध्येच थांबले. ती औषधी तयार झाली होती. ते दोन्ही मित्र अग्नीजवळ चालत गेले आणि त्यांनी ती औषधी भांड्यात ओतली. एक जाडसर, लालसर–तपकिरी रंगाची पूड तयार झाली. त्यामधून पृष्ठभागापर्यंत छोटे छोटे उकळते बुडबुडे येत होते.

"आता फक्त ती थंड झाली पाहिजे. आता आपलं काम झालं आहे," परिहाचा तो रहिवासी म्हणाला.

मनोभुने आपल्या मेव्हण्याकडे पाहिले. "नाही, माझ्या मित्रा. त्या कामगिरीला आता कुठे प्रारंभ झाला आहे."

पुन्हा एकदा मनाने वर्तमानकाळात प्रविष्ट झालेल्या मित्राने दीर्घ श्वास घेतला. तो पुटपुटला, "आपलं बंड यशस्वी ठरेल, असं मला कधीच वाटलं नव्हतं, मनोभु."

तो आपल्या आसनावरून उठला आणि बाहेरच्या अंगणात गेला आणि त्याने आकाशाकडे पाहिले. प्राचीन काळी त्याचे लोक असे मानत असत, की एखादी महान व्यक्ती अनंतात विलीन झाली, की ती तारा बनून आकाशात राहते आणि तिथून ती त्यांच्याकडे सतत पहात असते. मित्राने आकाशातील अनंत ताऱ्यांपैकी एका ताऱ्यावर आपली नजर स्थिरावली आणि त्याने स्मित केले. "मनोभु, आपल्या भाच्याचं नाव शिव ठेवण्याचं तू निश्चित केलंस, ती एक चांगली कल्पना ठरली आहे. हा नीळकंठ तोच आहे, हे मला समजण्यासाठीची ती एक चांगली क्लृप्ती होती."

— ☦ ◎ ჻ ♃ ⊕ —

“प्रारंभी तुम्हाला मी असं सांगते, की बहुतांश वायुपुत्र तुमच्या विरोधात आहेत,” शेहराझेड म्हणाली.

“ती काही फारशी गुप्त गोष्ट नाही,” शिव निराशेने म्हणाला.

“हे पहा, त्यासाठी तुम्ही वायुपुत्रांना दोष देऊ शकणार नाही. आमच्या कायद्यांनुसार, फक्त आमच्यापैकीच एक असलेला आणि वायुपुत्रांच्या जमातीने मान्यता दिलेला एक जण नीळकंठ बनू शकतो. तुम्ही अचानकच प्रकट झालात. तुमच्यासारख्या कोणालाही साहाय्य करण्यास किंवा मान्यता देण्यास आमचा कायदा आम्हाला मान्यता देणार नाही.”

“आणि तरीही तुम्ही इथं आला आहात,” शिव म्हणाला. “तुम्ही एकट्याच काम करत आहात, असं मला वाटत नाही. मी तुम्हाला प्रथम पाहिलं तेव्हा तुम्ही अगदी मागच्या बाजूला उभ्या होतात. जवळजवळ लपूनच राहिला होतात. तुम्ही पूर्णपणे स्वीकारल्या गेलेल्या परिहाच्या रहिवासी नाही, हे मी शपथेवर सांगू शकतो. अशी एखादी गोष्ट स्वबळावर करण्याचं धाडस तुमच्यासारख्या एखाद्या व्यक्तीकडे असूच शकणार नाही. परिहाची कोणीतरी सामर्थ्यशाली व्यक्ती तुमच्या पाठीशी आहे. त्यामुळेच काही वायुपुत्रांना तरी माझ्या म्हणण्यात तथ्य आहे, असं वाटतंय, याची मला जाणीव होत आहे. सैतानाचं आगमन झालंय, हे माझं म्हणणं त्यांना पटतं आहे.”

शेहराझेडने मंद स्मित केले. “होय. तुमच्या बाजूला काही अत्यंत सामर्थ्यशाली वायुपुत्र आहेत. परंतु त्यांना तुम्हाला खुलेपणाने साहाय्य करता येणार नाही. नीळकंठ असल्याची बतावणी करणाऱ्या आधीच्या काही ढोंग्यांप्रमाणे तुमचं नाही. तुमचा कंठ आपोआपच निळा झालेला आहे. यातूनच एक ठाम निष्कर्ष काढता येतो आणि तो म्हणजे, काही वायुपुत्रांनी तुम्हाला काही दशकांपूर्वी साहाय्य केलं आहे. यामुळे किती गोंधळ निर्माण झाला होता, याची तुम्हाला कल्पना आहे का? तुमच्या उदयानंतर अकारणच कित्येक आरोप-प्रत्यारोप केले गेले. प्रभू रुद्राचा कायदा मोडून तुम्हाला साहाय्य केल्याबद्दल परिहातील रहिवासी एकमेकांना दूषणं देत राहिले. त्यामुळे वायुपुत्रांमध्ये फूट पडू लागली होती. अखेरीस प्रभू मित्रांनी त्यात हस्तक्षेप करून तो वाद मिटवला. आपली जमात तुम्हाला नीळकंठ म्हणून मान्यता देत नसल्याची घोषणा त्यांनी केली आणि कदाचित तुमच्या स्वतःच्या देशातील कोणीतरी हा बनाव रचला असल्याचं त्यांनी जाहीर केलं.”

“मग जो कोणी वायुपुत्र मला साहाय्य करेल, त्याच्याकडे फितुर म्हणूनच पाहिलं जाईल. कित्येक वर्षांपूर्वी त्यानंच या संपूर्ण प्रक्रियेला प्रारंभ केला होता, असं मानलं जाईल,” शिव म्हणाला.

“अगदी बरोबर!” शेहराझेडने उत्तर दिले.

“मग आता यावर कोणता उपाय आहे?”

“आता प्रभू, तुम्हीच या मोहिमेचं नेतृत्त्व केलं पाहिजे,” गोपाळाकडे वळून शेहराझेड म्हणाली. “प्रभू शिवांनी मागेच राहिलं पाहिजे. आता तुम्ही नीळकंठाला साहाय्य करण्याची मागणी करूच नका. परंतु वासुदेवांच्या जमातीचा सदस्य म्हणून तुम्ही स्वतःला न्याय मिळावा, यासाठी साहाय्य करण्याची मागणी करा. प्रभू रामाच्या प्रतिनिधीच्या न्याय्य मागणीला ते नकार देऊ शकणार नाहीत.”

“मला क्षमा करा. परंतु तुम्ही काय बोलता आहात, त्याचं मला आकलन झालं नाही.”

“प्रभू गोपाळ, नीळकंठांना कशाची आवश्यकता आहे?” शेहराझेडने विचारले. “मेलुहाच्या लोकांना धमकावण्यासाठी त्यांना ब्रह्मास्त्राची आवश्यकता आहे.....”

“तुम्हाला ते कसं काय.....”

“तुमच्याविषयी पूर्ण आदर बाळगून मी तुम्हाला सांगते, की अनावश्यक प्रश्न विचारू नका. तुम्हाला आणि प्रभू शिव यांना कशाची आवश्यकता आहे, ते स्पष्टच आहे. ते मिळवून देण्यासाठी एका उत्तम मार्गाचा शोध घेण्याची आता आवश्यकता आहे. तुम्ही जर थेट असं म्हणाल, की सैतानाशी युद्ध करण्यासाठी आम्हाला ब्रह्मास्त्राची आवश्यकता आहे, तर मग सैतान कोण आहे, हे ठरवण्याचा प्रभू शिवांना कोणता नैतिक अधिकार आहे, असा प्रश्न उपस्थित केला जाईल. कारण आपल्याला सर्वांनाच ज्ञात आहे, की वायुपुत्रांकडून त्यांना ना मान्यता मिळालेली आहे; ना प्रशिक्षण! त्याऐवजी, पूर्वी वायुपुत्रांनी पाठबळ दिलेल्या व्यक्तीने भरतवर्षाच्या पवित्र भूमीत केलेल्या गुन्ह्याच्या विरोधात आवाज उठवा. आणि तो कोणता गुन्हा होता? दैवी अस्त्रांचा अनधिकृत वापर.”

“महर्षि भृगु....” गोपाळ म्हणाला. पंचवटीत त्या महान ऋषिंनी दैवी अस्त्रांचा केलेला उपयोग त्याला माहिती होता.

“अगदी बरोबर. दैवी अस्त्राचा अनधिकृतपणे प्रथमच वापर केला गेला, तर

त्यासाठी चौदा वर्षांचा वनवास ही प्रभू रुद्राने फर्मावलेली शिक्षा आहे. या अस्त्रांचा दुसऱ्यांदा वापर केला गेला, तर मात्र मृत्युदंड हीच शिक्षा आहे. प्रभु भृगुंनी दिलेल्या आदेशांचं महर्षि भृगुंनी उल्लंघन केलं आहे, हे सभेच्या बहुतांश सदस्यांना मान्य आहे.''

''म्हणजे प्रभू रुद्राच्या न्यायाची अंमलबजावणी करणाऱ्यांचं प्रतिनिधीत्व आता वासुदेवांनी केलं पाहिजे. बरोबर?''

''अगदी बरोबर. याला नकार देणं कोणत्याही वायुपुत्राला शक्य नाही. दैवी अस्त्रांवरील बंदीचं उल्लंघन केलं गेलं आहे आणि हे मेलुहाचा सम्राट, अयोध्येचा राजा आणि महर्षि भृगुंनी केलं आहे. त्यामुळे त्यांना शिक्षा करणं अनिवार्य बनलं आहे. म्हणूनच वासुदेवांनी न्याय मिळवण्यासाठी भरतवर्षाबाहेर धाव घेतली आहे.''

''आणि मग वायुपुत्रांना आम्ही असंही सांगितलं पाहिजे, की,'' तिचे बोलणे पूर्णत्वाला नेत शिव म्हणाला, ''की भृगुंकडे आणखीही दैवी अस्त्रांचा साठा असण्याची शक्यता आहे. त्यामुळे त्यांना वठणीवर आणण्यासाठी, योग्य मार्गावर नेण्यासाठी आम्हाला ब्रह्मास्त्राची आवश्यकता आहे.''

शेहराझेडाने स्मित केले. ''तुमचा हेतू सिद्धीस नेण्यासाठी कायद्याचा वापर करा. एकदा तुम्हाला ब्रह्मास्त्र प्राप्त झालं, की तुम्ही मेलुहाच्या लोकांना धमकावण्यासाठी त्याचा वापर करा. सैतानाला रोखलंच पाहिजे. परंतु त्यांनी मला तुम्हाला असंही सांगण्यास सांगितलं आहे, की तुम्ही कोणत्याही परिस्थितीत त्याचा वापर....''

''आम्ही ब्रह्मास्त्राचा वापर करणार नाही,'' गोपाळाने शेहराझेडाचे बोलणे मध्येच थांबवत सांगितले.

''तो फक्त प्रभू रुद्राच्या आदेशापुरताच मर्यादित विषय नाही,'' शिव म्हणाला. ''एवढं भयानक सामर्थ्यशाली अस्त्र वापरणं हे मानवतेच्या नियमांच्याही विरुद्ध आहे.''

शेहराझेडाने मान डोलावली. ''तुम्ही सभेसमोर जाल, त्यावेळी प्रभू मित्रांसमवेत खाजगीत बोलण्याचा आग्रह धरा. दैवी अस्त्राच्या कायद्याचं उल्लंघन झाल्याचा हा विषय आहे, असं त्यांना सांगा. ज्यांनी प्रभू रुद्राच्या कायद्याचा भंग केला आहे, त्यांना शिक्षा न करता मोकाट सोडणं वासुदेवांना मान्य नाही, असं त्यांना सांगा. तेवढं पुरेसं ठरेल. त्यानंतर प्रभू मित्र आणि तुम्ही दोघे यांच्यामध्ये

खाजगी संभाषण होईल. तुम्हाला हवी असलेली गोष्ट तुम्हाला प्राप्त होईल.''

शिवाने स्मित केले. वायुपुत्रांपैकी कोण त्याला साहाय्य करत होते, हे त्याला समजले होते. परंतु शेहराझेडविषयी अद्यापही त्याच्या मनात जिज्ञासा होती. तिचे खरे नाव कोणते आहे, ते त्याला जाणूनच घ्यायचे होते.

''तुम्ही आम्हाला का साहाय्य करत आहात?''

''कारण तसं करण्याविषयी मला सांगितलं गेलं आहे.''

''माझा यावर विश्वास नाही. आणखी काहीतरी नक्कीच आहे. तुम्ही आम्हाला का साहाय्य करत आहात?''

शेहराझेडाने खेदाने स्मित केले आणि ती भूमीवर पसरलेल्या गालिचाकडे पाहू लागली. त्यानंतर ती गच्चीकडे वळली आणि समोर पसरलेल्या काळ्याभोर रात्रीकडे ती पहात राहिली. आपल्या डोळ्यांच्या कडा तिने अलगदपणे टिपल्या आणि आपल्या ओघळू पाहणाऱ्या अश्रूंना रोखले. त्यानंतर ती पुन्हा शिवाकडे वळली. ''कारण एके काळी मी एका व्यक्तीवर प्रेम केलं होतं. त्यानंच मला सांगितलं होतं, की सोमरस सैतानी बनत चालला आहे. परंतु त्यावेळी मी त्याच्यावर विश्वास ठेवला नव्हता.''

''कोण होती ती व्यक्ती?'' गोपाळाने विचारले.

''त्यानं आता यापुढे काहीही फरक पडणार नाही,'' शेहराझेड म्हणाली. ''त्यांचा मृत्यू झाला आहे. त्यांना ठार मारलं गेलं आहे. कदाचित त्यांना जे रोखू पहात होते, त्यांनीच त्यांना ठार मारलं आहे. आता सोमरसाचा अंत करणं हा त्यांची क्षमा मागण्याचा माझा मार्ग....''

शिव तिच्याकडे झुकला. त्याने शेहराझेडच्या डोळ्यांत थेट रोखून पाहिले आणि तो पुटपुटला, ''तारा?''

स्तंभित, सुन्न झालेली शेहराझेड मागे सरकली. गेल्या काही वर्षांत कोणीही तिला त्या नावाने हाक मारली नव्हती. शिव तसाच एकटक तिच्या डोळ्यांत पहात राहिला.

''पवित्र तळ्याशप्पथ,'' शिव पुटपुटला. ''ती तूच आहेस तर!''

शेहराझेड काहीही बोलू शकली नाही. तिच्या तोंडातून शब्दच फुटत नव्हता. बृहस्पतींशी असलेले तिचे नाते गुप्त राखण्यात आले होते. अद्यापही परिहाचे बरेचसे रहिवासी सोमरस चांगलाच असल्याचे मानत होते. मेलुहाच्या माजी

वैज्ञानिकाचे मत पूर्वग्रहदूषित होते आणि त्यांनी त्यांची दिशाभूल केली होती, असेच त्यांना वाटत होते. परिहामध्ये शेहराझेड म्हणून राहण्याची ताराची इच्छाही नव्हती. परंतु तिच्या तेथील उपस्थितीमुळे तिच्या गुरुंचा, महर्षि भृगुंचा उद्देश सफल होत होता. बृहस्पती मृत्यू पावल्याचे समजल्यावर तर आपल्या मातृभूमीकडे परतण्यासाठी तिच्याकडे कोणतेही कारणच उरले नव्हते.

''परंतु तू तर महर्षि भृगुंची शिष्या आहेस,'' शिव म्हणाला, ''तू आपल्या गुरुच्या विरोधात का जात आहेस?''

''मी तारा नाही.''

''तू ताराच आहेस, हे मला माहिती आहे,'' शिव म्हणाला. ''तू आपल्या गुरुच्या विरोधात का जात आहेस? मंदार पर्वतावर बृहस्पतींचा वध घडवून आणण्यामागे महर्षि भृगुच होते, असं तुला वाटतं का?''

शेहराझेड उठून उभी राहिली आणि तिथून बाहेर जाण्यासाठी वळली. शिव झटकन उठला आणि तो पुढे झाला आणि त्याने तिचा हात पकडला. ''बृहस्पती मरण पावलेले नाहीत.''

आश्चर्याने स्तंभित झालेली शेहराझेड एकदम थांबली. तिच्या पावलांतील त्राणच नाहीसे झाले होते.

''बृहस्पती जीवित आहेत,'' शिव म्हणाला. ''ते माझ्यासमवेत आहेत.''

शेहराझेडच्या डोळ्यांतून जोरदार अश्रूधारा वाहू लागल्या. आपण जे ऐकत आहोत, त्यावर तिचा विश्वासच बसत नव्हता.

शिवाने आणखी एक पाऊल पुढे टाकले आणि आपल्या वाक्याचा पुनरुच्चार केला. ''ते माझ्यासमवेत आहेत. तुझे बृहस्पती जीवित आहेत.''

शेहराझेड रडतच होती. संभ्रम आणि आनंद यांच्या संमिश्र भावनेतून तिच्या गालांवरून अश्रू वहातच राहिले होते.

शिवाने हळुवारपणे तिचा हात आपल्या हातात घेतला. ''तारा, आमची इथली कामगिरी पूर्ण झाली, की तूही आमच्यासमवेत परत येत आहेस. तुझ्या बृहस्पतींकडे मी तुला घेऊन जाईन.''

शेहराझेड शिवाच्या बाहुपाशातच कोसळली. ती आता सांत्वनापलीकडे गेली होती. तिचे अश्रू थांबतच नव्हते. आता ती पुन्हा एकदा तारा बनू शकणार होती.

प्रकरण ३८

देवांचा सखा

ताराने सुचवलेल्या युक्तीचा उपयोग एखाद्या मोहिनी अस्त्रासारखा झाला. शिवाला सोबत न घेता फक्त गोपाळाने प्रेक्षागृहात प्रवेश केला, तेव्हा अमर्त्य श्पांडचे सर्वच सदस्य आश्चर्याने थक्क झाले. महर्षि भृगुंनी केलेल्या दैवी अस्त्राच्या गैरवापराचा विषय त्यांनी उपस्थित केला, त्यावेळी आपण एकाकी पडल्याचे सदस्यांच्या लक्षात आले. गोपाळाला मित्रासमवेत चर्चा करण्यास देण्याखेरीज आपल्याकडे अन्य पर्याय नसल्याचेही त्यांच्या लक्षात आले. कारण तसाच कायदा होता.

दुसऱ्या दिवशी शिव आणि गोपाळ यांना अधिकृत प्रेक्षागृहात आणि मित्राच्या निवासस्थानी नेण्यात आले. नगरीच्या एका टोकाला ते निवासस्थान बांधण्यात आले होते. दयेच्या पहाडाशेजारची ती अखेरची इमारत होती. परिहातील उर्वरित इमारतींच्या विरुद्ध तेथील रचना होती. ती इमारत अत्यंत साधी होती. एका साध्या दगडी चौथऱ्यावर ती उभारण्यात आली होती. या चौथऱ्यामुळे पहाडातून बाहेर पडणारा जलमार्ग झाकला गेला होता. त्या चौथऱ्यावर भले मोठे खांब उभारण्यात आले होते. वरच्या बाजूला असलेल्या लाकडी छताला ते आधार देत होते. प्रवेश केल्याबरोबर लगेच, पायऱ्या असलेले एक साधे सभागृह समोरच दिसत असे. तिथे काही साधी आसने आणि काळपट रंगाचे गालिचे होते. मित्राचे वैयक्तिक

निवासस्थान तिथून आणखी अंतर्भागात होते. दगडी भिंत आणि आणि एका लाकडी दरवाजामुळे कार्यालयीन सभागृह आणि निवासस्थान अलग बनले होते. समारंभासाठी उभारण्यात येणाऱ्या भव्य तंबूंचीच ती दगडी प्रतिकृती होती, हे शिवाच्या लक्षात आले. तंबूच्या लाकडी खांबांचे रूपांतर दगडी खांबांमध्ये करण्यात आले होते आणि वरच्या बाजूला असलेल्या कापडी कनातीऐवजी तिथे लाकडी छप्पर बांधण्यात आले होते. प्रभू रुद्राच्या भटक्या जमातीशी अशा प्रकारे अद्यापही सांधा जुळवून ठेवण्यात आला होता. त्या काळात प्रत्येक जणच, साध्यासुध्या, सहजपणे उभारता येणाऱ्या तंबूत रहात असे आणि हे तंबू झटकन सूचना मिळताच अगदी अल्पावधीतही तिथून हलवता येऊ शकत होते. जुन्या आचारसंहिता मानणाऱ्या जमातीच्या नेत्याप्रमाणे मित्र अत्यंत काटकसरीने आणि साधेपणाने रहात होता. मात्र त्याचे लोक ऐषारामात रहात होते. मित्राने फक्त एकाच सुखासीन गोष्टीच्या उपभोगाची आपल्याला परवानगी दिली होती. ती म्हणजे त्याच्या त्या निवासस्थानाभोवती असलेली सुंदर बाग. तिची रचना आत्यंतिक भव्य दिव्य होती. वाखाणण्याजोगी प्रमाणबद्धता होती आणि तिच्यातील विविधरंगी फुलांचे प्रमाण प्रचंड होते.

शिव आणि गोपाळ यांना त्या सभागृहात बसवण्यात आले आणि दरवाजे बंद करून घेतले गेले. काही क्षणांतच मित्राने तिथे प्रवेश केला.

शिव आणि गोपाळ तातडीने उठून उभे राहिले. परिहातील प्राचीन काळातील रिवाजाप्रमाणे त्यांनी मित्राला नमस्कार केला. त्यांनी आपला डावा हात हृदयावर ठेवला होता. प्रशंसेचे प्रतीक म्हणून त्यांनी हाताची मूठ खुली राखली होती आणि कोपरातून हात वरच्या दिशेला वाकवला होता. अभिवादन करण्यासाठी म्हणून उजव्या हाताचा खुला तळहात बाहेरच्या दिशेला होता. मित्राने प्रेमाने स्मित केले आणि आपले दोन्ही हात जोडून त्याने भरतवर्षातील पद्धतीनुसार नमस्कार केला.

शिव हसला. परंतु तो शांत राहिला. मित्राच्या बोलण्याची तो प्रतीक्षा करत होता.

मित्र हा एक उंच, गौरवर्णीय पुरुष होता. त्याने तपकिरी रंगाचा पायघोळ झगा घातला होता. त्याच्या तपकिरी रंगाच्या केसांवर त्याने पांढऱ्या रंगाची टोपी घातली होती. त्याच्या दाढीचे केस वेगवेगळ्या बटांमध्ये विभागले गेले होते आणि त्यांमध्ये त्याने छोटे छोटे मणी घातले होते. परिहातील बहुतेक सर्वच व्यक्तींप्रमाणे तो

दिसत होता. त्याने घातलेल्या त्या पोत्यासारख्या झग्यामुळे नेमके समजत नसले, तरी त्याचे शरीर बलदंड आणि पीळदार दिसत होते. त्याची बोटे सडपातळ आणि लांब होती. शिवाला त्याच्या नाजूक, लांबसडक बोटांच्या हातांविषयी स्वारस्य वाटत होते. ते हात एखाद्या शल्यविशारदाप्रमाणे भासत होते. ते हात एखाद्या योद्ध्याचे दिसत नव्हते. परंतु शिवाचे लक्ष मित्राच्या नाकानेच अधिक वेधून घेतले होते. त्याचे नाक लांब आणि धारदार होते. त्यामुळे त्याला आपल्या प्रिय मातेची आठवण झाली.

मित्र चालत शिवाकडे आला आणि त्याने नीळकंठाचे खांदे पकडले. ''अखेरीस तुझी भेट झाली, ही किती आनंदाची बाब आहे,'' तो म्हणाला.

मित्राने त्याच्या निळ्या कंठाकडे चौकसपणे किंवा सहजही अजिबात कटाक्षही टाकला नव्हता, हे शिवाच्या ध्यानात आले. कित्येक लोक हे करण्यापासून स्वतःला रोखू शकत नव्हते. मित्राची नजर शिवाच्या डोळ्यांवर खिळून राहिली होती. त्यानंतर शिवाचे कुतूहल चाळवण्याजोगे काहीतरी मित्र बोलला.

''तुझे डोळे हुबेहूब तुझ्या पित्यासारखे आहेत आणि नाक तुझ्या मातेसारखं आहे.''

'यांना माझे पिताजी माहिती आहेत? आणि माझी मातासुद्धा?'

शिव यावर काहीतरी प्रतिक्रिया व्यक्त करणार होता, तेवढ्यात मित्राने हळुवारपणे आणि प्रेमाने शिवाच्या पाठीला स्पर्श केला आणि गोपाळाकडे पाहून स्मित केले. ''चला. आपण बसून बोलूया.'' तो म्हणाला.

ते स्थानापन्न झाल्याबरोबर मित्र नीळकंठाकडे वळला. ''तुझ्या मनात रेंगाळणारे प्रश्न मला माहिती आहेत. मला तुझ्या पिताजींविषयी आणि मातेविषयी कसं काय माहिती आहे, असंच तुला वाटतंय ना? मित्र बनण्यापूर्वीचं माझं नाव काय होतं?''

शिवाने स्मित केले. ''हा नजर वाचण्याचा प्रकार फारच धोकादायक असतो. त्यामुळे एखाद्याच्या मनात काहीच गुप्त गोष्ट राहू शकत नाही.''

''काही वेळा काहीही गुपितं नसणं हीसुद्धा एक महत्त्वपूर्ण बाब असते,'' मित्र म्हणाला. ''विशेषतः मोठे निर्णय घेताना तर ती दक्षता घेतलीच पाहिजे. अन्यथा, आपण योग्य पावलंच उचलली आहेत, याची खात्री आपल्याला कशी काय पटू शकेल?''

''तुम्हाला उत्तरं देण्याची इच्छा नसेल, तर तुम्ही ती देऊ नका. आमच्या मोहिमेचा विचार करता, माझ्या मनात रेंगाळणारे प्रश्न फारसे महत्त्वपूर्ण नाहीत.''

''तुझं म्हणणं योग्य आहे. तुला चांगल्या प्रकारे प्रशिक्षित केलं गेलं आहे. या प्रश्नांमुळे तुझ्या मनाला त्रास होऊ शकेल; परंतु ते फारसे महत्त्वाचे नाहीत. मात्र तरीही त्रस्त मनानं आपण आपली मोहीम पार पाडू शकतो का?''

''त्रस्त मनामुळे आपल्या मोहिमेवरून आपलं चित्त ढळू शकतं.'' नीळकंठाने मान्य केले.

''आणि तुझ्या मोहिमेवरून, तुझ्या उद्दिष्टापासून तुझं चित्त विचलित झालं, तर जगाला ते परवडणारं नसेल, महान नीळकंठा. तू आमच्यासाठी महत्त्वाचा आहेस. त्यामुळे प्रथम मी तुझ्या वैयक्तिक प्रश्नांची उत्तरं देतो.''

मित्राने त्याला नीळकंठ म्हणून हाक मारली होती. मात्र परिहाच्या इतर कोणत्याही रहिवाशाने त्याला तोपर्यंत तरी तसे संबोधले नव्हते.

''माझं नाव महत्त्वाचं नाही,'' मित्र म्हणाला. ''कारण आता यापुढे मला कोणतंच नाव राखता येत नाही. माझं नूतन नामाभिधान हीच आता माझी ओळख आहे. म्हणून माझं नाव आहे, मित्र.''

शिवाने विनम्रतेने मान डोलावली.

''आता मला तुझ्या मातेविषयी कसं काय माहिती आहे? साधी गोष्ट आहे. मी तिच्यासोबतच वाढलो. ती माझी भगिनी होती.''

शिवाचे डोळे आश्चर्याने विस्फारले गेले. ''तुम्ही माझे मामा आहात?''

मित्राने मान डोलावली. ''मित्र बनण्यापूर्वी मी तुझा मामा होतो.''

''मग माझी तुमच्याशी याआधी कधीच का भेट झाली नाही?''

''ते सारंच क्लिष्ट प्रकरण आहे. परंतु तुझ्या पिताजींचे बंधु मनोभु आणि मी जिवाभावाचे मित्र होतो, हे सांगणं पुरेसं आहे. मला त्यांच्याविषयी खूपच आदर आणि प्रेम होतं. आमच्या मैत्रीवर नात्याचं शिक्कामोर्तब करण्याचा आम्ही निर्णय घेतला. त्यासाठी आम्हा दोघांच्या कुटुंबीयांमध्ये नातेसंबंध निर्माण होणं आवश्यक होतं. तसंच झालं आणि विवाहानंतर माझी भगिनी प्रभू मनोभु यांच्या बंधुसमवेत तिबेटमध्ये वास्तव्यास गेली. त्यांच्या मीलनातून तुझा जन्म झाला.''

''परंतु माझ्या काकांच्या मनात बंडखोरीच्या कल्पना असत....'' मित्राने त्यांच्या कुटुंबीयांसमवेत एवढे अंतर का राखले असावे, याविषयी अंदाज बांधत

शिव म्हणाला.

मित्राने आपले मस्तक हलवले. ''मनोभुच्या मनात बंडखोरीचे विचार नव्हते. त्याच्या मनात स्फूर्तिदायक कल्पना होत्या. परंतु काळाच्याही पुढे असलेल्या कल्पना आपल्याला बंडखोर वाटतात.''

''म्हणजे माझ्या कुटुंबीयांपासून दूर राहण्यासाठी वायुपुत्रांकडून तुमच्यावर दबाव आला नव्हता का?''

''अं...माझ्यावर दबाव आला होता. परंतु तो वायुपुत्रांकडून आला नव्हता.'' शिवाने स्मित केले. ''काही वेळा मनोभु काका दुराग्रहाने वागत असत.''

मित्राने स्मित केले.

''मी तुमचा दीर्घ काळ हरवलेला नातेवाईक आहे, हे तुम्हाला कधी समजलं?'' शिवाने विचारले. ''माझ्यावर पाळत ठेवण्यासाठी तुम्ही हेर पाठवले होते का?''

''तुझं नाव ऐकता क्षणीच मी तुला ओळखलं होतं.''

''माझं नाव तुम्हाला माहिती नव्हतं का?''

''नाही. मनोभुने ते सांगण्यास नकार दिला होता. आता त्याने तसं का केलं होतं ते माझ्या ध्यानात आलं आहे. त्याने तो माझ्यासाठी सोडलेला सुगावा होता. तू अचानकच प्रकट झालास, तर तुझ्या नावाने मी तुला ओळखू शकलो असतो.''

''ते कसं काय?'' शिवाने जिज्ञासेने विचारले.

''वायुपुत्रांसह कोणालाही जवळजवळ हे माहिती नाही, की प्रभू रुद्रांची माता त्यांना एका खास आणि वैयक्तिक नावानं संबोधत असे. 'शिव' ''

''काय?''

''होय. प्रभू रुद्रांच्या नावाचा अर्थ डरकाळ्या फोडणारा, गुरगुरणारा असा आहे. त्यांचं नाव तसं ठेवण्यात आलं, कारण जन्मतःच ते खूपच मोठ्याने रडले होते आणि रुदनाचा तो भयंकर आवाज ऐकून त्यांच्या मातेची प्रसूती करणारी दाई भयभीत होऊन पळून गेली होती.''

''मी ती कथा ऐकली आहे,'' शिव म्हणाला. ''परंतु त्यांची माता त्यांना 'शिव' या नावानं संबोधत करत असे, हे मात्र मी ऐकलं नव्हतं.''

''फक्त काही वायुपुत्रांनाच ज्ञात असलेलं ते एक गुपित आहे. प्रभू रुद्र हे प्रत्यक्षात मृतावस्थेत जन्मले होते, अशीही दंतकथा सांगितली जाते.''

''काय?'' आत्यंतिक चकित झालेल्या गोपाळाने विचारले.

“होय,” मित्र म्हणाला. “त्यांना पुन्हा जीवनदान मिळावे म्हणून त्यांच्या मातेने आणि त्या दाईने खूपच प्रयत्न केले. अखेरीस त्या दाईने एक अपारंपरिक उपाय केला. तिने त्या मृतावस्थेतील बालकाला स्तनपान देण्याचा प्रयत्न केला. त्यांच्या मातेला खूपच आश्चर्य वाटले, परंतु त्या मृतावस्थेतील बालकाचा श्वासोच्छवास सुरू झाला आणि त्याने जोरात आरोळी ठोकल्यासारखे रुदन केले.”

“पवित्र तळ्याशप्पथ,” शिव पुटपुटला. “ही किती आकर्षक कथा आहे!”

“होय. खरं आहे. त्यानंर ती दाई तिथून तातडीने निघून गेली आणि त्यानंतर तिच्याविषयी कोणालाही काहीच समजले नाही. प्रभू रुद्रांची माता ही स्थलांतरित होती आणि तिची देवी शक्ती मातेवर श्रद्धा होती. त्यामुळे शक्ती मातेनेच तिच्या पुत्राला जीवनदान देण्यासाठी त्या दाईला धाडले होते, याविषयी तिची खात्रीच पटली. तिचा पुत्र जीवनहीन अवस्थेत जन्माला आला होता. तो ‘शावा’ होता, असे तिला वाटले. परंतु शक्तिमातेने त्या दाईला पाठवून त्या ‘शावा’ चे ‘शिवा’ मध्ये रूपांतर केले, अशी तिची ठाम धारणा झाली. शिव म्हणजे यश, भरभराट, सुयोग. त्यामुळे ज्या अवस्थेत तिच्या पुत्राचा जन्म झाला होता, त्याची आठवण म्हणून आणि शक्ती मातेच्या सन्मानार्थ आपल्या पुत्राला ती शिव असे संबोधित करू लागली.”

ती कथा ऐकण्यात शिव गुंग होऊन गेला होता.

“त्यामुळेच,” मित्र म्हणाला, “ज्या क्षणी मी तुझं नाव ऐकलं, त्या क्षणीच माझ्या ध्यानात आलं, की ज्याला मनोभुनं प्रशिक्षण दिलं होतं, तो तूच होतास.”

“याचा अर्थ प्रभू मनोभु याविषयी नियोजन करत असल्याचं तुम्हाला ठाऊक होतं?”

मित्राने स्मित केले. “तुझ्या काकानं आणि मी संयुक्तपणे ती औषधी तयार केली होती.”

“म्हणजे माझा कंठ निळा बनवणारी ती औषधी?”

“होय.”

“परंतु माझ्या जीवनाच्या एका विशिष्ट टप्प्यावरच ती मला दिली जाणं आवश्यक नव्हतं का?”

“ज्या अर्थी तू इथं आहेस, त्या अर्थी मनोभुनं ते कार्य सिद्धीस नेलं हे स्पष्टच

आहे.''

''परंतु प्रभू मित्र, या यंत्रणेनं ज्या प्रकारे कार्य करणं अपेक्षित होतं, ती ही पद्धती नव्हती. कित्येक योगायोगांची मालिका अशा प्रकारे उलगडत जाणंही यात अपेक्षित नव्हतं. कदाचित या सर्व प्रकारात कित्येक बाबी चुकीच्या होण्याची शक्यता होती. पहिलीच गोष्ट म्हणजे मला कदाचित चांगलं प्रशिक्षण मिळालं नसतं. कदाचित ती औषधी मला योग्य वेळी दिली गेली नसती. मला कदाचित मेलुहामध्ये निमंत्रित केलं गेलं नसतं आणि त्याहूनही सर्वाधिक वाईट गोष्ट म्हणजे कदाचित सोमरस हाच सैतान असावा, अशा निष्कर्षाप्रत येऊन मी पोहचलोही नसतो.''

''तुझं म्हणणं योग्य आहे. आम्हा वायुपुत्रांच्या यंत्रणेची रचना अशा पद्धतीच्या कार्यासाठी निर्माण करण्यात आलेली नाही. परंतु याच प्रकारे कार्य व्हावं, अशी वैश्विक यंत्रणेची इच्छा होती, अशी मनोभुची आणि माझीही खात्रीच होती. आणि तसंच घडलंही. नाही का?''

''परंतु अशा प्रकारची एवढी लक्षणीय फलितं विश्वाच्या पटावर टाकून देऊन प्रतीक्षा करत राहणं योग्य आहे का?''

''तुझ्या बोलण्यामुळे, जणू काही या सर्व गोष्टी नियतीवर सोडून देऊन नशीबाचे खेळ कसे घडतात, ते आम्ही पहात राहिलो होतो, असं वाटतं. परंतु आम्ही फक्त योगायोगावर अवलंबून राहिलो नव्हतो, शिवा. सोमरस सैतानी बनलेला नाही, याविषयी वायुपुत्रांची खात्रीच होती. माझं आणि मनोभुचं मात्र बरोबर याच्या विरुद्ध मत होतं. मनोभु जर जीवित असते, तर या संपूर्ण कालावधीत ते तुला मार्गदर्शन करत राहिले असते. परंतु त्यांच्या अकाली मृत्युमुळे चांगल्या गोष्टीच्या योगायोगाचा वरचष्मा राहिला. मनोभु नेहमीच म्हणत असे, की विश्वालाच या सदंर्भातील निर्णय घेऊ देत आणि तसंच घडलं. विश्वानंच याविषयीचा निर्णय घेतला. काही घटनाक्रम घडवून आणण्याचा निर्णय आम्ही घेतला होता. जर विश्वाची तशी इच्छा असती, तरच ते घडून आलं असतं. मोकळेपणानं बोलायचं झालं, तर माझी त्याविषयी खात्री नव्हती. परंतु मी त्याला रोखलं नाही. त्याची योजना यशस्वी होईल, असंही मला वाटलं नव्हतं. परंतु तरीही ती औषधी तयार करण्यासाठी मी त्याला साहाय्य केलं. आणि ज्यावेळी ती योजना फळल्याचं मला दिसलं, त्यावेळी शक्य तेवढं सर्व साहाय्य करणं हे माझं कर्तव्य असल्याचं

मला माहिती होतं.''

''परंतु मी अपयशी ठरलो असतो तर काय झालं असतं? सोमरस हाच सैतान आहे, हे मला ओळखता आलं नसतं, तर काय घडलं असतं? मग सैतान जिंकला असता. बरोबर?''

''काही वेळा सैतानानं जिंकावं असा निर्णय हे विश्वच घेतं. कदाचित एखादा वंश किंवा प्रजाती उपद्रवी बनते आणि ती जीवित राहणं सर्वांसाठीच धोकादायक ठरतं. अशा वेळी सैतानाचा विजय घडवून आणून त्या वंशाचा किंवा प्रजातीचा विनाश घडवून आणणं श्रेयस्कर ठरतं. याआधीही हे घडलं आहे. परंतु आताचा काळ हा तो काळ नाही.''

कित्येक गोष्टी चुकीच्या घडू शकल्या असत्या, हे शिवाच्या लक्षात आले होते. त्याच्या मनात अशा असंख्य गोष्टी तरळून जात होत्या.

''अद्यापही कोणत्या ना कोणत्या गोष्टीने तू त्रस्त आहेस,'' मित्र म्हणाला.

''मी याविषयी पंडितजींशीही बोललो आहे, '' शिव गोपाळाकडे निर्देश करत म्हणाला. ''म्हणजे माझ्या मोहिमेत मी जे काही प्राप्त करून घेतलं, ते पूर्णपणे माझं नशीब होतं. विश्वात माझी पाळी आली त्यावेळी जे घडणार होतं, ते घडत गेलं होतं.''

शिवाच्या दिशेने मित्र पुढे झुकला आणि कुजबुजला, ''प्रत्येक जणच स्वतःचं नशीब स्वतःच घडवत असतो, परंतु विश्वाला तुम्ही स्वतःला साहाय्य करण्याची संधी दिली पाहिजे.''

शिव तसाच आत्मसंयमन केल्यासारखा थांबला. मित्राच्या शब्दांनी त्याचे पुरते समाधान झाले नव्हते.

''मेलुहात प्रथमच आगमन झाल्यानंतर तू तिथून केव्हाच दूर निघून जाऊ शकला असतास. तसं करण्यासाठी तुझ्याकडे कित्येक कारणं होती. एक तर तू एका अनोळखी, नवीन प्रदेशात आला होतास. तुझ्यापेक्षा कितीतरी पटींनी प्रगत असलेले ते विशिष्ट प्रकारचे लोक होते. त्यांनी तुला पाहता क्षणीच तुझ्यावर देवत्वाचा शिक्का मारला होता. तुझ्या खांद्यावर एका मोहिमेचं ओझं लादलं गेलं होतं. अशा वेळी जगातील कोणत्याही व्यक्तीचा त्या कल्पनेनंच थरकाप उडाला असता. त्यावेळी आपण यशस्वी होऊ, याविषयी तुझी स्वतःचीही खात्री नव्हती, हे मला नक्कीच माहिती आहे. परंतु तरीही तू पळून गेला नाहीस. तू तिथेच ठामपणे

उभा राहिलास आणि तुझ्या खांद्यांवर टाकण्यात आलेली जबाबदारी तू पेललीस. सैतानाविरुद्धच्या तुझ्या प्रवासातील ते एक महत्त्वपूर्ण वळण होतं. त्याच्याशी नशीबाचे आशीर्वाद आणि वळणं, गिरक्या या कशाचाही काहीही संबंध नव्हता.''

शिवाने गोपाळाकडे पाहिले. तो मित्राशी पूर्णपणे सहमत असल्याचे त्याच्या आविर्भावांवरून स्पष्टपणे समजून येत होते.

''तुम्ही मला नको इतकं श्रेय बहाल करत आहात, प्रभू मित्र,'' शिव म्हणाला.

''मी काहीच करत नाही,'' मित्र म्हणाला. ''माझा हेतू, माझी मोहीम पूर्णत्वाला नेण्याच्या मार्गावर तू आहेस आणि तेही माझ्याकडून कोणतंही साहाय्य न घेता! परंतु तसं करण्यास मी तुला परवानगी देणार नाही. तुला साहाय्य करण्याचा हक्क तू मला दिलाच पाहिजेस. अन्यथा; अहुरा माझ्दा आणि भगवान रुद्र यांची भेट झाल्यावर मी त्यांना माझं तोंड कसं काय दाखवू शकेन?''

शिवाने स्मित केले.

मित्राने शिवाच्या डोळ्यांत थेट रोखून पाहिले. ''परंतु काही गोष्टींविषयी माझी पक्की खात्री पटलेली आहे. दैवी अस्त्रं घेऊन काय करण्याची तुझी योजना आहे?''

''मला त्यांच्या साहाय्याने त्यांना धमकवायचं...'' मित्राने आपला हात उंचावून शिवाचे संभाषण रोखले.

''मी पुरेसं बोललो आहे,'' मित्र म्हणाला.

शिव विचारमग्न झाला.

''जिव्हेपेक्षाही विचार अधिक वेगाने हालचाल करतात, महान नीळकंठा. या भयावह विनाशकारी अस्त्रांचा वापर तू करणार नाहीस, हे मी जाणतो. फक्त वायुपुत्रांनी या अस्त्रांच्या वापरावर बंदी घातली आहे, फक्त म्हणूनच तू त्यांचा वापर करणार नाहीस; असंही नाही. या अस्त्रांचा वापर कधीही केला तरी तो प्रचंड भयकारी आहे, असा तुझा स्वतःचाच विश्वास आहे, म्हणून तू ती वापरणार नाही, हेही मला माहिती आहे.''

''माझा त्यावर नक्कीच विश्वास आहे.''

''परंतु मी तुला ब्रह्मास्त्र देऊ शकणार नाही.''

ही बाब अनपेक्षित होती. ही सगळी चर्चा वेगळ्याच मार्गाने पुढे चालली होती, असा विचार शिवाच्या मनात तरळून गेला.

''मी तुला ब्रह्मास्त्र देऊ शकणार नाही, कारण त्यावर नियंत्रण राखणं खूपच

कठीण आहे. कोणत्याही गोष्टीचा आणि सर्वच गोष्टींचा विनाश ते घडवून आणतं. सर्वाधिक महत्त्वाची बाब म्हणजे त्याचे परिणाम एकाच केंद्रकाभोवती असलेल्या विविध त्रिज्यांच्या कित्येक वर्तुळाकारांत पसरतात. सर्वाधिक विनाश केंद्रस्थानी घडतो. तिथे जीवित असलेल्या प्रत्येक गोष्टीचं विरळ वायुमध्ये रूपांतर होतं. बाह्य वर्तुळाकारांमध्ये सर्वाधिक कमी विनाश घडतो. मात्र तरीही जवळपासच्या परिसरातही त्याचे लक्षणीय विनाशकारी दुष्परिणाम घडून येतात. त्यामुळे थेट प्रभावाखाली असलेल्या परिसरात नसलेले जीव तातडीने मृत्यू पावले नाहीत; तरीही त्या अस्त्राच्या तीव्र किरणोत्सर्गाचा उपसर्ग त्यांना पोहचतोच. आता आपण प्रभू भृगुंचा विचार केला तर तू हे अस्त्र फक्त त्यांना धमकावण्यासाठीच वापरत असल्याचं त्यांना ज्ञात असेल. कारण तुझ्या स्वतःच्या सैन्याला हानी पोहचवण्याचा तुझा विचार असणार नाही, हेसुद्धा ते जाणतात. कारण तुझं सैन्यही त्या किरणोत्सर्गाच्या टप्प्यात येणारच.''

''मग यावरचा पर्यायी उपाय कोणता आहे?''

''पशुपत्यास्त्र. हे प्रभू रुद्रांनी तयार केलेलं अस्त्र आहे. त्या अस्त्रामध्ये ब्रह्मास्त्राएवढंच सामर्थ्य आहे, परंतु ते खूपच नियंत्रणात राहू शकतं. त्याच्यामुळे होणारा विनाश अंतर्गत वर्तुळांमध्ये अधिक प्रमाणात घडून येतो. मात्र त्याच्या परिघाच्या बाह्य भागातील लोकांना त्याचा उपसर्ग पोहचू शकत नाही. एकाच दिशेत त्याचा परिणाम घडून यावा, अशा प्रकारे पशुपत्यास्त्राचा वापर तू करू शकतोस आणि बाह्य दिशेला असलेल्या सर्वांनाच तू सुरक्षित ठेवू शकतोस. या अस्त्राचा प्रयोग करण्याची धमकी तू दिलीस, तर देवगिरीखेरीज इतर कोणत्याही परिसराला हानी न पोहचवता तू देवगिरीचा सर्वनाश करू शकतोस, हे प्रभू भृगुंना माहिती असेल. शिवाय अर्थातच त्यामुळे तुझ्या लोकांचीही हानी होणार नाही. त्यावेळी तुझ्या धमकीत मोठाच अर्थ असेल.''

खरोखरच या सर्वांत मोठेच तथ्य होते. शिवाने त्याला मान्यता दिली.

''परंतु तरीही तू प्रत्यक्षात त्या अस्त्राचा वापर करू शकणार नाहीस, नीळकंठा,'' मित्राने पुन्हा एकदा नीळकंठाला स्मरण करून दिले. ''कारण त्या परिसरात कित्येक शतकं विषारी परिणाम होत राहतील. तिथे होणारा विनाश, वाताहतही अकल्पित असेल.''

''मी तुम्हाला शब्द देतो, प्रभू मित्रा,'' शिव म्हणाला, ''मी कधीच या अस्त्राचा

उपयोग करणार नाही.''

मित्राने स्मित केले. ''मग तुला पशुपत्यास्त्र देऊ करण्यात माझ्या मनात कोणताच संदेह नाही. मी तातडीने त्यासाठीचे आदेश देतो.''

शिवाच्या ओठांवर मंद स्मित खेळत होते. त्याने आपली हनुवटी किंचित पुढे केली. ''मला वाटतं, की तुम्ही याविषयीचा निर्णय आधीच घेऊन टाकला होता. तुम्ही मला भेटण्याच्याही आधी हा निर्णय झाला असावा, मामा.''

मित्र हळुवारपणे हसला. ''मी फक्त मित्र आहे. परंतु हे सारं एवढ्या सहजपणे होईल, अशी तुला मात्र अजिबात कल्पना नव्हती. बरोबर?''

''होय. मला तशी मुळीच कल्पना नव्हती.''

''मी तुझ्याविषयीच्या कथा ऐकल्या आहेत. विशेषतः तू ज्या प्रकारे युद्धं केली आहेस, त्या कथा मी ऐकल्या आहेत. आतापर्यंतचं तुझं वर्तन अगदी अनुकरणीय आहे. ज्यावेळी एखादी अयोग्य गोष्ट केल्यामुळे तुला लाभ होण्याची शक्यता होती, त्यावेळीही तू ती गोष्ट टाळली आहेस. महान चांगल्या गोष्टीसाठी स्वल्प चुकीची गोष्ट करण्याच्या तत्त्वज्ञानाला तू बळी पडलेला नाहीस. अखेर चांगली झाली, की अशा स्वल्प चुकीच्या गोष्टीही त्यासाठीचा मार्ग ठरतात. परंतु तू तसं केलं नाहीस. असं करण्यासाठी नैतिक धैर्याची आवश्यकता असते. त्यामुळे होय, मी आधीच या गोष्टीसाठी सिद्ध झालो होतो. परंतु काहीही झालं, तरी तुला भेटण्याची माझी इच्छा होती. आमच्या काळातील महान व्यक्ती म्हणून तुला ओळखलं जाईल आणि आगामी कित्येक पिढ्या तुला आपला देव मानतील. मग तुझी भेट घेऊ नये, असं मला कसं काय वाटलं असतं?''

''मी देव नाही, प्रभू मित्र,'' संकोचलेल्या शिवाने म्हटले.

''परंतु 'हर हर महादेव' म्हणजे 'आपल्यापैकी प्रत्येक जणच देव आहे,' असं सांगणारा तूच होतास ना?''

शिव हसला. ''तुम्ही मला बरोबर पकडलंत.''

''आपण देव असल्याचा विचार आपण करतो आणि नेमके त्यामुळेच आपण देव बनत नाही,'' मित्र म्हणाला. ''कारण तुमच्या अहंकाराचं ते प्रतीक असतं. विश्वातील दैवी अंश आपल्यामध्ये वास करत असल्याचं ज्ञान ज्यावेळी आपल्याला होतं, त्यावेळी आपण देव बनतो. ज्यावेळी या महान विश्वातील आपली नेमकी भूमिका आपल्याला समजते आणि ज्यावेळी ती भूमिका

करण्यासाठी आपण प्राणपणानं प्रयत्न करतो, त्यावेळी आपण देव बनतो. तुझ्याएवढ्या प्राणपणानं कोणीच आपल्या हेतूसाठी प्रयत्न केलेले नाहीत, प्रभू नीळकंठा. त्यामुळे तू देव बनला आहेस आणि एक गोष्ट ध्यानात ठेव, देव कधीच अपयशी होत नाहीत. तूही कधीच अपयशी होऊ शकणार नाहीस. सोमरसाचे सर्वच्या सर्व अंश तू नष्ट करू नकोस. कारण आगामी काळात कदाचित त्याची पुन्हा आवश्यकता भासू शकेल. सोमरसाच्या निर्मितीचं ज्ञान तुला जीवित राखावंच लागेल. पुन्हा एकदा आवश्यकता भासलीच तर सोमरसाची निर्मिती करता यावी, अशा प्रकारची एक जमात तुला मागे सोडावीच लागेल. हे सारं केल्यानंतरच तुझं कार्य पूर्णत्वाला जाईल.''

''मी यात अपयशी होणार नाही, प्रभू मित्र!'' शिव म्हणाला. ''मी तुम्हाला वचन देतो.''

''तू यशस्वी होशील, हे मला माहितीच आहे,'' मित्राने स्मित करत म्हटले आणि नंतर गोपाळाकडे वळून तो म्हणाला, ''महान वासुदेव प्रमुख, नीळकंठाने एकदा स्वतःची जमात निर्माण केली, की सैतानाशी लढा देण्याचं प्रमुखत्व वायुपुत्रांकडे राहणार नाही. ते नीळकंठाच्या जमातीचं कार्य असेल. एका ठराविक हेतूसाठी संयुक्तपणे कार्य करणाऱ्या निकटच्या नातेवाईकांऐवजी आता यापुढे आपले संबंध दूरस्थ नातेवाईकांप्रमाणे असतील.''

''वासुदेवांशी आणि माझ्या देशाशी तुमचे चिरंतन संबंध राहतील, प्रभू मित्रा,'' गोपाळ म्हणाला. ''आम्हाला आत्यंतिक निकड असलेल्या काळात तुम्ही आम्हाला साहाय्य केलं आहे. त्या बदल्यात परिहाला आमची ज्या वेळी आवश्यकता भासेल, त्यावेळी आम्हीही त्यांना साहाय्य करू, याविषयी माझी खात्री आहे.''

''आभारी आहे,'' मित्र म्हणाला.

प्रकरण ३९

तो आपल्यापैकीच एक

दुसऱ्या दिवशी सकाळी मित्राने संपूर्ण नगरवासीयांना नगरातील मध्यवर्ती चौकात पाचारण केले. तो त्या सर्व नगरवासीयांना उद्देशून बोलत असताना शिव आणि गोपाळ त्याच्या शेजारीच उभे होते.

''माझ्या अनुयायी, वायुपुत्रांनो, तुमची मने कित्येक प्रश्नांनी आणि शंकांनी विदीर्ण होत असतील, याविषयी माझ्या मनात संदेह नाही. परंतु ही त्यासाठीची वेळ नाही. ही कृती करण्याची वेळ आहे. ज्या व्यक्तीने आपल्यासमवेत आपल्या निकट राहून कार्य केले, त्या व्यक्तीवर आपल्या माहितीनुसार, आपण विश्वास ठेवला होता. परंतु त्याने आपला विश्वासघात केला. प्रभू रुद्राच्या नियमांचा प्रभू भृगुंनी भंग केला. प्रभू रामाचे प्रतिनिधी आणि वासुदेवांचे प्रमुख असलेले प्रभू गोपाळ इथवर न्याय मागण्यासाठी आले आहेत. परंतु, या क्षणी, प्रभू भृगुंनी जे काही केले त्यासाठी त्यांना कोणती शिक्षा द्यावी याविषयीचा निवाडा करण्यापुरतेच आपण इथे जमलेलो नाही. हा भरतवर्षाला न्याय देण्याचा क्षण आहे. हा प्रभू रुद्रांच्या तत्त्वांना न्याय देण्याचा क्षण आहे. परिहाचे आपण सारे नगरवासी याच एका हेतूसाठी जगतो आहोत. हे सारे कायद्यांच्या पलीकडचे आहे आणि ते प्रभू रुद्रांनी स्वतःचं सांगितले आहे.''

शिवाकडे निर्देश करत मित्र पुढे बोलू लागला, ''या व्यक्तीकडे पहा. तो कदाचित

वायुपुत्र नसेलही; परंतु त्याचा कंठ निळा आहे. तो कदाचित परिहाचा नगरवासी नसेलही; परंतु तो आपल्याप्रमाणेच सन्मान आणि एकात्मता यांसाठी लढा देत आहे. आपण कदाचित त्याला ओळखू शकलो नसू, परंतु वासुदेवांनी त्याला नीळकंठ म्हणून मान्यता दिली आहे. त्याने कदाचित आपल्यासमवेत वास्तव्य केले नसेलही; परंतु प्रभू रुद्राविषयी त्याला आपल्याएवढाच आदर आहे आणि त्यांना तो आपल्याप्रमाणेच आदर्शही मानतो. या सर्वांहूनही अधिक महत्त्वाची गोष्ट म्हणजे प्रभू रुद्रांच्या हेतूसाठीच तो लढा देत आहे.''

अगदी एकाग्रतेने वायुपुत्र त्याचे बोलणे ऐकत होते.

''होय. तो वायुपुत्र नाही आणि तरीही तो आपल्यापैकीच एक आहे. सैतानाविरुद्धच्या त्याच्या लढ्यात मी त्याला पाठिंबा देत आहे आणि त्यामुळेच तुम्हीही सर्वांनी त्याच्या पाठीशी रहावे.''

मित्राच्या शब्दांनी कित्येक वायुपुत्रांचा थरकाप उडाला. मात्र भरतवर्षातील कोणाला पाठिंबा द्यावा याची निवड करण्याचा अधिकार मित्राला होता, याची त्या सर्वांनाच जाणीव होती. त्यामुळे मित्राच्या निर्णयाच्या बाजूनेच ते सारे ठामपणे उभे होते.

दुसऱ्या दिवशी संध्याकाळी शिवाकडे आणि गोपाळाकडे एक भली मोठी पेटी सुपूर्द करण्यात आली. ती प्रचंड जड असलेली पेटी सुरक्षितपणे सागरापर्यंत पोहचवण्यासाठी परिहाच्या सैनिकांच्या एका संपूर्ण तुकडीला कार्यरत करण्यात आले. पशुपत्यास्त्राचे साहित्य कसे असते, ते शिवाने कधीही पाहिलेले नव्हते. मात्र त्या पेटीच्या आकारावरून आपण प्रचंड मोठ्या प्रमाणातील साहित्य नेत असल्याचे त्याच्या ध्यानात आले होते. बहुधा संपूर्ण नगरीला धमकावण्यासाठी ते पुरेसे ठरणार होते. ते जे घेऊन चालले होते, ते पशुपत्यास्त्राचे फक्त मूठभरच साहित्य होते, हे ऐकल्यावर त्यामुळेच शिवाच्या आश्चर्याला पारावर उरला नव्हता.

''तुम्ही गांभीर्याने बोलता आहात ना?''

''होय, प्रभू नीळकंठ,'' गोपाळ म्हणाला. ''काही नगरी संपूर्णपणे नष्ट करण्यासाठी तेवढीच सामग्री पुरेशी आहे. त्या पेटीमध्ये शिसे आणि ओली माती यांपासून बनवलेलं वेष्टन आहे. याशिवाय आयात करण्यात आलेल्या बिल्व वृक्षाची पानंही आहेत. पशुपत्यास्त्राच्या किरणोत्सर्गापासून या बाबी संयुक्तपणे आपलं संरक्षण करतील.''

''पवित्र तळ्याशप्पथ!'' शिव म्हणाला. ''दैवी अस्त्रांविषयी मला जेवढी अधिकाधिक माहिती समजत चालली आहे, तेवढीच ती अस्त्रं राक्षसी असल्याविषयी माझी खात्री पटत चालली आहे.''

''ती तशीच आहेत, माझ्या मित्रा! म्हणूनच तर प्रभू रुद्राने त्यांना सैतान म्हटलं आणि त्यांच्या वापरावर बंदी घातली. म्हणूनच आपण पशुपत्यास्त्राचाही उपयोग करणार नाही. आपण फक्त त्याचा वापर करण्याची धमकी देणार आहोत. परंतु मेलुहाच्या नगरवासीयांना या धमकीत तथ्य आहे, असं वाटावं, म्हणून आपल्याला देवगिरीबाहेर प्रत्यक्षात त्या अस्त्राला सज्ज करून आक्रमणाच्या पवित्र्यात ठेवावं लागणार आहे.''

''ते कसं सज्ज करतात, ते तुम्हाला माहिती आहे का?''

''नाही. मला ते माहिती नाही. बहुतांश वायुपुत्रांकडेही त्याविषयीचं ज्ञान नाही. फक्त काही निवडक, अधिकृत लोकांनाच त्याविषयीचं ज्ञान आहे. त्यासाठी अभियांत्रिकी रचना, मंत्र आणि इतर काही सिद्धतेची आवश्यकता असते. तेव्हाच ते अस्त्र सज्ज करता येतं. आपल्याला हे सारं योग्यरित्या करावं लागेल, तेव्हाच प्रभू भृगुंना त्या धमकीत तथ्य आहे, असं वाटेल. कारण वापर करण्यासाठी पशुपत्यास्त्र कशा प्रकारे सिद्ध केलं जातं, हे त्यांना ज्ञात आहे. प्रभू मित्र आणि त्यांचे लोक उद्या सकाळपासून त्यासाठी आपल्याला प्रशिक्षण देण्यास प्रारंभ करणार आहेत.''

— ☥◯Ⴎ႗⊕ —

आपल्यासमवेत बसलेल्या लोकांवरून पार्वतेश्वराने आपली नजर हटवली आणि कराचपाच्या प्रशासकाच्या निवासस्थानाच्या खिडकीतून तो बाहेर पाहू लागला. त्यावेळी ते शहरातील द्वितीय चौथऱ्यावर होते आणि तेवढ्या उंचीवरून पार्वतेश्वराला क्षितिजापर्यंत पसरलेला पश्चिमी सागर स्पष्ट दिसत होता.

''आपल्याकडे फक्त सागरी मार्गाचाच पर्याय आहे,'' पार्वतेश्वर म्हणाला.

भृगु आणि दिलीपा पार्वतेश्वराकडे वळले. दिलीपाचे अयोध्येचे सैन्य अखेरीस मेलुहामध्ये पोहचले होते. देवगिरीच्या युद्धाला आता कित्येक महिने उलटून गेले होते. पार्वतेश्वराच्या सूर्यवंशी सैन्यदलामध्ये सहभागी होण्यासाठी ते सैन्य

कराचपामध्ये पोहचले होते.

''परंतु सरलष्करप्रमुख, कराचपाला येण्यामागची हीच संपूर्ण कल्पना आहे का?'' दिलीपाने विचारले. ''लोथलवर सागरी मार्गाने हल्ला करणं ही? या कल्पनेत नावीन्य काय आहे?''

''मी नगरीवर हल्ला करण्याविषयी बोलत नाही, महाराज.''

आता पार्वतेश्वराच्या नियंत्रणाखाली चार लाख सैनिक होते. परंतु तरीही लोथलच्या सुसज्ज किल्ल्यावर आक्रमण करण्यासाठी तेवढे सैनिक पुरेसे नव्हते, हे त्याला चांगलेच माहिती होते. शिवाय कितीही प्रकारे चिथावणी दिली गेली असती, तरी सतीने लोथलच्या बाहेर पाऊल टाकण्यास नकारच दिला असता. त्यामुळे खुल्या युद्धभूमीवर आपल्या भल्या मोठ्या सैन्यासह युद्ध करण्याचा लाभ तिने पार्वतेश्वराला नक्कीच दिला नसता. आता सर्वच व्यावहारिक बाबींचा विचार करता ते युद्ध तुल्यबळ झाले असते.

''कृपा करून, तुमचं म्हणणं स्पष्ट करा, सरलष्करप्रमुख,'' भृगु म्हणाले. कदाचित युद्ध अनिर्णित राहण्याजोगी ही परिस्थिती बदलण्यासाठी एखादी उत्तम कल्पना पार्वतेश्वराकडे असेल, अशा आशेपोटी ते बोलत होते. ''तुमच्याकडे कोणती योजना आहे?''

''मला असं वाटतं, की आपण नर्मदेमध्ये पुढे एक तुकडी पाठवावी आणि ती गलबतं दिसताहेत का ते पहावं.''

दिलीपा विचारमग्न झाला. त्याच्या कपाळावर आठ्या पडल्या. ''प्रभू शिव कोणत्या मार्गाने गेले, ते शोधून काढण्यात तुमचे हेर यशस्वी ठरले का?''

शिव आणि गोपाळ नर्मदेतून जलप्रवास करून गेल्याची माहिती मेलुहाच्या लोकांना होती, परंतु त्यानंतर मात्र ते कुठल्या मार्गाने गेले असावेत, याविषयी त्यांना माग काढता आला नव्हता. पंचवटी अगर उज्जैनमध्ये पोहचण्यासाठी त्या दोघांनी तो मार्ग निवडला असावा, असे त्यांना वाटत होते. परंतु तिकडे ते का गेले असावेत, ते मेलुहाच्या रहिवाशांसाठी एक रहस्यच होते.

''नाही.'' पार्वतेश्वराने उत्तर दिले.

''मग त्या दिशेने आपली गलबतं पाठवण्यात काय अर्थ आहे? नीळकंठाच्या हेरांना आणि टेहळणी करणाऱ्या लोकांना नर्मदेतून आपली गलबतं प्रवास करत असल्याचं नक्कीच समजेल आणि मग आपल्या अचानक हल्ल्यातील तथ्यच

निघून जाईल.''

''मला तेच तर हवं आहे,'' पार्वतेश्वर म्हणाला. ''आपण लपूनछपून जाणार नाही.''

''महान प्रभू ब्रह्माशप्पथ!'' प्रभावित झालेले भृगु म्हणाले. ''सरलष्करप्रमुख, पंचवटीला जाणारा मार्ग तुम्ही शोधून काढला आहे का?''

''नाही, प्रभू.''

''मग मला याचं आकलनच होत नाही...हं...अस्सं!'' भृगुंनी आपले वाक्य तसेच सोडून दिले. अखेरीस त्यांना पार्वतेश्वराला काय म्हणायचे होते ते मनातल्या मनात उमजले होते.

''मला पंचवटीकडे नर्मदेतून जाणारा मार्ग ज्ञात नाही,'' पार्वतेश्वर म्हणाला. ''परंतु आपल्याला तो मार्ग ज्ञात नाही, हे प्रभू नीळकंठाच्या लष्कराला नक्कीच माहिती आहे. आपण तो मूल्यवान मार्ग शोधून काढला आहे, असा त्यांच्या लष्कराचा समज होईल आणि त्यामुळे प्रभूंच्या जीविताला धोका आहे, असं त्यांना वाटेल. याशिवाय त्या सैन्यामध्ये नाग लोकांचा मोठाच सहभाग आहे. आपल्या राज्याच्या राजधानीला, पंचवटीला एवढा मोठा धोका असल्याचं पाहून ते गप्प राहतील का? ती नगरी तर प्रत्यक्ष देवी भूमिदेवीनं वसवलेली आहे.''

''त्यामुळे त्यांना लोथलमधून बाहेर पडावंच लागेल,'' दिलीपा म्हणाला.

''अगदी बरोबर,'' पार्वतेश्वर म्हणाला. ''आपल्या नौदलात सुमारे ५० गलबतं असल्यामुळे तेवढे सैनिक असलेली गलबतं घेऊन त्यांना बाहेर पडावंच लागेल. नर्मदेच्या त्रिभुज प्रदेशाच्या खूपच पलीकडे असलेल्या खाऱ्या पाण्याच्या सरोवरात आपण आपल्या गलबतांना प्रतीक्षेत रहायला सांगू.''

''आणि एकदा का त्यांनी नर्मदेतून वरच्या दिशेने यायला प्रारंभ केला, की आपण पाठीमागून त्यांच्यावर हल्ला करू आणि त्यांना नेस्तनाबूत करून टाकू,'' दिलीपा म्हणाला.

''नाही,'' पार्वतेश्वर म्हणाला.

''नाही?'' दिलीपाने आश्चर्याने विचारले.

''नाही, महाराज. नर्मदेमध्ये आपले सर्वाधिक शूर योद्धे आधीच पाठवण्याचा माझा विचार आहे. वरच्या बाजूने जलद गतीने प्रवास करणाऱ्या नाग गलबतांची ते प्रतीक्षा करतील. सागरापासून बरेच अंतर दूरवर त्यांनी प्रवास करेपर्यंत ते प्रतीक्षा

करतील. आता त्यांचं सैन्य एकमेकांच्या निकट येऊन प्रवास करू लागेल. आपल्या शूर सैन्याकडे सैतानी नौका असतील आणि त्यांमध्ये जळाऊ लाकडं असतील. शिवाय शत्रूंसाठी आपण त्यामध्ये गारगोट्याही ठेवून देऊ. गलबतांची पहिली आणि अखेरची रांग पेटवून देणं हे आपलं काम असेल.''

''फारच कल्पक आणि बुद्धिमान योजना. त्यांची गलबतं नाश पावतील. त्यांचे सैनिक नशीबाच्या भरवशावर असतील. त्यानंतर त्या खाऱ्या पाण्याच्या छुप्या सरोवरातून आपले सैन्य त्यांच्यावर आक्रमण करेल आणि त्यांच्या सैनिकांना ठार मारून टाकेल.''

''नाही, महाराज,'' पार्वतेश्वर म्हणाला. त्याने योजना सांगितल्यावर लढाईच्या डावपेचांत निष्णात असलेल्या प्रभू शिवासारख्या व्यक्तीला याविषयी अधिक स्पष्टीकरण देण्याची आवश्यकताच भासली नसती, असा विचार पार्वतेश्वराच्या मनात रेंगाळत राहिला. ''आपली कुमक युद्धात मुळीच भाग घेणार नाही. ती फक्त शत्रूला दाखवलेलं एक आमिष असेल. आपला प्रमुख हल्ला हा आपल्या कुशल सैनिकांकडूनच पार पाडला जाईल. जर पहिल्या आणि अखेरच्या रांगेतील गलबतांना अग्नी लावला गेला, तर मधल्या रांगेतील गलबतं आपोआपच एका पाठोपाठ पेटतील.''

''परंतु त्यासाठी दीर्घ काळ लागणार नाही का?'' भृगुंनी विचारले. ''त्यांच्यापैकी कित्येक सैनिक गलबतांमधून बाहेर पडून भूमीवर निसटून जातील.''

''सत्य आहे,'' पार्वतेश्वर म्हणाला. ''परंतु त्यावेळी त्यांच्याजवळ गलबतं असणार नाहीत आणि ते आपल्या लष्करी तळापासून खूपच दूरवर असतील. मैका-लोथल आणि नर्मदा यांच्यामध्ये मार्ग नसल्याचं मला पंचवटीत असताना समजलं होतं. त्यामुळे पुन्हा लोथलपर्यंत परतण्यासाठी त्या निबिड, घनदाट अरण्यांतून मार्ग काढत त्यांना यावं लागेल आणि त्यासाठी किमान सहा महिने लागतील. आपल्या फसव्या गलबतांचा ताफा पाहून सती किमान एक लाख सैनिकांना तरी आपल्यावर हल्ला करण्यासाठी पाठवेल, असा माझा अंदाज आहे आणि नर्मदेकाठच्या अरण्यात शत्रूचे एवढे एक लाख सैनिक अडकल्यावर आपलं सैन्यबळ आकडेवारीचा विचार करता खूपच श्रेष्ठ ठरेल. त्यावेळी त्यांच्या प्रत्येक सैनिकामागे आपल्याकडे चार, चार सैनिक असतील. मग आपण हल्ला करू आणि कदाचित लोथल जिंकूनही घेऊ.''

अद्यापही संपूर्ण योजना दिलीपाच्या लक्षात आली नव्हती. ''परंतु आपल्या त्या फसव्या सैन्यदलात आपले स्वतःचेही कित्येक सैनिक अडकलेले असतील. बरोबर? मग आपल्यालाही ते कराचपाला परतण्याची प्रतीक्षा करावी लागेल आणि मग...''

''आपल्याबरोबर युद्धात त्या फसव्या सैन्यदलानं सहभागी व्हावं, अशी माझी अपेक्षाही नाही,'' पार्वतेश्वर म्हणाला. ''त्यामुळे त्या गलबतांमध्ये आपण सैनिकांचा समावेश करणार नाही. योद्धे नसलेले असेच काही कर्मचारी आपण त्यांमधून नेऊ. पाच हजारांहून अधिक लोकांना आपण त्या गलबतांमधून नेणारही नाही. त्यामुळे आपला किती लाभ होईल, याची कल्पना करा. कुशल सैन्यासह आपले फक्त पाच हजार लोक कराचपा सोडून जातील; परंतु आपण शत्रूच्या सुमारे एक लाख सैनिकांना इथून बाहेर काढू. नर्मदेच्या अरण्यात ते भटकत राहतील आणि लोथलला पोहचण्यास त्यांना किमान सहा महिन्यांचा कालावधी लागेल. आपण अगदी एकाही बाणाचा वापर करणार नाही. त्यानंतर सहजपणे पुढे सरकूनव आपण लोथलवर सहजगत्या विजय प्राप्त करू शकू.''

''खूपच कुशाग्र कल्पना!'' भृगु म्हणाले, ''आपली गलबतं नर्मदेकडे जाण्यासाठी निघाली, की तातडीने आपणही लोथलच्या दिशेने प्रयाण करू.''

''नाही, प्रभू,'' पार्वतेश्वर म्हणाला. ''कराचपामध्ये आणि भोवतालच्या परिसरात सतीचे टेहळणी करणारे लोक नक्कीच फिरत असतील, याची मला खात्री आहे. आपले चार लाख सैनिक नगरीतून बाहेर पडत असल्याचं त्यांच्या नजरेस पडलं, तर गलबतांमध्ये किरकोळ प्रमाणातच सैन्य पाठवलं गेलं आहे, हे त्यांच्या लगेच ध्यानात येईल. त्यामुळे आपला कावा त्यांच्या ध्यानात येईल. आपलं सैन्य कराचपाच्या भिंतींआड लपून राहील. त्यामुळे पंचवटीवरील हल्ला खरोखरचाच असल्याची त्यांची खात्री पटेल.''

कराचपातील व्यापारी कर खात्याचा अधिकारी व्यापारी गलबत पाहून विचारमग्न झाला. ''इजिप्तमधून सुती कापड आणलं आहे? मेलुहाच्या कोणत्याही व्यक्तीला इजिप्तमधून सुती कापड आणण्याची आवश्यकता का बरं भासेल?

आपल्या स्वतःच्या सुती कापडाची सर त्यांच्या कापडाला मुळीच येणार नाही.''

मेलुहातील अबकारी व्यवस्थेची प्रक्रिया विश्वासावर आधारित होती. गलबतांचा एकूण अंदाज घेऊन साधारणपणे त्यानुसार त्यांच्यावर कर आकारला जात होता. मात्र जर त्याला वाटले, तर अधिकारी गलबतातील मालाची तपासणीही करू शकत होता. तशाच प्रकारची ती एक अपवादात्मक परिस्थिती होती.

अधिकारी आपल्या साहाय्यकाकडे वळला. ''गलबत रोखून धरा आणि त्याच्यातील मालाची तपासणी करा.''

गलबताच्या कप्तानाने अस्वस्थपणे आपल्या उजवीकडे पाहिले. तेथील एका कक्षाचे दार बंद करण्यात आले होते. तो तसाच त्या अधिकाऱ्याकडे वळला. ''याची आपल्याला का आवश्यकता वाटते महाराज? मी याविषयी काही असत्य भाषण करतो आहे, असं तुम्हाला वाटतं का? मी तुम्हाला किती कापड आणलं आहे, याविषयी सांगितलं आहेच आणि गलबताच्या कमाल मालवाहू क्षमतेशी ते सुसंगत आहे, हे तुम्हीही जाणताच. त्यामुळे तुम्ही माझ्यावर आणखी अधिक कर लादू शकत नाही. तुमच्या शोधाचा काहीच उपयोग होणार नाही.''

कप्तानाने ज्या बंद दरवाजाकडे संशयास्पदरित्या कटाक्ष टाकला होता; त्या दरवाजाकडे त्या अधिकाऱ्याने पाहिले. तो दरवाजा अचानकच हलू लागला. त्यानंतर तो उघडला गेला आणि त्याच्यातून एक उंच, मजबूत बांध्याचा माणूस बाहेर पडला. त्याने जांभई दिली आणि शरीराला आळोखेपिळोखे देत तो इकडे तिकडे पाहू लागला. ''कप्तान, विलंब का होत आहे?'' त्याने विचारले.

त्या अधिकाऱ्याचा श्वास रोखला गेला, कारण त्याने त्या व्यक्तीला ओळखले होते. त्याने तातडीने त्या व्यक्तीला मेलुहाच्या रिवाजाप्रमाणे प्रणाम केला. ''सेनाधिकारी विद्युन्माली, या गलबतावर तुम्ही आहात, हे मला माहिती नव्हतं.''

''आता तुम्हाला माहिती आहे ना?'' विद्युन्मालीने आणखी एक जांभई देत विचारले.

''मला क्षमा करा, महाराज,'' तो अधिकारी म्हणाला. त्याने कप्तानाकडे तत्काळ आपल्या हातातील कागदपत्रे परत दिली आणि आपल्या लोकांना त्यांना कर भरल्याची पावती देण्याचा आदेश दिला.

तत्काळ सर्व कागदपत्रे पूर्ण केली गेली.

अधिकारी जाण्यासाठी वळला होता. परंतु तो पुन्हा मागे वळला आणि त्याने विद्युन्मालीला संभ्रमित होत विचारले, ''महाराज, तुम्ही तर आमच्या सैन्यातील एक महान योद्धे आहात. मग आपल्या सैन्यासह तुम्ही युद्धभूमीकडे प्रयाण का केलं नाहीत?''

विद्युन्मालीने आपले मस्तक हलवले. त्याच्या चेहऱ्यावर उपहासात्मक हास्य होते. ''व्यापार अधिकारी, आता मी एक योद्धा नाही. मी आता शरीररक्षक आहे आणि आता दिसतं आहे, त्याप्रमाणे मी राजवस्तूंचा वाहतूककर्ताही आहे.''

त्या अधिकाऱ्याने विनम्रपणे स्मित केले आणि नंतर त्याने गलबताला तातडीने तिथून पुढे जाण्याचा इशारा केला.

''विलंब का झाला होता?'' त्या इजिप्तच्या व्यक्तीने विचारले.

गलबताच्या सर्वात खालच्या भागात विद्युन्माली गेल्याबरोबर ती व्यक्ती पुढे आली होती. गलबताच्या पोटात खोलवर ती जागा होती. तिथे फक्त एका कोपऱ्याच्या वरच्या बाजूला एक भोक होते. बाकीचा संपूर्ण भाग घट्ट बंद करून टाकण्यात आला होता. तिथे अनैसर्गिकरित्या अंधार करण्यात आला होता. त्या अंधाराला त्याची नजर सरावल्यानंतर अंगाची गठडी करून तिथेच बसलेल्या सुमारे तीनशे मारेकऱ्यांचे चेहरे त्याला दिसू लागले.

''फारसं काही महत्त्वाचं नव्हतं, महाराज स्वुथ,'' विद्युन्माली इजिप्तच्या त्या व्यक्तीला म्हणाला. ''गलबताची तपासणी करण्यासाठी तो मूर्ख अधिकारी सरसावला होता. मी ती परिस्थिती योग्य प्रकारे हाताळली. आता आपण कराचपा सोडून पुढे निघालो आहोत. लवकरच आपण मेलुहाच्या मध्यभागी पोहचू. त्यानंतर आपल्याला मागे वळून पहावं लागणार नाही.''

स्वुथने शांतपणे मान डोलावली.

''महाराज,''आपल्या हातात मशाल घेऊन आत येताच कप्तान म्हणाला.

विद्युन्मालीने कप्तानाच्या हातातून मशाल घेतली. कप्तानाच्या पाठोपाठ तागाची मोठी पोती घेतलेल्या दोन व्यक्तीही तिथे आल्या. विद्युन्मालीच्या शेजारीच त्यांनी ती दोन्ही पोती ठेवली.

‘‘बाहेर जाऊन प्रतीक्षा करा,’’ विद्युन्माली म्हणाला.

कप्तान आणि त्या दोघा व्यक्तींनी त्याच्या आज्ञेचे तातडीने पालन केले. विद्युन्माली पुन्हा एकदा त्या इजिप्तच्या लोकांकडे वळला.

त्या मंद प्रकाशात अंधुक चेहरे दिसणाऱ्या त्या मारेकऱ्यांचा स्वुथ हा प्रमुख होता. विद्युन्माली त्यांना देवगिरीकडे घेऊन चालला होता. गलबत सर्वच बाजूंनी बंद असल्यामुळे होणाऱ्या प्रचंड उकाड्यामुळे त्या सर्वांनाच खूपच घाम आला होता. त्यामुळे त्यांनी आपले कपडे उतरवून ठेवले होते. आता ते फक्त आपल्या अंतर्वस्त्रांवर बसले होते. मशालीच्या मंद उजेडात विद्युन्मालीने स्वुथकडे पाहिल्यावर त्याला त्याच्या शरीरावरचे असंख्य व्रण दिसले. मात्र त्यापेक्षाही त्याच्या शरीरावर कोरण्यात आलेल्या विविध चित्रांनी त्याचे लक्ष अधिक प्रमाणात वेधून घेतले. त्यापैकी एका चित्राशी मेलुहाचा तो सेनाधिकारी परिचित होता. त्याच्या नाकाच्या हाडावर एक छोटासा काळ्या रंगाचा अग्नीगोल काढण्यात आला होता. सहसा आपल्या शत्रूला त्याने दिलेल्या तडाख्यामुळे त्यांच्या डोळ्यांसमोरही असेच काजवे आणि प्रकाश चमकत असत. स्वुथ आणि त्याचे ते मारेकरी ज्या देवाला मानत होते, त्या अटेन म्हणजेच सूर्यदेवाचे प्रतिनिधीत्व तो अग्निगोल करत होता.

‘‘मला वाटत होतं, की रा हा इजिप्त लोकांचा सूर्यदेव आहे,’’ विद्युन्माली म्हणाला.

स्वुथने आपले मस्तक हलवले. ‘‘बहुतेक लोक त्याला रा म्हणतात. परंतु ते चूक करतात. अटेन हे त्याचं योग्य नाव आहे आणि हे त्याचं चिन्ह आहे,’’ आपल्या नाकावरच्या सूर्याच्या अग्निगोलाकडे निर्देश करत तो म्हणाला.

‘‘आणि तुमच्या हातावरचा ते कोल्ह्याचं चित्र?’’ विद्युन्मालीने विचारले.

‘‘तो कोल्हा नाही. तो कोल्ह्यासारखा दिसणारा दुसराच एक प्राणी आहे. आम्ही त्याला शा म्हणतो. माझं नाव ज्या देवाच्या नावावरून ठेवण्यात आलं आहे, त्या देवाचं हे चिन्ह आहे.’’

विद्युन्माली दुसऱ्या चित्राकडे वळला होता; परंतु स्वुथने हात उंचावून त्याला रोखले.

‘‘माझ्या शरीरावर कित्येक चित्रं आहेत आणि त्यांच्याविषयी बोलण्यात मला अल्प स्वारस्य आहे. तुम्ही मला चांगलं मूल्य देणार आहात, सेनाधिकारी. त्यामुळे मी माझं काम चोख करेन. माझ्याशी स्नेहबंध निर्माण करून मला कामासाठी

प्रवृत्त करण्याची तुम्हाला आवश्यकता नाही. तुम्हाला खरोखरच जे हवं आहे, त्याविषयी आता आपण बोलूया.''

विद्युन्मालीने स्मित केले. व्यावसायिक लोकांच्यासमवेत काम करण्यातून नेहमीच एक प्रकारचा आनंद प्राप्त होत असतो. त्यांनी आपले सर्व लक्ष त्यावेळी आपल्या हातातील कामावर एकवटले होते. सम्राट दक्षाने त्याच्याकडे दिलेले काम तसे कर्मकठीण होते. कोणताही मारेकरी ठार मारू शकतो; परंतु या हत्येविषयी अनेक अटी घालण्यात आल्या होत्या आणि त्यासाठीच व्यावसायिक मारेकऱ्यांची आवश्यकता होती. आपल्या कृष्ण कलेवर ज्यांची कमालीची निष्ठा होती, अशा कलाकारांचीच त्यासाठी आवश्यकता होती.

''मला क्षमा करा,'' विद्युन्माली म्हणाला. ''मी आता सरळ मुद्यावर येतो.''

''तेच अधिक चांगलं ठरेल,'' स्वुथ उपहासाने म्हणाला.

''तुमची कोणालाही ओळख पटू नये, अशी आमची इच्छा आहे.''

स्वुथने डोळे बारीक केले. जणू काही नुकताच त्याचा कोणीतरी अपमान केला असावा.

''सेनाधिकारी विद्युन्माली, आम्हाला हत्या करत असताना कोणीही कधीच पाहू शकत नाही. आपली हत्या होत आहे, हे अगदी आमच्या बळींनाही समजलेलं नसतं.''

विद्युन्मालीने आपले मस्तक हलवले. ''परंतु तुम्ही हत्या करत असताना सर्वांना दिसावं, अशी आमची इच्छा आहे. फक्त तुमची ओळख पटता कामा नये.''

स्वुथ विचारमग्न झाला. त्याच्या कपाळावर आठ्या पडल्या.

विद्युन्माली त्यापैकी एका तागाच्या पोत्याकडे गेला आणि त्याने ते उघडले आणि त्याच्यातून मोठे काळे बुरखे आणि मुखवटे काढले. ''तुम्ही सर्वांनीच हे घालावं अशी माझी इच्छा आहे आणि तुम्ही हत्या करत असताना सर्वांना दिसावं, असंच मला वाटतं.''

स्वुथने एक बुरखा घेतला आणि त्याला लगेच त्याची ओळख पटली. ज्यावेळी नाग लोक परदेशी प्रवास करत असत, त्यावेळी ते असेच बुरखे वापरत असत. त्याने त्या मुखवट्याकडे पाहिले. पवित्र समारंभांच्या वेळी नाग लोक तसे मुखवटे वापरत असत.

स्वुथने विद्युन्मालीकडे पाहिजे. त्याचे डोळे आता अगदी बारीक झाले होते.

''म्हणजे नाग लोकांनी हे केलं अशी लोकांची समजूत व्हावी, असं तुम्हाला वाटतं का?'' त्याने विचारले.

विद्युन्मालीने मान डोलावली.

''परंतु या बुरख्यांमुळे आमच्या हालचालींना मर्यादा पडतील,'' स्वुथ म्हणाला. ''आणि या मुखवट्यांमुळे आमच्या दृष्टीला मर्यादा पडतील. या प्रकारच्या वस्त्रांच्या साहाय्याने काम करण्याचं प्रशिक्षण आम्हाला लाभलेलं नाही.''

''म्हणजे अटेनचे योद्धे या गोष्टी करू शकत नाहीत, असं तुम्ही मला सांगत आहात का?''

स्वुथने दीर्घ श्वास घेतला. ''कृपा करून इथून निघून जा.''

विद्युन्मालीने स्वुथकडे रोखून पाहिले. स्वुथच्या औद्धत्यामुळे आणि उन्मत्त वर्तनामुळे तो स्तंभित झाला होता.

''चालते व्हा!'' स्वुथने स्पष्ट शब्दांत सांगितले. ''म्हणजे हे बुरखे घालून आम्ही सराव करू शकू.''

विद्युन्मालीने स्मित केले आणि तो उठून उभा राहिला.

''सेनाधिकारी,'' स्वुथ म्हणाला, ''कृपा करून, ती मशाल इथेच ठेवून जा.''

''अर्थातच,'' विद्युन्माली म्हणाला. त्याने तेथील कोनाड्यातील एका खुंटीवरील कळीमध्ये ती मशाल घट्ट बसवून टाकली आणि तो त्या भागातून बाहेर पडला.

प्रकरण ४०

नर्मदेतील कावा

''ते इकडे येत नाहीत?'' आश्चर्यचकित झालेल्या सतीने विचारले.

काली, गणेश आणि कार्तिक यांच्यासमवेत आपल्या कुटुंबातील स्वास्थ्याचा क्षण ती अनुभवत होती. त्याच वेळी ते केशरी दूधही पीत होते. भगीरथ, चंद्रकेतू, माताली, बृहस्पती आणि चेनारध्वज हेही लवकरच त्यांच्यामध्ये सहभागी झाले. त्यांच्याकडे अगदी ताजे वृत्त होते. वासुदेवांनी त्यांना नुकतीच एक माहिती कळवली होती. त्यानुसार, कराचपाहून सुमारे पन्नास गलबतांचा ताफा काही सप्ताहांपूर्वीच बाहेर पडला होता. ती लोथलच्या दिशेने येतील असा त्यांचा अंदाज होता; परंतु ती गलबते दक्षिणेकडे वळल्याचे ताजे वृत्त होते.

''याचा अर्थ ते नर्मदेकडे निघाले असावेत,'' ती माहिती घेऊन तिथे पोहचलेल्या वासुदेव पंडिताने त्यांना सांगितले.

''ते तिकडे जाऊ शकत नाहीत,'' दुःखार्त झालेल्या कालीने गणेशाकडे पहात म्हटले.

मेलुहाच्या लोकांची दिशाभूल करण्यासाठी प्रथम नर्मदेच्या दिशेने जाऊन नंतर परिहाकडे जाण्याचा शिवाचा पवित्रा कालीला अजिबात आवडला नव्हता. त्यामुळे मेलुहाच्या लोकांना कदाचित पंचवटीला जाणाऱ्या गुप्त मार्गाविषयी संकेत मिळू शकतील, असे कालीला वाटत होते. मात्र शिवाने तिची चिंता फेटाळून लावली

होती. पंचवटीजवळची नदी पश्चिमेकडून पूर्वेकडे वाहते आणि नर्मदा पूर्वेकडून पश्चिमेकडे वाहते, ही गोष्ट भृगुंना माहिती आहे, असे त्याचे म्हणणे होते. त्यामुळे पंचवटी नर्मदेच्या काठावर नव्हती, हे स्पष्टच होते. त्यामुळे ते नर्मदेतून वरच्या दिशेने गेले, तरीही घनदाट दंडकारण्यातून गेल्याशिवाय त्यांना पंचवटीला पोहचता आलेच नसते, हेसुद्धा मेलुहाच्या लोकांना माहिती होते आणि नागांच्या साहाय्याशिवाय तशा प्रकारे दंडकारण्यातून जाण्याचा प्रयत्न करणे हे धोकादायक होते.

त्यामुळेच मेलुहाचे लोक नर्मदेच्या दिशेने जलप्रवास करत असल्याच्या वृत्तामुळे कालीने एकच तर्कनिष्ठ निष्कर्ष काढला होता आणि तो म्हणजे त्यांना पंचवटीच्या मार्गाचा शोध लागला होता.

"नर्मदेतून पंचवटीला जाण्याचा मार्ग त्यांना कसा काय माहिती असेल?" संभ्रमित झालेल्या गणेशाने विचारले.

काली सतीकडे वळली. "तुझ्या पतीने माझं काहीच ऐकलं नाही आणि वेड्यासारखा नर्मदेच्या दिशेनंच जलप्रवास करण्यावर तो ठाम राहिला."

"काली, नर्मदेतून आपल्या सर्व प्रकारच्या जाण्या येण्याची माहिती मेलुहाच्या लोकांना आहे," सती शांतपणे म्हणाली. "त्यात काहीही गुप्त नाही. परंतु नर्मदेतून पंचवटीला कसं जायचं ते त्यांना माहिती नाही. त्यामुळे शिवाने त्यांना ती कल्पना दिलेली नाही," तिने पुढे सांगितले.

"मरू देत ते!" काली जोरात ओरडली. "ती फक्त शिवाचीच चूक नव्हती; ती तुझीही चूक होती. त्या फितुराला ठार मारण्याविषयी मी तुला सांगितलं होतं, ताई. तू आणि सन्मानाविषयीच्या तुझ्या चुकीच्या समजुती यांमुळे माझ्या लोकांचा सर्वनाश होईल."

"मावशी," आपल्या मातेचा बचाव करण्यासाठी तत्परतेने गणेश कालीला म्हणाला, "यासाठी आपण मातेला दूषण द्यावं, असं मला वाटत नाही. सरलष्करप्रमुख पार्वतेश्वरांनी नव्हे; तर महर्षि भृगुंनी कदाचित या मार्गाचा शोध लावला असण्याची शक्यता आहे. कारण काहीही झालं, तरी त्यांना गोदावरीच्या पात्रातून पंचवटीपर्यंत येण्याचा मार्गही माहिती होता. बरोबर आहे ना?"

"अर्थातच, गणेशा," काली उपहासाने म्हणाली. "तो मार्ग सरलष्करप्रमुख पार्वतेश्वराला माहितीच नसेल आणि ती तुझ्या प्रिय मातेची चूक असणं शक्यच नाही. मानवी इतिहासातील सर्वाधिक निष्ठावान आणि मातृभक्त पुत्राला आपली

माता चूक करू शकते, असं वाटणं कसं काय शक्य आहे?''

''काली....'' सती कुजबुजली.

कालीने आपली बडबड पुढे सुरूच ठेवली. ''तू एक नाग आहेस, याचं तुला विस्मरण घडलं आहे का? तू लोकनायक आहेस. आपल्या रक्ताच्या अखेरच्या थेंबापर्यंत त्यांचं रक्षण करण्याची शपथ तू घेतली आहेस, हे तुझ्या स्मरणात नाही का?''

गोष्टी हाताबाहेर जाण्याआधीच त्यात सहभागी होण्याचा निर्णय भगीरथाने घेतला. ''महाराणी काली, नर्मदेचा मार्ग मेलुहाच्या लोकांना कसा ज्ञात झाला, याविषयी खोलात शिरून काहीच साध्य होणार नाही. आता आपण पुढे काय करायचं, यावर आपण चर्चा करत आहोत. आपण आता पंचवटीचं रक्षण कसं करणार आहोत?''

काली भगीरथाकडे वळली आणि कडाडली. ''आता आणखी काय करण्याची आवश्यकता आहे, हे ठरवण्यासाठी आम्हाला कोणा महर्षींची गरज नाही. उद्याच सर्व नाग योद्धे पन्नास गलबतांसह पंचवटीच्या दिशेने रवाना होतील. माझ्या लोकांवर हल्ला करण्याचं ठरवल्याबद्दल मेलुहाच्या लोकांवर पश्चात्तापाची वेळ येईल.''

एक लाख नाग आणि ब्रंग सैनिकांसह काली, गणेश आणि कार्तिक लोथलच्या किल्ल्याच्या वर्तुळाकार बंदरात प्रस्थानासाठी सज्ज झाले होते. आपली गलबते त्यांनी झपाट्याने सागरात हाकारली. आता वेळ हीच सर्वाधिक महत्त्वपूर्ण गोष्ट होती, हे त्यांना ठाऊक होते.

आपले कुटुंबीय जात असताना त्यांना निरोप देण्यासाठी सतीही तिथे आली होती. ती लोथलमध्येच थांबणार होती. आपल्या सैन्याच्या विभाजनाचा लाभ उठवून त्याच वेळी मेलुहाचे सैनिक किल्ल्याला वेढा घालतील, असा तिचा संशय होता.

''काली...'' सतीने हळुवारपणे तिला हाक मारली.

कालीने तिच्याकडे रुक्षपणे कटाक्ष टाकला आणि नंतर तिने आपल्या

भगिनीकडे पाठ फिरवली आणि आपल्या सैनिकांना ती सूचना देऊ लागली, ''झटपट गलबतांवर चढा! त्वरा करा!''

गणेश आणि कार्तिक पुढे झाले आणि खाली वाकून त्यांनी आपल्या मातेचे आशीर्वाद घेतले.

''आम्ही लवकरच परत येऊ माते,'' गणेश म्हणाला. तो अवघडल्यासारखा स्मित करत होता.

सतीने मान डोलावली. ''मी तुमची प्रतीक्षा करेन.''

''माते, तू आमच्यासाठी काही सूचना देणार आहेस का?'' कार्तिकाने विचारले.

सतीने आपल्या भगिनीकडे पाहिले. अद्यापही तिने कठोरपणे तिच्याकडे पाठच फिरवली होती. ''तुमच्या मावशीची काळजी घ्या.''

कालीने ते ऐकले, परंतु कोणताही प्रतिसाद दिला नाही.

सती पुढे आली आणि तिने कालीच्या खांद्याला स्पर्श केला. ''सरलष्करप्रमुख पार्वतेश्वरांविषयी मला क्षमा कर. परंतु मला जी गोष्ट योग्य वाटली, तीच मी केली.''

कालीने आपला खांदा अधिकच ताठर केला. ''ताई, दुसऱ्यांच्या जीवनाचं मूल्य चुकतं करूनही जी व्यक्ती आपल्या नैतिक ताठरपणाशी एकनिष्ठ राहते, त्या व्यक्ती नेहमीच नीतीमान व्यक्ती असल्याच पाहिजेत; असं नाही.''

सती शांत राहिली. कालीच्या पाठमोऱ्या आकृतीकडे ती खेदाने पहात राहिली. कालीच्या पाठीवरील दोन अतिरिक्त हात हलत असल्याचे तिला दिसले. नागांची ती राणी खूपच संतप्त झाली होती, हे स्पष्टच दिसत होते.

काली वळली आणि आपल्या भगिनीकडे तिने एक दृष्टीक्षेप टाकला. ''तुझ्या नैतिक महानतेला चिकटून राहण्याच्या व्यसनामुळे माझ्या लोकांना मी यातना भोगू देणार नाही, ताई.''

एवढे बोलून. काली तशीच झटकन मागे वळली. ती शब्दशः फटकारल्यासारखी तिथून पुढे गेली आणि आपल्या माणसांना गलबत तातडीने हाकारण्याच्या सूचना देऊ लागली.

— ☥◎Ⴖᚦ⊕ —

आपण काय ऐकतो आहोत, यावर कनखलाचा विश्वासच बसत नव्हता. शांततेचा प्रयत्न!

‘‘गेल्या प्रदीर्घ काळात मी ऐकलेली ही सर्वोत्तम वार्ता आहे, महाराज!'' कनखला म्हणाली.

दक्षाने कावेबाजपणे स्मित केले. ‘‘ही बाब गुप्त ठेवली पाहिजे, हे तुझ्या ध्यानात आलंच असेल. कित्येक जणांना शांतता नको आहे. या साऱ्याची अखेर करण्याचा एकमेव मार्ग म्हणजे युद्ध आहे, असं त्यांना वाटतं.''

कनखलाने विद्युन्मालीकडे पाहिले. तो दक्षाशेजारीच उभा होता. तो युद्धपिपासू असल्याचे तिला नेहमीच वाटत असे. मात्र यावेळी सम्राटाच्या म्हणण्यावर त्याला मान डोलावताना पाहून तिला आश्चर्य वाटले.

‘कदाचित,’ कनखलाच्या मनात विचार आला, ‘नीळकंठाबरोबर शांततेनं राहणं अमान्य असलेली व्यक्ती असं महर्षि भृगुंविषयी सम्राट बोलत असावेत.’

‘‘देवगिरीच्या बाह्य भागात झालेल्या युद्धाच्या वेळी झालेली जीवितहानी आणि वाताहत आपण सर्वांनीच पाहिली आहे,'' दक्ष म्हणाला. ‘‘सतीच्या सूज्ञपणामुळेच तिथला सर्वसमावेशक विध्वंस थांबला. अन्यथा मेलुहा आणि प्रभू नीळकंठ या दोघांनाही त्याची झळ पोहचली असती.''

‘कदाचित सतीविषयीच्या प्रेमामुळे सम्राटांचे हात बांधले गेले असावेत. आपल्या कन्येची कोणत्याही प्रकारे हानी होऊ नये, म्हणूनच कदाचित ते हा निर्णय घेत असावेत. कारण कोणतंही असलं तरी शांततेच्या प्रयत्नांसाठी पुढाकार घेण्याच्या त्यांच्या या कामात मी त्यांना नक्कीच पाठबळ देईन.''

‘‘तू कसला विचार करते आहेस, कनखला?''

‘‘नाही. कोणत्याही महत्त्वाच्या गोष्टीचा नाही, महाराज. तुम्ही शांततेविषयी चर्चा करण्यास तयार आहात, हे पाहूनच मला आनंद झाला.''

‘‘तुला आपली इतर कार्ये रोखावी लागतील,'' दक्ष म्हणाला. ‘‘कारण अगदी थोड्या कालावधीत आपल्याला संपूर्ण शांतता परिषदेचं आयोजन करावं लागेल. आपल्या परंपरेनुसार, आपण या शांतता परिषदेला ‘कनखला यज्ञ’ असं नाव देऊया.''

संकोचलेल्या कनखलाने स्मित केले. ‘‘तुम्ही खूपच सहृदयी आहात, महाराज. परंतु नाव एवढं महत्त्वाचं नाही. महत्त्वाची आहे ती शांतता.''

"होय. शांतता हाच आपला अग्रक्रमाचा मुद्दा आहे. म्हणूनच गुप्ततेविषयीच्या माझ्या सूचना तू गांभीर्याने घेतल्या पाहिजेत. कोणत्याही परिस्थितीत, कराचपापर्यंत शांतता परिषदेची ही सूचना पोहचता कामा नये."

अयोध्येचा राजा दिलीपा आणि सरलष्करप्रमुख पार्वतेश्वर यांच्यासह कराचपामध्येच प्रभू भृगु यांचे वास्तव्य होते.

"आज्ञा, महाराज!" कनखला म्हणाली.

आनंदित झालेल्या कनखलाने आपल्या कार्यालयात आल्याबरोबर या कामास तातडीने प्रारंभ करण्यासाठी इतर सारी कामे दूर सारली.

आपल्या खाजगी कार्यालयाचे द्वार बंद होईपर्यंत दक्षाने प्रतीक्षा केली आणि नंतर विद्युन्मालीकडे वळून तो म्हणाला, "स्वुथ आणि त्याचे लोक माझ्या पदरी अपयश टाकणार नाहीत, असं मला वाटतं."

"ते कधीच तसं करणार नाहीत, प्रभू," विद्युन्मालीने सांगितले. "माझ्यावर विश्वास ठेवा. तिबेटमधून आलेल्या त्या रानटी, असंस्कृत माणसाची हीच अखेर असेल. प्रत्येक जण नागांवरच दोषारोप करेल. रक्तपिपासू, कठोर, अनैतिक मारेकरी अशा दृष्टिकोनातूनच त्यांच्याकडे पाहिले जाते. त्या तोतया नीळकंठाने नागांशी केलेली युती इथल्या कोणत्याही खऱ्या नगरवासीयाच्या पचनी पडणार नाही. द्रपाकु कितीही महान असला, तरीही ज्याप्रमाणे त्याने विकर्मांना मुक्त केल्याचे अद्यापही अनेकांना आवडलेलं नाही, त्याप्रमाणेच हे आहे. नागांनीच त्याची हत्या केली, यावर लोकांचा लगेच विश्वास बसेल."

"आणि माझी कन्या माझ्याकडे परत येईल," दक्ष म्हणाला. "तिच्याकडे अन्य कोणताही पर्याय नसेल. आमचं कुटुंब पुन्हा एकत्र येईल."

फसवणूक, संभ्रम, आत्मवंचना यांच्यामुळेच अंधश्रद्धांवर विश्वास ठेवणे भाग पडते.

— ⅄ ◎ ℧ ↑ ⊗ —

शिव, गोपाळ आणि तारा आपल्या व्यापारी गलबताच्या वरच्या भागात होते. परिहाच्या लोकांनी त्यांचा मूल्यवान माल गलबतात ठेवण्यासाठी त्यांना साहाय्य केले होते. तेथील प्रत्येक जणच त्याला निरोप देण्यासाठी आला होता. त्या

सर्वांचा निरोप घेऊन नीळकंठाने आपल्या गलबताला हाकारण्याचा आदेश दिला. तो जाम सागरातून परतीच्या प्रवासासाठी निघाला होता.

''शेहराझेड,'' गोपाळ म्हणाला. ''किती काळ....''

''कृपा करून तारा म्हणा,'' तिने प्रमुख वासुदेवाचे बोलणे मध्येच थांबवत त्याला सांगितले.

''काय म्हणालात?''

''माझं नाव आता तारा आहे, महान वासुदेव,'' तारा म्हणाली. 'शेहराझेडला मी परिहातच मागे सोडून आले आहे.''

गोपाळाने स्मित केले. ''नक्कीच. मला क्षमा करा. तुमचं नाव ताराच आहे.''

''तुम्ही कोणता प्रश्न विचारत होतात?''

''तुम्ही किती काळ परिहामध्ये वास्तव्य केलं, असं मी विचारत होतो.''

''खूपच काळ,'' तारा म्हणाली, ''प्रारंभी महर्षि भृगुंनी माझ्याकडे सोपवलेल्या कार्यासाठी मी तिकडे गेले होते. वायुपुत्रांच्या समवेत दैवी अस्त्रांवर काम करण्याचं कार्य त्यांनी माझ्यावर सोपवलं होतं आणि ज्यावेळी ते मला परवानगी देतील, त्याच वेळी मी तिथून परतावं, असंही त्यांनी मला निक्षून सांगितलं होतं. परंतु नंतर मला बृहस्पतींच्या मृत्युविषयी समजलं आणि मग मात्र इकडे परत येण्याचं कोणतंच कारण माझ्यासाठी उरलं नव्हतं.''

''ते ठीक आहे. परंतु बृहस्पती आता इथून फारसे दूर नाहीत,'' गोपाळ मृदु आवाजात म्हणाला. ''जाम समुद्रातून आणखी दोन सप्ताह प्रवास केला की आपण पश्चिमी समुद्राच्या पूर्वेकडून प्रवास करू लागू आणि लोथलला पोहचू आणि अर्थातच बृहस्पतींकडेही पोहचू.''

ताराने आनंदाने स्मित केले.

''होय,'' शिवाने मिश्किलपणे जाम या शब्दावर एक कोटी केली आणि नंतर तो म्हणाला. ''परंतु हे सारंच गोंधळात टाकणारं आहे. 'तुम्ही जिकडं निघाला आहात तो सागर' आता 'तुम्ही जिथून निघाला आहात तो सागर' बनला आहे आणि नंतर आपल्याला पश्चिमी सागराच्या पूर्वेकडून प्रवास करावा लागणार आहे! अखेरीस आपण कुठे उतरू, हे फक्त त्या एकमेव पवित्र तळ्यालाच ठाऊक!''

ताराने आपल्या भुवया उंचावल्या.

''मला माहिती आहे,'' शिव म्हणाला. ''तो एक भयानक विनोद होता. मला

वाटतं, की अशा प्रकारे सर्वसामान्य विधान केलं, की प्रत्येक जणच त्याच्या तावडीत सापडतो.''

तारा जोरात हसली. ''तुमच्या विनोदामुळे अचंबित झाले नाही. परंतु तरीही तो एक भयानक विनोद होता, हे मला कबूल केलंच पाहिजे.''

''आभारी आहे!'' शिव हळुवारपणे हसला. ''परंतु तू नेमकी कशामुळे अचंबित झाली होतीस?''

''जाम म्हणजे तुम्ही जिकडं निघाला आहात तो सागर, असा अर्थ तुम्ही गृहीत धरला आहे, असं मला वाटलं.''

शिव गोपाळाकडे वळला आणि त्याने भुवया उंचावल्या, कारण त्या प्रमुख वासुदेवानेच त्याला तो अर्थ सांगितला होता.

''म्हणजे त्याचा अर्थ तसा नाही?'' गोपाळाने विचारले.

''सर्वांनाच त्याचा तोच अर्थ आहे, असं वाटतं,'' तारा म्हणाली. ''फक्त परिहाचे नगरवासी त्या शब्दाचा तसा अर्थ लावत नाहीत.''

''मग त्यांना त्याचा काय अर्थ आहे असं वाटतं?'' शिवाने विचारले.

''जाम म्हणजे धर्माचा देव आहे. त्यामुळे हा सागर म्हणजे धर्म देवाचा सागर आहे.''

शिवाने स्मित केले. ''परंतु भरतवर्षात तर धर्माचा देव....''

''यम आहे,'' ताराने शिवाचे अर्धे वाक्य पूर्ण केले. ''तो मृत्युदेवही आहे.''

''अगदी बरोबर!''

''या दोन्ही नावांमध्ये काही साधर्म्य आहे का? यम आणि जाम? परिहामध्ये ज्याला जाम या नावानं ओळखलं जातं, असा कोणी महान नेता होऊन गेला आहे का?''

''या दोन्ही नावांमधील साधर्म्याविषयी मला ठाऊक नाही. परंतु प्राचीन काळी जाम नावाचा एक मेंढपाळ होता. त्याला अहुरा माझ्दाचे आशीर्वाद लाभले होते. तो पुढे एक महान राजा बनला. त्या परिसरातील तो एक प्राचीन काळातील राजा होता. या संपूर्ण भूमीत त्याने भरभराट आणि समाधान निर्माण केले होते. ज्यावेळी एका प्रचंड चक्री वादळात जवळजवळ संपूर्ण जगाचाच विनाश होणार होता, त्यावेळी आपल्या प्रजेला वाचवण्यासाठी त्याने भूमिगत नगरी निर्माण केली, असं सांगितलं जातं. त्यामुळे कित्येकांचे प्राण वाचले होते. त्यामुळे त्याचे बहुतांश

नगरवासी त्याला 'जमशेद' म्हणू लागले.''

"शेद म्हणजे काय?"

"शेद म्हणजे तेजस्वी. त्यामुळे जमशेद म्हणजे धर्माचा तेजस्वी देव.''

प्रकरण ४१

शांततेसाठी निमंत्रण

लोथलच्या प्रशासकाच्या, चेनारध्वजाच्या खाजगी कार्यालयात सती, भगीरथ, चंद्रकेतू, माताली आणि बृहस्पती एकत्र जमले होते. देवगिरीहून कनखलाचा संदेश घेऊन एक दूत नुकताच तिथे आला होता. त्या संदेशामुळे ते स्तंभित होऊन गेले होते.

''शांतता परिषद?'' भगीरथाने विचारले. ''त्यांना आता कशासाठी फसवणूक करायची आहे?''

''राजकुमार भगीरथ,'' लोथलच्या प्रशासकाने चेनारध्वजाने संतप्तपणे म्हटले, ''हे मेलुहा आहे. इथे कायदेभंग केला जात नाही. शिवाय शांतता परिषदेचे कायदे अगदी स्पष्ट आहात. ते प्रत्यक्ष प्रभू रामानं तयार केले आहेत. त्यामुळे त्या संदर्भात कोणतीही फसवणूक असण्याचा प्रश्नच उद्भवत नाही.''

''परंतु पंचवटीवरील हल्ल्याचं काय?'' वैशालीचा राजा मातालीने विचारले. ''नागांच्या राजधानीपर्यंतचा मार्ग नक्कीच त्यांना गवसला आहे. तिकडे हल्ल्यासाठी त्यांनी आपली गलबतं पाठवली आहेत आणि शिवाय आपल्यावर इकडे हल्ला करण्याची योजना ते आखत आहेत.''

''यात पळवाट किंवा फसवणूक कशी आहे, राजे माताली?'' चेनारध्वजाने विचारले. ''त्यांचं आपल्याशी युद्ध सुरू आहे. त्यांनी आपलं मर्मस्थान शोधलं

आणि त्यावर हल्ला करण्याचं योजलं. युद्धं तर अशाच प्रकारे खेळली जातात.''

''मेलुहाच्या लोकांनी हल्ला करण्याचा मार्ग निवडला, याविषयी मला कोणतीही हरकत घ्यायची नाही, प्रशासक चेनारध्वज,'' ब्रंगाचा राजा चंद्रकेतू म्हणाला. ''परंतु चिंता करण्याजोगी बाब अशी आहे, की त्यांनी पंचवटीवर हल्ला करण्याचं ठरवलं आहे आणि त्याच वेळी ते आपल्याला शांतता परिषदेसाठी पाचारणही करत आहेत. ही गोष्ट मला काहीशी फसवी वाटते.''

''मलाही ते मान्य आहे,'' भगीरथ म्हणाला. ''कदाचित शांतता परिषदेच्या नावाखाली आपल्याला नगरीच्या बाहेर बोलावून आपल्यावर हल्ला करण्याचा हा डाव असू शकेल. लोथलच्या किल्ल्याच्या संरक्षक बचावाखेरीज मेलुहाचं सैन्य आपल्याला कच्चं खाऊन टाकेल.''

''राजकुमार भगीरथ,'' बृहस्पती म्हणाले. ''मेलुहाचं सैन्य अद्याप कराचपामधून बाहेर पडलेलं नाही, असा संदेश आपल्याला प्राप्त झाला आहे. त्यांना जर आपल्याला लोथलच्या बाहेरच काढायचं असतं, तर त्याच वेळी आपल्या सैन्यालाही ते तिथून कूच करायला का सांगत नाहीत?''

चंद्रकेतूने मान डोलावली. ''ही तर संभ्रमित होण्याजोगी बाब आहे.''

''कदाचित मेलुहामध्ये काही निर्णय घेतले गेले असतील,'' बृहस्पतींनी सुचवले. ''कदाचित काही लोकांना शांतता; तर काही लोकांना युद्ध हवं असेल?''

''या संदर्भातील पुढाकारावर आपण डोळे झाकून विश्वास ठेवू शकत नाही,'' सती म्हणाली. ''परंतु आपण त्याकडे दुर्लक्षही करू शकणार नाही. जर आणखी जीवितहानी न होता सोमरसाची निर्मिती रोखण्याची शक्यता असेल, तर ती संधी घेणं महत्त्वाचं ठरेल. बरोबर आहे ना?''

''परंतु तो संदेश प्रभू शिवांसाठी आहे,'' भगीरथ म्हणाला. ''ते परतेपर्यंत आपण थांबायला हवं का?''

सतीने आपले मस्तक हलवले. ''त्यासाठी कदाचित आणखी काही महिनेही लागू शकतील. वायुपुत्रांचं मन वळवण्यात तो यशस्वी झाला आहे का तेही आपल्याला खात्रीपूर्वक ज्ञात नाही. जर त्यात त्याला यश आलंच नसेल तर? त्या परिस्थितीत सोमरसाला रोखण्याविषयीच्या कार्यात आपण अगदीच दुर्बल ठरू. सध्या आपण शहाला प्रतिशह दिलेला आहे. मेलुहाच्या लोकांनाही ते माहिती आहे. कोणास ठाऊक; त्या परिषदेत कदाचित आपण चांगल्या अटींवर त्यांना

राजी करू शकू.''

''आपण ते करू शकू,'' चंद्रकेतू म्हणाला. ''किंवा कदाचित आपण थेट त्यांच्या सापळ्यात चालत जाऊ आणि आपल्या संपूर्ण सैन्याचा विनाश घडेल.''

तो निर्णय घेणे अवघड होते, हे सतीला माहिती होते. तो असा घाईघाईत घेणे योग्य नव्हते.

''याविषयी विचार करण्यासाठी मला आणखी काही काळाची आवश्यकता आहे,'' ती म्हणाली आणि त्या दिवशीच्या त्या चर्चेची तिथेच सांगता झाली.

— ⚡◉ᘜ╋⊕ —

त्या कक्षाभोवती कित्येक सशस्त्र सैनिकांचा प्रचंड पहारा होता. देवगिरीहून कनखलाचा संदेश घेऊन आलेल्या दूताला लोथलच्या प्रशासकाच्या कार्यालयात आरामशीरपणे राहता यावे, अशीच त्याच्या निवासाची व्यवस्था करण्यात आली होती. त्या दूताला चांगली वागणूक दिली जात असली, तरीही सावधगिरी बाळगण्यासाठी म्हणून त्याच्या कक्षाच्या खिडक्या मात्र बंद करण्यात आल्या होत्या आणि दारे कुलूपबंद करण्यात आली होती. त्या दूताला कक्षातून बाहेर आणण्याच्या वेळी नेहमीच त्याचे डोळे बंद करून त्याला आणले जात होते आणि तसेच पुन्हा डोळे बंद करून त्याच्या कक्षापर्यंत त्याला नेण्यात येत होते. त्याच्यासमवेत आलेल्या शांतता पथकाला नगरीबाहेरच प्रतीक्षा करण्यास भाग पाडण्यात आले होते. शहरातील संरक्षणाची व्यवस्था दूताबरोबर आलेल्या लोकांना समजू नये अशीच सतीची इच्छा होती.

''राजकुमारी,'' सती आल्याबरोबर तिला उठून नमस्कार करत मेलुहाचा दूत म्हणाला. ती अद्यापही मेलुहाची राजकुमारी होतीच.

''सेनाधिकारी मयश्रेणीक,'' सतीने त्याला उद्देशून औपचारिकपणे नमस्कार केला. त्या अरिष्टनेमी सेनाधिकाऱ्याविषयीचे तिचे मत नेहमीच चांगले होते.

मयश्रेणीकाने विचारमग्न होत दरवाजाकडे पाहिले. ''आपल्यासमवेत नीळकंठही सहभागी होणार नाहीत का?''

भृगुंनी दक्षाबरोबर कोणत्याही प्रकारे संपर्क राखलेला नव्हता. आपल्या गुप्तहेरांकडून मिळणारी माहिती ते दक्षाला कळवत नव्हते, कारण युद्धाच्या

डावपेचांमध्ये त्यांना दक्षाची अस्वागतार्ह ढवळाढवळ नको होती. पार्वतेश्वर हा मेलुहाचा एक शिस्तप्रिय सरलष्करप्रमुख होता. त्यामुळे आपल्या निर्णयाला कायमस्वरूपी चिकटून राहणे त्याला जड गेले असते आणि दक्षाच्या वेडगळ निर्णयांचा परिणाम त्याच्या निर्णयांवर व्हावा, असे भृगुंना वाटत नव्हते. त्यामुळेच शिवाने नर्मदेतून पंचवटीकडे प्रयाण केले असावे, असा संशय पार्वतेश्वराला आला आहे, हे मेलुहातील प्रत्येक नगरवासीयाप्रमाणेच मयश्रेणीकालाही माहितीच नव्हते.

सतीला अर्थातच शिव लोथलमध्ये नसल्याची माहिती मयश्रेणीकाला समजू द्यायची नव्हती. परंतु तिला असत्य संभाषण करण्याची इच्छाही नव्हती. ''नाही.''

''परंतु....''

''तुम्ही ज्यावेळी माझ्याशी संभाषण कराल,'' सती म्हणाली. ''त्यावेळी तुम्ही त्यांच्याशीच संभाषण करत आहात, असं समजायला हरकत नाही.''

मयश्रेणीक विचारात पडला. 'प्रभू नीळकंठांना माझी भेट घेण्याची इच्छाच नाही का? त्यांना शांतता नको आहे का? आता आपल्यासमोर मेलुहाचा विनाश एवढा एकमेव मार्गच उरला आहे, असं त्यांना वाटतं का?'

''मेलुहा सैतानी आहे, असं शिवाला वाटत नाही. फक्त सोमरस तेवढाच सैतानी आहे आणि अर्थातच 'सोमरसावर बंदी' एवढी एकच साधी मागणी मान्य झाली, तर त्याला शांतताच हवी आहे.''

''मग त्यांनी शांतता परिषदेला आलंच पाहिजे.''

''तिथेच तर खरी समस्या आहे. कनखलांनी दिलेलं आमंत्रण मनापासूनचं आहे, असं आम्ही कसं काय मानायचं?''

''राजकुमारी,'' स्तंभित झालेला मयश्रेणीक म्हणाला. ''शांतता परिषदेविषयी मेलुहा असत्य भाषण करणार नाही, याविषयी निदान तुम्हाला तरी नक्कीच खात्री असली पाहिजे. आम्ही असं कसं करू शकू? प्रभू रामाच्या नियमांशी आम्ही बद्ध आहोत. असं काही करण्यापासून ते नियम, कायदे आम्हाला रोखतात.''

''मेलुहाचे नगरवासी नक्कीच त्या कायद्यांचं पालन करतात, सेनाधिकारी. परंतु माझे पिताजी त्यांचं पालन करत नाहीत.''

''राजकुमारी, सम्राटांचे प्रयत्न मनःपूर्वक केलेले प्रयत्न आहेत. त्यांमध्ये सत्यता आहे.''

''आणि त्यावर मी का विश्वास ठेवावा?''

“महर्षि भृगु कराचपामध्ये असल्याचं तुमच्या हेरांनी तुम्हाला आधीच कळवलं असेल, याविषयी माझी खात्री आहे.”

“मग?”

“राजकुमारी, महर्षि भृगुंनाच कोणतीही तडजोड करावयाची नाही. तुमच्या पिताजींना शांतता हवी आहे. महर्षि दूर गेल्यावर त्यांना ती संधी लाभली आहे. एकदा का तुमच्या पिताजींनी शांतता करारावर स्वाक्षरी केली, तर त्या कराराचा भंग करणं महर्षि भृगुंना अत्यंत अवघड होईल. मेलुहा फक्त सम्राटांचे आदेश मानते. अगदी आतासुद्धा, महर्षि भृगुंनी कोणतेही आदेश दिले, तरी ते सम्राटांच्या नावानंच काढले जातात.”

“आपण करत असलेला विचार योग्य असेल, परंतु त्याच्या बाजूनं ठाम उभं राहण्याचं धारिष्ट्य माझ्या पिताजींच्या अंगात अचानक निर्माण झालं आहे, यावर मी विश्वास ठेवावा असं तुम्हाला वाटतं का?”

“तुम्ही अन्याय करता आहात....“

“खरंच? त्यांनीच माझ्या पहिल्या पतीची हत्या केली, हे तुम्हाला माहिती नाही का? त्यांना कायद्यांविषयी अल्पसा आदरही नाही.’

“परंतु त्यांचं तुमच्यावर प्रेम आहे.”

सतीने तिरस्काराने आपली नजर दुसरीकडे वळवली. “कृपा करा मयश्रेणीक. माझ्यावर प्रेम असल्यामुळे ते शांतता प्रस्थापित करण्याचे प्रयत्न करत आहेत, यावर मी खरोखरच विश्वास ठेवावा, असं तुम्हाला वाटतं का?”

“त्यांनी तुमच्या जीविताचं रक्षण केलं आहे, राजकुमारी.”

“काय हा मूर्खपणा! त्या वेडगळ, तिरस्करणीय स्पष्टीकरणाला आता तुम्हीही बळी पडला आहात का? माझ्या नाग पुत्राला माझ्यापासून हिरावून घेऊन आणि राज्याबाहेर फेकून देऊन त्यांनी त्याची आणि माझी जवळजवळ ९० वर्षं ताटातूट केली. त्याला माझ्यापासून लपवून ठेवलं. ही गोष्ट माझं जीवित वाचवण्यासाठी त्यांनी केलं, असंच तुम्हालाही वाटतं का? नाही. त्यांनी ते त्यासाठी केलं नव्हतं. सम्राट दक्षाला नाग नातू झाला आहे, ही गोष्ट त्यांना लोकांना कळू द्यायची नव्हती. त्यासाठीच त्यांनी तो कायदेभंग केला होता.”

“नव्वद वर्षांपूर्वी काय घडलं होतं, त्याविषयी मी आता बोलत नाही, राजकुमारी. मी काही वर्षांपूर्वीच काय घडलं होतं, त्याविषयी बोलत आहे.”

“काय घडलं होतं?”

“पंचवटीमध्ये तो दक्षतेचा इशारा देणारा भोंगा कसा वाजला होता, असं तुम्हाला वाटतं?”

सती शांत राहिली. त्या रहस्यभेदाने ती स्तंभित झाली होती.

“वेळेवर वाजलेल्या त्या भोंग्यानंच तुमचं जीवित सुरक्षित राहिलं होतं.”

“तुम्हाला हे कसं काय माहिती आहे?”

“प्रभू भृगुंनी पंचवटीच्या सर्वनाशासाठी गलबतं पाठवली होती. परंतु तुमच्या पिताजींनी ती मोहीम निष्फळ ठरावी, म्हणून मला धाडलं होतं. तो भोंगा मीच वाजवला होता आणि तुम्हा सर्वांना वाचवलं होतं. तुमच्या पिताजींच्या आदेशानुसार मी हे कार्य केलं होतं. त्यांनी आपल्या साम्राज्याची आणि आपल्या स्वारस्याचीही हानी घडवून आणली आणि तुमचे प्राण वाचवले.”

सती एकाच जागी खिळल्यासारखी मयश्रेणीकाकडे एकटक पहात राहिली. “माझा तुमच्या बोलण्यावर विश्वास बसत नाही.”

“ते सत्य आहे, राजकुमारी,” मयश्रेणीक म्हणाला. “मी कधीच असत्य संभाषण करत नाही, हे तुम्ही जाणताच.”

सतीने एक दीर्घ श्वास घेतला आणि ती दुसरीकडे पाहू लागली.

“आताही शांतता परिषदेविषयी महाराज विचार करत आहेत, ते केवळ तुमच्यावरच्या प्रेमापोटीच! मेलुहाविषयीच्या त्यांच्या कर्तव्याचा त्यांनी आताही विचार केलेला नाही. या करारामुळे आमच्या देशाचाही लाभ होणार नाही का? मेलुहाचा संपूर्ण विनाश होईपर्यंत हे युद्ध लढलं जावं, असं आपल्यापैकी कोणाला तरी वाटतं आहे का?”

सतीने स्वतःवर नियंत्रण मिळवले होते. ती मयश्रेणीकाकडे वळली.

“कृपा करून आपण नीळकंठांशी संभाषण करावं, देवी. ते तुमचं म्हणणं ऐकतात. शांततेची ही मागणी तळमळीची आहे, खरीखुरी आहे.”

सती काहीच बोलली नाही.

“नीळकंठांशी बोलण्याची संधी मला लाभेल का राजकुमारी?” मयश्रेणीकाने विचारले. शांततेसाठी सती अनुकूल आहे का याविषयी अद्यापही त्याच्या मनात साशंकता होती.

“नाही. तुम्हाला ती कदाचित लाभणार नाही,” सती म्हणाली. “माझ्या

रक्षकांपैकी एक रक्षक तुम्हाला नगरीच्या प्रवेशद्वारापर्यंतचा मार्ग दाखवेल. तुम्ही देवगिरीला परत जा. तुम्ही जे काही बोललात, त्याविषयी मी गांभीर्याने विचार करेन.''

— ⅄Ⓘ℧⍋⊛ —

''आपण शांतता परिषदेला उपस्थित राहण्याचा विचार करावा, असं मला वाटतं,'' सती म्हणाली.

प्रशासकांच्या निवासस्थानी भगीरथ, बृहस्पती, चेनारध्वज, चंद्रकेतू आणि माताली यांच्यासह ती विचारविनिमय करत होती.

''ही काही सूज्ञपणाची कल्पना नाही, देवी,'' भगीरथ म्हणाला. ''त्यांनी आपल्यासाठी कोणत्या प्रकारचे सापळे तयार केले असतील, ते फक्त प्रभू रामालाच ठाऊक!''

''परंतु मला तर ते फारच सूज्ञपणाचं वाटतंय. देवगिरीत माझे पिताजी काय करत आहेत, ते कराचपातील सैन्याला माहिती नसण्याची मोठीच शक्यता आहे. नाही का?''

''ते शक्य आहे,'' बृहस्पती म्हणाले. ''परंतु खरोखरच तुमचे पिताजी शांतता परिषदेचं आयोजन करत आहेत, असं तुम्हाला वाटतं का? आपला मार्ग आपणच निवडण्याएवढी क्षमता त्यांच्याकडे आहे का?''

''कदाचित त्यांच्या एकट्याकडे ती क्षमता नसेलही; परंतु ते ज्यांच्यासमवेत ही योजना आखत आहेत, त्यांच्यामध्ये पंतप्रधान कनखलाचा समावेश नक्कीच आहे,'' सती म्हणाली. ''तिच्या नावानंच हे निमंत्रण पाठवण्यात आलं आहे.''

''सम्राटांवर कनखलाचा प्रभाव आहे, हे निःसंशय!''चेनारध्वजाने मान्य केले. ''आणि ती खरोखरच युद्धपिपासू तर नक्कीच नाही. ती नेहमीच शांततेला प्राधान्य देते. शिवाय ती नीळकंठांची एकनिष्ठ भक्तही आहे.''

''परंतु शांतता करार तडीस नेण्याची क्षमता तिच्यामध्ये आहे का?''

''होय. तिच्यात नक्कीच ती क्षमता आहे,'' सती म्हणाली. ''मेलुहाची यंत्रणा लेखी आदेशांच्या तत्त्वावर कार्य करते. सम्राटांकडून लिखित स्वरूपात दिला जाणारा आदेश हा लिखित स्वरूपाचा सर्वोच्च आदेश असतो. प्रभू भृगु मुळीच

आदेश काढत नाहीत. माझ्या पिताजींना जे योग्य असेल, त्यानुसार आदेश काढण्याविषयी ते सुचवतात. प्रभू भृगुंना समजण्याआधीच माझ्या पिताजींनी जर शांततेचा आदेश काढला, तर सर्वच मेलुहावासीयांना त्या आदेशाचं पालन करावंच लागेल. म्हणूनच पंतप्रधान कनखलाने माझ्या पिताजींना तो आदेश काढायला भाग पाडलं असेल. ती शांतता करार घडवून आणण्याचं कामही तडीस नेऊ शकेल.''

''आपण जर खरोखरच आणखी रक्तपात न घडवून आणता सोमरसाला प्रतिबंध करू शकलो, तर प्रभू रुद्रालाही आपला अभिमानच वाटेल,'' माताली म्हणाला.

''परंतु आपण सावधपणेच प्रतिक्रिया दिली पाहिजे,'' प्रत्येक बाबतीत सावधगिरी बाळगणाऱ्या भगीरथाने आपला आग्रह कायमच ठेवला होता. ''फक्त सम्राट दक्ष आणि पंतप्रधान कनखला यांच्या साहाय्याने शांतता प्रस्थापित होऊ शकते, हे म्हणणं जर सत्य असेल, तर आपण बाहेर पडल्यानंतर आपल्या सैन्याला आपण धोक्यात टाकू. कराचपा इथून फारसं दूर नाही.''

''अगदी बरोबर,'' सती म्हणाली. सरलष्करप्रमुख पार्वतेश्वरांच्या व्यूहरचनेतील कौशल्याविषयी तिला चांगलाच आदर होता. ती म्हणाली, ''जर आपण सैन्यासह बाहेर पडल्याचं पितृतुल्यांना कराचपामध्ये समजलं, तर आपण देवगिरीवर हल्ला करत असल्याचा त्यांचा समज होईल. त्यामुळे सरस्वती नदीतच ते आपला पाठलाग करून आपल्यावर हल्ला करतील.''

''म्हणजे आपण अनुकूल प्रतिसाद दिला तरी धोका आहे आणि नाही दिला तरी धोका आहेच,'' चंद्रकेतू म्हणाला.

''मग आता आपण काय करायचं?'' चेनारध्वजाने विचारले.

''मी जाते,'' सती म्हणाली. ''आपल्या सैन्यासह तुम्ही सारे जण लोथलच्या किल्ल्याच्या तटबंदीच्या आतच रहा.''

''देवी,'' माताली म्हणाला. ''हा तर मुळीच सूज्ञ निर्णय नाही. देवगिरीत तुमच्या जीविताला काही धोका झालाच, तर त्यावेळी तुमचं संरक्षण करता यावं, म्हणून तुमच्यासोबत सैन्य असलंच पाहिजे.''

''मेलुहाचे लोक बाह्य भागात आलेल्या माझ्या सैन्यावर कदाचित हल्ला करू शकतील; परंतु माझ्या एकटीबरोबर ते युद्ध करणार नाहीत. ते माझ्या पिताजींचं

गृह आहे,'' सती म्हणाली.

भगीरथाने मस्तक हलवले. ''मला क्षमा करा, देवी. परंतु आतापर्यंत तरी तुमच्या पिताजींनी कधीच नैतिक मूल्यांची चाड बाळगलेली नाही. संरक्षणाशिवाय तुम्ही देवगिरीला एकटीनंच जाणं मला तरी आत्यंतिक धोकादायक वाटतं आहे. आपल्या नेत्यांना देवगिरीत बोलावून त्यांच्या हत्त्या करण्यासाठी शांतता परिषदेचा सापळा रचला गेल्याची एक दूरस्थ शक्यता आहे आणि आपण तिच्याकडे दुर्लक्ष करून चालणार नाही.''

चेनारध्वजाने अंतःप्रेरणेनेच एकदम त्याला विरोध केला. ''राजकुमार भगीरथ, मी तुम्हाला अखेरचंच सांगतो आहे, की मेलुहात अशा गोष्टी घडत नाहीत. कोणत्याही परिस्थितीत शांतता परिषदेत शस्त्रांचा वापर केला जात नाही. ते प्रभू रामाचे नियम आहेत. विष्णूच्या सातव्या अवताराने घालून दिलेले नियम कोणताही मेलुहावासी मोडणार नाही.''

सतीने हात वर केला. तिने सर्वांनाच शांत राहण्याची खूण केली आणि ती नंतर भगीरथाकडे वळली. ''राजकुमार माझ्यावर विश्वास ठेवा. माझे पिताजी मला कधीच हानी पोहचवणार नाहीत. त्यांचं माझ्यावर प्रेम आहे. त्यांच्या स्वतःच्या गुंतागुंतीच्या मार्गानं का होईना; परंतु त्यांना माझी काळजी वाटते. मी देवगिरीला जात आहे. शांततेसाठीचा हा आपला सर्वोत्तम प्रयत्न असेल आणि ही संधी आपल्या हातून जाऊ न देणं हे माझं कर्तव्य आहे.''

भगीरथाची अंतःप्रेरणा सतीला परावृत्त करण्यास सांगत होती आणि तो तिकडे दुर्लक्ष करू शकत नव्हता. तो म्हणाला, ''देवी, मला आणि अयोध्येच्या सैन्याला आपल्यासमवेत येण्याची आपण अनुमती द्यावी, असा आग्रह मी आपल्याकडे धरतो आहे.''

''तुमच्या लोकांचा इथेच अधिक चांगला उपयोग होईल, राजकुमार भगीरथ,'' सती म्हणाली. ''तुम्ही आणि तुमचे सैनिक चंद्रवंशी आहात. कृपा करून माझ्याविषयी गैरसमज करून घेऊ नका, परंतु त्याऐवजी काही सूर्यवंशी सैनिकांना माझ्याबरोबर मी घेऊन जाऊ शकेन. काहीही झालं तरी, मी सूर्यवंशींच्या राजधानीत जात आहे. नंदी आणि माझ्या वैयक्तिक शरीररक्षकांसमवेत मी जाईन.''

''परंतु, माझ्या बाळा,'' बृहस्पती म्हणाले, ''ते तर फक्त शंभर सैनिक आहेत. तुम्ही जे करत आहात, ते योग्य असल्याची तुमची खात्री आहे का?''

‘‘ती शांतता परिषद आहे, युद्ध नाही, बृहस्पतीजी,’’ सती म्हणाली.

‘‘परंतु ते निमंत्रण प्रभू नीळकंठासाठी होतं,’’ चंद्रकेतू म्हणाला.

‘‘प्रभू नीळकंठांनी त्यांची प्रतिनिधी म्हणून मला नियुक्त केलं आहे, महाराज,’’ सती म्हणाली. ‘‘त्यांच्या वतीने मी वाटाघाटी करेन. माझ्या मनाची मी तयारी केली आहे. मी देवगिरीला जात आहे.’’

— ⅄ ⵀ ⋃ ⍋ ⊗ —

‘‘याविषयी माझ्या मनात खूपच वाईट विचार येत आहेत, देवी. कृपा करून जाऊ नका,’’ वीरभद्र याचनेच्या स्वरात म्हणाला. ‘‘कृपा करून जाऊ नका.’’

त्याच्या समवेत नंदी आणि परशुरामही होते. त्या सर्वांच्या मनातही तसेच विचार होते. तेही वीरभद्राएवढेच चिंताग्रस्त होते. ते सतीच्या खाजगी कक्षात गेले होते.

‘‘वीरभद्र, काहीही काळजी करू नका,’’ सती म्हणाली. ‘‘मी शांतता करार करूनच परत येईन. त्यामुळे या युद्धाची अखेर होईल आणि त्याबरोबरच सोमरसाचं साम्राज्यही संपुष्टात येईल.’’

‘‘परंतु मला आणि वीरभद्रालाही तुमच्यासमवेत येऊ देण्याची परवानगी आपण का नाकारत आहात, देवी?’’ परशुरामाने विचारले. ‘‘फक्त नंदीलाच तेवढा तुमच्यासमवेत प्रवास करण्याचा हक्क का दिला जातो आहे?’’

सतीने स्मित केले. ‘‘तुम्ही दोघेही माझ्यासमवेत आला असतात, तर मला ते नक्कीच आवडलं असतं. परंतु मी फक्त सूर्यवंशीयांनाच माझ्यासमवेत घेऊन चालले आहे, एवढंच त्यामागचं कारण आहे. मेलुहाच्या चालीरिती आणि रिवाज यांच्याशी ते परिचित आहेत. काहीही झालं तरी ही एक संवेदनशील परिषद असेल. प्रारंभापूर्वीच ती गोष्ट अनवधानाने का होईना; परंतु बिघडू नये, अशी माझी इच्छा आहे.’’

‘‘परंतु देवी,’’ परशुराम पुढे बोलू लागला, ‘‘आम्ही तुमच्या संरक्षणाची शपथ घेतली आहे. त्यामुळे आम्ही तुम्हाला आमच्याविना कसं काय जाऊ देऊ शकू?’’

‘‘मी देवींसोबत असेन, परशुराम,’’ नंदी म्हणाला. ‘‘काळजी करू नका. देवी सतींना मी काही होऊ देणार नाही.’’

"तिथे काहीही घडण्याचं काहीच कारण नाही, नंदी. ती शांतता परिषद आहे. आपण जर तिथे शांतता करार करू शकलो नाही; तरीही मेलुहाच्या लोकांना आपल्याला कोणतीही हानी न पोहचवता परत जाऊ देणं भाग आहे. तो प्रभू रामाचाच नियम आहे.''

वीरभद्र तरीही शांतपणे मनातल्या मनात धुमसत राहिला. त्याला ते स्पष्टीकरण मुळीच पटलेले नव्हते, हे स्पष्ट होते. सती त्याच्याजवळ गेली आणि तिने वीरभद्राच्या खांद्यांवर थोपटले. ''आपण शांततेचा प्रयत्न केलाच पाहिजे, हे तुम्ही जाणताच. त्यामुळे आपण कित्येकांची जीवितं वाचवू शकू. माझ्याकडे अन्य पर्याय नाही. मला गेलंच पाहिजे.''

''तुमच्याकडे पर्याय आहे देवी,'' वीरभद्र प्रतिवाद करत म्हणाला. ''तुम्ही स्वतः जाऊ नका. तुमच्या वतीने त्या परिषदेला उपस्थित राहण्यासाठी तुम्ही कोणाचीही निवड करू शकता.''

सतीने मान हलवली. ''नाही. मलाच गेलं पाहिजे. मलाच...कारण ती माझी चूक आहे.''

''कोणती?''

''देवगिरीमध्ये आपले एवढे सैनिक मारले गेले, ही माझीच चूक आहे आणि आपलं हत्तीदलही त्यामध्ये नष्ट झालं. आपल्या संपूर्ण अश्वदलाचा विनाश झाला, त्यासाठी मलाच दोषी मानलं गेलं पाहिजे. आता आपण खुल्या युद्धभूमीवर त्यांच्याशी मुकाबला करू शकत नाही, त्याला मीच कारणीभूत आहे. ही माझीच चूक असल्यामुळे आता ती चूक दुरुस्त करणं हीसुद्धा माझीच जबाबदारी आहे.''

''देवगिरीत झालेली हानी ही तुमची चूक नव्हती, देवी,'' परशुराम म्हणाला. ''तेथील परिस्थितीच आपल्याला प्रतिकूल होती. खरं तर मोठी भयानक, बिकट परिस्थिती तुम्ही योग्य प्रकारे हाताळली.''

सतीने डोळे बारीक केले. ''कोणत्याही सैन्याची हार ही त्या सेनाधिकाऱ्याच्या अनुचित नियोजनामुळेच होत असते. त्यांच्या अपयशासाठी परिस्थितीला दोष देणं हा एक दुबळा पर्याय असतो. तरीही माझ्या एवढ्या मोठ्या चुकीचं प्रायश्चित्त घेण्याची मला आणखी एक संधी प्राप्त झाली आहे. मी तिच्याकडे दुर्लक्ष करू शकत नाही. मी कधीच दुर्लक्ष करणार नाही.''

''देवी,'' वीरभद्र म्हणाला, ''कृपा करून माझं ऐका....''

"भद्र," सती म्हणाली. आपला पती त्याच्या घनिष्ठ मित्राला ज्या नावाने संबोधत असे, त्याच नावाने तिने त्याला संबोधले होते. "मी जात आहे. कोणतीही दुखापत न होता, मी परत येईन आणि शांतता करार करूनच मी परतेन."

प्रकरण ४२

कनखलाची निवड

शांतता परिषदेचे निमंत्रण स्वीकारले गेले. लोथलवरून पक्षी संदेश यंत्रणेकडून आलेला संदेश मिळता क्षणीच कनखला दक्षाच्या खाजगी कक्षाकडे लगबगीने गेली. सम्राटाने कोणालाही आत सोडण्यास बंदी केली आहे, असे सांगून द्वारपालाने तिला रोखण्याचा प्रयत्न केला.

परंतु कनखलाने त्याचे म्हणणे फेटाळून लावले. ''त्या आदेशात माझा समावेश होत नाही. हा संदेश मिळता क्षणीच मला येऊन भेटावं, असा आदेश त्यांनीच मला दिला आहे,'' आपल्या हातातील संदेशपत्राकडे निर्देश करत कनखला म्हणाली.

द्वारपाल बाजूला झाला आणि कनखलाने दरवाजा उघडता क्षणीच कुजबुजत्या आवाजातील चर्चा तिच्या कानांवर पडली. विद्युन्माली आणि दक्ष हळू आवाजात एकमेकांशी बोलत होते. कनखलाने आपण आत जाताच द्वार लावून घेतले.

''ते तयार आहेत, याची तुला खात्री आहे?'' दक्षाने विचारले.

''होय, महाराज. नागांच्या पोशाखात स्वुथचे लोक सराव करत आहेत. त्या तोतया नीळकंठाला त्याच्यावर कोणता आघात होणार आहे, हे ज्ञातच नाही,'' विद्युन्माली म्हणाला. ''त्यांच्या प्रिय नीळकंठाच्या हत्येसाठी सारं जग नाग लोकांनाच दूषणं देईल.''

आत्यंतिक धक्का बसलेली कनखला प्रवेशद्वाराशीच थिजल्यासारखी उभी असल्याचे दक्षाने पाहिले आणि तो अचानकच बोलता बोलता थबकला. विद्युन्मालीने आपली तलवार उपसली.

दक्षाने हात वर करून त्याला रोखले. ''विद्युन्माली, शांत हो. आपण निष्ठेनं कोणाशी बद्ध आहोत, ते कनखलाला चांगलंच माहिती आहे.''

''महाराज.....'' कनखला कशीबशी पुटपुटली. तिचे डोळे भयाने विस्फारले गेले होते.

''कनखला,'' दक्षाच्या आवाजात गूढ भयावहता होती. तो तिच्याकडे चालत आला आणि तिच्या खांद्यांवर त्याने हात ठेवले. ''काही वेळा सम्राटाने जे केलं पाहिजे, ते त्याला करावंच लागतं.''

''परंतु आपण प्रभू रामाचे कायदे, नियम यांचा भंग करू शकत नाही,'' कनखला म्हणाली. अस्वस्थपणामुळे तिचा श्वासोच्छवास जलद होत होता.

''प्रभू रामाचे नियम राजाला लागू होतात; त्याच्या पंतप्रधानाला नाही,'' दक्ष म्हणाला.

''परंतु.....''

''आता परंतु वगैरे काही नाही,'' दक्ष म्हणाला. ''तुझ्या शपथेचं स्मरण ठेव. हा युद्धाचा काळ आहे. तुला तुझा सम्राट जे जे आदेश देईल, ते ते तू केलंच पाहिजेस. त्याच्या रहस्याची उकल तू जर त्याच्या परवानीविना केलीस, तर त्यासाठी मृत्युदंड हीच शिक्षा असेल.''

''परंतु महाराज, ही चुकीची गोष्ट आहे.''

''कनखला, जर तू आपल्या शपथेचा भंग केलास, तर जे काय चुकीचं असेल, ते तुझ्याच बाबतीत घडेल.''

''महाराज,'' विद्युन्माली म्हणाला. ''ही फारच धोकादायक गोष्ट आहे. मला वाटतं की पंतप्रधानांना....''

विद्युन्मालीचे म्हणणे दक्षाने मध्येच रोखले. ''आपण अशा गोष्टी करत नाही, विद्युन्माली! जर कनखला इथे नसली, तर इथे पोहचता क्षणीच ती न दिसल्यामुळे शिवाच्या माणसांच्या मनात संशय निर्माण होईल. काहीही झालं, तरी अखेरीस ही कनखलाची परिषद आहे.''

कनखला दहशतीमुळे काहीही बोलू शकत नव्हती.

"कनखला, गेली कित्येक दशकं तू माझ्याशी एकनिष्ठ आहेस," दक्ष म्हणाला. "तुझ्या शपथांचं स्मरण कर आणि तरच तू जीवितही राहशील, हेही ध्यानात ठेव. तू तशीच पंतप्रधान म्हणून कार्यरत राहशील. परंतु जर तू शपथभंग केलास, तर तुला फक्त मृत्युदंडच दिला जाणार नाही; तर तुझा परमात्म्याकडूनही निषेध केला जाईल."

कनखलाच्या तोंडातून शब्दही फुटू शकला नाही. पंतप्रधानाच्या शपथेनुसार, तिने जर शपथभंग केला असता, तर नियमानुसार तिच्या पार्थिवावर अंत्यसंस्कारही केले गेले नसते. प्राचीन समजुतींनुसार, मृत्युपेक्षाही ती शिक्षा भयंकर होती. पुराणकालीन दंतकथांनुसार, अंत्यसंस्कारांखेरीज तिचा आत्मा वैतरणी नदी पार करून पितृलोकापर्यंत पोहचूच शकला नसता. मुक्तीच्या दिशेने किंवा पुनर्जन्म घेऊन दुसऱ्या शरीरात प्रवेश करण्याच्या दिशेने होणारा तिचा प्रवास अर्धवटच राहिला असता. मध्येच थांबून गेला असता. त्यामुळे ती या मर्त्य लोकांत पिशाच्च योनीत भटकत राहिली असती.

"तुझी वचनबद्धता आणि शपथा स्मरणात ठेव आणि तुझं कर्तव्य पार पाड," दक्ष म्हणाला. "परिषदेवर लक्ष केंद्रित कर."

आपल्या निवासस्थानी असलेल्या कार्यालयाच्या गच्चीवर कनखला शांतपणे उभी होती. आपल्या कक्षाच्या मध्यभागी असलेल्या कारंजाच्या पाण्याचा आवाज तिला नेहमीच आवडत असे. तो आवाज हळुवारपणे तिच्यापर्यंत गच्चीत पोहचत होता. त्यामुळे तिचे मन आपल्या कामावर केंद्रित झाले होते आणि शांत बनले होते. तिने वर पाहिले. सूर्य आधीच अस्ताला गेला होता.

तिने एक दीर्घ श्वास घेतला आणि ती समोर दिसणाऱ्या मार्गाकडे पाहू लागली. ते सैनिक लपण्याचा प्रयत्नही करत नव्हते. तिच्या निवासस्थानाभोवती पहारा देत असलेल्या त्या सैनिकांचा तिला अजिबात संताप येत नव्हता. ते चांगले सैनिक होते. त्यांच्या अधिकाऱ्याने दिलेल्या आदेशाचे फक्त ते पालन करत होते.

लोथलला संदेश धाडून नीळकंठाला सावध करणे निरर्थक होते, हे कनखलाला माहिती होते. पक्ष्यांकडून पाठवला गेलेला संदेश तिथपर्यंत पोहचूच नये, यासाठी

पक्ष्यांना ठार मारण्यासाठी लोथलपर्यंतच्या मार्गावर विद्युन्मालीने निष्णात धनुर्धारींची नियुक्ती केली असणार, हे तिला माहिती होते. याशिवाय नीळकंठाच्या पथकाने आधीच लोथल सोडले असल्याची शक्यताही होती. आता तिला फक्त पार्वतेश्वराचाच काय तो आधार उरला होता. जर प्रभू भृगुंनी आणि पार्वतेश्वराने देवगिरीला वेळेवर पोहचण्यात यश मिळवले असते, तर तिचा सम्राट आणि विद्युन्माली यांनी संयुक्तपणे केलेला हा कट रोखता आला असता. परंतु कराचपापर्यंत संदेश पोहचवणे ही अवघड बाब होती.

कनखलाने आपल्या हातातील छोट्याशा संदेशपत्राकडे पाहिले. तिने ते नीळकंठाला उद्देशून लिहिले होते. तिने त्या संदेशपत्राची घट्ट गुंडाळी केली आणि कबुतराच्या पायांना बांधण्यात आलेल्या छोट्याशा डबीत ठेवून दिले. तिने त्या डबीचे झाकण घट्ट बंद केले. आपले डोळे मिटले आणि ती पुटपुटली, ''हे उमद्या पक्ष्या, मला क्षमा कर. तू बळी गेल्यामुळे एक महान कार्य सिद्धीस जाणार आहे. ओम ब्रह्मये नमः''

त्यानंतर तिने त्या पक्ष्याला हवेत सोडून दिले.

खाली पहाऱ्यावर असलेले सैनिक विमनस्क अवस्थेत असल्याचे तिने पाहिले. काही अंतरावरच्या इमारतीच्या छपराआडून तातडीने एक धनुर्धारी बाहेर आल्याचे तिने पाहिले. त्याने झटकन आपल्या धनुष्याला बाण चढवला आणि त्या कबुतरावर नेम धरून मारला. त्या पक्ष्याला तो बाण बरोबर लागला आणि तो पक्षी ताबडतोब मरून एखाद्या दगडासारखा खाली पडला. सैनिक तातडीने पांगले आणि त्या कबुतराचा शोध घेऊ लागले. तातडीने तो संदेश विद्युन्मालीपर्यंत पोहचवण्यात आला, कारण कनखलाच्या हस्ताक्षरातील, नीळकंठाच्या नावाने पाठवण्यात आलेला तो संदेश होता.

कनखलाने पुन्हा एकदा त्या मार्गाकडे पाहिले. शेजारच्याच दारातून एक सेवक शांतपणे बाहेर निसटल्याचे तिने डोळ्यांच्या कोपऱ्यातून पाहिले. मृत पक्ष्याच्या शोधार्थ सैनिकांच्या झालेल्या पांगापांगीमुळे त्यांचे लक्ष विचलित झाले होते. त्याचा फायदा घेऊन तो सैनिक आता नगरीच्या तटबंदीबाहेर जाऊन कराचपाला संदेश पाठवणार होता. हा मूर्खपणा रोखण्यासाठी महर्षि भृगु आणि पार्वतेश्वर तातडीने देवगिरीला पोहचतील, अशी आशा तिला वाटत होती. प्रभू रामाच्या कायद्यांचे उल्लंघन रोखणे अत्यावश्यक होते. त्याचबरोबर त्या सेवकाला दक्षिणेकडे

रवाना होऊन नीळकंठाला तिथेच रोखण्याचे कार्यही पार पाडायचे होते. त्याला आणि त्याच्या शांतता पथकाला येथे लावण्यात आलेल्या सापळ्यात अडकण्यापासून रोखायचे कार्य त्याच्यावर सोपवण्यात आले होते. कनखलाने तिला शक्य असलेल्या सर्व गोष्टी केल्या होत्या.

पंतप्रधानाने सुटकेचा निःश्वास सोडला. सम्राटाविषयीच्या निष्ठेची शपथ तिने मोडली होती. परंतु एक प्राचीन वचन तिने पाळले होते. 'धर्म मति उद्घृत' आपल्या मनाचा कौल हाच धर्माविषयीचा योग्य निर्णय असतो. धर्माविषयी सखोल विचार करा आणि तुमचे मनच तुम्हाला कोणती गोष्ट योग्य आहे ते सांगेल.

या प्रकरणी, आपल्या शपथेचा भंग करणे हीच योग्य, न्याय्य बाब असल्याचे कनखलाला ठामपणे वाटत होते. कारण त्याहूनही भयानक गुन्हा घडणे त्यामुळे ती थांबवू शकणार होती. परंतु ती काही मूर्ख नव्हती. तिला त्यासाठी आपल्याला होणारी शिक्षा माहिती होती. परंतु दक्षाला ती तेवढा आनंद मिळू देणार नव्हती.

कनखला खेदाने हसली आणि आपल्या कार्यालयाकडे गेली. आपल्या लिहिण्याच्या आसनापाशी ती थांबली आणि तिने तेथील वाटगा उचलला. त्यामध्ये एक स्वच्छ, नितळ, हिरवी औषधी होती. ती नुकतीच तयार करण्यात आली होती. तिने ती झटकन प्राशन केली. त्यामुळे तिच्या दुःखाची जाणीव तिला झाली नसती. तिच्या डोळ्यांवर झापड आली होती. तिला त्याच गोष्टीची तर आवश्यकता होती. ती कारंजापर्यंत धडपडत गेली. त्या कारंजाच्या तळाशी असलेले ते छोटेसे तळे अगदी योग्य होते. तिचा हात बुडेपर्यंत तिला बुडवण्यास तेवढे जल पुरेसे होते. तिला झालेली जखम जर वाहत्या जलामुळे सतत धुतली गेली असती, तर रक्त गोठलेच नसते.

तिने धारदार खंजीर उचलला. तेवढ्यात योग्य अंत्यसंस्कारांअभावी आपण भूत म्हणून कायमच या मर्त्य लोकात भटकत राहू की काय, अशी शंकाही क्षणभर तिच्या मनाला चाटून गेली. त्यानंतर तिने आपले मस्तक हलवून आपल्या मनातून त्या भीतीला हद्दपार केले.

'धर्मो रक्षति रक्षिताः' धर्माचे रक्षण करणाऱ्यांचे रक्षण धर्मच करतो.

तिने आपले डोळे मिटून घेतले. आपल्या डाव्या हाताची मूठ वळली आणि तो पाण्यात बुडवून टाकला. त्यानंतर तिने दीर्घ श्वास घेतला आणि ती हळुवारपणे पुटपुटली, 'जय श्री राम!''

आपल्या मनगटाची शीर तिने जोरात वार करून खोलवर तोडून टाकली. रक्ताच्या चिळकांड्या उडू लागल्या. कारंजाच्या काठावर तिने आपले मस्तक टेकवले आणि मृत्यूने आपल्याला त्याच्याबरोबर नेण्याची प्रतीक्षा ती करू लागली.

— ✶ ◉ ◡ ⚡ ⊕ —

''महाराज, यामुळे आपल्या योजना बदलणार नाहीत,'' विद्युन्माली म्हणाला. सुन्न झालेला दक्ष त्याच्या खाजगी कक्षात बसला होता. कनखलाने आत्महत्या केल्याचे त्याला नुकतेच समजले होते.

''महाराज,'' विद्युन्माली म्हणाला. त्याला कोणताच प्रतिसाद मिळाला नाही, तेव्हा त्याने पुन्हा एकदा हाक मारली.

''बोल...'' दक्ष म्हणाला. अद्यापही आपल्याला बसलेल्या धक्क्यातून तो बाहेर पडला नव्हता. तो अत्यंत विदीर्ण झाल्याचे दिसत होते.

''माझं ऐका,'' विद्युन्माली म्हणाला. ''आपण पूर्वीप्रमाणेच आपल्या योजना तडीस नेण्यासाठी पुढे जाऊया. स्वुथचे लोक सज्ज आहेत.''

''होय....''

''महाराज!'' विद्युन्माली मोठ्याने ओरडला.

दक्षाच्या चेहऱ्यावर आता कुठे तो सावध झाल्याचे आणि काहीतरी ऐकत असल्याचे भाव आले होते. तो विद्युन्मालीकडे एकटक पहात राहिला.

''तुम्ही ऐकत होतात का, महाराज?'' विद्युन्मालीने विचारले.

''होय.''

''कनखलाचा मृत्यू एका अपघातात झाल्याचं प्रत्येकालाच सांगण्यात आलं आहे. आता तिच्या स्मरणार्थ शांतता परिषद भरवली जाईल.''

''होय.''

''आता मलाही गेलंच पाहिजे.''

''काय?'' दक्ष एकदम दुःखार्त दिसू लागला.

''मी ते तुम्हाला सांगितलं होतं, महाराज,'' एखाद्या लहान मुलाशी बोलत असल्याप्रमाणे विद्युन्माली शांतपणे म्हणाला. ''कनखलाचा एक सेवक गायब झाला आहे. त्या तोतया नीळकंठाला सावध करण्यासाठी तो गेला असावा,

अशी शंका माझ्या मनात येत आहे. त्याला रोखलंच पाहिजे. आता एका तुकडीसह मी दक्षिणेकडे स्वतःच रवाना होतो आहे.''

''परंतु या सगळ्यावर मी कसं काय नियंत्रण ठेवू?''

''तुम्हाला काहीही करण्याची आवश्यकता नाही. प्रत्येक गोष्टच नियंत्रणाखाली आहे. राजकुमारी सतींना माझे सैनिक सुखरूपपणे राजवाड्यात घेऊन येतील. त्यांच्या ताफ्यातील कोणालाही त्यांच्यासोबत येण्यास परवानगी दिली जाणार नाही. त्या तुमच्यापर्यंत पोहचल्या क्षणीच तुमच्या कक्षाच्या खिडकीपाशी असलेल्या माझ्या माणसाला खूण करा. तो लगेच एक अग्निबाण हवेत उंच उडवेल. त्यामुळे आता आपला मार्ग मोकळा झाल्याचे स्वुथच्या मारेकऱ्यांच्या ध्यानात येईल. त्यानंतर ते तातडीने आत घुसतील आणि त्या तोतया नीळकंठाला ठार मारून टाकतील. शिवाच्या लोकांपैकी काही जणांना ते जीवित ठेवतील. त्यामुळे त्यांच्यावर नाग लोकांनी हल्ला केल्याचं ते त्यांना जाऊन सांगतील.''

दक्ष अद्यापही अस्वस्थच दिसत होता.

विद्युन्माली पुढे झाला आणि तो हळुवारपणे त्याला म्हणाला, ''तुम्ही काहीच काळजी करण्याची आवश्यकता नाही. मी अगदी तपशीलवार योजना आखली आहे. त्यात कोणत्याही चुका होणार नाहीत. तुमच्या कक्षात राजकुमारी सतीने प्रवेश केल्या क्षणीच तुम्ही फक्त खिडकीपाशी असलेल्या माझ्या माणसाला खूण करा. बस्स. तेवढंच तुम्ही करायचं आहे.''

''फक्त तेवढंच?''

''होय. फक्त तेवढंच. आता मात्र मला तातडीने निघालंच पाहिजे, महाराज. कनखलाचा तो माणूस जर त्या तोतया नीळकंठापर्यंत पोहचू शकला, तर आपल्या योजनेची तीच अखेर असेल.''

''अर्थातच. जा!''

''बदमाश कुठले!'' काली रागाने गुरगुरल्यासारखी ओरडली.

उंबरगावचा राजा जाधव राणा आपल्या जलदगती गलबतातून नुकताच नागांच्या ताफ्याजवळ पोहचला होता. त्याचे छोटेसे राज्य नर्मदेच्या दक्षिणेकडे

होते. कित्येक प्रसंगी नागांनी त्याला साहाय्य केले होते आणि जाधव राणा ही कृतघ्न व्यक्ती नव्हती. त्या छुप्या खाऱ्या पाण्याच्या तळ्याच्या जवळपास मेलुहाची मोठी गलबते दबा धरून बसल्याचे मच्छिमारांनी त्याला सांगितल्यावर तो स्वतःच त्यांच्या शोधार्थ निघाला होता. स्वतःची ओळख उघड न करता तो तिथपर्यंत पोहचला आणि ती मोठी गलबते त्याच्या नजरेस पडली. उत्तरेकडे नीळकंठाचे सैन्यदल आणि मेलुहाचे सैन्य यांच्यामध्ये होऊ घातलेल्या युद्धाशी या गलबतांचा नक्कीच काहीतरी संबंध असावा, हे त्याच्या लगेच ध्यानात आले. नाग सैन्यही पश्चिमेच्या किनारपट्टीवरून खालच्या दिशेने नर्मदेच्या मुखाजवळ जलद गतीने येत असल्याची माहितीही त्याला समजली होती. सप्त सिंधुची दक्षिण सरहद्द निश्चित करणाऱ्या नदीमध्ये नागांनी प्रवेश करण्यापूर्वीच आपली जलदगती नौका घेऊन तो पोहचला होता. मेलुहाच्या सैन्यावर अचानक पाठीमागून हल्ला करण्याचा मेलुहाच्या सैन्याचा डाव त्याच्या लक्षात आला होता.

''महाराणी,'' जाधव राणा म्हणाला, ''मेलुहाचे लोक नर्मदेत तुमच्यानंतर प्रवेश करून पाठीमागून तुमच्या संरक्षक गलबतांवर हल्ला करतील, असं मला दिसतंय. काय घडतंय, हे तुमच्या ध्यानात येण्यापूर्वीच तुमच्या संपूर्ण सैन्याची ते वाताहत करून टाकतील.''

''याशिवाय आमच्यावर पुढच्या बाजूनेही हल्ला करण्याचं त्यांनी ठरवलं असलं, तरीही मला त्याचा विस्मय वाटणार नाही,'' कार्तिक म्हणाला.

''आपण त्यांच्या छुप्या ताफ्यावर हल्ला करूया,'' काली म्हणाली. ''आपण त्यांच्या गलबतांना अग्नी लावून त्यांना बुडवून टाकू आणि त्यांची मृत शरीरं वृक्षांना लटकवून ठेवूया.''

तोपर्यंत गणेश शांत राहिला होता. काहीतरी चुकत होते. ''महाराज, मेलुहाचे किती सैनिक आले आहेत?''

''पन्नास गलबतं, प्रभू गणेश,'' जाधव राणा म्हणाला. ''ते खरोखरच मोठं सैन्यदल आहे. परंतु त्यांच्यावर मात करण्यासाठी तुमच्याकडे खूपच अधिक गलबतं आहेत.''

''मी तुम्हाला गलबतांविषयी विचारलेलं नाही, महाराज,'' गणेश म्हणाला. ''मी तुम्हाला किती सैनिक...''

जाधव राणा विचारात पडला. ''मला माहिती नाही, प्रभू गणेश,'' नंतर

आपल्या माणसांकडे वळून तो म्हणाला, ''तुम्हा लोकांना काही कल्पना आहे का?''

''ठामपणानं काहीच सांगता येणार नाही, महाराज. कारण ते सैन्य सातत्यानं गलबतांमध्येच रहात होतं,'' जाधवराणाच्या एका सेनाधिकाऱ्याने सांगितले. ''मात्र त्यांना लागणाऱ्या अन्नावरून मला वाटतं, की तिथे पाच हजारांहून अधिक लोक असावेत. तुमच्याकडे तर फारच मोठं सैन्य आहे, प्रभू गणेश. तुम्ही अगदी सहजपणे विजय प्राप्त करू शकाल.''

गणेशाने आपले मस्तक आपल्या हातात गच्च धरले. ''भूमिदेवीने कृपा करावी!'' तो म्हणाला.

सुन्न झालेल्या कालीने जाधव राणाच्या सेनाधिकाऱ्याकडे पाहिले. ''तुमची खात्री आहे का? फक्त पाच हजारच सैनिक आहेत?''

जाधव राणा आश्चर्यचकीत झाला. नाग एवढे अस्वस्थ का झाले होते, ते त्याच्या ध्यानात आले नव्हते. तार्किकदृष्ट्या पाहता, त्यांना तर आनंद वाटायला हवा होता. मेलुहाच्या सैनिकांच्या तुलनेत संख्येने ते कितीतरी पटीने अधिक होते.

''महाराणी, माझ्या लोकांना या किनारपट्टीवरील खडा न् खडा माहिती असते. जर ते फक्त पाच हजार मेलुहाचे सैनिक आहेत, असं म्हणत असतील तर तुम्ही त्याविषयी अगदी पूर्ण खात्री बाळगा.''

''आपल्याला फक्त फेरफटका मारण्यासाठी इकडे रवाना करण्यात आलं,'' गणेश म्हणाला. ''पंचवटीवर हल्ला करण्याचा त्यांचा मुळीच हेतू नव्हता. त्यांना आपल्या सैन्याचं विभाजन करायचं होतं आणि त्यात ते यशस्वी झाले.''

चिंताग्रस्त कार्तिकाने आपल्या ज्येष्ठ बंधुकडे पाहिले. ''आता आपण बोलत असतानाही कदाचित त्यांनी लोथलवर हल्ला केला असण्याची शक्यता आहे.''

''आणि मातेच्या सैन्यातील एक लाख सैनिक घेऊन आपण इकडे आलो आहोत.'' गणेश अस्वस्थपणे म्हणाला.

काली वळली आणि तिने आपल्या पंतप्रधानाला, करकोटकाला जोरात किंचाळत आदेश दिला. ''ताबडतोब मागे फिरा! आताच्या आता! आपण पुन्हा लोथलच्या दिशेने निघालो आहोत! आपण तिथे पोहचेपर्यंत दुप्पट व्यक्तींच्या साहाय्याने वल्ही मारा. चला, निघा!''

प्रकरण ४३

नागरी बंड

भगीरथ आणि बृहस्पती लोथल बंदरात येऊन पोहचले होते. लवकरच शिवाच्या गलबताचे तिथे आगमन होणार असल्याची माहिती त्यांना प्रारंभी आलेल्या आगाऊ गलबतामुळे समजली होती. पूर्वेकडून येणारे शिवाचे व्यापारी गलबत आता त्यांना दिसू शकत होते. किल्ल्याच्या तटबंदीवरील मोक्याच्या ठिकाणावरून त्यांना ते गलबत दिसत होते. दक्षिणेकडे त्यांना कालीच्या अधिपत्याखाली गेलेली नौदलाची मोठी तुकडीही दिसू लागली होती. तीही पुढे पुढे येत होती. सर्वसाधारणपणे एकाच वेळी सर्व गलबते लोथलच्या बंदरात येऊन पोहचली असती.

शिवाच्या गलबताच्या वरच्या बाजूला समोरच दिसणाऱ्या स्त्रीला पाहून बृहस्पतींनी एक दीर्घ श्वास घेतला.

बृहस्पतींमध्ये झालेला नाट्यमय बदल पाहून भगीरथानेही एक दीर्घ श्वास घेतला. तो शिवाच्या गलबताच्या दिशेने वळला. अद्यापही ती गलबते खूपच दूरवर होती, परंतु तरीही त्याला शिव आणि गोपाळ यांच्या आकृत्या दिसत होत्या. त्यांच्या शेजारीच भरतवर्षातील स्त्रियांसारखी दिसणारी एक स्त्री होती. परंतु अयोध्येच्या राजकुमाराला दूरान्वयानेही तिची ओळख पटू शकत नव्हती.

''ती कोण आहे बृहस्पतीजी?'' भगीरथाने विचारले.

बृहस्पती रडत होते. ‘‘हे प्रभू ब्रह्मा! हे प्रभू ब्रह्मा!’’

‘‘ती कोण आहे?’’

बृहस्पती आता वेड्यासारखे अधीर झाल्यासारखे वाटत होते. मात्र ते आनंदीही दिसत होते. ते पायऱ्यांच्या दिशेने वळले आणि गलबताच्या वरच्या भागातून खाली उतरून जाऊ लागले. ते आनंदाने अगदी बेभान होऊन गेले होते. ‘‘त्यांना ती सापडली. शिवाने तिला मुक्त केलं! प्रभू रामाची कृपा झाली, त्यानं तिला मुक्त केलं.’’

— ⅄ⵀⵀ ⵡ ⴷ ⴲ —

‘‘ते शिवाचंच गलबत आहे ना?’’ कालीने पुढच्या दिशेने निर्देश करत विचारले.

काली, गणेश आणि कार्तिक लोथलच्या दिशेने जलद प्रवास करत चालले होते आणि लोथलभोवती सैन्याचा वेढा पडल्याचे न दिसल्यामुळे ते चकीत झाले होते. त्यांना त्यांच्याच पुढे निघालेले ते व्यापारी गलबत दिसले. आता त्या वर्तुळाकार बंदरात ते शिरले होते. पंधरा मिनिटांनंतर कालीचे गलबतही तिथे पोहचले होते. शिवाचे गलबत त्यांच्याच थोडे पुढे नांगरून ठेवण्यात आले होते. गलबतावरून किनाऱ्यावर उतरण्यासाठीच्या फळीवरून ते जसे किनाऱ्यावर उतरले, तसे लगेचच शिवाकडे धावतच गेले. नीळकंठ आणि गोपाळ यांच्या स्वागतासाठी तिथे भगीरथ आणि बृहस्पती आल्याचेही त्यांनी पाहिले होते. स्तंभित झालेल्या बृहस्पतींनी त्या स्त्रीला आलिंगन दिले. ती स्त्री आणि बृहस्पती जोरजोरात रडत होते.

‘‘शिवा!’’ कालीने थोड्या अंतरावरून त्याच्याकडे धावत येत हाक मारली.

शिव वळला आणि कालीकडे पाहून त्याने स्मित केले. ‘‘आमच्या गलबतामागेच नागांची गलबतं असल्याचं मी पाहिलं होतं. तुम्ही कुठं गेला होतात?’’

‘‘आम्हाला रानटी मूर्खांचा पाठलाग करण्यासाठी धाडण्यात आलं होतं,’’ काली म्हणाली. ‘‘पंचवटीवर हल्ला होईल, असं आम्हाला वाटावं, अशी परिस्थिती त्यांनी निर्माण केली होती.’’

''मेलुहाची गलबतं ही आमिषं होती?'' भगीरथाने विचारले.

''होय, राजकुमार भगीरथ,'' कार्तिक म्हणाला. ''त्या गलबतांवर फक्त पाच हजार सैनिक होते. पंचवटीवर हल्ला करण्याचा त्यांचा मुळीच हेतू नव्हता.''

''सती कुठं आहे?'' शिवाने आजूबाजूला पहात विचारले.

''त्यांच्याविषयीही एक चांगलं वृत्त आहे,'' भगीरथ म्हणाला.

''चांगलं वृत्त?'' गणेशाने विचारले.

''होय. या युद्धाच्या समाप्तीचा उपायही बहुधा आपल्याला सापडला आहे,'' भगीरथ म्हणाला.

''आम्हीही तो उपाय घेऊनच परतलो आहोत,'' गोपाळ म्हणाला. गलबतामधून अत्यंत काळजीपूर्वक खाली उतरवण्यात आलेल्या भल्या मोठ्या पेटीकडे त्याने निर्देश केला.

आत्यंतिक आनंदाने बेहोश झालेल्या बृहस्पतीकडे शिवाने पाहिले. ताराला आपल्यापासून दूर जाऊ देण्यास ते तयार नव्हते. तीही सांत्वनापलीकडे गेल्यासारखी एकसारखी रडत होती. बृहस्पतींच्या छातीवर तिचे मस्तक विसावले होते. पहिल्याच प्रेमाच्या वर्षावात चिंब भिजलेल्या किशोरवयीन युगुलासारखे ते दिसत होते.

''आपल्या सभोवती सर्वत्रच चांगली वृत्तं असल्यासारखं दिसतंय,'' शिव स्मित करत म्हणाला.

''पवित्र तळ्याशप्पथ, हे चांगलं वृत्त कसं काय असू शकतं?'' शिवाने विचारले.

भगीरथाने अस्वस्थपणे मौन पाळले. शिवाच्या संतापामुळे तो भयभीत झाला होता.

''परंतु, प्रभू,'' चंद्रकेतू म्हणाला, ''शांतता प्रस्थापनाची ही एक चांगली संधी असल्याचा देवी सतींना विश्वास वाटला. सम्राट दक्षांना स्वतःलाच शांतता हवी असल्यासारखे वाटत होते. जर त्यांनी शांतता करारावर स्वाक्षरी केली, तर युद्ध समाप्त होईल आणि आपल्याला मेलुहाचा विनाश करण्याची आवश्यकताच उरणार नाही. नाही का? आपल्याला फक्त सोमरसाचा सर्वनाश व्हायला हवा

आहे.''

''मी त्या बकरी –मानवावर विश्वास ठेवत नाही,'' काली म्हणाली. ''त्याने माझ्या भगिनीला काहीही इजा केली, तर त्या नगरीतच त्याला आत ठेवून मी त्या संपूर्ण नगरीचं दहन करेन.''

''काली, ते तिला इजा करणार नाहीत,'' शिव आपले मस्तक हलवत म्हणाला. ''परंतु ते तिला बंदिवान बनवतील, अशी भीती मला वाटते आणि तिचा वापर करून घेऊन आपल्याशी वाटाघाटी करतील.''

''परंतु प्रभू,'' चेनारध्वज म्हणाला. ''ते अशक्य आहे. शांतता परिषदेसाठी वापरण्यात येणारे नियम अगदी स्वच्छ आहेत. जर एखादा उपाय किंवा तडजोड होऊ शकली नाही, तरी दोन्ही बाजूच्या लोकांना कोणतीही इजा होऊ न देता आपापल्या स्थानी सुखरूपणे जाऊ दिलं जातं.''

''पण या कायद्यांचं पालन करायचंच नाही, असं माझ्या आजोबांनी ठरवलं, तर त्यापासून त्यांना कोण रोखू शकणार आहे?'' गणेशाने विचारले. ''कायदेभंग करण्याची त्यांची ही पहिलीच वेळ नाही.''

''प्रभू,'' वासुदेव पंडिताने कक्षात प्रवेश करून गोपाळाला संबोधित केले होते. ''माझ्याकडे एक तातडीचं वृत्त आहे.''

''मला वाटतं, की आपण नंतर बोलूया, पंडितजी,'' गोपाळ म्हणाला.

''नाही, प्रभू,'' लोथलच्या मंदिराचा प्रमुख असलेला तो पंडित आग्रह धरत म्हणाला. ''आपल्याला आताच्या आता बोललंच पाहिजे.''

गोपाळाला आपले वासुदेव पंडित आणि त्यांचे वर्तन ज्ञात होते. त्यामुळे त्याचे पंडित अकारणच दुःखार्त होणार नाहीत, याची त्याला खात्री होती. नक्कीच काहीतरी महत्त्वाचे घडले होते. तो उठला आणि त्या पंडिताबरोबर बाहेर गेला.

''प्रभू गणेश,'' गणेशासमवेतचे आपले संभाषण तसेच पुढे सुरू ठेवत चेनारध्वज म्हणाला. ''शांतता परिषदेसाठीचे नियम स्वतः प्रभू रामांनी घालून दिले आहेत. ज्या नियमांमध्ये कधीही दुरुस्ती होऊ शकत नाही, असे ते मूलभूत नियम आहेत. त्यांचं काटेकोरपणे पालन करावंच लागतं. अन्यथा; त्यासाठी मृत्युदंडाहूनही भयंकर शिक्षा दिली जाऊ शकते. सम्राट दक्षांसारखी व्यक्तीही ते नियम मोडण्यास धजावणार नाही.''

''तुमचं म्हणणं सत्य ठरावं, अशीच मी परमात्म्याकडे प्रार्थना करते,

चेनारध्वज,'' काली म्हणाली.

''माझ्या मनात याविषयी कोणताही संदेह नाही, महाराणी,'' चेनारध्वज म्हणाला. ''या परिस्थितीत सर्वाधिक वाईट एकच गोष्ट घडू शकते आणि ती म्हणजे कोणताही तोडगा न निघणं. त्यानंतर देवी सती आपल्याकडे परत येतील.''

'''प्रभू रामाने कृपा करावी,'' गोपाळ मोठ्याने म्हणाला.

प्रत्येक जणच प्रमुख वासुदेवाच्या दिशेने वळला. गोपाळ अद्यापही प्रवेशद्वाराजवळच थांबलेला होता आणि त्याच्यासमवेत तो लोथलचा पंडित होता.

''काय घडलं पंडितजी?'' शिवाने विचारले.

गोपाळाचा चेहरा पांढराफटक पडला होता. तो शिवाकडे वळला. ''महान नीळकंठ, मला मिळालेलं वृत्त अस्वस्थ करणारं आहे.''

''काय आहे ते?''

''पार्वतेश्वराने आपल्या सैन्याला कूच करायला लावलं आहे आणि कराचपाहून तीन दिवसांपूर्वीच ते निघाले होते.''

त्या कक्षात मोठ्यानेच कुजबुज सुरू झाली. 'त्यांना आता युद्धाची तयारी करणं भागच होतं...

''शांत रहा,'' शिव जोरात म्हणाला. त्यानंतर गोपाळाकडे वळून तो म्हणाला, ''आणि?''

''आश्चर्याची गोष्ट म्हणजे काही तासांतच ते तिथून पुन्हा परत गेले.''

''पुन्हा परत गेले? परंतु का?''

''मला ते माहिती नाही,'' गोपाळ म्हणाला. ''सैन्याला आपापल्या कक्षांमध्ये परत पाठवण्यात आलं, असं माझ्या वासुदेव पंडितानं सांगितलं आहे. परंतु महाराज पार्वतेश्वर आणि प्रभू भृगु यांनी मात्र प्रयाण केलं आहे. एका जलदगती गलबतामधून सिंधुतून वरच्या दिशेने ते दोघेच निघाले आहेत. त्यांचे फक्त वैयक्तिक शरीररक्षकच त्यांच्यासमवेत आहेत.''

''ते कुठं जात आहेत?'' सावध झालेल्या शिवाने विचारले.

''ते देवगिरीच्या दिशेने जलद गतीने निघाल्याचं मला सांगण्यात आलं.''

आता त्या कक्षात मृत्युकळा पसरली होती. सर्वत्र स्मशानशांतता होती. सन्माननीय वर्तनाविषयी दक्ष असलेल्या पार्वतेश्वराच्या निष्कलंक ख्यातीविषयी

तिथे उपस्थित असलेले सर्वच जाणून होते. आपली गती कमी होऊ नये, यासाठी सैन्य न घेताच जर पार्वतेश्वर तातडीने तिकडे निघाला असेल, तर मेलुहाच्या राजधानीत काहीतरी भयानक घडत होते आणि ते रोखण्यासाठीच तो जलद गतीने तिकडे निघाला होता.

त्या धक्क्यातून प्रथम शिव सावरला. ‘‘सैन्याला ताबडतोब सज्ज करा. आपण लगेच कूच करत आहोत.’’

‘‘आणि भगीरथ, आपल्याला काही तासांतच निघायचं आहे. अगदी त्वरित. काही दिवसांचा कालावधी आपल्याकडे नाही.’’

‘‘होय, प्रभू,’’ भगीरथ लगबगीने बाहेर पडत म्हणाला.

अयोध्येच्या राजपुत्राच्या पाठोपाठ चंद्रकेतू, चेनारध्वज, माताली, गणेश आणि कार्तिक लगबगीने बाहेर पडले.

‘‘माता कुशल असेल, पिताजी,’’ कार्तिक म्हणाला.

शिव आणि त्याचे सैन्य झटपट जेवून पुन्हा कार्यरत होणार होते. लोथलच्या बाह्य भागात ते काही तासांच्या अंतरावर आले होते. कार्तिक, गणेश, काली, गोपाळ, वीरभद्र, परशुराम, आयुर्वती आणि इतर सर्व सैन्य यांच्यासह नीळकंठ तातडीने निघाला होता. भगीरथाच्या नेतृत्त्वाखाली त्यांचे मुख्य सैन्य दुसऱ्या दिवशी सकाळी निघाले होते. शिव आत्यंतिक चिंताग्रस्त झाला होता. दुसऱ्या दिवसाच्या सकाळपर्यंत तो प्रतीक्षा करू शकत नव्हता. त्यामुळे पशुपत्यास्त्र घेऊन तो त्वरेने निघाला होता.

‘‘कार्तिकाचं म्हणणं योग्य आहे, महान नीळकंठा,’’ गोपाळ म्हणाला. ‘‘सम्राट दक्ष शांतता परिषदेच्या नियमांचा भंग करण्याची शक्यता आहे; परंतु राजकुमारी सतींना तो इजा करणार नाही. तडजोडीतील आपलं पारडं जड करण्यासाठी त्यानं कदाचित राजकुमारी सतींना बंदिवासात टाकलं असेल. परंतु आपल्याकडे पशुपत्यास्त्र आहे. त्यामुळे प्रत्येक गोष्टच बदलून जाईल.’’

शिवाने शांतपणे मान डोलावली.

कालीने गोपाळाचे बोलणे लक्षपूर्वक ऐकले. परंतु त्याच्या शब्दांनी तिचे

समाधान होऊ शकत नव्हते. तिचा आपल्या पित्यावर मुळीच विश्वास नव्हता. आपल्या भगिनीच्या सुरक्षिततेच्या काळजीने ती कमालीची अस्वस्थ झाली होती. तिने ज्या कठोरपणे सतीचा निरोप घेतला होता, त्यामुळे ती व्यथित झाली होती. अपराधीपणाने ती ग्रस्त बनली होती. तिच्या खांद्यावरचे तिचे दोन अतिरिक्त हात आता अविश्रांत हलत होते.

शिवाने काशीचे हात पकडले आणि त्याने म्लानपणे स्मित केले. ''शांत हो, काली. तिला काहीही होणार नाही. परमात्मा असा अन्याय घडू देणार नाही.''

यावर कोणताही प्रतिसाद देणे कालीला शक्य झाले नाही. तिला दुःखावेग अनावर झाला होता.

''भोजन आटोपतं घे,'' शिव म्हणाला. ''आपल्याला काही क्षणांतच इथून निघायचं आहे.''

कालीने आपले अन्न कसेबसे तोंडात घालण्यास प्रारंभ करताच शिव गणेशाकडे वळला. नीळकंठाचा ज्येष्ठ पुत्र अरण्याकडे एकटक पहात होता. त्याचे डोळे पाणावले होते. गणेशाने आपल्या पुढ्यातील अन्नाला स्पर्शही केला नव्हता. तो मनातल्या मनात प्रार्थना करत असल्याचे शिवाने पाहिले. त्याने आपले हात घट्ट जोडले होते आणि तो मंत्राचा जप करत होता.

''गणेश,'' शिव म्हणाला. ''खाऊन घे.''

गणेश तसाच मागे वळला. ''मला भूक नाही, पिताजी.''

''गणेश!'' शिवाने खंबीरपणे सांगितले. ''आपल्याला देवगिरीला पोहचता क्षणीच कदाचित युद्धाला प्रारंभ करावा लागेल. तुम्ही सर्वच जण त्यासाठी मला सज्ज हवे आहात आणि त्यासाठी तुला खाल्लंच पाहिजे. त्यामुळे तुझ्या मातेवर तुझं प्रेम असेल आणि तुला तिचं संरक्षण करायचं असेल, तर आपलं शरीर तुला भक्कम राखावंच लागेल. तेव्हा खाऊन घे.''

गणेशाने मान डोलावली आणि केळीच्या पानावरील अन्नाकडे त्याने पाहिले. त्याला ते खावेच लागणार होते.

''भद्र, आपण येत्या दहा मिनिटांत निघणार असल्याचं जाहीर करण्याची आपल्या संदेशदूतांना आज्ञा दे.''

''होय, शिवा,'' वीरभद्र म्हणाला आणि ताबडतोब तिथून निघाला.

शिवाने आपल्या समोरचे केळीचे रिकामे पान बाजूला सारले आणि तो तिथून

निघून गेला. एका लाकडी पिंपात जल साठवण्यात आले होते. तिथून थोडे जल घेऊन त्याने आपले हात धुतले आणि चूळ भरून टाकली.

पुन्हा एकदा त्याच्या पाठीच्या कण्यातून थंडीची लाट आरपार गेली. त्याने उत्तरेकडे आकाशात पाहिले. त्यानंतर त्याने पवित्र तळ्याच्या प्रार्थनेसाठी हात जोडले. परंतु नंतर त्याने मस्तक हलवले. त्या प्रार्थनेची आवश्यकता नव्हती.

''तो तिला कोणतीच इजा करणार नाही. तो तिला इजा करूच शकणार नाही. या जगातील ज्या एकमेव व्यक्तीवर तो मूर्ख प्रेम करतो, ती व्यक्ती म्हणजे माझी सतीच आहे. तो तिला इजा करणार नाही.''

''तुम्ही फितुरांसारखे, देशद्रोह्यांसारखे वागता आहात,'' व्रक ओरडला.

सेनाधिकारी व्रकाला पार्वतेश्वराने झटकन सैन्याला घेऊन देवगिरीकडे निघण्याचा आदेश दिला होता. मेलुहाच्या राजधानीकडे त्यांनी का कूच करण्याची आवश्यकता आहे, ते पार्वतेश्वराने त्यांना सांगितले नव्हते. सरलष्करप्रमुख अगोदरच महर्षि भृगुंसमवेत तिकडे गडबडीने रवाना झाले होते. आपल्या सैनिकांना गलबतांवरून नेण्यासाठी सज्ज करण्यास व्रकाला दोन दिवस लागले होते. त्यानंतर सिंधु नदीतून त्यांच्या प्रवासास प्रारंभ झाला होता. मोहन जो दाडो मध्ये त्यांना अहिंसक आंदोलनाला तोंड द्यावे लागले होते.

नगरीचा प्रशासक सम्राटाशी एकनिष्ठ राहिला होता; परंतु त्याची प्रजा मात्र नीळकंठाची भक्त होती. ज्यावेळी आपले सैन्य सिंधुतून वरच्या दिशेने नीळकंठाशी युद्ध करण्यासाठी निघाल्याचे त्यांनी ऐकले, त्यावेळी त्यांनी बंड करण्याचा निर्णय घेतला. मोहन जो दाडोचे जवळजवळ सर्वच्या सर्व लोक नगरीतून बाहेर पडले आणि त्यांनी नदीच्या किनाऱ्यावर सर्वत्र नांगरून ठेवल्या गेलेल्या गलबतांच्या भोवती कडे केले. अशा प्रकारच्या प्रभावी प्रतिबंधात्मक हालचालींवर मात करून आपली गलबते हाकणे व्रकाच्या आवाक्याबाहेरचे होते.

''असं केल्यानं आम्ही सम्राट दक्षाशी द्रोह करू,'' निदर्शकांच्या नेता म्हणाला, ''परंतु आम्ही नीळकंठाशी मात्र कधीच द्रोह करणार नाही.''

व्रकाने आपली तलवार उपसली. ''तुम्ही इथून हलला नाहीत, तर मी तुम्हा

सर्वांचा वध करेन.'' तो ओरडला.

''तसंच करा. आम्हा सर्वांचा वध करा. आमचे हातही आम्ही वर करणार नाही. आमच्या स्वतःच्याच सैन्याशी आम्ही लढणार नाही. परंतु प्रभू रामाशप्पथ, आम्ही इथून हलणार नाही.''

व्रक संतापाने खेकसला. त्याच्याशी लढाच न दिल्यामुळे ते नगरवासीय त्यांच्यावर हल्ला करण्याचे कारण त्यांना देणार नव्हते. व्रक पुरता अडचणीत सापडला होता.

— ☥◉ᘮ♀☼ —

विद्युन्मालीची शुद्ध हळूहळू परत आली. आपण नदीकाठाच्या मार्गावर पडल्याचे त्याला आढळले. त्याच्या पोटावर नुकतेच घालण्यात आलेले टाके दुखत होते.

''महाराज, पुन्हा तसेच पडून रहा,'' सैनिक म्हणाला. ''तुम्हाला विश्रांतीची आवश्यकता आहे.''

''तो फितुर मृत्यू पावला का?'' विद्युन्मालीने विचारले.

''होय,'' तो सैनिक म्हणाला.

देवगिरीहून लोथलकडे जाणाऱ्या मार्गावरून विद्युन्माली आणि त्याची तुकडी नदीच्या काठाच्या मार्गाने भराभरा पुढे निघाले.

देवगिरीमध्ये रचण्यात आलेल्या विश्वासघाताच्या योजनेची सूचना शिवापर्यंत पोहचविण्यासाठी लगबगीने निघालेल्या कनखलाच्या सैनिकाला मध्येच अडवून त्याला यमसदनास पाठवण्यात त्यांना यश आले होते. त्या सैनिकाने मृत्यूला कवटाळले असले, तरीही त्याआधी विद्युन्मालीच्या पोटात त्याने जोरदार वार केला होता.

''आता आपण देवगिरीपासून किती दूर आहोत?'' विद्युन्मालीने विचारले.

''सध्या आपण ज्या वेगाने निघालो आहोत, त्याचा विचार करता आपल्याला तिथपर्यंत पोहचण्यासाठी आणखी पाच दिवस लागतील,'' विद्युन्माली म्हणाला.

''म्हणजे खूपच वेळ लागेल....''

''महाराज, तुम्ही अश्वारोहण करू शकणार नाही. कारण त्यामुळे तुमच्या

पोटाला घालण्यात आलेले टाके तुटतील. तुम्हाला बैलगाडीतूनच प्रवास करावा लागेल.''

विद्युन्मालीने मनातल्या मनात या नव्यानेच उद्भवलेल्या परिस्थितीला शिव्याशाप दिले.

प्रकरण ४४

राजकुमारीचे पुनरागमन

देवगिरीतील बंदरात लावलेल्या गलबतावरून सतीने आणि तिच्या ताफ्याने एकूण परिस्थितीचा अंदाज घेतला. त्यांनी जलदगती व्यापारी गलबतातून प्रवास केला होता आणि सरस्वती नदीतूनही तसाच जलद गतीने प्रवास करून ते पोहचले होते. शांतता परिषदेसाठी त्यांना वेळेवर पोहचायचे होते.

नंदी सतीच्या शेजारी उभा होता. त्याने आकाशाकडे पाहिले.

''ते पहा,'' तो म्हणाला. त्यांच्या मस्तकावरच एक छोटासा पक्षी घिरट्या घालत होता. ''संदेशयंत्रणेचा भाग असलेले हे आणखी एक कबुतर आहे.''

संदेश यंत्रणेतील तो पक्षी काही त्यांनी प्रथमच पाहिला नव्हता. देवगिरीच्या दिशेने उडत चाललेले काही पक्षी सतीच्या योद्ध्यांनी पाहिले होते.

''शत्रूच्या योजनांची उत्तम माहिती हवी असेल, तर त्यासाठी संदेश यंत्रणेच्या पक्ष्यांना खाली पाडणं हा एक चांगला मार्ग असतो, असे प्रभू गणेश नेहमीच म्हणतात,'' नंदी म्हणाला. ''आपणही त्यांच्यापैकी एकाला बाण मारूया का? म्हणजे नेमकं काय सुरू आहे, ते समजेल.''

सतीने नकारार्थी मान हलवली. ''नंदी, आपण आपल्यापुरते तरी प्रभू रामाच्या नियमांचं पालन करूया आणि सदिच्छा बाळगूनच वाटाघाटी करूया. अशा प्रकारे काही करणं हे प्रभू रामानं चुकीचंच ठरवलं होतं. शांतता कराराच्या आधीच

तुमच्या शत्रूची व्यूहरचना जाणून घेणं ही एक युक्तीची बाब असली, तरीही त्यामुळे आपल्याला अल्प लाभच मिळतो. मात्र सन्मानपूर्वक न वागणं हे प्रभू रामाच्या मार्गाच्या विरुद्ध आहे.''

नंदीने सतीच्या दिशेला झुकून प्रणाम केला. ''मी प्रभू रामाचा सेवक आहे, राजकुमारी.''

सती मागे वळली आणि देवगिरीत अदृश्य होणाऱ्या त्या छोट्याशा पक्ष्याकडे नंदीने अखेरचा कटाक्ष टाकला.

बंदरातील गोद्या पूर्णपणे रिक्त करण्यात आल्या होत्या. तिथे आता कोणत्याही व्यापारी उलाढालीचे किंवा इतर कोणत्याही प्रकारच्या व्यवहाराचे काहीही चिन्ह नव्हते. आपल्या गलबताच्या टेहळणी केंद्रातून सतीला दिवगिरीच्या तटबंदीच्या भिंती दिसत होत्या. या नगरीला असलेल्या सोन्याच्या, चांदीच्या आणि कास्याच्या तीन चौथऱ्यांमुळे या नगरीला काही लोक प्रेमाने त्रिपुरा म्हणत असत, याचे तिला स्मरण झाले. मात्र प्रभू रामाने दिलेल्या नामाभिधानाखेरीज अन्य कोणत्याही नावाने नगरीला ओळखले जावे, अशी कल्पनाही देवगिरीचे नगरवासी करू शकत नव्हते.

एका मोठ्या आवाजानिशी गोदीमध्ये गलबतामधून उतरण्यासाठीची शिडी टाकण्यात आली.

सतीने नंदीकडे पाहून खूण केली आणि ती म्हणाली, ''चला जाऊया.''

तिने आपल्या लोकांसह आघाडीवर रहात पुढे पाऊल टाकले आणि चालण्यास प्रारंभ केला, त्याबरोबर मेलुहाचा शिष्टाचार अधिकारी तिला सामोरा आला. त्याच्या चेहऱ्यावर भले मोठे हास्य होते. सतीच्या डाव्या गालावरच्या त्या भयावह व्रणाकडे मेलुहाच्या त्या नगरवासीयाने सूज्ञपणाने दुर्लक्ष केले. ''तुम्हाला पुन्हा एकदा भेटणं हा मी माझा सन्मान समजतो.'' तो म्हणाला.

''माझ्या नगरीत पुनरागमन करणं आणि तेही यावेळच्या अधिक चांगल्या परिस्थितीत; हा माझ्यासाठीही आनंदाचा क्षण आहे, सेनाधिकारी.''

मेलुहाच्या त्या नगरवासीयाने तिने दिलेल्या परिषदेच्या संदर्भाला मौनपणे मान हलवून प्रतिसाद दिला.

'देवी, आपण कायमस्वरूपी शांती नांदण्याजोगा करार करण्यात यशस्वी व्हाल, अशी मला आशा आहे.'' तो पुढे म्हणाला. ''आमच्या जिवंत देवाशी आमचा देश युद्ध करणार आहे, हे ऐकून आम्ही मेलुहावासी किती तणावग्रस्त परिस्थितीत

आहोत, याची तुम्हाला कल्पनाही येणार नाही, देवी.''

''प्रभू रामाच्या आशीर्वादाने युद्धाची समाप्ती होईल आणि आपल्याला कायमस्वरूपी शांतता लाभू शकेल,'' सती म्हणाली.

मेलुहाच्या त्या अधिकाऱ्याने हात जोडून नमस्कार केला आणि आकाशाकडे पहात तो म्हणाला, ''प्रभू रामाने आशीर्वाद द्यावा.''

सतीने बंदराच्या बाह्य भागात प्रवेश केला आणि शांतता परिषदेच्या कामकाजासाठी उभारण्यात आलेल्या मोठ्या वर्तुळाकार इमारतीवर तिची दृष्टी पडली. यजमान नगरीच्या अंतर्गत भागात शांतता परिषदेचे कामकाज चालू नये, असाही शांतता परिषदेचा एक नियम होता. ते स्थान नगराच्या तटबंदीपासून सुरक्षित अंतरावर उभारण्यात आले होते. मेलुहाच्या चौकोनी आकाराच्या विटांच्या, सुमारे दोन पुरुष उंचीच्या पायावर लाकडी स्तंभ उभारण्यात आले होते. त्या स्थळाचा सांगाडाच त्या खांबांनी बनवला गेला होता. त्या खांबांभोवती बांबूच्या छोट्या पट्ट्या बांधण्यात आल्या होत्या. त्यामुळे लाकडी गोलाकार आकाराची इमारत तयार झाली होती. चुन्याचा वापर टाळूनही ती इमारत चांगलीच मजबूत बनली होती.

त्या इमारतीत प्रवेश करता क्षणीच सतीने वरच्या उंच छताकडे पाहिले आणि तेथील आवाजाची क्षमता तपासण्यासाठी ती मोठ्याने बोलली. ''छान बांधकाम आहे!''

आवाजाचे प्रतिध्वनी उमटले नाहीत. सतीने स्मित केले. मेलुहाच्या अभियंत्यांनी त्यांचे बुद्धिकौशल्य तसेच शाबूत ठेवले होते तर!

त्या प्रशस्त दालनात प्रभू राम आणि देवी सीता यांच्या मोठ्या मूर्ती ठेवण्यात आल्या होत्या. तिथे वाहण्यात आलेली फुले आणि तिथेच पसरलेल्या पूजेच्या इतर साधनसामग्रीवरून देवगिरीच्या प्रमुख पुरोहिताने प्राण प्रतिष्ठापना केल्याचे तिच्या लक्षात आले. त्यामुळे खरोखरचे प्रभू राम आणि देवी सीता त्या मूर्तींमध्ये वास करतात आणि त्या संपूर्ण समारंभाचे अवलोकन करतात, असे खरे हिंदु लोक मानतात. त्यांच्या उपस्थितीत कोणीही नियमभंग करण्याचे धारिष्ट्य करत नाही. एका टोकाला एक स्वतंत्र भिंत कोरण्यात आली होती. तिच्या बरोबर मध्यभागी एक लाकडी दरवाजा होता. त्याच्या आतच असलेले दालन पूर्णतया ध्वनिप्रतिबंधक होते. त्यामुळे अगदी प्रचंड मोठा ध्वनीही तिथून बाहेर पडू शकत

नव्हता. परिषदेच्या दरम्यान कोणत्याही एका पक्षाला आपल्या सदस्यांसमवेत गुप्तपणे चर्चा करावयाची असल्यास ती करता यावी, याकरिता ते बांधण्यात आले होते.

सतीने मान डोलावली. "प्राचीन कायदे आणि नियमांनुसारच येथील सारी व्यवस्था चोखपणे करण्यात आली आहे." ती म्हणाली.

"आभारी आहे, देवी," तो मेलुहाचा नगरवासी म्हणाला.

"आता शस्त्रागार.." सती म्हणाली.

"अर्थातच देवी," तो मेलुहावासी म्हणाला. "आपण आता तिकडेच निघालो आहोत."

ती त्या परिषदेच्या सभागृहाबाहेर पडल्याबरोबर तिला तिथे एक अश्व उभा असल्याचे दिसले. तिच्या गलबतामधून त्याला बाहेर आणण्यात आले होते आणि त्याच्यावर खोगीर चढवून त्याला सज्ज ठेवण्यात आले होते. तिच्यासमवेत आलेल्या सर्वच लोकांचे अश्वही त्याचप्रमाणे खोगीर चढवून सज्ज करण्यात आले होते.

"देवी," तो मेलुहावासी म्हणाला. "शस्त्रागारासमोरच प्राण्यांनाही शृंखलाबद्ध करून ठेवणं हाही परिषदेच्या नियमांचाच एक भाग आहे, हे आपण जाणत असालच. त्यामुळे तुमचे सर्वच अश्व आम्ही आता दूर घेऊन जाऊ."

"फक्त माझा अश्व सोडून!" सती म्हणाली. तिच्याखेरीज फक्त काही थोड्याच लोकांना प्रभू रामाचे नियम पूर्णपणे ज्ञात होते. "माझा अश्व माझ्यासमवेतच राहील," ती म्हणाली.

"अर्थातच, देवी."

"आणि परिषद संपल्याच्या क्षणीच माझ्या लोकांचे अश्व त्यांच्याकडे सुपूर्द केले जातील."

"तो तर कायदाच आहे, देवी."

"आणि देवगिरीतील प्राण्यांनाही शृंखलाबद्ध करून ठेवलं जाईल."

"नक्कीच, देवी," तो मेलुहावासी म्हणाला. "ते अगोदरच करण्यात आलं आहे."

"ठीक आहे," सती म्हणाली. "चला निघूया."

नगराच्या तटबंदीच्या बाहेरच, सुवर्ण आणि ताम्र चौथऱ्यांच्या मध्यभागी असलेल्या पुलाखाली तात्पुरते शस्त्रागार उभारण्यात आले होते. त्यासाठीचा नियमही तंतोतंत पाळण्यात आला होता. एक भले मोठे प्रवेशद्वार उभारण्यात आले होते. त्याला दुहेरी कुलूप लावण्यात आले होते. ते कुलूप तोडणे केवळ अशक्य होते. त्या कुलपाच्या चाव्यांपैकी एक चावी सतीकडे देण्यात आली. तो दरवाजा कुलूपबद्ध झाला आहे का, ते तिने स्वतः तपासून पाहिले. त्यानंतर मेलुहाच्या शिष्टाचार अधिकाऱ्याने आपली चावी वापरून तो दरवाजा दुहेरी बंद करून टाकला. पुन्हा एकदा त्याने सतीला त्याची तपासणी करू दिली. त्यानंतर त्याने त्या कुलपावर आपली मोहोर ठोकली. देवगिरीतील सर्व शस्त्रे कोणाच्याही हाती पडणार नाहीत, याची प्रभावीपणे काळजी घेण्यात आली होती.

सतीने ती चावी नंदीकडे दिली. ''ही काळजीपूर्वक ठेवा.''

तिला वाकून प्रणाम करून तो अधिकारी निघालाच होता. परंतु तो क्षणभर थबकला. त्याला जणू कशाचे तरी अचानकच स्मरण झाले असावे. ''देवी, तुमची शस्त्रं? तुमची शस्त्रंही इथंच कुलूपबंद करून ठेवली पाहिजेत. नाही का?''

''नाही,'' सती म्हणाली.

''उममम... देवी, परंतु नियम तर असं सांगतात, की....''

''अधिकारी, नियम असं सांगतात, की सैन्याला निःशस्त्र केलं जावं. परंतु शांतता परिषदेसाठी आलेले नेते आणि त्यांचे वैयक्तिक शरीररक्षक यांना आपापली शस्त्रास्त्रं जवळ बाळगण्यास अनुमती दिली जाते. माझ्या पिताजींच्या शरीररक्षकांना निःशस्त्र केलं गेलं नसेल, याविषयी माझी खात्री आहे. बरोबर आहे ना?''

''होय, देवी. त्यांना निःशस्त्र करण्यात आलेलं नाही,'' मेलुहाचा शिष्टाचार अधिकारी म्हणाला. ''त्यांच्याकडे त्यांची शस्त्रं आहेत.''

''त्याप्रमाणेच माझ्या शरीररक्षकांकडेही ती असतील,'' नंदी आणि तिच्या इतर सैनिकांकडे निर्देश करत सती म्हणाली.

''परंतु देवी....''

''पंतप्रधान कनखला यांच्याशी बोलून तुम्ही याविषयीची शहानिशा का बरं करवून घेत नाही? त्यांना या कायद्यांची योग्य माहिती आहे, अशी माझी खात्री आहे.....''

त्यापुढे मेलुहाचा तो अधिकारी काहीही बोलू शकला नाही. कायदेशीरदृष्ट्या

सतीचे म्हणणे योग्यच होते, हे त्याला माहिती होते. आता यापुढे पंतप्रधान कनखलाला कोणत्याही प्रकारच्या स्पष्टीकरणासाठी कधीच पाचारण करणे शक्य नाही, हेही तो जाणून होता. दरम्यानच्या काळात, सतीने जनावरांसाठी उभारण्यात आलेल्या भल्या मोठ्या छावणीकडे पाहिले. तिथून ती काही अंतरावरच होती. तिच्या लोकांचे अश्व तात्पुरत्या कालावधीसाठी तिथेच ठेवण्यात आले होते.

"आणखी एक गोष्ट, देवी," तो शिष्टाचार अधिकारी म्हणाला, "भोजनासाठी आपण राजवाड्यात उपस्थित रहावं, अशी विनंती सम्राट दक्षांनी केली आहे."

सती नंदीकडे वळली. "मी पुढे जाते. तुम्ही अश्वांच्या छावणीतील कुलुपांची तपासणी करून ताबडतोब माझ्याकडे या...."

"देवी," तो अधिकारी सतीचे बोलणे मध्येच थांबवत म्हणाला, "सूचना अगदी स्पष्ट आहेत. तुम्ही एकटीनंच तिकडे जावं, अशी त्यांची इच्छा आहे."

सती विचारमग्न झाली. ही गोष्ट नियमबाह्य होती. ती सूचना ती नाकारणारच होती, तेवढ्यात तो अधिकारी पुन्हा एकदा म्हणाला, "देवी, याचा या शांतता परिषदेशी काही संबंध आहे, असं मला वाटत नाही. तुम्ही महाराजांच्या कन्या आहात. आपल्या कन्येसमवेत भोजन करण्याचा हक्क पित्याला नक्कीच आहे."

सतीने दीर्घ श्वास घेतला. आपल्या पित्यासमवेत बसून काहीही खाण्याची तिची इच्छाच नव्हती. परंतु आपल्या मातेची भेट घेण्याची तिची तीव्र इच्छा होती. काहीही झाले तरी ती परिषद दुसऱ्या दिवशी होणार होती. त्या दिवशी करण्यासारखे फारसे काही नव्हतेच. "नंदी, एकदा तुम्ही छावणीतील तपासणी केली, की पुन्हा शांतता परिषद भरणार असलेल्या इमारतीत जा आणि तिथेच माझी प्रतीक्षा करा."

"जशी आपली आज्ञा, देवी," नंदी म्हणाला. "परंतु तुम्ही जाण्यापूर्वी मी काही बोलू का?"

"अर्थातच," सती म्हणाली.

"मला खाजगीमध्ये बोलायचं आहे, देवी," नंदी म्हणाला.

सती विचारात पडली. परंतु तिने आपल्या अश्वाचा लगाम तिथेच मागच्या बाजूला उभ्या असलेल्या सैनिकाच्या हातात दिला आणि ती अश्वावरून उतरून चालत नंदीजवळ गेली.

ज्यावेळी त्यांचे संभाषण कोणालाही ऐकू जाणार नाही, एवढ्या अंतरापर्यंत ते

दोघे गेले, त्यावेळी नंदी कुजबुजत्या आवाजात म्हणाला, ‘‘देवी, सूचना देण्याएवढं धारिष्ट्य माझ्यात असेल आणि तुम्हाला ते मान्य असेल, तर तुम्ही आपल्या पिताजींची भेट घेण्यासाठी चालला आहात, असं समजू नका. तुम्ही ज्यांच्याशी वाटाघाटी करणार आहात, त्या सम्राटांबरोबर तुम्ही भोजनासाठी निघाला आहात, असंच माना. उद्याच्या शांतता परिषदेसाठी योग्य वातावरणनिर्मिती करण्यासाठी या भोजनाचा कृपा करून उपयोग करून घ्या.’’

सतीने स्मित केले. ‘‘तुमचं म्हणणं बरोबर आहे, नंदी.’’ ती म्हणाली.

राजवाड्याच्या पायऱ्यांजवळ सतीने आपला अश्व तबेल्यात बांधला. तेथील साहाय्यकाने त्यासाठी देऊ केलेले साहाय्य तिने विनम्रतेने नाकारले. शांतता परिषदेच्या अटींनुसार, देवगिरीच्या तबेल्यात एकही अश्व नव्हता. त्यामुळे तिथे फक्त सतीचाच एकमेव अश्व होता. आपल्या पित्याच्या राजवाड्याच्या मुख्य पायऱ्यांजवळ ती पोहचताच तिथे असलेल्या पहारेकऱ्यांनी तिला लष्करी थाटात प्रणाम केला. सतीनेही विनम्रपणे त्यांना प्रणाम केला आणि ती तशीच चालत पुढे निघाली.

त्याच राजवाड्यात सती वाढली होती. त्या राजवाड्याभोवतीच्या बागांभोवतीच ती रमतगमत भटकली होती. तिने तिथे रपेटही केली होती. त्या पायऱ्यांवरून ती लाखो वेळा धावत वर खाली चढली–उतरली होती. तेथील भूमीवरच तिने तलवारबाजीचा सराव केला होता. तरीही आता ती इमारत तिला अनोळखी, परकी वाटत होती. कदाचित ती तिथून गेली काही वर्षे दूर राहिल्यामुळे असेल किंवा कदाचित आता तिला आपल्या पित्याविषयी कोणत्याही प्रकारे जिव्हाळा वाटत नसल्यामुळे तिला तसे भासत असावे.

राजवाड्यात जाण्याचा मार्ग तिला ज्ञात होता आणि त्यासाठी विविध बाजूंनी मार्गदर्शन करण्यासाठी पुढे येणाऱ्या सैनिकांच्या मार्गदर्शनाची तिला आवश्यकताही नव्हती. मात्र त्या पहारेकऱ्यांपैकी एकालाही ती ओळखू शकत नव्हती, याचेच तिला आश्चर्य वाटले. कदाचित तिच्या पिताजींच्या सुरक्षा व्यवस्थेची जबाबदारी स्वीकारल्यावर विद्युन्मालीने तेथील पहारेकऱ्यांचे पथक बदलले असावे. तिने

समोर आलेल्या सैनिकांना हाताच्या इशाऱ्यानेच दूर जाण्याविषयी सुचवले आणि ती आपल्या पित्याच्या कक्षाकडे सहजपणे वळली.

''राजकुमारी सती यांचे आगमन होत आहेऽऽऽऽ'' प्रमुख द्वारपालाने मोठ्याने ललकारी दिली. त्याच वेळी एका पहारेकऱ्याने राजकक्षाचे द्वार उघडले.

सतीने आत प्रवेश केला आणि तिला तिथे दक्ष, वीरिनी आणि आणखी एक व्यक्ती दिसली. त्या व्यक्तीला तिने त्याआधी कधीच पाहिले नव्हते. त्या कक्षाच्या एका टोकाला, दूर अंतरावर तो उभा होता. त्याच्या हातातील कड्यावरून तो मेलुहाचा सेनाधिकारी असल्याचे सतीच्या लक्षात आले.

सती आपल्या पालकांकडे वळल्याबरोबर मेलुहाच्या त्या अधिकाऱ्याने खिडकीतून बाहेर पाहिले आणि तिथेच बाहेर उभ्या असलेल्या कोणाकडे तरी पाहून मान डोलावली.

''प्रभू रामाशप्पथ, तुझ्या चेहऱ्याला काय झालंय?'' दक्ष उद्गारला.

सतीने हात जोडून आणि कमरेतून वाकून नमस्कार केला. कारण आपल्या पित्याविषयीचा तिने आदर व्यक्त करणे अनिवार्य होते. ''फारसं काही नाही, पिताजी. तो युद्धातील एक व्रण आहे.''

''योद्धा आपला व्रण अभिमानानं मिरवतो,'' मेलुहाचा सेनाधिकारी सहजपणे म्हणाला. त्यानेही आदरपूर्वक नमस्कार केला होता.

नमस्कार करण्यासाठी त्याच्याकडे वळलेल्या सतीने त्याच्याकडे कुतूहलाने पाहिले. ''मी तुम्हाला ओळखत नाही, सेनाधिकारी,'' ती म्हणाली.

''माझी नुकतीच नियुक्ती झाली आहे, देवी,'' तो म्हणाला. ''मी विद्युन्मालींच्या ताफ्यातील अधिकारी आहे. माझं नाव कमलाक्ष आहे.'

सतीला खरे तर विद्युन्माली अजिबातच आवडत नव्हता. परंतु त्यामुळे कमलाक्षाविषयी दुस्वास बाळगण्याचे काहीच कारण नव्हते. तिने त्याला विनम्रपणे अभिवादन केले. त्यानंतर ती आपल्या मातेकडे वळली. ''माते तू कशी आहेस?'' मनापासून गोड हसत तिने विचारले.

सती आपल्या मातेला माता किंवा मातोश्री म्हणत असे. वीरिनीला ते मनापासून आवडत असे. ती सतीकडे गेली आणि आपल्या कन्येला तिने आलिंगन दिले. ''माझी बाळ....''

सतीनेही आपल्या मातेला दृढ आलिंगन दिले. शिवाबरोबरच्या वर्षानुवर्षांच्या

सहवासामुळे तिच्या मनातील भावना अभिव्यक्त करण्यातील संकोच केव्हाच निघून गेला होता. आता आपल्या मनातील भावना ती मुक्तपणे प्रदर्शित करू शकत होती.

"मला तुझी खूपच आठवण येत होती, बाळा," वीरिनी पुटपुटली.

"मंलाही तुझी खूप खूप आठवण येत होती, माते," सतीही म्हणाली. तिचे डोळे पाणावले होते.

वीरिनेने सतीच्या व्रणाला स्पर्श केला आणि निःश्वास सोडला.

"आता मी ठीक आहे," सती किंचित स्मित करत म्हणाली. "आता तिथे वेदना होत नाहीत."

"तू हा व्रण आयुर्वतीकडून काढून का घेतला नाहीस?" वीरिनीने विचारले.

"मी तो काढून घेणार आहे, माते," सती म्हणाली. "परंतु माझ्या चेहऱ्याचं सौंदर्य फारसं महत्त्वपूर्ण नाही. शांततेचा मार्ग शोधणं हे त्याहूनही अधिक महत्त्वाचं आहे."

"तुझे पिताजी आणि नीळकंठ यांना तो मार्ग सापडावा, यासाठी प्रभू राम साहाय्य करो, अशी माझी प्रार्थना आहे," वीरिनी म्हणाली.

दक्षाने भले मोठे स्मित केले. "सती तो मार्ग मला आधीच सापडला आहे आणि आता आपण सारेच जण पुन्हा एकदा एकत्र राहू. आपलं कुटुंब पूर्वीप्रमाणेच आनंदी कुटुंब बनेल. बरं ते जाऊदे, बाहेरच्या बाजूला असलेल्या शिबिरात प्रतीक्षा करावी लागल्यामुळे नीळकंठांना राग येणार नाही, असं मला वाटतं. परंतु काहीही झालं तरी शांतता परिषदेआधी मी त्यांची भेट घेणं हा शुभशकुन ठरला नसता."

'आपण सारेच जण पुन्हा एकदा एक आनंदी कुटुंब म्हणून जगू,' या आपल्या पित्याच्या विचित्र वाक्यामुळे सती सजग झाली आणि विचारमग्न झाली. देवगिरीमध्ये तिच्यासमवेत शिव आलेला नाही, असे ती त्याला सांगणार होती; परंतु तोपर्यंत दक्ष कमलाक्षाकडे वळला होता.

"साहाय्यकांना भोजन आणण्यास सांगा. आता मी क्षुधेने अगदी व्याकुळ झालो आहे आणि माझ्या कुटुंबातील स्त्रियाही तशाच व्याकुळ झाल्या असतील, याची मला खात्रीच आहे."

"आज्ञा, महाराज."

वीरिनीने अद्याप सतीचा हात धरून ठेवला होता. "गेल्या आठवड्यात आयुर्वती

इकडे नव्हती ही खरंच खेदजनक बाब होती.''

''का?'' सतीने विचारले.

''ती जर इथेच असती, तर तिने नक्कीच कनखलाचे प्राण वाचवले असते. तिच्याकडचं वैद्यकीय कौशल्य इतर कोणाकडेच नाही.''

दक्षाचे शरीर एकदम ताठरल्याचे सतीने डोळ्यांच्या कोपऱ्यातून पाहिले. ''वीरिनी तू खूपच बोलतेस. आपण आता भोजनाचा आस्वाद घेतला पाहिजे आणि....''

''एक क्षणभर थांबा, पिताजी,'' सती म्हणाली. ती आपल्या मातेकडे वळली आणि म्हणाली, ''कनखलाला काय झालं?''

''तुला माहिती नाही का?'' आश्चर्यचकीत झालेल्या वीरिनीने विचारले. ''तिचा अचानकच मृत्यू झाला. तिच्या निवासस्थानी कसला तरी अपघात झाला असावा, असं मला वाटतं.''

''अपघात?'' सतीने संशयाने विचारले. ती तशीच दक्षाकडे वळली. ''तिला काय झालं होतं पिताजी?''

''तो एक अपघात होता, सती,'' दक्ष म्हणाला. ''तुला राईचा पर्वत बनवण्याचं काहीही कारण नाही...''

दक्षाच्या उडवाउडवीच्या उत्तरांमुळे आता वीरिनीलाही संशय येऊ लागला होता. ''दक्षा, काय चाललंय?''

''तुम्ही दोघी कृपा करून ती बाब सोडून द्याल का? प्रदीर्घ काळानंतर आपण भोजनासाठी एकत्र बसलो आहोत. त्यामुळे आपण फक्त या क्षणाचा आनंद लुटूया.''

''सारं काही पुन्हा सुरळीत होईल, राजकुमारी,'' कमलाक्ष हळुवार आवाजात म्हणाला.

सतीने कमलाक्षाकडे मुळीच लक्ष दिले नाही. परंतु त्याच्या आवाजातून कसले तरी भय डोकावत होते.

''पिताजी, तुम्ही माझ्यापासून काय लपवत आहात?''

''अरेच्चा! प्रभू रामाशप्पथ,'' दक्ष म्हणाला, ''तुझ्या पतीविषयी तुला एवढी चिंता वाटत असेल, तर मी त्याच्यासाठीही काही खास भोजन धाडतो.''

''मी शिवाचा उल्लेखही केला नव्हता,'' सती म्हणाली. ''तुम्ही माझा प्रश्न

टाळता आहात. कनखलाला काय झालं?''

दक्षाने निराशेने शिव्याशाप दिले आणि त्याने आपली मूठ आपल्या आसनावर आपटली. ''एकदा तरी आपल्या पित्यावर तू विश्वास ठेवशील का? तुझ्या धमन्यांमधून माझं रक्त वाहतं आहे. तुझ्या हिताची असलेली एकही गोष्ट मी कधी केली नाही, असं झालंय का? जर कनखला अपघातात मरण पावली, असं मी म्हणतो आहे, तर तसंच घडलंय.''

सतीने आपल्या पित्याच्या डोळ्यांत खोलवर पाहिले. ''तुम्ही असत्य भाषण करता आहात.''

''कनखलाला जे मिळणं योग्य होतं, तेच तिला दिलं गेलं, राजकुमारी,'' तिच्या अगदी थेट पाठीमागे येत कमलाक्ष म्हणाला. ''मेलुहाच्या खऱ्या सम्राटाला विरोध करण्याचं धाडस जो कोणी करेल, त्याच्या वाट्याला जे येईल, तेच तिलाही प्राप्त झालं. परंतु त्याची तुम्ही काळजी करण्याचं कारण नाही. तुमच्या पिताजींचं तुमच्यावर प्रेम आहे, त्यामुळे तुम्ही सुरक्षित आहात.''

सुन्न झालेल्या सतीने कमलाक्षाकडे एक तीव्र कटाक्ष टाकला आणि पुन्हा ती आपल्या पित्याकडे वळली.

दक्षाच्या चेहऱ्यावर निराशायुक्त स्मित होते आणि त्याचे डोळे पाणावले होते. ''माझं तुझ्यावर किती प्रेम आहे, हे फक्त जर तुला कधी कळलं असतं ना, माझ्या बाळा, तर खूप खूप बरं झालं असतं. माझ्या बाळा, माझं तुझ्यावर प्रेम आहे. फक्त माझ्यावर विश्वास ठेव. मी पुन्हा एकदा सारं काही ठीक करेन.''

अंतःप्रेरणेनेच सतीने आपले स्नायू कडक बनवले आणि तिच्या थेट मागच्या बाजूला थांबलेल्या त्या सेनाधिकाऱ्याच्या बरगड्यांखालील पोटातील मज्जातंतूंच्या केंद्रावर तिने आपल्या उजव्या कोपराचा जबरदस्त तडाखा दिला आणि ते आत खुपसले. तो सेनाधिकारी मागे कोलमडला आणि वेदनेने ओरडत खाली वाकला.त्याचे मस्तक आता तिच्या आवाक्यात आले होते. त्यानंतर क्षणाचाही विलंब न लावता नागांकडून शिकलेल्या वार करण्याच्या कलेप्रमाणे आपल्या डाव्या पायावर तिने एक जोरदार उडी मारली आणि आपल्या उजव्या पायावर वेगाने गिरकी घेतली. तिच्या उजव्या टाचेने तिने कमलाक्षाच्या मस्तकावर, बरोबर कानशीलावर जोरदार प्रहार केला. त्यामुळे त्याच्या कानाचा पडदा फुटला आणि तो बेशुद्ध पडला. त्या महाकाय सेनाधिकाऱ्याचे ते जाडजूड धूड भूमीवर कोसळले.

सतीने नंतर पुन्हा एकदा तशीच भयावह गोलाकार गिरकी घेतली आणि सहजगत्या ती दक्षासमोर आली. विजेच्या वेगाने तिने आपली तलवार उपसली आणि आपल्या पित्याच्या गळ्यावर ठेवली.

हे सारे एवढ्या प्रचंड वेगाने घडले, की दक्षाला विचार करायलाही उसंत लाभली नाही.

''पिताजी तुम्ही काय केलंय?'' सतीने किंचाळत विचारले. तिचा संताप आता अगदी अनावर झाला होता.

''ते तुझ्या भल्यासाठीच आहे!'' दक्ष किंचाळत म्हणाला, ''तुझा पती यापुढे आपल्याला आणखी त्रास देणार नाही.''

सतीच्या ध्यानात अखेरीस ते आले. ''प्रभू राम...दया करो....नंदी आणि माझे सैनिक.....''

''अरे देवा!'' वीरिनी त्याच्याकडे वळत ओरडली. ''दक्षा, तुम्ही हे काय केलंत?''

''गप्प बस, वीरिनी!'' दक्ष ओरडला. त्याने तिला बाजूला ढकलले आणि तो सतीकडे धावतच गेला.

वीरिनीला धक्का बसला होता. ''शांतता परिषदेच्या नियमांचा तुम्ही कसा काय भंग करू शकता? आपल्या आत्म्याला तुम्ही कायमचंच शापित बनवलं आहे.''

''तुला बाहेर जाता येत नाही का?'' दक्ष पुन्हा एकदा जोरात ओरडला. तो सतीला पकडण्याचा प्रयत्न करत होता.

सतीने दक्षाला जोरात ढकलून दिले. त्यामुळे तो सम्राट भूमीवर पडला. ती तशीच धावत दरवाजाकडे गेली. तिने आपल्या हातात उपसलेली तलवार घट्ट पकडली होती. आता ती युद्धासाठी सज्ज होती.

''तिला रोखा!'' दक्ष जोरात किंचाळला. ''रक्षकांनो, तिला रोखा!''

द्वारपालाने दरवाजा उघडला. राजकुमारी आपल्यावर चालून येत असल्याचे पाहून तो सुन्न झाला होता. त्या धक्क्यामुळे द्वाररक्षक जागच्या जागीच खिळल्यासारखे झाले होते.

''तिला रोखा!'' दक्ष किंचाळला.

द्वाररक्षकांनी काही प्रतिक्रिया व्यक्त करण्याआधीच सती त्यांच्यावर जाऊन

आदळली. तिने त्यांना दूर ढकलले आणि एखाद्या झंझावातासारखी ती दरवाजातून बाहेर निघून गेली. राजवाड्याच्या कक्षाच्या बाह्य मार्गावरून ती धावतच खाली गेली. आपल्याला रोखण्यासाठी आपला पिता जोरजोरात किंचाळून पहारेकऱ्यांना आदेश देत असल्याचे तिने ऐकले होते. तिला आपला अश्व मिळवायचा होता. जर तिला तसे करता आले असते, तर सगळ्या पाहरेकऱ्यांना गुंगारा देऊन ती वेगाने नगरीच्या बाहेर निघून गेली असती.

''राजकुमारीला रोखा!'' मागच्या बाजूने एक सैनिक ओरडला.

तिच्या समोरच्याच बाजूला सैनिकांच्या संपूर्ण तुकडीतील सैनिक आपापल्या स्थानांवर उभे रहात असल्याचे तिला दिसले. आता त्यांनी आपले भाले रोखले होते आणि तिचा मार्ग पूर्णपणे रोखून धरला होता. आपला वेग अजिबात कमी न करता तिने आपल्या मागच्या बाजूला पाहिले. दुसऱ्या बाजूने सैनिकांची आणखी एक तुकडी तिच्या दिशेनेच येत होती. ती सापळ्यात अडकली होती.

''प्रभू रामा, मला सामर्थ्य दे!''

सतीला दूरवरून दक्षाचा आवाज ऐकू आला, ''तिला इजा करू नका!''

वरच्या बाजूला डावीकडची खिडकी उघडी होती. ती त्यावेळी तिसऱ्या मजल्यावर होती. अशा वेळी उडी मारणे मूर्खपणाचे होते. परंतु तिला तो राजवाडा चांगलाच माहिती होता. ते तर तिचे निवासस्थानच होते. त्या खिडकीच्या वरच्या बाजूलाच अरुंद सपाट भाग असल्याचे तिला माहिती होते. तिथून तिने एक छोटीशी उडी मारली असती, तर ती गच्चीवर पोहचली असती. त्यानंतर तिथून ती एका बाजूच्या दरवाजातून राजवाड्याच्या प्रवेशद्वाराजवळ पोहचली असती. तोपर्यंत कोणीही तिच्याजवळ पोहचू शकले नसते.

सतीने आपली तलवार म्यानात घातली आणि शरण येत असल्याप्रमाणे आपले हात वर केले. आता ती आपल्या ताब्यात आली आहे, असे सैनिकांना वाटले आणि ते पुढे झाले. आता त्यांची गती मंद झाली होती, त्याद्वारे आपण राजकुमारीला शांत करू, असा त्यांचा अदमास होता. सतीने अचानकच तिच्या एका बाजूला उडी मारली आणि क्षणार्धात त्या खिडकीतून ती बाहेर पडली. सैनिकांनी आवंढा गिळला. आता राजकुमारी खालच्या अंगणात निपचित पडली असणार आणि तिचा मृत्यू ओढवला असेल, असे वाटून ते भयग्रस्त झाले. परंतु सतीने आपला हात बाहेर काढला आणि त्यानंतर वरच्या बाजूला असलेल्या त्या

अरुंद सपाट भागाचे टोक पकडले. शरीराला झोका देऊन ती वर चढली आणि नंतर त्या सपाट भागावर सुरक्षितपणे उभी राहिली. आपला तोल सावरून पुन्हा क्षणातच तिने दोन पावले टाकली आणि गच्चीवर उडी मारली.

''त्या गच्चीवर आहेत!'' एक सैनिक किंचाळला.

सैनिक कोणत्या मार्गाने येतील, ते सतीला माहिती होते. ती दुसऱ्या बाजूने वेगाने पळत सुटली. तिथून तिने दुसऱ्या एका अरुंद सपाट भागावर उडी मारली आणि मग दूरच्या बाजूला असलेल्या जिन्यावर उडी मारली. त्यानंतर धाडधाड पायऱ्या उतरून ती खाली आली. तीन तीन पायऱ्या गाळून ती एकदम चौथ्या पायरीवर उडी मारत होती. ती पहिल्या मजल्यावर पोहचली. तिथूनच ती कडेच्या प्रवेशद्वाराकडे गेली. त्या प्रवेशद्वारावर सहसा पहारेकरी नसत. परंतु तरीही त्यांना कोणतीही संधी ती देऊ इच्छित नव्हती. त्यामुळे शेजारीच असलेल्या एका वृक्षावर चढून तिने त्याच्या जवळच असलेल्या एका छोट्याशा बागेत उडी मारली. त्या बागेच्या जवळच एक मोठा वृक्ष होता. ती त्या वृक्षावर चढली आणि त्याच्या सर्वात उंच फांदीवरून तिने भिंतीच्या पलीकडे उडी मारली. आपल्या अश्वाच्या शेजारीच जाऊन ती उभी राहिली. एका उडीतच तिने अश्वावर मांड ठोकली. त्याचे लगाम सोडले आणि अश्वाला जोरदार टाच मारली.

''त्या पहा...त्या तिकडे आहेत!'' एक पाहरेकरी ओरडला.

वीस पहारेकरी सतीच्या दिशेने धावले, परंतु भरधाव वेगात अश्वारूढ झालेल्या सतीने त्यांना बाजूला ढकलून आपला मार्ग शोधून काढला. तिच्या अश्वाने राजवाड्यातून बाहेर पाऊल ठेवले आणि काही क्षणांतच ती नगरीच्या बाहेर पोहचली. तिच्या मागे ओरडत धावत सुटलेल्या पहारेकऱ्यांचा आवाज तिच्यापर्यंत पोहचत होता.

''त्यांना रोखा!''

''राजकुमारींना रोखा!''

सतीच्या अश्वाच्या टापांखाली चिरडले जाऊ नये, म्हणून भयभीत आणि अचंबित झालेले मेलुहावासी तिच्या मार्गातून भराभरा बाजूला होत गेले. पुढच्या बाजूला असलेली नगरवासीयांची मोठी गर्दी चुकवण्यासाठी एका छोट्या मार्गिकेवरून ती भरधाव वेगात निघाली. आता नगरीच्या प्रमुख प्रवेशद्वारापर्यंत जाणाऱ्या छोट्याशा मार्गिकेवरून ती भरधाव निघाली होती. आपल्या अश्वाच्या

शक्तीच्या परिसीमेचा वापर तिने करून घेतला होता आणि नंतर लगेच ती नगरीच्या लोखंडी प्रवेशद्वारातून भरधाव बाहेर निघाली होती. तिने दुसरी बाजू ओलांडताच तिचा अश्व जोरदार खिंकाळत आपल्या मागच्या पायांवर उभा राहिला. काही अंतरावरून येणाऱ्या युद्धाच्या आवाजामुळे तो गोंधळून गेला होता.

देवगिरी नगरीच्या चौथऱ्याच्या टेहळणी स्थानकावरून सतीला शांतता परिषदेच्या स्थानावरील दृश्य नजरेस पडले. सरस्वती नदीच्या बरोबर उजव्या किनाऱ्यावर असलेल्या तिच्या लोकांवर हल्ला झाला होता. बुरखे आणि मुखवटे घातलेले कित्येक लोक त्यांच्यावर तुटून पडले होते. नंदी आणि तिचे अल्पसंख्य सैनिक त्यांच्याबरोबर निकराचा लढा देत होते. त्यांच्यापैकी बरेच जण आधीच धारातीर्थी पडले होते.

''हिय्याऽऽऽऽऽ'' सतीने आपल्या अश्वाला जोरदार टाच मारली आणि त्याच्या चपळ, चालीचा वापर करून घेत ती युद्धभूमीकडे निघाली.

देवगिरीच्या सुवर्ण चौथऱ्याच्या मध्यभागी असलेल्या पायऱ्या ती उतरून गेली आणि थेट त्या युद्धपिपासू माणसांना जाऊन भिडली. नीळकंठाशी एकनिष्ठ असलेल्या सैनिकांची युद्धघोषणा ती मोठमोठ्याने देत होती.

''हर हर महादेव!''

प्रकरण ४५

अंतिम बळी

तिथे सुमारे तीनशे बुरखाधारी मारेकरी असल्याचे युद्धभूमीकडे झपाट्याने निघालेल्या सतीच्या लक्षात आले. त्यांनी नागांच्याप्रमाणेच मुखवटे घातले होते. परंतु पंचवटीच्या योद्ध्यांप्रमाणे त्यांची युद्धाची पद्धती नव्हती. ते नक्कीच कोणी तरी दुसरेच लोक होते. त्यांनी फक्त नागांसारखे दिसावे यासाठी त्यांना मुखवटे आणि बुरखे घालण्यात आले होते. सतीच्या शंभर शरीररक्षकांपैकी निम्मे सैनिक आधीच भूमीवर पडले होते. त्यांच्यापैकी काही गंभीर जखमी होते; तर काही आधीच मरण पावले होते.

ते मारेकरी आणि तिचे सैनिक यांच्यामध्ये द्वंद्वयुद्ध सुरू होते आणि ते सारेच जण एकमेकांशी लढण्यात गुंतल्यामुळे कोणाच्या रोखाने आपला अश्व न्यावा, याचे सतीला नीटसे आकलन होत नव्हते. आता आपल्याला अश्वावरून खाली उतरूनच लढावे लागणार आहे, हे तिच्या लक्षात आले. तिने युद्धाचे जवळून निरीक्षण केल्यावर ती नंदीजवळ आली. तिथे नंदी एकाच वेळी तिघांशी युद्ध करत होता.

आपल्या शत्रूच्या हृदयात आपली तलवार खुपसल्यावर नंदीने ठोकलेली जोरदार आरोळी तिने ऐकली. त्यानंतर तो डावीकडे वळला आणि त्याने त्या लहानखोर हल्लेखोराला आपल्या तलवारीने क्षणार्धात कंठस्नान घातले. नंदीने आधी ठार

झालेल्या त्या दुर्दैवी हल्लेखोराचे शरीर तलवारीच्या टोकावर घेतले. त्याच्यावर धावून येणाऱ्या दुसऱ्या हल्लेखोराच्या अंगावर त्याने जोरात ते मृत शरीर फेकले. दुसरा मारेकरी नंदीकडे वळला. तो त्याच्यावर मागच्या बाजूने हल्ला करणार होता.

सतीने अश्वावरच्या रिकिबीतून पाय सोडवून घेतले आणि खोगीरावरून तिने तडक खाली उडी मारली. त्याच वेळी तिने आपल्या हातातील तलवार उपसली होती. ती नंदीच्या मागच्या बाजूला उभी राहिली आणि नंदीवर मागच्या बाजूने हल्ला करण्याचा प्रयत्न करणाऱ्या हल्लेखोराचे मस्तक तिने क्षणार्धात धडावेगळे केले. मस्तक उडाल्यानंतरही थरथरत असलेले त्याचे शरीर नंतर भूमीवर पडले. त्याच्या छाटल्या गेलेल्या मानेतून रक्ताच्या चिळकांड्या उडत होत्या.

''देवी!'' नंदी आपल्या समोरच्या हल्लेखोरावर जोरदार प्रहार करत त्या गोंगाटातून ऐकू जावे, म्हणून जोरात ओरडला, ''पळून जा!''

सती तशीच ठामपणे उभी राहिली. नंदीच्या पाठीकडे तिची पाठ होती. तिने त्याला सर्व बाजूंनी संरक्षण दिले होते. ''तुम्हा सर्वांशिवाय कदापिही नाही!'' तिने नंदीला उत्तर दिले.

हल्लेखोराने एका बाजूने सतीवर हल्ला केला. तिने आपली ढाल पुढे केली. त्याने आपल्या पायघोळ अंगरख्यातून काहीतरी काढून तिच्या डोळ्यांत फेकले. त्याबरोबर अंतःप्रेरणेनेच तिने आपली ढाल वर केली. तिच्या ढालीवर एक काळसर रंगाची अंड्याच्या आकाराची वस्तू फुटली. तिच्यातून तिचे घटक बाहेर पडले. ते काही धातूंचे कण आणि कपऱ्या होत्या. मात्र तिच्या डोळ्यांना त्यामुळे इजा झाली नाही. काहीतरी टोकदार वस्तू तिच्या डाव्या हातावर वार करून गेली होती.

सतीने अशा प्रकारच्या द्वंद्वयुद्धाविषयी ऐकले होते. ती तर इजिप्तमधील हल्लेखोरांची पद्धती होती. अंड्यांना सूक्ष्म छिद्र पाडून त्यांच्यातील सर्व घटक बाहेर काढून घेतले जात आणि नंतर तीक्ष्ण धातूंचे तुकडे आणि कपऱ्या भरल्या जात. शत्रूंच्या डोळ्यांवर ती फेकली जात. त्यामुळे ते अंध बनत. सहसा त्यानंतर ते तलवारीने खालच्या भागावर वार करत. तिची दृष्टी जरी तिच्या ढालीमुळे झाकली गेली असली, तरी सती लगेच सरकली आणि खालच्या बाजूने होणारा हल्ला चुकवण्यासाठी एका बाजूला गेली. त्याच वेळी तिने आपल्या हल्लेखोराच्या मानेवर लांब पात्याच्या तलवारीचा वार केला. त्याच्या श्वासनलिकेतून तिने तलवार आरपार घुसवली. आपल्या स्वतःच्याच रक्तामुळे त्या हल्लेखोराचा श्वास बंद होऊ

लागला. त्याच वेळी सतीने तिची तलवार त्याच्या हृदयात घुसवली.

दरम्यान, आपल्या समोर येणाऱ्या सर्वांनाच नंदी सहजगत्या यमसदनी धाडत होता. तो एक महाकाय व्यक्ती होता आणि इजिप्तच्या लहानखोर सैनिकांवर तो राक्षसांप्रमाणे तुटून पडत होता. त्याला आव्हान देणाऱ्या प्रत्येक हल्लेखोराला तो लीलया ठार मारत असल्यामुळे कोणीही हल्लेखोर त्याच्या निकटही पोहचू शकत नव्हता. त्यांनी खंजीर फेकले आणि ती रूपांतरित अंडीही त्यांनी त्याच्या अंगावर फेकली. परंतु कशामुळेही त्याच्या शरीराच्या महत्त्वपूर्ण अवयवांना इजा पोहचली नव्हती. त्याच्या खांद्यात एक खंजीर खोलवर घुसला होता आणि त्याच्या शरीरभर धातूचे कित्येक तीक्ष्ण तुकडेही घुसले होते. मात्र तरीही रक्तात न्हाऊन निघालेला नंदी आपल्या शत्रूंशी दोन हात करतच होता. मात्र नंदीला आणि सतीलाही आता आपल्या अपुऱ्या संख्याबळाची जाणीव झाली होती. त्यांचे बहुतेक सैनिक मरण पावले होते. एक तर त्यांना त्या अचानक हल्ल्याचा धक्का बसला होता आणि त्यांची संख्याही अल्प होती. आता सुटकेचा पर्यायही उरलेला नव्हता, कारण आता ते चारही बाजूंनी वेढले गेले होते. आता दक्षाच्या त्या कुटील कारस्थानात सामील असलेले देवगिरीतील इतर सूर्यवंशी जर त्यांच्या साहाय्यासाठी धावून आले असते, तरच त्यांची सुटका होणे शक्य होते.

एक हल्लेखोर गिरकी घेत सतीच्या अंगावर धावून आला. उजव्या बाजूला उंचावरून गिरकी घेत त्याने उडी मारली. तिनेही भयावह ताकदीने गिरकी घेतली आणि त्याचा वार झेलला. तो माणूस वळला आणि आता त्याने तिच्या डावीकडून उडी मारली. सतीला मागच्या बाजूला रेटत नेण्याचा त्याचा विचार होता. सतीने तेवढ्याच ताकदीने त्याचा तोही वार झेलला. त्यानंतर त्या हल्लेखोरांने सतीच्या शरीराच्या खालच्या भागावर प्रहार करण्याचे ठरवले. त्याने तिच्या पोटावर वार केला. परंतु तिच्या खास तंत्राची त्याला माहिती नव्हती.

बहुतेक योद्धे त्यांच्या नैसर्गिक दिशेने आपली तलवार आपल्या शरीरापासून दूर फिरवू शकत. मात्र कौशल्य आणि सामर्थ्य यांच्या अभावी फक्त थोडेच योद्धे ती आपल्या शरीराच्या दिशेनेही फिरवू शकत. सतीला ते करणे शक्य होते. म्हणूनच तिच्या तलवारीच्या आतील आणि बाहेरील बाजूची पातीही तेवढीच धारदार होती. बहुतांश तलवारींची बाहेरची पातीच धारदार असतात. तसे तिच्या तलवारीचे नव्हते. सतीने पुन्हा एक गिरकी घेतली आणि जवळजवळ अशक्य वाटणाऱ्या

जोरदार प्रहाराच्या साहाय्याने कौशल्यपूर्णतेने तिने आपली तलवार आपल्या बाजूला आत्यंतिक ताकदीने ओढून घेतली. तिच्या तलवारीचे आतील पाते आता बाहेर आले होते. आश्चर्यचकीत झालेल्या त्या हल्लेखोराचा गळा त्यामुळे तिच्या अंगावर झुकतानाच कापला गेला. त्याला झालेली जखम खोल होती. जवळजवळ त्याचे मुंडकेच उडवले गेले होते. त्या इजिप्तच्या व्यक्तीचे मुंडके त्याच्या धडाला काही ऊतींच्या साहाय्याने चिकटले होते. त्यामुळे ते मागच्या बाजूला लोंबकळत राहिले. त्याचे डोळे त्याच्या खोबणीतून बाहेर पडल्यासारखे दिसत होते. सतीने त्याच्या शरीरावर लाथ मारली. त्याबरोबर तो खाली कोसळला.

तिच्या डाव्या बाजूला काहीतरी हालचाल झाल्याचे तिला दिसले. मात्र तोपर्यंत तिची चूक झाली होती. तिला उशीर झाला होता. त्या हल्लेखोराचा वार चुकवण्याचा तिने प्रयत्न केला; परंतु तेवढ्या काळात त्या हल्लेखोराने केलेल्या वारापुढे तिचा वार दुबळा ठरला. तिच्या व्रण असलेल्या गालावर त्याच्या तलवारीचा वार झाला. तिचा डावा डोळा खोबणीतच फुटला आणि त्या जखमेतून भराभरा रक्त वाहू लागले. त्यामुळे तिच्या दुसऱ्या डोळ्यासमोरही अंधारी आली. अंधपणेही तिने आणखी एक बचावात्मक वार केला. आपल्या चेहऱ्यावरचे रक्त पुसून टाकण्याचा प्रयत्न करण्याएवढी उसंत आपल्याला मिळावी, असे तिला वाटत होते. म्हणून तिने तशाच परिस्थितीत आणखी एक वार केला. एक स्त्री धापा टाकत असल्याचे, हुंदके देत असल्याचे तिला ऐकू आले आणि अचानकच तिच्या लक्षात आले, की ती तीच होती. दुसऱ्यांदा हल्ला करण्यासाठी तो माणूस पुढे येताच तिने आपल्या अंगातील उरलेसुरले सामर्थ्यही पणाला लावले.

तिच्या उजवीकडून काहीतरी हालचाल होत असल्याचे तिच्या लक्षात आले. मात्र नंदीने एका झटक्यातच त्या माणसाचे मुंडके धडावेगळे केल्याचे आपल्या लालसर, अंधुक दृष्टीनेही तिने पाहिले.

"देवी!" नंदी किंचाळला. दुसऱ्या हल्लेखोराच्या हल्ल्यापासून स्वतःचा बचाव करण्यासाठी त्याने आपली ढाल पुढे केली होती. "पळा!"

तिच्या भोवतीचे जग आता मंद झाले होते आणि नंदीचा आवाज आता खूपच दूरवरून तिच्या कानांवर पडत होता. आपल्या स्वतःच्या हृदयाची धडधड तिला ऐकू येत होती. आपल्या श्वासोच्छवासाचा आवाजही तिला ऐकू येत होता. आता तिला श्वास कमी पडू लागला होता. तिने आपल्या आजूबाजूला झालेला

रक्तपात पाहिला. तिच्या रक्षकांची शरीरे तिच्या पायांशीच रक्ताच्या थारोळ्यात पडली होती. भूमीवर पडलेले काही जण अद्यापही जीवित होते. संतापाने आणि नैराश्याने ते आपल्या हल्लेखोरांच्या पायांपर्यंत जाऊन त्यांना पकडण्याचा प्रयत्न करत होते. पुन्हा ते हल्लेखोर त्यांना तेवढ्याच संतापाने लाथेनेच झिडकारत होते. संतप्तपणे केलेल्या तलवारींच्या अर्धवट किंवा एखाद्या वारामुळे त्यांची आयुष्ये संपुष्टात येत होती.

'माझं औद्धत्य,' तिच्या मस्तकात एक आवाज किणकिणला. 'मीच त्यांना अपयशी ठरवलं. मीच त्यांना मारलं. पुन्हा एकदा.'

तिच्या मेंदूने तिच्या जखमी डोळ्यांची होणारी थरथर थोपवून धरली होती. तिच्या चेहऱ्यावरून खाली ओघळणारे आणि तिच्या तोंडात जाणारे रक्त तिने थुंकून टाकले. आपल्या चांगल्या उजव्या डोळ्याचा वापर करून तिने पुन्हा एकदा युद्धात उडी घेतली. दुसऱ्या एका हल्लेखोराचा हिंस्र हल्ला तिने मागे पाऊल टाकून चुकवला. तिने आपली तलवार उजवीकडे फिरवली आणि त्याचा हात कापला. इजिप्तच्या त्या रहिवाशाने यातनेने किंकाळी फोडली, त्याबरोबर सतीने त्याच्या डोक्यावर आपल्या ढालीने जोरदार प्रहार केला. त्यामुळे त्याचे मस्तक फुटले आणि कवटीला तडा गेला. त्या धडपडणाऱ्या हल्लेखोराच्या डोळ्यावर तिने वार केला आणि आपली तलवार तशीच झपाट्याने मागे घेऊन तिने त्याच्या दुसऱ्या डोळ्यावरही वार केला.

हल्लेखोराने लांब अंतरावरून सतीच्या दिशेने खंजीर फेकला. तो सतीच्या डाव्या हातात घुसला आणि तिच्या दंडात रुतून बसला. त्यामुळे तिच्या बचावात्मक हाताच्या हालचालीला प्रतिरोध झाला. सतीने रागाने आरोळी ठोकली आणि आपली तलवार गरागरा फिरवत तिने ती त्या हल्लेखोराच्या शरीरात खुपसली. त्याचा बुरखा फाटला आणि त्याच्या छातीतून तलवार आरपार गेली. तो माणूस उठून उभा राहण्याचा प्रयत्न करत होता, तोच सतीने त्याच्यावर प्राणघातक हल्ला केला आणि त्याच्या थेट हृदयातच तलवार खुपसली. मात्र हल्लेखोरांचा ओघ सुरूच होता. दुसरा एक जण सतीशी युद्ध करण्यासाठी सरसावला. फक्त आपल्या प्रबळ इच्छाशक्तीच्या जोरावर आपल्या श्रमलेल्या शरीराला सती अतिरिक्त ताकद देत होती. त्याच्याशीही ती लढू लागली. पुन्हा एकदा आपली रक्ताने निथळणारी तलवारी तिने वर केली.

काही अंतरावरून स्वुथ युद्धाचे बारकाईने निरीक्षण करत होता. नीळकंठ म्हणून ओळखल्या जाणाऱ्या व्यक्तीला ठार मारण्याचा आदेश त्याला मिळाला होता. नक्कीच ती उंच व्यक्तीच नीळकंठ असणार, कारण तोच सामर्थ्यशाली योद्धा होता. त्याच्या कित्येक माणसांना तो सहजगत्या धारातीर्थी पाडत होता. स्वुथला आता त्या लढाईचा अंत घडवून आणायचा होता. लढून दमलेल्या आणि लढाईत गुंतलेल्या नंदीकडे तो झपाट्याने गेला.

नंदीने वर पाहिले आणि आपल्या नवीन विरोधकाकडे त्याने आपला मोहरा वळवला. स्वुथच्या तलवारीच्या पात्याशी त्याने आपल्या तलवारीचे पाते भिडवले होते. तो इजिप्तचा हल्लेखोर एक पाऊल मागे गेला. नंदीच्या जोरदार प्रहारामुळे त्याच्या हातातून झिणझिण्या येत होत्या. स्वुथने आपल्या हातातील तलवार टाकून दिली आणि दोन दुधारी, वक्र पाती बाहेर काढली. त्याने काही खास प्रसंगांसाठीच ती राखीव ठेवलेली होती. नंदीने अशा प्रकारच्या तलवारी त्याआधी कधीच पाहिल्या नव्हत्या. त्या लांबीला कमी होत्या आणि टोकांशी तीक्ष्णपणे वक्र झाल्या होत्या. त्याच्या हातातील तलवारीच्या दोन तृतीयांश लांबीच्या त्या तलवारी होत्या. तलवारींच्या मुठीही विशिष्ट प्रकारच्या होत्या. मुठींचे धातू बहुतांश खुलेच होते. ते लाकूड किंवा चामड्याने आच्छादित नव्हते. अशा प्रकारच्या तलवारी घेऊन युद्ध करणारा योद्धा अत्यंत कुशल असावा लागतो; अन्यथा तो स्वतःच जखमी होऊ शकतो.

स्वुथ काही नवखा नव्हता. त्याने दोन्ही हातांतील तलवारी कौशल्यपूर्ण हालचालींनी, भयावह वेगाने गोलाकार फिरवल्या. नंदीने तोपर्यंत कधीच अशा प्रकारच्या तलवारी आणि युद्धाची पद्धती पाहिलेली नव्हती. त्यामुळे साहजिकच तो सावध झाला आणि त्याने आपली ढाल उंच धरली. त्या इजिप्तच्या योद्ध्याने वार करण्याची प्रतीक्षा तो करत होता. त्याच वेळी त्याने त्याच्यापासून स्वतःला सुरक्षित अंतरावरही ठेवले होते. नंदीने आपले लक्ष स्वुथवर केंद्रीत केले होते. त्याच वेळी आपल्या एका बाजूला आलेल्या हल्लेखोराकडे सतीचे दुर्लक्ष झाले होते. त्याचा फायदा घेऊन एक इजिप्तचा हल्लेखोर झपाट्याने पुढे झाला आणि त्याने नंदीवर पाठीमागून तलवारीने जोरदार वार केला. नंदीचे शरीर पुढे झुकले. नंदीने संतापाने जोरदार आरोळी ठोकली. त्याला आता चांगलीच वेदनादायक जखम झाली होती.

स्वुथने त्या क्षणाचा फायदा घेत अचानकच आपल्या डाव्या हातातील तलवारीवर उजव्या हातातील पाते अडकवले. त्यामुळे आता त्याच्या तलवारीची लांबी दुपटीने वाढली होती. आता कमी कोनातून त्याने गिरकी घेतली आणि नंदीच्या बचावात्मक पवित्र्यात धरलेल्या ढालीच्या खालच्या अंगाला त्याच्या शरीरावर वार केला. नंदीच्या डाव्या हातावर त्या धारदार पात्याचा वार झाला. त्यामुळे मनगटाच्या वरच्या बाजूला नंदीचा हात कापला गेला. त्याच्या कापल्या गेलेल्या हातातून रक्ताच्या चिळकांड्या उडू लागल्या. त्यामुळे तो सूर्यवंशी वेदनेने विव्हळला. त्या प्राणघातक हल्ल्याच्या धक्क्यामुळे त्याचे हृदय जोरजोरात धडधडू लागले. स्वुथ आता जायबंदी झालेल्या नंदीच्या अगदी निकट आला आणि त्याने त्याच्या उजव्या हातावरही वार केला. त्याचा तलवार धरलेला हात त्याने कोपरापासून कापून टाकला. आपल्या दोन्ही हातांतून रक्तपात होत असलेला तो महाकाय सूर्यवंशी जमिनीवर पडला. स्वुथने नंदीच्या दोन्ही जखमी हातांवर लत्ताप्रहार केला आणि तो थुंकला.

‘‘श्शी!’’ स्वुथ म्हणाला. कारण तो थुंकल्याच्यावेळी त्याची थोडी थुंकी त्या नागांच्या मुखवट्याला चिकटून बसली होती. तो नेहमी नागांचा मुखवटा वापरत नसे. त्यामुळे त्याला त्याची सवय नव्हती. मात्र संस्कृतमध्येच दूषणे देण्याची काळजी त्याने घेतली होती. आपल्या इजिप्तच्या स्थानिक भाषेत बोलण्यास त्याने आपल्या लोकांना मज्जाव केला होता. त्यांनी घेतलेले नागांचे सोंग हुबेहूब वठवणे आवश्यक होते.

‘‘नंदी!’’ सती किंचाळली. त्याच वेळी तिने गिरकी घेतली आणि स्वुथच्या दिशेने आपली तलवार उगारली.

स्वुथ बाजूला झाला आणि सहजगत्या त्याने तिचा वार चुकवला. सतीच्या पाठीमागच्या बाजूने दुसऱ्या एका हल्लेखोराने आपली तलवार जोरात फिरवली आणि तिच्या पाठीच्या वरच्या भागावर आणि डाव्या खांद्यावर वार केला.

‘‘थांबा!’’ स्वुथ म्हणाला. त्याचे दोन हल्लेखोर तेव्हा तिच्या हृदयातच आपल्या तलवारी खुपसणार होते.

त्या हल्लेखोरांनी तातडीने सतीचे हात तसेच पकडून ठेवले. स्वुथच्या पुढच्या सूचनांची ते प्रतीक्षा करू लागले. एखाद्या स्त्रीशी संभाषण करून तो नेता आपला अवमान करू इच्छित नव्हता. त्याच्या मते स्त्रिया या प्राण्यांच्या थोड्याच वरच्या

पातळीवर असत. पुरुष हे सर्वश्रेष्ठ असल्याचे तो मानत होता.

''तो निळ्या गळ्याचा महाराज कोण आहे, ते तिला विचार.''

त्याच्या एका साहाय्यकाने सतीकडे पाहिले आणि स्वुथच्या प्रश्नाचा त्याने पुनरुच्चार केला.

धक्का बसलेल्या सतीला त्यांचे बोलणे ऐकू आले नाही. ती एकटक नंदीकडे पहात होती. त्याच्या दोन्ही हातांतून धोकादायक गतीने रक्तपात होत होता आणि तो भूमीवर पडला होता. परंतु बेशुद्धावस्थेतील तो सूर्यवंशी अद्यापही जीवित होता. त्याच्या दोन्ही हातांतून रक्तस्राव होत असल्यामुळे तातडीने तो मृत्युमुखी पडणार नाही, हे तिला माहिती होते. काही काळ त्याला जीवित ठेवणे तिला शक्य झाले असते, तर अद्यापही वैद्यकीय तज्ज्ञांच्या साहाय्याने त्याला वाचवता येणे शक्य होते.

''हाच तो निळ्या गळ्याचा महाराज आहे काय?'' स्वुथने पुन्हा विचारले. मात्र सती आपल्या डोळ्यांच्या कोपऱ्यातून देवगिरीच्या प्रवेशद्वारांकडे पहात होती. पुढच्या दहा ते पंधरा मिनिटांतच ते तिथे पोहचले असते. तेवढ्या काळाकरिता तिला नंदीला जीवित ठेवणे भाग होते.

सतीकडून त्याला काहीच प्रतिसाद प्राप्त न झाल्यामुळे स्वुथने आपले मस्तक हलवले आणि तो म्हणाला, ''मुलं पैदा करणाऱ्या या मूर्ख यंत्राला अटेनचा शाप लाभो!''

सतीने स्वुथकडे रोखून पाहिले. आपल्या स्वतःच्या देवाच्या नावाने शिविगाळ करण्याची चूक त्याने केली होती. त्यामुळे अखेरीस त्याची ओळख पटली होती. तो इजिप्तचा होता. अटेनची तो पूजा करत होता. तारुण्यावस्थेत तिने त्यांच्या संस्कृतीविषयी वाचले होते. त्यामुळे आता आपल्याला काय केले पाहिजे, हे तातडीने तिच्या लक्षात आले.

स्वुथने नंदीकडे निर्देश केला आणि तो आपल्या माणसांकडे वळला, ''त्या राक्षसाचं डोकं उडवा. तोच तो निळ्या गळ्याचा महाराज असला पाहिजे. इतर जखमींना जीवित ठेवा. त्यांच्यावर नाग लोकांनी हल्ला केला होता, याची ते साक्ष देतील. आपल्या लोकांचे मृतदेह गोळा करा. आपल्याला इथून तातडीने निघालं पाहिजे.''

''तो निळ्या गळ्याचा नाही,'' सती म्हणाली. ''तुम्हाला त्याचा गळा दिसत

नाही का, इजिप्तच्या मूर्खांनो?''

ज्या इजिप्तच्या हल्लेखोराने सतीला पकडले होते, त्याने तिच्या तोंडावर जबरदस्त फटका मारला.

स्वुथ जोरात ओरडला, ''त्या राक्षसाला जीवित ठेवा.'' त्यानंतर आपल्या एका योद्ध्याकडे वळून तो म्हणाला, ''क्का, या कुरूप चेटकिणीला मारण्याआधी तिचा अनन्वित छळ कर.''

''अगदी आनंदाने, महाराज,'' क्काने स्मित केले. तो उत्तम योद्धा नव्हता. परंतु छळ करण्याच्या कलेत (?) निष्णात होता.

स्वुथ आपल्या इतर लोकांकडे वळला. ''अरे उंटाच्या सडक्या शेणगोळ्यांनो, मी तुम्हाला किती वेळा तेच तेच सांगू? आपल्या लोकांचे मृतदेह गोळा करायला प्रारंभ करा. काही क्षणांतच आपण इथून निघून जाणार आहोत.''

स्वुथचे हल्लेखोर त्याचे आज्ञापालन करू लागले. त्याच वेळी क्का सतीकडे वळला. त्याने आपली रक्ताने निथळणारी तलवार आपल्या म्यानात ठेवून दिली. त्यानंतर त्याने एक खंजीर बाहेर काढला. कारण छोट्या पात्यामुळे अधिक चांगल्या प्रकारे छळ करता येतो.

सती अचानकच ताठ झाली आणि जोरात ओरडली, ''सूर्याच्या द्वंद्वयुद्धाला सज्ज हो!''

क्का मार्गातच स्तंभित होऊन थांबला. स्वुथ सतीकडे रोखून पाहू लागला. आत्यंतिक आश्चर्याने तो थक्क झाला होता. इजिप्तच्या हल्लेखोरांचा 'सूर्याचं द्वंद्व' हा प्राचीन सांकेतिक शब्द होता. द्वंद्वयुद्धासाठी सन्मानाने एकमेकांना आव्हान देण्यासाठी ते तो वापरत असत. त्यावेळी फक्त दोघांमध्येच युद्ध होत असे. इतर हल्लेखोर हल्ला करू शकत नसत; अन्यथा त्यांना संतप्त सूर्यदेवाच्या शापाला बळी पडावे लागत असे. त्यांना सूर्यदेवाचा कायमचाच शाप मिळत असे.

क्का अनिश्चिततेने स्वुथकडे वळला.

स्वुथने क्काकडे रोखून पाहिले. ''तुला नियम माहिती आहे.''

क्काने मान डोलावली. त्याने आपला खंजीर बाजूला फेकून दिला. त्यानेही आपली तलवार उपसली आणि आपली ढाल समोर धरून तो प्रतीक्षा करू लागला.

सतीने आपल्याला पकडून धरलेल्या हल्लेखोरांपासून आपल्याला मुक्त करवून

घेतले. ती खाली वाकली आणि खाली पडलेल्या एका हल्लेखोराच्या पायघोळ अंगरख्याचा काही भाग तिने फाडला आणि तो आपल्या चेहऱ्याभोवती गुंडाळून घेतला. तिच्या जखमी डोळ्यातून वाहणारे रक्त तिच्या चेहऱ्यावरून ओघळू नये, म्हणून तिने ती दक्षता घेतली होती. त्यामुळे आपल्याला स्पष्ट दिसेल आणि दुसऱ्या चांगल्या डोळ्याला हानी पोहचणार नाही, असे तिला वाटले. त्यानंतर आपल्या हाताच्या वरच्या बाजूला खुपसला गेलेला खंजीर तिने हळुवारपणे ओढून बाहेर काढला आणि त्या जखमेवरही कापड बांधून टाकले. कापड बांधण्यासाठी तिने आपल्या दातांमध्ये त्या बुरख्याचे वस्त्र पकडले होते.

त्यानंतर तिने आपली तलवार उपसली आणि तिची ढाल उंच धरली. सज्ज! प्रतीक्षेत!

क्काने अचानकच आपली ढाल दूर फेकून दिली. आता त्याच्याभोवती उभे असलेले सगळे हल्लेखोर खिदळू लागले आणि त्यांनी टाळ्या वाजवण्यास प्रारंभ केला. क्का सतीची टवाळी करत होता, हे अगदी स्पष्टच दिसत होते. एका मूर्ख स्त्रीबरोबर द्वंद्व करण्यासाठी आपल्याला ढालीची आवश्यकताच नाही, हे तो दाखवून देत होता. मात्र सतीनेही आपल्या हातातील ढाल फेकून दिली. ते पाहून क्काच्या आश्चर्याला पारावर राहिला नाही.

क्काने जोरात आरोळी ठोकली आणि त्याने हल्ला केला. आपली तलवार उंचावर धरून त्याने गिरकी मारली. सती हळुवारपणे खाली वाकली आणि तो वार चुकवून ती आपल्या डावीकडे वळली. क्का सुद्धा तसाच हळुवारपणे वळला आणि त्याने पुन्हा एकदा आपली तलवार उंचावर धरली. आता सती चकीत झाली होती. सतीच्या डाव्या हातावर त्या इजिप्त हल्लेखोराच्या तलवारीचा वार झाला होता. तिची चार बोटे आता कापली गेली होती. क्का पुन्हा एकदा चकीत झाला, कारण सतीच्या तोंडून किंकाळीही फुटली नव्हती. उलट, क्काच्या उंचीएवढी उंच गिरकी घेऊन तिने क्कावर वार केला. क्काने एकदम आपली दिशा बदलली आणि त्याने उभा वार करून सतीचा वार झेलला.

दरम्यान, गिरकी घेऊन वार करणे हा क्काचा ठरलेला विशिष्ट हल्ला होता, हे सतीच्या लक्षात आले होते. तीही तशीच गिरक्या घेत क्कावर हल्ला करत राहिली. तो इजिप्तचा हल्लेखोर तिचे हल्ले परतवून लावत राहिला. ती दोघेही एकमेकांना आश्चर्याचे धक्के देत आपापल्या वारांचे कोन बदलत राहिली. परंतु हल्ले तसेच

विशिष्ट पद्धतीचेच राहिले आणि म्हणूनच कोणालाही गंभीर जखम झाली नव्हती. अचानकच सती आपल्या एका गुडघ्यावर बसली आणि तिने तशीच जोरात गिरकी घेत तलवार फिरवली. तिच्या जबरदस्त प्रहाराने अचूक वेध घेतला होता. क्वाच्या पोटात तिने खोलवर वार केला होता. तो वार एवढा हिंस्त्र होता, की क्वा खाली कोसळला आणि त्याची आतडी भूमीवर इतस्ततः पसरली.

सती उभी राहिली. वेदनेने विव्हळणारा क्वा तरीही गुडघ्यावर बसला. आता सतीने क्वाच्या शरीरावर आपला पाय रोवला. तिने आपली तलवार उंच उभी धरली होती आणि नंतर तेवढ्याच वेगाने तिने ती क्वाच्या मानेतून आरपार घुसवली. त्याच्या मानेतून तिची तलवार त्याच्या शरीरात तशीच खोलवर घुसत हृदयापर्यंत पोहचली. क्वा तत्क्षणी गतप्राण झाला.

स्वुथ सतीकडे रोखून पहात राहिला. त्याला आश्चर्याचा जबरदस्त धक्का बसला होता. त्याच्या तोंडून शब्दही फुटत नव्हता. तिच्या तलवारबाजीतील कौशल्यामुळेच तो स्तंभित झाला नव्हता; तर तिच्या एकूणच धैर्यामुळे तो चकित झाला होता. ती क्वाचे मस्तक सहजगत्या धडावेगळे करू शकली असती. परंतु तिने तसे केले नव्हते. तिने त्याचे मस्तक तसेच ठेवले होते. तिने त्याला सन्मानपूर्वक मृत्यू बहाल केला होता. ते नियम तिच्यावर बंधनकारक नव्हते; तरीही अटेनच्या द्वंद्वाचे नियम तिने कसोशीने पाळले होते.

सती बाजूला झाली आणि आपली रक्ताळलेली तलवार तिने शेजारच्या मातीच्या भूमीवर ठेवली. ती खाली झुकली आणि नुकत्याच प्राण गमावलेल्या स्वुथच्या पायघोळ अंगरख्याचे वस्त्र फाडून तिने ते आपल्या डाव्या हाताच्या पंज्याभोवती बांधले. तिच्या बोटांना जिथे जखमा झाल्या होत्या, ते भाग तिने त्याखाली आच्छादून टाकले होते.

ती पुन्हा तशीच उंच उभी राहिली आणि तिने भूमीवर ठेवलेली आपली तलवार पुन्हा एकदा आपल्या हातात घेतली आणि ती उभी राहिली. नंदीकडे पाहण्याचे तिने कटाक्षाने टाळले. 'फक्त आणखी काही क्षणांचाच प्रश्न आहे.'

"यानंतर कोण सज्ज आहे?" तिने विचारले.

दुसरा एक हल्लेखोर पुढे झाला. त्याने आपल्या तलवारीला हात घातला; परंतु नंतर तो संभ्रमित झाला. सतीने आपल्या लांब तलवारीने किती बुद्धिमानतेने युद्ध केले होते, ते त्याने पाहिले होते. त्याने तलवारीऐवजी आपल्या अंगरख्याच्या

बाहीतून एक खंजीर बाहेर काढला.

''माझ्याकडे खंजीर नाही,'' सती म्हणाली. तिने आपली तलवार म्यानात ठेवली होती. तिला न्याय्यपणे लढा द्यायचा होता.

स्वुथने आपला खंजीर बाहेर काढला आणि सतीच्या दिशेने तो उंचावरून फेकला. ती तिथपर्यंत गेली आणि अत्यंत कौशल्याने समतोल साधत सौंदर्यपूर्ण पद्धतीने ते शस्त्र तिने सहजगत्या झेलले. दरम्यानच्या काळात त्या हल्लेखोराने आपल्या चेहऱ्यावरील मुखवटा दूर केला होता आणि आपला अंगरखाही काढून टाकला होता. एका कुशल योद्ध्यासमोर नजरेला मर्यादा आणणारा पोशाख घालून त्याला लढायचे नव्हते.

आपल्या डाव्या हाताची चार बोटे सतीने गमावली होती. त्यामुळे कित्येक वर्षांपूर्वी कराचपामध्ये तिने ज्या पद्धतीने तारकाला नमवले होते, त्याप्रमाणे तिला युद्ध करता येत नव्हते. त्यावेळी आपल्या हल्लेखोराला संभ्रमात टाकण्यासाठी तिने आपल्या पाठीमागे खंजीर लपवून ठेवला होता. आता मात्र तिने तो खंजीर आपल्या उजव्या हातात धरला आणि हात समोर धरला. परंतु त्याची मूठ तिने समोरच्या बाजूला आणि पाते मागच्या बाजूला येईल, अशा पद्धतीने तो खंजीर धरून ठेवला होता. त्यामुळे तिथे जमलेल्या हल्लेखोरांना खूपच आश्चर्य वाटले होते.

इजिप्तच्या त्या हल्लेखोराला पारंपरिक लढाईचे धडे मिळालेले होते. त्यामुळे त्याने सरळ सतीच्या दिशेला पाते धरले होते. तो पुढे झाला आणि त्याने जोरदार प्रहार केला. तो प्रहार चुकवण्यासाठी सतीने मागे उडी मारली, परंतु तिच्या खांद्यावर त्या पात्याचा वार झालाच होता. तिच्या खांद्यातून रक्त वाहू लागले. त्यामुळे त्या हल्लेखोराला आणखी पुढे जाण्यास प्रोत्साहन मिळाले. त्याने आपला खंजीर डावीकडे फिरवला आणि नंतर उजव्या बाजूने हल्ला केला. सती मागे जात राहिली आणि त्या हल्लेखोराला आपल्या सापळ्यात अडकण्यासाठी ती पुढे पुढे नेत राहिली. अचानकच त्या हल्लेखोराने आपला डाव बदलला आणि तो पुढे झेपावत गेला. सतीने उजवीकडे उडी मारून आणि आपला उजवा हात उंचावून त्याचा तो वार चुकवला. परंतु ती पुरेशा प्रमाणात मागे गेली नव्हती. त्यामुळे त्या हल्लेखोराचा खंजीर तिच्या पोटाच्या डाव्या बाजूला घुसला. तो तसाच मुठीपर्यंत आत घुसला.

मात्र त्या भयावह वेदनेने तळमळत राहण्याऐवजी सतीने आपला उंचावलेला हात जोरात खाली आणला आणि त्या इजिप्तच्या सैनिकाच्या मानेवर तडाखेबंद

वार केला. तो प्रहार एवढा जबरदस्त होता, की तो खंजीर तसाच खालपर्यंत शरीरात शिरला. त्या इजिप्तच्या हल्लेखोराच्या गळ्यातून खंजीराचे टोक कसेबसे बाहेर पडले होते. त्या हल्लेखोराच्या तोंडातून आणि मानेतून आता रक्त भराभरा बाहेर पडू लागले. हल्लेखोर आपल्याच रक्ताच्या थारोळ्यात निपचित पडल्याचे पाहून सती मागे सरकली.

स्वुथ त्या आश्चर्यकारक स्त्रीकडे पहातच राहिला होता. त्याच्या चेहऱ्यावरची तुच्छता केव्हाच गळून पडली होती. एका मुक्त आणि न्याय्य लढ्यात तिने त्याच्या दोन हल्लेखोरांना एकापाठोपाठ ठार मारून टाकले होते. तिच्या शरीरातून प्रचंड रक्तस्त्राव होत होता आणि तरीही ती तशीच अभिमानाने ताठ उभी रहात होती.

दरम्यानच्या काळात, सती मंद गतीने श्वासोच्छवास करत होती. आपल्या हृदयाच्या ठोक्यांची गती कमी करण्याचा ती प्रयत्न करत होती. तिला अनेक ठिकाणी जखमा झाल्या होत्या. तिच्या शरीरावर ठिकठिकाणी वार झाले होते. त्यामुळे हृदयाची गती वाढली असती, तर तिच्या शरीरातून अधिक प्रमाणात रक्त बाहेर पडले असते. तिच्यासमोर द्वंद्वासाठी त्यानंतर येणाऱ्या हल्लेखोरासाठी तिला आपली ऊर्जाही टिकवून ठेवायची होती. आपल्या पोटात खोल शिरलेल्या खंजिराकडे तिने पाहिले. तो कोणत्याही महत्त्वाच्या अवयवांमध्ये घुसला नव्हता. फक्त अखंडपणे होत असलेला रक्तस्त्राव एवढा एकच धोका होता. तिने आपले पाय पसरले आणि दीर्घ श्वास घेतला. त्यानंतर आपल्या खंजिराची मूठ पकडली आणि तो उपसून बाहेर काढला. तसे करताना तिने तोंड वेडेवाकडे केले नाही की ती ओरडली नाही, की विव्हळली नाही.

"ही स्त्री आहे तरी कोण?" स्वुथच्या शेजारीच उभ्या असलेल्या हल्लेखोराने स्वुथला विचारले.

सती खाली वाकली होती. नुकत्याच ठार मारलेल्या त्या हल्लेखोराच्या रक्ताळलेल्या अंगरख्याचे वस्त्र तिने फाडले आणि आपल्या पोटावर ते घट्ट बांधून टाकले. त्यामुळे रक्तप्रवाहाची गती मंदावली होती. तसे करताना आपल्या डोळ्यांच्या कोपऱ्यातून तिने पाहिले. तिच्या साहाय्यासाठी धावत येणारे मेलुहाचे सैनिक तोपर्यंत एक तृतीयांश मार्गच पार करून आले होते. आता ती द्वंद्वयुद्धे रोखू शकत नव्हती. तिने हल्लेखोरांना पाहिले होते. आता त्यांनी तिला जीवित सोडलेच नसते. त्यामुळे आता द्वंद्वयुद्धे खेळत राहणे एवढा एकच पर्याय तिच्यासमोर होता

आणि मेलुहाचे सैनिक तिथपर्यंत पोहचतील, तोपर्यंत तिचे श्वास सुरूच असतील, एवढी एकच इच्छा तिच्या मनात होती.

सतीने आपली तलवार उपसली. ''आता कोण येणार आहे?''

दुसरा हल्लेखोर पुढे झाला.

''नाही!'' स्वुथ म्हणाला.

तो हल्लेखोर मागे सरकला.

''ती माझी आहे,'' स्वुथ म्हणाला. त्याने आपली दुधारी वक्र तलवार बाहेर काढली. आपल्या दोन्ही वक्र तलवारी घेऊन स्वुथ सतीपर्यंत पोहचला नव्हता, ते अटेनच्या नियमानुसार अन्याय्य ठरले असते, कारण सतीच्या हातात फक्त एकच तलवार होती. त्याने आपली तलवार उजव्या हातात समोर धरली होती. तो सतीच्या निकट आल्यावर त्याने तलवार फिरवायला प्रारंभ केला. आपल्या समोरच स्तंभित करणाऱ्या मृत्युच्या गोलाकार रेषा तो सहजगत्या फिरणाऱ्या तलवारीमुळे निर्माण करू लागला. तो गतीने तिच्याकडे सरकत होता. स्वुथची तलवार तिच्या अगदी निकट फिरत असतानाही सती मात्र हळूहळू एकेक पाऊल मागे टाकत निघाली होती. अचानकच तिने आपली तलवार झटकन पुढे केली. स्वुथच्या गोलाकार फिरणाऱ्या पात्याच्या अदृश्य वक्राकार रेषांना छेदत तिने वार केला. स्वुथच्या खांद्यावर तो वार झाला. स्वुथची गोलाकार फिरणारी तलवार आपल्या तलवारीला छेदण्याच्या आतच तिने झटकन आपली तलवार मागे घेतली.

जखमेमुळे स्वुथला नक्कीच वेदना झाल्या असणार, परंतु स्वुथने तोंडातून चकार शब्द काढला नाही. त्याने स्मित केले. त्याच्या मृत्युगोलातून आपली तलवार आतपर्यंत घुसवणारे कोणीच त्याला तोपर्यंत भेटले नव्हते.

'ही स्त्री बुद्धिमान आहे.'

स्वुथने तलवार फिरवणे थांबवले आणि त्याने ती तलवारबाजी करणाऱ्या योद्ध्याच्या पवित्र्यात सरळ समोर धरली. त्याने पुढे पाऊल टाकले. आता त्याने उजवीकडून गिरकी घेतली. सती खाली वाकली आणि तिने तो वार चुकवला आणि आपली तलवार स्वुथच्या हातात घुसवली. त्यामुळे त्याला किरकोळ जखम झाली. परंतु आता स्वुथने अचानक आपल्या पात्याची दिशा बदलली आणि सतीच्या खांद्यावर जोरदार वार केला.

सती वेळेतच मागे सरकली होती. त्यामुळे तो प्राणघातक ठरणारा हल्ला

थोडक्यावरच निभावला. स्वुथच्या तलवारीचा निसटता वार तिच्या उजव्या हातावर आणि खांद्यावर झाला होता. सती आता संतापाने पेटली होती. तिने एक आरोळी ठोकली आणि नंतर प्रचंड ताकदीने तिने स्वुथवर एवढ्या वेगाने हल्ला केला, की त्यालाही मागे सरावेच लागले.

स्वुथ आणखी मागे सरकला. ती स्त्री अत्यंत कुशल योद्धा होती. त्यामुळे त्याची नेहमीची विशिष्ट पद्धती तिथे उपयुक्त ठरत नव्हती. त्याने आपल्याला आवश्यक असलेले सुरक्षित अंतर राखले होते आणि आपली तलवार पुढे धरली होती. आता तिच्या बाबतीत कोणता पवित्रा चांगला ठरेल याचा तो विचार करत होता. सती तशीच स्थिर थांबली. ती आपली ताकद परत मिळवण्याचा प्रयत्न करत होती. आता फार हालचाल करून तिला चालणार नव्हते, कारण त्यामुळे तिच्या रक्तस्त्रावाचा वेग वाढण्याची भीती तिला वाटत होती. शिवाय तिला फक्त वेळ काढायचा होता, म्हणूनच ती लढत होती. त्यामुळे काही काळ तसाच प्रतीक्षेत दवडण्याचे तिला काहीच वाटले नाही.

तेवढ्यात स्वुथच्या मनात एक कल्पना आली. सतीच्या डाव्या हाताला आधीच जखम झाली होती. त्यामुळे त्या बाजूच्या तिच्या हालचाली मंदावल्या होत्या. त्याने लगेच पुढच्या दिशेने एक राक्षसी उडी मारली आणि उजवीकडून गिरकी घेऊन तो तिच्या डावीकडे आला. सती डावीकडे वळली आणि तिने आपले पाते फिरवून स्वुथचा वार अडवला. तेवढ्याशा हालचालीनेही तिच्या पोटातून रक्ताच्या चिळकांड्या उडाल्याचे त्या इजिप्तच्या हल्लेखोराच्या लक्षात आले होते. सतीने पुन्हा एकदा त्याच्यावर वार केला, तेव्हा आपला कोन सुधारण्यासाठी तिने किंचित डावीकडे पावले टाकली. परंतु स्वुथने तिचा पवित्रा ओळखला होता. तो एक पाऊल पुढे टाकून उजवीकडे सरकला आणि त्याने पुन्हा एकदा गिरकी घेतली आणि पुन्हा एकदा तोच विचित्र कोन त्याने साधला.

सातत्याने डावीकडे वळल्यामुळे होणाऱ्या तीव्र यातनांमुळे सतीला जोखीम घ्यावीच लागली. तिने झटकन एका पायाच्या चवड्यावर उभी राहून गिरकी घेतली आणि आपली तलवार गोलाकार फिरवून त्याच्या उजवीकडे तिने मोठ्या वक्राकारात ती फिरवली. त्याचा शिरच्छेद होईल, अशी तिची कल्पना होती. परंतु स्वुथलाही तिच्याकडून याच गोष्टीची अपेक्षा होती. तो खाली वाकला आणि झटकन पाऊल पुढे टाकून त्याने सतीचा वार चुकवला. त्याच वेळी त्याने आपली

तलवार वर घेऊन खालच्या बाजूला सतीवर वार केला. त्याची धारदार पात्याची वक्राकार तलवार सरळ सतीच्या पोटात खुपसली गेली. आतडी, पोट, मूत्रपिंडे आणि यकृत असा तिच्या शरीरातील प्रत्येक महत्त्वाचा अवयव त्यामुळे कापला गेला. जायबंदी झालेल्या सतीचा चेहरा वेदनेने वाकडातिकडा झाला. स्वुथच्या वक्राकार तलवारीच्या पात्यावर तिचे शरीर लोंबकळू लागले. तिची स्वतःची तलवार तिच्या हातातून गळून पडली. तो इजिप्तचा रहिवासी मागे झुकला. त्याने आपल्या पायांवर आणि हातांवर आणखी पकड मिळवली आणि ती तलवार आणखी खोल खोल घुसवली. तलवारीचे पाते सतीच्या शरीरातून आरपार जाऊन दुसऱ्या बाजूने बाहेर पडले. तिची आधीच जखमी असलेली पाठ त्यामुळे अधिकच फाटली.

''फारच छान!'' तो उद्गारला. सतीच्या शरीरातून गोल गोल फिरवत स्वुथने आपली तलवार बाहेर काढली. तिच्या अवयवांचे आता तुकडे तुकडे झाले होते. ''एका स्त्रीने एवढा लढा देणं काहीच वाईट नाही,'' तो म्हणाला.

सती भूमीवर कोसळली होती. तिच्याभोवती काळसर रक्ताचे थारोळे जमा होऊ लागले होते. तिचे शरीर थरथरत होते. आपण आता मृत्यूला कवटाळणार आहोत, हे तिला माहिती होते. आता फक्त काही क्षणांचाच अवधी होता. आता रक्तप्रवाह थांबवणे शक्यच नव्हते. तिचे सर्वच अंतर्गत अवयव आणि असंख्य रक्तवाहिन्या पूर्णपणे निकामी झाल्या होत्या. परंतु अद्यापही तिला काहीतरी स्पष्टपणे माहिती होते. हळूहळू होणाऱ्या रक्तस्त्रावामुळे ती भूमीवर पडून मृत्यूमुखी पडणार नव्हती.

ती एका खऱ्या मेलुहावासीयाप्रमाणे मरण पावणार होती. आपली मान अभिमानाने उंचावूनच ती मृत्यू पावणार होती. आपला थरथरणारा उजवा हात तिने वर उचलला आणि आपली तलवार हातात घेतली. स्वुथ प्रचंड आश्चर्याने तिच्याकडे पहातच राहिला. आपल्या तलवारीपर्यंत पोहचण्यासाठी सुरू असलेला तिचा संघर्ष तो भूमीला खिळल्यासारखा उभा राहून पहात होता. आपण लवकरच मरण पावू हे तिला नक्कीच माहिती आहे, हे स्वुथलाही समजले होते. परंतु तरीही तिच्या धैर्याचे खच्चीकरण झाले नव्हते.

'म्हणजे हीच माझा अंतिम बळी आहे?'

अटेनची पूजा करणारे लोक असे मानत असत, की प्रत्येक योद्ध्याची आपल्या

आयुष्यात अशा एका उमद्या, शूरवीर योद्ध्याशी गाठ पडते, की त्यानंतर त्यापुढे कधीच तो कोणालाही मारू शकत नाही. एवढा तो योद्धा मौल्यवान असतो. अशा वेळी त्या योद्ध्याला सन्मानाचा मृत्यू बहाल करणे आणि त्यानंतर त्या अखेरच्या बळीची पूजा करत आपले उर्वरित आयुष्य व्यतीत करणे हे त्या अटेनच्या योद्ध्याचे कर्तव्य असते. त्यानंतर आपला व्यवसाय त्याला सोडून द्यावा लागतो.

आपली तलवार हातात घेण्याच्या प्रयत्नात सतीचा हात तिच्या एका बाजूला खाली आदळला. स्वुथने आपले मस्तक हलवले. ''ती स्त्री असूच शकत नाही. हा तो क्षण असूच शकणार नाही. माझा अंतिम बळी एक स्त्री असणं केवळ अशक्य आहे.'

स्वुथ आपल्याभोवती वळला आणि आपल्या लोकांकडे पाहून किंचाळला, ''अरे, गलिच्छ झुरळांनो, चला पळा. आपण आता इथून ताबडतोब निघतो आहोत.''

मात्र स्वुथच्या शेजारीच उभ्या असलेल्या माणसाने स्वुथच्या आदेशाचे पालन केले नाही. तो स्वुथच्या पलीकडे एकटक नजरेने पहात उभा होता. त्याला जे स्फूर्तिदायक आणि आश्चर्याने थक्क व्हायला लावणारे दृश्य दिसत होते, ते तो पहात होता.

स्वुथने आपल्याभोवती एक वेगवान गिरकी घेतली. सती आपल्या एका गुडघ्यावर बसली होती. तिचा श्वासोच्छ्वास जलद गतीने सुरू होता. शक्तिपात झालेल्या आपल्या कमजोर शरीरात ती जबरदस्तीने ताकद आणण्याचा प्रयत्न करत होती. तिने आपली तलवार भूमीत खुपसली होती आणि तिचा उजवा हात तलवारीच्या मुठीवर होता. त्या आधारावर ती उठून उभी राहण्याचा प्रयत्न करत होती. ती पडली. त्यानंतर तिने भराभरा श्वास घेतला आणि आपल्या शरीरात ऊर्जा भरली. पुन्हा एकदा तिने प्रयत्न केला; परंतु ती पुन्हा अपयशी ठरली. नंतर अचानकच ती थांबली. आपल्यावर अनेक नजरा खिळल्याचे तिच्या लक्षात आले. तिने वर पाहिले आणि स्वुथवर आपली नजर खिळवून ठेवली.

स्वुथ सतीकडे रोखून पहात राहिला. त्याच्या तोंडातून आश्चर्यामुळे शब्दच उमटत नव्हता. आपल्या स्वतःच्याच रक्तात तिचे शरीर न्हाऊन निघाले होते. तिच्या शरीरभर असंख्य लहानमोठ्या जखमा होत्या. तिला होत असलेल्या प्राणांतिक वेदनांमुळे तिचे हात थरथरत होते. आता मृत्यू आपल्यापासून केवळ

काही क्षणांच्याच अंतरावर असल्याचे तिच्या आत्म्याला नक्कीच माहिती होते आणि तरीही तिच्या डोळ्यांत भीतीची किंचितशीही झाक नव्हती. स्वुथकडे थेट रोखून पाहणाऱ्या सतीच्या नजरेत फक्त एकच भाव होता. त्याच्याविषयीच्या तुच्छतेचा, विरोधाचा, शत्रूत्वाचा भाव तिच्या नजरेत होता.

स्वुथच्या डोळ्यांतून अश्रू उफाळून बाहेर पडले. त्याचे हृदय कमालीचे जड झाले होते. त्याच्या मनाने त्याच्या हृदयाचा संदेश त्याच क्षणी आत्मसात केला. नक्कीच तो त्याचा अंतिम बळी होता. आता यापुढे तो कधीही, कधीच कोणालाच ठार मारणार नव्हता.

आपण काय केले पाहिजे, ते स्वुथला माहिती होते. त्याने आपली दोन्ही वक्राकार पाती उपसली. त्यांच्या मुठी धरून ती उंचावली आणि त्याने ती खालच्या दिशेने जोरात खुपसली. एका क्षणात त्या तलवारी भूमीत खुपसल्या गेल्या. त्या रक्ताने निथळणाऱ्या आणि आयुष्यभर त्याची सेवा केलेल्या त्या दोन्ही तलवारींकडे त्याने फक्त एकदाच अखेरचे पाहिले. आता यापुढे तो त्यांचा कधीच वापर करणार नव्हता. तो एका गुडघ्यावर खाली बसला. आपले खांदे त्याने मागे ताणून धरले आणि नंतर त्या पात्यांच्या मुठी धरून त्याने त्या तलवारी बाहेर ओढल्या. त्याने ती दोन्ही पाती काड्कन मोडली आणि प्रत्येक पात्याचे दोन तुकडे केले.

त्यानंतर तो उठून उभा राहिला. आपला पायघोळ अंगरखा आणि मुखवटा काढून त्याने फेकून दिला. त्याच्या नाकाच्या हाडावर कोरण्यात आलेला तो काळा तेजस्वी गोल आता सतीला दिसत होता. त्याच्यामधून किरण बाहेर पडत असल्याचे दर्शवले गेले होते. आपल्या पाठीवरच्या म्यानात ठेवलेली तलवार त्याने उपसून काढली. त्याच्या इतर शस्त्रांवर कसले चिन्ह नव्हते. परंतु या तलवारीवर मात्र चिन्ह होते. अटेन या त्यांच्या देवाचे नाव त्या तलवारीवर कोरण्यात आले होते. त्याखालीच त्याच्या भक्ताचे नावही कोरण्यात आले होते. 'स्वुथ.' त्याआधी कधीच त्या पात्याचा त्याने उपयोग केला नव्हता. ती तलवार फक्त एकाच हेतूने त्याने आपल्याजवळ बाळगली होती. त्या तलवारीला अखेरच्या बळीचे रक्त प्राशन करायचे होते. त्यानंतर ती तलवार कधीच वापरली जाणार नव्हती. त्याच्याकडून आणि त्याच्या वंशजांकडून त्या तलवारीचे पूजन केले गेले असते.

स्वुथ सतीसमोर आदरपूर्वक खाली वाकला. त्याने आपल्या नाकावरच्या त्या काळ्या चित्राकडे निर्देश केला आणि एक प्राचीन प्रार्थना म्हटली.

'अटेनच्या ज्वाळांनी तुमचं शरीर आपल्या कवेत घ्यावं आणि तुम्हाला अग्नी देण्याच्या परम सन्मानानं मला पवित्र करून टाकावं.''

सती मुळीच हलली नव्हती. तिने माघार घेतली नाही. ती शांतपणे स्वुथकडे रोखून पहात राहिली.

स्वुथ आपल्या एका गुडघ्यावर बसला. आता त्याला सतीला सन्माननीय मृत्यू द्यावाच लागणार होता. तिचे मुंडके उडवण्याचा काही प्रश्नच उरला नव्हता. तिच्या हृदयावर त्याने आपल्या तलवारीचे टोक टेकले. त्या तलवारीच्या मुठीवर त्याचा अंगठा होता. त्या तलवारीच्या मुठीच्या मागच्या भागावर आधार देण्यासाठी त्याने आपला दुसरा हात धरून दाबला.

आता तो पूर्ण सज्ज झाला होता. स्वुथने सतीकडे अखेरचीच नजर टाकली. आता यापुढे त्याच्या संपूर्ण उर्वरित आयुष्यभर तो चेहरा त्याचा पाठलाग करणार होता. त्याला पछाडून सोडणार होता. तो पुटपुटला, ''देवी, आपला वध करणं हा उर्वरित संपूर्ण आयुष्यभरासाठीचा माझा सन्मान आहे.''

''नाही.......!''

दूरवरून एक जोरदार किंकाळी तिथपर्यंत येऊन आदळली.

तिथूनच सुटलेला एक बाण वेगात तिथपर्यंत आला आणि स्वुथच्या हाताचा छेद घेऊन पुढे गेला. त्याच्या हातातून त्याची तलवार गळून पडली. आश्चर्यचकीत झालेल्या स्वुथने मागे वळून पाहिले. तेवढ्यात दुसरा बाण थेट त्याच्या खांद्यात घुसला.

''पळ!!' हल्लेखोर ओरडले.

त्यांच्यापैकी एकाने स्वुथला पकडले आणि तो त्याला ओढून घेऊन जाऊ लागला.

''नाही...!'' स्वुथने आरोळी ठोकली. आपल्या लोकांच्या हातातून सुटका करून घेण्याची धडपड तो करत होता. ते त्याला तसेच खेचून, ओढून नेत होते. आपल्या अंतिम बळीला ठार न मारणे हे अटेनच्या अनुयायांसाठी महत्तम पाप होते. मात्र त्याचे लोक त्याला मागे सोडणार नव्हते.

सतीपर्यंत मेलुहाचे सुमारे एक हजार सैनिक पोहचले होते. त्यांच्या पुढेच, अत्यंत गोंधळलेले आणि जवळजवळ भ्रमिष्टावस्थेतच असलेले दक्ष आणि वीरिनी होते.

"स-----ती-------!" दक्ष जोरात किंचाळला. त्याचा चेहरा वेदनेने वेडावाकडा झाला होता.

"मला स्पर्शही करू नका!" सती भूमीवर कोसळता कोसळता ओरडली.

दक्षाला जोरदार हुंदका फुटला. तो आपल्या नखांनी आपला चेहरा ओरबाडून घेऊ लागला.

"सती!" वीरिनीने किंकाळी फोडली आणि तिने आपल्या कन्येला आपल्या बाहुपाशात घेतले.

"माते..." सती पुटपुटली.

"आता काहीच बोलू नकोस. शांत पडून रहा," वीरिनी रडत रडत म्हणाली. तिने आर्ततेने मागे वळून पाहिले. "वैद्यांना बोलवा. लगेच!"

"माते...."

"शांत रहा बाळे."

"माते माझी वेळ आली आहे..."

"नाही! नाही! आम्ही तुला वाचवू, आम्ही तुला वाचवू बाळा."

"माते, माझं ऐक!" सती म्हणाली.

"माझी बाळ..."

"माझं शरीर शिवाकडे दिलं जावं."

"तुला काहीही होणार नाही," वीरिनी हुंदके देत म्हणाली. मेलुहाची राणी पुन्हा एकदा मागे वळली. "कोणी वैद्याला बोलावणं धाडेल का? जा! आताच्या आता बोलवा, जा!"

सतीने आश्चर्य वाटावे एवढ्या ताकदीने आपल्या मातेचा चेहरा पकडला. "मला वचन दे. फक्त शिवाकडेच!"

"सती..."

"मला वचन दे!"

"होय. माझ्या बाळा. मी वचन देते."

"आणि गणेश आणि कार्तिक दोघेही माझ्या चितेला भडाग्नी देतील."

"तू मरण पावणार नाहीस."

"गणेश आणि कार्तिक दोघेही! मला वचन दे!"

"होय, होय, मी वचन देते."

सतीचा श्वास मंद मंद होत चालला होता. तिला जे ऐकण्याची नितांत आवश्यकता होती, ते तिने ऐकले होते. आपल्या आजूबाजूला ऐकू येणारा आक्रंदनाचा आवाज तिने आपल्यापुरता बंद करून टाकला होता. आपल्या मातेच्या मांडीवर तिने आपले मस्तक टेकले आणि शांतता परिषदेच्या इमारतीकडे पाहिले. तेथील दरवाजे उघडे होते. प्रभू राम आणि देवी सीता यांच्या मूर्ती तिथून स्पष्ट दिसत होत्या. त्यांच्या शांत, दयार्द्र आणि स्वागतपूर्ण नजरा आपल्यावर खिळल्याचे तिला दिसले. लवकरच ती त्यांच्याकडे जाणार होती.

अचानकच जोरदार वावटळ सुटली. तिच्या भोवतालचे धुळीचे कण आणि पालापाचोळा त्यामुळे गिरक्या घेत वर वर उचलला गेला. त्या कणांमधून एक आकृती निर्माण झाली. तिथून उदय पावलेल्या शिवाच्या आकृतीकडे ती एकटक पहात राहिली. तो परत येईल, त्यावेळी ती त्याला भेटणार होती. त्याला दिलेले ते वचन तिला आठवले.

''मला क्षमा कर. मला क्षमा कर!''

जेवढ्या जोरात वावटळ सुरू झाली होती; तेवढ्याच लवकर ती झटकन शमलीही. आपल्या नजरेसमोर अंधुक प्रकाश दिसत असल्याचे सतीला जाणवले. त्यानंतर काळाभोर अंधार तिच्या डोळ्यांसमोर पसरला. आता तिची दृष्टी हळूहळू कमी कमी आकार होत चाललेल्या गोलाकारावर स्थिरावली होती आणि पुन्हा अधिक अंधार तिथे दाटला. अचानकच पुन्हा एकदा जोरदार वारा सुटला. आता पुन्हा एकदा धुळीचे कण आणि पालापाचोळा वर उडाले आणि एकत्र आले आणि तीच आकृती तिथे निर्माण झाली. तिथे सतीला जे पहात मृत्यूला कवटाळायचे होते ते तिच्या दृष्टीला पडले. आपल्या जीवनभरच्या प्रेमाला, तिच्या शिवाला ती पहात होती.

''मी तुझी प्रतीक्षा करेन, प्रिया!''

आपल्या शिवाविषयी चिंतन करत असतानाच सतीने आपल्या शरीरातून अखेरच्या श्वासाला बाहेर पडण्याची अनुमती दिली.

प्रकरण ४६

नील देवाचा विलाप

शक्य तितक्या लवकर देवगिरीच्या बंदरात पोहचण्यासाठी शिवाने स्वतःच त्या व्यापारी गलबताचे नियंत्रण स्वतःकडे घेतले होते. त्यामुळे सुमारे सप्ताहभरातच ते गलबत बंदरात पोहचले.

''समोर दिसतंय ते गलबत सतीच्या ताफ्यातील गलबतच असलं पाहिजे,'' तिथेच नांगरून ठेवण्यात आलेल्या रिक्त गलबताकडे निर्देश करत शिव म्हणाला.

''याचा अर्थ ती अद्यापही देवगिरीतच आहे,'' गणेश म्हणाला. ''भूमिदेवीने कृपा करावी.''

कालीने आपली मूठ वळली. ''तिला बंदी बनवून आपल्याशी वाटाघाटी करण्याचा त्यांचा विचार असेल, तर या नगरीत हालचाल करत असलेल्या प्रत्येक गोष्टीचा मी स्वतः विनाश घडवून आणेन.''

''सर्वाधिक वाईट गोष्टीचाच विचार आपण करू नये, काली,'' शिव म्हणाला. ''सम्राटांनी कोणत्याही चुका केल्या असल्या, तरीही ते सतीला हानी पोहचवणार नाहीत, हे आपल्यापैकी प्रत्येकालाच ठाऊक आहे.''

''मलाही तसंच वाटतं,'' कार्तिक म्हणाला.

''आणि शिवाय एका गोष्टीचंही विस्मरण होऊ देऊ नका, महाराणी काली,'' गोपाळ म्हणाला. ''आपल्याकडे भयावह पशुपत्यास्त्र आहे. त्याच्यासमोर कोणीही

उभा राहू शकणार नाही. कोणीही नाही. आपला हेतू साध्य करून घेण्यासाठी या अस्त्राचा केवळ धाक दाखवणंही पुरेसं ठरणार आहे.''

बंदरावर उतरण्यासाठी लावण्यात आलेल्या शिडीच्या आवाजाने त्यांचे संभाषण थांबले.

''सगळे जण आहेत तरी कुठे?'' विचारमग्न झालेल्या शिवाने शिडीवर पाऊल ठेवत विचारले.

''बंदरात अशा प्रकारचा शुकशुकाट का आहे?'' आश्चर्यचकित झालेल्या आयुर्वतीने विचारले. मेलुहामध्ये तिचे प्रदीर्घ काळ वास्तव्य होतेच. मात्र तिने कधीच अशा प्रकारची स्मशानशांतता अनुभवली नव्हती.

''चला जाऊया,'' शिव म्हणाला. त्याच्या पाठीच्या मणक्यांतून एक प्रकारची अस्वस्थता झिरपत खाली गेली.

नीळकंठाबरोबर संपूर्ण सैन्य पायऱ्या उतरून खाली गेले. बंदराच्या परिसराच्या बाह्य भागात शिवाचे लोक आल्याबरोबर त्यांच्या नजरा शांतता परिषदेच्या भव्य इमारतीवर खिळून राहिल्या. तिच्या बाहेरच कित्येक तंबू ठोकण्यात आले होते. ते कशासाठी होते, ते एक गूढच होते.

''या परिसराची नुकतीच अत्यंत स्वच्छता केल्याचं दिसतंय,'' गोपाळ म्हणाला. ''अगदी येथील हिरवंगार गवतही पाण्यातून बुडवून काढून स्वच्छ केलं गेलंय.''

''नक्कीच. तसं केलेलं दिसतंय,'' शिव म्हणाला. आपल्या मनातील भीती तो शांत करू पहात होता. ''कदाचित त्या परिषदेसाठी त्यांना या परिसराची स्वच्छता करण्याची आवश्यकता भासली असावी.''

शांतता परिषदेच्या सभागृहाबाहेरच पुरोहितांचा एक समूह पूजा करण्यात मग्न होता.

''पंडितजी, ते कशासाठी प्रार्थना करत आहेत?'' शिवाने विचारले.

''ते शांततेसाठी प्रार्थना करत आहेत,'' गोपाळाने सांगितले.

शिवाला त्यात काहीच वावगे वाटले नाही.

''परंतु....ते मृतात्म्यांच्या शांतीसाठी प्रार्थना करत आहेत,'' आश्चर्यचकीत झालेल्या गोपाळाने म्हटले. ''मृतांच्या आत्म्यांसाठी...''

शिवाने आपल्या कडेला म्यानावर हात ठेवला आणि अंतःप्रेरणेनेच त्याने

आपली तलवार उपसली. त्याच्या संपूर्ण सैन्यानेही तसेच केले.

''ते तेथील तंबूंजवळ पोहचले, तेव्हा पार्वतेश्वर आणि आनंदमयी एका तंबूतून बाहेर पडले. त्यांच्या मागेच पांढरे धोतर आणि अंगवस्त्र घेतलेला एक कमी उंचीचा ब्राह्मण बाहेर पडला. त्याने डोक्याचा पूर्ण गोटा केला होता आणि शेंडी राखली होती. त्याच्या गळ्यात एक जानवेही होते.

''प्रभू भृगु,'' गोपाळ पुटपुटला. त्याने तातडीने आपले हात जोडून त्यांना नमस्कार केला.

''नमस्ते, महान वासुदेवा,'' भृगु विनम्रपणे म्हणाले आणि गोपाळाकडे आले.

आपल्या खऱ्या शत्रूकडे पहात असताना शिवाचा श्वास रोखला गेला होता. त्या माणसाला तो प्रथमच भेटत होता.

''महान नीळकंठा, नमस्ते,'' भृगु म्हणाले.

''महान महर्षि, नमस्ते,'' शिवानेही आपल्या तलवारीच्या मुठीवरची आपली पकड अधिक घट्ट करत त्यांना अभिवादन केले.

भृगु काहीतरी बोलणार होते, परंतु ते संभ्रमात पडले आणि त्यानंतर त्यांनी पार्वतेश्वराकडे पाहिले. आता तो त्यांच्याशेजारीच येऊन थांबला होता. आपल्या जिवंत परमेश्वरासमोर पार्वतेश्वर आणि आनंदमयी खाली वाकले आणि त्यांनी त्याला नमस्कार केला. पार्वतेश्वर उभा राहिल्यावर, आता शत्रू बनलेल्या आपल्या त्या मित्राच्या चेहऱ्याकडे शिवाने जवळून पाहिले. तो सुन्न झाला, कारण मेलुहाच्या सरलष्करप्रमुखाचे डोळे रडून रडून लाल झाले होते आणि सुजलेही होते. बहुधा तो काही आठवडे अजिबातच निद्रिस्त झाला नसावा.

''सम्राटाने तुम्हाला नगरीत प्रवेश देण्यास नकार दिला आहे का?'' शिवाने विचारले.

''आम्हीच त्या नगरीत प्रवेश न करण्याचा निर्णय घेतला आहे, प्रभू,'' पार्वतेश्वर म्हणाला.

''का?''

''यापुढे आपला सम्राट म्हणून आम्ही त्याला ओळखणार नाही.''

''शांतता परिषदेतून जे निष्पन्न होण्याची अपेक्षा होती, ते न घडल्यामुळे तुम्हाला असं वाटतंय का? म्हणूनच मृतात्म्यांच्या शांतीसाठी तुमचे ब्राह्मण इथे मंत्रपठण करत आहेत आणि तुम्ही आमची प्रतीक्षा करत थांबला आहात का?''

पार्वतेश्वराच्या तोंडून शब्द फुटत नव्हता.

"पार्वतेश्वर तुम्हाला युद्ध हवं असेल, तर आम्ही त्यासाठी सज्जच आहोत," शिव म्हणाला.

"युद्ध केव्हाच समाप्त झालं आहे, प्रभू."

"संपूर्ण युद्धाचीच समाप्ती झाली आहे, महान नीळकंठा," भृगु म्हणाले.

शिव विचारमग्न झाला आणि चकितही झाला. तो गोपाळाकडे वळला.

"राजकुमारी सतीने सम्राटाचं मन वळवण्यात यश मिळवलं आहे का?" गोपाळाने विचारले. "आम्हाला फक्त सोमरसाचा सर्वनाश हवा आहे. बाकी काहीच नको आहे. या गोष्टीला मेलुहानं मान्यता दिली, तर शांततेची घोषणा करण्यास नीळकंठांना अत्यानंदच होईल."

"प्रभू," पार्वतेश्वराने शिवाच्या कोपराला स्पर्श केला. त्याच्या डोळ्यांतून अश्रूधारा वहात होत्या. "माझ्यासमवेत या."

"कुठे?"

पार्वतेश्वराने झटकन शिवाकडे एक कटाक्ष टाकला आणि नंतर तो पुन्हा भूमीकडे पाहू लागला.

शिवाने आपली तलवार म्यानबद्ध केली आणि तो पार्वतेश्वराच्या पाठोपाठ निघाला. तो त्या शांतता परिषदेच्या इमारतीकडे गेला. इतर सारे जण शिवाच्या मागोमाग निघाले होते. त्यांमध्ये भृगु, काली, गणेश, कार्तिक, गोपाळ, वीरभद्र, कृत्तिका, आयुर्वती, बृहस्पती आणि तारा यांचा समावेश होता. आनंदमयी आपल्या तंबूच्या बाहेरच थांबली. त्यानंतर जे घडणार होते, ते पाहण्याची ताकद तिच्यात नव्हती.

अजूनही ते ब्राह्मण संस्कृत श्लोक म्हणतच राहिले होते. पार्वतेश्वर त्या इमारतीच्या प्रवेशद्वाराजवळ पोहचला. त्याने एक दीर्घ श्वास घेतला आणि ते भले मोठे द्वार उघडले. आतल्या दृश्याने आत आलेला शिव सुन्न झाला.

त्या प्रशस्त सभागृहात वीस पलंग टाकण्यात आले होते. प्रत्येक पलंगावर एकेक जखमी सैनिक होता. एकेक ब्राह्मण वैद्य त्यांच्यावर उपचार करत होता. पहिल्या पलंगावरच शिवाचा सर्वाधिक एकनिष्ठ भक्त पहुडला होता. तिबेटमध्येच शिवाला तो भेटला होता.

"नंदी!" शिव किंचाळला आणि भराभरा लांब पावले टाकत तो झपाट्याने

त्याच्या निकट गेला.

शिव आपल्या गुडघ्यावर बसला आणि त्याने नंदीच्या चेहऱ्याला स्पर्श केला. तो बेशुद्धावस्थेत होता. त्याचे दोन्ही हात छाटले गेले होते. डावा हात मनगटापासून आणि उजवा हात कोपराजवळून कापला गेला होता. त्याच्या शरीरावर असंख्य वारांच्या खुणा होत्या. कदाचित त्याच्यावर काही गोष्टी फेकल्या गेल्या होत्या. त्याच्या चेहऱ्यावरही असंख्य जखमांच्या खुणा होत्या. नंदीच्या पाठीचा काही भाग टेकला जाऊ नये, अशा प्रकारे पलंग तयार करण्यात आला होता. त्याच्या पाठीवरही बहुधा गंभीर जखम असली पाहिजे. त्याच्या जखमा भरून येऊ लागल्याचे शिवाला आढळले. परंतु तरीही त्या जखमा गंभीर होत्या आणि बरे होण्यासाठी त्याला प्रदीर्घ कालावधी लागणार होता, हे स्पष्टच होते.

''जखमा उघड्याच ठेवल्या आहेत, त्यामुळे त्या लवकरच भरून येतील, महान नीळकंठा,'' तो ब्राह्मण वैद्य शिवाची नजर चुकवत म्हणाला. ''लवकरच आम्ही त्याच्या जखमेवर नवीन मलमपट्टी बांधू. सेनाधिकारी नंदींच्या जखमा पूर्णपणे बऱ्या होतील. त्याचबरोबर इतर सर्व सैनिकही बरे होतील.

शिव नंदीकडे एकटक पहात राहिला. त्याने हळुवारपणे त्याच्या चेहऱ्याला स्पर्श केला. त्याच्या मनात क्रोध उफाळत होता. तो अचानक उठून उभा राहिला. त्याने आपली तलवार उपसली आणि ती सरळ पार्वतेश्वराच्या गळ्याला लावली

''या अपराधासाठी मी सम्राटाची हत्या करेन!'' शिव ओरडला.

पार्वतेश्वर दिङ्मूढ झाला. त्याची नजर भूमीवर खिळून राहिली.

''सतीला ओलीस ठेवून आणि हे कृत्य करून जर माझ्यावर दबाव टाकता येईल, असं सम्राटाला वाटत असेल, तर तो मूर्खांच्या स्वर्गात वास्तव्य करत आहे,'' शिव म्हणाला.

''आम्ही इथे आलो आहोत, हे एकदा ताईला समजलं, तर,'' काली पार्वतेश्वराच्या अंगावर गुरकावत म्हणाली, ''ती तातडीने स्वतःची सुटका करून घेईल आणि माझ्यावर विश्वास ठेवा, त्यावेळी इथे जो हाहाकार माजेल, तो अत्यंत भयावह असेल. तुमच्या साम्राज्यावर राज्य करत असलेल्या त्या बकऱ्याला सांगा, की माझ्या भगिनीला मुक्त कर. ताबडतोब, आताच्या आता!''

परंतु तरीही पार्वतेश्वर तसाच स्थिर आणि स्तब्ध राहिला. त्यानंतर त्याचे शरीर अनियंत्रितपणे कंप पावू लागले.

“सरलष्करप्रमुख?” गोपाळ म्हणाला. त्याने आपला आवाज स्थिर राखला होता. “आता इथे आणखी हिंसाचार घडू देऊ नका. फक्त राजकुमारींना सोडून द्या.”

भृगुंनी गोपाळाशी बोलण्याचा प्रयत्न केला. परंतु त्यांना जे बोलायचे होते, ते बोलण्याचे बळ ना त्यांच्या शरीरात उरले होते ना ते उच्चारण्याचे सामर्थ्य त्यांच्या जिव्हेत उरले होते.

“प्रभू भृगु,” गोपाळ म्हणाला. त्याने आपला आवाज खालच्या पातळीतच राखला होता, मात्र त्याचा स्वर कठोर होता. “आमच्याकडे पशुपत्यास्त्र आहे. आमच्या मागण्या मान्य झाल्या नाहीत, तर ते सोडण्यास आम्ही मागे पुढे पाहणार नाही. तातडीने राजकुमारी सतीला मुक्त करा. देवगिरीतील सोमरस उत्पादन सुविधा नष्ट करा. तुम्ही आताच्या आता हे पार पाडा, म्हणजे आम्ही इथून निघून जाऊ.”

पशुपत्यास्त्राच्या वार्तेने महर्षि भृगु सुन्न झाल्यासारखे दिसले. ते झटकन पार्वतेश्वराकडे वळले. परंतु त्या अस्त्राच्या भयावहतेची नोंद घेण्याच्याही मनःस्थितीत सरलष्करप्रमुख मुळीच नव्हता. आता तर तो चक्क विलाप करत होता. त्याचे संपूर्ण शरीर दुःखाने पिळवटून निघाले होते. तो आक्रोश करू लागला. आपण जिच्यावर कन्येसारखे प्रेम केले, ती स्त्री या जगात आता कधीच असणार नाही, या वास्तवाने तो धाय मोकलून रडत होता.

“पार्वतेश्वर,” आपली तलवार त्याच्या आणखी निकट नेत शिव दरडावणीच्या स्वरात म्हणाला. “माझ्या सहनशक्तीचा अंत पाहू नका. सती कुठे आहे?”

पार्वतेश्वराने अखेरीस शिवाकडे पाहिले. त्याच्या डोळ्यांतून अश्रूंचा महापूर लोटला होता.

शिवाने त्याच्याकडे पाहिले. त्याच्या हृदयात भयानक अपशकुनाची कळ उमटली. शिवाच्या दोन्ही भुवयांमधील जागेची भयानक लाही लाही होऊ लागली.

“प्रभू,” पार्वतेश्वर हुंदके देत म्हणाला, “मला क्षमा करा.....”

पार्वतेश्वराच्या शब्दांबरोबर शिवाच्या मनात आत्यंतिक जिवघेणा विचार आला आणि आपल्या तलवारीवरची शिवाची पकड ढिली झाली. त्याच्या हातातून तलवार गळून पडली.

भयग्रस्त नजरेने पहात शिव सरलष्करप्रमुखाच्या आणखी निकट गेला.

“सरलष्करप्रमुख, ती कुठे आहे?”

"प्रभू,.... मी वेळेवर पोहचू शकलो नाही...."

शिवाने पार्वतेश्वराला त्याचे अंगवस्त्र धरून ओढले आणि त्याची मान जोरात पकडली. "पार्वतेश्वर, सती कुठे आहे?"

परंतु पार्वतेश्वर काहीच बोलू शकला नाही. तो असाहाय्यपणे रडत होता.

भृगुंनी हळूच शिवाच्या पाठीमागच्या दिशेला कटाक्ष टाकल्याचे शिवाने पाहिले. त्याने पार्वतेश्वराला सोडून दिले आणि लगेच मागे वळला. त्या सभागृहाच्या दूरवरच्या टोकाला एक भले मोठे लाकडी प्रवेशद्वार असल्याचे त्याला दिसले.

"सऽऽऽऽऽऽतीऽऽऽऽऽऽ!" शिव किंचाळला आणि त्या दालनाकडे धावत सुटला.

संतप्त शिवाच्या मार्गातून ते ब्राह्मण वैद्य तातडीने बाजूला झाले.

"सती!"

शिव तो दरवाजा ठोठावत होता. तो कुलूपबंद करण्यात आला होता. तो एक पाऊल मागे सरकला आणि त्याने सर्व शक्तिनिशी आपल्या खांद्याचा जबरदस्त प्रहार त्या दरवाजावर केला. तो दरवाजा थोडेसे अंतर सरकला; परंतु त्याच्यावरच्या भल्या मोठ्या कुलपामुळे तो पुन्हा तसाच घट्ट बंद झाला.

त्याच वेळी त्या फटीतून शिवाला बर्फाच्या भल्या मोठ्या तुकड्यांचा मनोरा उभारण्यात आल्याचे दिसले. आता त्याच्या भुवयांच्या मध्यभागाची आग आग होऊ लागली. आता ती आग सहन करणेही त्याला शक्य नव्हते.

एक मेलुहावासी दालनातील चाव्या आणण्यासाठी धावत पळत तिकडे गेला.

"सती!" शिव जोरात ओरडला आणि त्याने त्या दारावर पुन्हा एकदा धडक मारली. दाराच्या टोकाला बसवलेले टोकदार खिळ्यांचे खांद्यावर घर्षण झाल्यामुळे त्याच्या खांद्यातून रक्त वाहू लागले.

दरवाजा घट्ट बंद होता. शिव मागे झाला आणि त्याने जोरात लत्ताप्रहार केला. अखेरीस भल्या मोठ्या आवाजाने तो दरवाजा मोडला आणि नीळकंठाने जोरदार उच्छ्वास सोडला.

त्या दालनाच्या मध्यभागी त्या बर्फाच्या मनोऱ्यामध्ये त्याला ज्ञात असलेल्या सर्वाधिक उत्तम व्यक्तीचे छिन्नविच्छिन्न झालेले मृतशरीर पहुडले होते. त्याची सती तिथे होती.

“सतीऽऽऽ!”

नीळकंठ तीरासारखा धावत त्या दालनात घुसला. आतल्या आत कसला तरी स्फोट व्हावा, तसा त्याच्या भुवयांच्या मध्यभागी असह्य दाह सुरू झाला होता. त्याच्या दोन डोळ्यांचा मध्यभाग अग्नीने तप्त झाला होता.

सतीचा मृतदेह झाकला गेलेल्या बर्फावर शिव आपल्या मुठी सातत्याने आपटत होता. तो बर्फ तो दूर करू पहात होता. त्या न हलवता येणाऱ्या बर्फांच्या विटांवर सातत्याने प्रहार करत राहिल्यामुळे शिवाच्या मुठींमधून रक्त वाहू लागले. तो बर्फावर मुठी आपटत राहिला. बर्फ काहीसा फुटला. तो पूर्णपणे दूर करून त्याला आपल्या सतीच्या निकट पोहचायचे होते. त्या बर्फाळ पाण्यामध्ये त्याचे रक्त पडू लागले.

“सती......!”

त्या दालनाच्या दुसऱ्या टोकाकडून मेलुहाचे काही नगरवासी धावत आले. सतीचे मृत शरीर ज्या बर्फाच्या तुकड्यांनी झाकले गेले होते, ते तुकडे त्यांनी हुकाच्या साहाय्याने वर उचलले. त्यांनी जोरदार प्रयत्न करून ते वर उचलले. आता ते बर्फाचे तुकडे घसरून मागे पडू लागले. शिव त्यांच्यावर जोरजोरात मुष्टिप्रहार करतच राहिला होता. त्या तुकड्यांना ढकलण्याचा तो अथक प्रयत्न करत होता.

तो भला मोठा बर्फाचा तुकडा बाहेर पडण्याच्या अर्ध्या मार्गावरच होता, तेवढ्यात शिवाने त्या बर्फाच्या मनोऱ्यावर उडी मारली. बर्फामध्ये थोडीशी खाच निर्माण झाली. त्या बर्फाळ पेटीत सतीचा मृतदेह ठेवण्यात आला होता. तिचे हात तिच्या छातीवर ठेवण्यात आले होते.

शिवाने त्या बर्फाच्या पेटीवर उडी मारली आणि सतीचे शरीर वर उचलून घेतले. तिला आपल्या बाहुपाशात त्याने घट्ट धरून ठेवले होते. तिचे शरीर गोठून ताठरले होते. तिच्या त्वचेवर करड्या निळसर रंगाची झाक आली होती. तिच्या चेहऱ्यावर खोल जखमेचा वार होता आणि तिचा डावा डोळा खोबणीतून बाहेर आला होता. तिचा डावा हात अर्धवट कापला गेला होता. तिच्या पोटात दोन खोल भोके पडली होती. तिच्या शरीरावरील कित्येक जखमांमधून बाहेर पडलेले रक्त तिच्या शरीराभोवतीच गोठले होते. शिवाने सतीला हृदयाशी घट्ट धरून ठेवले. त्याने वर पाहिले. तो जोरजोरात रडत होता. तो असंबद्धपणे किंचाळत होता. त्याचे हृदय अश्रू सागरात बुडून गेले होते. त्याचा आत्मा विदीर्ण झाला होता.

"स...ती....!"

संपूर्ण विश्वात लक्षावधी वर्षे पुन:पुन्हा हा आक्रोश, हा विलाप घुमत राहणार होता. जगाला त्याला कायमच तोंड द्यावे लागणार होते.

प्रकरण ४७

मातेचा संदेश

अस्ताला जाणाऱ्या सूर्यामुळे आकाशात विविध रंगांची उधळण झाली होती. मात्र शांतता परिषदेच्या इमारतीवर फिकट, निस्तेज प्रकाश पसरला होता. पार्वतेश्वराचे शिबिर तिथून हलवण्यात आले होते. तिथे असलेल्या प्रत्येक व्यक्तीला ठार मारण्याची धमकी क्रोधित झालेल्या कार्तिकाने दिली होती. नीळकंठाच्या न्याय्य संतापाला बळी पडण्याची इच्छा नसल्यामुळे भृगुंनी पार्वतेश्वराला माघार घेण्याचा आदेश दिला होता. पार्वतेश्वर, आनंदमयी आणि त्याचे सैन्य देवगिरीत परतले होते. तोपर्यंत ज्या नगरीत परतण्यास त्यांनी नकार दिला होता, तिथेच आता ते परतले होते.

शांतता अधिवेशनाच्या इमारतीच्या बाह्य भागात गोपाळ उभा होता. शिवाच्या सैन्यासाठी तिथेच तात्पुरती छावणी उभारण्यात आली होती. यापुढे आता कोणती कृती करावी, याविषयी वासुदेवांचा प्रमुख त्यांच्या सेनाधिकाऱ्याशी वार्तालाप करत होता. प्रत्येकालाच सूड घेण्याची इच्छा होती. मात्र फक्त सैन्याच्या एका तुकडीसह देवगिरीवर हल्ला करणे हा केवळ वेडेपणा ठरला असता. मेलुहाचे प्रमुख सैन्यदल आणि त्यांच्या मित्र सैन्याला मोहन जो दाडो मध्ये नगरवासीयांनी डांबून ठेवले होते, तरीही देवगिरीमध्ये अद्यापही देवगिरीचा बचाव करण्यासाठी पुरेसे सैन्य होते. याशिवाय त्या राजधानीच्या संरक्षणात्मक यंत्रणाही कार्यक्षम होत्या.

तिची रचनाही तशीच अभेद्य होती. त्यामुळे शिवाच्या हुकमतीखाली सध्या असलेली छोटी कुमक त्यांना पराभवाची चव चाखू देण्यास असमर्थ ठरली असती. त्यांच्यापैकी काही जणांनी पशुपत्यास्त्राचा वापर करण्याची सूचना केली होती. गोपाळाने ती तातडीने फेटाळली होती. ते अस्त्र वापरण्याचा प्रश्नच उद्‌भवत नव्हता. कारण शिवाने आणि त्यानेही ते अस्त्र न वापरण्याचा शब्द दिलेला होता.

शांतता परिषदेच्या इमारतीच्या बाह्य दालनात आयुर्वती कामात व्यग्र होती. सतीच्या जखमी शरीररक्षकांची तब्येत झपाट्याने सुधारत होती. त्यावर ती देखरेख करत होती. तेथील एका रुग्णाला वैद्यकीय साहाय्य दिल्यानंतर तिची नजर आतील दालनाच्या दरवाजावर खिळून राहिली. सतीचा मृतदेह तिथेच ठेवण्यात आला होता. तिचे कुटुंबीय त्या दाराच्या आतील भागातच मूकपणे तिला श्रद्धांजली वहात होते. आयुर्वतीने अश्रू पुसले आणि ती पुन्हा कामाला लागली. आपल्याला कामात बुडवून टाकणे हाच आपल्या दुःखावर मात करण्याचा एकमेव मार्ग तिच्यापाशी होता.

शिवाच्या आगमनापर्यंत आपला मृतदेह व्यवस्थित रहावा, अशी राजकुमारीची अखेरची इच्छा होती. त्या इच्छेच्या सन्मानार्थ त्या आतील दालनात बर्फाच्या लाद्या टाकून मनोरा बनवण्यात आला होता. तिथे नियमितपणे हवा खेळती रहावी, यासाठी लोहारांचे मोठमोठे भाते बसवण्यात आले होते. आतील दालनाच्या भिंतींना छोटी छिद्रे पाडण्यात आली होती. इमारतीच्या बाह्य भागात एक भली मोठी लाकडी दातेरी वर्तुळाकार जुळणी करण्यात आली होती. तिला वीस बैल ओढत होते. ते बैल अथकपणे गोलाकार फिरत राहिल्यामुळे ती जुळणीही सातत्याने फिरत रहात होती. त्यांच्या फिरण्यातून निर्माण होणाऱ्या ऊर्जेमुळे लोहाराच्या भात्यांची वर-खाली हालचाल होत होती. दातेरी जुळणी आणि कप्प्या यांच्या साहाय्याने भाते सातत्याने हलत होते आणि त्यामुळे सतीचे शव ठेवण्यात आलेल्या खोलीतील हवा खेळती रहात होती. भात्यांच्या समोरच ताग, कपाशी आणि हवा थंड ठेवणारे खास साहित्य यांपासून बनवण्यात आलेला पडदा बसवण्यात आला होता. भात्यांमधून आतल्या बाजूला ढकलली गेलेली हवा त्या पडद्यांमधून आत जात होती आणि जलद गतीने थंड होऊन आतील खोलीत वहात होती. मेलुहाच्या या अभिजात तंत्रज्ञानाच्या साहाय्याने बर्फाचा मनोरा जसाच्या तसा राखला गेला होता. परंतु आता शिवाच्या शरीरातून बाहेर पडणाऱ्या उष्णतेमुळे आणि त्याच्या

जलद गतीने होणाऱ्या श्वासोच्छवासामुळे त्या मनोऱ्याच्या मध्यभागी असलेला बर्फ हळूहळू वितळू लागला होता. त्यामुळे सतीचा मृतदेह आता मऊ होऊ लागला होता. तिचे गोठलेले रक्त आता वितळू लागले होते. त्यामुळे तिच्या जखमांमधून अत्यंत हळुवारपणे एक प्रकारचा रंगहीन, पातळ द्रव बाहेर पडू लागला होता.

शिव तिथेच निश्चलपणे बसला होता. तेथील थंडी आणि स्वतःचे दुःख यांमुळे त्याचे शरीर थरथरत होते. संपूर्ण शांततेत तो सुन्नपणे शून्यात नजर लावून बसून राहिला होता. सतीचे निर्जीव शरीर त्याने आपल्या बाहुपाशात घेतले होते. बर्फावर बसलेला असूनही शिवाच्या भुवयांचा दाह होत होता. जणू काही त्याच्या भुवयांखाली अग्नी प्रज्वलित झाला होता. त्याच्या दोन्ही भुवयांच्या मध्यभागी एक संतप्त काळसर- लाल डाग तयार झाला होता. कित्येक प्रहर तो तसाच बसून होता. तो तसूभरही हलला नव्हता. त्याने काही खाल्ले नव्हते. त्याचे आक्रंदनही थांबले होते. त्याचे प्रेम जसे निचेष्ट पडले होते; जणू काही तसाच तोही निचेष्ट थांबणार होता.

आतील दालनाच्या दरवाजाजवळच काली बसली होती. ती मोठमोठ्याने हुंदके देत होती. सतीशी अखेरची भेट झाली, त्यावेळी तिने तिच्याशी केलेल्या वर्तनाबद्दल ती स्वतःलाच दूषणे देत होती. तो अपराधीपणा उराशी बाळगूनच यापुढचे आयुष्य ती व्यतीत करणार होती. तिच्या मनात हळूहळू; परंतु सातत्यपूर्ण क्रोधाचा वाढता संचार अनियंत्रितपणे होत होता. त्या क्षणी अद्यापही तिचा क्रोध तिच्या दुःखामुळे झाकोळला गेला होता.

त्या बर्फाच्या मनोऱ्याच्या शेजारीच कृत्तिका बसून राहिली होती. तिचे शरीर अनियंत्रितपणे कंप पावत होते. आपल्या डोळ्यांतील सारे अश्रू संपून जाईपर्यंत ती रडत राहिली होती. दर काही क्षणांनी त्या बर्फाच्या मनोऱ्याला ती स्पर्श करत होती. वीरभद्राचे डोळे रडून रडून सुजले होते आणि लाल झाले होते. तोही तिच्याशेजारीच बसला होता. त्याने आपला एक हात आपल्या पत्नीच्या शरीराभोवती टाकला होता. तिला दिलासा देण्याचा प्रयत्न तो करत होता. परंतु त्याचा दुसरा हात ताठरला होता. त्याच्या हाताची मूठ वळली गेली होती. त्याला आता सूड घ्यायचा होता. सतीचा छळ केलेल्या प्रत्येकाचा त्यालाही तसाच अनन्वित छळ करायचा होता. त्याच्या मित्राला, शिवाला ज्यांनी ज्यांनी हे अपरिमित दुःख दिले होते, त्या प्रत्येकाचाच त्याला सूड घ्यायचा होता.

त्या थंडगार भूमीवर बृहस्पती आणि ताराही एकमेकांच्या शेजारी शांतपणे बसले होते. मेलुहाच्या त्या माजी प्रमुख वैज्ञानिकाच्या चेहऱ्यावरून वाहणारे अश्रू आता सुकून गेले होते. मेलुहाच्या जीवनपद्धतीचा आदर्श म्हणून त्यांना सतीविषयी आदर होता. यापुढे शिव पुन्हा पहिल्यासारखा वागू शकणार नाही, हेही त्यांना माहिती होते. कधीच नाही. त्या दुर्दैवी नीळकंठाविषयीच्या दुःखाने ताराचे हृदय पिळवटून निघाले होते. ती नीळकंठाकडे एकटक पहात होती. परिहामध्ये ती ज्या आत्मविश्वासपूर्ण आणि सहृदय व्यक्तीला भेटली होती, त्याची सावलीच आता तिथे उरलेली होती.

कार्तिक आणि गणेश उदासिनपणे एकमेकांशेजारी भिंतींना पाठी टेकवून त्या थंडगार भूमीवर बसले होते. त्यांच्या नजरा मनोऱ्यावर खिळलेल्या होत्या. तिथेच हतबलपणे बसून राहिलेल्या आपल्या पित्याच्या आकृतीकडे ते पहात होते. त्यांच्या मातेचे छिन्नविच्छिन्न शरीर त्याने आपल्या हातात घेतले होते. त्यांच्या डोळ्यांतून वाहणाऱ्या संततधार अश्रूंमुळे त्यांना आता नीटसे दिसतही नव्हते. दुःखाच्या महापुराने त्यांची अंतःकरणे सुन्न झाली होती. ते शांतपणे बसले होते. त्यांनी एकमेकांचे हात धरले होते. जे काही घडले होते, त्याचा अन्वयार्थ लावण्याचा प्रयत्न ते करत होते.

बर्फाच्या मनोऱ्यावर आपल्याला काहीतरी हालचाल दिसल्यासारखे गणेशाला वाटले. त्या आश्चर्यजनक दृश्याकडे त्याने मान वर करून पाहिले. आपल्या शरीरातून त्याची माता प्रकट झाली होती आणि हवेत ती उंच तरंगत होती. गणेशाने तिथून आपली नजर आपल्या पिताजींकडे वळवली. तिथे त्यांच्या हातात त्याच्या मातेचे शरीर होते. आपल्या मातेच्या भुताकडे गणेश आ वासून पहात राहिला.

सतीने एक गोलाकार गिरकी घेतली आणि ती उडत उडत त्याच्याकडे आली आणि हळुवारपणे गणेशासमोर भूमीवर उतरली. तिच्या पायांचा जमिनीला स्पर्श होत नव्हता. दंतकथांमधील देवतांप्रमाणे ती तशीच हवेत तरंगत उभी होती आणि त्याप्रमाणेच तिच्या गळ्यांत ताज्या फुलांची माळही होती. मात्र त्या देवतांच्या अंगांमधून रक्तस्त्राव होत नाही. सतीच्या अंगातून मात्र प्रचंड रक्तस्त्राव होत होता. ती त्याच्यासमोरच उभी राहिल्यावर तिला तिचे छिन्नविच्छिन्न झालेले शरीर दिसले. तिचा डावा डोळा खोबणीतून बाहेर आलेला होता. तिच्या चेहऱ्यावर एक खोल वार झाला होता. त्याच्यातून हळूहळू रक्त बाहेर येत होते. तिच्या चेहऱ्यावरचा तो

भाजलेला व्रण आता लालसर दिसत होता. जणू काही अद्यापही ती होरपळतच असावी, तशा त्याच्यातून ज्वाळा बाहेर पडत असल्याचे दिसत होते. तिचा डावा हात हिंस्त्रपणे कापला गेला होता. तिच्या हृदयाच्या धडधडीच्या अचानक बसलेल्या धक्क्यामुळे त्या जखमेतून रक्त वहात होते. तिच्या पोटांवर दोन भल्या मोठ्या जखमा होत्या आणि त्यांच्यातूनही मोठ्या प्रमाणात रक्तस्त्राव होत होता. पर्वतावरून वाहणाऱ्या दोन छोट्या नद्यांप्रमाणे तो रक्तस्त्राव दिसत होता. तिच्या संपूर्ण शरीरभर कित्येक जखमा झाल्या होत्या. त्या प्रत्येक जखमेतून रक्त बाहेर पडत होते. सतीच्या उजव्या हाताची मूठ घट्ट वळलेली होती. तिचे शरीर संतापाने कंप पावत होते. तिचा उजवा डोळा लालभडक झाला होता आणि त्या डोळ्याची नजर गणेशावर थेट रोखलेली होती. तिचे रक्ताने माखलेले केस स्वैरपणे उडत होते. जणू काही भयंकर वादळी वारा तिच्या केसांतून भणाणत फिरत होता.

ते एक भयावह दृश्य होते.

''माते...''

''माते....''

''माझ्या हत्त्येचा सूड घे!'' सती रागाने फुत्कारली.

''माते....''

''माझ्या हत्त्येचा सूड घे!''

गणेशाने कार्तिकाच्या हातातून आपला हात सोडवून घेतला आणि आपल्या मुठी वळवल्या. त्याने आपले दात कराकरा वाजवले आणि तो अंत:करणापासून म्हणाला, ''मी नक्कीच सूड घेईन, माते.''

''माझा मृत्यू कसा झाला, त्याचे विस्मरण होऊ देऊ नकोस.''

''मी तुला वचन देतो माते! मी ते नेहमीच स्मरणात ठेवेन.''

सती अचानक अदृश्य झाली. गणेशाने जोरजोरात रुदन करत आपला हात पुढे केला. ''माते!''

ज्या वेळी गणेशाने आपल्या मातेचे भूत पाहिले, अगदी त्याच क्षणी कार्तिकालाही ते दिसले होते.

सतीचा आत्मा आपल्या शरीरातून मुक्त झाल्यावर काही काळ घिरट्या घालून कार्तिकासमोर उभा राहिला. तिचे पाय जमिनीला टेकलेले नव्हते. तिच्या गळ्यात ताज्या फुलांची माळ होती. मात्र गणेशाला दिसलेल्या दृश्याप्रमाणे कार्तिकासमोर

उभे असलेले भूत जखमी नव्हते. ते संपूर्ण आणि परिपूर्ण होते.

सतीच्या शरीरावर जखम नव्हती. कार्तिकाने तिला अखेरची पाहिली होती, तशीच ती दिसत होती. उंच आणि कास्यवर्णी सती त्याला दिसली होती. तिच्या चेहऱ्यावर सुंदर हास्य होते. तिच्या दोन्ही गालांवर खळ्या पडल्या होत्या. तिच्या तेजस्वी निळ्या डोळ्यांतून मायेचा वर्षाव होत होता. आपल्या काळ्याभोर केसांचा तिने अंबाडा घातला होता. तिची उंच शरीरयष्टी आणि ताठ मान, तसेच चेहऱ्यावरील शांत भाव यांमुळे तिला मेलुहावासीयांचे प्रतीक मानले जात होते याचे कार्तिकाला स्मरण झाले. तडजोड न करणाऱ्या आणि कायदा आणि लोककल्याण यांचा वैयक्तिक स्वार्थाआधी विचार करणाऱ्या मेलुहावासीयाचे दर्शन तिच्यातून त्यालाही झाले होते.

कार्तिक जोरजोरात रडू लागला.

"माते...."

"माझ्या पुत्रा," सतीने हळुवार आवाजात म्हटले.

"माते मी प्रत्येकाचा छळ करेन! त्यांच्यापैकी प्रत्येकाला मी ठार मारेन! मी त्यांचं रक्त प्राशन करेन! या संपूर्ण नगरीचं मी दहन करेन. मी तुझ्या मृत्यूचा सूड घेईन!"

"नाही," सती हळुवारपणे म्हणाली.

आश्चर्यचकित झालेला कार्तिक शांत बसला.

"तुला कशाचंच स्मरण उरलेलं नाही का?"

"माते, मला तुझं विस्मरण कधीच होणार नाही. आणि त्यांनी तुला जे केलं, त्यासाठी देवगिरीतील सर्वांनाच मी शिक्षा देईन."

सतीचा चेहरा कठोर बनला.

"मी तुला जे काही शिकवलं होतं, त्याचं तुला विस्मरण झालं आहे का?"

कार्तिक शांत झाला.

"सूड हा वेळेचा अपव्यय आहे," सती म्हणाली. "मी महत्त्वाची नाही. फक्त धर्म ही गोष्ट महत्त्वाची आहे. तुला माझ्याविषयीचं तुझं प्रेम सिद्ध करून दाखवायचं आहे ना? मग योग्य गोष्टी करून ते सिद्ध कर. क्रोधाच्या आहारी जाऊ नकोस. फक्त धर्माच्याच आहारी जा."

"माते...."

''माझा मृत्यू कसा झाला, ते विसरून जा,'' सती म्हणाली. ''मी कशी जगले, ते स्मरणात ठेव.''

''माते....''

''मला वचन दे! मी कशी जगले तेच तू लक्षात ठेवशील!''

''मी तुला वचन देतो माते, ... मी ते नेहमीच लक्षात ठेवेन......''

प्रकरण ४८

प्रचंड वादविवाद

शिवाच्या सैन्यापैकी ज्यांना सूड घेण्याची इच्छा होती, त्यांना दुसऱ्या दिवशी सकाळी मोठेच प्रोत्साहन लाभले. कारण काहीही अपेक्षा नसताना, अडीच लाखांची फौज घेऊन भगीरथ तेव्हा मेलुहात पोहचला. मेलुहामध्ये आपल्या प्रभूशी काही डावपेच खेळले गेले, तर काय घडेल, या विचाराने अयोध्येचा राजकुमार संत्रस्त झाला होता. त्याने आपल्या संपूर्ण सैन्याला लोथलपासून सरस्वतीमधून तातडीने प्रयाण करायला लावले. कुठेही न थांबता तो मेलुहाच्या उत्तम मार्गांवरून तडक देवगिरीला पोहचला होता.

"हे प्रभू रामा!" भगीरथ सुन्न होत पुटपुटला.

देवगिरीमध्ये नेमके काय घडले होते आणि सतीची किती हिंस्त्र पद्धतीने हत्या करण्यात आली होती, ते गोपाळाने त्याला नुकतेच सांगितले होते.

"राजकुमारीचा मृतदेह कुठे ठेवण्यात आला आहे?" चेनारध्वजाने विचारले. त्याच्या डोळ्यांत अश्रू दाटून आले होते.

"शांतता परिषदेच्या इमारतीत," गोपाळ म्हणाला. "प्रभू नीळकंठ तिथेच सतींच्या मृतदेहाशेजारी बसून आहेत. गेल्या चोवीस तासांत ते तिथून तसूभरही हललेले नाहीत. त्यांनी अन्नही ग्रहण केलेलं नाही. ते कोणाशी एक शब्दही बोललेले नाहीत. राजकुमारी सतीचा मृतदेह हातात घेऊन ते फक्त तसेच बसून

राहिले आहेत.''

चंद्रकेतूने आकाशाकडे पाहिले. त्याने मान दुसरीकडे वळवली आणि डोळ्यांतील अश्रू पुसून टाकले. कारण भावनावेगातून ओघळणारे ते मोती हे क्षत्रियांसाठी दुर्बलतेचे लक्षण होते.

''त्यांच्यापैकी प्रत्येक नालायकाला आपण ठार मारू,'' भगीरथ रागाने थरथरत म्हणाला. त्याने आपल्या मुठी आवळल्या होत्या. त्याच्या बोटांचे सांधे पांढरट झाले होते. ''आपण संपूर्ण नगरी उद्ध्वस्त करून टाकू. या स्थानाचा मागमूसही उरणार नाही. आपल्या जिवंत देवाला त्यांनी दुखावलं आहे.''

''राजकुमार भगीरथ,'' गोपाळ म्हणाला. त्याने आपले हात नम्रपणे प्रार्थनेसाठी जोडल्याप्रमाणे जोडले होते. ''आपण संपूर्ण नगरीला शिक्षा देऊ शकणार नाही. आपलं डोकं शांत ठेवून आपण सूज्ञपणे विचार केला पाहिजे. या हत्त्येसाठी जबाबदार असलेल्या सर्वांना आपण शिक्षा केली पाहिजे. आपल्याला सोमरस उत्पादन सुविधा केंद्राचा नाश केला पाहिजे. इतर सर्वांना आपण काहीही इजा न करता सोडून दिलं पाहिजे. हीच गोष्ट योग्य ठरेल...''

''क्षमा करा, महान वासुदेव,'' चंद्रकेतू मध्येच म्हणाला, ''परंतु काही गुन्हे एवढे भयानक असतात, की त्यासाठी संपूर्ण जमातीलाच त्याची शिक्षा भोगावी लागते. त्यांनी देवी सतीची हत्या केली आणि तीही एवढ्या हिंस्त्र पद्धतीने?''

''परंतु या नगरीतील प्रत्येक जणच त्यांना ठार मारण्याच्या कटात सहभागी नव्हता. सम्राट नेमकं काय करणार आहे, हे या नगरीतील बहुतेक लोकांना ज्ञातही नसणार,'' गोपाळाने त्यांच्या म्हणण्याला विरोध करत म्हटले.

''एकदा सतींवर हल्ला झाल्यानंतर त्यांचे प्राण वाचवण्यासाठी तरी ते हल्लेखोरांवर धावून येऊ शकले असते की नाही? तसं ते करू शकत नव्हते का?'' चंद्रकेतूने विचारले. ''गुन्हा किंवा पाप घडत असताना ते बघत राहणं हे तर, तो गुन्हा करण्यापेक्षाही अधिक वाईट असतं. असं वासुदेवच म्हणत नाहीत का?''

''परंतु हा संदर्भ पूर्णतया भिन्न आहे, राजे चंद्रकेतू.'' गोपाळ म्हणाला.

''मी तुमच्याशी सहमत नाही, पंडितजी,'' वैशालीचा राजा माताली म्हणाला. ''देवगिरीला याची शिक्षा भोगावीच लागेल.''

''मला वाटतं, की प्रभू गोपाळ यांचं म्हणणं योग्य आहे, राजे माताली,'' लोथलचा प्रशासक चेनारध्वज म्हणाला. ''काही जणांनी केलेल्या पापासाठी

आपण देवगिरीतील प्रत्येकालाच शिक्षा करू शकत नाही.''

''मला हे ऐकून आश्चर्य कशाला वाटलं पाहिजे?'' मातालीने विचारले.

''तुमच्या म्हणण्याचा अर्थ काय आहे?'' चेनारध्वजाने संतप्त होत झटकन विचारले.

''तुम्ही मेलुहावासी आहात,'' माताली म्हणाला. ''तुमच्या लोकांच्या बाजूनेच तुम्ही उभे राहणार. आम्ही चंद्रवंशी आहोत. आम्हीच प्रभू नीळकंठाशी खऱ्या अर्थाने एकनिष्ठ आहोत.''

चेनारध्वज मातालीच्या जवळ एक पाऊल पुढे सरकला आणि धमकीवजा आवाजात तो म्हणाला, ''माझ्या स्वतःच्या लोकांविरोधात मी बंड केलं. माझ्या देशाच्या कायद्यांच्या विरोधात मी गेलो. मेलुहाशी एकनिष्ठ राहण्याच्या शपथेचा मी भंग केला. कारण मी नीळकंठांचा अनुयायी आहे. मी नीळकंठांशी एकनिष्ठ आहे आणि मला तुमच्यासमोर काहीही सिद्ध करण्याची आवश्यकताही नाही.''

''सर्वांनीच शांत व्हा,'' ब्रंगाचा राजा चंद्रकेतू म्हणाला. ''आपला खरा शत्रू कोण आहे, याचं विस्मरण होऊ देऊ नका.''

''आपला खरा शत्रू देवगिरीच आहे,'' माताली म्हणाला, ''त्यांनीच देवी सतीच्या बाबतीत हे घृणास्पद कृत्य केलं आहे. त्यांना शिक्षा झालीच पाहिजे. ही अगदी साधी गोष्ट आहे.''

''मलाही हे मान्य आहे,'' भगीरथ म्हणाला. ''आपण पशुपत्यास्त्राचा वापर केला पाहिजे.''

गोपाळाचा संताप अनावर झाला. ''राजकुमार भगीरथ, पशुपत्यास्त्र म्हणजे कोणताही विचार न करता सहजपणे प्रक्षेपित करावा, असा एखादा बाण नव्हे. त्यामुळे संपूर्ण विनाश घडून येईल आणि येत्या कित्येक शतकांसाठी या परिसराची संपूर्ण वाताहत होऊन जाईल.''

''या स्थानासाठी तीच गोष्ट योग्य ठरेल,'' चंद्रकेतू म्हणाला.

''ती दैवी अस्त्रं आहेत,'' संतप्त झालेला गोपाल म्हणाला. ''दोन पुरुषांमधील संघर्ष दूर करण्यासाठी सहजपणे त्यांचा वापर केला जात नाही.''

''प्रभू शिव हे फक्त कोणीतरी दुसरे पुरुष नाहीत,'' भगीरथ म्हणाला. ''ते देव आहेत. त्यामुळे आपण या अस्त्राचा वापर केलाच पाहिजे आणि....''

''आपण पशुपत्यास्त्र वापरू शकणार नाही आणि हा निर्णय अंतिम आहे,''

गोपाळ म्हणाला.

"मला तसं वाटत नाही, पंडितजी," चंद्रकेतू म्हणाला. "देवी सती ही सर्वोच्च नीतीमूल्ये बाळगणारी महान नेता आणि योद्धा होती. आपल्या पत्नीवर प्रेम करणाऱ्या मी आतापर्यंत पाहिलेल्या कोणत्याही पुरुषाच्या तुलनेत कित्येक पटींनी अधिक प्रभू शिव आपल्या पत्नीवर प्रेम करत होते. त्यामुळे प्रभू नीळकंठांना सूड घ्यायचा असेल, याविषयी माझी खात्री आहे आणि अगदी मोकळेपणानं बोलायचं झालंच, तर आम्हालाही तसंच वाटतं."

"राजे चंद्रकेतू, आपल्याला सध्या सूडाची आवश्यकता नाही," गोपाळ म्हणाला. "आपल्याला फक्त न्याय हवा आहे. ज्या लोकांनी देवी सतींच्या बाबतीत हे सारं केलं, त्यांना न्यायदेवतेला सामोरं जावं लागेल. परंतु या विश्वासघातकीपणाला जे जबाबदार आहेत; फक्त त्यांनाच. इतर एकाही व्यक्तीला याची शिक्षा भोगावी लागू नये. कारण तो आणखी मोठा अन्याय ठरेल."

"पंडितजी, तुम्ही फक्त कारण सांगता आहात," माताली म्हणाला. "परंतु ही वेळ कारणं ऐकत बसण्याची नाही. ही वेळ संतप्त होण्याची आहे."

"नीळकंठ कोणताही निर्णय क्रोधापोटी घेतील, असं मला तरी वाटत नाही," गोपाळ म्हणाला.

"मग याविषयी आपण प्रभू शिवांनाच का विचारत नाही?" भगीरथाने विचारले. "त्यांनाच याचा निर्णय घेऊ दे."

— ⚹◐℧↑⊛ —

"त्या सर्वांनाच ठार मारा," काली संतापाने ओरडली. "या नगरीतील प्रत्येक नगरवासीयासमवेत या संपूर्ण नगरीचंच दहन करण्याची माझी इच्छा आहे."

शांतता परिषदेच्या मुख्य इमारतीच्या बाह्य भागात उभारण्यात आलेल्या व्यासपीठावरील एकांत स्थळी शिवाचे सर्व सेनाधिकारी आणि कुटुंबीय बसले होते. बृहस्पती आणि ताराही त्यांच्यासमवेत होती. मात्र ते बहुतांश वेळ शांतच बसले होते. त्या संपूर्ण परिसरात सशस्त्र सैनिकांचा खडा पहारा होता. आतील चर्चा कोणालाही ऐकता येऊ नये, याची पूर्ण काळजी घेण्यात आली होती. शिवानेही या चर्चेत सहभागी व्हावे, यासाठी गोपाळाने प्रयत्न केले होते; परंतु प्रभू

नीळकंठाने त्याच्या कोणत्याही विनवणीला, विनंतीला, याचनेला अजिबात प्रतिसाद दिला नव्हता. त्या गोठण कक्षात सतीचा मृतदेह हातात घेऊन तो एकटाच थांबला होता.

"महाराणी काली," गोपाळाने विरोध दर्शवत म्हटले, "मी तुमच्या मताशी असहमत आहे, त्याबद्दल मला क्षमा करा, परंतु आपण असं करू शकणार नाही. ते नैतिकदृष्ट्या अयोग्य आहे."

"ही शांतता परिषद आहे, असं वचन मेलुहावासीयांनी आपल्याला दिलं नव्हतं का? शांतता परिषदेत कोणालाही शस्त्रास्त्रांचा वापर करता येत नाही. बरोबर? त्यांनी नैतिकदृष्ट्या अत्यंत अक्षम्य ठरणारी चूक केली आहे. पंडितजी हे तुमच्या ध्यानात कसं काय आलेलं नाही?"

"दोघांनीही चुकीच्या गोष्टी केल्या, तर ते बरोबर ठरत नाही."

"मला त्याची पर्वा नाही," आपला हात अस्वस्थपणे हलवत काली म्हणाली. "देवगिरीचा सर्वनाश केला जाईल. माझ्या भगिनीच्या बाबतीत त्यांनी जे काही केलं आहे, त्यासाठी त्यांना प्रायश्चित्त घ्यावंच लागेल. त्यांना शिक्षा भोगावीच लागेल."

"महाराणी काली," चेनारध्वज काळजीपूर्वक बोलत होता. "मला तुमच्याविषयी आत्यंतिक आदर आहे. तुम्ही एक महान स्त्री आहात. तुम्ही नेहमीच न्यायासाठी लढा दिला आहे. परंतु काही मूठभर लोकांनी केलेल्या गुन्ह्यासाठी संपूर्ण नगरीला शिक्षा करणं न्याय्य ठरू शकेल का?"

कालीने त्याच्याकडे एक तिरस्कारदर्शक कटाक्ष टाकला. "मी तुमच्या जीविताचं रक्षण केलं आहे, चेनारध्वज!"

"मला ते माहिती आहे, महाराणी. मला त्याचं विस्मरण कसं बरं होईल? त्याच कारणासाठी तर...."

"तुम्ही मी सांगेन तेच कराल," काली त्याला मध्येच थांबवत म्हणाली. "माझ्या भगिनीच्या मृत्यूचा सूड घेतला गेलाच पाहिजे."

चेनारध्वजाने विरोध करण्याचा प्रयत्न करत म्हटले, "परंतु....."

"माझ्या भगिनीच्या मृत्यूचा सूड घेतला जाईलच!"

चेनारध्वज शांत राहिला.

भगीरथाने या चर्चेत भाग घेणे काळजीपूर्वक टाळले होते. शांतता परिषदेच्या

इमारतीकडे जात असताना त्याला समजले होते, की त्याची भगिनी आनंदमयी देवगिरीत होती. त्या नगरीचा सर्वनाश होणार असता, तर त्याला आपल्या भगिनीचे प्राण प्रथम वाचवायचे होते.

''महाराणी कालींच्या म्हणण्याशी मी सहमत आहे,'' चंद्रकेतू म्हणाला. ''देवगिरीचा सर्वनाश झालाच पाहिजे. आपण पशुपत्यास्त्राचा प्रयोग केलाच पाहिजे.''

त्या विनाशकारी दैवी अस्त्राचा उल्लेख होताच प्रथमच कार्तिक बोलला. ''अस्त्र वापरलं जाऊ शकणार नाही.''

गोपाळाने कार्तिकाकडे पाहिले. नीळकंठाच्या कुटुंबातील किमान एक सदस्य तरी त्याच्या बाजूने होता, त्यामुळे त्याच्या नजरेत कृतज्ञता होती.

''न्याय दिला जाईलच,'' कार्तिक म्हणाला, ''मातेच्या रक्तपाताचा सूड अवश्य घेतला जाईल, परंतु पशुपत्यास्त्राच्या साहाय्याने नाही. त्या भयावह अस्त्राच्या साहाय्याने ते केलं जाणार नाही.''

''त्याचा वापर केला जाऊच नये,'' गोपाळाने त्वरेने म्हटले. ''पशुपत्यास्त्राचा प्रयोग केला जाणार नाही, अशा शब्द नीळकंठाने वायुपुत्रांना दिला आहे.

''तसं असेल, तर आपण त्या अस्त्राचा वापर करू शकणार नाही.''

गोपाळाने शांतपणे श्वास घेतला. टोकाला गेलेल्या काही जणांना तरी निदान तो आपल्या बाजूला वळवू शकला होता. ''राजकुमारी सतीला आपण कशा प्रकारे न्याय मिळवून देऊ हाच खरा प्रश्न आहे.''

''त्या सर्वांनाच ठार मारून!'' काली गुरगुरत म्हणाली.

''परंतु ज्या निष्पाप लहान मुलांचं या साऱ्याशी काहीच देणं घेणं नाही, त्यांनाही ठार मारणं न्याय्य ठरेल का?'' भगीरथाने विचारले.

''मेलुहाच्या लोकांना आपल्या मुलांची काळजी वाटते, असं तुम्ही गृहीत धरता आहात, राजकुमार भगीरथ,'' काली म्हणाली.

''महाराणी,'' भगीरथ म्हणाला. ''कृपा करून समजून घेण्याचा प्रयत्न करा. या अपराधाशी मुलांचा दूरान्वयानंही संबंध नाही. त्यांना शिक्षा होता कामा नये.''

''ठीक आहे!'' काली म्हणाली. ''आपण मुलांना बाहेर यायला लावू.''

''आणि योद्धा नसलेल्यांनाही!'' कार्तिक म्हणाला.

''विशेषतः स्त्रियांना,'' भगीरथ म्हणाला. ''आपण त्यांनाही जाऊ दिलं पाहिजे.

एकदा मुलं आणि स्त्रिया बाहेर पडल्या, की आपण संपूर्ण नगरीचा विनाश घडवून आणू.''

''आणखी कोणाला वाचवण्याची तुमची इच्छा आहे का?'' कालीने उपहासाने विचारले. ''देवगिरीतील कुत्र्यांचं काय? आपण त्यांनाही बाहेर पडू द्यायला नको का? आणि झुरळांनाही सोडून दिलं पाहिजे. नाही का?''

भगीरथाने काहीच प्रतिसाद दिला नाही. कारण तो काहीही बोलला असता, तरी त्यामुळे कालीच्या संतापाचा भडका उडाला असता.

कालीने दूषणे दिली. नंतर ती म्हणाली, ''ठीक आहे. मुलांना आणि योद्धे नसलेल्यांना बाहेर पडू दिलं जाईल. बाकी प्रत्येकालाच बंदी म्हणून नगरीत ठेवलं जाईल आणि नंतर त्या सर्वांना ठार मारलं जाईल.''

''अगदी मान्य!'' भगीरथ म्हणाला. ''आपण फक्त न्यायानं वागावं, एवढंच माझं म्हणणं आहे.''

''फक्त एवढंच नाही, राजकुमार भगीरथ,'' कार्तिकाने त्याला मध्येच थांबवत म्हटलं. ''सोमरसाचा संपूर्ण विनाश केला जाणार नाही. माझ्या पिताजींनी हे केव्हाच पूर्णपणे स्पष्ट केलं आहे. सोमरसाला रोखलं जाईल. आपल्याला सोमरसाच्या उत्पादन सुविधा केंद्राचा विनाश घडवून आणावाच लागेल. मात्र सोमरसाचं ज्ञान विनाश पावणार नाही, याची दक्षता आपल्याला घ्यावीच लागेल. आपल्या वैज्ञानिकांचे प्राण वाचवून त्यांना गुप्त स्थळी हलवावं लागेल. माझे पिताजी जी जमात मागे सोडून जातील, त्या जमातीचा ते एक भाग असतील. ते लोक सोमरसाचं ज्ञान जीवित राखतील. आज सोमरस सैतान आहे. परंतु भविष्यकाळात ज्यावेळी तशी वेळ येईल, त्यावेळी तो कदाचित पुन्हा चांगला बनू शकेल.''

गोपाळाने मान डोलावली. ''कार्तिक सूज्ञपणे बोलला आहे.''

''म्हणजे माझ्या मातेच्या मृत्यूशी त्यांच्यापैकी काही वैज्ञानिकांचा संबंध असला तरी आपल्याला त्यांना वाचवावं लागेल,'' कार्तिक म्हणाला. ''आपलं दुःख बाजूला ठेवून आपल्याला त्यांना वाचवावंच लागेल. भरतवर्षाच्या भवितव्यासाठी आपल्याला त्यांचं रक्षण करावं लागेल.''

गणेशाने कार्तिकाकडे तीक्ष्ण कटाक्ष टाकला.

''आपलं दुःख बाजूला ठेवून?''

कार्तिक शांत राहिला.

गणेशाचा श्वासोच्छ्वास जड झाला होता. आपल्या भावनांवर नियंत्रण ठेवणे त्याला अशक्यप्राय झाले होते. ''मातेच्या मृत्यूविषयी तुझ्या मनात काहीच संताप उसळलेला नाही का? थोडासा तरी क्रोध? थोरासा राग?''

''दादा, मी एवढंच सांगण्याचा प्रयत्न करत होतो, की....''

''तुझ्या जन्मापासूनच तुला मातेचं प्रेम भरभरून मिळालं. म्हणूनच तुला त्याचं मोल नाही.''

''दादा.....''

''मातेच्या प्रेमाचं मोल मला विचार....आपल्याला ते प्राप्त होत नाही, तेव्हा त्यासाठी आपण किती तडफडत असतो, ते मला विचार...''

''दादा, माझंही तिच्यावर प्रेम होतं. तुला ते माहिती आहे...''

''तू तिचा मृतदेह पाहिलास का कार्तिका?''

''दादा.....''

''पाहिलास का? तू तिच्या शरीराकडे पाहिलंस का?''

''दादा, होय. नक्कीच. मी तर....''

''तिच्या शरीरावर ५१ वार आहेत! मी ते मोजले आहेत, कार्तिक! तब्बल एक्कावन्न!''

''मला ते माहिती आहे.''

गणेशाच्या चेहऱ्यावरून संतप्त अश्रूधारा वाहू लागल्या. ''तिच्या मृत्यूनंतरही त्या बदमाशांनी तिच्यावर तसेच वार केले असले पाहिजेत.''

''दादा, ऐक....''

गणेशाचे शरीर आता क्रोधाने थरथरत होते. ''तुझ्या मातेचं जखमी शरीर पाहिल्यानंतर तुझ्या मनात क्रोधाचा आगडोंब उसळला नाही का?''

''अर्थातच, माझ्या मनातही तसाच डोंब उसळला होता, दादा, परंतु...''

''परंतु? आता यात कसला पण आणि परंतु? सोमरसाची पूजा करणाऱ्या त्या कित्येक राक्षसांकडून तिच्यावर एकदमच हल्ला झाला असणार. तिच्यावरच्या या हिंस्त्र हल्ल्याचा सूड घेणं हे आपलं कर्तव्य आहे. आपलं कर्तव्य! जगातील उत्तम मातेसाठी आता किमान एवढंच आपण करू शकतो.''

''दादा, ती उत्तम माता होती...परंतु आपल्याआधी जगाचा विचार करायलाच तिनं आपल्याला नेहमी शिकवलं होतं.''

गणेश काहीच बोलू शकला नाही. त्याचे भले मोठे लांबलचक नाक आता ताठरले होते. गणेश क्वचितच संतापत असे. मात्र त्यावेळी त्याची सोंड अशीच ताठर बनत असे.

कार्तिक हळुवारपणे बोलला. ''दादा, आपण दुसऱ्या एखाद्या कुटुंबात असतो, तर मी क्रोधात वाहून जाऊ शकलो असतो....परंतु आता तसं करता येत नाही.''

गणेशाने दुसरीकडे पाहिले. त्याचा संताप अनावर झाला होता. तो कोणताही प्रतिसाद देऊ शकत नव्हता.

''आपण नीळकंठाचे कुटुंबीय आहोत,'' कार्तिक म्हणाला. ''आपल्यावर जगाची जबाबदारी आहे.''

''जगाची जबाबदारी? माझ्यासाठी माझे माता पिताच माझं जग आहेत.''

कार्तिक शांत राहिला.

गणेशाने कार्तिकाकडे अंगुलीनिर्देश केला आणि तो म्हणाला, ''सोमरसाची पूजा करणारा कोणीही बदमाश इथून जीवित बाहेर पडणार नाही.''

''दादा....''

''त्यांच्यापैकी प्रत्येकाला ठार मारलं जाईल. त्यासाठी मला स्वतःलाच त्यांना ठार मारावं लागलं तरी हरकत नाही.''

कार्तिक शांत राहिला.

गोपाळाने कालीकडे पाहिले आणि एक दीर्घ उसासा सोडला. तिच्या मनातही क्रोधाचा आगडोंब उसळलेला होता. गणेश आणि कालीच्या संतापापासून सोमरस प्रक्रियेशी संबंधित वैज्ञानिकांना वाचवण्याचा उपाय त्याला सुचत नव्हता. परंतु किमान धोकादायक पशुपत्यास्त्राच्या प्रयोगापासून संभाषण दुसरीकडे वळवण्यात तरी त्याला यश लाभले होते. शिवाय सोमरसाच्या वैज्ञानिकांना वाचवण्याच्या आवश्यकतेविषयी आगामी काही तासांत नीळकंठाच्या कुटुंबीयांची समजूत घालता येण्याची शक्यताही होतीच.

त्या बर्फाच्या लाद्यांवर सतीचा मृतदेह हातात धरून शिव तसाच बसून राहिला होत. त्याचे डोळे खोल गेले होते आणि निर्विकार दिसत होते. त्याच्या डोळ्यांत

आशेचा कोणताही किरण दिसत नव्हता. खरे तर त्या किरणाच्या अस्तित्वाचे आता काही कारणही नव्हते. आता त्याच्या दोन भुवयांमधील तो काळपट, लालसर डाग स्पष्टपणे दिसत होता. तो थंडीमुळे कुडकुडत होता. सतीच्या सुस्थितीतील, परंतु त्यावेळी बंद असलेल्या डोळ्यामधून द्रवाचा एक थेंब तिच्या चेहऱ्यावरून खाली ओघळला. जणू काही तो अश्रूच होता. त्या खोलीत स्मशानशांतता पसरलेली होती. नियमित कालावधीनंतर त्या दालनात आत येणाऱ्या हवेच्या आवाजाखेरीज कोणताही ध्वनी त्या दालनात नव्हता. अचानकच आलेल्या एका मोठ्या आवाजामुळे शिव दचकला. कदाचित मेलुहाच्या शीत यंत्रणेतील बैलांना जुंपले गेले असावे.

त्याने थंड, निर्विकार नजरेने सर्वत्र पाहिले. त्या कक्षात कोणीच नव्हते. त्याने आपल्या मृत पत्नीकडे पाहिले. त्याने तिचे शरीर आपल्या निकट ओढून घेतले आणि तिच्या कपाळाचे हळुवार चुंबन घेतले. त्यानंतर तिचे शरीर त्याने काळजीपूर्वक बर्फाच्या लादीवर ठेवले.

तिचा चेहरा प्रेमाने कुरवाळत शिव पुटपुटला, ''इथेच थांब, सती. मी लवकरच परत येतो.''

त्या बर्फाच्या मनोऱ्यातून शिवाने बाहेर उडी मारली आणि तो आतील दालनाच्या दरवाजापर्यंत गेला. त्याने दरवाजा उघडला आणि त्या बाहेरच्या दालनात तो आला. तत्क्षणीच आयुर्वती उठून उभी राहिली. तिच्या वैद्यकीय पथकासमवेत गेले चोवीस तास नंदी आणि इतर सैनिकांवर ती उपचार करत होती.

''प्रभू,'' आयुर्वती म्हणाली. आत्यंतिक दुःखामुळे आणि झोपही न आल्यामुळे तिचे डोळे लालसर झाले होते आणि सुजलेही होते.

शिवाने तिच्याकडे दुर्लक्ष केले आणि तो चालू लागला. आयुर्वतीने शिवाकडे भयावह दृष्टीने पाहिले. तिला कोणत्या तरी संकटाची चाहूल तिथे लागली होती. नीळकंठाचे डोळे एवढे कठोर आणि त्याची नजर एवढी परकी, दूरस्थ झाल्याचे तिने कधीच अनुभवले नव्हते. आपण क्रोधाच्या पलीकडे पोहचल्याप्रमाणे त्याने तिच्याकडे पाहिले होते. तो आता कठोरपणापलीकडे आणि विवेकभ्रष्टतेच्याही पलीकडे गेल्यासारखा दिसत होता.

शिवाने मुख्य दरवाजा उघडला. आपल्या उजवीकडून येणारे आवाज त्याला ऐकू येत होते. त्याने तिकडे पाहिले. आपले सेनाधिकारी चर्चेत पूर्णतया गुंतून

गेल्याचे त्याला आढळले. ताराचे प्रथम त्याच्याकडे लक्ष गेले.

"प्रभू नीळकंठ," तारा म्हणाली. ती झटकन उठून उभी राहिली.

शिवाने तिच्याकडे काही क्षण तसेच निर्विकारपणे निरखून पाहिले. त्यानंतर त्याने एक दीर्घ श्वास घेतला आणि नंतर तो स्थिर आवाजात म्हणाला, "तारा, माझ्या गलबतातील सामानात पशुपत्यास्त्र आहे. ते इकडे आणण्याची व्यवस्था कर."

दुःखार्त झालेला गोपाळ शिवाकडे धावतच गेला. गेल्या चोवीस तासांत शिवाच्या पोटात अन्नाचा कणही गेला नव्हता, हे त्याला माहिती होते. त्याला निद्राही लागली नव्हती. अमानवी थंडी असलेल्या मनोऱ्यात तो चोवीस तास बसून राहिला होता, हेही तो जाणून होता. दुःखामुळे त्याचे मस्तिष्क नीटसे कार्यही करत नव्हते, हेही त्याला माहिती होते. त्यावेळी तिथे त्याच्यासमोर नीळकंठ स्वतः उभा नव्हता; त्याची दुःखार्त छायाच तिथे होती. "माझ्या मित्रा.....माझं ऐक. उतावळेपणाने अशा प्रकारचा निर्णय घेऊ नकोस."

शिवाने गोपाळाकडे पाहिले. शिवाचा चेहरा गोठल्यासारखा कठोर दिसत होता.

"नीळकंठ, तुम्ही संतप्त झाला आहात, ते मी जाणून आहे. परंतु हे कार्य करू नका. तुमचं अंतःकरण दयाळू आहे, ते मला माहिती आहे. तुम्हाला या गोष्टीचा पश्चात्ताप होईल."

शिव मागे वळला आणि पुन्हा एकदा त्या परिषदेच्या इमारतीत शिरला. गोपाळ तसाच पुढे गेला आणि त्याने शिवाचा हात पकडला आणि त्याला मागे खेचण्याचा त्याने प्रयत्न केला.

"शिवा," गोपाळ याचनेच्या स्वरात म्हणाला, "तुम्ही वायुपुत्रांना आपला शब्द दिला आहे. प्रभू मित्र या आपल्या मामांना तुम्ही शब्द दिला आहे."

शिवाने गोपाळाचा हात घट्ट पकडला आणि आपल्या हातावरून त्याचा हात झटक्यात दूर केला.

"शिवा, त्या अस्त्राचं सामर्थ्य भयावह आणि अनिश्चित आहे," गोपाळ पुन्हा याचनेच्या स्वरात म्हणाला. ती शोकांतिका रोखण्यासाठी तो विविध प्रयत्न करून, विविध प्रकारे समजावणी करून पहात होता. "पशुपत्यास्त्राचा विनाश हा फक्त आतील वर्तुळापुरता मर्यादित असला तरीही देवगिरीचे तिन्ही चौथरे नष्ट करण्याच्या कोणत्याही प्रयत्नामुळे त्या वर्तुळाच्या परिघाची व्याप्ती वाढेल. त्यामुळे

आपल्या सर्वांचाच विनाश ओढवेल. तुम्हाला खरोखरच आपल्या संपूर्ण सैन्याचा विनाश घडवून आणायचा आहे का? तुमचे कुटुंबीय आणि तुमच्या मित्रांनाही ठार मारायचं आहे का?''

''त्या सर्वांना इथून निघून जायला सांगा.''

शिवाचा आवाज हळुवार आणि अगदी क्षीण होता. त्याची नजर दूरवर लागलेली होती आणि तो कुठेतरी शून्यात एकटक पहात होता. गोपाळ क्षणभर थांबला. एखादा तरी आशेचा किरण दिसतो आहे का ते पाहण्यासाठी त्याने पुन्हा एकदा शिवाच्या चेहऱ्यावर नजर टाकली. ''आपल्या लोकांना निघून जायला मी सांगू का? पशुपत्यास्त्र घेऊन?''

शिव मुळीच हलला नाही. त्याच्या चेहऱ्यावर कोणतीही प्रतिक्रिया दिसत नव्हती.

''नाही. या नगरीतील सर्व लोकांना निघून जायला सांगा. ज्यांनी सोमरसाचं संरक्षण केलं किंवा सोमरसाची निर्मिती केली किंवा सतीच्या मृत्यूला जे थेट कारणीभूत आहेत, त्या सर्व लोकांना वगळता इतर सर्वांना निघून जायला सांगा. कारण आता ज्यावेळी मी कृती करेन, त्यावेळी दक्ष जीवित नसेल. सोमरसाचाही अंत घडून येईल. आता यापुढे सैतानही नसेल. त्याचाही सर्वनाश होईल. जणू काही हे स्थान, हा सैतान कधी अस्तित्वातच नव्हते, असं वाटलं पाहिजे. इथे काहीही जीवित राहणार नाही. इथे काहीही उगवणार नाही आणि अगदी एकावर एक उभे असलेले दोन दगडही इथे उरणार नाहीत. देवगिरी कधी इथे अस्तित्त्वात होती, असे दर्शवणारी एखादी खूणही इथे उरणार नाही. त्या सगळ्याचा आता इथे विनाश घडून येईल.''

देवगिरीतील निष्पाप लोकांचे प्राण तरी वाचले, म्हणून गोपाळाने कृतज्ञतेने शिवाकडे पाहिले. परंतु दैवी अस्त्राच्या प्रयोगावर बंदी घालण्याच्या प्रभू रुद्राच्या नियमाचं काय?

''शिवा, पशुपत्यास्त्र.....'' गोपाळ आशेने पुटपुटला.

शिवाने निर्विकारपणे गोपाळाकडे पाहिले आणि भयावह, गूढ आवाजात तो म्हणाला, ''मी संपूर्ण जगाचंच दहन करून टाकणार आहे.''

गोपाळाने शिवाकडे पाहिले. गोपाळाच्या नजरेत अनिष्टसूचकतेचा आभास होता. नीळकंठ मागे वळला आणि पुन्हा त्या इमारतीत त्याच्या सतीकडे गेला.

तारा उभी राहिली.

"तू कुठे चालली आहेस?" बृहस्पतीने कुजबुजत्या आवाजात विचारले.

"पशुपत्यास्त्र आणण्यासाठी," ताराने हळुवार आवाजात सांगितले.

"तू तसं करू शकणार नाहीस! त्यामुळे आपल्या सर्वांचाच विनाश होईल."

"नाही. तसं होणार नाही. या अस्त्रांचा कोन योग्य प्रकारे साधला गेला, तर तो विनाश फक्त या नगरीपुरताच सीमित राहील. आपण या नगरीपासून विशिष्ट अंतरावर राहिलो, तर आपल्याला काहीच होणार नाही."

तारा चालू लागली.

बृहस्पतींनी तिला मागे ओढले आणि ते निकडीच्या स्वरात पुटपुटले, "तू हे काय करते आहेस? ही गोष्ट चुकीची आहे, हे तू जाणतेस. मलाही शिवाविषयी जिव्हाळा आहे, परंतु पशुपत्यास्त्र....."

ताराने बृहस्पतींकडे रोखून पाहिले. तिच्या नजरेत संशयाचा लवलेशही नव्हता. "प्रभू रामाच्या पवित्र नियमांचा निर्लज्जपणे भंग केला गेला आहे. त्यामुळे नीळकंठांनी आता आपला सूड घेतलाच पाहिजे."

"अर्थातच, त्यांनं तसं केलं पाहिजे," बृहस्पती म्हणाले. त्यांनी ताराकडे एकटक पाहिले. "परंतु पशुपत्यास्त्राच्या प्रयोगाने नाही."

"तुम्हाला त्यांच्या दुःखाची जाणीव होत नाही का? कोणत्या प्रकारचे मित्र आहात तुम्ही?"

"तारा, एकदा मी एक चुकीची गोष्ट करण्याचा प्रयत्न केला होता. सतीबरोबर द्वंद्वयुद्ध करू इच्छित असलेल्या एका योद्ध्याची हत्त्या करण्याचा माझा विचार होता. परंतु शिवाने मला रोखले होते. माझ्या आत्म्यावर अशा प्रकारचे पाप लादण्यापासून त्याने मला रोखले होते. मी जर त्याचा खराखुरा मित्र असेन, तर आपल्या आत्म्याला कलंकित करण्यापासून शिवालाही मी वाचवलं पाहिजे. मी त्याला पशुपत्यास्त्राचा प्रयोग करू देणार नाही."

"त्यांचा आत्मा अगोदरच मृत्यू पावला आहे, बृहस्पती. त्या बर्फाच्या मनोऱ्यात तो आधीच पहुडलेला आहे," तारा म्हणाली.

"ते मी जाणतो, परंतु...."

बृहस्पतींच्या हातातून ताराने आपला हात सोडवून घेतला. "त्यांच्या शत्रूंनी एवढा मोठा नियमभंग केलेला असतानाही त्यांनी नियमबद्ध पद्धतीने लढा द्यावा,

अशी तुमची अपेक्षा आहे. त्यांनी त्यांच्यापासून त्यांची प्रत्येक गोष्ट हिरावून घेतली आहे. त्यांची पत्नी, त्यांचा आत्मा, त्यांच्या अस्तित्वाचं संपूर्ण कारणच त्यांनी हिरावून घेतलं आहे. आता त्यांनी सूड घेणं ही अगदी न्याय्य आणि योग्य गोष्टच आहे.''

प्रकरण ४९

नीळकंठाचे ऋण

शिवाच्या सैन्याचे तीन तुकड्यांमध्ये विभाजन करण्यात आले होते. भगीरथ, चंद्रकेतू आणि माताली त्यापैकी एकेका तुकडीचे नेतृत्त्व करत होते. देवगिरीच्या तीन चौथऱ्यांपैकी प्रत्येक चौथऱ्याच्या प्रवेशद्वाराबाहेर एकेक तुकडी तैनात करण्यात आली. सुवर्ण चौथऱ्याला मातालीच्या सैन्यदलाने बंदिस्त केले. बाहेर पाठवण्यास अनुमती नसलेल्या कोणीही बाहेर निसटून जाऊ नये, यासाठी रजत चौथऱ्याबाहेर, चंद्रकेतूचे सैन्यदल दक्ष होते. भगीरथाचे सैन्यदल ताम्र चौथऱ्याच्या पायऱ्यांजवळ उभे होते. शिवाच्या सूचनांचे तंतोतंत पालन करण्यात आले होते. सोमरसाच्या संरक्षणासाठी लढणारे क्षत्रिय आणि सोमरसाच्या निर्मितीसाठी कार्यरत असलेले ब्राह्मण सोडून बाकीच्या सर्वांनी नगरी सोडून निघून जावे, असा आदेश देण्यात आला. याबाबतीतील कालीच्या निषेधाकडे दुर्लक्ष करण्यात आले होते. दक्ष आणि विद्युन्मालीसह त्याचे वैयक्तिक शरीररक्षक यांना मात्र या माफीतून वगळण्यात आले होते. त्यानंतर नगरवासी बाहेर पडू लागले. देवगिरीतच राहून आपल्या मातृभूमीच्या विनाशाबरोबर आपलाही विनाश करवून आणण्यास संमती देणाऱ्या मेलुहावासीयांच्या संख्येमुळे शिवाच्या सैन्यातील चंद्रवंशीयांच्या आश्चर्याला पारावर उरला नव्हता.

शिस्तबद्ध पद्धतीने रांग लावून लोक प्रवेशद्वारापर्यंत आले होते. तिथून निघून

जाणाऱ्या आपल्या अन्य कुटुंबीयांचा निरोप घेऊन ते पुन्हा आपापल्या निवासस्थानांकडे परतत होते आणि देवगिरीसह मृत्यूला सामोरे जाण्यासाठी सज्ज होत होते. प्रवेशद्वाराजवळ युद्ध, संघर्ष किंवा चकमकी झडत नव्हत्या. आपल्या नगरीचा बचाव करण्याचा प्रयत्नही केला जात नव्हता. निरोप घेतानाही कोणीच अति भावनाविवश होत नव्हते किंवा अंतःकरण पिळवटून निघाल्याप्रमाणे वागत नव्हते.

गोपाळ आणि कार्तिक भगीरथाच्या सैन्यदलासह ताम्र चौथऱ्याजवळ थांबले होते. त्या सैन्यदलात प्रामुख्याने ब्रंग लोकांचा समावेश होता. श्रमलेल्या भगीरथाने फक्त गोलाकारात उभारण्यात आलेल्या कडेच्या अडथळ्यांवर देखरेख केली आणि पुन्हा तो त्या दोघांकडे परतला.

प्रवेशद्वाराजवळ नगरवासीय ज्या पद्धतीने वागत होते, ते पाहून अयोध्येच्या राजपुत्राने मान डोलावली. निम्मे लोक बाहेर पडत होते आणि उर्वरित पुन्हा नगरीत परतत होते. ''हे काय चाललंय?''

कार्तिकाने आपली नजर झुकवली. तो काहीच बोलला नाही. गोपाळाचे डोळे मात्र पाणावले.

''मेलुहाच्या लोकांमध्ये आता ही चळवळ सुरू झाली आहे,'' प्रमुख वासुदेव म्हणाला. ''ही सन्मानाची कृती आहे. तुमच्या जीविताचा काही उद्देश असतो. आपल्या मातृभूमीला अखेरपर्यंत साथ देऊन तिच्यासाठी बलिदान करणं हा तो उद्देश आहे. नीळकंठाच्या हातून मृत्यू आल्यामुळे आपला आत्मा पवित्र बनतो...'' गोपाळाने आपले बोलणे थांबवले आणि भावनावेग आवरण्याचा प्रयत्न केला.

भगीरथाने भुवया उंचावल्या. ''याचा अर्थ काय आहे?''

गोपाळाने त्या गर्दीवर एक कटाक्ष टाकला. तिथे एका दांपत्याचा निरोप घेऊन एक स्त्री शांतपणे आपल्या निवासस्थानी परत चालली होती. ''आपली काळजी घ्या,'' तिने त्या दांपत्याला सांगितले.

भगीरथ क्षणभर थांबला. गोपाळाच्या चेहऱ्यावरच्या भावना वाचत असताना त्याच्या भुवया वक्र झाल्या होत्या. त्यानंतर तो पुन्हा त्या स्त्रीकडे वळला.

''थोड्या थांबा, देवी,'' भगीरथाने तिला संबोधून थांबवले. ती थांबली आणि त्याच्याकडे पाहू लागली. ''तुम्ही नगरीत परत का चालला आहात? इतरांबरोबर तुम्हीही इथून निघून का जात नाही?''

तिच्याभोवती आलेल्या वाऱ्याच्या झुळुकीने तिच्या अंगवस्त्राच्या घड्या किंचित विस्कटल्या. तिचा चेहरा दयाळू दिसत होता. तिचे डोळे काळेभोर आणि शांत होते आणि आवाज मृदु होता. जणू काही आपण आसपासच्या हवेशी बोलतो आहोत, एवढ्या हळुवारपणे ती म्हणाली, ''मी मेलुहावासी आहे. आपण वास्तव्य करत असलेली नगरी कशी आहे, हा आमच्या दृष्टीने महत्त्वाचा प्रश्न नसतो. परंतु आपण कशा प्रकारे जगतो, तुमचा कशावर विश्वास असतो हा प्रश्न अधिक महत्त्वाचा असतो. जर आपल्या आयुष्यात काही उच्च ध्येयच नसेल, तर दीर्घायुष्याचा उपयोगच काय असतो? आपण जर कोणत्याही उच्चतम ध्येयासाठी आयुष्य समर्पित करत नसू, तर त्या दीर्घायुष्याचा हेतूच काय असतो? प्रभू रामाच्या सर्वाधिक पवित्र कायद्याचा भंग करण्यात आला. आमची अधोगती झाली आहे. आम्ही जे काही प्राप्त केलं होतं, ते सारं गमावलं आहे. आम्ही जर असं कर्म केलं असेल, तर आता आमच्या जिवंतपणी आम्ही कशासाठी प्रयत्नांची पराकाष्ठा करण्याची आशा बाळगायची?''

भगीरथाचा आपल्या कानांवर विश्वासच बसत नव्हता.

ती मेलुहावासी स्त्री पुढे बोलतच होती, ''माझी नीळकंठांवर श्रद्धा आहे. गेली कित्येक वर्षं मी त्यांची प्रतीक्षा केली. त्यांची पूजा केली आणि अखेरीस मेलुहाने त्यांच्या बाबतीत हे कृत्य केलं. अत्यंत निष्ठावान आणि आदर्श मेलुहावासी असलेल्या आमच्या राजकुमारीच्या बाबतीत हे घडलं. प्रभू रामाच्या आचारसंहितेनुसारच तिने आपल्या अखेरच्या श्वासापर्यंत आपलं वर्तन ठेवलं होतं. तिच्या बाबतीत असं घडलं? असं घडावं? ज्या कायद्यांनी आज आम्ही जे कोणी आहोत, तसं आम्हाला घडवलं, त्या कायद्यांच्या बाबतीत अशा प्रकारचं वर्तन आमच्याकडून व्हावं?'' ती क्षणभर शांत राहिली. तिच्या नजरेने त्याच्या नजरेचा ठाव घेतला आणि ती म्हणाली, ''मी अपराधी आहे. मी सोमरस प्राशन केला आहे. मी सम्राटाचं अनुकरण केलं आणि माझ्या शांततेमुळे आणि आत्मसंतुष्ट वृत्तीमुळे अशा प्रकारचा कट शिजवण्याचं धाडस करण्यात आलं. त्यामुळे त्या कटात मीही सहभागी असल्यासारखंच आहे. जो मेलुहातील सैतान आहे, तोच माझाही सैतान आहे. तो आहे माझी कर्मं. म्हणूनच आज मी नीळकंठाचं ऋण चुकतं करणार आहे आणि त्यामुळे या महापापातून माझी मुक्तता होईल; निदान माझ्या पुनर्जन्माच्या वेळी माझ्या आत्म्यावर पापाचं ओझं कमी तरी असेल.''

भगीरथ स्तंभित झाला होता. हे कसले तत्त्वज्ञान होते? त्याच्याकडे पाहून आपली मान तिने किंचितशी हलवली आणि ती पुन्हा आपल्या नगरीच्या दिशेने ताठ मानेने चालू लागली.

त्याच्या पाठीमागच्या बाजूनेच गोपाळाचा आवाज आला, ''मला माहिती आहे. ते सगळेच जण तुम्हाला हेच सांगतील, की 'मी मेलुहावासी आहे. कायदेभंग झाला आहे आणि ते माझं कर्म आहे.''

ते दोघेही एकदमच शांत झाले आणि त्या स्त्रीला आत जाताना पहात राहिले.

आपल्या मनात शांतपणे सुरू असलेल्या चिंतनातून जागे झाल्यासारखे गोपाळ आणि कार्तिक एकदमच म्हणाले, ''राजकुमार भगीरथ,''

''बोला कार्तिक,'' भगीरथ त्याच्याकडे वळत म्हणाला.

''तुम्ही सरलष्करप्रमुख पार्वतेश्वरांना पाचारण करावं, असं मला वाटतं.''

''आनंदमयीला बोलावण्याचा संदेश मी आधीच धाडला आहे,'' भगीरथ म्हणाला. ''परंतु अद्याप ती किंवा तिचा पती कोणीही आलेलं नाही. आपल्या पतीखेरीज ती येणार नाही. मी त्या दोघांचीही समजूत घालण्याचा अद्यापही खूपच प्रयत्न करत आहे.''

''राजकुमार कार्तिकाने आणि मी त्यांना भेटीसाठी पाचारण केलं आहे, असा निरोप धाडा. आम्हाला भरतवर्षाच्या भवितव्याविषयीची काहीतरी महत्त्वपूर्ण गोष्ट त्यांच्याशी बोलायची आहे, असं त्यांना सांगा, '' गोपाळ म्हणाला.

भगीरथ विचारात पडला. ती थोडीशी संदिग्ध बाब असली, तरी त्याच्या भगिनीला आणि पार्वतेश्वराला बाहेर बोलावण्यासाठी कार्तिक आणि गोपाळ सुचवत असलेली बाबच उपयुक्त होती, हे त्याला माहिती होते.

''मी स्वतःच नगरीत जातो,'' भगीरथ म्हणाला.

''आणि राजकुमार भगीरथ....'' पुढे बोलावे की न बोलावे, या विचाराने गोपाळ संभ्रमित झाला.

''मी ते समजू शकतो, पंडितजी. यातील एक शब्दही कोणाला समजणार नाही.''

ते सारेच जण शांतपणे त्या नगरीकडे पहात उभे पाहिले. आता उद्यापर्यंत या नगरीचे अस्तित्त्वही उरणार नव्हते.

''आम्हाला क्षमा करा,'' आवाजाच्या दिशेने त्यांनी मागे पाहिले. काही थोड्या

लोकांचा एक गट तिथे उभा होता.

''आज सकाळीच आम्ही नगरी सोडून बाहेर पडलो होतो; परंतु आता आम्ही विचार बदलला आहे. आम्हाला नगरीतच वास्तव्य करायचं आहे. आम्ही आत प्रवेश करू शकतो का?''

गोपाळाने त्यांच्याकडे अविश्वासाने पाहिले आणि भगीरथाने नजर झुकवली. आपल्या भगिनीने तिथून बाहेर पडावे, यासाठी तिचे मन वळवण्यात आपण यशस्वी व्हावे, यासाठी तो मनातल्या मनात प्रार्थना करू लागला.

— 𑀧𑀧𑀝𑀧𑀝𑀧 —

तिसऱ्या प्रहराला प्रारंभ होऊन बराच कालावधी झाला होता. सूर्यास्त होण्याला थोडाच अवधी उरला होता. आता देवगिरीवर अखेरचाच सूर्यास्त होणार होता. वीरिनीने आकाशाकडे पाहिले आणि ती देवगिरीच्या राजवाड्याच्या बाहेर पडली.

''महाराणी,'' एका सैनिकाने तिला लष्करी शिस्तीत प्रणाम केला. तो तिच्या मागेच चालत होता.

वीरिनीने अस्वस्थपणे हाताचा इशारा करून त्याला तिथून निघून जाण्याचा आदेश दिला आणि ती प्रवेशद्वाराकडे चालू लागली.

''महाराणी? तुम्ही नगरी सोडून निघाला आहात?'' धक्का बसलेल्या पहारेकऱ्याने विचारले.

मेलुहाची महाराणी नीळकंठाची क्षमा स्वीकारून त्यांना सोडून निघून चालल्याचे पाहून तो स्तंभित झाला होता.

त्याला उत्तर देण्याची आवश्यकता वीरिनीला भासली नाही. काहीच न बोलता ती रस्त्यावरून पुढे निघाली. सुवर्ण चौथऱ्याच्या प्रवेशद्वाराकडे ती तशीच चालत निघाली होती.

— 𑀧𑀧𑀝𑀧𑀝𑀧 —

''हा नीळकंठांचा आदेश आहे का?'' आपल्या पतीकडे पाहण्यापूर्वी आनंदमयीने विचारले.

पार्वतेश्वर आणि ती ताम्र चौथऱ्याबाहेरच्या एकांत जागी उभी होती. गोपाळ, कार्तिक आणि भगीरथ त्यांच्याशी बोलत होते.

"नीळकंठांना हेच हवं आहे," गोपाळ म्हणाला. "त्यांना या क्षणी आपल्याला हे हवं आहे, हे माहिती नाही."

पार्वतेश्वर विचारमग्न झाला. त्याच्या कपाळावर आठ्या चढल्या. "नीळकंठाने जर 'नाही', असं म्हटलं असेल, तर त्याचा अर्थ 'नाही' असाच आहे."

"सरलष्करप्रमुख, तुमच्या निष्ठेची मी प्रशंसा करतो," गोपाळ म्हणाला. "परंतु यामागे याहूनही व्यापक चित्र आहे. सोमरसाला आता सैतान ठरवलं गेलं आहे. परंतु त्याचा संपूर्ण सर्वनाश केला जावा, असं मानण्यात आलेलं नाही. फक्त त्याला सध्याच्या परिस्थितीत दूर ठेवायचं आहे. तुम्हालाही हे ज्ञात आहे. सोमरसाचं ज्ञान आपल्याला जीवित ठेवायचं आहे. कारण कदाचित आपल्याला त्याची पुन्हा आवश्यकता भासू शकेल. भरतवर्षाच्या भवितव्याविषयी विचार करून आपण बोलत आहोत."

"प्रभू नीळकंठांना भरतवर्षाची फिकीर नाही, असं तुम्हाला म्हणायचं आहे का?" पार्वतेश्वराने विचारले.

"सरलष्करप्रमुख, मला असं काहीच म्हणायचं नाही," गोपाळ म्हणाला. "परंतु....."

कार्तिकाने या संभाषणात मध्येच भाग घेतला. "माझ्या पिताजींविषयीच्या आपल्या निष्ठेचा मी आदर करतो आणि त्यांच्याविषयीच्या माझ्या प्रेमाला तुम्हीही जाणता, असंच मी समजतो."

पार्वतेश्वराने मान डोलावली. परंतु तो काहीही बोलला नाही.

"आता या क्षणी माझे पिताजी विमनस्क आहेत," कार्तिक म्हणाला. "माझ्या मातेविषयीचं त्यांचं प्रेम, निष्ठा आणि भक्ती या भावना तुम्ही जाणताच. तिच्या मृत्यूच्या दुःखामुळे त्यांचं मन संदिग्ध बनलं आहे. ते संभ्रमावस्थेत आहेत. ते संतप्त झाले आहेत आणि अर्थातच त्यांचा संताप अत्यंत न्याय्यही आहे. परंतु त्यांचं अंतःकरण शुद्ध आहे, हेसुद्धा तुम्ही जाणून आहात. धर्माविरुद्ध काहीही करण्याची त्यांची नक्कीच इच्छा असणार नाही. माझ्या पिताजींचा संताप शमेपर्यंत सोमरसाचं ज्ञान जीवित ठेवण्याचा माझा हेतू आहे. त्यानंतर मन शांत झाल्यावरही त्यांनी सोमरसाशी संबंधित प्रत्येक गोष्टीचाच नाश करण्याचा निर्णय घेतला, तर

मी वैयक्तिकरित्या त्याची अंमलबजावणी करेन.''

पार्वतेश्वर अवकाशात एकटक पहात राहिला. सखोल विचारात बुडाल्याप्रमाणे त्याची नजर दिसत होती.

''आणि हे सगळं पार पाडण्यासाठी सोमरसाच्या ग्रंथालयासह त्याच्या निर्मितीशी संबंधित सर्व ब्राह्मणांना वाचवलं गेलंच पाहिजे,'' त्याने उसासा सोडला.

तो पुढे म्हणाला, ''सोमरसाची पूजा करणाऱ्या त्या बुद्धिवाद्यांपैकी अनेक जण जीवित राहण्याच्या या संधीचा लाभ घेतील. परंतु काही जणांना सन्मानाची हाक नाकारता येणार नाही. कार्तिक, आपल्या सन्मानाचा त्याग करण्यासाठी तुम्ही एखाद्या व्यक्तीला भाग पाडू शकणार नाही. तुम्ही त्याच्यावर जीवित राहण्याची जबरदस्ती करू शकणार नाही. त्याच्या नीळकंठाने ज्या सोमरसाला सैतान म्हणून जाहीर केले आहे आणि जो सोमरस त्याच्या मातृभूमीचा विनाश घडवून आणत आहे, त्या सोमरसाला जीवित ठेवण्यासाठी तर नाहीच; नाही.''

कार्तिकाने पार्वतेश्वराचा हात पकडला. ''सरलष्करप्रमुख, माझी माता माझ्या स्वप्नात आली होती. तिने मला योग्य तेच करण्याची आज्ञा दिली आहे. तिचा मृत्यू कसा झाला यापेक्षा ती कशी जगली, तेच मी स्मरणात ठेवावं, असं तिनं मला सांगितलं. आता जे काही करण्याचा मी प्रयत्न करत आहे, तसंच जीवित असती, तर तीही वागली असती, तिनंही हेच केलं असतं, हेसुद्धा तुम्ही जाणता.''

पार्वतेश्वराने आकाशाकडे पाहिले आणि आपल्या डोळ्यांतील अश्रू झटकन पुसले. तो दीर्घ काळ शांत राहिला. ''ठीक आहे, कार्तिक,'' तो अखेरीस म्हणाला. ''मी त्या लोकांना बाहेर आणतो. त्यांच्याशी संभाषण करून, शक्य तेवढं त्यांचं मन वळवून त्यांना मी बाहेर आणतो आणि जिथे शक्य होणार नाही, तिथे जबरदस्तीनं मी त्यांना बाहेर पडायला लावतो. परंतु एक गोष्ट लक्षात ठेवा. त्या लोकांची संपूर्ण जबाबदारी तुमच्यावर असेल. यापुढे सैतानाला आपले हातपाय पसरू देण्याची त्यांना परवानगी मिळता कामा नये. सोमरसाचं दैव फक्त प्रभू नीळकंठच ठरवतील. तुम्ही नाही. प्रभू गोपाळ किंवा इतर कोणीही नाही.''

सुवर्ण चौथऱ्याच्या पायऱ्या उतरून वीरिनी झपाट्याने खाली आली. तिथे

जमलेल्या सर्वच लोकांनी त्यांच्या महाराणीला वाट करून दिली. मातालीचे सैन्यदल तेथील प्रमुख दल होते. तिथून निघून जाणाऱ्या प्रत्येकाच्या कागदपत्रांची आणि पूर्वेतिहासाची ते तपासणी करत होते. सैनिकांनी वीरिनीला प्रणाम केला. तिने विमनस्कपणे प्रणाम करून त्यांना प्रति अभिवादन केले. परंतु त्या भल्या मोठ्या लाकडी मनोऱ्याकडे ती तशीच चालत राहिली. नगरीपासून तो तसा दूरवर उभारण्यात आला होता. त्या तळावरूनच पशुपत्यास्त्र क्षेपणास्त्र सोडण्यात येणार होते.

त्या मनोऱ्याजवळ आल्यावर वीरिनीला शिव तिथे सूचना देत असल्याचे दिसले. त्याच्या शेजारीच उभ्या असलेल्या स्त्रीला तिने लगेच ओळखले. ती तर बृहस्पतीची प्रेयसी, तारा होती. गणेश तारासमवेत कार्य करत होता. तो भरीव मनोरा बांधण्यासाठी त्याने आपले अभियांत्रिकी कौशल्य पणाला लावले होते. तिथून थोड्याच अंतरावरच्या खडकावर काली बसली होती. ती विचारांत हरवून गेल्याचे स्पष्ट दिसत होते.

कालीचेच तिच्याकडे प्रथम लक्ष गेले. ''माते!''

वीरिनी शिवाकडे चालत गेली. काली आणि गणेशही तिच्याजवळ पोहचले.

शिवाने वीरिनीकडे पाहिले. त्याच्या भुवयांच्या मध्यभागी सातत्याने होत असलेल्या दाहामुळे त्याला नजर स्थिर करणे कठीण जात होते. शिवाच्या डोळ्यांमुळे वीरिनी स्तिमित झाली. त्याच्या डोळ्यांत नेहमीच बुद्धिमत्ता, आनंद आणि स्थिरचित्तता दिसत असे. त्याच्या निळ्या कंठामुळे नव्हे; तर त्याच्या सुंदर, तेजस्वी डोळ्यांमुळेच त्याच्याभोवती विलक्षण तेजोवलय निर्माण झाले आहे, असे तिला मनापासून वाटत असे. आता मात्र त्या डोळ्यांत फक्त यातना, वेदना आणि भकासपणा उरला होता. आपल्या जगण्याचे उद्दिष्टच हरवून बसलेल्या आत्म्याची झलक त्याच्या डोळ्यांतून प्रतीत होत होती.

सतीच्या हत्येत वीरिनीचाही हात असेल, असे क्षणभरही कधी शिवाला वाटले नव्हते. त्याने आपली मान झुकवली आणि आदरपूर्वक हात जोडून तिला नमस्कार केला.

वीरिनीने शिवाचे हात धरले. त्याच्या दोन भुवयांमधील काळपट लालसर डागावर तिची नजर स्थिरावली. ''माझ्या पुत्रा, तू ज्या यातनांमधून जात आहेस, त्यांची कल्पनाही मी करू शकत नाही.''

शिव शांत होता. तो हरवल्यासारखा आणि मोडून पडल्यासारखा दिसत होता.

''मी सतीला माझा शब्द दिला होता. तिच्या मृत्यूपूर्वी तिनं माझ्याकडून वचन घेतलं होतं. आज त्याची पूर्तता करण्यासाठीच मी इकडे आले आहे.''

शिवाच्या डोळ्यांत अचानकच जागृती आली. तो लक्षपूर्वक ऐकू लागला. त्याने वीरिनीकडे पाहिले.

''आपल्या दोन्ही पुत्रांच्या हातूनच आपले अंत्यसंस्कार केले जावेत, असं तिनं आग्रहपूर्वक सांगितलं होतं.''

वीरिनीच्या शेजारीच गणेश उभा होता. त्याच्या डोळ्यांतून अश्रू ओघळले आणि त्याने आपला श्वास रोखून धरला. ज्येष्ठ पुत्राने पित्याचा अंत्यविधी केला असेल, तर कनिष्ठ पुत्र मातेचे अंत्यविधी करतो, अशी परंपरा होती. नाग मुलाला कोणत्याही अंत्यसंस्काराच्या कामात सहभागी करून घेणं अशुभ मानलं जात असे. त्यामुळे आपल्या मातेच्या चितेला भडाग्नी देण्यासाठी गणेशाचा विचार केला जाणे अपेक्षित नव्हते.

काली वळली आणि तिने गणेशाला जवळ घेतले.

''परंतु परंपरेनुसार फक्त लहान पुत्रच मातेचे अंतिम संस्कार करतो,'' वीरिनी शिवाला म्हणाली. ''या परंपरेला कोणी आव्हान देऊ शकत असेल, तर ते फक्त तुम्हीच आहात.''

''मी त्या परंपरेला कसलंही आव्हान वगैरे देणार नाही,'' शिव म्हणाला. ''फक्त जर सतीची तशी इच्छा असेल, तर तसंच केलं जाईल.''

''मी कार्तिकालाही ते सांगते,'' वीरिनी म्हणाली. ''तो ताम्र चौथऱ्यावर असल्याचं मला समजलं आहे.''

शिवाने मान डोलावली आणि ज्या बर्फाच्या मनोऱ्यात सतीचे शव ठेवण्यात आले होते, त्या इमारतीकडे शिव पाहू लागला.

वीरिनी पुढे झाली आणि तिने शिवाला आलिंगन दिले. त्याने हलकेच वीरिनीला आलिंगन दिले.

''शिवा, थोडासा शांत होण्याचा प्रयत्न कर, बाळा,'' वीरिनी म्हणाली. ''सतीलाही असंच वाटलं असतं.''

''तुम्हाला शांतता लाभली आहे का?''

वीरिनीने सखेद स्मित केले.

"आपण पुन्हा एकदा सतीला भेटू तेव्हाच आपल्याला आता शांतता लाभेल," शिव म्हणाला.

"ती एक महान स्त्री होती. तिच्यासारख्या कन्येचा कोणाही मातेला अभिमान वाटेल."

शिव शांत राहिला. आपल्या डोळ्यांच्या कडेला जमलेले अश्रू त्याने टिपले.

वीरिनीने शिवाचा हात धरला. "मला तुला आणखी काही सांगायचं आहे. ती जीवित राहू शकली असती. या कटाविषयी तिला जेव्हा समजलं, तेव्हा ती देवगिरीतील आमच्या राजवाड्यात होती. तिने तिथून बाहेर पडण्याचं ठरवलं. ती आपल्या पद्धतीनं या नगरीबाहेर पडलीसुद्धा होती; परंतु नंतर नंदी आणि तिच्या इतर शरीररक्षकांच्या जीवितांचं रक्षण करण्यासाठी तिने त्यांच्या युद्धात उडी मारली. तिने नक्कीच कित्येक जणांचे प्राण वाचवले. एका शूर, सन्माननीय सैनिकाचा मृत्यू तिला आला. आपल्या अखेरच्या श्वासापर्यंत तिने आपल्या शत्रूला आव्हान दिलं आणि ती लढत राहिली. आपल्याला अशाच प्रकारचा मृत्यू यावा, अशीच कोणत्याही खऱ्या योद्ध्याप्रमाणे तिचीही सदैव इच्छा होती."

शिवाच्या डोळ्यांतून पुन्हा एकदा अश्रू बाहेर पडले. "सतीने स्वतःसाठी खूपच उच्च मानांकनं निश्चित केली होती."

वीरिनीने दुःखाने स्मित केले.

शिवाने एक दीर्घ श्वास घेतला. त्याला पशुपत्यास्त्रावर आपले लक्ष केंद्रीत करावयाचे होते. त्याने आपले हात जोडले आणि वीरिनीला विनम्रपणे नमस्कार केला. "आता मला....."

"नक्कीच," वीरिनी म्हणाली. "मी ते समजू शकते."

शिव झुकला आणि तिच्या चरणाला त्याने स्पर्श केला. तिने त्याच्या मस्तकाला प्रेमाने स्पर्श केला आणि त्याला आशीर्वाद दिले. तो वळला आणि त्या अस्त्राच्या प्रक्षेपणाच्या कामावर देखरेख करण्यासाठी सूचना देऊ लागला. त्याच्या आत्म्याचा विस्फोट थांबवण्याचे सामर्थ्य तेवढ्या एकाच गोष्टीत होते.

वीरिनी वळली आणि तिने आपल्या कन्येला, कालीला आणि गणेशाला मिठीत घेतले.

"मी तुम्हा दोघांवरही अन्याय केला आहे," वीरिनी म्हणाली.

"नाही. तू अन्याय केलेला नाहीस, माते," काली म्हणाली. "पिताजींनी ती

पापं केली आहेत. तू नाहीस.''

''परंतु माता म्हणून करावयाच्या कर्तव्यांपासून मी च्युत झाले. त्यांनी तुझा स्वीकार करण्यास नकार दिला, तेव्हाच माझ्या पतीचा मी त्याग करावयास हवा होता.''

कालीने आपले मस्तक हलवले. ''पत्नी म्हणूनही तुझी काही कर्तव्यं होतीच, माते.''

''पतीच्या गैरकृत्यांमध्ये त्याला साहाय्य करणं हे काही पत्नीचं कर्तव्य नाही. खरं तर पती चुकीची गोष्ट करतो, त्यावेळी एक आदर्श, चांगली पत्नी त्याला सुधारण्याचा प्रयत्न करते; त्याला सुधारते. त्यासाठी त्याला फटकारावं लागलं तरी ती ते करते.''

''त्यांनी तुझं ऐकलं असतं, असं मला वाटत नाही, आजी,'' गणेश म्हणाला. ''तू कितीही पराकाष्ठेचे प्रयत्न केले असतेस, तरी ते निष्फळच ठरले असते. तो माणूस म्हणजे....''

तिच्या तोंडावरच आपल्या आजोबांना दूषणे देण्यापासून गणेशाने आपल्याला आवरले. त्याच वेळी वीरिनीनेही त्याच्याकडे पाहिले. तिने त्याच्या डोळ्यांत पाहिले. तिला त्याच्या नजरेतील भावना वाचता आली होती. आदल्या वेळी ती त्याला भेटली होती त्यावेळी त्याचे डोळे शांत आणि विरक्त दिसत होते. मात्र आता त्याचे डोळे तसे नव्हते. त्याच्या डोळ्यांत क्रोधाग्नी भडकला होता. आपल्या मातेच्या मृत्यूचा दबलेला संताप तिथे धगधगताना दिसत होता.

''आजी, कृपा करून मला जाऊ दे. त्या मनोऱ्यावर काम करण्याची आवश्यकता आहे.''

''अर्थातच, माझ्या बाळा.''

गणेश खाली वाकला आणि त्याने आपल्या आजीच्या पावलांना स्पर्श केला आणि तो तसाच चालत ताराकडे गेला.

''माते, क्षणभर थांब. गणेश तुला आमच्या गलबताकडे नेईल. हे सारं संपेपर्यंत तू तिथेच रहा आणि नंतर आमच्यासमवेतच पंचवटीला ये. खरं तर माझ्या निवासस्थानी तू शंभर वर्षांनंतर जरी येत असलीस, तरीही तिथं तू वास्तव्य करणं ही माझ्यासाठी खूपच आनंदाची बाब असेल. तू आमच्यासमवेत असल्यामुळे आम्हा सर्वांनाच आपल्या दुःखावर नियंत्रण मिळवणं सोपं जाईल. सतीच्या जाण्यानं

निर्माण झालेली पोकळी तुझ्या अस्तित्त्वानं भरून काढण्याचा प्रयत्न आम्ही करू.''

वीरिनीने स्मित केले आणि कालीला आलिंगन दिले. ''तुझ्या निवासस्थानी वास्तव्याला येण्यासाठी माझ्या पुढच्या जन्माची प्रतीक्षा मला करावी लागेल, माझ्या बाळा,'' ती म्हणाली.

काली आश्चर्यचकित झाली. ''माते! त्या वृद्ध बकऱ्याच्या अपराधांसाठी तू शिक्षा भोगण्याची काहीच आवश्यकता नाही. तू देवगिरीला परत जाणार नाहीस!''

''वेड्यासारखी वागू नकोस, काली! मी मेलुहाची महाराणी आहे. ज्यावेळी देवगिरीचा मृत्यू होत असेल, तेव्हाच माझाही होईल.''

''नाही. अजिबातच नाही!'' काली ओरडली. ''त्यासाठी कोणतंही कारण नाही....''

''पंचवटीचा सर्वनाश होत असेल, तर त्या दिवशी तू पंचवटीचा त्याग करून निघून जाशील?''

काली पेचात पकडली गेली. होती. परंतु नागांची ती राणी एवढ्या झटकन हार पत्करणार नव्हती. ''हा सैद्धांतिक प्रश्न झाला, माते. सध्या एवढीच गोष्ट महत्त्वाची आहे, की.......''

''सध्या एवढीच गोष्ट महत्त्वाची आहे, की'' वीरिनी तिला मध्येच थांबवत म्हणाली, ''हे कारस्थान तडीस नेण्यासाठी तुझ्या पिताजींना साहाय्य करणाऱ्या व्यक्तीची ओळख पटली पाहिजे. हल्लेखोरांप्रमाणेच कित्येक कारस्थानी लोकही पळून गेले. उद्या त्यांना इथे मृत्यू येणार नाही. तू त्यांना शोधून काढण्याची आवश्यकता आहे. तू त्यांना शिक्षा देण्याची आवश्यकता आहे.''

प्रकरण ५०

प्राचीन वारशाचे जतन

पश्चिमेकडच्या क्षितिजावर केव्हाच सूर्यास्त झाला होता. ताम्र चौथऱ्याच्या दूरवरच्या टोकाजवळ कार्तिक, गोपाळ आणि भगीरथ थांबले होते. देवगिरीच्या इतर दोन्ही चौथऱ्यांवरून किंवा शिवाच्या सैन्याच्या तळावरून तो परिसर स्पष्ट दिसत नव्हता. आपले कार्य पूर्णत्वास नेण्यासाठी कार्तिकाच्या दृष्टीने ते एक उत्तम स्थान होते.

बल – अतिबल कुंडाजवळच्या युद्धानंतर कार्तिकाशी मनापासून एकनिष्ठ बनलेले दिवोदासाच्या हुकमतीखालील वीस ब्रंग सैनिक त्यावेळी कार्तिकासमवेत होते. त्या सैनिकांनी एक दोरखंड घट्ट धरून ठेवला होता. आपल्यापासून थोडेसे अंतरही त्या दोरखंडाला ते सरकू देत नव्हते. दिवोदासही त्यांच्यासमवेत कार्य करत होता. ताम्र चौथऱ्याच्या वरच्या भागावरच्या कप्पीला तो दोरखंड जोडण्यात आला होता. कप्पीच्या वर्तुळाकार हालचालीबरोबर तो दोरखंड खाली सरकत होता आणि दोरखंड ज्या लाकडी पिंजऱ्याला घट्ट बांधण्यात आला होता, त्याकडे जात होता. त्या पिंजऱ्यातून एका वेळी दहा ब्राह्मण बाहेर पडू शकत होते. त्यांच्यापैकी दहा जण आपल्या ग्रंथांसह आणि आवश्यक साधनसामग्रीसह कार्तिकाच्या आश्रयाला येत होते. याबाबत गुप्तता बाळगणे अनिवार्य होते, कारण सोमरसाविषयीची कोणतीही माहिती नगरीतून बाहेर नेण्यावर कडक बंदी होती.

त्यासाठी मृत्युदंड हीच एकमेव शिक्षा होती.

आता त्या लाकडी पिंजऱ्याला सुरक्षिततेसाठी म्हणून दुसरा दोरखंड बांधण्यात आला. तो विशिष्ट दोरखंडही तटबंदीच्या भिंतीवर बसवण्यात आलेल्या कप्पीभोवतीच गोलाकारात फिरवला गेला होता. परंतु त्या दोरखंडाचे टोक चौथऱ्यावरच्या सूर्यवंशी सैनिकांच्या हातात होते. त्यांच्यावर पार्वतेश्वर देखरेख करत होता. दोरखंडांची टोके एकाच गतीने सोडून देण्यासाठी दोन्ही सैनिकांचे गट एकमेकांशी समन्वय राखून काम करत होते. त्यामुळे तो पिंजरा हळुवारपणे भूमीवर उतरवला जात होता. पिंजऱ्याच्या हालचालीचा अंदाज घेणे आणि तो भूमीवर हळुवारपणे उतरवला जात आहे की नाही, ते पाहणे या गोष्टी करणे भिंतीच्या विशिष्ट कोनामुळे पार्वतेश्वराला शक्य होत नव्हत्या.

वरच्या बाजूला दोरखंड धरून असलेल्या सूर्यवंशी सैनिकांची आणि खाली असलेल्या दिवोदासाच्या सैनिकांची हालचाल यांमध्ये समन्वय साधला गेला नसता, तर अपघात होण्याची शक्यता होती.

हे घडू नये, म्हणून भगीरथाला एका विशिष्ट अंतरावर उभे करण्यात आले होते. तो दिवोदासाच्या आणि त्याचबरोबर सूर्यवंशींच्या सैनिकांवरही नजर ठेवू शकत होता. पौर्णिमेच्या चंद्रप्रकाशामुळे भगीरथाला नीट दिसू लागले. लाकडी पिंजरा भूमीवर टेकेपर्यंत पक्ष्यांप्रमाणे; परंतु एका ठराविक ठेक्यात शीळ घालत राहणे हे त्याचे काम होते. सैनिकांच्या हालचालींमध्ये योग्य वेळेचे अंतर राखण्याचे कार्य तो करत होता.

भगीरथ शीळ घालण्याचा थांबला, त्यावेळी कार्तिक मागे वळला. दिवोदास आणि त्याचे सैनिक मात्र त्याच गतीने दोरखंड सोडत राहिले होते. किल्ल्याच्या तटबंदीवर असलेल्या सैनिकांना आदेशाचे तंतोतंत पालन करण्याची सवय होती. भगीरथाने शीळ घालणे थांबवताच त्यांनी आपले काम तातडीने थांबवले. त्याबरोबर त्या लाकडी पिंजऱ्याचा तोल सुटला आणि तो एका बाजूला झुकला.

''थांबा!'' कार्तिक ओरडला.

दिवोदास आणि त्याचे सैनिक थांबले. सोमरसाच्या उत्पादन सुविधा केंद्रातील दहा ब्राह्मण हवेतच धोकादायकपणे लटकत राहिले. आपण खाली पडून प्राण गमावून बसू, हे समोर दिसत असतानाही त्या पिंजऱ्यातील एकाही ब्राह्मणाची शांतता ढळली नव्हती, हे पाहून गोपाळाला आश्चर्य वाटले. त्यांच्याकडून थोडासा

जरी जोरदार आवाज झाला असता, तरी इतरांचे लक्ष त्यांच्याकडे वेधले गेले असते.

कार्तिक भगीरथाकडे धावतच गेला. परंतु भगीरथ आपल्याच विश्वात हरवून गेल्याचे त्याला आढळले.

''राजकुमार भगीरथ?''

भगीरथ एकदम भानावर आला आणि शीळ घालू लागला. त्याबरोबर सूर्यवंशी सैनिकांनी एका विशिष्ट वेगाने दोरखंड सोडायला प्रारंभ केला आणि तो लाकडी पिंजरा अलगदपणे भूमीवर उतरवण्यात आला. त्या पिंजऱ्यातील ब्राह्मण शिस्तबद्धपणे एका पाठोपाठ बाहेर पडले.

दोन्ही बाजूच्या सैनिकांनी एकाच वेळी रिक्त पिंजरा मागे घेण्यास प्रारंभ केल्यानंतर शिट्या वाजवण्याची आवश्यकता उरली नव्हती. आता फक्त वेग महत्त्वाचा होता. स्थैर्य तेवढे महत्त्वाचे नव्हते.

''राजकुमार भगीरथ, कृपया, लक्ष ठेवा. आता कित्येक लोकांची जीवितं पणाला लागली आहेत.''

भगीरथाच्या अस्वस्थतेचे कारण कार्तिकाला ठाऊक होते. पार्वतेश्वराने देवगिरी सोडून बाहेर पडण्यास नकार दिला होता. आपल्या प्रिय नगरीसमवेतच विनाशाला कवटाळण्याचा निर्णय मेलुहाच्या सरलष्करप्रमुखाने घेतला होता आणि भगीरथाला त्याहूनही दुःखदायक वाटणारी बाबही घडली होती. ती म्हणजे आनंदमयीने आपल्या पतीसमवेतच राहण्याचा निर्णय घेतला होता.

भगीरथाने तिला आपल्या निर्णयापासून परावृत्त करण्याचे शर्थीचे प्रयत्न केले. त्याने तिची याचना केली. आपल्या निर्णयाच्या पुनर्विचाराबाबत तिची मनधरणी केली. परंतु ते सारे प्रयत्न व्यर्थ ठरले होते. ''तुझा मृत्यू व्हावा, असं पार्वतेश्वरांना वाटेल, असं तुला वाटतं का? आणि माझं काय? मला शोकसागरात लोटावं, असं तुला का वाटतं? तुला माझा एवढा तिरस्कार वाटतो का? मी तुझा बंधु आहे. त्याला पात्र ठरण्यासाठी मी नेमकं काय करावं असं तुला वाटतं?''

आनंदमयीने फक्त स्मित केले. तिचे डोळे प्रेमाश्रूंनी चमकत होते. ''भगीरथ, तुझं माझ्यावर प्रेम आहे आणि मी जगावं अशी तुझी इच्छा आहे. तुला अगदी मनापासून हेच वाटतं हे मी जाणते. आपल्याला जगावं असं वाटण्याजोगं, जगण्याची ऊर्मी शाबूत असलेलं आयुष्य मला अखेरच्या क्षणापर्यंत जगू दे. आता

मला जाऊ दे.''

भगीरथाने आपल्या मनातील विचार झटकल्याप्रमाणे आपले मस्तक हलवले. ''कार्तिक मला क्षमा कर.''

कार्तिक पुढे झाला आणि त्याने भगीरथाचे हात पकडले. ''राजकुमार, तुमच्या भगिनीचं तुमच्याविषयीचं मत योग्यच होतं. आपल्या पिताजींपेक्षाही तुम्ही खूप चांगले राजा बनाल.''

भगीरथाने घसा खाकरला. मेलुहाचा सेनाधिकारी व्रक याच्या नेतृत्त्वाखाली गेलेल्या चंद्रवंशी सैन्याने देवगिरीकडे कूच करण्यास नकार देऊन आपले पिताजी, दिलीपा यांच्याविरुद्ध बंड केल्याचे त्याला माहिती होते. अयोध्येचा राजा आपल्याला चुकीच्या मार्गाने नेत असल्याचे सैनिकांचे ठाम मत होते. आपल्या एके काळच्या शत्रूच्या; म्हणजेच मेलुहाच्या वतीने आपल्या प्रभूच्या, प्रभू नीळकंठाच्या विरोधात लढण्याचे त्याचे आदेश त्यांनी धुडकावून लावले होते. भगीरथाने अयोध्येचा राजमुकुट धारण करावा, अशी विनंती करण्यासाठी सैन्यातील काही सैनिक त्याच्याकडे येत असल्याचे वृत्तही त्याला समजले होते. परंतु त्याला आता त्या गोष्टीची पर्वा नव्हती. आपल्या प्रिय भगिनीला त्याला गमवावे लागणार होते. त्या दुःखातच तो चूर झाला होता; विदीर्ण होऊन गेला होता.

''महान राजाचा कोणता गुणधर्म असतो, हे तुम्हाला माहिती आहे का?'' कार्तिकाने विचारले.

भगीरथाने कार्तिकाकडे पाहिले.

''वैयक्तिक आयुष्यात शोकांतिका घडल्या असल्या, तरीही आपलं लक्ष आपल्या कार्यावरच केंद्रित करणं हा तो गुणधर्म आहे. आपल्या भगिनीच्या आणि मेव्हण्याच्या मृत्युविषयी शोक करण्यासाठी तुम्हाला नक्कीच वेळ मिळेल, राजकुमार भगीरथ. परंतु ती ही वेळ नाही. रात्री शीळ घालणाऱ्या पक्ष्याप्रमाणे फक्त तुम्ही एकटेच इथे शीळ घालू शकता. तुमचाच आवाज फक्त पक्ष्याच्या शीळेप्रमाणे नैसर्गिक भासू शकतो.''

''होय, महाराज कार्तिक,'' भगीरथ म्हणाला. त्या लहान मुलाला प्रथमच तो आपला 'महाराज' म्हणून संबोधत होता.

कार्तिक मागे वळला. ''इकडे या.''

एक ब्रंग सैनिक तिकडे आला.

"राजकुमार भगीरथ," कार्तिक म्हणाला. "तुमच्या कार्यात साहाय्यासाठी हा सैनिक इथे असेल."

भगीरथाने हरकत घेतली नाही. त्यानंतर झटकन कार्तिक गोपाळाकडे गेला.

वासुदेवांच्या प्रमुखाच्या चेहऱ्यावरील सचिंत भाव पाहून त्याने विचारले, "काय झालं पंडितजी?"

गोपाळाने सूर्यवंशी सैनिकाकडे निर्देश केला. "महाराज पार्वतेश्वरांनी संदेश धाडला आहे. महर्षि भृगुंनी नगरी सोडून निघून जाण्यास नकार दिला आहे."

कार्तिकाने आपले मस्तक हलवले. "मृत्यूला कवटाळण्यासाठी हे मेलुहावासी एवढे अधीर का झाले आहेत?"

"आता मी काय करू, महाराज कार्तिक?" त्या सूर्यवंशीयाने विचारले.

"मला महर्षि भृगुंकडे घेऊन चल."

— ⵣ ◔ ⴹ ↂ ⊕ —

यज्ञकुंडातील अग्नीची ज्वाळा जोरात भडकली. त्यामुळे रात्रीचा अंधार शक्य तेवढा दूर होत गेला. जवळच्या सरस्वती नदीच्या पात्रात पडलेल्या तिच्या प्रतिबिंबामुळे तिचा प्रकाश अधिकच वाढल्यासारखा वाटत होता. गणेश शांतपणे पाटावर बसला होता. त्याने मांडी घातली होती. त्याचे जाडजूड, गुबगुबीत हात त्याच्या गुडघ्यांवर होते. त्याची लांबसडक बोटे समोरच दिसत होती. तो पांढरे धोतर नेसला होता.

एक न्हावी गणेशाचे केस कापत होता. त्यावेळी गणेश शांतपणे मंत्रपठण करत होता आणि वेळोवेळी यज्ञकुंडात तूप टाकत होता.

गणेशाच्या डोक्यावरचे सर्व केस काढून टाकल्यानंतर न्हाव्याने आपल्या हातातील कात्री आणि इतर वस्तू खाली ठेवल्या. त्याने गणेशाचे मस्तक एका कापडाने पुसले. त्यानंतर आयुर्वतीकडून घेतलेली एक बाटली त्याने उचलली आणि त्यातील द्रव पदार्थ आपल्या हातावर ओतून तो गणेशाच्या मस्तकावर चोळला.

"आता सारं पार पडलं, महाराज."

गणेशाने काहीच उत्तर दिले नाही. तो थेट त्या ज्वाळांकडे पहात मंत्रपठण

करत राहिला. तो हळुवारपणे म्हणाला, ''ती त्या सर्वांपेक्षाही परम पवित्र होती, प्रभू अग्नी. तू तिचं दहन करशील, त्यावेळी या गोष्टीचं स्मरण कर. तिची काळजी घे आणि तिला थेट स्वर्गात घेऊन जा. कारण तिथूनच तर ती इथे आली होती. ती देवी होती, आहे आणि निरंतर देवीच राहील. ती मातृदेवता असेल.''

— ☥ ◉ ☺ ♀ ⊕ —

त्या दिवशी रात्री उशीरा श्रांत क्लांत झालेला शिव त्याच्या सतीकडे परतला होता. आता पशुपत्यास्त्र सज्ज होते. फक्त काही चाचण्या घेणेच बाकी होते. तारा त्या घेत होती. पशुपत्यास्त्राच्या स्फोटाच्या बाह्य त्रिज्येत शांतता परिषदेचा परिसर येत होता. त्यामुळे दुसऱ्या दिवशी सकाळी सतीचे शरीर त्या बर्फाळ मनोऱ्यातून हलवणे क्रमप्राप्त होते.

मेलुहाच्या शीत यंत्रणेविना सतीचा मृतदेह सडू लागला असता आणि त्यामुळेच तिच्यावर अंत्यसंस्कार करणे आवश्यक होते, हे बोलण्याचे धाडस मात्र कोणीच केले नव्हते. याविषयी गांभीर्याने विचार करण्यास शिव मात्र नकार देत होता.

शिवाने इमारतीतील अंतर्गत दालनाचे प्रवेशद्वार उघडले. त्याबरोबर अचानक आलेल्या थंडगार हवेच्या झोतामुळे तो कुडकुडला. त्या बर्फाच्या मनोऱ्याशेजारी आपला पुत्र गणेश उभा असल्याचे त्याने पाहिले. आपल्या मृत मातेचा हात त्याने हातात घेतला होता. त्याने आपल्या मस्तकावरील सर्व केस काढून टाकले होते. नागांचा तो महाराज आपल्या चवड्यांवर बसला होता. त्याचे मुख आपल्या मातेच्या कानांजवळ होते. प्राचीन परंपरा पाळत ऋग्वेदातील काही ऋचा तो तिच्या कानांत गात होता.

शिव गणेशाजवळ गेला आणि त्याच्या खांद्याला त्याने हळुवार स्पर्श केला. गणेशाने झटकन आपले पांढरेशुभ्र अंगवस्त्र ओढून घेतले आणि आपले अश्रू पुसून तो आपल्या पिताजींकडे वळला.

शिवाने आपल्या पुत्राला आलिंगन दिले.

''मला तिची खूपच आठवण येते, पिताजी,'' गणेश शिवाला घट्ट पकडून ठेवत म्हणाला.

''मलाही तिची खूप खूप आठवण येते.....''

गणेश रडू लागला. ''ज्यावेळी तिला माझी खरी आवश्यकता होती, त्यावेळी मी तिला एकटीला सोडलं.''

''ते फक्त तू एकट्यानंच केलं नाहीस, माझ्या पुत्रा. मीही तिथे नव्हतो. परंतु आपण तिच्या मृत्यूचा सूड घेऊ.''

गणेश असाहाय्यतेने हुंदके देत राहिला.

''मला त्या सर्वांनाच ठार मारायचं आहे. त्या बदमाशांपैकी प्रत्येकाला मला वेचून वेचून ठार मारायचं आहे.''

''ज्या सैतानानं तिचं जीवित तिच्यापासून हिरावून घेतलं, त्या सैतानालाच आपण प्रथम ठार मारू,'' शिवाने आपल्या पुत्राला शांतपणे आपल्या हृदयाशी धरले आणि तोही हुंदके देऊ लागला. त्याने आपले डोळे मिटून घेतले आणि गणेशाला घट्ट मिठीत घेतले. त्यानंतर तो घोगऱ्या आवाजात पुटपुटला, ''त्यासाठी कोणतीही किंमत द्यावी लागली तरी त्याची पर्वा नाही!''

— ⚇ ◯◯ ᚢ ⚹ ⊕ —

वीरभद्र आणि कृत्तिका रजत चौथऱ्यावर आले होते. कृत्तिकाचे प्रदीर्घ काळ देवगिरीत वास्तव्य होते आणि तिला बहुतांश लोक माहिती होते. त्यामुळे तिथेच राहण्याचा निर्णय घेतलेल्या अनेकांशी ती संभाषण करत होती आणि त्यांनी नगरी सोडून बाहेर पडावं म्हणून प्रयत्न करत होती.

''वीरभद्र, मला तुमच्याशी बोलायचं आहे.''

वीरभद्र मागे वळला. काली आणि परशुराम आपल्या मागेच उभे असल्याचे त्याला दिसले.

''बोला महाराणी,'' वीरभद्र म्हणाला.

''खाजगीमध्ये!'' काली म्हणाली.

''नक्कीच!'' वीरभद्र म्हणाला. तिथून निघताना त्याने कृत्तिकाच्या हाताला हळुवारपणे स्पर्श केला.

— ⚇ ◯◯ ᚢ ⚹ ⊕ —

"विद्युन्माली?" वीरभद्र थुंकला. त्याचा चेहरा क्रोधाने कठोर बनला.

"तोच मुख्य सूत्रधार आहे," काली म्हणाली. "तो नगरीत लपून बसला आहे. नुकत्याच झालेल्या कोणत्या तरी चकमकीत तो गंभीर जखमी झाला आहे."

परशुरामाने वीरभद्राच्या खांद्याला स्पर्श केला. "आपल्यासमवेत एक लहान तुकडी घेऊन आपल्याला नगरीत प्रवेश करावा लागेल आणि त्याला शोधून काढावं लागेल."

कालीने आपल्या खंजीराला स्पर्श केला. त्या खंजीराच्या धारदार, तीक्ष्ण पात्यामुळे यातनामय जखमा होत असत. "आपण त्याला बोलतं केलं पाहिजे. जे मारेकरी इथून निसटून गेले आहेत, ते कोण होते, ते आपल्याला समजलं पाहिजे."

"त्या बदमाशाला आपण हळूहळू येणारा यातनामय मृत्यू देऊया," वीरभद्र गुरगुरत म्हणाला.

"तसंच होईल," काली म्हणाली. "परंतु त्याला बोलतं केल्याखेरीज नाही."

परशुरामाने आपला हात पुढे केला. हाताचा तळवा त्याने भूमीच्या दिशेने वळवला होता. तो म्हणाला, "प्रभू नीळकंठांसाठी हे केलंच पाहिजे."

वीरभद्राने परशुरामाच्या हातावर आपलाही हात ठेवला आणि तो म्हणाला, "शिवासाठी हे केलंच पाहिजे."

कालीनेही तिचा हात त्यांच्या हातावर ठेवला आणि ती म्हणाली, "सतीसाठी हे केलंच पाहिजे."

प्रकरण ५१

जगत रहा, तुझे कर्म कर

''तू देवगिरीत प्रवेश करू इच्छितोस?'' कृत्तिकेने कर्कश आवाजात विचारले. ''तुला वेड लागलंय का?''

''मी लवकरच परत येईन, कृत्तिका,'' वीरभद्राने प्रतिवाद करत म्हटले. ''नगरीत अराजक माजलेलं नाही. मेलुहावासीयांचं वर्तन कसं आहे, ते तू पाहिलं आहेसच.''

''ते तसं असेलही; परंतु विद्युन्मालीचे लोक नक्कीच शत्रूच्या शोधार्थ भटकत असतील. ते काय करतील, असं तुला वाटतंय? तुझं फुलांनी स्वागत करतील?''

''त्यांना मी दिसणारच नाही, कृत्तिका.''

''मूर्खपणा आहे हा! प्रभू नीळकंठांचे मित्र म्हणूनच मेलुहातील बहुतांश लोक तुला ओळखतात.''

''तू दुसऱ्या कोणाला तरी का पाठवत नाहीस?''

''कारण माझ्या मित्रासाठी किमान एवढी गोष्ट तरी मी करू शकतो. राजकुमारी सतीचे खरे मारेकरी कोण आहेत, ते आपल्याला शोधून काढलंच पाहिजे. विद्युन्मालीला ते माहिती आहे. शांतता परिषदेचा हा सारा बनाव त्यानेच घडवून आणला होता.''

''परंतु आपण संपूर्ण नगरीचाच विनाश घडवून आणणार आहोत. काहीही

झालं तरी कटाचे सर्वच सूत्रधार मरण पावणारच आहेत.''

''कृत्तिका कित्येक मारेकरी पळून गेले आहेत,'' वीरभद्र म्हणाला. ''विद्युन्मालीखेरीज कोणालाही त्यांच्याविषयी काहीही माहिती नाही. आताच त्यांची ओळख पटवून घेता आली नाही, तर आपल्याला ते कधीच समजणार नाही.''

कृत्तिका दूर पाहू लागली. आता वाद घालण्यासारखा कोणताच मुद्दा तिच्याकडे नव्हता. परंतु तरीही अद्यापही ती अंतर्बाह्य हादरलेलीच होती. ''राजकुमारी सतीच्या मृत्यूमुळे तुझ्याएवढाच मलाही प्रचंड संताप आला आहे. परंतु कधी तरी या हत्त्या थांबल्याच पाहिजेत.''

''कृत्तिका, आता मला गेलंच पाहिजे.''

वीरभद्राने तिचे चुंबन घेऊन तिचा निरोप घेण्याचा प्रयत्न केला; परंतु तिने आपला चेहरा दुसरीकडे वळवला. तिचा राग तो समजू शकत होता. तिने आपल्या जीवनभर जिचा आदर्श समोर ठेवला होता, त्या स्त्रीला ती गमावून बसली होती. तिची मातृभूमी असलेल्या देवगिरीचा आता लवकरच विनाश होणार होता. त्याप्रमाणेच आपल्या पतीलाही गमावण्याचा धोका तिला पत्करायचा नव्हता. परंतु वीरभद्राला हे करावेच लागणार होते. सतीच्या मारेकऱ्यांना शिक्षा व्हायलाच हवी होती.

''पंडितजी,'' कार्तिक नमस्कार करत म्हणाला. त्याची मान झुकलेली होती.

भृगुंनी डोळे उघडले. सार्वजनिक सभागृहाशेजारी असलेल्या विशाल इंद्र मंदिरात महर्षि ध्यान करत बसले होते.

''महाराज कार्तिक,'' भृगु म्हणाले. रात्रीच्या त्या प्रहरी देवगिरीतील मंदिरात कार्तिकाला पाहून ते आश्चर्याने थक्क झाले होते.

''आपण मला महाराज म्हणू नका. मी आपल्यापेक्षा खूपच लहान आहे, महान महर्षि,'' कार्तिक म्हणाला.

''उमद्या कृत्यामुळे 'महाराज' हे नामाभिधान व्यक्ती प्राप्त करून घेते. फक्त वयावरून ते ठरत नाही. सोमरस पूर्णतया नष्ट केला जाऊ नये, यासाठी तुम्ही करत

असलेल्या प्रयत्नांविषयी मला ज्ञात झालं आहे. यासाठी इतिहास तुमचा सदैव ऋणी राहील. कित्येक युगं तुमची कीर्ती टिकेल.''

"माझ्या स्वतःच्या कीर्तीसाठी मी हे कार्य करत नाही, पंडितजी. माझ्या पिताजींच्या कार्याला तडीस नेण्यासाठी त्यांना साहाय्य करणं हे माझं कर्तव्य आहे. तेच मी पार पाडत आहे. माझ्या मातेला मी जे करावं, असं वाटत होतं, ते करणं हे माझं कर्तव्य आहे.''

भृगुंनी स्मित केले. "तुम्ही इथे यावं, असं तुमच्या मातेला वाटलं असतं, असं मला वाटत नाही. तुम्ही माझं रक्षण करावं, असं तिला वाटलं असतं, असंही मला वाटत नाही.''

"मला हे अमान्य आहे,'' कार्तिक म्हणाला. "तुम्ही सद्गृहस्थ आहात. तुम्ही फक्त चुकीची बाजू घेतली होती, एवढंच!''

"मी फक्त ती बाजू घेतली होती, एवढंच नाही; तर मी त्या बाजूला युद्धापर्यंत घेऊन गेलो आणि धर्माच्या तत्त्वांनुसार त्या बाजूसह माझाही सर्वनाश झालाच पाहिजे.''

"का?''

"मी घेतलेल्या बाजूनं जर अशा प्रकारचे अपराध केले असतील, तर त्याची शिक्षा मीसुद्धा भोगलीच पाहिजे. सोमरसाला पाठिंबा देणाऱ्यांनी पाप केलं आहे, असं जर नियतीनंच ठरवलं असेल, तर सोमरस हा सैतान असलाच पाहिजे. माझी चूक झाली आणि मृत्युदंड हेच त्यासाठीचं प्रायश्चित्त आहे. त्याची शिक्षा फक्त मृत्यूच आहे.''

"हा एक सुलभ मार्ग नाही का? एक पळवाट?''

भृगुंनी कार्तिकाकडे रोखून पाहिले. आपल्या अवमानामुळे ते संतप्त झाले होते.

"म्हणजे आपण काहीतरी चूक केली आहे, असं तुम्हाला खरोखरच वाटतंय ना पंडितजी?'' कार्तिकाने विचारले. "मग यातून बाहेर पडण्याचा मार्ग कोणता आहे? मृत्यूच्या आधारे यातून निसटून जाणं हा? की तुमच्या कर्माचा समतोल राखून सर्व गोष्टी योग्य, सुरळीत बनवणं हा?''

"मी काय करू शकतो? सोमरस हाच सैतान असल्याचं मला मान्य आहे. आता करण्याजोगं असं माझ्यासाठी काहीच उरलेलं नाही.''

"पंडितजी, तुमच्याकडे प्रचंड ज्ञानभांडार आहे,'' कार्तिक म्हणाला.

''सोमरसाच्या बाबतीतच फक्त तुम्ही सर्वश्रेष्ठ नाही. प्रभू भृगुंच्या संहितेपासून तुम्ही जगाला वंचित ठेवणार आहात का?''

''माझ्या ज्ञानामध्ये कोणाला स्वारस्य असेल, असं मला वाटत नाही.''

''ते आगामी पिढ्यांनी ठरवायचं आहे. आपण फक्त आपलं कर्तव्य करावं.''

भृगु शांत राहिले.

''पंडितजी, ज्ञानाचा जगभर प्रसार करणं हे तुमचं कर्तव्य आहे,'' कार्तिक म्हणाला. ''इतरांनी त्यानुसार वागावं, ते ऐकावं, वाचावं की तसं वागू नये, वाचू नये, ऐकू नये हा त्यांच्या कर्माचा भाग आहे,'' कार्तिक म्हणाला.

त्यांच्या चेहऱ्यावरचा कठोर भाव त्यांनी केलेल्या सखेद स्मिताने काहीसा मृदु झाला. त्यांनी मस्तक हलवले. ''नीळकंठाच्या पुत्रा, तू चतुरपणे संभाषण करतोस. परंतु जे सैतान असल्याचं सिद्ध झालं, त्याला मी पाठिंबा दिला. त्या पापासाठी मी मृत्यूच पत्करला पाहिजे. आता या जन्मात तरी माझ्यासाठी कोणतंही कर्म शिल्लक राहिलेलं नाही. आता मला पुनर्जन्माचीच प्रतीक्षा केली पाहिजे.''

''कर्माचं चक्र रोखण्याची परवानगी कोणीही एखाद्या दुष्कृत्याला देऊ शकत नाही. आपल्या अपराधाची, पापाची शिक्षा म्हणून स्वतःला या जगातून हद्दपार करू नका. त्याऐवजी इथेच रहा आणि सत्कृत्य करा. त्यामुळे तुमच्या कर्मावरील कलंक दूर होईल.''

भृगुंनी कार्तिकाकडे रोखून पाहिले.

''जे घडलं, ते कोणीही पूर्ववत करू शकत नाही. परंतु काळाचा अविचल फेरा आपल्यासमोर पापमुक्तीच्या अनेक सूज्ञ संधी आणून ठेवत असतो. मी आपल्याला कळकळीची विनंती करतो, की आपण निसटून जाऊ नका. पळवाट शोधू नका. या जगतातच रहा आणि आपलं कर्म करा.''

भृगुंनी स्मित केले. ''एवढ्या बालवयातही तुम्ही खूपच बुद्धिमान आहात.''

''मी शिव आणि सती यांचा पुत्र आहे,'' कार्तिक स्मित करत म्हणाला. ''मी गणेशाचा कनिष्ठ बंधु आहे. जर बागेचे माळी चांगले असतील, तर फुलांना बहर येणारच.''

गाभाऱ्यातील प्रभू इंद्राच्या मूर्तीकडे भृगु वळले. प्राचीन काळातील राक्षस वृत्र याचा नाश करणारा तो देव तेजस्वीपणे तसाच उभा होता. त्याच्या हातात त्याचे आवडते वज्र होते. भृगुंनी त्याला नमस्कार केला आणि आशीर्वाद लाभावेत

म्हणून देवाची प्रार्थना म्हटली.

त्यानंतर महर्षि कार्तिकाकडे वळले आणि ते पुटपुटले, "संहिता......"

"भृगु संहिता," कार्तिक म्हणाला. "तुमच्या अफाट ज्ञानाचा जगाला लाभ मिळेल, पंडितजी. माझ्यासमवेत या. मृत्यूची प्रतीक्षा करत इथे बसून राहू नका."

— ☈ ◎ �␝ ↑ ⊕ —

सूर्य त्या दिवशी अखेरचाच देवगिरीवर उगवला होता. पशुपत्यास्त्र सज्ज करण्यात आले होते. आता प्रवेशद्वारेही बंद करण्यात आली होती. शिवाच्या सैनिकांना सुरक्षिततेच्या रेषांच्या पलीकडे सज्ज राहण्याची आज्ञा देण्यात आली होती. किरणोत्सर्गाच्या अपेक्षित रेषेच्या मागे ते सारे उभे राहिले होते. देवगिरीतच वास्तव्य केलेल्यांचे नातेवाईकही शांतपणे नगरीबाहेरच थांबलेले होते. चंद्रकेतूच्या ब्रंग सैनिकांनी त्यांनाही मागे यायला लावले. त्या नगरीतच मागे राहिलेल्या आपल्या नातेवाईकांच्या आत्म्यासाठी ते मनोमन प्रार्थना करत होते.

महर्षि भृगु आणि सोमरसाचे रहस्य माहिती असलेले इतर तीनशे लोक यांना आदल्या रात्रीच यशस्वीरित्या देवगिरीतून बाहेर काढण्यात आले होते. दिवोदास आणि त्याच्या सैनिकांच्या दक्ष देखरेखीखाली त्यांना देवगिरीच्या उत्तरेला उभारण्यात आलेल्या तात्पुरत्या कारागृहात ठेवण्यात आले होते. भृगु आणि इतरांविषयी बोलण्यासाठी कार्तिक आपल्या पित्याचा क्रोध शमण्याची प्रतीक्षा करत होता.

शांतता परिषदेची इमारत पूर्णपणे रिकामी करण्यात आली होती. नंदी आणि इतर जीवित शरीररक्षकांना शिवाच्या गलबतावर हलवण्यात आले होते. तिथे आयुर्वतीच्या देखरेखीखाली वैद्यकीय पथक सातत्याने त्यांच्यावर उपचार करत होते.

शिवाच्या भुवयांच्या मध्यभागी निर्माण झालेल्या काळपट लालसर डागामुळे आयुर्वतीला चिंता वाटत होती. त्याआधीही बऱ्याच वेळा शिव संतप्त झाल्यानंतर त्याच्या भुवयांच्या मध्यभागी तसा ठिपका दिसला होता. परंतु एवढा प्रदीर्घ काळ तो कधीच टिकला नव्हता. आयुर्वतीच्या चिंतेला शिवाने फेटाळून लावले होते.

विशिष्ट प्रकारे तयार केलेल्या गलबतावरच्या कक्षात शिव, काली, गणेश आणि कार्तिक यांनी सतीचा मृतदेह हलवला होता. बर्फाच्या दुसऱ्या एका शीतगृहात

तो ठेवण्यात आला होता.

शिवाने हळुवारपणे सतीच्या चेहऱ्यावरून आपला हात फिरवला आणि तो पुटपुटला, 'प्रिये, देवगिरीला आपल्या अपराधाची शिक्षा भोगावीच लागेल. तुझ्या मृत्यूचा सूड नक्कीच घेतला जाईल.'' शिव बाजूला झाल्याबरोबर सैनिकांनी त्या बर्फाच्या मनोऱ्याच्या छतावर आणखी एक बर्फाची लादी ठेवली. आता सतीचा मृतदेह पूर्णपणे बर्फाच्या लाद्यांखाली झाकला गेला होता.

मागे वळण्यापूर्वी शिव, काली, गणेश आणि कार्तिक यांनी सतीकडे एक अखेरचा कटाक्ष टाकला आणि नंतर ते गलबताच्या बाहेर पडले. गोपाळ आणि शिवाच्या सैन्यातील राजे बंदरात त्यांची प्रतीक्षा करत होते.

शिव वळला आणि त्याने गलबताच्या कप्तानाकडे पाहून मान डोलावली. वल्ही मारण्याच्या स्थानापर्यंत सैनिक गेले आणि सरस्वती नदीमध्ये त्यांनी एका विशिष्ट अंतरापर्यंत गलबत वल्हवत नेले. आता पशुपत्यास्त्राच्या स्फोटाच्या त्रिज्येच्या बाहेर सुरक्षित अंतरावर गलबत नांगरण्यात आले होते.

''प्रभू नीळकंठ, अस्त्र आता सज्ज करण्यात आलं आहे,'' तारा म्हणाली.

असंतुष्ट गोपाळाकडे शिवाने एक निर्विकार कटाक्ष टाकला आणि नंतर ताराकडे वळून म्हणाला, ''चल, जाऊया.''

दुसऱ्या प्रहराच्या चौथ्या तासाला प्रारंभ झाला होता. आता बरोबर दोन तासांनी देवगिरीचा विनाश घडवून आणला जाणार होता. वीरिनीने पार्वतेश्वराच्या दरवाजावर टकटक केली. काहीच प्रतिसाद आला नाही. पार्वतेश्वर आणि आनंदमयी बहुधा आपल्या निवासस्थानात एकांतात असावेत.

वीरिनीने दरवाजा ढकलून उघडला आणि निवासस्थानात प्रवेश केला. मधल्या मार्गिकेतून तिने मध्यभागी असलेल्या अंगणात प्रवेश केला.

''सरलष्करप्रमुख!'' वीरिनीने हाक मारली.

काहीच प्रतिक्रिया आली नाही.

''सरलष्करप्रमुख!'' वीरिनीने यावेळी आणखी थोड्या चढ्या आवाजात हाक मारली. ''मी आले आहे. मेलुहाची महाराणी.''

"महाराणी!"

वीरिनीने वर पाहिले. चकित झालेला पार्वतेश्वर सर्वात वरच्या मजल्यावरील गच्चीतून खाली डोकावून पहात होता. त्याचे केस विस्कटलेले होते आणि अंगवस्त्र घाईघाईने खांद्यांवरून घेतल्यासारखे दिसत होते.

"मी अयोग्य वेळी आल्याबद्दल मला क्षमा करा, सरलष्करप्रमुख."

"मुळीच अयोग्य वेळ नाही, महाराणी," पार्वतेश्वर म्हणाला.

"आता आपल्याकडे फारसा वेळ उरलेला नाही," वीरिनी म्हणाली. "तुम्हाला काहीतरी सांगणं मला अत्यावश्यक वाटतं आहे."

"मला फक्त एक क्षण द्या, महाराणी. मी लगेच खाली येतो."

"नक्कीच!" वीरिनी म्हणाली.

अंगणाच्या शेजारीच असलेल्या प्रशस्त प्रतीक्षा कक्षात वीरिनी गेली आणि एका आरामदायक आसनावर बसून प्रतीक्षा करू लागली. थोड्याच वेळात, डागरहीत पांढरेशुभ्र धोतर आणि अंगवस्त्र घेतलेला पार्वतेश्वर तिथे उपस्थित झाला. त्याने आपले केस नीटनेटके विंचरले होते. त्याच्या पाठोपाठ त्याची पत्नी, आनंदमयीही पांढरीशुभ्र वस्त्रे परिधान करून तिथे आली. पांढरा रंग हा पावित्र्याचे द्योतक होता.

वीरिनी उठून उभी राहिली. "तुम्हाला त्रास दिल्याबद्दल कृपा करून मला क्षमा करा."

"मुळीच नाही, महाराणी," पार्वतेश्वर म्हणाला. "कृपा करून, आसन ग्रहण करा."

वीरिनी आसनावर स्थानापन्न झाली. पार्वतेश्वर आणि आनंदमयीही तिच्या शेजारच्या आसनावर बसले.

"महाराणी, आपल्याला काय बोलायचं आहे?" पार्वतेश्वराने विचारले.

वीरिनीला बोलण्यास संकोच वाटत होता. मग तिने स्मित करत पार्वतेश्वर आणि आनंदमयी यांच्याकडे पाहिले. "मला तुमचे आभार मानायचे आहेत."

"आमचे आभार मानायचे आहेत?" चकित झालेल्या पार्वतेश्वराने विचारले. त्याने आनंदमयीकडे एक कटाक्ष टाकला आणि नंतर तो वीरिनीकडे वळला. "आपण आमचे कशासाठी आभार मानता आहात, महाराणी?"

"देवगिरीचा वारसा जीवित ठेवल्याबद्दल!" वीरिनी म्हणाली.

पार्वतेश्वर आणि आनंदमयी शांत राहिले. त्यांच्या चेहऱ्यावरून त्यांची संभ्रमावस्था स्पष्टपणे प्रतीत होत होती.

"देवगिरी हे काही फक्त भौतिक प्रकटीकरण नाही," वीरिनी आपला हात हलवत म्हणाली. "देवगिरी तिच्या ज्ञानात, तत्त्वज्ञानात आणि आदर्श तत्त्वांमधून जीवित आहे. आपल्याकडच्या बुद्धिवान लोकांचे आणि पर्यायाने, देवगिरीच्या बुद्धिसंपदेचे रक्षण करण्यात तुम्ही यशस्वी झालात."

संकोचलेल्या पार्वतेश्वराला यावर कोणती प्रतिक्रिया व्यक्त करावी, तेच समजत नव्हते. सोमरसाच्या उत्पादन सुविधा केंद्रात कार्यरत असलेल्या वैज्ञानिकांचं रक्षण आपण कायदेभंग करून केल्याचे तो उघडपणे कसे काय मान्य करू शकणार होता? "महाराणी, मी ते.. नाही...."

वीरिनीने आपला हात उंचावला. "संपूर्ण जीवनभर तुमचं वर्तन आदर्शच राहिलं आहे. आता अखेरच्या दिवशी असत्य भाषण करून त्याला कलंकित करू नका."

पार्वतेश्वराने स्मित केले.

"तुम्ही ज्यांचं रक्षण केलं आहे, ते लोक हे केवळ सोमरसाच्या ज्ञानाचीच भांडारं नाहीत; तर देवगिरीच्या महान भूमीच्या ज्ञानाचीही भांडारं आहेत. आपल्या तत्त्वज्ञानाचे, आपल्या आदर्शवादाचे ते रक्षणकर्ते आहेत. आपला वारसा ते जीवित ठेवतील. त्यासाठी देवगिरी आणि मेलुहा तुमचं सदैव ऋणी राहील."

"आभारी आहे, महाराणी," आनंदमयी म्हणाली. आपल्या अस्वस्थ पतीच्या वतीने तिने महाराणीच्या कृतज्ञतेचा स्वीकार केला.

"माझ्या पतीच्या पापांसाठी तुम्हाला दोघांनाही मृत्यू पत्करावा लागत आहे, ही दुर्दैवाची बाब आहे," वीरिनी म्हणाली. "जर महर्षि भृगुंना आणि आपल्या बुद्धिवंतांनाही त्यासाठी शिक्षा भोगावी लागली असती, तर ती खरोखरच आत्यंतिक भयावह बाब ठरली असती."

"आपल्या पतीच्या पापांसाठी तुम्हाला शिक्षा भोगावी लागणं ही बाब खरोखरच अन्याय्य आहे, असं मला वाटतं, महाराणी," आनंदमयी म्हणाली. "तुमचे पती कदाचित चांगले सम्राट नसतील, परंतु आपण तर एक विलक्षण महाराणी आहात."

"हे सत्य नाही. जर मी खरोखरच तशी असते, तर माझ्या पतीच्या बाजूने उभी राहण्याऐवजी मी त्यांच्या विरोधात उभी राहिले असते."

क्षणभर ते तिघेही शांतपणे बसून राहिले. त्यानंतर वीरिनीने आपले खांदे ताठ केले आणि ती तिथून निघण्यासाठी वळली. ''आता थोडाच वेळ उरला आहे,'' ती म्हणाली. ''आणि आता आपल्या अंतिम यात्रेसाठी आपल्याला सज्ज व्हायचं आहे. तुम्हा दोघांचीही मी आभारी आहे आणि आपण अखेरचाच एकमेकांचा निरोप घेऊया.''

प्रकरण ५२

वटवृक्ष

आपल्या कक्षाच्या खिडकीतून बाहेर पहात दक्ष शांतपणे बसून मृत्यूची प्रतीक्षा करत होता. त्याने दरवाजाकडे पाहिले. वीरिनी एवढ्या पहाटेच कुठे गेली असावी, याचे त्याला आश्चर्य वाटत होते.

'इतरांप्रमाणे तिनेही माझा त्याग केला की काय?'

मृत्यू समीप आला होता. त्यामुळे जरी ती खरोखरच निघून गेली असती, तरी तिला दोष न देण्याएवढा सूज्ञ तो बनला होता.

दक्षाने दीर्घ श्वास घेतला. आपले अश्रू पुसले आणि पुन्हा आपली नजर खिडकीकडे वळवली. तिथून थोड्याच अंतरावर एक वटवृक्ष होता. तो एक शतकानुशतके जीवित राहिलेला महावृक्ष होता. दक्षापेक्षाही तो वयाने मोठा होता. दक्ष लहान असताना त्या वटवृक्षाचा आकार केवढा होता, याचे त्याला स्मरण झाले आणि तो वृक्ष सातत्याने कसा काय वाढत राहतो, याचे त्याला पुन्हा एकदा आश्चर्य वाटले. त्याच्या फांद्या दूरवर पसरलेल्या होत्या. त्या खूपच दूरवर पसरल्यानंतर त्यांना पुन्हा छोटी मुळे फुटली होती आणि ती पुन्हा भूमीत गेली होती. ती मुळेही त्यानंतर परिपक्व बनली होती आणि भूमीत खोलवर जाऊन रुजली होती. तिथून ती पोषण मिळवत होती आणि जवळजवळ दुसरा बुंधाच असावा, एवढी ती मोठी वाढली होती. त्यामुळे आणखी फांद्यांचा निर्माण झालेला भार

त्यांना पेलता येत होता. काही दशकांनंतर कितीतरी नवीन बुंधे निर्माण झाल्यामुळे नेमका मूळचा बुंधा कोणता होता, हे ओळखणेही दुरापास्त बनले होते. दक्षाचा जन्म झाला होता, तेव्हा तो एकच वृक्ष होता. अद्यापही तो एकच वृक्ष होता. परंतु आता मात्र तो एवढ्या प्रचंड प्रमाणात वाढला होता, की त्यामुळे तिथे वृक्षांचे अरण्य निर्माण झाल्याप्रमाणे भासत होते.

भरतवर्षातील सर्वच लोक वटवृक्षाकडे आत्यंतिक आदराने पाहतात आणि त्याची पूजा करतात, हे दक्षाला अर्थातच माहिती होते. भरतवर्षात त्या वृक्षाला पवित्र मानले जात होते. निःस्वार्थीपणाने आपल्याकडची प्रत्येक गोष्ट तो वृक्ष सर्वांना प्रदान करत होता. त्याच्या अंगाखांद्यावर कित्येक पक्षी आणि जनावरे मुक्तपणे संचार करत होती. त्याच्या संरक्षणात्मक आच्छादनाखाली कित्येक वनस्पती आणि झुडपेही वाढत होती. कित्येक भयावह वादळे झेलूनही तो वृक्ष तसाच खंबीर आणि बळकट राहिला होता. पूर्वजांची भुते आणि अगदी देवदेवता यांचाही वटवृक्षावर वास असतो, अशी भरतवर्षातील लोकांची श्रद्धा होती.

देवगिरीतील कित्येक नगरवासी या वृक्षाला आदर्श मानत होते. ते त्याची पूजा करत होते.

दक्षाचा दृष्टिकोन मात्र भिन्न होता.

अगदी बालपणी, त्याला वाटत असे, की या वृक्षाचे कोणतेच बी त्याच्याजवळच रुजून आपल्या पालकाभोवती बहरत नव्हते किंवा अगदी वाढतही नव्हते. त्या वृक्षाची मुळे खूपच बळकट होती. ती एकमेकांत गुंतलेली होती आणि त्यामुळेच दुसऱ्या कोणत्याही वटवृक्षाच्या मुळांना ती आपल्या जवळपास रुजूही देत नव्हती. एखाद्या छोट्या रोपाला जीवित राहण्यासाठी आपल्या पालक वृक्षापासून दूरवर जावे लागत होते.

'मला इथून पळून गेलं पाहिजे.'

एका विशिष्ट प्रकारच्या गांधीलमाशीमुळे त्याचे परागीभवन घडून येत असे. परंतु त्याच्या पुनरुत्पादनासाठी साहाय्य करणाऱ्या त्या माशीला तिच्या साहाय्याची खूप मोठी किंमत चुकती करावी लागत असे. त्या गांधीलमाशीला तो वृक्ष हिंस्त्रपणे ठार मारून टाकत असे. तिचे तुकडे तुकडे होत असत. या वस्तुस्थितीचे दक्षाचे विश्लेषण अगदी साधे होते. वटवृक्षाला आपल्या वंशजांचा एवढा संताप येतो, त्यांचा त्याला एवढा तिरस्कार वाटतो, की त्यांना जन्म देण्यास भाग पाडणाऱ्या

त्या माशीला तो ठार मारून टाकतो.

एक दुर्लक्षित मूल असल्यामुळे, दक्षाच्या कल्पनेप्रमाणे; त्या वटवृक्षाचे औदार्य इतरांसाठी होते, त्याच्या स्वतःच्या वंशजांसाठी नव्हते. त्याला आपल्या वंशजांची पर्वाच नव्हती. खरे तर रूढ रिवाजांविरुद्ध जाऊन तो आपल्या वंशजांचाच बळी घेत होता.

त्यामुळेच बाकीचे सगळेच जण वटवृक्षाकडे पूज्य भावाने बघत असले, तरी दक्ष मात्र त्याच्याकडे भयाने आणि तिरस्काराने पहात असे.

दक्ष भयग्रस्त होता, कारण त्याच्या जीवनात फक्त तेवढा एकच वटवृक्ष नव्हता. त्याच्या जीवनात आणखीही एक वटवृक्ष होता : त्याचा पिता.

त्याला आपल्या पित्याचा तीव्र तिरस्कार वाटत असे. परंतु त्याने तो तिरस्कार आपल्या मनाच्या खोल कप्प्यात दडवून ठेवला होता. कदाचित त्यांच्या इतर क्षमतांविषयी त्याला प्रेम आणि कौतुक असावे. वटवृक्षाच्या इतर निराश वंशजांप्रमाणेच त्यानेही आपल्या महान पित्याएवढाच आपण महान असल्याचे सिद्ध करण्याचे प्रयत्न सातत्याने केले होते. आपल्या संपूर्ण जीवनभर ते ओझे घेऊनच तो वावरला होता. परंतु फक्त एकदाच आपल्या पित्याच्या तावडीतून त्याने स्वतःची सुटका करून घेतली होती. त्या काही जादुई क्षणांपुरताच तो मुक्तपणे वागला होता. त्याला तो दिवस अगदी स्पष्टपणे आठवत होता. कित्येक वर्षांपूर्वीचा म्हणजे सुमारे शंभर वर्षांहूनही अधिक वर्षांपूर्वीचा तो दिवस होता.

मैकाच्या गुरुकुलामधून सती नुकतीच परतली होती. ती एक तापट, आदर्शवादी, सोळा वर्षांची मुलगी होती. तिच्या स्वभावानुसार, भयावह रानटी कुत्र्यांच्या कळपाच्या तावडीतून एका महिलेची सुटका करण्यासाठी तिने त्या संकटात उडी मारली होती. तिच्या सुटकेसाठी दक्ष आणि पार्वतेश्वर तिकडे धावतच गेले होते, हे दक्षाला चांगलेच स्मरत होते. निष्णात योद्धा नसूनही तो पार्वतेश्वराच्या साहाय्यासाठी धावून गेला होता. त्याच्या कन्येला ठार मारण्यासाठी टपलेल्या त्या रानटी कुत्र्यांबरोबर त्याने धाडसाने लढा दिला होता. त्या भयावह लढ्यात तो स्वतः गंभीर जखमी झाला होता.

सुदैवाने, तिथे वैद्यकीय पथके तातडीने पोहचली होती. पार्वतेश्वर आणि सतीच्या जखमा वरवरच्या होत्या आणि त्यांच्यावर लगेच मलमपट्ट्याही बांधण्यात आल्या होत्या. त्या लढ्यात दक्ष अग्रभागी असल्यामुळे त्याच्या जखमा त्यांच्या

तुलनेत अत्यंत गंभीर होत्या, हे दक्ष जाणून होता. त्याला आयुरालयात दाखल करण्याचा निर्णय वैद्यकीय अधिकाऱ्यांनी घेतला. त्यामुळे ज्येष्ठ वैद्यांनी त्याच्या जखमांचे परीक्षण केले असते. मात्र भरपूर रक्तपात झाल्यामुळे तिकडे नेत असताना मार्गातच त्याची शुद्ध हरपली होती.

तो शुद्धीवर आला, तेव्हा आयुरालयात होता. एका क्षुल्लक, स्थलांतरित स्त्रीसाठी स्वतःचा जीव धोक्यात घातल्याबद्दल तो सतीवर संतापला होता आणि तो तिला रागेही भरला होता, याचेही त्याला स्मरण झाले. त्यानंतर त्या कक्षात राहून त्याच्या प्रकृतीत सुधारणा होऊ लागली. त्या दरम्यान, सतीला आपल्याकडे आणण्यास त्याने वीरिनीला सांगितले होते. आता तिला आपण शांत करावे, अशी त्याची इच्छा होती. परंतु सतीला आत आणले जाण्यापूर्वीच दक्षाचा पिता, ब्रह्मनायक झपाट्याने आणि संतप्तपणाने त्याच्या कक्षात आला होता. त्याच्यासमवेत दक्षावर उपचार करणारे वैद्यही होते.

ब्रह्मनायक हा मेलुहातील एक आघाडीचा योद्धा होता. साध्या कुत्र्यांबरोबर लढा देताना एवढ्या गंभीर जखमा करून घेतल्याबद्दल त्याने दक्षाची कुचेष्टा केली होती. दक्षाला आणखी मानसिक त्रास होऊ नये, यासाठी खाजगी संभाषणाचे निमित्त करून वैद्याने ब्रह्मनायकाला कक्षाबाहेर नेले होते. ब्रह्मनायकाने कक्षातून बाहेर पाऊल टाकता क्षणीच वीरिनीने त्याआधीही अनेकदा मांडलेल्या तिच्या म्हणण्याचा पुनरुच्चार केला होता. आपण मेलुहातून निसटून जाऊन पंचवटीमध्ये सती आणि काली या आपल्या दोन्ही कन्यांसह राहूया, असे तिने त्याला सांगितले होते.

''दक्षा, माझ्यावर विश्वास ठेवा,'' वीरिनीने म्हटले होते, ''आपण पंचवटीमध्ये आनंदाने राहू. काली आणि सतीसह आपल्याला जर इतर कुठल्या स्थानी सुखानं राहता आलं असतं, तर मी ते स्थान सुचवलं असतं. परंतु तसं इतर कोणतंही स्थान नाही.''

'कदाचित वीरिनीचं म्हणणं योग्य असावं. त्या वृद्ध व्यक्तीपासून माझी सुटका झाली असती. आम्ही आनंदात राहू शकलो असतो. अर्थातच, सती ही एकटीच माझ्या वंशाच्या शुद्ध रक्ताची मुलगी होती. वीरिनीच्या भ्रष्ट आत्म्यामुळे कालीचा जन्म झाला होता. त्यांना साहाय्य करणं कठीणच होतं. परंतु रोजच्या रोज आपल्या पित्याचा अवमान होत असल्याचं पाहण्याच्या दुर्दैवापासून मी सतीचा बचाव करू

शकलो असतो. मी प्रेम करावं एवढी पात्रता फक्त माझ्या ज्येष्ठ कन्येतच होती.'

दक्षाने दीर्घ श्वास घेतला. ''परंतु कसं काय सगळं घडेल......''

''तुम्ही ते माझ्यावर सोपवा. मी सगळी व्यवस्था करेन. तुम्ही फक्त 'होय' म्हणा. तुमचे पिताजी उद्याच कराचपाला जाणार आहेत. प्रवास न करण्याइतपत तुम्ही गंभीर जखमी झालेले नाहीत. तुम्ही निघून गेलात, हे समजण्याआधीच आपण पंचवटीत पोहचलेले असू.''

दक्षाने वीरिनीकडे रोखून पाहिले होते. ''परंतु.....''

''माझ्यावर विश्वास ठेवा. कृपा करून माझ्यावर विश्वास ठेवा. ते आपल्या भल्याचंच असेल. तुमचं माझ्यावर प्रेम आहे, हे मला माहिती आहे. तुमच्या कन्यांवरही तुमचं प्रेम आहे, तेही मला माहिती आहे. याशिवाय कशाचीही तुम्हाला पर्वा नाही, असंही मला अंतःकरणापासून वाटतं. फक्त माझ्यावर विश्वास ठेवा.''

'कदाचित त्याचीच आम्हाला आवश्यकता होती असावी.'

दक्षाने मान डोलावली होती.

त्यानंतर वीरिनीने स्मित केले होते. ती त्याच्या निकट वाकली होती आणि तिने आपल्या पतीचे चुंबन घेतले होते. ''मी सगळी व्यवस्था करेन.''

वीरिनी तशीच वळून कक्षाच्या बाहेर पडली होती.

आता त्या एकांताच्या क्षणी दक्षाने छताकडे कटाक्ष टाकला. त्याला हलके आणि सुटका झाल्यासारखे वाटत होते. आपण अगदी मुक्त झाल्याची भावना त्याच्या मनात आली होती.

'प्रत्येक गोष्टीमागे कार्यकारणभाव असतो. अगदी त्या कुत्र्यांबरोबरचं ते युद्ध होण्यामागेही काहीतरी कारण असावं. आपण पंचवटीत आनंदात राहू. माझ्या पिताजींपासून आम्ही दूर जाऊ. त्या राक्षसापासून आमची सुटका होईल. मेलुहा आता खड्ड्यात जाऊदे. तो राजमुकुटही खड्ड्यात जाऊदे. मला यापैकी काहीच नको आहे. मला फक्त आनंदात रहायचं आहे. मला फक्त माझ्या सतीसमवेत रहायचं आहे आणि तिची काळजी घ्यायची आहे. वीरिनी आणि कालीचीही मी काळजी घेऊ शकेन. माझ्याशिवाय त्यांना तरी कोण आहे?'

वीरिनीची रुद्राक्षमाला त्याला तिथेच आसनावर पडल्याचे दिसले. त्याच्याशेजारीच सती नेहमीच गळ्यात घालत असलेली वाघनखे होती. त्या कुत्र्यांबरोबरच्या लढ्याच्या वेळी ती नक्कीच पडलेली असावीत. ती सापडल्यावर

वीरिनीने आपल्या किशोरवयीन मुलीला परत देण्यासाठी ती तिथे ठेवली असावीत. त्या वाघनखांवरील रक्ताच्या डागांकडे दक्ष रोखून पहात राहिला. त्याचे डोळे पाणावले.

'माझ्या पित्याप्रमाणे मी वागणार नाही. मी सतीची काळजी घेईन. आपल्या मुलावर प्रत्येक पित्याने जेवढं आणि जसं प्रेम केलं पाहिजे, तसंच प्रेम मी सतीवर करेन. तिच्याकडे नसलेल्या गुणधर्मांची बळजबरी मी तिच्यावर करणार नाही. त्याऐवजी तिच्याकडे असलेल्या प्रत्येक गुणधर्माची मी जोपासना करेन. आपल्या स्वप्नांनुसार जगण्याचं स्वातंत्र्य मी तिला देईन. माझी स्वप्नं मी तिच्यावर लादणार नाही. ती जशी आहे, तशा तिच्यावर मी प्रेम करेन. ती जशी असावी, असं मला वाटतं, तशी तिनं बनावं यासाठी मी प्रयत्न करणार नाही.'

तेवढ्यात दरवाजा उघडला आणि सती आत आली. ती तोपर्यंत रागावलेलीच होती. संतप्त दिसत होती.

दक्षाने स्मित केले.

'तीच फक्त माझी कन्या आहे.'

''इकडे ये माझ्या बाळा,'' दक्ष म्हणाला.

सती का कू करतच पुढे आली.

''माझ्या निकट ये, सती,'' दक्ष हसत म्हणाला. ''मी तुझा पिता आहे. मी काही तुला खाऊन टाकणार नाही.''

सती आणखी निकट गेली. परंतु अद्यापही तिच्या चेहऱ्यावर तिच्या अंतःकरणात उसळणारा न्याय्य संताप प्रतिबिंबित होत होता.

''प्रभू राम कृपा करो! एका क्षुद्र स्थलांतरित स्त्रीसाठी आम्हा सर्वांची जीवनं धोक्यात घालून केलेली कृती या मुलीला अद्यापही न्याय्य वाटते आहे.'

दक्षाने हात पुढे केला आणि सतीचा हात धरला. तो तिच्याशी शांतपणे बोलू लागला. ''माझ्या बाळा, माझं ऐक. मला तुझी काळजी वाटते. माझ्या मनात फक्त तुझ्या हिताचीच गोष्ट असते. त्या स्थलांतरित स्त्रीसाठी आपलं आयुष्य पणाला लावणं हा तुझा मूर्खपणा होता. परंतु तरीही मी तुझ्यावर ओरडायला नको होतं, हे मी मान्य करतो....''

तेवढ्यात अचानक दरवाजा हलला आणि ब्रह्मनायक लांब लांब पावलं टाकत त्याच्याजवळ आला.

सतीने एकदम आपला हात मागे घेतला आणि ती ब्रह्मनायककाकडे पाहू लागला. तिच्या पित्याकडे तिची पाठ होती.

''आह!'' ब्रह्मनायकाच्या चेहऱ्यावर भले मोठे स्मित होते. तो सतीकडे गेला आणि त्याने तिला आलिंगन दिले. ''अखेरीस माझ्या एका तरी वंशजाच्या धमन्यांमधून माझं रक्त वाहत आहे.''

सतीने ब्रह्मनायकाकडे भक्तिभावाने पाहिले. तिच्या डोळ्यांत त्याच्याविषयीचा आदरयुक्त भाव स्पष्ट दिसत होता. दक्ष ब्रह्मनायकाकडे वांझोट्या संतापाने पहात राहिला.

''तू काय केलंस, त्याविषयी मी ऐकलं,'' ब्रह्मनायक सतीला म्हणाला. ''तू जिला ओळखतही नव्हतीस, जी स्त्री केवळ एक साधीसुधी स्थलांतरित होती, अशा एका स्त्रीचं संरक्षण करण्यासाठी तू स्वतःचा जीव धोक्यात घातलास.''

सती संकोचाने हसली. ''त्यात फारसं काहीच नव्हतं, महाराज.''

ब्रह्मनायक हळुवारपणे हसला आणि त्याने सतीच्या गालांवर थोपटले. ''मी तुझा महाराज नाही, सती. मी तुझा पितामह आहे.''

सतीने मान डोलावली आणि स्मित केले.

''मला तुझा अभिमान वाटतो, माझ्या बाळा,'' ब्रह्मनायक म्हणाला. ''तुला मेलुहावासी म्हणून संबोधायला मला अभिमान वाटतो. तुला माझी नात म्हणण्यास मला अभिमान वाटतो.''

सतीच्या अंतःकरणात पसरलेल्या आनंदामुळे तिच्या चेहऱ्यावर भले मोठे हसू पसरले. म्हणजे अखेरीस तिने योग्य तेच केले होते. पुन्हा एकदा तिने आपल्या आजोबांना आलिंगन दिले.

ब्रह्मनायक खाली वाकला आणि त्याने आपल्या किशोरवयीन नातीच्या कपाळाचे चुंबन घेतले. नंतर तो दक्षाकडे वळला. त्याच्या चेहऱ्यावरचे स्मित अचानकच मावळले. त्याच्याविषयीची तुच्छता मनातल्या मनात दाबून ठेवत तो आपल्या पुत्राला म्हणाला, ''उद्या सकाळी मी कराचपाला निघालो आहे. तिथे मी कित्येक सप्ताह व्यतीत करणार आहे. कदाचित तुझ्या या तथाकथित जखमा बऱ्या होण्यासाठी तुलाही तेवढा कालावधी लागेल. मी तिथून परतल्यानंतर आपण तुझ्या भवितव्याविषयी बोलू.''

क्षुब्ध झालेल्या दक्षाने त्याला कोणतेच उत्तर दिले नाही आणि त्याच्याकडे न

पाहताच आपला चेहरा दुसरीकडे वळवला.

ब्रह्मनायकाने मस्तक हलवले आणि त्याच्याकडे संतापाने पाहिले. त्यानंतर त्याने सतीच्या पाठीवर शाबासकीची थाप मारली आणि तो म्हणाला, ''मी परतल्यावर तुला भेटेन, बाळा.''

''होय, पितामह.''

बंद दरवाजाकडे दक्ष संतापाने पहात राहिला.

'देवाचे आभारच मानले आहेत. हे पशु तुझ्यापासून माझी सुटका होत आहे, ते बरंच आहे. माझ्या प्रिय कन्येच्या समोरच माझा अवमान? असं तुझं धाडस तरी कसं झालं? मला राजमुकुट देऊच नकोस. तुझी सगळी समृद्धीही काढून घे. तुझी इच्छा असेल, तर सगळ्या जगालाच माझ्यापासून हिरावून घे. परंतु माझ्या चांगल्या कन्येला माझ्यापासून हिरावून घेण्याचं धाडस करू नकोस. ती माझी आहे!'

त्याने पाठमोऱ्या सतीकडे पाहिले. ती अद्यापही त्या दरवाजाकडे रोखून पहात होती. तिचे शरीर चांगलेच कंप पावत होते.

'ती रडत होती का?'

आपल्या पित्याचा अपमान केल्यामुळे कदाचित सतीला ब्रह्मनायकाचा संताप आला असेल, असे दक्षाला वाटले. काहीही झाले तरी ती त्याचीच कन्या होती.

दक्षाने स्मित केले. ''ते ठीक आहे, माझ्या बाळा. मला संताप आलेला नाही. तुझ्या पितामहांना आता फारसं महत्त्व देण्याचं कारण नाही, कारण....''

''पिताजी,'' सतीने त्याचे बोलणे थांबवले. ती त्याच्याकडे वळली. तिच्या गालांवरून अश्रूंचे ओघळ वहात होते. ''तुम्ही पितामहांसारखे का नाही?''

दक्ष आपल्या कन्येकडे रोखून पहात राहिला. त्याच्या तोंडातून शब्दच फुटत नव्हता.

''तुम्ही पितामहांसारखे का नाही?''

दक्षाला धक्का बसला होता.

सती अचानकच वळली आणि त्या कक्षातून धावत बाहेर गेली.

सती बाहेर पडल्यावर खाड्कन आपटल्या गेलेल्या बंद दरवाजाकडे दक्ष रोखून पहात राहिला. त्याच्या डोळ्यांतून भयावहपणे अश्रू वाहू लागले.

'पितामहांसारखे?'

'त्या राक्षसासारखा?'

'मी तर त्याच्याहूनही अधिक चांगला आहे!'

'देवांनाही ते माहिती आहे! मी त्यांच्याहूनही अधिक चांगला राजा बनेन हे त्यांनाही माहिती आहे! मी तुला ते दाखवेनच!'

'तू माझ्यावर प्रेम करशील! मीच जन्मदाता आहे!'

'तू माझ्यावर प्रेम करशील! त्याच्यावर नाही! त्या राक्षसावर नाही!'

दरवाजा उघडल्याच्या आवाजामुळे त्याच्या विचारांची तंद्री भंग पावली. प्राचीन स्मृतींमधून दक्ष पुन्हा एकदा वर्तमानात परतला होता.

वीरिनी शयनकक्षात आल्याचे त्याने पाहिले. तिने क्षणभर दक्षाकडे एक कटाक्ष टाकला. त्यानंतर आपले मस्तक हलवले आणि आपल्या खाजगी आसनाकडे ती गेली. तिथे तिने काहीतरी शोधले आणि नंतर ती ज्याचा शोध घेत होती, ती तिची जपमाळ तिला सापडली. तिने पूज्य भावाने ती आपल्या कपाळावर टेकवली. त्यानंतर आपल्या दोन्ही डोळ्यांना तिचा स्पर्श करून तिने ती आपल्या ओठांना लावली. तिचे मणी तिने घट्ट पकडले आणि नंतर आपल्या पतीकडे एक अखेरचा कटाक्ष टाकला. त्याचा आवाज ऐकून आपले कान तिला भ्रष्ट करून घ्यायचे नव्हते. तिला त्याच्याविषयी वाटणारा तिरस्कार शब्दांतूनही व्यक्त होण्याजोगा नव्हता. सतीच्या मृत्यूपासून ती त्याच्याशी अवाक्षरही बोलली नव्हती.

दक्षाने नजरेनेच तिच्या मार्गाचा वेध घेतला. तिच्याशी संभाषण करण्याचे धाडस त्याला झाले नाही. त्याने जे जे काही केले होते, त्या सर्वांबद्दल त्याला तिची क्षमा मागायची होती, परंतु तेवढे धाडसही त्याला झाले नाही.

आपल्या शयनकक्षाच्या शेजारीच असलेल्या खाजगी प्रार्थनागृहात ती शिरली. नित्याप्रमाणेच प्रभू रामाच्या मूर्तीसमोर ती नतमस्तक झाली. प्रभू रामाच्या मूर्तीशेजारीच त्याची पत्नी देवी सीता, बंधु लक्ष्मण आणि वायुपुत्र प्रभू हनुमान यांच्या मूर्तीही होत्या.

वीरिनी मांडी घालून बसली. आपल्या हातातील जपमाळ तिने आपल्या डोळ्यांसमोर उंच धरली आणि जप करण्यास प्रारंभ केला. आपल्या मृत्यूची प्रतीक्षा ती करत होती. ''श्री राम जय राम जय जय राम, श्री राम जय राम जय जय राम.....''

तिच्या जपाचा मंद ध्वनी दक्षाच्या कानांवर पडत होता. आपल्या शेजारच्याच कक्षाच्या बंद दरवाजाकडे त्याने पाहिले. आपल्या पत्नीविषयीचा त्याचा संताप

आतल्या आतच राहिला.

'मी तिचं ऐकायला हवं होतं. तिचं म्हणणं नेहमीच योग्य होतं.'

''श्री राम जय राम जय जय राम, श्री राम जय राम जय जय राम.....''

प्रार्थनागृहात बसलेल्या आपल्या पत्नीचा मृदु आवाजात सुरू असलेला जपाचा आवाज तो ऐकत होता. त्या पवित्र दैवी शब्दांमुळे त्याला शांतता लाभली असती तर बरे झाले असते. परंतु तसे घडण्याची काहीच शक्यता नव्हती. मृत्युसमयीही तो एक निराश, संतप्त पुरुषच असणार होता.

दक्षाने आपला जबडा आवळला आणि खिडकीतून बाहेर पाहिले. काही अंतरावरच्या वटवृक्षाकडे तो पहात राहिला. त्याच्या चेहऱ्यावरून अश्रू ओघळत होते.

'तुझा धिःक्कार असो!'

तो वटवृक्ष किंचित हलला आणि जोरदार वाऱ्यामुळे त्याच्या पानांची नाट्यमय सळसळ झाली. जणू काही तो प्रचंड वृक्ष त्याला हसत असल्याचा भास झाला.

'तुझा धिःक्कार असो!'

प्रकरण ५३

सैतानाचा विनाशकर्ता

"वारा खूपच जोरदार आहे," तारा चिंताग्रस्त होत पुटपुटली. पशुपत्यास्त्र क्षेपणास्त्राच्या मनोऱ्याच्या जवळच उभारण्यात आलेल्या खांबावरच्या वाऱ्याची दिशा दर्शवणाऱ्या कापडी पोंगळीकडे ती पहात होती.

तारा आणि शिव अश्वारूढ होऊन पशुपत्यास्त्राच्या प्रक्षेपण मनोऱ्यापासून दूरवर थांबले होते. आता दुसरा प्रहर जवळजवळ संपत आला होता आणि सूर्य बरोबर डोक्यावर येण्यास काही क्षणांचाच अवधी उरला होता. त्या प्रक्षेपण मनोऱ्यापासून दूरवर शिवाच्या संपूर्ण सैन्याला आणि देवगिरीतून बाहेर पडलेल्या लोकांना थांबवण्यात आले होते. पशुपत्यास्त्राच्या प्रक्षेपण कक्षेच्या बाहेर त्यांना सुरक्षितपणे नेण्यात आले होते.

शिवाने ताराकडे कटाक्ष टाकला आणि नंतर त्याने एकदा आकाशाकडे पाहिले. धुळीच्या कणांच्या हालचालींच्या साहाय्याने तो वाऱ्याच्या दिशेचा अंदाज घेत होता. "ती काही गंभीर समस्या नाही." तो म्हणाला.

त्यानंतर आपल्या धनुष्याला प्रत्यंचा चढवण्याच्या कार्यात तो व्यस्त झाला. ते संमिश्र धनुष्य बनवण्यासाठी परशुरामाने गेले काही महिने भरपूर कष्ट घेतले होते. त्याचा मूळ आधार लाकडापासून बनवण्यात आला होता. नेहमीच्या धनुष्यापेक्षाही त्याचा वक्राकार अधिक तीव्र होता. त्याच्या कडा धनुर्धाऱ्याच्या विरुद्ध दिशेला

वळवण्यात आल्या होत्या. विविध प्रकारच्या मूलद्रव्यांच्या मिश्रणापासून ते बनवले गेले होते आणि त्याचबरोबर धनुष्याचा आकार लहान होता. त्यामुळे त्याची ताकद कितीतरी पटींनी वाढली होती. अश्वारूढ किंवा रथारूढ होऊन बाण सोडणाऱ्या धनुर्धाऱ्याच्या दृष्टीने ते एक आदर्श धनुष्य होते. परशुरामाने त्या धनुष्याला 'पिनाक' असे नाव दिले होते. प्रभू रुद्राच्या महान, प्राचीन धनुष्याच्या नावावरून हे नामकरण करण्यात आले होते.

ते धनुष्य शिवाला त्याच्या पशुपत्यास्त्राच्या प्रक्षेपणाकरिता वापरावे लागेल, असे परशुरामासह कोणालाच माहिती नव्हते. परंतु तरीही त्या प्रक्षेपणासाठी पिनाक आता आदर्श धनुष्य ठरणार होते. मात्र पशुपत्यास्त्राचे प्रक्षेपण करणे हे सोपे काम नव्हते.

पशुपत्यास्त्र हे शुद्ध आण्विक संयोगाच्या तत्त्वावर कार्य करणारे अस्त्र होते. ब्रह्मास्त्र आणि वैष्णवास्त्र ही मात्र आण्विक विभाजनाच्या तत्त्वावर कार्य करणारी अस्त्रे होती. शुद्ध आण्विक संयोगाच्या तत्त्वावर कार्य करणाऱ्या अस्त्रांमध्ये दोन परमाणूंच्या संयोगाच्या वेळी उत्पन्न होणाऱ्या प्रचंड संहारक ऊर्जेचा वापर करून घेतला जात असे. आण्विक विभाजनाच्या तत्त्वावर कार्य करणाऱ्या अस्त्रांमध्ये मात्र अणूंचे परमाणूंमध्ये विभाजन करण्याच्या प्रक्रियेचा वापर केला जात असे. त्यामुळे त्यावेळीही संहारक राक्षसी ऊर्जा निर्माण होत असे.

आण्विक विभाजनाच्या तत्त्वावर कार्य करणारी अस्त्रे अनियंत्रित स्वरूपाचा विनाश मागे सोडून जात असत. त्यांच्यामुळे निर्माण होणारा किरणोत्सर्गी कचरा खूप दूरवर पसरत असे. आण्विक संयोगाच्या तत्त्वावर कार्य करणारी अस्त्रे तुलनेत अधिक नियंत्रितपणे कार्य करू शकत असत. ती फक्त निश्चित केलेला परिसरच उद्ध्वस्त करत असत आणि त्यांचे किरणोत्सर्गी उत्सर्जन कमीत कमी परिसरात पसरत असे.

म्हणूनच एखाद्या विशिष्ट लक्ष्यालाच उध्वस्त करायचे असेल, तर त्यासाठी पशुपत्यास्त्राचीच निवड केली जात असे. मात्र त्या अस्त्राचे प्रक्षेपण हीच खरी समस्या असे.

दैवी अस्त्रे ही सहसा प्रक्षेपण मनोऱ्यांवर उभारली जात. या अस्त्रांमध्ये स्फुरद, कोळसा, सोरा आणि तत्सम इतर घटकांचा वापर केला जात असे. त्यांच्यामधून स्फोटक ऊर्जा तयार होत असे आणि त्यामुळे लक्ष्याच्या दिशेने ते अस्त्र फेकले

जात असे. एकदा का ते अस्त्र आपल्या लक्ष्याच्या निकट पोहचले, की स्फोटकांच्या दुसऱ्या संचाचा स्फोट होत असे.

मनोऱ्यातील प्रक्षेपण साहित्याचा स्फोट सुरक्षित अंतरावरून घडवून आणावा लागत असे. अन्यथा, त्या अस्त्राला पेटवून त्याचा स्फोट घडवून आणणारे लोक प्रारंभी घडणाऱ्या स्फोटात जळून खाक होत असत. हे लक्षात घेऊनच काही धनुर्धारी लोकांना त्या अस्त्रावर अग्नीबाण सोडण्यासाठी बोलावण्यात आले होते. सहसा ते धनुर्धारी अधिक लांबीची धनुष्ये वापरत. ती लांब पल्ल्यांची असत. ते लांब अंतरावर राहून बाण सोडत. एवढ्या लांब अंतरावरून बाण सोडून अस्त्राचा स्फोट घडवून आणण्यासाठी धनुर्धाऱ्याकडे मोठे कौशल्य असण्याची आवश्यकता असे.

ब्रह्मास्त्र आणि वैष्णवास्त्र यांना विशिष्ट ठिकाणीच भूमीवर उभारण्याची आवश्यकता नसे. कारण त्यांनी घडवून आणलेला संहार खूप दूरवर आणि मोठ्या कक्षेत पसरलेला असे. तिथे अचूकतेला महत्त्व नसे. ती अस्त्रे ठेवण्यात येणाऱ्या प्रक्षेपण मनोऱ्यांमधून कित्येक लक्ष्यांवर मारा केला जात असे.

पशुपत्यास्त्र किंवा पशुंच्या महाराजाचे अस्त्र हे एक विशिष्ट प्रकारचे अस्त्र होते. त्याला एका विशिष्ट ठिकाणीच अचूकपणे उभारावे लागत असे. या वेळी यामध्ये आणखी गुंतागुंत निर्माण झाली होती. ती म्हणजे यावेळी तीन क्षेपणास्त्रे एकापाठोपाठ एक अशी प्रक्षेपित करावी लागणार होती. सुवर्ण, रजत आणि ताम्र या चौथऱ्यांवर एकापाठोपाठ एक याप्रमाणे ती क्षेपणास्त्रे प्रक्षेपित केली जावीत, अशा प्रकारचे नियोजन निश्चित करण्यात आले होते. त्यामुळे संपूर्ण नगरीचा संपूर्ण आणि तातडीने विनाश घडून आला असता. एकाच वेळी या तिन्ही चौथऱ्यांवर क्षेपणास्त्रे सोडली गेली असती, तर त्यामुळे विनाशाच्या अंतर्गत वर्तुळाची व्याप्ती अधिक वाढली असती. कारण त्या परिस्थितीत क्षेपणास्त्रे अधिक उंचीवरून सोडावी लागली असती. प्रत्येक प्रक्षेपणाचा कोन ताराने अशा प्रकारे निश्चित केला होता, की एकापाठोपाठ घडून येणाऱ्या स्फोटांमुळे देवगिरीचा संपूर्ण विनाश तर घडून आलाच असता; शिवाय अतिरिक्त ऊर्जा एकमेकींत खेचली जाऊन अंतर्गत वर्तुळाच्या बाह्य भागात होणारा विनाश रोखला गेला असता.

अस्त्राला विशिष्ट प्रकारचा उतार लाभला असता, तरच त्याचे प्रक्षेपण परिपूर्ण ठरले असते. म्हणूनच त्या मनोऱ्यावर एका विशिष्ट कोनांतच पशुपत्यास्त्र क्षेपणास्त्रे

उभारण्यात आली होती. जिथे बाण सोडले जाणे अपेक्षित होते, तो मनोऱ्यावरचा लक्ष्य परिसर अत्यल्प होता. शिवाला लक्ष्यभेद करणारे बाण सोडणे क्रमप्राप्त होते. ते लक्ष्य सुमारे आठशे पुरुष दूर अंतरावर ठेवण्यात आले होते. याशिवाय अश्वारूढ होऊनच त्याला हे करावे लागणार होते. त्यामुळे अग्नीबाण सोडल्याबरोबर तातडीने त्याला तिथून दूरवर जाता आले असते.

"एक गोष्ट ध्यानात ठेवा, नीळकंठ," तारा म्हणाली, "ज्या क्षणी तुमचा बाण लक्ष्यभेद करेल, त्याच क्षणी तुम्ही अश्वाला पिटाळा आणि तिथून दूर निघून या. देवगिरीवर पशुपत्यास्त्र कोसळेपर्यंत तुमच्याकडे अत्यल्प कालावधीच असेल. त्या कालावधीत तुम्हाला सुमारे दीडशे पुरुष अंतर कापावं लागेल. त्याच वेळी तुम्ही अब्जावधी किरणोत्सर्गी कणांच्या व्याप्तीपासून दूर असाल."

शिवाचे तिच्या बोलण्याकडे फारसे लक्ष नव्हते. त्याने कशीबशी मान डोलावली. धनुष्याची प्रत्यंचा खेचण्याच्या आपल्या ताकदीची चाचणी तो घेत होता.

"नीळकंठ? शक्य तितक्या जलद गतीने अश्वारूढ होणं महत्त्वाचं आहे. स्फोट प्राणघातक ठरू शकेल."

शिवाने काहीच प्रतिक्रिया व्यक्त केली नाही. त्याने आपल्या भात्यातून बाण काढले. त्यांचा वास घेतला आणि त्यानंतर खोगीराच्या जाडजूड चामड्यावर त्याने आपल्या बाणाच्या टोकाचा पुढचा भाग घासून त्याला धार केली. त्या टोकावर लगेच अग्नी निर्माण झाला. अगदी परिपूर्ण! शिवाने तो अग्नीबाण दूर फेकून दिला आणि नंतर आपल्या भात्यातून तो बाण काढू लागला.

"तुम्ही माझं ऐकलं का? तुम्हाला तातडीने इथून निघावं लागेल."

शिवाने आपल्या धोतराला हात पुसले आणि तो ताराकडे वळला. "आता सुरक्षा रेषेच्या पलीकडे निघून जा."

"शिवा! तुम्ही बाण सोडा आणि निघून या."

शिवाने ताराकडे पाहिले. त्याच्या नजरेत भकासपणा होता. तो निर्विकार दिसत होता. त्याच्या भुवयांमधील तो काळपट-लालसर रंगाचा डाग थाडथाड उडत असल्याचे ताराला दिसले.

"तुम्ही तातडीने इथून निघून याल!" ताराने आपल्या प्रत्येक शब्दावर जोर देत सांगितले. "मला वचन द्या."

शिवाने मान डोलावली.

"मला वचन द्या!"

"मी आधीच तुला वचन दिलं आहे. आता जा."

ताराने शिवाकडे रोखून पाहिले. "नीळकंठ...."

"तारा जा, सूर्य आता अगदी माथ्यावर येऊ लागला आहे. मला आता या क्षेपणास्त्राचं प्रक्षेपण घडवून आणलंच पाहिजे."

ताराने आपल्या अश्वाचा लगाम खेचला आणि तिच्या अश्वाने एक गिरकी घेतली.

"आणि तारा...."

ताराने घोड्याचा लगाम खेचला आणि मागे वळून पाहिले.

"आभारी आहे," शिव म्हणाला.

अनेक भाव डोळ्यांत दाटल्यामुळे विमनस्क दिसणाऱ्या शिवाचा चेहरा तारा निरखून पहात होती. "तातडीने सुरक्षा रेषेच्या पलीकडे या. तुमच्यावर प्रेम करणारे आम्ही सारे जणच तिथे आपली प्रतीक्षा करत आहोत, हे ध्यानात ठेवा."

शिवाने आपला श्वास रोखून धरला.

'होय. माझं प्रेमही माझी प्रतीक्षा करत आहे.'

ताराने घोड्याला टाच मारली आणि ती तिथून दूर निघून गेली.

शिवाने त्या काळपट-लालसर डागाचा भाग दाबला. त्याने दिलेल्या दाबामुळे त्या भयावह दाहाची संवेदना थोडी कमी झाली. सतीचा मृतदेह पाहिल्यापासून तिथे तीव्र वेदना होत होत्या आणि गेले काही दिवस त्या तशाच सुरू होत्या.

शिवाने आपले मस्तक हलवले आणि मनोऱ्यावर आपले लक्ष केंद्रित केले. तिथून बऱ्याच अंतरावर असलेले लक्ष्य त्याला दिसत होते. ते गडद लाल रंगाने अधोरेखीत करण्यात आले होते.

त्याने एक दीर्घ श्वास घेतला आणि खाली भूमीकडे पाहिले.

'पवित्र तळ्या, मला सामर्थ्य दे.'

शिवाने पुन्हा एकदा श्वास घेतला आणि वर पाहिले.

'प्रभू रामाने कृपा करावी.'

पशुपत्यास्त्र प्रक्षेपण मनोरा त्याला दिसू नये, अशा बेताने तिथे एकसारखे दिसणारे महाकाय, केसाळ राक्षस एका रांगेत उभे होते. बालपणापासूनच ते त्याला स्वप्नात

येऊन भयभीत करत होते. शिवाने त्यांच्याकडे काळजीपूर्वक पाहिले. त्यांपैकी एकाही राक्षसाला चेहरा नव्हता. त्यांच्या चेहऱ्याच्या ठिकाणी गुळगुळीत, पांढऱ्या पाट्या होत्या. त्यांच्यापैकी प्रत्येकाने आपापली तलवार उपसली होती. प्रत्येक पात्यावरून रक्त निथळत होते. त्यांच्या भयावह आरोळ्याही त्याला ऐकू येत होत्या. त्या क्षणी आपण पुन्हा एकदा भयभीत झालेले बालक बनलो आहोत, असे शिवाला वाटले.

शिवाने आकाशाकडे पाहिले आणि ते विचार झटकून टाकण्यासाठी आपले मस्तक हलवले.

'मला साहाय्य कर!'

आपल्या काकांचा, मनोभुंचा आवाज शिवाला ऐकू आला. *"त्यांना क्षमा कर! त्यांना क्षमा कर! सैतान हाच तुझा खरा शत्रू आहे."*

शिवाने आपली नजर आकाशावरून खाली घेतली आणि मनोऱ्यावर खिळवून ठेवली. आता राक्षस अदृश्य झाले होते. त्याचा अश्व स्थिर झाला होता. त्यामुळे शिवाला स्थिर आसन लाभले होते. लक्ष्यभेद करण्यासाठी त्याला तशाच आसनाची आवश्यकता होती. त्याने आपले मस्तक डावीकडे वळवले. उजव्या हाताने काम करणाऱ्या धनुर्धारीला थेट लक्ष्यभेद करता येण्यासाठी आवश्यक असलेला मानेचा कोन त्याने व्यवस्थित साधला. आपले धनुष्य पुढे ओढून घेतले आणि पुन्हा एकदा प्रत्यंचा नीट ताणलेली आहे की नाही, त्याची चाचणी घेतली. त्यामुळे निर्माण झालेला टणत्काराचा ध्वनी त्याला आवडला. ते जेवढे ताणलेले असायला हवे होते, तेवढे ते ताणले गेले होते. तो पुढे झुकला आणि त्याने आपल्या भात्यातून बाण घेतला. तो आपल्या बाजूला धरून त्याने वर पाहिले. वाऱ्याच्या दिशेचा अंदाज घेतला.

एवढ्या प्रचंड मोठ्या अंतरावरून बाण मारणे ही सहनशक्तीची आणि अंदाजाची मोठीच परीक्षा होती. आता फक्त वाऱ्याची स्थिती अनुकूल होण्याची प्रतीक्षा तो करत होता. याशिवाय बाणाच्या परवलय हालचालीचा अंदाज घेण्याचा प्रश्न होता. बाण योग्य कोनात सोडण्याचा अंदाज घ्यायचा होताच. बाण सोडता क्षणी त्याचा वेग नियंत्रित करावा लागणार होता. या सर्व गोष्टींचा अंदाज घेऊन प्रत्यंचा किती जोरात ताणली पाहिजे, ते ठरवावे लागणार होते. शिवाने आपली नजर वाऱ्याची दिशा दर्शवणाऱ्या यंत्रणेवर खिळवून ठेवली. आपला श्वासोच्छ्वास

त्याने स्थिर ठेवला. आपल्या भुवयांच्या मध्यभागी होणाऱ्या दाहाकडे दुर्लक्ष करण्याचा प्रयत्न तो करत होता.

'वारा आपली दिशा बदलतो आहे.'

धनुष्याची दिशा भूमीकडे वळवून शिवाने त्याला बाण चढवला. आता धनुष्याचा वक्राकार भाग आणि शिवाच्या हाताचे पहिले, दुसरे बोट यांच्या साहाय्याने तो घट्ट धरला गेला होता.

'वारा आता स्थिर बनला आहे.'

खोगीराच्या चामड्यावर घर्षण करून त्याने बाणाचे टोक पेटवले. त्याच्या बळकट स्नायूंच्या आधारे ते धनुष्य उचलले गेले आणि एका सहज, प्रवाही हालचालीने त्याने धनुष्याची प्रत्यंचा खेचली. त्याच्या योद्ध्याच्या मनानेसुद्धा बाण सोडण्याच्या अचूक कोनाचा अंतःप्रेरणेनेच अंदाज घेतला. तो एक निष्णात धनुर्धारी होता. आपला उजवा डोळा त्याने लक्ष्यावर रोखला होता. डाव्या हातात त्याने धनुष्य घट्ट पकडले होते. आपल्या बाणाच्या टोकावरून निर्माण होणाऱ्या उष्णतेकडे त्याने दुर्लक्ष केले.

'आता वारा योग्य आहे.'

अजिबात न गोंधळता, निःशंकपणे त्याने बाण सोडला.

बाण परवलय पद्धतीने पुढे निघाला होता. तो अत्यंत मंद गतीने पुढे गेला होता. त्या लाल लक्ष्याचा बाणाने अचूक भेद करेपर्यंत त्याची नजर बाणाचा पाठलाग करत राहिली. आपल्या जोरदार दाबाने बाणाने लक्ष्याला दाबले आणि त्याचा भेद केला. लक्ष्याच्या पाठीमागच्या भागात असलेल्या त्या पात्रापर्यंत आता अग्नी पसरला होता. पशुपत्यास्त्राचे प्रारंभिक प्रक्षेपण आता घडून आले होते.

''आता दूर निघून या!'' थोड्या अंतरावरून तारा किंचाळली.

''पिताजी, अश्व वळवा,'' कार्तिक ओरडला.

परंतु शिवाला त्यांच्यापैकी कोणाचाही आवाज ऐकू आला नव्हता. ते खूपच दूरवर होते.

लक्ष्याच्या मागच्या बाजूला पसरणाऱ्या अग्नीकडे शिव तसाच एकटक पहात राहिला. त्याच्या भुवयांच्या मध्यभागाचा दाह एकदम तीव्र झाला होता. आपल्या कपाळाचा अंतर्भाग अग्नीवर असल्यासारखे त्याला वाटत होते. त्या प्रक्षेपण मनोऱ्याप्रमाणेच तो भागही त्याला भासत होता. त्याने अश्वाचा लगाम खेचला

आणि तो मागे वळला.

त्याला दूर अंतरावर आपले सैन्य उभे असल्याचे दिसले. त्यांच्याही पलीकडे सरस्वतीच्या पात्रात नांगरून ठेवलेले आपले गलबत त्याला दिसले. तिथेच सतीचा मृतदेह ठेवण्यात आला होता.

'ती माझी प्रतीक्षा करते आहे.'

शिवाने घोड्याला टाच मारली. त्या प्राण्याला फार टाच मारावी लागलीच नाही. तो ताबडतोब वायुवेगाने दौड चालला.

प्रक्षेपण मनोऱ्यातील अग्नीमुळे प्रारंभिक स्फोट घडून आला होता. तिन्ही पशुपत्यास्त्रे आता एकापाठोपाठ एक प्रक्षेपित झाली होती. त्यांच्यापैकी दोन ताम्र आणि सुवर्ण चौथऱ्यावर अनुक्रमे जाऊन आदळली होती. त्याआधीच तिसऱ्या अस्त्राचे प्रक्षेपण झाले होते. कारण रजत चौथरा त्या दोन चौथऱ्यांपेक्षा अधिक अंतरावर होता.

'शिवा!'

आपण ज्या आवाजावर जिवापलीकडे प्रेम केले, तोच तो आवाज होता, हे शिव शपथेवर सांगू शकला असता. परंतु ते सत्य असणे शक्यच नव्हते. तो तसाच पुढे जात राहिला.

पशुपत्यास्त्र क्षेपणास्त्रे एकापाठोएक प्रक्षेपित झाली होती.

''शि---वा---! शि---वा--!''

शिवाने मागे वळून पाहिले.

रक्ताने माखलेली आणि आत्यंतिक जखमी अवस्थेतील सती त्याच्या पाठोपाठ धावत होती. तिच्या हृदयाच्या प्रत्येक धडधडीबरोबर डाव्या हातातून रक्ताच्या चिळकांड्या उडत होत्या. तिच्या पोटात दोन गंभीर, मोठ्या जखमा झाल्या होत्या. त्यांच्यातून मोठा रक्तपात होत होता. तिचा डावा डोळा खोबणीतून बाहेर आला होता. तिच्या डाव्या गालावरचा भाजल्याचा व्रण पुन्हा एकदा जळत असल्यासारखा दिसत होता. ती आत्यंतिक नैराश्याने संघर्ष करत होती; परंतु ती शिवाकडे तशीच धावत राहिली होती.

''शि---वा---! मला साहाय्य कर! मला सोडून जाऊ नकोस!''

सैन्य तिचा पाठलाग करत होते. त्यांच्या हातातील नंग्या तलवारी रक्ताने निथळत होत्या. त्या सैन्यातील प्रत्येक योद्धा हुबेहूब दक्षासारखा दिसत होता.

आता तर शिवाच्या भुवयांच्या मध्यभागातील दाह कित्येक पटींनी वाढला. स्फोट होऊन बाहेर पडण्यासाठी आतील अग्नी आता जणू संघर्ष करत होता.

''सती!'' शिव किंचाळला. त्याने आपल्या अश्वाचा लगाम खेचला आणि त्याची गती मंद केली.

''सती!''

शिवाने आपल्या अश्वाचा लगाम जोरात खेचण्याचा प्रयत्न केला, परंतु त्या अश्वाला स्वतःचे मनही होते. त्याने आपली गती मंद केली नाही; की तो मागेही वळला नाही. आपल्या मागे असलेल्या मृत्युच्या गंधाची जाणीव त्या जनावराला झाली होती.

शिवाने रिकीबीतून दोन्ही पाय काढून घेतले आणि भूमीवर उडी मारली. तो झटकन गोलाकार फिरला आणि निमिषार्धात उभा राहिला.

''सती!''

शिवाने मागे वळून पाहिले, तोपर्यंत तो अश्व भरधाव वेगाने सुरक्षा रेषेच्या पलीकडे पोहचला होता. शिवाने आपली तलवार उपसली आणि आपल्या पत्नीच्या आभासाच्या रक्षणार्थ तो धावत सुटला.

''पिताजी!'' गणेश ओरडला. ''परत या!''

शिवाच्या कपाळावरील तो लालसर काळपट डाग उघडला गेला आणि त्याच्यातून रक्त बाहेर पडले. तो आपल्या पत्नीकडे जोरजोरात धावत होता. दक्षाचे सैन्य तिचा पाठलाग करत होते. त्यांच्या दिशेने आरोळ्या ठोकत तो निघाला होता.

'तिला सोडून द्या! बदमाशांनो, तिला सोडून द्या! माझ्याबरोबर युद्ध करा!''

नियोजनानुसार ती तीन पशुपत्यास्त्रे एकापाठोपाठ एक प्रक्षेपित झाली होतीच आणि त्यांचे स्फोटही तसेच एकापाठोपाठ एक झाले. त्या तिन्ही चौथऱ्यांच्यावर सुमारे ५० पुरुष उंचीवर ते स्फोट घडून आले होते. डोळे दिपवणारा प्रकाश सर्वत्र पसरला. शिवाच्या सैनिकांनी आणि देवगिरीतील निर्वासितांनी आपापल्या डोळ्यांवर हात ठेवून डोळे झाकून घेतले. 'याचि देही याचि डोळा' आपण जे काही पाहिले, त्यामुळे ते सुन्न झाले होते. त्या झगझगीत प्रकाशात आपले रक्त, स्नायू आणि अंतर्भागातील अवयवही त्यांना त्वचा पारदर्शक बनून दिसू शकले होते. आपल्या स्वतःच्या शरीरांत तो राक्षसी प्रकाशझोत पडल्याचे त्यांना स्पष्ट

जाणवले होते. देवगिरीवर कोसळलेल्या त्या अस्त्राचे असह्य, प्रचंड स्फोटांचे प्रतिध्वनीही त्यांना आपल्या शरीरांतून ऐकू येत होते. त्यांच्या हृदयांतून भीतीच्या असह्य लाटा निघत होत्या.

पशुपत्यास्त्रांचा ज्या उंचीवर स्फोट झाला होता, त्याच उंचीवरून त्यानंतर जवळजवळ लगेचच अग्नीचे तीन सैतानी स्फोट झाले. एखाद्या सैतानाच्या हस्तकाप्रमाणे त्यांनी देवगिरीला छिन्न-विच्छिन्न करून टाकले. देवगिरीचे तिन्ही चौथरे भस्मसात झाले. कित्येक शतकानुशतके दिमाखात उभी असलेली आणि वैभवसंपन्न बनत गेलेली देवांची ती महान नगरी क्षणार्धात भस्मसात झाली होती.

''प्रभू राम कृपा करो!'' सतीला ठेवण्यात आलेल्या त्या नांगरलेल्या गलबतावरही प्रचंड स्फोट झाल्याचे पाहून आयुर्वती पुटपुटली. तिच्या मनात भीतीचा डोंब उसळला होता.

देवगिरीत सर्वत्र पसरलेल्या अग्नीमुळे स्फोट घडलेल्या स्थानापासून धुराचे राक्षसी स्तंभ वर उसळले होते. ताराने बांधलेल्या अंदाजानुसार, त्या तीन क्षेपणास्त्रांच्या ऊर्जा स्फोटांनी एकमेकांना आकर्षित केले होते. धुराचे ते तीन स्तंभ एकमेकांवर जोरात आदळले गेले होते. त्यामुळे विनाश झालेल्या त्या क्षेत्रातून विजांचा कडकडाट आणि लखलखाट झाल्यासारखे दिसत होते. आता त्या तिन्ही स्तंभांचा बनलेला एकच संयुक्त स्तंभ उंच चालला होता. तो स्फोट पहात तिथे उभ्या असलेल्या कोणाही जीवित व्यक्तीने आपल्या जीवनकाळात कधीच अशा प्रकारचा एवढ्या उंचीचा धुराचा स्तंभ पाहिलेला नव्हता. धुराचा तो स्तंभ एखाद्या राक्षसासारखा उभा राहिला होता आणि नंतर त्याला इजिप्तमधील पिरॅमिडसारखा आकार प्राप्त झाला. त्यानंतर पुन्हा एकदा एका भल्या मोठ्या ढगात त्याचे रूपांतर झाले. भूमीपासून सुमारे पन्नास पुरुषभर उंचीवर तो आकाशात तरंगू लागला आणि त्यानंतर अचानकच, खाली कोसळला आणि देवगिरीच्या भग्नावशेषांवर कायमस्वरूपी जाऊन बसला.

आपल्या समोरच होत असलेल्या त्या भयावह वाताहतीचे शिवाला भानच नव्हते. तो पुढे पुढे धावत निघाला होता. त्याने तलवार उपसलेली होती. त्याच्या भुवईमधून धोकादायक गतीने रक्त उसळत होते.

धुराचा तो पिरॅमिड कोसळता क्षणीच सहजगत्या आणखी एक स्फोट झाला. शिवाच्या सैन्यापर्यंत पोहचलेल्या आधीच्या स्फोटाच्या आवाजानंतर या स्फोटाचा

आवाज शिवाच्या सैन्यापर्यंत पोहचला. त्याबरोबर भयभीत झालेले ते सैन्य आणि इतर लोक त्या सुरक्षा रेषेच्या आणखी मागे गेले.

''पिताजी!'' गणेश किंचाळला. आपण उभ्या असलेल्या व्यासपीठावरून त्याने खाली उडी मारली आणि तो आपल्या अश्वाकडे धावत निघाला.

तो स्फोट स्पष्ट दिसला होता. परंतु शिवाला तो दिसलाच नव्हता. फक्त एक राक्षसी लाट वेगाने आपल्या अंगावर येत असल्याची जाणीव मात्र त्याला झाली. आपल्या पत्नीचे रक्षण करणे त्याला भागच होते. जोरजोरात हाका मारत आणि किंचाळत तो पुढे पुढे धावतच राहिला.

''सती!''

त्या स्फोटाच्या लाटेमुळे त्याचे शरीर उंच फेकले गेले. एक क्षणभर त्याला आपण वजनविरहीत असल्यासारखे वाटले आणि नंतर त्या लाटेने त्याला हिंस्रपणे मागे ढकलले. त्याच्या भुवयांचा आणि गळ्याचा आता दाह होऊ लागला. त्याच्या तोंडातून रक्त बाहेर पडू लागले. तो जोरात भूमीवर आदळला. आपल्या पाठीवर तो उताणा पडला होता. त्याचे मस्तक जोरात भूमीवर आदळले. त्याला एकदम मस्तकाच्या वरच्या भागात तीव्र संवेदना जाणवली.

परंतु तरीही, त्याला वेदना जाणवलीच नाही! तो ओरडतच राहिला होता.

''स...ती....!''

''स.....ती...!''

अचानकच आपल्या शरीरावर सती झुकल्याचे त्याला दिसले. आता तिच्या शरीरावर यत्किंचितही रक्त नव्हते. जखमाही नव्हत्या. तिच्या चेहऱ्यावर डाग, व्रण काहीही नव्हते. कित्येक वर्षांपूर्वी ब्रह्म मंदिरात तो तिला प्रथमच भेटला होता, त्या दिवशी ती जशी दिसत होती, अगदी तशीच ती तेव्हाही दिसत होती. ती आणखी पुढे झुकली आणि शिवाच्या चेहऱ्यावरून तिने हात फिरवला. तिची प्रसन्न, हसरी मुद्रा प्रेमाने आणि आनंदाने ओथंबलेली होती. तिच्या चेहऱ्यावरच्या त्या स्मितामुळे नेहमीच शिवाचे विश्व त्याच्यासाठी योग्य प्रकारे त्याच्याभोवती वसत असे.

शिवाच्या मस्तकाच्या जोरात आदळलेल्या भागाला तिने स्पर्श केला. आता तिथून जोरात संवेदना जाणवू लागल्या. परंतु त्या तिथून निघून गेल्या आणि त्याला शब्दातीत शांतता अनुभवायला मिळाली. आपल्याला मुक्त केले गेले आहे,

अशी जाणीव त्याला झाली. आणखी एक आश्चर्य म्हणजे आता त्याचा निळा गळा नेहमीसारखा थंडगार नव्हता. त्याच्या दोन भुवयांमधील दाहसुद्धा शांत झाला होता.

शिवाने आपले तोंड उघडले, परंतु त्याच्या तोंडातून शब्दच फुटत नव्हता. त्यामुळे आपल्याला काय बोलण्याची इच्छा होती, याचा तो विचार करू लागला.

'मला तुझ्याबरोबर घेऊन जा, सती. आता इथे करण्यासारखं कोणतंच कार्य माझ्यासाठी उरलेलं नाही. माझं कार्य मी पूर्ण केलं आहे.''

सती पुढे झुकली आणि तिने शिवाच्या ओठांचे हळुवारपणे चुंबन घेतले. तिने स्मित केले आणि ती पुटपुटली, ''नाही. अद्याप तुझं कार्य पूर्ण झालेलं नाही. अद्याप नाही.''

शिव आपल्या पत्नीकडे एकटक पहात पाहिला. ''मी तुझ्याशिवाय जगूच शकत नाही....''

''तुला जीवित रहावंच लागेल,'' सतीची प्रकाशमान आकृती म्हणाली.

शिवाला आपले डोळे त्यानंतर उघडे ठेवणे शक्यच झाले नाही. सतीचा सुंदर आणि शांत चेहरा आता हळूहळू अस्पष्ट होऊ लागला. शिव आता स्वप्नवत शांततामय अवस्थेत खाली कोसळला. जाणीवेच्या सखोल पातळीवर तो हळूहळू घसरत चाललेला असताना त्याला एक आदेश देणारा आवाज ऐकू आला.

''आता यापुढे आणखी हत्त्या नाही. आता केवळ दूरवर जीवनाचा प्रसार कर. जीवनाचा प्रसार कर.''

■■

प्रकरण ५४

पवित्र तळ्याकाठी

तीस वर्षांनंतर, मानसरोवर (तिबेटमधील कैलास पर्वताचा पायथा)

मानसरोवरामध्ये शिरलेल्या एका खडकावर शिव मांडी घालून बसला होता. त्याच्या मागेच कैलास पर्वत होता. त्याच्या चारही बाजू अगदी परिपूर्णपणे चार दिशांना पसरलेल्या होत्या. भरतवर्षाला सैतानापासून वाचवलेल्या महान महादेवाच्या समोर तो पर्वत पहारा देत उभा होता.

तिबेटच्या खडतर भूप्रदेशामुळे आणि इतका प्रदीर्घ काळ लोटल्यामुळे शिवाच्या शरीरावर त्याच्या खुणा दिसत होत्या. त्याच्या केसांच्या जटांमध्ये आता काही ठिकाणी रुपेरी केस दिसत होते. अद्यापही ते लांब आणि कुरळे होते. त्याने त्या जटांचा बुचडा आपल्या मस्तकावर बांधला होता आणि त्याभोवती रुद्राक्षाच्या माळा बांधल्या होत्या. नियमित व्यायाम आणि योग यांमुळे बनलेले त्याचे शरीर अद्यापही बांधेसूद आणि पीळदार होते. परंतु तरीही त्याच्या त्वचेवर सुरकुत्या पडल्या होत्या आणि त्वचेचा तजेलदारपणा कमी झाला होता. या संपूर्ण कालावधीनंतरही त्याच्या निळ्या गळ्याचा वर्ण तसाच निळा राहिला होता. परंतु आता तो थंडगार भासत नव्हता. देवगिरीचा सर्वनाश करणाऱ्या त्या पशुपत्यास्त्राच्या स्फोटांदरम्यान झालेल्या त्या स्फोटाचा तडाखा त्याला बसलेल्या दिवसापासूनच त्याचा थंडगारपणा लुप्त झाला होता. आता त्याच्या भुवयांच्या मध्यभागी दाह

होत नव्हता. कदाचित त्या स्फोटाचाच तो परिणाम असावा. परंतु आता त्या डागाचा रंग काळपट झाला होता आणि त्याच्या गोऱ्यापान चेहऱ्यावर तो उठून दिसत होता. ती काही न दिसणारी, अस्पष्ट खूण नव्हती. एखाद्या डोळ्यासारखी दिसणारी ती खूण होती. पापणी मिटून घेतलेल्या डोळ्यासारखी ती खूण होती. कालीने त्याला 'शिवाचा तिसरा डोळा' असे नाव दिले होते. त्याच्या दोन्ही डोळ्यांच्या मध्यभागी कपाळावर उभ्या आकारात तो डोळा दिसत होता.

शिवाने सरोवराच्या काठावरून दूर पाहिले. सूर्य अस्तंगत होऊ लागला होता. काही अंतरावरच चकाकत्या जलप्रवाहावर राजहंसांची जोडी उतरल्याचे त्याने पाहिले. ते पक्षी एकमेकांसमवेत त्या अस्तंगत होऊ पाहणाऱ्या सूर्याचे दर्शन घेत असावेत. ते दृश्य ते जोडीने बघत असावेत, असे शिवाला वाटले. कारण आपण प्रेम करत असलेल्या, आपल्या प्रिय व्यक्तीच्या सान्निध्याखेरीज सूर्यास्त पहायला मजाच येत नाही.

त्याने दीर्घ श्वास घेतला आणि एक खडा उचलला. तो तरुण असताना अशा प्रकारे खडे फेकत असे, की ते खडे सरोवराचे संपूर्ण पात्र पार करून दूरवर जात असत. अशा प्रकारे त्याने सतरा वेळा खडे फेकले होते आणि तसे करण्याचा सर्वोच्च मान त्यालाच लाभला होता. त्याने आताही खडा फेकला, परंतु तो त्यात अपयशी ठरला. बुड्बुड् असा आवाज करत तो खडा पाण्यात बुडाला.

'मला तुझी खूप आठवण येते.'

आपल्या पत्नीचे चिंतन न करण्यात, तिची स्मृती न काढण्यात तोपर्यंतच्या काळातील त्याचा एकही दिवस व्यतीत झाला नव्हता. आपल्या डोळ्यांतील अश्रू त्याने पुसले आणि त्याच्या गावाच्या तटबंदीच्या बाहेरच्या बाजूला पेटवण्यात आलेल्या शेकोटीकडे त्याने वळून पाहिले. त्या शेकोटीभोवती लोकांनी गर्दी केली होती. ते खात, पीत होते आणि मौज करत होते.

कित्येक वर्षांपूर्वी तो कैलासावर परतला होता, तेव्हा त्याच्या गण जमातीचे काही लोक त्याच्याकडे आले होते. याशिवाय भरतवर्षातील सुमारे दहा हजार लोक आपापली निवासस्थाने सोडून महादेवाच्या जन्मभूमीमध्ये स्थलांतरित झाले होते. त्यांच्यातील प्रमुख होता नंदी. याशिवाय बृहस्पती, तारा, परशुराम आणि आयुर्वतीही त्याच्यासमवेतच कैलासावर आले होते. अधिकारभ्रष्ट झालेला अयोध्येचा माजी राजा दिलीपा अद्याप जीवित होता. अर्थातच आयुर्वतीच्या

औषधींना त्याचे श्रेय दिले गेले पाहिजे. मैका-लोथलचा प्रशासक चेनारध्वज आणि नागांचा माजी पंतप्रधान करकोटक हेसुद्धा मानसरोवराच्या काठावर स्थलांतरित झाले होते. शिवाच्या अनुयायांनी त्याच्या खूपच निकट आपले गाव वसवले होते. आता शिवाच्या अधिपत्याखाली असलेले इतके मोठे सैन्य पाहून गणांशी पिढ्यान् पिढ्यांचे शत्रूत्व असलेल्या तेथील स्थानिक रहिवासी असलेल्या पाक्रतींनीसुद्धा नीळकंठाबरोबर शांततेने राहणे मान्य केले होते.

शेकोटीच्या धडाडणाऱ्या ज्वाळांनी शिवाला त्याच्या जीवनातील सर्वाधिक वाईट दिवसाची स्मृती करून दिली. त्या दिवशी त्याने देवगिरीचा सर्वनाश घडवून आणला होता. त्याच दिवशी संध्याकाळी उशीरा सतीवरही अंत्यसंस्कार करण्यात आले होते, परंतु शिवाकडे त्या घटनेच्या स्मृती नव्हत्या. कारण तो त्यावेळी बेशुद्धावस्थेत होता. पशुपत्यास्त्राच्या स्फोटात तो जखमी झाल्यानंतर काही काळ बेशुद्धच पडला होता. आयुर्वतीच्या देखरेखीखाली त्याच्यावर उपचार सुरू होते. काली, गणेश आणि कार्तिक यांनी त्याला जे सांगितले होते, त्यावरूनच त्याला सतीच्या अंत्यसंस्कारांविषयी समजले होते.

त्यावेळी त्या भूमीवरून वाऱ्याची एक शांत झुळूक वहात होती. देवगिरीच्या भग्नावशेषांची राख त्यांच्याबरोबर उडत होती आणि सर्वत्र पसरली जात होती. जणू काही मृतांच्या आत्म्यांना थोडीशी का होईना; परंतु शांतता लाभावी म्हणून ती राखही सरस्वतीच्या जलात वाहून जाण्यासाठी उत्सुक झाली होती. सरस्वती भोवतालच्या संपूर्ण परिसरावर अंधुक, मंद आणि सौम्य करड्या रंगाचे कण पसरले होते.

चंदनाची चिता रचण्यात आली होती. गणेश आणि कार्तिक या दोघांनीही त्या चितेला अग्नी लावला. ती पेटण्यास थोडा कालावधी लागला; परंतु एकदा चितेने पेट घेतल्यावर ती धडाडून पेटली. मेलुहाच्या पूर्वाश्रमीच्या राजकुमारीच्या मृत शरीराचे दहन करण्यासाठी जणू काही अग्निदेवतेचे मनही मृदु शब्दांनी वळवावे लागले होते. परंतु एकदा ते कार्य सुरू झाल्यावर अग्नी देवतेलाही ते इतके दुःखद वाटले असावे, की तिनेही ते शक्य तितक्या झटपट उरकून टाकले.

तीन दिवसांनंतर शिव शुद्धीवर आला. त्याच्याभोवती चिंताग्रस्त चेहऱ्याने काली, गणेश आणि कार्तिक बसले होते. शिवाला थोडी ताकद आल्यावर गणेशाने सतीचा अस्थिकलश त्याच्या हातात दिला.

शिवाच्या अंगावर पाण्याचे काही तुषार उडाले. बहुधा तिथून काही मासे वेगाने पोहत गेले असावेत. आपल्या तीस वर्षांपूर्वीच्या स्मृतींमधून शिवाला त्यांनी पुन्हा वर्तमानकाळात आणून सोडले.

सरोवराच्या जलावर काही काळ त्याने तशीच आपली नजर रेंगाळू दिली. तिथेच थोडा वेळ तो थांबला. नित्याप्रमाणे सतीच्या रक्षेचे कण आपल्याला त्या पाण्यावर गरगरत असलेले दिसल्याचे तो शपथेवर सांगू शकलाही असता; परंतु तो अर्थातच आभास होता. शिव शुद्धीवर आल्यानंतर एका दिवसाने तिची रक्षा पवित्र सरस्वती नदीत विसर्जित करण्यात आली होती.

तीस वर्षांपूर्वी गणेश आणि कार्तिक यांच्या साहाय्याने आपण गलबतावर अस्थिविसर्जन करताना दुर्बलपणे संघर्ष करत होतो, त्याची स्मृतीही त्याच्या मनात तरळून गेली. नीळकंठाला नदीच्या मध्यभागी आणण्यात आले होते. तिथेच कालीने आणि त्याने सतीची थोडी रक्षा आणि अस्थि यांचे विसर्जन केले. परंपरा काहीही असली तरी संपूर्ण अस्थिकलशाचे विसर्जन करण्यास शिवाने नकार दिला होता. त्याला सतीच्या अस्थिंचा काही भाग स्वतःजवळ ठेवायचा होता.

भरतवर्षातील लोकांचा असा विश्वास असतो, की पृथ्वीमातेकडून आपल्याला हे मर्त्य शरीर काही काळापुरतेच लाभलेले असते. एखाद्या आत्म्याला आपली कर्मे पार पाडता यावीत, म्हणून पृथ्वीमाता ते शरीर त्याला बहाल करते. एकदा त्या आत्म्याची कर्मे पूर्ण झाली, की त्या देहाला तिच्याकडे पुन्हा सुपूर्द करणे क्रमप्राप्त असते. ते शरीर शुद्ध स्वरूपात तिला परत द्यावे लागते. त्यामुळे त्याचा वापर पृथ्वीमाता इतर उद्दिष्टांच्या पूर्ततेसाठी करते. रक्षा ही मानवी शरीराचे प्रतिनिधित्व करत असते. महान शुद्धीकर्त्याने म्हणजेच अग्निदेवतेने मानवी शरीराचे शुद्धीकरण केलेले असते. ती रक्षा पवित्र जलामध्ये विसर्जित केल्यामुळे ते शरीर आदरपूर्वक पृथ्वीमातेला परत दिले जाते.

त्याच्या शेजारच्याच गलबतावर असलेल्या ब्राह्मणांचीही त्याला आठवण झाली. या संपूर्ण काळात ते मंत्रपठण करत होते. ईश वास्य उपनिषदामधील एका विशिष्ट मंत्राने शिवाचे लक्ष वेधून घेतले होते आणि त्याच्या स्मृतीमध्ये त्या मंत्राने चिरस्थान पटकावले होते.

'वायुर अनिलम् अमृतम्; अथेदम् भस्मांतम् शरीरम्'

'हे तात्पुरते शरीर अग्नीमध्ये दहन होऊन रक्षेत परिवर्तित होऊ देत. परंतु जीवनाचा

श्वास सर्वत्र अस्तित्त्वात असतोच. त्याला अमर श्वासाचा मार्ग सापडो.'

"प्रभू!" नंदी मोठ्याने ओरडला.

शिवाने काही अंतरावर उभ्या असलेल्या नंदीकडे वळून पाहिले. त्याच्या दोन्ही हातांच्या ठिकाणी आता दोन आकडे बसवण्यात आले होते.

"प्रभू, सगळे जण प्रतीक्षा करत आहेत," आपला आवाज शिवापर्यंत पोहचावा, म्हणून नंदी मोठ्याने म्हणाला.

आपला हात वर करून शिवाने नंदीला प्रतीक्षा करण्यास सांगितले. आपल्या आणखी काही स्मृती त्याला चाळवायच्या होत्या. त्या लोकांनी शिवाला पाचारण करण्यासाठी नंदीला तिकडे धाडले होते, कारण सतीचे प्राण वाचवण्यासाठी, तीस वर्षांपूर्वी नंदी मोठ्या शौर्याने लढला होता. त्यात त्याने आपले दोन्ही हातही गमावले होते. तेव्हापासून तो शिवाला सर्वाधिक प्रिय झाला होता, हे त्यांना माहिती होते.

शिवाने नंदीच्या पलीकडे पाहिले. तिथे महर्षि भृगु बसले होते. ते गणेश आणि कार्तिक यांच्याबरोबर बोलत होते. आपल्या ताडपत्राच्या पुस्तकातील पानावरील मजकुराचे स्पष्टीकरण ते त्यांना देत असावेत. शिवाचे दोन्ही पुत्र ते ध्यानपूर्वक ऐकत होते. ब्रंगाचा राजा चंद्रकेतू आणि वैशालीचा राजा माताली हे दोघेही महर्षि भृगुंचे बोलणे लक्षपूर्वक ऐकत होते.

त्याने पुन्हा एकदा मानसरोवराकडे पाहिले आणि एक दीर्घ श्वास घेतला.

'कार्तिकाने माझ्या सन्मानाचं रक्षण केलं आहे.'

सोमरसाचे ज्ञान असलेल्या देवगिरीच्या वैज्ञानिकांना आपण कसे वाचवले, ते शिवाला सांगण्यासाठी कार्तिकाने एका योग्य क्षणाची निवड केली होती. ते वृत्त शिवाने समतोल बुद्धीने ऐकले होते. सतीच्या मृत्यूशी ज्या महान ऋषींचा दूरान्वयानेही संबंध नव्हता, त्या महान ऋषींचा, महर्षि भृगुंचा जीव वाचवल्याबद्दलही शिवाला आनंद झाला होता. याशिवाय भविष्यकालीन भरतवर्षालाही त्यांच्या महान ज्ञानाचा वारसा लाभल्यामुळे त्यांच्याविषयी अभिमान वाटला असता.

मध्य तिबेटमध्ये सोमरसाच्या वैज्ञानिकांसाठी भूमी देण्याचा आदेश शिवाने दिला होता. भारतीय साम्राज्यांपासून खूप दूरवर ती भूमी होती. खरे तर कोणत्याही साम्राज्यापासून ती दूर होती. तिथे सहजपणे जाणे शक्य नव्हते. सूर्यवंशी आणि चंद्रवंशी सैन्यदलांच्या साहाय्याने सोमरसाच्या वैज्ञानिकांनी तिथे आपली

निवासस्थाने उभारली. आपल्या नूतन नगरीला त्या रहिवाशांनी आपल्या जुन्याच नगरीचे नाव दिले. 'देवगिरी.' देवांची भूमी; देवांचं निवासस्थान. तिबेटमध्ये उभारण्यात आलेल्या त्या नूतन नगरीचे नाव अर्थातच तिबेटच्या भाषेत देण्यात आले होते. ते होते 'ल्हासा.' सोमरसाचे ज्ञान, अमरत्वाचे भांडार हे ल्हासाच्या नगरवासीयांचे पवित्र गुपित होते. जोपर्यंत भरतवर्षाला त्याची आवश्यकता भासणार नव्हती, तोपर्यंत ते तसेच गुपितच राहणार होते.

शिवाच्या दोन्ही पुत्रांनी एका जमातीची निर्मिती करावी आणि त्या जमातीने सोमरसाचे संरक्षण करावे, असा आदेशही शिवाने दिला होता. चंद्रवंशी, सूर्यवंशी आणि नाग यांच्यामधील बुद्धिवंतांच्या एकत्रिकरणातून गणेश आणि कार्तिक यांनी ही जमात निर्माण केली. शिवाच्या जमातीतील म्हणजेच गणातील बहुतांश सर्व लोकांचाही या जमातीत समावेश करण्यात आला. याशिवाय तिबेटमधील कित्येक स्थानिक जमातींचा समावेशही त्या जमातीत करण्यात आला. शिवाचा मित्र आणि एकनिष्ठ अनुयायी असलेल्या वीरभद्राची नियुक्ती या जमातीचा प्रमुख म्हणून करण्यात आली. त्याला 'लामा' असे नामाभिधान देण्यात आले. तिबेटच्या भाषेत या शब्दाचा अर्थ गुरू किवा प्रमुख असा होतो. प्राचीन भारतीय ज्ञानाचे संरक्षण करणे हे ल्हासातील लोकांचे आणि लामांच्या अनुयायांचे कर्तव्य होते. जेव्हा पुन्हा कधी सैतान प्रकट होईल, त्यावेळी भरतवर्षाच्या बाजूने उभे राहणे आणि या ज्ञानाच्या वापराने भरतवर्षाचे संरक्षण करणे ही त्यांची कर्तव्ये होती. त्यासाठी त्यांनी तशा शपथाही घेतल्या होत्या. सोमरसाची दूषित द्रव्ये सोडण्यासाठी त्सांग्पो नदीच्या काठावर उभारण्यात आलेली यंत्रणा तिथून काढून टाकण्यात आली आणि नदीच्या पाण्यातील प्रदूषित घटक दूर करण्यात आले. ओली माती आणि बिल्व पत्रे यांच्या मिश्रणात ठेवलेली ती दूषित द्रव्ये जाडजूड शिशाच्या डब्यांमध्ये घालून आणखी दूर उत्तरेकडे नेण्यात आली आणि एका दूरस्थ, ओसाड आणि लोकवस्ती नसलेल्या अशा तिबेटच्या पठारी भागात, भूमीच्या पोटात खोलवर गाडून टाकण्यात आली. माती, बर्फ आणि कायमस्वरूपी गोठलेल्या स्थितीतील उत्तर ध्रुवीय भूमी यांचा वापर त्यासाठी करण्यात आला. ते विष तिथे कायमस्वरूपी तसेच रहावे आणि त्याचा जीवित प्राणिमात्रांना उपसर्ग पोहचू नये, असा यामागचा हेतू होता. सुदैवाने, देवगिरीच्या विनाशामुळे सोमरसाचे उत्पादन थांबल्यामुळे आणखी विषारी द्रव्यांच्या व्यवस्थापनाची काळजी घेण्याची

आवश्यकता उरली नव्हती.

देवांच्या त्या पेयाला रोखण्यासाठी फक्त सोमरसाचे उत्पादन रोखणे एवढीच बाब पुरेशी नसल्याचे शिवाच्या ध्यानात आले होते. भरतवर्षातून सोमरसाला पूर्णपणे हद्दपार करायचे असेल, तर त्याचा पायाच समूळ उखडण्याची आवश्यकता होती. त्या दृष्टीने परशुरामाने सुचवलेली कल्पना योग्य वाटत होती. सरस्वतीच्या जलाखेरीज सोमरसाचे उत्पादन करणे अशक्य होते. याशिवाय देवगिरीतील किरणोत्सर्गी द्रव्ये सरस्वतीच्या प्रवाहात मिसळली जात होती. त्यामुळे खालच्या दिशेने त्या प्रवाहाच्या दोन्ही काठांवरच्या लोकांना या द्रव्यांचा उपसर्ग पोहचत होता. सतलज आणि यमुना यांच्या संगमातून सरस्वती उगम पावत होती. जर या दोन्ही उपनद्या स्वतंत्र करण्यात आल्या असत्या, तर सोमरसाच्या निर्मितीसाठी अगर देवगिरीतून किरणोत्सर्गी पदार्थ वाहून नेण्यासाठीही सरस्वतीच्या जलाचे अस्तित्त्वच उरले नसते.

भरतवर्षाच्या हितासाठी सतलज आणि यमुना या नद्यांना कायमस्वरूपी स्वतंत्र बनवण्याचा निर्णय शिवाने घेतला. यमुनेच्या प्रवाहाची दिशा पुन्हा एकदा वळवावी, असा आदेश शिवाने काढला. देवगिरीच्या सर्वनाशाच्या आधी सुमारे शतकभर तो जसा होता, तसाच पूर्ववत तो करावा, असे त्याने स्पष्टपणे सांगितले होते. त्यावेळी तो जसा गंगेच्या जलाला जाऊन मिळत असे, त्याप्रमाणेच पुन्हा त्याला वळवावे असे त्याने सांगितले. परंतु हे बोलणे सोपे असले तरी करणे मात्र खूपच अवघड होते. यमुनेएवढ्या विशाल पात्राच्या नदीचा प्रवाह अचानक वळवला गेला असता, तर त्यामुळे आलेल्या महापुराने हाहाकार माजला असता. त्यामुळे नियंत्रित पद्धतीने हा बदल घडवून आणावा लागला असता.

मेलुहाच्या अभियंत्यांच्या साहाय्याने भगीरथाने अत्यंत हुशारीने बनवलेली योजना मांडली. यमुनेच्या किनाऱ्यांचा भाग खोदून त्यांच्या कडेने कालवे खोदण्यात आले. कालव्यांची प्रवेशद्वारे हळूहळू उघडून यमुनेच्या प्रवाहाला नवीन दिशेला वळवण्यात आले. ही प्रक्रिया मंद गतीने आणि नियंत्रित पद्धतीने कित्येक महिने घडवण्यात आली. भगीरथाने या प्रवेशद्वारांना 'शिवाची कुलपे' असे नाव दिले. अशा प्रकारे यमुनेला हळूहळू आपल्या नवीन मार्गाकडे वळवण्यात आले आणि नंतर तिला प्रयागजवळ गंगेमध्ये विलीन करण्यात आले. शिवाच्या कुलपांमुळे गंगेलाही आपले नवीन स्वरूप सहजपणे प्राप्त करून घेता आले. ही प्रक्रिया हळूहळू

घडल्यामुळे अनियंत्रित महापुरांचा फटकाही बसला नाही. भलीमोठी यमुना नदी आणि आधीपासूनच असलेली ब्रह्मपुत्र नदी यांच्यामुळे गंगा नदीला भरतवर्षातील सर्वाधिक मोठ्या नदी यंत्रणेचे स्वरूप प्राप्त झाले. याशिवाय यमुनेच्या जलाने आपल्यासमवेत सरस्वतीचा आत्माही गंगेमध्ये आणल्याची श्रद्धा निर्माण झाली. त्यामुळे गंगा ही भरतवर्षातील परमपवित्र नदी बनली. परमपवित्र सरस्वती नदीचे जल गंगेत समाविष्ट झाल्याच्या श्रद्धेमुळे लोकांच्या मनात गंगेविषयी पूज्य भक्तिभाव निर्माण झाला. याशिवाय, यमुनेच्या स्वच्छ, गोड्या, खळाळत्या जलाच्या प्रवाहामुळे ब्रंगाच्या जलातील विषारी जल स्वच्छ झाले. त्या भूमीतील मोठ्या नद्या सोमरसाच्या विषारी द्रव्यांपासून मुक्त झाल्या. त्यामुळे गंगेने आपल्या भूमीला पवित्र केल्याच्या दंतकथेवर गंगासागरजवळ वास्तव्य असलेले ब्रंग लोक विश्वास ठेवू लागले. ही दंतकथा असली, तरीही ती सत्यापासून फारशी दूर नव्हती.

देवगिरी वगळता मेलुहाच्या साम्राज्यातील विविध राज्ये कालांतराने स्वतंत्र राज्ये बनली. दक्षाची अकार्यक्षम सत्ता संपुष्टात आली होती आणि त्याचबरोबर स्वातंत्र्याचे नवे वारे वाहू लागले होते. त्यामुळे तिथे सृजनशीलतेला बहर आला आणि वैविध्यपूर्ण; परंतु समान सौंदर्य लाभलेल्या संस्कृतींचा तिथे उदय झाला.

शिवाला मोठ्या आवाजातील हास्य ऐकू आले. अर्थातच ते भगीरथाचेच असणार याविषयी त्याच्या मनात शंका नव्हती. शिव वळला आणि त्याने भगीरथाकडे पाहिले. शेकोटीजवळ उभा राहून काली आणि गोपाळ यांच्याशी तो उत्साहाने बोलत होता. देवगिरीच्या विनाशाआधी दिलीपाला आपल्या सैन्याने केलेल्या बंडाला सामोरे जावे लागले. दिलीपानंतर भगीरथ राजा बनला. त्याने सूज्ञपणे अयोध्येवर राज्य केले. त्याच्या कार्यकाळात अयोध्येत शांतता आणि समृद्धी निर्माण झाली. भगीरथाच्या निकट उभ्या असलेल्या दिलीपाच्या चेहऱ्यावरील भाव पाहिल्यावर त्या पूर्वाश्रमीच्या राजाने आपल्या नशीबाबरोबर तडजोड करून आपल्या मनातही शांतता प्रस्थापित केल्याचे स्पष्टपणे दिसत होते.

भगीरथ आणि कालीबरोबर संभाषण करत असलेल्या उंच, बेडौल आकृतीकडे शिवाचे लक्ष वेधले गेले. आपल्याकडे कोणीतरी पहात असल्याचे त्या महान वासुदेवाच्या ध्यानात बहुधा आले असावे. त्याने वळून शिवाकडे पाहिले आणि खाली वाकून त्याला नमस्कार केला. शिवानेही त्याला प्रतिनमस्कार केला. गोपाळाने शिवासमवेत शांततेने राहणे पसंत केले होते.

वासुदेवांच्या प्रमुखाला देवगिरीचा विनाश मुळीच अपेक्षित नव्हता. परंतु सैतानाला दूर करण्यात आल्याची जाणीव त्याला झाली होती. तसेच सोमरसाचे ज्ञानही वाचवण्यात आले होते. त्यामुळे त्याला समाधान आणि शांतता लाभली होती. सैतानाचे भयंकर दुष्परिणाम दूर होताच भरतवर्षाला पुनरुज्जीवन लाभले होते. नीळकंठाला त्याच्या मोहिमेत यश लाभले होते आणि त्यातच वासुदेवांचे यशही सामावले होते. वीरभद्र आणि महादेवाची नवीन जमात असलेले ल्हासाचे नगरवासी यांच्याशी गोपाळाने औपचारिक संबंध प्रस्थापित केले होते. भरतवर्षाच्या दैवी भूमीची भरभराट व्हावी आणि तिची समतोल वाढ व्हावी याकडे आता वासुदेव आणि ल्हासाचे नगरवासी संयुक्तपणे लक्ष ठेवणार होते.

गोपाळाला पाहताच शिवाला वायुपुत्रांची आठवण झाली. पशुपत्यास्त्राचा वापर केल्याबद्दल त्यांनी शिवाला कधीच क्षमा केली नव्हती. मोठ्या प्रमाणातील विरोधाला न जुमानता, 'नीळकंठ' म्हणून शिवाला वैयक्तिकरित्या पाठबळ दिल्यामुळे मित्रावर नामुष्कीची वेळ आली होती. दैवी अस्त्राच्या अनधिकृत वापरासाठी चौदा वर्षांच्या वनवासाची शिक्षा होती. आपण वायुपुत्रांना दिलेला शब्द मोडल्याबद्दल आणि सतीच्या मातेच्या वीरिनीच्या आणि पार्वतेश्वर व आनंदमयी या त्याच्या सुहृदांच्या मृत्यूबद्दल शिवाने स्वतःला भरतवर्षातून हद्दपार करून टाकले. फक्त चौदा वर्षांसाठीच त्याने आपल्याला ही शिक्षा करून घेतली नव्हती; तर आपल्या उर्वरित आयुष्यभर तो ती शिक्षा भोगणार होता.

''पिताजी....''

गणेश, कार्तिक आणि काली आपल्याजवळ आल्याचे शिवाच्या ध्यानातच आले नव्हते.

''बोल गणेश?''

''पिताजी, आज शिवरात्रीची मेजवानी आहे,'' गणेश म्हणाला. ''त्यामुळे सरोवराकाठी थांबून कुढत राहण्यापेक्षा महादेवाने आमच्या आणि आपल्या स्वतःच्या समारंभात सहभागी होणं आवश्यक आहे.''

शिवाने हळुवारपणे मान डोलावली. वृद्धावस्थेमुळे आता त्याची मान दुखत होती.

''मला उठायला साहाय्य कर,'' शिव उठून उभा राहण्याचा प्रयत्न करत म्हणाला.

कार्तिक आणि गणेश तातडीने पुढे झुकले आणि त्यांनी आपल्या पित्याला उठून उभा राहण्यास साहाय्य केले.

‘‘गणेश, मी तुला ज्या ज्या वेळी पाहतो, त्या त्या वेळी तू पूर्वीपेक्षा अधिक लठ्ठ झालेला असतोस.’’

गणेश मनापासून हसला. आपल्या मातेच्या मृत्यूच्या दुःखाचा जबरदस्त धक्का त्याला बसला होता आणि त्यामधून बाहेर पडण्यास त्याला मोठा कालावधी लागला होता. परंतु अखेरीस त्याने त्या हानीशी तडजोड केली होती. तिच्या मृत्यूविषयी शोक करत राहण्यापेक्षा तिच्या जीवनातून काहीतरी बोध घ्यावा, असे त्याने ठरवले होते. शिव आणि सती यांच्या आज्ञा भरतवर्षभर पोहचवण्याचे कार्य त्याने आपल्याकडे घेतले होते. आयुष्याला त्याने स्वतःच मिळवून दिलेल्या या उद्दिष्टामुळे पुन्हा एकदा आपला मूळचा शांत स्वभाव त्याला लाभला होता. खरे तर काही वेळा तो गंमतीजमतीही करत होता.

‘‘पिताजी, तुमच्या बुद्धिमत्तेमुळे आणि सूज्ञपणामुळे भरतवर्षभर शांतता प्रस्थापित झाली आहे. त्यामुळे तुमचे आभार मानावेत तेवढे थोडेच आहेत,’’ गणेश म्हणाला. ‘‘आता युद्धं नाहीत की तंटे बखेडे नाहीत. त्यामुळे आता मला फारच कमी शारीरिक श्रम करावे लागतात. म्हणजेच मी जर लठ्ठ बनत असेन, तर पिताजी ती तुमचीच चूक आहे, असा अंतिम निष्कर्ष काढावा लागेल.’’

काली आणि कार्तिक मोठ्याने हसले. शिवाने मंदपणे मान डोलावली. त्याच्या डोळ्यांतील गांभीर्य कमी होतच नव्हते.

‘‘पिताजी, काही वेळा तरी तुम्ही स्मित केलं पाहिजे,’’ कार्तिक म्हणाला. ‘‘त्यामुळे तुम्हालाही थोडासा का होईना; परंतु आनंद लाभेल.’’

शिवाने कार्तिकाकडे पाहिले. सतीच्या मृत्यूला आता बराचसा कालावधी लोटला होता आणि तरुण कार्तिकाच्या मस्तकावरही आता काही वेळा एखाद दुसरा रुपेरी केस दिसू लागला होता. कार्तिकाने कैलासावर पोहचण्यासाठी खूपच लांबचा प्रवास पार पाडला होता, हे शिवाला माहिती होते. शिवाची बहुतांश कार्ये पार पडली होती. त्यानंतर शिवाने कैलास – मानसरोवराकडे परतण्याचा निर्णय घेतला होता. त्यावेळी कार्तिक नर्मदेच्या दक्षिणेकडे प्राचीन भरतभूमीच्या केंद्रस्थानी असलेल्या प्रभू मनूच्या भूमीत स्थलांतरित झाला होता.

प्रभू मनू हा पांड्या वंशाचा राजकुमार होता. संगमतमिळ या इतिहासपूर्वकालीन

भूमीवर या वंशाने राज्य केले होते. आधीच्या हिमयुगाच्या अंताबरोबर सागरी पातळी उंचावल्यामुळे तो देश आणि त्याची सुंदर संगम संस्कृती लयाला गेली होती. त्या प्राचीन भरतवर्षाच्या पितृभूमीत अद्यापही काही लोक रहात असल्याचे कार्तिकाला आढळले होते. नर्मदेच्या दक्षिणेकडे प्रवास करण्यावर प्रभू मनूने घातलेली बंदी त्यांनी झुगारून दिली होती. नर्मदेच्या दक्षिणतम टोकाकडे असलेल्या कावेरी नदीकाठावर कार्तिकाने नवीन संगम संस्कृती प्रस्थापित केली.

''तुम्ही तिघे तुमचं गुपित मला सांगाल, त्यावेळीच मी स्मित करेन,'' शिव म्हणाला.

''कसलं गुपित?''

''मी कशाविषयी बोलतो आहे, ते तुम्हाला ठाऊक आहे.''

देवगिरीच्या विनाशाच्या आदल्या रात्री काली, परशुराम आणि वीरभद्र यांनी विद्युन्मालीचे अपहरण केल्याचे शिवाला समजले होते. भयावह छळाच्या यातनांनी तळमळणाऱ्या विद्युन्मालीने सतीच्या मारेकऱ्यांची नावे त्यांना सांगितली होती. त्यानंतर त्याला हिंस्त्र आणि मंद गतीने येणारा मृत्यू देण्यात आला.

देवगिरीच्या विनाशानंतर काही वर्षांनी काली, गणेश, कार्तिक, परशुराम आणि वीरभद्र गुपचुपपणे भरतवर्षाबाहेर पडले होते. ते कुठे अदृश्य झाले होते, ते कोणालाच माहिती नव्हते. सतीच्या मृत्यूचा आणखी सूड घेण्यास शिव कदाचित विरोध करेल, या भीतीपोटी, शिवाने वारंवार पृच्छा करूनही त्या तिघांनीही त्याला काहीही सांगितले नव्हते. परंतु तरीही शिवाच्या मनात संशय होताच की.....

त्याच्या मनात आलेले संशय निराधार नव्हते. कारण त्याच सुमारास अटेनच्या गुप्त जमातीचा संपूर्ण विनाश झाल्याची अफवा इजिप्तमध्ये पसरली होती. त्या जमातीच्या प्रत्येक नेत्याचा मृत्यू हा प्रदीर्घ काळाच्या यातनांनी तडफडून झाला होता. त्यांच्या रक्त गोठवणाऱ्या किंकाळ्या त्यांच्या अनुयायांच्या हृदयात घुमत राहिल्या होत्या. काली आणि इतरांनाही एकच गोष्ट ठाऊक नव्हती आणि ती म्हणजे काही महिन्यांपूर्वीच स्वुथ तिथून निघून गेला होता. दक्षिणेकडे नाईल नदीच्या उगमाजवळ तो गेला होता. आपल्या अंतिम बळीला ठार मारण्याची पवित्र शपथ आपण पूर्ण करू शकलो नाही, याचा शोक करत त्याने आपले उर्वरित आयुष्य तिथेच व्यतीत केले होते. परंतु सतीचे विलक्षण शौर्य आणि उदात्तता या गोष्टी त्याच्या आत्म्यावर कायमच्या कोरल्या गेल्या होत्या. त्याला

तिचे नाव माहिती नव्हते. त्यामुळे अखेरपर्यंत अनामिक देवता म्हणून तो तिची पूजा करत राहिला होता. त्याच्या वंशजांनीही तीच परंपरा पुढे सुरू ठेवली होती. अटेनच्या जमातीतील जीवित राहिलेल्या उर्वरित काही लोकांना आपल्या जमातीच्या पुनरुज्जीवनासाठी त्यानंतर काही शतके प्रतीक्षा करत रहावे लागले. त्यानंतर इजिप्तच्या फरोह या क्रांतिकारक विचारांच्या राजाने या जमातीचे पुनरुज्जीवन केले. त्या फरोहालाच महान अखेनअटेन म्हणून ओळखले जाते. अखेनअटेन म्हणजेच अटेनचा जिवंत आत्मा. परंतु ती एक वेगळीच कथा आहे.

"पिताजी, आम्ही गेलो होतो ते...."

कालीने कार्तिकाच्या ओठांवर हात ठेवला. "शिवा, त्यात गुपित वगैरे काहीच नाही. आता एवढंच सांगण्यासारखं आहे, की भोजन खूपच रुचकर बनलं आहे आणि तुलाही भोजनाची आवश्यकता आहे. त्यामुळे माझ्याबरोबर लगेच चल."

शिवाने नकारार्थी मान हलवली. "तुझ्या मनातून अद्यापही राज्यकर्त्याचा आज्ञा देण्याचा अंश गेलेला नाही."

आता काली कोणत्याही राज्याची राणी नव्हती. इजिप्तमधून परतल्यानंतर काही वर्षांतच तिने आपल्या सिंहासनाचा त्याग केला होता. त्यानंतर झालेल्या निवडणुकीत तिने सुपर्णाला साहाय्य केले होते आणि सुपर्णाच नागांची नवीन राणी बनली होती. आपल्या राज्याची सूत्रे सक्षम हातांत सोपवल्यावर, शिव, गणेश आणि कार्तिक यांच्यासह कालीने भरतवर्षाची सफर केली होती. नीळकंठाच्या कुटुंबीयांनी देशभरात ५१ शक्ती मंदिरे स्थापन केली. त्या मंदिरांमध्ये शिवाने आपल्यासाठी ठेवलेल्या सतीच्या रक्षेचा थोडा थोडा भाग ठेवावा, यासाठी शिवाचे मन वळवण्यातही काली यशस्वी ठरली होती. सती संपूर्ण भरतवर्षाची होती. ती फक्त शिवाचीच नव्हती, हे तिचे म्हणणे शिवाला पटले होते. म्हणून सतीच्या रक्षेचा थोडा थोडा भाग प्रत्येक मंदिरात ठेवण्यात आला. त्याद्वारे भरतवर्षातील लोकांना आपल्या देवीची, देवी सतीची चिरस्मृती राहणार होती.

त्यानंतर अखेरीस ईशान्य ब्रंगाच्या भूमीतील कामख्या मंदिरात कालीने वास्तव्य केले आणि संपूर्ण जीवनभर ती प्रार्थना आणि ध्यान करत राहिली. तिच्या आध्यात्मिक उपस्थितीमुळे कामख्याचे मंदिर हे भारतातील आघाडीचे शक्ती मंदिर बनले. नागांच्या या राणीमुळे स्फूर्ती मिळालेले कित्येक सूर्यवंशी, चंद्रवंशी आणि नाग लोक तिच्या नूतन वास्तव्याच्या ठिकाणी स्थलांतरित झाले. कालौघात

त्यांनी आपापली राज्ये स्थापन केली. सूर्यवंशीयांनी आपल्या राज्याला त्रिपुरा असे नाव दिले. त्रिपुरा म्हणजे तीन नगरींचे राज्य. त्यांच्या विनाश पावलेल्या नगरीतील तीन चौथऱ्यांची स्मृती त्यांनी या नावाद्वारे जपली होती. विष्णूच्या सातव्या अवताराची, रामाची पूजा करणाऱ्या चंद्रवंशीयांनी रत्नांची भूमी असा अर्थ असलेल्या मणीपूरची स्थापना केली. भरतवर्षाचे ते एक रत्नच आहे, यात शंकाच नाहीत. कालीच्या कित्येक नागांनी आणखी पूर्वेकडे आपले राज्य स्थापन केले. या सर्व राज्यांतील लोकांनी कालीचा मार्ग अनुसरला. भरतवर्षाच्या मातृभूमीच्या गर्भातील हे अभिमानी योद्धे शुद्ध, पवित्र बनले. म्हणूनच जर आदराने वागवले गेले, तर हे लोकच तुमची महान ताकद बनू शकतात. जर तुम्ही त्यांचा अनादर केला, तर मग मात्र तुमचे रक्षण करणे कोणालाही शक्य नसते.

''माझ्याकडे यापुढे कोणतंही राज्य नसेना का शिवा,'' काली म्हणाली. तिचे डोळे गंमतीने चमकत होते. ''परंतु तरीही मी नेहमीच राणीच असेन!'' ती म्हणाली.

गणेश आणि कार्तिक यांनी स्मित केले. शिव फक्त कालीच्या चेहऱ्याकडे रोखून पहात राहिला. काली म्हणजे तर सतीची अगदी हुबेहूब प्रतिमा होती. एके काळी आपले जीवन किती आनंदी होते, याची तिच्यामुळे शिवाला आठवण झाली.

''चला, भोजन करूया,'' शिव म्हणाला.

शिवाचे कुटुंब शेकोटीजवळ पोहचल्यावर भृगुंनी त्यांना नुकत्याच दाखवलेल्या आत्यंतिक ज्ञानाने भरलेल्या ग्रंथाविषयी गणेश आणि कार्तिक शिवाला सांगू लागले. प्राचीन ज्योतिषशास्त्राच्या महानतेविषयी या ग्रंथामुळे लाखो वर्षे लोक आश्चर्यचकित झाले असते. त्या ग्रंथाचे नाव होते 'भृगु संहिता.'

त्यानंतरच्या काही वर्षांत शिव अधिकाधिक विरक्त बनत गेला. तेथील पर्वतांमधील छोट्याशा गुहांमध्ये तो कित्येक दिवस, सप्ताह आणि नंतर तर कित्येक महिने व्यतीत करू लागला. तिथे त्याने कठोर तपःश्चर्या सुरू केली. त्या काळात फक्त नंदीलाच त्याला भेटण्याची परवानगी होती. आता शिवापर्यंत आपला शब्द पोहचवायचा असेल, तर फक्त नंदी हाच एकमेव मार्ग असल्याची दंतकथा निर्माण झाली.

शिवाने योगांचा अभ्यास करण्यात प्रदीर्घ काळ व्यतीत केला. परमात्म्याशी एकरूप होऊन शारीरिक, मानसिक आणि आध्यात्मिक शांतता प्राप्त करण्याचे

साधन म्हणून त्याने योग विकसित केले. भरतवर्षातील प्राचीन ज्ञानात शिवाने आणखी नवीन सिद्धांतांची आणि तत्त्वज्ञानाची भर घातली. वेद, उपनिषद आणि पुराण या पवित्र ग्रंथांमध्ये त्याच्या कित्येक कल्पनांचा समावेश करण्यात आला. त्यामुळे लाखो वर्षे त्याचा मानवजातीला लाभ झाला. शिवाच्या मनाच्या अफाट सृजनशीलतेमुळेही त्याच्या अंतःकरणाला मात्र कधीच आनंद लाभू शकला नाही. त्याच्या कुटुंबीयांनी पुनःपुन्हा प्रयत्न करूनही देवगिरीच्या विनाशाच्या त्या भयानक दिवसानंतर शिवाच्या चेहऱ्यावर कधीही स्मित झळकल्याचे कोणीही पाहिले नाही. त्यानंतर कधीही कोणालाही त्याचे अलौकिक नृत्य पाहण्याचा किंवा आत्म्यातून निघालेल्या आवाजातील त्याचे गाणे ऐकण्याचा किंवा त्याचे संगीत ऐकण्याचा योग लाभला नाही. आपल्याला दूरान्वयानेही आनंदी बनवणाऱ्या कोणत्याही गोष्टीपासून शिव सातत्याने अलिप्तच राहिला. दंतकथेनुसार शिवाने फक्त एकदाच स्मित केले, फक्त एकदाच. ज्या परमेश्वरापासून त्याचा जन्म झाला होता, त्या परमेश्वराच्या चरणी आपले भौतिक शरीर सोडून देऊन लीन होण्याचा क्षण आला, फक्त तेव्हाच त्याच्या चेहऱ्यावर अखेरचे स्मित झळकले. त्याने स्मित केले होते, कारण त्याने जिच्यावर आयुष्यभर जिवापाड प्रेम केले होते, ती सती तेव्हा त्याच्यापासून फक्त एका श्वासाच्या अंतरावर होती.

कार्तिकाची विद्वत्ता आणि धाडस यांमुळे दक्षिण भरतवर्षात संगम संस्कृती बहरली आणि तिची कीर्ती दूरवर पसरली. मात्र कार्तिक उत्तर भरतवर्षाकडे सातत्याने आकर्षित होत राहिला. विशेषतः आपल्या जन्मभूमीकडे, काशीकडे तो आकृष्ट झाला. दक्षिण भारतावरील त्याचा प्रभाव अतुल्य असाच आहे. अद्यापही युद्धदेवता म्हणून त्याला ओळखले जाते. कोणत्याही समस्येचे निराकरण करणारा आणि कोणालाही पराभूत करणारा देव म्हणून त्याला मानले जाते.

दरम्यानच्या काळात, कार्तिकाचा ज्येष्ठ बंधु म्हणजेच विद्वान आणि दयाळू अंतःकरणाचा गणेश हा भरतवर्षात प्रचंड उंचीवर पोहचला. सर्व समारंभांमध्ये आद्यदेवता म्हणून त्याला पूजले गेलेच पाहिजे, अशी श्रद्धा संपूर्ण भरतवर्षात पसरली. त्याची प्रार्थना केल्यास आपल्या मार्गातील सर्व संकटांचा विनाश तो करतो, असेही मानले जाऊ लागले. त्यामुळे कोणत्याही कार्याचा शुभारंभ करणारा आणि ते विनासंकट पूर्णत्वास नेणारा विघ्नहर्ता देव म्हणून तो ओळखला जाऊ लागला. त्याच्या प्रचंड बुद्धिवैभवामुळे त्याला लेखनाचा देव म्हणूनही मान

मिळाला. साहजिकच सर्व लेखक, कवी आणि इतर त्रस्त लोकांना त्याच्या नामस्मरणाने लाभ होतो, असे मानले जाऊ लागले.

गणेशावर सोमरसाचा खरोखरच खूपच मोठा प्रभाव पडला. त्यामुळे त्याच्या कित्येक समकालीनांच्या तुलनेत तो कित्येक शतके जीवित राहिला आणि गणेशाला त्याचे काहीच वाटले नाही. भरतवर्षातील सर्व लोकांशी क्रिया प्रतिक्रिया करत राहणे आणि त्यांना मदत करणे, मार्गदर्शन करणे या गोष्टी त्याला प्रचंड आवडत राहिल्या. परंतु अखेरीस एके दिवशी वृद्धत्वाने दुर्बल झालेल्या गणेशाला असे वाटले, की आपण आता या मर्त्य शरीरात प्रदीर्घ काळ राहिलो आहोत!!.

प्राचीन वेदिककालीन भारतीय लोक अचानकच एकमेकांविरुद्ध नागरी युद्धे करू लागले. चुकीच्या पद्धतीने राज्य करणाऱ्या राजघराण्यातील किरकोळ विवादांना प्रचंड संघर्षाचे स्वरूप प्राप्त झाल्याचे त्याला पहावे लागले. त्या काळच्या सर्वच महान सत्ता त्यामध्ये गुंतल्या होत्या. त्या युद्धात झालेल्या भयानक रक्तपातामुळे तत्कालीन सर्व साम्राज्यांचाच नाश झाला नव्हता; तर त्याबरोबरच वेदकालीन संस्कृतीही लयास गेली होती. त्यानंतर तिथे फक्त भयानक हाहाकार शिल्लक राहिला होता. या सर्वनाशातूनही लोक पुन्हा उभे राहिले. परंतु या नूतन संस्कृतीने कित्येक गोष्टी गमावल्या होत्या. आपल्या वंशजांच्या महानतेचे काही प्रसंग, काही घटनाच तेवढ्या त्यांना माहिती होत्या. त्यांचे वंशज कित्येक बाबतीत त्यांच्या तोलामोलाचे नव्हते.

भूतकाळातील महान व्यक्तींची हे लोक देव म्हणून पूजा करू लागले. कारण एवढ्या महान व्यक्ती वास्तवात असणे शक्यच नाही, असा त्यांचा समज होता. विलक्षण वैज्ञानिक बाबींकडे ते चमत्कार, जादू म्हणून पाहू लागले, कारण त्यांच्या बुद्धीच्या मर्यादेमुळे त्यांना त्या महान ज्ञानाचे आकलन होऊ शकत नव्हते. ज्या धर्मकृत्यांमागे सखोल तत्त्वज्ञान आहे, ते समजून न घेताच ते कर्मकांड करू लागले. कारण न समजलेल्या गोष्टीविषयी प्रश्न विचारण्यासाठी धाडस आणि आत्मविश्वास यांची आवश्यकता असते. खरोखरच जो इतिहास होता, त्याला ते तर्काने दंतकथा मानू लागले, कारण या भूमीत झालेल्या महायुद्धामध्ये दैवी अस्त्रांचा मोठाच वापर करण्यात आला. त्यामुळे येथील भूमीचा विध्वंस झाला होता. त्या महायुद्धामुळे जवळजवळ प्रत्येक गोष्टीचाच सर्वनाश झाला. त्यानंतर सांस्कृतिकदृष्ट्या पुन्हा प्रबळ बनण्यास आणि बौद्धीक खोली प्राप्त करण्यास

भरतवर्षाला कित्येक शतके प्रतीक्षा करावी लागली.

कालांतराने उर्वरित माहितीचे तुकडे जोडून मनोरंजनार्थ त्या महायुद्धाचा इतिहास लिहिला गेला. त्या ग्रंथाला प्रारंभी 'जय' असे संबोधले गेले. परंतु महान लोकांच्या त्या वंशजांच्या अज्ञानी मनालासुद्धा हे नाव अयोग्य असल्याचे भासू लागले. त्या भयावह महायुद्धाने कोणालाही जय प्रदान केला नव्हता. त्या युद्धात सहभागी झालेला प्रत्येक सैनिक खरे तर ते युद्ध हरलाच होता. खरे म्हणजे संपूर्ण भरतवर्षच हरले होते.

त्या महायुद्धाची वंशपरंपरेने सांगितली गेलेली कथा आज जगातील एक महान महाकाव्य मानले जाते. त्यालाच 'महाभारत' असे नाव दिले गेले आहे. जर प्रभू नीळकंठाने परवानगी दिली, तर त्या भयावह युद्धाची शुद्ध, संपूर्ण कथाही एखाद्या दिवशी सांगितली जाईल.

ओम नमः शिवाय
सर्व विश्व प्रभू शिवाला वंदन करते. मी प्रभू शिवाला वंदन करतो.

शब्दकोश

अग्नी : आगीची देवता.

अंगरस : नृत्यातील पायांच्या हालचाली किंवा पदन्यास.

अश्वमेध यज्ञ : घोड्याचा बळी असा या शब्दाचा शब्दशः अर्थ आहे. प्राचीन काळी आपल्या सीमा विस्तारण्याची आणि आपली लष्करी सत्ता आणण्याची महत्त्वाकांक्षा बाळगणारे राजे पवित्र घोड्याला सोडून देत असत. तो मुक्तपणे भारतातील राज्यांमध्ये फिरत असे. जर दुसऱ्या एखाद्या राजाने त्या घोड्याला थांबवले किंवा पकडले, तर त्या आव्हान देणाऱ्या राजाविरुद्ध युद्ध पुकारले जात असे. त्यानंतर त्याचा पराभव करून त्याचे राज्य पादाक्रांत केले जात असे. ज्या राज्यात त्या घोड्याने प्रवेश केला असेल, तिथे त्याला अडवले गेले नाही, तर ते राज्य अश्वमेध करणाऱ्या राजाचे मांडलिक बनत असे.

आयुरालय : रुग्णालय.

ब्रंग : आधुनिक पश्चिम बंगाल, आसाम आणि बांगला देश मिळून तयार झालेला प्राचीन भारतातील भूप्रदेश.

ब्रह्मपुत्र आणि गंगा या दोन नद्यांच्या नावांनी 'ब्रंग' हे नाव बनले होते.

ब्रंगहृदय : ब्रंग प्रदेशाचे हृदय असा शब्दशः अर्थ. परंतु हे ब्रंगांच्या राजधानीचे नाव होते.

ब्रह्मास्त्र : प्राचीन हिंदु ग्रंथांनुसार याचा शब्दशः अर्थ ब्रह्माचे अस्त्र असा आहे. ब्रह्मास्त्राची माहिती आणि त्याचे परिणाम यांचे वर्णन आधुनिक युगातील अण्वस्त्राशी जुळत असल्याचा कित्येक तज्ज्ञांचा दावा आहे. या पुस्तकासाठी हा दावा मी सत्य मानला आहे.

चतुरंग : आधुनिक बुद्धिबळाच्या खेळाचे प्राचीन भारतीय रूप.

चिलीम : गांजा ओढण्यासाठी तयार केलेले मातीचे नळकांडे

देवगिरीच्या राजवाड्याच्या चौथऱ्याचे बांधकाम : कित्येक खांब असलेल्या पक्क्या विटांच्या इमारती सिंधु खोऱ्यातील काही ठिकाणी उत्खननात सापडल्या आहेत. सहसा सार्वजनिक स्नानगृहांच्या शेजारी या इमारती असल्याचे आढळले आहे. राजवाड्याच्या चौथऱ्याच्या बांधकामाचे या पुस्तकात केलेले वर्णन हे त्यांच्याशी मिळतेजुळते आहे. बहुधा ती धान्याची कोठारे असावीत, असा अंदाज व्यक्त केला गेला आहे.

दैवी अस्त्र : मोठ्या प्रमाणात संहारासाठी वापरण्यात येणाऱ्या शस्त्रांसाठी प्राचीन हिंदु साहित्यात दैवी अस्त्र हा शब्द वापरला गेला आहे.

दंडकारण्य : अरण्य म्हणजे वन. आधुनिक महाराष्ट्र, आंध्र प्रदेश, कर्नाटक, छत्तीसगड आणि मध्य प्रदेश यांचे काही भाग यांनी मिळून बनलेल्या प्रदेशाचे दंडक हे प्राचीन नाव होते. दंडकारण्य म्हणजे दंडक प्रदेशातील अरण्ये

धर्म : धर्म या शब्दाचा आजचा शब्दशः अर्थ हिंदु, मुस्लीम यांसारखे विविध धर्म असा होतो. परंतु पारंपरिक हिंदु

पद्धतींमध्ये या शब्दाला अधिक गहन अर्थ आहे. या शब्दात पावित्र्य, हक्क, ज्ञान, योग्य जीवनपद्धती, परंपरा, विश्वाची नैसर्गिक पद्धत आणि कर्तव्य अशा अनेक अर्थांच्या छटा समाविष्ट आहेत. विश्वातील सर्व 'चांगल्या' गोष्टींचा समावेश ज्यामध्ये होतो, तो धर्म अशी या शब्दाची व्याख्या आहे.

धर्मयुद्ध : पवित्र युद्ध

इजिप्तमधील स्त्रिया : प्राचीन भारतीयांप्रमाणेच प्राचीन इजिप्तमध्येही तेथील लोक आपल्या स्त्रियांना आदराने वागवत असत, असे इतिहासतज्ज्ञांचे म्हणणे आहे. स्वुथ स्त्रीद्वेष्टा असल्याचे आणि अटेनची हत्या झाल्याचे प्रसंग काल्पनिक आहेत. बहुतांश सर्वच समाजांप्रमाणे प्राचीन इजिप्तमध्येही पितृसत्ताक पद्धतीचे काही अंश शिल्लक होते. त्यांच्यामध्ये हा स्त्रीद्वेष्टेपणा होता, असे सखेद नमूद करावे लागेल.

अग्नी गीत : अग्नीसाठी हे गीत गण जमातीचे लोक म्हणत असत. याशिवाय भूमी, जल, पवन, व्योम किंवा सूर्य किंवा आकाश यांच्यासाठीही ते अशीच गीते गात असत.

फ्रवशी : झोरोस्ट्रियन धर्माच्या पवित्र ग्रंथात अवेस्ता म्हणून या आत्म्याचा उल्लेख केला जातो. या आत्म्याला संरक्षक पालक मानले जाते. मात्र बहुतांश संशोधकांच्या मते, फ्रवशीचे शारीरिक वर्णन कुठेही आढळत नाही. अवेस्टाविषयीच्या भाषेच्या व्याकरणाचा अभ्यास करता, फ्रवशी हा स्त्रैण आत्मा असला पाहिजे. प्राचीन हिंदु आणि झौराष्ट्रीयनवादी यांनी अग्नीला आत्यंतिक महत्त्व दिले होते. त्यामुळेच अग्नीला मी फ्रवशीचे प्रतीक मानले आहे. अर्थातच हे प्रतिनिधित्वही काल्पनिकच आहे.

गणेश-कार्तिक यांच्यातील

नातेसंबंध : उत्तर भारतातील पारंपरिक दंतकथांनुसार, कार्तिकाला गणेशाचा मोठा बंधु मानले जाते. दक्षिण भारतात मात्र भगवान गणेश कार्तिकाहून मोठा असल्याचे मानले जाते. माझ्या कथेत गणेश हा कार्तिकाचा मोठा बंधु असल्याचे मी दाखवले आहे. सत्य काय आहे? ते फक्त शिवच जाणे!

हर हर महादेव : शिवभक्तांची ही सामूहिक गर्जना असते. मला याचा अर्थ आपण सारेच महादेव आहोत, असा असावा असे वाटते.

हरियुपा : या शहराला सध्या हराप्पा किंवा हडप्पा म्हणतात. सिंधु संस्कृती किंवा मेलुहातील सर्व शहरांविषयी मी केलेले वर्णनही उत्खननात आढळलेल्या गोष्टींवर आधारित आहे. इतिहासतज्ज्ञ आणि संशोधकांना या उत्खननात आढळलेल्या गोष्टींनी सातत्याने भुरळ घातलेली आहे. या संस्कृतीत पाणी आणि आरोग्य याविषयी प्रचंड जागरुकता होती. इतिहासतज्ज्ञ एम. जेन्सन याने पाण्याविषयीची मन व्यापून टाकणारी, थक्क करणारी व्यवस्था असे या व्यवस्थेचे वर्णन केले आहे. ग्रेगरी पोस्सेलने आपल्या 'इंडियन सिव्हिलायझेशन – अ कॉन्टेम्पररी पर्सपेक्टिव्ह' या पुस्तकातही पाणी व्यवस्थापनाविषयीच्या या यंत्रणेचा गौरवाने उल्लेख केला आहे. 'द इम्मॉरटल्स ऑफ मेलुहा' या पुस्तकात पाण्याविषयीची आसक्ती ही सोमरसामुळे उत्पन्न होणारा विषारी घाम आणि मूत्र धुवून टाकण्यासाठी असल्याचे दाखवले आहे. सिंधु संस्कृतीतील लोकांच्या उच्च राहणीमानामुळेही इतिहासकार प्रभावित झाले आहेत. संपूर्ण सिंधु खोऱ्यात एकाच आकाराच्या आणि प्रकाराच्या विटा सापडल्यामुळेही इतिहासतज्ज्ञ चकित

झाले आहेत.

जय गुरु विश्वामित्र: गुरु विश्वामित्रांचा विजय असो.

जय गुरु वसिष्ठ : गुरु वसिष्ठांचा विजय असो. फक्त दोनच सूर्यवंशींना दोन्ही गुरु लाभले होते. राम आणि लक्ष्मण हे ते दोघे भाग्यवंत होते.

कर्म : कर्तव्ये आणि कार्ये. या जन्मातील आणि पूर्वजन्मातील व्यक्तीच्या सर्व कृतींचा त्याच्या भविष्यातील नशिबावर परिणाम होतो, असे मानले जाते.

काशी : आधुनिक वाराणशीचे प्राचीन नाव. सर्वोच्च प्रकाश पसरलेले शहर असा 'काशी' या शब्दाचा शब्दशः अर्थ आहे.

कथक : पारंपरिक भारतीय नृत्याचा एक प्रकार.

मंडल : या संस्कृत शब्दाचा अर्थ वर्तुळाकार असा आहे. परंतु प्राचीन हिंदू आणि बौद्ध परंपरांनुसार, पवित्र जागेची निर्मिती करणे आणि भक्तांवर लक्ष केंद्रित करणे या गोष्टी मंडलामध्ये केल्या जात.

महादेव : 'महा' म्हणजे महान आणि 'देव' म्हणजे परमेश्वर. म्हणूनच महादेव म्हणजे सर्वात महान देव किंवा देवांचाही देव. दुष्टांचा संहार करणारे अनेक जण होते असतील, असे मला वाटते. पण त्यांच्यापैकी काही जणच आपल्या महान कर्मामुळे महादेव बनत असावेत. भगवान रुद्र आणि भगवान शिव यांना 'महादेव' म्हटले जाते.

महेंद्र : जगज्जेता या अर्थाचा प्राचीन भारतीय शब्द.

मनूची कथा : दक्षिण भारत कसा निर्माण झाला, याविषयीचे ऐतिहासिक सत्य ज्यांना अधिक प्रमाणात जाणून घ्यायचे असेल, त्यांनी ग्रॅहॅम हॅनकॉकचे 'अंडरवर्ल्ड' हे पुस्तक जरूर वाचावे.

मेहरागड : सिंधु संस्कृतीचे ते मूळचे ठिकाण असावे, असे

इतिहासतज्ज्ञांचे म्हणणे आहे. या ठिकाणी हळूहळू स्थलांतर झाल्याचे ऐतिहासिक पुरावे सापडत नाहीत. त्यामुळे इथले लोक स्थलांतरित किंवा निर्वासित म्हणून आले असावेत.

माया : आभास

मेलुहा : पवित्र जीवनाची भूमी. या भूमीवर सूर्यवंशी राजांचे राज्य होते. आधुनिक जगात सिंधु संस्कृती असा जिचा उल्लेख केला जातो, ती संस्कृती वसलेला हा परिसर होय.

निर्वाण : पुनर्जन्माच्या फेऱ्यांपासून मुक्तता.

ऑक्सिजन/अँटी ऑक्सिडंट्स

सिद्धांत: आधुनिक संशोधन याला पुष्टी देते. ज्या वाचकांना यात अधिक स्वारस्य असेल, त्यांनी 'रॅडिकल प्रपोजल' हा 'सायंटिफिक अमेरिकना'मधील कॅथरिन ब्राऊन यांचा लेख वाचावा.

पितृतुल्य : पित्यासमान व्यक्ती.

प्रहर : प्राचीन काळी हिंदु लोकांनी दिवसाचे प्रत्येकी सहा तासांचे चार भाग पाडले होते. पहिला प्रहर मध्यरात्री बारा वाजता सुरू होत असे.

पॅराडैझा : हा प्राचीन पर्शियन शब्द असून त्याचा अर्थ भिंती असलेली, सुंदर मिलाफाची किंवा एकात्मतेची जागा असा आहे. 'पॅराडाईझ' या इंग्रजी शब्दाचा हा मूळ शब्द आहे.

परीहा : पऱ्यांची भूमी. आधुनिक पर्शिया किंवा इराण यांच्याशी हा शब्द संबंधित आहे. भगवान रुद्र या भूमीतून आला होता, असा माझा विश्वास आहे.

भारतात पारशी
लोकांचे स्थलांतर : आठव्या ते दहाव्या शतकाच्या दरम्यान, झोरोस्ट्रियन निर्वासितांचा लोंढा कदाचित भारतात आला असावा.

ते गुजरातमध्ये आले आणि जाधव राणा या तेथील राजाने त्यांना आश्रय दिला.

पशुपत्यास्त्र : 'पशुंच्या राजाचे' अस्त्र असा याचा शब्दशः अर्थ आहे. हिंदू धार्मिक ग्रंथांतील पशुपत्यास्त्राचे वर्णन अण्वस्त्रांशी अत्यंत आश्चर्यकारकरित्या मिळतेजुळते आहे. आधुनिक अण्वस्त्रांच्या तंत्रज्ञानात अस्त्र हे प्रथमतः अणूच्या विभाजनाच्या संकल्पनेवर आधारित होते. मात्र संयोगाला उत्तेजन देणारी, विभाजन अस्त्रे तयार करण्यात आली असली तरीही शुद्ध संयोग अस्त्रे आतापर्यंत तयार करण्यात आलेली नाहीत. शुद्ध आण्विक संयोग अस्त्रामधून अत्यल्प प्रमाणात किरणोत्सर्ग होईल, असे शास्त्रज्ञांचे मत आहे. शिवाय सैद्धांतिकदृष्ट्या ही अस्त्रे अधिक लक्ष्यवेधीही असतील. पशुपत्यास्त्र हे अशा प्रकारचे अस्त्र होते, असे मी या मालिकेत गृहीत धरले आहे.

राजधर्म : शब्दशः विचार केला तर राजाची आपल्या राज्याविषयीची कर्तव्ये. प्राचीन भारतात हा शब्द धर्मनिष्ठा आणि राजाच्या राजकर्तव्यविषयक प्रशासनाशी संबंधित होता.

रंगभूमी : प्राचीन काळी क्रीडा, कला यांच्या कार्यक्रमांचे सादरीकरण; तसेच सार्वजनिक समारंभ या ठिकाणी होत असावेत.

संकटमोचन : या शब्दाचा शब्दशः अर्थ 'संकटांचा नाश करणारा' असा आहे. हे हनुमानाचे एक नाव आहे.

सप्त सिंधु : सिंधु, सरस्वती, यमुना, गंगा, शरयू, ब्रह्मपुत्र आणि नर्मदा या सात नद्या वहात असलेली भूमी. उत्तर भारताचे हे प्राचीन नाव होय.

स्वद्वीप : व्यक्तींचे बेट. या भूमीवर चंद्रवंशी राजे राज्य करत होते.

स्वाहा : याविषयीची एक दंतकथा सांगितली जाते. अग्नी

देवाच्या पत्नीचे नाव स्वाहा होते. त्यामुळे पवित्र अग्नीची पूजा करताना, हवन करताना शिष्यांनी आपल्या पत्नीचे नाव घेतले की अग्नी देव खूश होत असे. 'स्वत्व' अग्नीला अर्पण करणे म्हणजे स्वाहा असेही मानले जाते.

विष्णू : विश्वाचा संरक्षणकर्ता आणि चांगल्याचा संवर्धनकर्ता. देव म्हणून ज्यांना आत्यंतिक आदर दिला जात असे, असे हे प्राचीन महान नेते असावेत असे मला वाटते.

विश्वनाथ : या शब्दाचा शब्दशः अर्थ जगाचा प्रभू असा होतो. सहसा भगवान शिवासाठी हा शब्द वापरला जातो. ज्यावेळी शिव क्रोधित होतो, त्यावेळी त्याला रुद्र असेही म्हटले जाते. शिवावरील तीन पुस्तकांच्या या मालिकेत भगवान रुद्रासाठी मी विश्वनाथ हा शब्द वापरला आहे.

लेखकाचा परिचय

अमिश यांचा जन्म सन १९७४ मध्ये झाला असून कोलकात्याच्या 'आयआयएम' मधून त्यांनी शिक्षण घेतले आहे. १४ वर्षे त्यांनी वित्त व्यावसायिक म्हणून काम केले, मात्र त्यांना या कामाचा कंटाळा आला. 'मेलुहाचे मृत्युंजय' या त्यांच्या पहिल्याच पुस्तकाला लाभलेल्या प्रचंड यशानंतर त्यांनी चौदा वर्षांचा आपला वित्त व्यवसाय सोडून दिला. आता ते पूर्ण वेळ लेखक म्हणून कार्यरत आहेत. इतिहास, तत्त्वज्ञान आणि पुराणकथा यांविषयी त्यांना तीव्र ओढ आहे. जगातील सर्व संस्कृती आणि धर्म यांच्यामध्ये सौंदर्य आणि अर्थ सामावला असल्याचा त्यांचा विश्वास आहे.

त्यांच्या पत्नी प्रीती आणि मुलगा नील यांच्यासमवेत ते मुंबईत राहतात.

www.authoramish.com
www.facebook.com/authoramish
www.twitter.com/amisht